ஏலோ-லம்

ஜனநேசன்

பாரதி புத்தகாலயம்

Eloam (in Tamil)
Jananesan rv
First Published: February, 2022
Published by
BHARATHI PUTHAKALAYAM
7, Elango Salai, Teynampet, Chennai - 600 018
Email: bharathiputhakalayam@gmail.com / www.thamizhbooks.com

ஏலோ-லம்
ஜனநேசன்
முதல் பதிப்பு: பிப்ரவரி, 2022

வெளியீடு:

பாரதி புத்தகாலயம்

7, இளங்கோ சாலை, தேனாம்பேட்டை, சென்னை - 600 018
தொலைபேசி : 044-24332424, 24332924, 24356935

விற்பனை நிலையங்கள்
மதுரை: 37A, பெரியார் பேருந்து நிலையம் - 045 22324674 | **ஈரோடு:** 39: 39 ஸ்டேட் பாங்க் சாலை - 9245448353
திண்டுக்கல்: பேருந்து நிலையம் - 9942331105, 9976053719 | **பழனி:** பேருந்து நிலையம் அருகில் - 9442883696
திருப்பூர்: 447, அவினாசி சாலை - 9486105018 | **சேலம்:** பாலம் 35, அத்வைத ஆஸ்ரமம் சாலை 0427 2335952
திருவல்லிக்கேணி: 48, தேரடி தெரு - 9444428358 | **வடபழனி:** பேருந்து நிலையம் எதிரில் அடையார் ஆனந்தபவன் மாடியில் - 9444476967 | **பெரம்பூர்:** 52, கூக்ஸ் ரோடு - 9444373716
திருவாரூர்: 35, நேதாஜி சாலை - 9442540543 | **சேலம்:** 15, வித்யாலயா சாலை சாலை
திருநெல்வேலி: 25கி, ராஜேந்திரநகர் - 9442149981
மதுரை: சர்வோதயா மெயின்ரோடு | **குன்னூர்:** N.K.N வணிக வளாகம் பெட்போர்ட்
செங்கல்பட்டு: 1 D ஜி.எஸ்.டி சாலை - 044 27426964 | **விருதுநகர்:** 131, கச்சேரி சாலை - 0456 2245300
கும்பகோணம்: 352, ரயில் நிலையம் எதிரில் - 9443995061 | **வேலூர்:** பேஸ் III, சத்துவாச்சாரி - 9442553893
நெய்வேலி: பேருந்து நிலையம் அருகில், - 9443659147
தஞ்சாவூர்: காந்திஜி வணிக வளாகம் காந்திஜி சாலை - 9655542400
கோவை: 77, மசக்காளிபாளையம் ரோடு, பீளமேடு - 8903707294
திருச்சி: வெண்மணி இல்லம், கரூர் புறவழிச்சாலை - 9994289492
திருவண்ணாமலை: முத்தம்மாள் நகர் | **நாகர்கோவில்:** 699 கே.பி.ரோடு R.A.புரம் - 9443450111
சிதம்பரம்: 22A / 18B தேரடி கடைத் தெரு, கீழவீதி அருகில் - 9994399347
கரூர்: நாரத கானசபா அருகில் (TNGEA OFFICE) - 9442706676
காரைக்குடி : 12, 2 வது தெரு, கம்பன் மணிமண்டபம் பின்புறம் - 9443406150
பாண்டிச்சேரி : கிழக்-கு கடற்கரைச்சாலை, இலாசுப்பேட்டை, 9486102777
அருப்புக்கோட்டை: கதவுஎண் 49 A/4 மெயின் ரோடு, தெற்கு தெரு - 9994173551

அச்சு : பிரிண்டெக், சென்னை - 600 005.

சமர்ப்பணம்

ஏலத்தோட்ட விவசாயிகளுக்கும்,

தொழிலாளர்களுக்கும்

என்னுரை

"மக்களிடம் கற்றதை மக்களிடமே கொடு...." என்று ஒரு சமுகவியலாளன் சொன்னது போல் ஏலத்தோட்டத் தொழிலாளர்களோடு வாழ்ந்து, ஊடாடி, உறவாடி, உரையாடிப் பெற்றதை மறுபடைப்பு செய்து தமிழ்கூரும் நல்லுலகின் வாசகர்களிடம் ஒப்படைக்கிறேன். ஏலோ-லம் என்னும் இப்புதினத்தில் வரும் மனிதர்கள் ரத்தமும் சதையுமாய் வாழ்ந்தவர்கள். இனி இப்புதினத்தின் மூலம் உங்களிடையே வாழ்வார்கள்! என்னை அல்லும் பகலும் உலுக்கி நாற்பத்தெட்டு வருஷ ஏலத் தோட்டத் தொழிலாளர் வாழ்வை எழுத வைத்தவர்கள் அவர்களே. ஒருவகையில் எனது விரல்களைப் பற்றித் தம்மை எழுதிக் கொண்டார்கள். திட்டமிடலும், உத்தியும் அவர்கள் வகுத்த வழியே.! அந்த மனிதர்களை எதிர்கொண்ட விதமே இப்புதினத்தின் வடிவத்தைத் தகவமைத்துக் கொண்டது. இந்தப் புதினத்தின் நிகழ்வுகள் எண்பது விழுக்காடு உண்மையானவை. இவர்களை ஒருங்கிணைக்கவே இருபது விழுக்காடு புனைவைக் கொண்டு நெய்தேன்.

ஏலோ-லம் எனது முதல்புதினம் என்றாலும், ஏலத்தோட்ட விவசாயிகள் மற்றும் தொழிலாளர்கள் வாழ்நிலை குறித்து எழுதப்பட்ட முதல் புதினம் இதுவே ! பணமதிப்புநீக்க நடவடிக்கை பாதிப்பு குறித்து எழுதப்பட்ட முதல் புதினம் இதுவே என மூன்று முதல்கள் ஒன்றாக உங்கள் கையில் தவழுகிறது!

இந்தப் புதினத்து மனிதர்கள் என்னை அகத்திலிருந்து எழுதத் தூண்டியது போல் வெளியே இருந்து இயக்கியவர்கள் ; தனது மனதிலுள்ள நாவலை இறக்கி வைக்காமலே அமரரான எழுத்தாளர் கந்தர்வன். 2) நாவலை எப்பய்யா முடிக்கப்போறீரு என்று கேட்ட அமரர் தோழர் தி.க.சி. 3)முதலில் நாவலை முடித்துவிட்டு பிறகு சிறுகதை எழுதுங்க தோழர் என்று வலியுறுத்திய அமரர் வடசென்னை தோழர்.இராமச்சந்திரன் ஆகியோர் இறந்தும் என்னை நாவல் எழுது எழுது என்று இயக்கினர். இவர்கள் மட்டுமன்றி, "ஏப்பா நாவல் எழுதுறேன்னு சொன்னியே என்னாச்சு" என்று அடிக்கடி கேட்டுக் கொண்டிருந்த தோழர் எஸ்.ஏ.பெருமாள் ;. இவரைப் போலவே "நாவலைமுடிச்சிட்டேளா"" என்று வினவிக்

கொண்டிருநத எழுத்தாளர் அண்ணன் நாஞ்சில்நாடன் ஆகியோர் இப்புதினத்துக்குப் புற நெம்புகோல்கள்.

இந்தப் புறத் தூண்டுதல்களையும் சிரிப்பால் சமாளிக்க முடிந்தது. ஆனால் இந்நாவலின் மனிதர்கள் பொன்னுத்தாயும்,சிவனம்மாவும், வெள்ளைச்சாமியும் நான் தனிமையில் இருக்கும்போதெல்லாம் என்னோடு உரையாடிக் கொண்டே இருந்தார்கள்! 2004ல் தொடங்கினாலும், பல்வேறு பணிச்சூழல் நெருக்கடிகளுக்கு இடையே பலமுறை களப்பணி செய்தேன். 2009லிருந்து நெருக்கமாக அம்மனிதர்களிடையே உறவாடியதே இந்த புதினத்தின் அடிக்கட்டுமானம்! இவர்கள் உறவாடலுக்கு இடையில் இன்னுமோர் ஊடாடல் கருவாக எழுந்து என்னை இம்சித்தது.

அதுவுமில்லாமல் இதுவுமில்லாமல் இரண்டும் கெட்டானாக அல்லல்படும் போது பொன்னுத்தாயும், சிவனம்மாவும் உப்புசமா இருக்கப்பே எப்ப எங்களை கீழே இறக்கிவிடப்போறே என்று கண்முன்னே மல்லுக்கட்டி நின்றார்கள். அரசுப் பணியில் ஓய்வுபெற்றதும் இன்னொரு முறை கள ஆய்வுக்குப் போனேன். அப்போது சந்தித்த மனிதர்கள் இப்புதினத்தின் இரண்டாவது பாகத்தில் நுழைந்து ஏலத்தோட்ட விவசாயிகள், தொழிலாளர்கள் வாழ்வில் ஏற்பட்ட புதுப் புது மாற்றங்களுக்கு உயிர்கொடுத்தார்கள். இப்படியாக அவர்கள் பாரதி புத்தகாலயத்தின் வாயிலாக உங்கள் முன் உலவுகிறார்கள்.

இப்பணிக்காக எனக்குத் தேவையான சூழலை ஏற்படுத்தித் தந்த எங்களது மூத்தமகன் ஆர்.வீ.கர்ணன்.இஆப. மருமகள் பிரியங்கா கர்ணன்,எங்களது இளையமகன் மருத்துவர் ஆர்.வீ.நிருபன்பாரதி-மருமகள் மருத்துவர் ஜனனி. எனது அன்பு மனைவி வீ.விஜயலட்சுமி ஆகியோருக்கும், எனக்கு தோன்றாத் துணையாக இருக்கும் தமுஎகச தோழர்களுக்கும் இந்த புதினத்திற்கான களப்பணிக் காலத்தில் என்னுடன் பயணித்த தோழர் முத்துவுக்கும் இந்நாவலை தமிழ்கூரும் நல்லுலகெங்கும் கொண்டு செல்ல உறுதுணையாக இருக்கும் பாரதி புத்தகாலயத் தோழர் கே. நாகராஜ் உள்ளிட்ட அனைத்து அன்புள்ளங்களுக்கும் நன்றிக்கடன் பட்டுள்ளேன்!

24-11-2020 அன்புடன்.....

காரைக்குடி ஜனநேசன்

1

1969 நவம்பர் மாதத்தில் ஒரு நாள். உயிர்காக்க நீண்டு வளைந்து விரைந்தோடும் பாம்பு போல கிடந்தது போடிமெட்டு மலைச்சாலை. அதில் வளைந்து வளைந்து அவர்களது பஸ் ஊர்ந்து சென்று கொண்டிருந்தது. ரவி டிரைவர் சீட்டுக்கு அருகே உட்கார்ந்திருந்தான் இடது பக்கம் பார்த்தால் அதல பாதாளத்தில் சமவெளி, வெண்புகை போர்த்தியிருந்தது. திட்டு திட்டாய் வெள்ளைக் கட்டிடங்கள்; பெரிய பெரிய பங்களாக்கள் எல்லாம் சின்னச் சின்னத் தீப்பெட்டிகள் மாதிரித் தோன்றின! ரோட்டின் வலது பக்கம் பெரிய மேடுகளில் மேகத்தைத் தொடும் உயர்ந்த, உயர்ந்த மரங்கள். மேடும் பள்ளமும் இணைந்து பார்க்கும் ஒரு வித்தியாசமான அனுபவம்! ஆச்சரியத்தை அம்மாவிடம் பகிர்ந்து கொள்ள, பின் இருக்கையில் உட்கார்ந்திருந்த அம்மாவைப் பார்த்தான். அம்மாவின் முகத்தில் கண்ணீர் வழிந்த தாரை! ‘எதிர்கால வாழ்க்கையும் இப்படி மேடும் பள்ளமும் வளைவும் நெளிவும் நிறைஞசதா? நேரான சமமான வாழ்க்கை இல்லையா?...’ என்று தன்னைத்தானே கேட்டுக் கொள்வது மாதிரி இருந்தது. அம்மா இப்படித்தான் திடீர் திடீர்னு சினிமா வசனம் மாதிரி பெரிய பெரிய கேள்வி எல்லாம் கேட்கும்! அது அவனுக்குப் புரியிற மாதிரியும், புரியாத மாதிரியும்,அவன் வாழ்க்கை சம்பந்தப் பட்ட மாதிரியும், சம்பந்தப் படாத மாதிரியும் இருக்கும்!.

அப்பா இருந்தப்ப அவருகிட்ட இப்படித்தான் கேள்விகள் கேட்கும். சில சமயங்கள் அப்பா சிரிப்பார் “விதி” என்பார். சிலசமயம் பல்லை நறநறன்று கடித்துக் கோபத்தைக் காட்டுவார்

ஆமாம்... அப்பா இருக்கும்போது அவனும் சந்தோஷமான கனவுகளில் மிதந்தான். கவலை தெரியாது. அப்பா இறந்துவிட்டார் இப்ப பள்ளிக்கூடம் போக முடியலை. ஒன்பதாம் வகுப்பு கால்பரீட்சை கூட எழுதப் போக முடியலை பரீட்சைக்கு முதல் நாள் அப்பா இறந்துவிட்டார். ஒரு பத்து நாள் வயிற்றால போச்சு வைத்தியம் பார்க்க வசதி இல்லை; அப்பா உயிரை விட்டு விட்டார்.

ரவியின் மனது படபடத்தது, ‘ஒரு உயிரு இல்லாம இன்னிக்கு நாங்க ஏலமலைத் தோட்டத்துக்கு வேலைக்குப் போகிறோம்.

ஏலமலை எப்படி இருக்கும்? வேலை எப்படி இருக்கும்? நான் வேலை எப்படி செய்யப் போறேன்? அப்பா அடிக்கடி சொல்லுவார் “நல்லா வல்ல வதக்க சாப்பிடுறா! பள்ளிக்கூட புஸ்தகம் தூக்கக்கூட சத்து இல்லாம இருக்கிறியேடா”! அப்போ சாப்பாடு வசதியா இருந்தது பசி தெரியலை! சாப்பிட முடியலை! இப்ப வசதி இல்ல. பசிக்குது, சாப்பாடு இல்லை…! அவனுக்கே அழுகை வர்ற மாதிரி இருந்தது. அம்மாவுக்கும் இப்படித்தானே இருக்கும்! கண்ணைத் துடைத்துக்கொண்டு ரோட்டில் வலது புறம் பார்த்தான். ஒரு பாறையில் நீர் கசிந்து கொண்டேஇருந்தது. அம்மாவோட கன்னம் மாதிரி இருந்தது. திரும்பி அம்மாவைப் பார்த்தான். “டேய், கவனமா உட்கார்ந்திரு. தூங்கி கீங்கி விழுந்துறாம, ஜாக்கிரதை.”

“தூங்கலம்மா” என்று சொல்லிட்டு இடதுபுறம் பார்த்தான். இப்போ பஸ்ஸின் இடப்புறம் தோட்டங்கள் மாதிரி இருந்தன. வரிசை வரிசையாய் மரங்கள் பார்க்க அழகாய் இருந்தன! பஸ் உயர உயரப் போக இலேசாக காது அடைக்கிற மாதிரி இருந்தது. காதை இழுத்துககொண்டான்; சரியாகி விட்டது. பஸ் ஆரன் சத்தம் கேட்டது. கொஞ்ச நேரத்தில் கடைகள் தெரிந்தன“இது தான் போடிமெட்டு” என்றார்கள். “அட அதுக்குள்ளாற ஊரு வந்திருச்சா”. என்றான்.

ஒரு பக்கம் பெரிய பெரிய கடைகள், ஓட்டல்கள், இன்னொரு பக்கம் பெரிய பள்ளமாய் நிலமும் ஊரும் சாம்பல் படிந்தது மாதிரி சின்னக் கட்டிடங்கள். வெளியே கை நீட்டினான். சின்ன மேகம் அவன் கையை நனைத்து போகிற மாதிரி ஜில்லென இருந்தது! கையை உள்ளே இழுத்துக் கொண்டான். ; அம்மா குரல் கொடுத்தது. எல்லாரும் இறங்கினார்கள். அவன் கை துணிப்பையை எடுத்துக் கொண்டான். அம்மா ஒரு சின்ன சாக்கு மூட்டையை மெல்ல நகர்த்திக் கொண்டே இறங்கியது. அவர்களை அழைத்து வந்த கங்காணி சுப்பையா நாயக்கர் “மாப்ளை, பராக் பாக்காமா இறங்கு மாப்ளை. அடுத்த வண்டி ரெடியா இருக்கு; இடத்தைப் பிடிக்கணும்”

இறங்கினவர்கள் எல்லாம் ஓடிப்போய் கொஞ்சம் தூரம் தள்ளி “சிங்கத்தூண்” கிட்ட இருந்த பஸ்ஸில் ஏறினார்கள் “இன்னொரு பஸ்ஸில் போகணுமா?” என்றபடி அவனும் அம்மாவை இழுத்துக் கொண்டு ஓடினான்.

கங்காணி சுப்பையா”வாங்க, விரசா வாங்க… வண்டி கிளம்பப் போகுது”ன்னு கத்தினார். அந்தப்பாதை ஏற்றமாக இருந்தது. மூச்சைப்பிடித்துக் கொண்டு பஸ்ஸை நெருங்கி ஏறினார்கள்.

வண்டியில் ஏற்கனவே நிறைய பேர் ஏறி இருந்தனர்."உட்கார இடம் இல்லை; நிற்க இடம் கிடைச்சதே தெய்வ காரியம்" என்றார் கங்காணி.

"இன்னும் டிக்கட் வருதா"கண்டக்டர் கேட்டார். சுற்றி முற்றி பார்த்து விசில் அடித்தார். வண்டி குலுங்கி மேட்டில் ஏறியது அவர்கள் நிலை கொள்ளாமல் தடுமாறி கம்பியை பிடித்துக் கொண்டனர்; அவனுக்கு டிரைவர் பக்கத்தில் இருந்து வேடிக்கை பார்த்துகிட்டு வர ஆசை! அம்மா அவன் கையை நறுக்குன்னு சுண்டி இழுத்து, ஒருமுறை முறைத்தது; அவனுக்கு அப்பா பல்லை நறநறன்னு கடிக்கிற ஞாபகம். பக்கத்தில் உட்கார்ந்திருந்தவர் சீட்டைப் பிடித்துக் கொண்டு இடதுபுற ஜன்னலைப் பார்த்தான். மேகக் கூட்டம் பஸ்ஸை உரசிக்கொண்டு போனது. மெல்ல நகர்ந்து ஜன்னலுக்கு வெளியே கையை விட்டான். விரிந்த உதட்டால் முத்தமிட்டது மாதிரி கை நனைந்திருந்தது.

"டேய் தம்பி, ஜன்னலை கைவிடாதடா, கை போயிடும்"என்று உட்கார்ந்தவர் எச்சரித்தார் அம்மா நறுக்கென்று அவனது சட்டையைப் பிடித்து இழுத்தது. "இல்லம்மா, சும்மா வேடிக்கைதான் பார்க்கிறேன்" என்றான். அந்த பஸ்ஸில் மேட்டில் ஏறிவந்தார்கள்; இந்த பஸ் பள்ளமும் சின்ன மேடுமாய் இறங்கி ஏறி குலுங்கிக் குலுங்கிச் சென்றது. பஸ்ஸில் நிறைய பேர் தலையைக் கவிழ்ந்து கொண்டு வாந்தி வருவதைத் தடுத்தனர்.

இருபக்கமும் மாறி மாறி பார்த்தான். வலப்பக்கமும் நீலநிறத்தில் பள்ளமும் அடுக்கடுக்காய் மலைகளுமாய் இருந்தன. உடம்பெல்லாம் குளிர்ந்தது போல இருந்தது. இப்போது மேகக் கூட்டம் இல்லை. சிறுசிறு தூறல், வெள்ளையாய் திரை போட்டிருந்தது. வண்டி ஊர்ந்து ஊர்ந்து குலுங்கினாலும் இருப் பக்கமும் பார்க்க அழகாய் இருந்தது. அம்மாவின் முகத்தைப் பார்த்தான். அம்மாவின் முகத்தில் அழுகையும் பயமும் தெரிந்தது. உடன் வந்தவர்கள் எல்லாம் பேசாமல் இறுகிப் போய் வந்தார்கள். வண்டிகுலுங்கி நின்றது. "பூம்பாற இறங்கு" முந்நார் தேவிகுளம் கேறிக்கோ; கேறிக்கோ" "சீக்கரம் இறங்கு சீக்கிரம்" என்று புதுசாய் மொழி கேட்டது.

அவனுடன் வந்தவர்கள் இறங்கினார்கள் கரும்பாம்பு போல ரோடு நனைஞ்சு மின்னிக்கிடந்தது. தூரத்தில் பச்சையாய் குட்டை குட்டையாய் புதர்செடிகள்! "அது என்ன மரம்?" என்று கேட்டான். "மாப்பிள்ளே, அதுதான் தேயிலைச்செடி! இதில் இருந்து தான் டீத் தூள் எடுப்பாங்க" பச்சை பச்சையாய் குட்டி குட்டிப்புதர் மேலாக்க

இளஞ்சிவப்பில சிறு சிறு தளிர்கள். வேடிக்கை பார்த்தான் ஜில்லுன்னு காற்று வீசியது. துண்டை எடுத்துக் கொடுத்து "போர்த்திக்கடா" என்றது அம்மா. தானும் போர்த்திக் கொண்டது.

கங்காணி மாமா டீக்கடைப்பக்கம் போய் விசாரித்தார். சாந்தம் பாறைக்கு இரண்டே கால் மணிக்குத்தான் பஸ்ஸாம். இப்போ மணி ஒண்ணுதான் ஆகுது. இங்கே இருந்து மூனுமைல்தான். மெல்ல நடந்துருவோமா "....ம் ம் மணி ஒண்ணுதான் ஆகுதா! மணி ஆறான மாதிரி இருட்டிக்கிட்டுல்ல இருக்கு!"

"ஆமாம்... கார்த்திகை மாசம் மலைக்காட்டில் இப்படித்தான் இருக்கும், வாங்க மெல்ல நடக்கலாம்" என்றார் கங்காணி

"உடம்பெல்லாம் வெடவெடங்குது, ஒரு டீத்தண்ணியாவது குடிப்போம்" ராசம்மா பாட்டி சொன்னது.

"சாந்தம்பாறையில போய் சோறு சாப்பிடலாம்ணு பார்த்தேன்" என்று இழுத்தவர், பையன் ரவி உட்பட எல்லாரும் நடுங்குவது மாதிரி தோன்ற "சரி வாங்க, ஆளுக்கொரு டீ, வடை சாப்பிடுங்கோ" என்றார்.

"பருப்பு வடை, பாலும்வெள்ளம், சாய் கோப்பி எது வேணும்?" கடைக்காரன் கேட்டான். ரவி பருப்பு வடையும், பாலுவெள்ளம் வாங்கிச் சாப்பிட்டான். உடம்புக்கு இதமாக இருந்தது. மெல்ல நடந்தார்கள். ரோட்டின் ஓரம் கீழே வெள்ளை வெளேர்ன்னு தண்ணீர் சல சலத்து ஓடியது! கொஞ்சம் தள்ளி பச்சை பச்சையாய் தேயிலைப்புதர்கள். பார்த்துக் கொண்டே நடந்தார்கள். அப்புறம் ஒரு திருப்பத்தில் பெரிய மரங்கள் நிறைந்த சோலைக்குள் ரோடு போனது; ரோட்டில் சின்னப்பாலம்; பாலத்துக்குக் கீழே பாறைகளின் நடுவே வெள்ளையாய் தண்ணீர் பளிச் பளிச்சினு ஒளிமின்ன ஓடியது.

பின்னால் தூரத்தில் ஒரு சத்தம் விநோதமாய்க் கேட்டது "தங்கர தங்கதர தண்ண...தங்கர தண்..."திரும்பிப் பார்த்தார்கள். ஒருவர் சட்டை இல்லாத மேனியில ஒரு நீண்ட ட்ரம் போன்ற மேளத்தை அடித்துக் கொண்டு வந்தார். கூட இரு பெண்கள் ஈரத் தலையில பூ சுற்றிய செம்பு ஒன்றினைச் சுமந்து வந்தார்கள். "இதுதான் இந்த நாட்டு மேளம். இதுக்கு பேர் செண்டை. இந்தப் பொம்பளைக ஏதோ நேர்த்திக்கடன் செய்யறதுக்காக சாமிக்கு பால் கொண்டு போறாங்க!" கங்காணி சுப்பையா சொல்லிக் கொண்டே சிகரெட்டை ஊதி வந்தார்

அவர்களுக்குப் பின்னால் வந்த இந்த மேளக்கோஷ்டி வேகு வேகுன்னு முந்திக் கொண்டு நடந்தனர். ; இவர்களோட வந்த

ராஜம்மா பாட்டி சொன்னது "அங்க பாரு சாமி அருளு வந்து எவ்வளவு வேகமா நடக்கிறாங்க" என்றார்.

"ஏம்மா நமக்கெல்லாம் சாமி அருளு வராதாம்மா?" என்றான் ரவி!

"நாமளும் அவங்களை மாதிரி குளிச்சு கிளிச்சு சுத்தபத்தமா விரதம் இருந்து சாமி கும்பிட்டாதான் அருளு வரும்!"

"ஆமா நாமளும் இப்ப சாப்பிடாமத்தான் வர்றோம், அருளு வரக்காணோம்!

"ஏ மாப்ள, இப்பத்தானே நீ பருப்பு வடையும் பாலும் வெள்ளம் சாப்பிட்டே! காலையில பூரி தோசைன்னு சாப்பிட்டேயில்ல; அப்புறம் எப்படி சாமி அருளு வரும்" என்று கங்காணி சொன்னார்.

"ஆமாம் பெரிய இட்லி தோசை வடை டீன்னு பெரிசா வாங்கிக் கொடுத்துட்டான்" ராஜம்மா பாட்டி முனங்கியது.

"என்னம்மா... என்ன புலம்பலு" சுப்பையா அதட்டினார்.

"அட இல்லப்பா, இன்னும் எவ்வளவு தொலைவு போகணும்னு கேட்டேன்...."

"அப்படியா, இந்தா இப்படிப் போய் ஒரு மடக்கு திரும்பி ஒரு மேடேறினா சாந்தாம்பாறை! அங்கபோய் சாப்பிட்டுட்டு மேல எஸ்டேட்டுக்கு மூணு மைல்தான் போயிடலாம்!"

அம்மா சுமையோட வந்தது: ஒன்றும் பேச முடியவில்லை: அவன் எல்லாமும் கவனித்துக் கொண்டே நடந்தான். அவன் முன்னே ஓடுவதும் ரோட்டோர பூச்செடிகளை, சிறு ஓடையில் தண்ணிர் ஓடுவதை நின்று வேடிக்கை பார்த்து பிந்துவதும்,அப்புறம் அம்மா சத்தம் கொடுத்தவுடன் முந்தி ஓடுவதுமாய் இருந்தான். ஒரு வழியாய் சாந்தம்பாறை ஊர் வந்தாயிற்று....!

ரோட்டுக்கு மேல மேட்டில் உயரமாய் இருந்த ஒரு ஹோட்டலுக்குப் போனார்கள். சுப்பையா திரும்பிப் பார்த்து, வந்த ஆட்களை எண்ணினார். 15 டிக்கட்கள்: முன்னே போய் சாப்பாடு இருக்கா என்று விசாரித்தார். 'சரி சாப்பாடு இருக்காம், வேணுங்கிறதைக் கேட்டுச் சாப்பிடுங்க' என்று அவர் முதல் ஆளாக உட்கார்ந்தது கொண்டார்.

கை கழுவப் போனார்கள்; தண்ணீர் ஐஸாக இருந்தது; அம்மா உட்பட வெற்றிலை போட்டவர்கள் எல்லாம் வாய் கொப்பளிக்கத் தடுமாறினார்கள். எல்லோருக்கும் இலை போட்டு கண்ணாடி கிளாசில் கசாயம் மாதிரி தண்ணீர் வைக்கப்பட்டது.

"அடக் கடவுளே, தண்ணி என்ன இந்த நிறத்தில இருக்கு" என்று சைக்கிள்கிழவி கேட்டது

“இல்லம்மா, இது சீரகவெள்ளம்! உடம்புக்கு நல்லது. சளி பிடிக்காது” என்றார் ஓட்டல்காரர்.

இலையில் ஆவி பறக்கச் சோறு போடப்பட்டது; ஒவ்வொரு பருக்கையும் மொச்சக் கொட்டை மாதிரி பெரிசா இருந்தது! எல்லாரும் சோற்றில் கை வைக்கப் பயந்தார்கள்.

“அட என்ன இழவு சோறு விரல்தண்டி இருக்கு” என்று ராஜம்மா பாட்டி சொன்னது

“ஆமா அம்மா. மலையாளத்தில் புழுதி நெல்லுதான் விளையுது. சோறு இப்படித்தான் இருக்கும் இதை விட்டால் வேற நல்ல சோறு கிடைக்காது அம்மா. தின்போம்; பசி அடக்க வேற வழி இல்லை” சரசம்மா சொல்லி காயைத் தின்ன ஆரம்பித்தது.

சோற்றில் ஊற்றிய சாம்பார் பருக்கையோட ஒட்டவே இல்லை. கொத்தவரங்காய் பொரியல், சவ்சவுகூட்டு, பப்படம்ன்னு அப்பளம் தந்தார்கள். நடந்து வந்த களைப்பு, பசி, ரொம்ப நேரம் வியாக்கியானம் பேச முடியலை. எல்லோரும் வயிற்றுக் கட்டாயத்துக்கு தள்ளி முள்ளி விழுங்கினார்கள். ரவியால் சாப்பிட முடியவில்லை. வைத்த சோறை சாப்பிட்டாகணும். வம்பாய் விழுங்கினான்.

சுப்பையா ரகசியாமாய் சொன்னார் “மேல எஸ்டேட்ல போய் அடுப்பு பத்த வச்சு ரவைக்கு சாப்பிட தோது இருக்காது. அதனால வயிறு முட்டச் சாப்பிட்டுக்குங்க! அப்புறம் ஒண்ணும் சொல்லலைன்னு சொல்லக்கூடாது” அம்மாவையும் அவனையும் தவிர எல்லாரும் மறு சோறும் புளிக்குழம்பும் வாங்கிச் சாப்பிட்டனர்.

சுப்பையா மாமா மொத்தமாய் கணக்கு பார்த்து காசு கொடுத்து வந்தார் “ இந்தாங்க ஒரு குடும்பத்துக்கு 20 ரூபா! ஒரு வாரத்துக்கு. இன்னும் மூணு நாள் கழிச்சு சனிக்கிழமைதான் சாமான் வாங்க சாந்தாம்பாறை வரமுடியும்” என்று கட்டளை போட்டார். அவரவர் குடும்பத்துக்கு சாமான் வாங்கப் போனார்கள். அம்மா 2 கிலோ அரிசியும் ¼கிலோ பருப்பு ½ கிலோ வெல்லமும் காபித்தூளும் மற்ற தேவையான பலசரக்குடன் வெற்றிலை பாக்கும் வாங்கிக் கொண்டது. ரவி ராத்திரிக்கு சாப்பிட பன்னும் ரொட்டியும் கேட்டான். அம்மா 3 பன்னும் நூறு கிராம் சூஸ்பரி பிஸ்கட்டும் வாங்கிக் கொடுத்தது.

அப்புறம் எல்லாரும் வந்ததும், மெல்ல வட்டப்பாறை எஸ்டேட் நோக்கி நடந்தார்கள். சாந்தம்பாறையில் ஒரு பெரிய பள்ளிக்கூடம் இருந்தது. போர்டில் மலையாள எழுத்து தமிழ் எழுத்து மாதிரியே இருக்குன்னு சொல்லி ஆங்கில எழுத்துக்கு இணையான மலையாள

எழுத்தைக் கூட்டிப் படிக்கத் தொடங்கினான். தடுமாற்றமாக இருந்தது. எல்லாரும் கடந்து போகவே, அம்மா கூப்பிட, பின்னாலே ஓடினான். கொஞ்சம் தூரம் கடந்து ஒரு புழுதி பரந்த வயலும், சிறு சிறு வீடுகளுமாய் இருந்தன. மொத்தமாய் வீடுகள் இல்லை. கொஞ்சம் காடு, அதில் ஒரு வீடு இப்படியாக இருந்தது. ஏன் அப்படி என்று கேட்டான் "கிரிசு காடு இப்படித்தான் இருக்கும்" என்றார் சுப்பையா அவனுக்கு விளங்கவில்லை.

"அதோ பாரு அந்த மலை மேல... அதுதான் நம்ம எஸ்டேட்! ரோட்டில் போகனும்னா ஒரு மூணு மைல் சுத்தி நடந்து போகனும் இப்படியே குறுக்க நடந்து போனோம்னா ஒரு மைல்ல எஸ்டேட் போயிடலாம்". சுப்பையா சொன்னார்

"அடப்பாவி... மூனுமைலா? எத்தனை மூனு மைலு! இப்பவே ஆறு மைலு நடந்திருப்போம்" ராஜம்மா புலம்பினார். "ஆமா வா எப்படியாவது போய்த்தானே தீரணும்?"சுமை அழுத்த, அம்மா மெல்ல நடந்தது.

சுப்பய்யா ஒன்றும் கேட்காத மாதிரி முன்னால் நடந்தார். புதுசா பல காட்சிகளைப் பார்க்கிற ஆர்வத்தில் அவனும் அவருக்கு ஈடு கொடுத்து ஓடினான்.

ரோட்டை விட்டு இடதுபுறம் ஒரு இடுக்குப் பாதையில் இறங்கினார்; "எல்லாரும் கவனமாய் பார்த்து வாங்க. வழுக்கும். விழுந்துறாம" ரோட்டைவிட்டு இறங்கினதும் மரம் அடர்ந்த சோலைமாதிரி இருந்தது. கொஞ்சம் நடந்ததும் வெள்ளை வெளேர்னு ஐசுதண்ணியா சிறு ஓடை ஓடியது. அதில கால் வைக்கவே சில்லுனு உடம்பெல்லாம் குளிருச்சு. நடந்துவந்த அலுப்புக்கு இதமாய் இருந்தது!. ஆனா காலை வச்சுட்டு எடுத்த காலை திரும்ப வைக்க முடியாத சிலுசிலுப்பில் வேகமாய் அந்த ஓடையைக் கடந்தார்கள். ஒற்றையடிப்பாதை செங்குத்தாய் ஏறிச் சென்றது. சுற்றிலும் அறுக்கப்பட்ட புல்கட்டு கொத்துக் கொத்தாய் இருந்தன. அந்தப் புல்லில் கமகமனு ஏதோ ஒரு வாசனை வந்தது. என்ன மாமா இது என்றான்," இது தான் தைலப்புல்லு. இத அறுத்து வேக வச்சு தைலம் இறக்குவாங்க உடம்புவலி கைவலி, தலைவலி எல்லாம் நல்லா கேட்கும்" என்று சொன்னபடி எல்லாரும் ஒற்றையடிப் பாதையில் ஏறிட்டாங்களாண்ணு பார்த்தபடி முன்னே நடந்தார்.

தலையில சாமான்களை வைத்திருந்தவர், எல்லாம் உயரம் ஏற ஏற தடுமாறுவது போல இருக்க, சுமையை இடுப்பிலும் தோளிலும் மாற்றி வைத்தபடி ஏறினர். நட்டக்குத்தலான பாதை. மூச்சு

வாங்கியது. இடுப்பைப் பிடித்துக் கொண்டு நடந்தார்கள். அந்தா இந்தான்னு ஒரு மைல் செங்குத்து நடை; ரோட்டு விளிம்பை எட்டியதும் எல்லாரும் உட்கார்ந்து கொண்டனர். ஓடிக் குதிரை இளைத்தது போல் புஸ் புஸ் என்று காற்று வந்தது. ரவி இடுப்பைப் பிடித்தபடி நின்றான். கீழே பார்த்தான். வெகு தூரத்தில் ஒரு கருப்புச்சேலை மேல் வண்டு ஊர்வது மாதிரி ரோட்டில் பஸ் போய்க் கொண்டு இருந்தது.

"சரி, இன்னும் ஒரு பத்துநிமிச நடைதான். சோலைக்குள்ளதான் நடக்கப் போறோம். இறக்கம்தாம். கிடு கிடுன்னு போயிறலாம்; எந்திருங்க, மணி நாலாச்சு இருட்றதுக்குள்ள போய் மேனேஜர் கிட்ட தாக்கலை சொல்லிட்டு தங்கிறதுக்கு குடும்பத்துக்கு ஒருவீடு பிடிக்கணும். அப்புறம் கஞ்சித் தண்ணிக்கு வழி பார்க்கணும் வாங்க" எல்லாருக்கும் பகிர் என்றது. விருட்டுன்னு எழுந்தார்கள். சோலைக்குள் நடை... பகலில் இருட்டுக்குள் நடப்பது போல கருகும்மென்று இருந்தது. சிள்வண்டுகள், பறவைகள் சத்தம்! கமகமன்னு ஏதோ பூ மணம். எதோ வித்தியாசமாய் இருந்தது. இறக்கமான பாதை, நடை விறுவிறுப்புக் கொடுத்தது.

திடீர்னு வெளிச்சம்! பெரிய பொட்டல், சுற்றிலும் உயர உயரமாய் மரங்கள், அடர்த்தியான மரக் காடுகள். பொட்டலில் தெற்குப் பக்கம் மேடான பகுதியில் அடுக்கடுக்காய் வரிசையாய் தகர வீடுகள். வடக்குப் பக்கம் ஒரு சின்ன கோவில். அதை ஒட்டி ஒரு பெரிய பங்களா. அப்புறம் பள்ளமான பகுதியில் பெரிய பெரிய கட்டிடங்கள். கிழக்குப் பக்கம் ஒரு குளம். அதை ஒட்டி பெரிய மரக்காடுகள். அவர்கள் வந்த ரோட்டை ஒட்டிய மேற்குப் பகுதியில் அடர்ந்த காடுகள் அடங்கிய பள்ளத்தாக்கு! ஒரு வித்தியாசமான இடம் அவன் கனவில் கூட பார்த்ததில்லை! கதையில் கூட கேட்டதில்லை! அவனுக்குப் பிரமிப்பாய் நெஞ்சை திக்திக்கென்று அடித்தது "வட்டப்பாறை எஸ்டேட்" என்ற பெயருக்குத் தகுந்தது போல வட்ட வாக்கில் இருந்தது இடம்.

□

2

“இதுதான் எஸ்டேட். வாங்க, மேனேஜரைப் பார்த்துட்டு வந்திருவோம்” என்று சுப்பையா அழைத்துப் போனார்

ஒரு பரந்த திடல் மாதிரி இருந்தது அதற்கெதிர்த்தாற் போல் ஒரு பெரிய பங்களா. அங்கே அழைத்துப் போனார். கொஞ்சம் தூரத்தில் அவர்களை இருக்கச் சொல்லிவிட்டு சுப்பையா உள்ளே போனார். பெரிய நாய் ஒன்று குரைத்தது பாய்ந்து வந்தது. அதன் பின்னால் ஒரு வயதான உருவம் தெரிந்தது. அவனுக்குப் பயமாய் இருந்தது. எல்லோரும் நாயையும் அந்த உருவத்தையும் பார்த்தபடி இருந்தனர். சுப்பையா தோள் துண்டை எடுத்து கைக் கக்கத்தில் இடுக்கிக் கொண்டு போனார். அவனது பார்வையில் சுப்பையா மாமாவின் கம்பீரம், குறைந்து தெரிந்தது. அந்த வயதான உருவம் எஸ்டேட் கணக்குப்பிள்ளை துரைச்சாமிபிள்ளை. நல்ல வளர்த்தி, வயிற்றுப் பிள்ளைக்காரி மாதிரியான துருத்தும் தொப்பை. நைந்த கதர் ஜிப்பா. அதில் தங்கப் பொத்தான் மங்கி விழிக்கும். மாம்பழத்தை நல்லா சப்பிச் சாப்பிட்ட பின் நார் நாராய் விரிந்த மாங்கொட்டை போலத் தலை! ஏறு நெற்றி, அதில் விபூதிபட்டையும், குங்குமப் பொட்டுமாகத் தோன்றும் மனிதர் ; வயதின் தளர்ச்சியும் தள்ளாமையும், கண் பார்வை மங்கலுமாய் நிதானமாய் அசைந்து நடந்து சுவற்றைத் தடவி லைட் போட்டார். குண்டு பல்பு ஒளிர்ந்தது. அப்போது பரவலாக மின் விளக்குகள் இல்லை. வசதி படைத்த வீட்டில்தான் மின் விளக்கு!

மின் விளக்கு எரிந்ததும், சுப்பையா மாமா முதல் வந்திருந்தவர் அனைவரும் விளக்கு லட்சுமியைக் கும்பிட்டுக் கண்ணை மூடி கன்னத்தில் போட்டுக் கொண்டனர். கணக்குப் பிள்ளை முற்றம் வரவும் சுப்பையா மாமா முதல் கொண்டு அனைவரும் “கும்பிடறேன் அய்யா”என்று சொல்லி கை கூப்பினர். ரவி மெல்லச் சிரித்தான். அது மாதிரி தனக்குள்ளே சொல்லிப் பார்த்தான்.

“யாரு... என்ன வேணும்” பிசிறான குரலிலும் ஒரு அதிகாரம் ஒலித்தது.

“கணக்குப்பிள்ளை அய்யா, நான் ஆண்டிப்பட்டி சுப்பையா வந்திருக்கிறேன். இப்போ 15 ஆள்களைக் கூட்டி வந்திருக்கிறேன் அடுத்த ரெண்டு நாளில் 35 பேரைக் கூட்டிட்டு வந்திருவேன்.”

“ஓ சுப்பையா... வா... வா... என்ன மொத்தமா 50 பேருக்கு அட்வான்ஸ் வாங்கிட்டுப் போயிட்டு இப்படி பிச்சு பிச்சாய் 10ம் 15மாய் கூட்டிட்டு வாறே! மேனேஜரும் முதலாளியும் வைறாங்கப்பா! உனக்கு கண்டிச்சு கடுதாசி போடச் சொன்னாக. இன்னிக்கு பார்த்துட்டு ரவைக்கு எழுதி காலையில போடலாம்னு இருந்தேன். நல்ல வேளை வந்துட்டே...! ஒரு வேலை மிச்சம்! சரி, என்ன? வந்தவங்க பேரையும் விலாசத்தையும் சொல்லச் சொல்லு. நான் நோட்டை எடுத்துட்டு வாறேன்” என்று உடல் பலவீனத்தை மறைத்து கம்பீரமாய் நகர்ந்தார்

கணக்குப்பிள்ளை ஒவ்வொரு குடும்பமாய் ஊரு, விலாசம்,சாதி விவரம் கேட்டு குறித்துக் கொண்டார். ரவி எட்டிப்பார்த்தான். அவர் எழுத்து ஜோஸ்யக்காரங்க எழுத்து மாதிரி கூட்டு எழுத்தாக இருந்தது.

“டேய், யார்றா வெளிச்சத்தை மறைக்கிறது”என்று கணக்குப்பிள்ளை சொல்லவும், அவன் அம்மாவிடம் ஓடிப் போய் பதுங்கிக் கொண்டான்

“சுப்பையா சமையல்காரனை அனுப்புறேன். அவன் வீடுகளைக் காட்டுவான். ஒரு குடும்பத்துக்கு ஒரு வீடு! வேலை பார்த்து முறையா கணக்கு முடிச்சுப் போற வரைக்கும் தன் சொந்த வீடு போல பார்த்து பராமரிச்சு வச்சுக்கணும், வீட்டை எதுவும் சேதாரம் பண்ணினா சம்பளத்தில் பிடிச்சுப் போடுவோம்” என்று வீட்டு நம்பர் எழுதின சாவிக் கொத்து உள்ள பையைக் கொடுத்தார்.

ஏப்பா வேலு, இந்தா இவர்களை ‘எ’ பிளாக் வீட்டுக்கு கூட்டிட்டு போய் காமி. வேலை விவரங்களை எல்லாம் சொல்லு” கச்சலான மெல்லிய தேகம் காலைக் கெந்தி கெந்தி நடந்தபடி வேலு வந்தார்.

“இவன் பின்னால போங்க” என்று சொன்னார் “வாறோம்ங்கய்யா” எல்லாரும் சொல்லி வணங்கி நடந்தனர்.

கரிபடிஞ்ச வேலு முகத்தில் பளிச்சின்னு ஒரு பெருமை தெரிஞ்சது. “இங்க பாருங்க இதுதான் பரேடு மைதானம். காலையில ஆறே முக்காலுக்கு மணி அடிச்சதும் எல்லாரும் இங்க வந்து வரிசையா நின்னுறணும்!. கணக்குப்பிள்ளை அய்யா ஒவ்வொருத்தர் பேரா கூப்பிடுவார். “வந்திருக்கேன் அய்யான்னு” சொல்லணும்! அப்புறம் 15 பேரையோ இருபது பேரையோ ஒன்னு சேர்த்து இந்த இந்தக் காட்டுக்கு வேலைக்குப் போங்கன்னு கங்காணிகிட்ட சொல்லுவார். நீங்க பரேடு மைதானத்தில் இருந்து கங்காணி பின்னால் நேரா காட்டுக்குப் போய் சொல்ற வேலையை

செய்யணும்! களை எடுக்கிறதா ஏலப்பழம் எடுக்கிறதான்னு அவங்க சொல்லுவாங்க!"

"ஏப்புனு காலையில சாப்பிட்டுதான் பிரேடுக்கு வரணுமா? அப்புறம் போய் சாப்பிடக்கூடாதா" என்று சைக்கிள்கிழவி கேட்டது.

"இந்தாம்மா, பரேடுக்கு வரும் போதே சாப்பிட்டுட்டு வந்துறதுதான் நல்லது! இல்லாட்டி ஒரு தூக்கு வாளியில சோத்தைக் கொண்டு போய் ஏலக்காட்டிலதான் சாப்பிடணும். பரேடு முடிச்சு வீட்டுக்குப் போகக் கூடாது!"

"அய்யோ கடவுளே, காலையில ஆறரை மணிக்கு எப்படி பசிக்கும்? எப்படி சாப்பிடறது?"

"அதெல்லாம் போகப் போகப் பழகியிரும்மா" என்று சுப்பையா சொன்னார்.

பேசிக்கொண்டே நடந்தார்கள். ரவி இடதுபுறம் இருக்கும் பெரிய குளமும் அதைச்சுற்றியும் பெரிய பெரிய சேமஞ்செடிகளும் கல்வாழைச்செடியும் மண்டி கிடைப்பதைப் பார்த்தான். இதில் படகு விட்டு அதில் போனா சினிமாவில் போற மாதிரி இருக்கும்ல' என்று நினைத்தபடி அவர்கள் பின்னால் ஓடினான்.

அடுக்கடுக்காய் நிலத்தை வெட்டி அதில் ஒவ்வொன்றிலும் ஐந்து ஐந்து வீடாய் வரிசையாக இருந்தது. இந்த ஏ பிளாக்கில 10 வரிசை இருந்தது. பொட்டலை ஒட்டி முதல் வரிசையிலும் இரண்டாவது வரிசையிலும் ஏற்கனவே ஆள் புழக்கம் இருந்தது. மூன்றாவது வரிசையில் குடும்பத்துக்கு ஒரு வீடாகப் பிடித்துக் கொண்டார்கள். மூன்றாவது வீட்டில் அம்மாவும் அவனும் திறந்து நுழைந்தார்கள். வீடு உள்ளே காற்று புகாத அளவு இருட்டாக இருந்தது. ஒவ்வொரு வீட்டிலும் ஒரு காடா விளக்கு இருந்தது. வாங்கி வந்த தீப்பெட்டியைத் தேடி எடுத்து அம்மா விளக்கு பொருத்தினாள்.

அங்கே பழைய ஈச்சமாறு கிடந்து. எடுத்து அடுப்பைச் சுத்தம் செய்து வீட்டை ஒட்டடை அடித்து கூட்டிப் பெருக்கினாள். கொண்டுவந்த அலுமினியக் குடத்தை எடுத்துப் போய் கிணற்றில் தண்ணீர் இறைத்துக் கொண்டு வந்தாள். தண்ணீர் சில்லுன்னு தொண்டை இனித்தது.

"நல்ல வேளை! மூனு பன் ரொட்டி வாங்கிட்டு வந்தது. பன்னைத் தின்று கடுங்காப்பியை குடித்து படுத்துடலாம். இந்த அலுப்பில நம்மால விறகு பற்ற வைத்து சோறு ஆக்கமுடியாது." அம்மா சொன்னது.

அவனுக்கும் காலெல்லாம் வலித்தது. வெளியே வெள்ளையாய் மேகம் சூழ்ந்து பஞ்சு பஞ்சாய் பறந்து கொண்டிருந்தது. இருட்டி வந்தது. சில்லுன்று ஊதக்காற்று கண்ணைச் சுழற்றியது.

சுப்பையா கங்காணி ஒவ்வொரு வீடாய் சொல்லி வந்தார். "காலையில நாலரை மணிக்கு மணி அடிப்பாங்க எல்லாரும் எழுந்திருச்சு சோறு கொழம்பு ஆக்கி பல்விளக்கி பரேடுக்குப் போக ரெடியாயிறனும். லேட்டா போனா மஸ்டர்ல பேரு கூப்பிட மாட்டாங்க. வேலைக்குப் போகவிட மாட்டாங்க. எல்லாரும் கவனமா இருந்துக்குங்க. தூங்கிறாதீங்க".

சைக்கிள்பாப்பாகிழவியும்,ராஜம்மாக்கிழவியும் ஒரு வீட்டில் தங்கியிருந்தவர்கள் சொன்னார்கள் "ஏப்பனு கங்காணியாபிள்ளை காலையில உசுப்பி விட்டுருங்க! மணிசத்தம் கேட்காம அசந்து உறங்கியிருவோம். சத்த புண்ணியமா போகட்டும்" என்று கெஞ்சினர்.

"சரிக்கா, நா எழுப்பறேன்" என்று சுப்பையா சிகரெட் புகையை விட்டு கம்பீரமாய் நடந்தார்.

காலையில் நாலுமணிக்கு மணிசத்தம் கேட்டது. சுப்பையா கங்காணி ஒவ்வொரு வீட்டிலும் கதவைத்தட்டி எழுப்பினார். அம்மா அடுப்பைப் பற்ற வைத்து சோறு ஆக்கத் தொடங்கியது. அடுப்பின் வெப்பம் வீடு முழுவதும் பரவியது. குளிரில் நடுங்கிக் கொண்டிருந்த ரவிக்கு இதமா இருந்தது. தூக்கம் அணைத்துக் கொண்டது. அம்மா சமையலை முடித்ததும் வெளியே போய்விட்டு வந்து அவனை எழுப்பியது. சிணுங்கிக் கொண்டு அடுப்பின் முன் குத்த வைத்துக் கொண்டான். அடுப்பின் முன் கை காட்டி உடம்பெங்கும் கதகதப்பை ஏற்றிக் கொண்டான். அம்மா பல் தேய்க்கச் சொல்லி வெந்நீர் வைத்துக் கொடுத்தது. பல் தேய்த்து வந்ததும் "கொஞ்சம் சாப்பிடுப்பா"

"பசிக்கலம்மா"

"அப்புறம் காட்டுக்குள்ளே போனதும் பசிக்கும். 4 மணி வரைக்கும் சாப்பிட முடியாது. கொஞ்சம் சாப்பிடப்பா" என்று கெஞ்சியது.

வேண்டா வெறுப்பாகச் சாப்பிட உட்கார்ந்தான். அடுப்புச் சாம்பலைத் தள்ளி அதில் ஒரு விரல் தொட்டு அவனுக்கு நெற்றியில் விபூதி வைத்து தானும் வைத்துக்கொண்டது. ஆளுக்கு கொஞ்சம் சோறு போட்டுக்கொண்டு அடுப்பின் முன் குளிர்காய்ந்தபடி சாப்பிட்டனர். தூக்கம் பாதி, குளிர் பாதி, சாப்பிட முடியவில்லை.

"இங்க பாருப்பா, வேலைக்குப் போற இடத்தில் கவனமா இருக்கணும். பள்ளம் மேடு பார்த்து பூச்சி புழு மேல மிதிச்சிராம முள்ளு கல்லுல கால் பட்டுராம கவனமா நடக்கணும். கூட வர்ற பசங்களோடு சண்டை சத்தம் போட்டுக்கக்கூடாது. நீ இது

வரைக்கும் வேலைக்குப் போனதில்லை. அந்த குருட்டுப்பயக் கடவுள் விதிச்ச விதி இந்த வயசில வேலை பார்க்கனும்னு கட்டாயமாய்ப் போச்சு. நல்லா வேலைபாரு. நாலு காசு சேர்த்து வச்சு, அடுத்த வருசமாவது விட்டப் படிப்பை தொடர்ந்து முடிக்கணும்'' என்று அம்மா அழுகையும் கண்ணீருமாய் சொன்னது.

திரும்பவும் படிக்கப் போகணும் என்ற வார்த்தை அவனுக்கு உற்சாகத்தைத் தந்தது. அம்மா சொன்னதுக்கு தலையாட்டிக் கொண்டான். நெருப்பின் ஜ்வாலை அவனது கண்ணில் ஒளிர்ந்தது. தெருவில் ஆள் நடமாட்டம் கேட்டது. அம்மா வெளியே எட்டிப்பார்த்தது. எல்லோரும் வேலைக்குக் கிளம்பி பரேடு மைதானத்தை நோக்கிப் போய்க் கொண்டிருந்தனர். அவர்கள் குளிருக்கு தலையில் துணியைச் சுற்றி உடலைப் போர்த்தி இருந்தனர். குளிருக்கு உறைந்திருந்த தேங்காய் எண்ணெயை நெருப்பில் காட்டி உருக்கி அவனது கைகாலில் அம்மா தேய்த்து விட்டது. அவன் மறுக்க மறுக்க தேய்த்து விட்டது.

தம்பி, "எண்ணெய் தேய்த்தால் அட்டை ஏறாமல் இருக்கும்!.

அட்டை ஏறினா இரத்தம் உறிஞ்சிரும். கவனமா இருக்கணும். அட்டை கைகால்ல ஏறினா வெடுக்குனு பிடுங்கி எறிஞ்சிறணும்'' அம்மா பதற்றத்தோடு சொன்னது.

"அட்டைன்னா எப்படிமா இருக்கும்?'' அம்மாவுக்கு அழுகை பொங்கியது. மகனுக்குச் சொல்லியாகனுமே "அட்டைன்னா கறுப்பா சின்ன மயிரளவு புழு மாதிரி இருக்கும். அது உடம்புல ஏறினதும் உடம்பில் ஒட்டிக்கிட்டு இரத்தத்தை உறிஞ்சி சுண்டுவிரல் தண்டி ஊதிப்போய் கீழவிழும். அட்டை ஏறினதுமே பிடுங்கி எறிஞ்சிட்டோம்னா இரத்தம் குடிக்கிறதை தடுத்திறலாம்''

ரவி தலையாட்டினான். "நேரமாச்சு கிளம்புங்க'' என்று சுப்பையா சத்தம் கொடுத்து வந்தார். இவர்களும் தலையையும் உடலையும் போர்த்திக்கொண்டு வீட்டைப் பூட்டி விட்டுக்கிளம்பினார்.

□

3

பரேடில் ஆண்கள் தனியாகவும் பெண்கள், சிறுவர்கள் தனியாகவும் மூன்று பக்கமும் வரிசையாக, பழைய ஆள்களும் புதியவர்களும் சேர்ந்து ஒரு நூறு பேர் இருப்பர். மேற்குப்புறத்தில் பங்களா வராந்தா படியில் நின்றபடி துரைச்சாமி கண்க்குப்பிள்ளை பதிவேட்டை எடுத்து வரிசையாகப் பெயர் வாசித்தார். அவர் பெயர் வாசிக்கும் போது 'இருக்கேனய்யா' என்று தொழிலாளர்கள் சொன்னார்கள். ரவிக்கு பள்ளிக்கூடம் ஞாபகம் வந்தது. பள்ளிக்கூடத்தில் பிள்ளைகள் வருகைப்பதிவு சொல்லும்போது ஆசிரியருக்கு அஞ்சுவதில்லை. இங்கு ஒவ்வொருவரும் ஒரு மாதிரி பயமும், மரியாதையும் கலந்து சொல்வது புதிதாக இருந்தது. அவர்களைப் போலவே அவனும் மரியாதையோடு "இருக்கேன் அய்யா" என்று சொன்னான்.

பெயர் அழைத்து முடிந்ததும் சங்கிலி என்ற பெரியவர் வந்தார். ஒவ்வொரு பிரிவையும் இந்த இந்த பகுதியில் இன்ன இன்ன வேலைக்குப் போகவும்; அவர்களுக்கு யார் கங்காணி என்று பிரித்து வேலைக்களத்திற்கு அனுப்பினார். இவனை பெண்களோடு ஏலப்பழம் எடுக்கும் பணிக்கு அனுப்பினார்.

காட்டுக்குள் இருட்டு முழுவதுமாக விலகிவிடவில்லை. மேகம் பனிப்பஞ்சுகளாகச் சிதறிப் பறந்து கொண்டிருந்தது. இலைகளில் கிளைகளில் புல் நுனிகளில் மழைத்துளி, நடக்கும் வேகத்தில் கை கால்களில் பட்டு உடம்பை சில்லிடச் செய்தது. பயமும் திகைப்பும், திகிலும் அழுத்தின. புதிது புதிதாகப் பார்ப்பதால் ஏற்படும் ஆச்சரிய உணர்ச்சி அவனை இயக்கியது. அவர்களோடு அவன் சென்றான். காலை நேரத்தில் காட்டுக்குள் செல்லும் பயம் களைய எச்சரிக்கை உணர்ச்சியோடு சத்தம் போட்டுப் பேசியபடி கங்காணி பரமன் முன்னே சென்றார். அவரவர் தயக்கத்தை பேச்சொலியால் விரட்டிய படி சென்றனர்.

பத்தடிப் பாதையாக நுழைந்து சிறுசிறு ஐந்தடிப் பாதைகளாகக் கிளைவிட்டுப் பிரிந்தன. பாதைகள் மலைச்சரிவில் வெட்டப்பட்ட ஐந்தடி அகலப் பாதைகளாக இருந்தன. நெட்டு நெட்டாய் தட்டை தட்டையாய் ஏலச்செடிகள் நின்றன. இந்தப் பாதையோரத்தில் காபி

மரங்களும் ஆரஞ்சு மரங்களும் குடைவிரித்து நின்றன. ஆங்காங்கே மலைச் சரிவிலிருந்து சிறுசிறு ஓடைகள் கலகலத்து பள்ளத்தில் விழுந்து, சிறு சிறு ஆறாக சலசலத்து ஓடிக் கொண்டிருந்தது. 'கூக்கூக்' என்ற வினோதமான குக்குருவான் பறவை ஒலியும் கம்மென்ற மலைநீர் இரைச்சலும் வித்தியாசமாக இருந்தது.

சற்று விசாலமான இடத்தில் ஒரு பாறையும் அதில் தண்ணீர் வழுக்கிப் போகும் இடத்துக்கு அருகில் நின்றார் கங்காணி பரமன்."பொம்பளைகள் எல்லாம் இங்க வாங்க. இங்க பாருங்க, இதுதான் ஏலச் செடி. இந்தச் செடிக்கும் அந்தச் செடிக்கும் இடையே ஒரு நிறை; ஒவ்வொரு நிறையிலும் ஒரு ஆள் நின்னுக்குங்க. ஏம்மா பழைய ஆள் ஒருத்தர் புது ஆள் பக்கத்தில் நிறையில் நின்னுக்குங்க ஏலச்செடிகளில் செத்தை சருகுகளை விலக்கி அந்த வள்ளி சரத்தை மூடிய சருகை ஒதுக்கிட்டு மெதுவா விலக்கி அதில பச்சை பசேர்ன்னு இருக்கிற கருங்காயை விட்டுட்டு நல்லா திரண்டு மஞ்சப்பூத்து வந்த ஒதப்பழங்களாப் பார்த்து மூனு விரலால் ஒரு திருகு திருகினாப்போதும் பழம் வந்துரும். அத சாக்குப்பையில போட்டுக்கணும். இப்படியா ஒதப்பழங்களையா எடுத்து வரணும். மறந்தும், கருங்காயையோ, பிஞ்சையோ பிடுங்கிறக்கூடாது. அந்த வள்ளிச் சரத்தில அரும்பி இருக்கிற பூ உதிர்ந்து விடக்கூடாது. கவனம்! ஒருத்தருக்கு ஒருத்தர் ஏதாவது பேசி சத்தம் கொடுத்துக்கிட்டே வேலை நடக்கணும். வேலை செய்யாம பேசிக்கிட்டு நிற்கக்கூடாது. பின்னால திடீர்னு மேனேஜரோ முதலாளியோ வந்து பார்ப்பாங்க.

வேலையில கவனம். வேகம், விவேகம் இருக்கணும்; பழைய ஆளுக புது ஆளுகளுக்கு ஒரு நிறை விடற வரைக்கும் அவங்க பழம் எப்படி எடுக்கிறாங்கிறதை பார்த்துக்குங்க. கங்காணிங்கிற முறையில நானும் பின்னாலயே வருவேன்".

"இங்க பாருங்கம்மா, முதல்ல சேலையை வரிஞ்சி கட்டி இறுக்கமா சொறுகிக்குங்க! தொளதொளன்னு இருந்தா வேலை பார்க்க முடியாது. ஏற்ற இறக்கத்தில் கால்தடுக்கி விழனும். அப்புறம் கூரப்புல்லு முள்ளு எல்லாம் சேலையில ஒட்டிக்கிரும்." கங்காணி சொன்னபடி ஒரு பழைய ஆள் சேலையை எடுத்து இறுக்கமாகச் சொருகிக் காட்டினாள்.

சிறுவர்களுக்கும் ஒரு நிறை கொடுத்து எப்படி பழம் எடுப்பது என்று கங்காணி சொல்லிக் கொடுத்தார். அவர்கள் குனிந்து பழம் பறித்து இடுப்பில் முன்புறம் கட்டிய சிறுசாக்கில் போட்டு, அடுத்த செடிக்கு நகர்ந்தனர். மலைச்சாரலில் அடுக்கடுக்காகப் பண்படுத்தப்பட்ட மண்ணில் வளர்த்த ஏலச்செடிகளில் பழம்

எடுத்தவாறு நகர்ந்தனர். புதிய அனுபவம்! ஈரமண், சுமையோடு குனிந்தும் நிமிர்ந்தும் நகர்வது இடுப்பில் வலி; புதிய ஆள்கள் திகைத்து நின்றனர். அப்புறம் சக மனுஷிகள் பழம் எடுத்து நகர்வது கண்டு வைராக்கியம் கொண்டு பல்லைக் கடித்தபடி வேலை பார்த்தனர். இப்படியே கீழ்ப்பாதையில் இருந்து மேல்பாதை வரைக்கும் பழம் எடுத்து வந்து ஒரு பத்து நமிஷம் நிற்க கங்காணி அனுமதித்தார். வெற்றிலைபோடும் பழக்கம் உள்ளவர்கள் வெற்றிலையை மென்று உடலில் சூடேற்றிக் கொண்டனர்.

“அடுத்த நிறை பிடிங்க, நேரமாச்சு” என்று பரமன் கத்தினார். பெண்கள் தங்கள் நிறையைப் பிடித்து பழம் எடுக்க ஆரம்பித்து தொடர்ந்தனர். ரவிக்கு ஆரம்பம் முதலே தடுமாற்றமாக இருந்தது. ஒதப்பழம் பறிப்பதற்குப் பதிலாக கருங்காயைப் பறித்தான். சருகுகளை அகற்றி வள்ளியை தொடுவதற்குள் பதற்றத்தில் வள்ளியையே பிடுங்கியதும் உண்டு. யாரும் பார்க்கிறார்களா என்று கவனித்து அதிலுள்ள பழங்களை எடுத்துவிட்டு செடித்தண்டுக்குள் சொருகி அடுத்த செடியை நோக்கி நகர்ந்தான். இடம் வலமாக நகர்ந்து ஒவ்வொரு செடியாய் பழம் எடுத்து நகர, இடுப்பு வலித்தது. வல்ல வதக்க சாப்பிட்டுப் பழக்கமில்லை. இடுப்பு கைகாலெல்லாம் வலித்தன. இடுப்பு மட்டும் உடலிலிருந்து ஏலச்சாக்கோடு தனியாய் விழுந்து விடுவது போல உணர்வு. சக பையன்கள் உற்சாகமாய் பழம் எடுப்பது இவனுக்குப் பொறாமையாய் இருந்தது.

அவர்கள் கேலி செய்வார்கள் என்று இவனும் வேக வேகமாய் பழம் எடுக்க ஆரம்பித்தான். வேலையின் வேகம் வலி மறந்தது. கீழ்ப்பாதையிலிருந்து பிடித்த நிறை மேல்பாதைக்கு வந்ததும் பெரிய சாதனையாக இருந்தது! அவனுக்கு முன்னால் பையன்கள் பாதையில் நின்று சிரித்து பேசிக் கொண்டிருந்தனர். இவனும் முதல்நிறையை முடித்து ரோடு ஏறினான். பாதையில் ஏறினதும் இடுப்பைப் பிடித்து நின்றான். இடுப்பு தனியாக முறிந்து விழுந்து விடுமோ என்ற பயம். இடுப்பில் கட்டிய சாக்கில் ஏலப்பழத்தின் பாரம் கீழே இழுத்தது. ஈரச்சாக்கின் கனம் செடிமழையிலும் பனிப்பதத்திலும் படிந்த சொதசொதப்பு. வெயிலில் இதமாக காய்ந்த வாழ்க்கை திடீரென ஒரேயடியாய் ஈரச்சேற்றில் தள்ளிவிட்டதே.

‘இனி ஊருக்குப் போய் பள்ளிக்கூடம் புஸ்தகம்னு திரிய முடியாதோ. நாதியத்துப் போய்தானே இப்படி மலைக்காட்டில் வந்து மாட்டிகிட்டோம். நாலு காசு சம்பாரிச்சு பள்ளிக்கூடம் போக வழி பண்றவரைக்கும் வேற எந்த வலியும் கவலையும்

தெரியக்கூடாது!' என்று நினைப்பு உடலெங்கும் சூடு பரப்பி தனி பலத்தைத் தந்தது.

அம்மா, அப்ப அப்ப 'ரவி, ரவி'ன்னு குரல் கொடுத்தது "என்னதாயி ஓம் பிள்ளை இங்கனதானே இருக்கான். இன்னும் எத்தனை காலத்துக்கு அவனை பசுங்குஞ்சாவே தூக்கிச் சொமந்துகிட்டு இருப்பெ? அவனும் விழுந்து எந்திரிச்சு, கை வீசி, கால் உதறி மனுஷனாக வேணாம்? அவன் சோட்டுப்பிள்ளைக இருக்காங்க. நீ ஒன்னும் கவலைப்படாம ஒன் நிறையப் பார்த்து பழம் எடுத்து வா தாயி" என்று ராஜம்மா பாட்டி சொல்லிக் கொண்டிருந்தது. அம்மா பெருமூச்சுவிட்டு மேல்மூச்சு கீழ்மூச்சு வாங்க கண்ணீர்த் துளி உதிர, குனிந்து நிமிர்ந்து பழம் எடுத்து சாக்கு நிரப்பிச் சென்றது.

ஒரு நிறை முடிந்து பாதைக்கு வந்து நின்றார்கள். எஸ்டேட்டில் இருந்து கொண்டுவந்த பெரிய சாக்கில், குட்டிச்சாக்கு நிறைத்தவர்கள் பழங்களைக் கொட்டினார்கள். சுமை இறங்கிய சந்தோசம் கைகால உதறி. ஆசுவாசப் படுத்திக் கொண்டார்கள். வெற்றிலை போடுபவர்கள் ஒற்றை வெற்றிலையில் சுண்ணாம்பு தடவி பாக்கை மென்று உடலில் சூட்டை ஏற்றிக் கொண்டிருந்தார்கள். கங்காணி பரமன் மணியைப் பார்த்தார். "ஒரு மணிக்குள்ளாறவே ஒரு சாக்கு எடுத்து விட்டீர்களே! தாயி, இங்க பாருங்க அப்படியே பேசிக்கிட்டே ராத்தலா இன்னொரு நிறையைப் பிடிங்க. இந்த நிறையை முடிச்சிட்டு அப்படியே இன்னிக்கு வேலை முடிக்க சரியா வரும்" என்று இதமாகப் பேசி வேலையைப் தொடரச் செய்தார்.

பையன்களும் நிறைந்த குட்டிச்சாக்குப் பழங்களை பெரிய சாக்கில் கொட்டிவிட்டு, அடுத்த சாக்கு கட்டிக்கொண்டிருந்தார்கள். "என்ன இளந்தாரிப்பிள்ளைக அப்படியே நெளிக்கிறீங்க. இதே ஜோர்ல கண்ணுகளா ஒரு நிறையைப் பிடிங்க இத முடிச்சிட்டு வேலையை விட்டுறலாம். எங்கே போங்க ராசா போங்க" என்று தாஜா செய்து ஏலச்செடிக்குள் அனுப்பினார்.

கார்த்திகை மாதப்பொழுது இறக்கைக் கட்டிப் பறந்தது. வெள்ளைத் திரையை கிழிச்சிட்டு அப்பப்ப மரங்களுக்கு இடையே முகம்காட்டிய சூரியனை மீண்டும் வெண்மேகம் மறைக்கத் தொடங்கியது. சிள்வண்டுகளும், நீரோடை சலசலப்புகளும் கூடின. பறவைகள் விசுக்விசுக்குனு ஒன்னுக்குப் பின்னால ஒன்னா பறந்து போய்கிட்டு இருந்தன.

பெண்கள் நிறையை முடித்து வந்தனர். அவர்கள் இடுப்பில் கட்டியிருந்த சாக்கு நிறைந்து இருந்தது. பாதையில் சாக்கை இறக்கி கைகாலை உதறி நின்றனர். சீலையில் ஒட்டின தரைப்பல், நாயுருஞ்சி அரும்புகளைப் பிடுங்கி உதறினர்.

"ஏம்மா பொன்னுத்தாயம்மா, இங்கபாரு கொண்டக்கால்ல அட்டை எம்புட்டுத்தண்டி தொங்குது..." என்று பரமன் சொன்னார். அம்மாவுக்குத் தூக்கி வாரிப்போட்டது. உடனே உடலை வளைச்சுப் பார்த்தாள். ஒரு அட்டை கெண்டைக்காலில் விரல்தண்டி ஒட்டி இருந்தது. சிரமப்பட்டுப் பிடுங்கி எறிந்தாள். ரத்தம் சலசலத்தது. கடிவாயில் ஊசிகுத்தியது போல் வலி. பக்கத்தில இருந்த காட்டு பூவரசு இலையைப் பிடுங்கித் துடைத்தாள். இரத்தம் நிற்கவில்லை. பக்கத்தில் ஒரு ஓடுகாலில் போகும் நீரை அள்ளிக் கழுவினாள். நீரின் ஜிலு ஜிலுப்பு மதமதத்தது. வலி இல்லை. இரத்தம் கசிந்ததை பார்த்த மனம் வலித்தது. அட்டையைப் பத்தி தானே அறியாமல் மகனுக்கு எச்சரிக்கை கொடுத்தோம்! அவன் எப்படி இருக்கானோ என்று நினைப்பு வந்தது. 'ரவி ரவி' என்றது.

"அட அவந்தான் அவன் பாட்டில வேலை பார்த்துகிட்டு திரியறான். அவனை போய் கூப்பிட்டுக் கிட்டு இருக்கே" என்று ராசம்மா சொன்னது.

பையன்கள் கேலி செய்து சிரிக்கும் சத்தம் கேட்டது. "அட என்னடா ரவி, பின் தொடையில் கெண்டைக்கால்ல அடை அடையாய் அட்டை தொங்குது. உனக்கு ஒன்னும் தெரியலையாடா" கோபால் சொன்னான்.

"ஏய்,ஆமடா இங்க பாருடா. ஒன்னொன்னும் கத்தரிக்காய் கணக்கா தொங்குது" என்றான் மணி. "டேய் பாவம்டா, அவனுக்கு ஒண்ணும் தெரியலடா. எடுத்து விடுவோம்டா" என்றான் பழனி.

அவன் வளைந்து நெளிந்து பார்த்தான். அவன் தொடையிலும், கெண்டைக்காலிலும் அட்டை ஆட்டுப் புழுக்கை கனத்தில் தொங்கியது. அவன் எடுக்கத் தெரியாமல் கூசி மறுகினான். அதற்குள் ஒட்டிய அட்டைகளை பழனி பிடுங்கி எறிந்தான். ரத்தம் கசிந்தது. இங்க வாடான்னு அழைத்துப்போய் ஓடுகால் தண்ணியள்ளிக் கழுவி விட்டான்.

ரவி அவனை இதமாகப் பற்றிக்கொண்டான். "ஏன்டா அட்டை உடல்ல ஏறினது தெரியிலையாடா"

ரவி தலையாட்டினான். "பாவம்டா! நீ இன்னிக்குத்தானே வந்திருக்க! போகப் போக உசாராயிருவே! மயிரு அளவு உடலை ஒட்டும்டா. அப்புறம் அப்படியே ரத்தத்தை உறிஞ்சு வீங்கி

சமயத்தில அதா உதிரும். சில நேரம் நம்ம பார்த்து பிடுங்கி எறிவோம். இங்கே பாரு உன் பீச்சாங் கால் பக்கத்தில ஒரு அட்டை முழம் போட்டுகிட்டு வர்றதை" பழனி சொன்னதும் கீழே பார்த்தான்.

யானை தும்பிக்கையைத் தூக்கிட்டு வர்றமாதிரி ஒரு நூல்கனத்தில அட்டை தனது உறிஞ்சுகுழலைத் தூக்கிட்டு நகர்ந்து வந்தது. பழனி உடனே கீழே இருந்த சின்னக்கல்லை எடுத்து அந்த அட்டையை ஒரு நசுக்கி நசுக்கினான். அது கல்லில் நசுக்குப்படாமல் அவன் விரலில் ஒட்டப்பார்த்தது. அவன் கையை உதறி, இன்னொரு கல் எடுத்து அதை வசம் பார்த்து இரு கல்லுக்கிடையில் வைத்து ஒரு நசுக்கு நசுக்கினான். ரவிக்கு இதெல்லாம் வினோதமாக புதுப்புதுப் பாடமாக இருந்தது.

கங்காணி சத்தம் கொடுத்தார். எல்லோரும் ஒன்று சேர்ந்தார்கள். முகம் பார்த்து ஆளை எண்ணினார். "சரி வாங்க, வாங்க. சாக்கை எடுத்துக்கங்க போகலாம்" என்றார்.

பையன்கள் "ஹையா" என்று கத்தி ஒருத்தன் பாட்டுப் பாடினான். 'ஏப்பா இளந்தாரிப்பிள்ளை, வேலை பாக்கும்போது இப்படி பாட்டுப்பாடினா வேலை ஓடும்" "இவனுக்கு எந்நேரமும் வேலை, வேலைதான்" பெண்கள் முனங்கினார்கள். பாதை சுற்றி சுற்றி சரிவாக இறக்கமாக நீண்டு கொண்டிருந்தது இந்தப் பாதையைப் பார்த்தும்தான் அம்மா முணங்கிக் கொண்டாள். இவ்வளவு உயரம் இவ்வளவு தூரம் வந்திருக்கோமா! "ஏலமலை இப்படித்தாம்மா! போகப் போகப் பழக்கமாயிரும்' என்றாள் ஜக்கி. "சிரமங்களையும், வாழ்கைப்பாடுகளையும் பொறுத்துக்கப் பழகித்தான் தீர வேண்டியிருக்கு..."

ரெண்டு ஆண்கள் பெரிய சாக்குகளில் சேகரிக்கப்பட்ட ஏலக்காய்களை தூக்கிக் கொண்டு நடந்தனர். மற்றவர்கள் தான் இடுப்பில் கட்டிய சின்னப்பையைத் தூக்கி சேகரித்த ஏலக்காயை தோளில் சுமந்தபடி நடந்தார்கள். மலைப்பகுதி எங்கும் வெண் மஞ்சு மேகம் தழுவிக் கொண்டு வந்தது. பத்தடி முன்னால் செல்பவர்களை பேச்சுஒலி மூச்சுவிடும்ஒலி கொண்டுதான் தெரிந்துகொள்ள முடிந்தது. சிலுசிலுவென்று தழுவிய காற்று வீடு நோக்கி நடையை வேகப்படுத்தியது.

கங்காணி பின் தொடர, எல்லோரும் ஸ்டோர்ரூம் முற்றத்துக்குப் போனார்கள். சின்னச் சாக்குகளில் உள்ள ஏலக்காய்களை பெரிய சாக்கில் கொட்டினார்கள். துரைச்சாமி கணக்குப்பிள்ளை ஒரு கணக்குநோட்டோடு நாற்காலியில் உட்கார்ந்து இருந்தார். பறித்து

வந்த காய்களை மூடையோடு பெரிய தராசில் வைத்து எடை போட்டார்கள். 260 கிலோ இருந்தது "என்ன பரமா, என்ன 260 கிலோதான் வந்திருக்கு. புது ஆளுக முதநாளிலே இவ்வளவு மந்தமா இருக்காங்க. நீ அனுபவஸ்தன். நல்லா வேலை வாங்கப்பா"

"சரிங்க எஜமான்" என்றார் பரமன்.

"சரி, என்ன பழத்தோடு காய் பிஞ்சு எல்லாம் சேர்ந்து இருக்கு? கொஞ்சம் கவனமா வேலை பார்க்கச் சொல்லு! நாளைப் பின்னே இப்படி வந்தா சம்பளத்தைக் குறைச்சிடுவேன்னு சொல்லி வை"

பரமனுக்குத் தெரியும் துரைச்சாமி கணக்குப்பிள்ளை பார்வைக்கோளாரு இருபதடிக்கு அங்கிட்டு உள்ளது கண்ணுக்குத் தெரியாது கண்ணாடி போட்டாலும் சரியாகத் தெரியாது. புது ஆளுங்ககிறதால் அவரு ஒரு உத்தேசமா கதை விடறார்.!

"எஜமான், புது ஆளு நல்லாதான் எடுத்தாங்க. நாளைக்கு இன்னும் கொஞ்சம் கவனிச்சு எடுக்கச் சொல்றேன் எசமான்" என்றார். "சரி, நீங்க போங்க தாயி" என்று பரமன் சொல்ல, வேலைஆளுக கலைந்து வீட்டுக்குப் போனார்கள் ஓட்டமாய்!

□

4

வீட்டில் நுழைந்ததும் அம்மா, அடுப்பைப் பற்றவைத்து கடுங்காபி போட்டது. இவன் கை,கால்கூட கழுவாமல் அடுப்பு முன் குளிர்காய உட்கார்ந்து விட்டான். குதித்துக் குதித்து விளையாடும் நெருப்பு ஜ்வாலை இவனுக்கு நெருக்கமான நட்பாய்த் தோன்றியது. விரலால் தொட்டு விளையாட ஆசைதான். நெருப்புகிட்ட விரலைக் கொண்டு போக முடியுமா. நெருப்பையும் நீரையும் தூர இருந்துதான் இரசிக்க முடியும். நெருங்கினால் அதனதன் குணத்தைக் காட்டி விடுமல்லவா. அவன் விரலைக் கிட்ட கொண்டு போக முடியவில்லை. அனிச்சையாக கைகள் பின்னால் இழுத்துக் கொண்டன.

அம்மா காபி வைத்துக் கொடுத்துவிட்டு வெந்நீர் வைத்தது. அவள் காபி குடிக்கும்போது அடுப்பின் பக்கவாட்டில் காலை நீட்டினான். அவனது இடது கெண்டைக்காலில் ரத்தம் வடிந்த தாரை அம்மாவின் கண்ணில் பட்டுவிட்டது.

"அடப்பாவி மகனே! என்னடா இப்படி ரத்தம் சிந்தியிருக்கு? இப்படியா அட்டையை ரத்தம் குடிக்க விடறது" என்று காலைத் தன் பக்கம் இழுத்துப் பார்த்தாள். அம்மாவின் கண்ணில் நீர் பொங்கியது. "அடப்பாவி மகனே, எங்கெங்கடா அட்டையை கடிக்கவிட்டே"

" இல்லம்மா... இந்தக் கென்டைக்கால்லையும்... பின்னால தொடையிலுந்தான் கடிச்சிடுச்சு. பையன்க சொன்னானுக, அப்புறம் நான் சுதாரிப்பா இருந்துகிட்டேன் "

வலது பின் தொடையைக் காட்டினான். ரத்தம் தாரையாக உறைந்து இருந்தது.

"அடப்பாவி" தலையில் அடித்து அழுதாள். மகன் அட்டையிடம் ரத்தம் குடிக்கவிட்டது பார்த்ததும் அவள் குடிக்கவிட்ட வலி பெரிதாக இல்லை.

தலையில் அடித்துக்கொண்டு அழுதாள்; "குடிகாரனுக்கு வாக்கப்பட்டு இப்படி பாதியில அறுத்து நிக்கிறேன். ஒத்தப்பிள்ளையை வளர்க்க முடியாமத் திண்டாடறேன். அந்த மடப்பயக் கடவுளுக்கு இரக்கம் இல்லையே! அவனுக்கு கண்ணு அவுஞ்சாப் போச்சு? மூன்றாம்வகுப்பு வரைக்கும் படிக்க வச்ச

அப்பன் இன்னும் ரெண்டு வருஷம் அஞ்சாம் வகுப்பு வரைக்கும் படிக்க வச்சிருந்தாருன்னா அந்தக் கண்ணம்மா மாதிரி நானும் ஒரு டீச்சாரயிருப்பேனே! பெத்தவனும் சரியில்லை; கட்டினவனும் சரியில்ல; கூடபிறந்தவன்களும் சரியில்லை, எல்லாம் எனக்கு வாய்ச்ச விதி இப்படித்தான்''

"ஏம்மா அழுகுற" என்று இவனும் கலங்கினான்.

மகன் அழுவது கண்டு கண்ணீரைத் துடைத்துக்கொண்டாள்.

"சரி, நாலு காசு பணம் சேர்த்து உன்னை பள்ளிக்கூடம் அனுப்புறேன். நீ கொஞ்சம் பதுவுசா இரு. நம்ம சுமையை நாமத்தான் சுமந்தாகனும். நம்ம வலியை நாமதான் அனுபவிச்சாகணும்" என்றாள்

தண்ணீர் கொதித்து வந்தது. ஒரு பெரிய பாத்திரத்தில் விளாவி ஊற்றி ஈரத்துணியால் அவனது ரத்தக்கறையை மெல்லத் துடைத்து விட்டாள். அப்படியே உடலிலும் ஊற்றிவிட்டாள். வெந்நீர் குளிருக்கும் உடல்வலிக்கும் இதமாக இருந்தது. துணியை மாற்றிக்கொண்டு வெளியே எட்டிப்பார்த்தான். எஸ்டேட் முழுவதும் வெண் மஞ்சு படர்ந்து இருந்தது. வீட்டு முகடுகளில் இருந்து வெளியேறும் புகையும் அதோடு சேர்ந்து கொண்டது.

"ஏப்பா ரவி, வீட்டுக்குள்ள இரு. நானும் குளிச்சிக்கிறேன்" என்றது அம்மா "இல்லம்மா, இப்படியே வெளியே போயிட்டு வர்றேன். ஒரு அஞ்சி நிமிஷத்தில் வந்துவிடுவேன்"

"சரி, பார்த்து சூதானமா போய்ட்டு வா. நானும் குளிச்சிக்கிறேன்.' என்றாள்.

வெளியே மேகத்தோடு சுற்றி உள்ள எஸ்டேட் புகை வெண்மேகம் படிந்து படிந்து எஸ்டேட்டைச் சுற்றிலுமுள்ள உயரமான மரங்களைத் தாண்டி வானத்தை வெள்ளையாக மூடி இருந்தது! ஜில்லென்று காற்று வீசவே உடல் நடுங்கியது. கைகளால் நெஞ்சை இறுக்க கட்டிக்கொண்டான். அம்மா கதவைமூடிக் குளிக்க ஆரம்பித்தது. குளியல் அறை இல்லை. உள்வாசலில்தான் கதவு மூடி குளிக்க வேண்டும். பல வீட்டு முன் ஆண்கள் வெளியே வாசலில் நின்று கொதிக்கக் கொதிக்கத் தண்ணியை ஊற்றிக் கொண்டார்கள். தண்ணீர் ஆவி பறிந்தது. அந்தக் குளிரில் தேய்த்து எங்கே குளிப்பது? சும்மா கையை காலை இடுப்பைத் தேய்த்து அலுப்பு தீர வெந்நீரை மேலே ஊற்றிக் கொண்டார்கள்.

அந்தக் குடியிருப்பில் ஒவ்வொரு அடுக்காய் படிகளில் ஏறிப் பார்த்தான். எல்லா வீடும் குளிருக்கு மூடி இருந்தது. அங்கங்கே சிலர் குளிக்கும் சத்தம் கேட்டது. வீடுகளிலிருந்து கிளம்பும் புகை

பனிமஞ்சோடு கலந்தது. பாதையில் கிடந்த நரகலைப் பார்த்து காறி எச்சில் துப்பினான் வாயிலிருந்து குபுகுபுன்னு ஆவி பரிந்தது. புகையும் பனியும், எச்சில் காற்றும் வேறு வேறாக இருந்தாலும் இயற்கையில் ஒன்றாக இணைந்து கொள்வதைப் பார்த்தான். இதெல்லாம் அவனுக்கு ஏதோ கனவில் மிதப்பதுபோல் இருந்தது. வழியில் கிடந்த ஒரு கல் இடறியது. நிஜமே ஒரு கனவு மாதிரிதான் தோனுது. 'இதெல்லாம் பார்க்க நல்லாத்தான் இருக்கும் தினமும் கஷ்டப்பட்டு வேலை பார்க்கனும். நாலு காசு சேர்த்து பள்ளிக்கூடம் போகனும். நல்லா படித்து கலெக்டர் மாதிரி வேலைக்குப் போகனும். நம்மளை மாதிரி நடுத்தெருவுக்கு தள்ளப்பட்டவர்களுக்கு எல்லாம் உதவனும்' என்று நினைத்துக் கொண்டான்.

வீடு திரும்பினான். அம்மா குளித்து முடித்திருந்தது. கதவு இலேசாக திறந்திருந்தது. "எங்கப்பா இந்தப் பனியில் போனே?" "சும்மா அப்படியே இந்தக் குடியிருப்புகளை பார்த்துட்டு வந்தேன்மா" என்றபடி அடுப்பு முன் போய் உட்கார்ந்தான். அப்பா இருக்கும்போது அம்மா அவனை வாடா போடான்னுதான் சொல்லும். இப்போதெல்லாம் வாப்பா போப்பான்னுதான் சொல்வது. அவனை பெரிய மனிதனைப்போல உணரச்செய்தது. அவனும் முன்போல குறும்புத்தனம் செய்வதில்லை. ராஜம்மா பாட்டியும் சைக்கிள் பாப்பா பாட்டியும் உள்ளே வந்தனர். "என்ன பொன்னுத்தாய் குளிச்சிட்டியா? ஏலே ரவி, மலைக்காடு எப்படி இருக்கு உனக்குப் பிடிச்சுக்குருச்சா" என்ற கேட்டது.

மவுனம் தான் பதிலாக வந்தது.

"ம்ம்.. நீங்கதான் வகுத்துப்பாடு தீர வாழ்க்கையில் மேல வரணும்னு ஏலமலைக்கு வந்திருக்கிங்க. எலிதான் மாட்டிக்கிச்சுன்னா இந்த எலிப்புலுக்கையும் ஏன் மாட்டிக்கிச்சுன்னு சொன்னமாதிரி. எனக்குப் பிள்ளையா புருஷனா ஏதோ ஒரு அரைக்காப்படி அரிசியைக் கஞ்சியாய் வச்சு குடிச்சா போச்சு! நானும்மில்ல இந்த அட்டைக்கடி அரணைக்கடியில வந்து மாட்டிக்கிட்டேன்.

மத்தியான மறுநிறை பிடிக்கையில் பார்க்கிறேன். கெண்டைக்கால்ல விரலுதாண்டி ஒரு அட்டை, ரத்தம் குடிச்சுத் தொங்குது. ஆத்தாடி குலையே ஆடிப் போச்சு. அப்புறம் சரசுதான் பிடுங்கி எறிந்தது. ரத்தம் சலசலன்னு வர்றது நிக்கலை. இலை தழையை வச்சு தொடைக்கப் பாக்கிறேன். நிக்க மாட்டேங்கிது. அப்புறம் ஓடைத்தண்ணியில துடைச்சு விடவும் கொஞ்சம் அடங்குச்சு.

நாலு காசு சம்பாரிச்சா, யாருகிட்டேயும் பத்து காசு வட்டிக்கு கொடுத்துட்டு கிடைக்கிற கூலிவேலையை வச்சு காலத்தை

ஓட்டிறலாம்னு ஆசைப்பட்டேன். அது தப்பாப் போச்சு. இங்க வந்து ஒன்னேகால் ரூபாய் சம்பளத்துக்கு அட்டை அரணையில் முள்ளு முசுடுல சிரமப்பட வேண்டியிருக்கு'' என்று புலம்பிக் கொண்டிருந்தது சைக்கிள்பாட்டி.

"அந்தந்த நேரத்தில் அனுபவிக்க வேண்டியதை அனுபவிச்சுத்தான் ஆக வேண்டியிருக்கு பாப்பா. நான் பாரு, மாப்பிள்ளைகிட்ட வாயை கட்டிகிட்டு சும்மா இருக்கமாட்டாம, நண்டு கொழுத்தா செலவுல தங்காதுன்னு இங்க வந்து அவஸ்தைப் படறேன்'' என்றது ராஜம்மா பாட்டி. "சரி வந்துட்டோம். புலம்பி அழுது என்னாகறது. வேலை பார்த்து வாங்கின அட்வான்ஸைக் கழிக்கப் பார்ப்போம்'' என்றது அம்மா.

"சரி, கொஞ்சம் வெஞ்சனம் கிஞ்சனம் எதுமிருந்தா குடு தாயி'' என்று வந்த நோக்கம் தெரிவித்தார்கள். அம்மா கொஞ்சம் காய் கொடுக்கவும் வாங்கிட்டு வீட்டுக்கு கிளம்பினார்கள்.

அம்மா பெருமூச்சு விட்டபடி தட்டில் சோறு போட்டது. அடுப்புமுன் உட்கார்ந்தப்படி சாப்பிட்டான்.

சோறு வயிற்றில் போனதும், வேலை பார்த்த அலுப்பும்,வெந்நீரில் குளித்த இதமும் கண்ணைச் சொருகியது. தூங்கப்போனான்.

அதிகாலை *4* மணிக்கு மணி சத்தம் கேட்டுப் பதறி எழுந்து அடுப்பைப் பற்ற வைத்தாள் அம்மா. இவனும் சத்தம் கேட்டு எழுந்தான். "ரவி, அடுப்பு பத்த வச்சிருக்கேன். நான் வெளியே போயிட்டு வர்றேன். அலுமினியச் சட்டியில் காபி போட்டு வச்சிருக்கேன். கவனமா பாத்துக்க'' என்றாள். அவன் தூக்கக் கலக்கத்தில் முனங்கியபடி அடுப்புமுன் குத்த வைத்தான். வெளியே பறவைகள் சத்தம், வளர்ப்புக்கோழி கூவல் கேட்டது. நெருப்பின் சூடு உடம்பில் இதமாய் ஏற, தூக்கம் கண்களைச் சொருகியது. அடுப்பு முன் உட்கார்ந்தபடியே தூங்கினான். கதவு திறக்கும் சத்தம் கேட்டு விழித்தான். அம்மா வந்தாள்.

"அட படுவா, அடுப்பு முன்னால தூங்கறீயே? கைகால் தவறி அடுப்பில பட்டுட்டா தீக்காயமில்ல ஆயிரும். இந்தா, சுடுதண்ணி. வாயைக் கொப்பளிச்சிட்டுக் காபியைக் குடிச்சிட்டு வெளியே யோயிட்டுவா... மணி அஞ்சாகப் போகுது''

அவன் கண்திறக்காமல் முனங்கிக் கொண்டே சுடு தண்ணியை வாங்கி வாயைக் கொப்பளித்தான், முகம் கழுவினான். கடுங்காபி உடம்பில் சூடு ஏற்றியது. துண்டைப் போர்த்திக்கொண்டு வெளியே வந்தான். வானம் ஜில்லுன்று வெள்ளைப்போர்வை போர்த்தியிருந்தது. பாதையோரமாய் ஆட்கள் குத்த வைத்திருந்தனர் இவனும்

காலைக்கடனைக் கழித்து எழுந்தான். அந்த அதிகாலை நேரத்திலும் அவர்கள் செயலில் ஒரு அவசரம், பதற்றம் பற்றி இருந்தது.

பல்துலக்கி சாப்பிட்டு எழுந்திருக்கவும் மஸ்டர் பரேட்டுக்கு எச்சரிக்கை மணி அடிக்கச் சரியாக இருந்து. அம்மா உப்பைத் தூள் பண்ணி தேங்காய் எண்ணெயில் குழப்பி அவனது கைகால்களில் பூசி தானும் பூசிக் கொண்டாள். “இந்த உப்பு வாடைக்கு அட்டை ஏறாதாம்” என்று கால் விரல் இடுக்கெல்லாம் பூசிவிட்டாள். ஆட்கள் வெளியே நடமாடும் சத்தம் கேட்டது. கதவைத் திறந்து பார்த்தாள். பாப்பா, ராஜம்மா ஆகியோரும் வந்து கொண்டிருந்தார்கள். இவர்களும் கதவைப் பூட்டிக் கிளம்பினார்கள்.

மஸ்டர் முடிஞ்சு அவர்கள் காட்டுக்குள் நுழைந்தார்கள். கங்காணி பரமன் முன்னால் சென்றார். திடீரென்று ஓரிடத்தில் நின்று குரல் கொடுத்தார். “சாமியே சரணம் கணேசா, தாய்மாருக கவனமா வாங்க; ராத்திரி இங்கே பெரிய ஜீவன்கள் வந்துட்டுப் போயிருக்கு. இநதா லத்தி போட்டுருக்கு பாருங்க.. இந்தப்பக்கம் தான் எங்காவது நிக்கனும்! அதனால கூட்டமா சேர்ந்து வாங்க, தனியா பிரிஞ்சிறாதிங்க சத்தம் கொடுத்துப் பேசிகிட்டே வாங்க” என்றார்.

அவர்கள் யானை லத்திக் கிடந்த இடத்தைப் பார்த்தார்கள். அதிலிருந்து ஆவி பரிந்தது. அப்போ ஒரு மணி நேரத்துக்கு முன்னாலதான் இந்தப் பக்கம் வந்திருக்கனும் கவனமா வாங்க!” என்று ஒருவருக்கொருவர் உசார்படுத்திக் கொண்டனர். அவர்கள் பாட்டும் பேச்சுமாய் போனார்கள். பயம் உடலெங்கும் பரவி இருந்தது ஒற்றைப் பறவையின் ஒலியும் ஓடைகளின் நீர்சலசலப்பும் பயத்தை அதிகப்படுத்தின.

“பெரிய ஜீவாத்திக இப்படியே வடக்கு முகமாக மதிகெட்டான் சோலைப் பக்கம் கடந்து போயிருக்கும். நாம இன்னிக்கு தெற்குபக்கமா பாச்சாசாமி தோட்டம்பக்கம் போறோம். அதனால பயப்படமா வாங்க சாமிகளா” என்று பரமனே ஆறுதலும் சொன்னார்.

பாச்சா சாமித்தோட்டம் - இந்த எஸ்டேட்டு முதலாளி பாச்சா சாயிபுகிட்ட இருந்து வாங்கியது. அது பாச்சாசாமியாக அடையாளப்படுத்தப்படுகிறது. நீர் ஊற்றுகள் சலசலக்கும் பள்ளத்தாக்குப் பகுதி. கொசுக்களும், அட்டைகளும் கொஞ்சம் ஜாஸ்திதான். நல்ல வேளை! அவர்கள் உப்பு எண்ணெய் தடவி வந்தார்கள். அட்டை காலில் ஏறாது பதவிசா பழம் எடுத்தனர். குரங்குகள் கொஞ்சம் அதிகமாகத் திரிந்தன. குரங்குவிரட்டி “பூம்

பூம்" என்று ஊதிச் சுற்றி வந்து கொண்டிருந்தார்.

ஈரக்கால் பகுதி பழம் நல்ல மகசூல் கண்டிருந்தது. ஏலச்செடித் தூரில் வள்ளிகள் நிறைய கிளைத்து நீண்டிருந்தன. ஒவ்வொரு தூருக்கும் அரைக்கால்படி பழம் தேறும்! பெரும் பெரும் பழமாக இருந்தது. ரெண்டு 5 கிலோ சாக்கு எடுத்து முடித்து மூன்றாவது சாக்கும் நிறைக்க அன்றைய பொழுது போயிற்று. வேலை விட்டு வந்தனர். ஈரத்தில் புழங்கியது கைகால்கள் எல்லாமே பொது பொதுத்து மரமரத்திருந்தது. அதோடு ஓட்டமும் நடையுமாய் எஸ்டேட் திரும்பினார்கள். கொண்டு வந்த ஏலக்காயை இறக்கி கணக்கு கொடுத்து திரும்பினார்.

மஞ்சள் வெயில் இலேசாக மின்னிக் கொண்டிருந்தது. புதிய புதிய ஆளுகளாக வந்து இருந்தனர். ஆண்டிப்பட்டி, போடிதாசன்பட்டி, மேக்கிழார்பட்டி போன்ற இடங்களில் இருந்து சுப்பையாநாயக்கர்தான் ஆளுகளைக் கூட்டி வந்திருந்தார். "கார்த்திகை பிறந்தும் ஒரு துளி மழை இல்லாம விவசாய வேலை நடக்கலை. ஜனங்க பஞ்சம் பிழைக்க ஏலமலைப் பக்கம் வர வேண்டியதாயிருச்சு. ஏலமலைலேயே மழை குறைஞ்சு போயிருச்சு. வறட்சிக்கு என்ன பஞ்சமா?"

சுப்பையா மாமாகிட்டே போய் பாப்பாக்கிழவி கேட்டுவந்து சொன்னது. "போடிசம்பட்டியிலிருந்து சுப்பையாவுக்குச் சொந்தக்கார நாய்க்கமாரு, மேக்கிழார்பட்டியில் இருந்து பள்ளுப் பறமாருக ஆண்டிபட்டி ரங்கசமுத்திரம், ஜம்புலிபுத்தூர் பக்கமிருந்து சக்கிலியர் எல்லாம் வந்திருக்காங்களாம். ஏற்கனவே இங்க சக்கிலியனு நாட்டாமைதான் நடக்குது " என்றாள்.

"சரி, அவனுங்களும் நம்மளை மாதிரி மனுஷங்கனுதானே; இன்னும் சொல்லப்போனா அவனுங்க நம்ம குடியான ஆளுகளைவிட விசுவாசமா மரியாதையா இருப்பானுங்க. வந்த இடத்தில் இதெல்லாம் பார்க்கமுடியுமா" என்று அம்மா சொன்னது.

எஸ்டேட்டுக்கு நேர்கீழே தேவாரம் பகுதியிலிருந்து இராமர், பழனிச்சாமி என்று இரு கங்காணிகள் தலைமையில் கிராம மக்களும் பல சாதியினரும் வந்திருந்தனர். வட்டப்பாறை எஸ்டேட் ஜே.ஜே ன்னு ஜனக்கூட்டம் நிரம்பித் ததும்பியது. வரிசை வரிசையாய் இருந்த குடியிருப்புகள் ஜாதி வித்தியாசம் பாராமல் நிரப்பப்பட்டன. முதலில் குளிருக்குக் கிடைச்ச வீடு பார்த்து குடிபுகுந்து விட்டனர்.

□

5

மறுநாள் காலை பரேட் மைதானத்தில் ஆள்கள் நெருக்கடித்து நின்றனர். துரைச்சாமி கணக்குப்பிள்ளை வரண்டா ஓட்டுமறைவை விட்டு வெளியே வந்து ஒவ்வொரு வரிசைக்கும் முன்நின்று பெயர் வாசித்தார். பெண்களை ஏலப்பழம் எடுக்கவும் சிறுபையன்கள் பத்து பேரையும் காபிப்பழம் எடுக்கவும் பிரித்து அனுப்பினார்; காபிப்பழம் எடுக்கும் பிரிவினருக்கு இடத்தை இவர்களுக்கு குரங்காட்டி ரெங்கசாமி வழிகாட்டினார்.

புது ஆளுக எல்லாம் பரமன் கூடவும் பழைய ஆளுக எல்லாம் பழனிச்சாமி கூடவும் பழம் எடுக்கப் போனார்கள். ஆண்களில் தாட்டியமான இளந்தாரிகள் பத்துபேர் மரம் வெட்டப் போனார்கள். மீதப்பேர் ஏலப்பழம் எடுக்க ராமர் கங்காணி கூடவும் போனார்கள்.

பனிபோர்த்தியிருந்த போர்வையை விலக்கி வெயில் முகம் பார்த்து மரங்கள் சிலிர்த்தது போல் நின்றிருந்தன. ஏலச்செடித் தடைகளை நெளித்து வளைத்து காற்று சிலுசிலுத்தது! அகன்ற பச்சைக் கத்திமாதிரியான நீளஇலைகளிலிருந்து பனித்துளிகள் உருண்டு சிந்திக்கொண்டிருந்தன. காட்டுக்குள் போகப் போக குளிர் குறைந்து மர வெக்கை இதமாக இருந்தது. ஏலத்தோட்டத்துக்கு ஊடாக அடுக்கடுக்காக வளைந்து செல்லும் சிறு ரோட்டோரம் காபிமரங்கள் வரிசை வரிசையாய் இருந்தன. நாட்டுக் காபி மரங்கள் பெரிய செடி மாதிரியாக வளர்ந்திருந்தன. அதில் சிறு சிறு கிளிப்பச்சைக் கணுக்கள் கொண்ட கிளைகள் விரிந்திருந்தன. அதில் கருஞ்சிவப்பு நிறத்தில் கோலிக்குண்டுகள் அளவில் பழங்கள் அப்பி இருந்தன. அதனைக் கொத்துக் கொத்தாக உருவிப் பையில் போட வேண்டியதுதான்.

சில மரங்கள் படராது நீண்டு வளர்ந்திருந்தன. அவற்றை ஒரு கொக்கி போன்ற கம்பால் வளைத்துப் பழம் பறிக்க வேண்டியதுதான். மரத்தில் ஏறமுடியாது. கனம் தாங்காது முறிந்துவிடும்.

இன்னும் சில பகுதிகளில் அகன்ற கரும்பச்சை இலைகள் கொண்ட படர்ந்த மரங்களாக காபி மரங்கள் இருந்தன. இவற்றை மைசூர்காபி மரம் என்றனர். இதிலும் பழங்கள் கருஞ்சிவப்பில் குண்டு குண்டாய் அடர்ந்து கிடந்தன. அவற்றை கீழே இருந்து

எட்டியபடி பறிக்கலாம்! அப்படியே உருவி உருவி பை நிரப்பலாம்!. இவை போக குரங்குகள், அணில்கள், குருவிகள், காபிப்பழங்களை விழுங்கி குவியல் குவியாய் கல்லில் பாறையில் கழித்துப் போயிருக்கும் கொட்டைகளை ஓடைநீரில் கழுவி தனிப்பையில் போட்டுக்கொள்ள வேண்டியதுதான். ஏல நிறைக்குள் நுழைந்து குனிந்து பழம் பறிப்பதற்கு, நிமிர்ந்தபடி விளையாடியபடி காபிப்பழம் பறிப்பது அவனுக்குப் பிடித்தமானதாக இருந்தது. ஆனால் இவை பறிக்க பாதைபாதையாய் இடுப்பில் கட்டிய சாக்கோடு, ஏலமலை முழுதும் அலைய வேண்டியதிருக்கு. ஒன்று சுலபம் என்றால் இன்னொன்று சிரமம் என்பதுதான் வாழ்க்கை நடைமுறையாகத் தெரிகிறது. காபிப்பழம் பறிப்பதில் அட்டைக்கடியில் தப்பி பதனமாக இருக்கலாம். ஆனால் முள் புதர் செந்தட்டிகளில் சிரமப்பட்டு அலைய வேண்டியதிருக்கிறது.

இவர்கள் காபிப்பழம் எடுத்துக்கொண்டு இருந்தபோது திடீரென்று மேகம் கிழிந்து கொட்டியதுபோல் மழை சடசடவென்று கொட்டி நனைத்தது. காடுகளில் மரம் நெடு நெடுவென்று வளர்ந்து இருந்ததாலும், உயரம் குறைந்து படர்ந்த மரங்கள் இல்லாததால் தொப்பலாக நனைந்துவிட்டார்கள். ஒரு காபிப்புதர் கொஞ்சம் உயரமாய் படந்திருந்தது. அதை ஒட்டி இருந்த ஏலச்செடித்தட்டை மூன்றைத் இணைத்து மழைக்கு குடையாக பரப்பிக் கொண்டு அதில் ஒண்டிக்கொண்டார்கள்.

மழை ஓய்ந்ததும் செடிகள் சொட்டத் தொடங்கின. அவன் கைகால்கள் நடுங்க பற்கள் பதைபதைத்து தாளம் போட நின்றான். திடீரென்று வலது கெண்டைக்காலில் தீப்பிடித்தது போல் காந்தல் எரிச்சலில் அலறினான். கூட இருந்தவர்கள் எல்லாம் சிரித்தனர். அவனுக்கு மேலும் அழுகை பொங்கியது. கோபால் கையில் ஒரு செடியை வைத்திருந்தான். அதன் பெயர் "செந்தட்டி!". அதை அவனது வலது காலில் உரசியிருந்தான் அந்த எரிச்சல்தான்...! குளிர்போன இடம் தெரியவில்லை. வலது கெண்டைக் காலில் சடைசடையாய் சிவந்த தடிப்புகள். எல்லாப் பையன்களுக்கும் கேலிப்பொருளாகிவிட்டோம் என்ற எண்ணம் அவனது அழுகையை நிறுத்தியது.

"என்னடா ரவி, இந்த செந்தட்டி உரசினதுக்கு இம்புட்டு அழுகை அழுகுற. நீ குளிரில நடுங்கிட்டு இருந்தியா... அதைப் பார்க்க ஒரு மாதிரியா இருந்தது: அதனால்தான் செந்தட்டியால ஒரு உரசு உரசினேன். இப்போ குளிரு எங்கப் போச்சு? இதுக்குத்தான் அடிச்சேன்டா" என்ற கோபாலின் கூற்று உதவியா, உபத்திரவமான்னு

தெரியலை.! ஆனால் குளிரின் நடுக்கம் போன இடம் தெரியலை அதனால் சகஜநிலைக்கு வந்தான். நேற்று புதிதாக வந்தவர்களில் பழனிச்சாமி கங்காணியின் மைத்துனன் வடமலை, ரவியை ஆறுதலாகத் தடவிக்கொடுத்தான்; இதமாக இருந்தது.

'என்னடா வடமலை, ரெண்டு பேரும் சிவப்பா பழுத்துப்போய் இருக்கீங்கன்னு ஒருத்தருக்கொருத்தர் ஒட்டிக்கிறிங்களோ...? கோபால் கிண்டலாகக் கேட்டான்.

"அடபோப்பா, அவன் போன வருஷம் வரைக்கும் பள்ளிக்கூடத்தில திரிஞ்சவன். அவனிடம் கரடுமுரடா நடத்துக்கிட்டா தாங்கிக்க மாட்டான். அதுதான் ஆறுதலாக இருந்தேன்"

"சரிடா, பாசம் வழுக்கிடாமா இருந்தா சரித்தான்" மற்றவர்கள் எல்லாரும் சிரித்தார்கள் அந்த நேரம் குரங்குவிரட்டி ரெங்கசாமி 'பம்பம்பூ...பூ' என்று குழல் ஊதிக்கொண்டு வந்தார்.

"என்னடா, குரங்கு இல்லாத இடத்தில் குரங்கு விரட்டி வர்ராரு" என்றான் கோபால்.

"ஏன்டா பசங்களா, காபிப்பழம் பொறக்க அனுப்பினா என்ன கூட்டம் சேர்ந்து விளையாடிக் கிட்டிருக்கிங்க. வேலையை பாருங்கடா. இல்லாட்டி நாளையில இருந்து களைஎடுக்கப் போட்டுருவேன்"

"ஆமாம் இவரு பெரிய மேனஜரு! இவரு நெனச்சா களை எடுக்கப் போட்டுருவாரு! குரங்கு விரட்டிக்கு பாருய்யா குசும்பை" என்று கிண்டலாகச் சொன்னான் செத்தக்குழலு இருளன்.

"டேய் இருளா, சும்மா இருடா; கிழவன் காதில கேட்டிறப்போகுது; அந்த ஆளுக்கு 'கோள் சொல்லி குரங்குவிரட்டி' ன்னே பேரு...! நீ பாட்ல வம்புல மாட்டி விட்றாதடா. அவரு பொல்லாத ஆளு அவரைப் பத்தி அப்புறமா சொல்றேன்" என்றான் கோபால்.

'ஏலே பசங்களா,என்னடா குசுகுசுன்னு பேசுறிங்க. நான் கத்தறது காதில ஏறலையா?"

"அய்யா, இந்த ரவி செந்தட்டியில பட்டுக்கிட்டான். காந்தல் தாங்காம அழுதான்! அதுதான் கொஞ்சம் நேரம் நின்னோம்" என்றான் கோபால்

"அப்படியா, சரி. இப்படியே இந்த ரோட்டோரம் போங்க. ஒரு பத்துக் செடிக காச்சுக்கிடக்குது! அப்படியே எடுத்து கீழே இறங்கி ஒரு அஞ்சாறு செடி எடுத்திங்கன்னா பொழுது சரியா இருக்கும். கிளம்புங்க" என்று சொன்னபடி குழலை ஊதியபடி நடந்தார்.

அவர்கள் அடுத்த காபிச்செடிப்பக்கம் நகர்ந்தார்கள். வழிமேல கிடந்த பாறையில் குமி குமியாய் இருந்த குரங்கு எச்சத்தில் காபிக்

கொட்டைகள் கிடந்தன. அவற்றைப் போட்டி போட்டுக் கொண்டு அள்ளி பாறையோரமாய் நழுவிச் செல்லும் நீரில் அலசி சாக்கில் போட்டுக் கொண்டனர் ரவிக்கு முதலில் அருவறுப்பாய் தெரிந்தது. இந்த வேலையையும் ஒரு போட்டியோடு செய்து சாக்குப்பையை நிரப்ப வேண்டி இருந்தது. இந்தப் பை நிரம்பினாத்தானே காசு கைக்கு வரும், வயிற்றுப்பை நிரம்பும். இருளன் கோபாலிடம் கேட்டான் "ஏய்யா கோபாலு, ஏதோ குரங்கு விரட்டி பத்தி சொல்றேனியே?" எல்லாப் பையன்களும் வற்புறுத்தவே, கோபாலு அக்கம் பக்கம் பார்த்தபடி மெல்லச் சொன்னான்."குரங்கு விரட்டி மேனேஜருக்கு ரொம்ப வேண்டியவர். குரங்குவிரட்டி மகள் பங்கஜம்னு பேரு சிகப்பா ஒல்லியா சுருட்டை முடியுமா பார்க்க அழகா இருக்கும். புருஷன் இல்லை. இவரு கூட வந்திருச்சு. அதுக்கும் மேனேஜருக்கும் தொடர்பாம்! அதனால் அதுக்கு காட்டு வேலை குடுக்காம ஸடோர் ரூம்ல வேலையாம்!. பெரிய இடத்துப் பிரச்சனை எல்லாம் நமக்கு எதுக்கு?" என்று காபி மரத்தினருகே சென்று பழம் பறித்தனர்.

பின் அடுத்தடுத்த மரங்களாய்த் தேடிப்போய் பழங்களைப் பறிக்கத் தொடங்கினர். பையை நிரப்பி விட்டால் அலைச்சல் குறையும். இன்றைக்கு வேலையை முடித்துக் கொண்டு மேற்கே பொழுது பார்த்து வீட்டுக்குப் போகலாம். அந்த இருண்ட காட்டில் பொழுது பார்ப்பது என்பதே மகிழ்ச்சியான விஷயம்! தங்கத்தினால் உருக்கின தண்ணி மாதிரி பொழுது மரக்கிளைகளுக்கிடையே விழும்! அது விழும் இடத்தில் நிற்கும்போது உடல் சிவந்து சூடேறி உடம்பெல்லாம் பரவுவது இதமாக இருக்கும். ஈரத்தில் பதத்த மேனியில் வெயில்படும்போது சுருங்கிய தோல் எல்லாம் விரிவது தொட்டாசினுங்கி இலை விரியறதை பார்க்கிற மாதிரி இருக்கும்!.

ஏலக்காய் எடுத்து எஸ்டேட் திரும்பும் ஆள் அரவம் கேட்டது. இவர்களும் வீடு திரும்பினார்கள். ஓட்டமும் நடையுமாய் சாக்குப் பைகளோடு விரைந்தார்கள். வீட்டுக்குள் நுழைந்ததும் அம்மா வெந்நீர் கொடுத்தது. கை கால் கழுவி பழைய துண்டால் துடைத்துக் கொண்டான். ரவி, அம்மாவுக்கு தெரியாமல் காலில் செந்தட்டி பட்ட தடிப்புகள் இருந்த இடத்தில் தேங்காய் எண்ணெயைத் தடவினான். அம்மா பார்த்து விட்டது. "என்னடா இது?" என்று பிடித்துக் கொண்டது இவன் சொன்னான்; "ஏன்டா படுவா கவனமா இருக்கக் கூடாதா" என்று சொல்லி காலைத் தடவிய அம்மாவின் கண்ணிலிருந்து இரு துளிகள் இவன் காலில் பட்டது "என்னம்மா" என்று அவன் தழு தழுத்தான்.

"கவனமா இருக்கணும்" என்று சொல்லி அவனை அணைத்துக் கொண்டாள். இவன் குனிந்த போதுதான் கவனித்தான் அம்மாவின் கால் விரலிடுக்களில் இரத்தக்கறை படிந்திருந்தது. "என்னமா அட்டைக்கடியா " என்றபடி ஈரத்துணியால் துடைத்துவிட்டான்.

"என்ன பொன்னுத்தாயி, கொஞ்சம் நெருப்பு குடு" என்று ராஜம்மா கிழவி இரும்புக் கரண்டியோடு வந்தது. அவர்களின் நிலையைப் புரிந்து கொண்டது. "பொன்னுத்தாயி, வறுமைக்கு வாழ்க்கப்பட்டுட்டோம். இதெல்லாம் சகஜம்! இன்னிக்கு மழையில நனைஞ்சு, வெயில்ல காயறோம். நாளைக்கு நிழல்ல வெதுவெதுப்பா இருப்போம்! கவலையை விடு" என்றபடி வீட்டுக்குள் நுழைந்து அடுப்பில் நெருப்புக் கங்குகளை வாரியது. அம்மா கலைந்த விறகுகளை சரி செய்து ஊதியது. நெருப்பு ஜ்வாலை விட்டு குதித்தது. குளிர் ஓடியது. ரவி குளிர்காய்ந்தபடி இருந்தான். அம்மா அணைத்துக் கொண்டிருந்தது.

கெண்டைக்காலில் அட்டைக் கடிவாயில் அடுப்பின் அனல் பட்டதும் சுரீர் என்றது. 'அம்மா என்றபடி மெலிதாகத் தடவிக் கொடுத்தான். "என்னடா, செந்தட்டி பட்டதா?" "ஒண்ணுமில்லம்மா செந்தட்டிபட்ட இடம் காந்துது." அம்மாவுக்கு உலையின் வேகத்தைவிட கண்ணீர் பொங்கியது. அவனது தலையை கோதி விட்டாள். "தம்பி, ஓங்கூட வேலைபார்க்கிற பள்ளு, பறை பசங்களோடு பார்த்து பழகணும். எளிய சாதி பசங்களுக்கு நம்மளை மாதிரி மனசு விசாலமா இருக்காது. வம்பு தும்புல மாட்டி விட்டுறுவானுக"

"இல்லம்மா. என் கணுக்கால்ல அட்டைகள் இரத்தம் குடிச்சப்போ, சக்கிலிய வீட்டுப் பழனிதான் அட்டையைப் புடுங்கி விட்டு கால் கழுவி விட்டான்; அண்ணாந்து காபி பழம் பறிக்கையில நான் கீழே விழ இருந்தப்ப பள்ள வீட்டு செத்தக்குழலு இருளன்தான் காப்பாத்தினான்"! ஏம்மா, சக்கிலி பறையன்னா என்னம்மா?

அவனுங்களும் நம்மள மாதிரி ஏழைதானே? மனுஷங்கதானே...?"

"அம்மாடி, அப்பன் மாதிரி பெரிய பேச்செல்லாம் பேசுறே!" என்றபடி அவனது தலையைக் கோதினாள். அம்மாவின் கண்ணீர் அவன் தலையில் சூடாக விழுந்தது அம்மா அதைத் தடவி விட்டுட்டு கண்ணைத் துடைத்துக் கொண்டாள். அடுப்பில் கொதித்துப் பொங்கிய குழம்பு மணத்தது. அம்மா தட்டுகளைக் கழுவி அடுப்படி முன் பரிமாறினாள்.

□

6

எஸ்டேட்டில் ஆண்களும் பெண்களும் சிறுவர்களுமாய் எண்ணிக்கை கூடிவிட்டது. பெண்கள் இரண்டு பிரிவாகப் பிரிந்து ஏலப்பழம் எடுக்க அனுப்பப்பட்டனர். ஒரு பிரிவுக்கு கங்காணி பரமன். இன்னொரு பிரிவுக்கு பழனிச்சாமிக் கவுண்டர். அடர்ந்த தூரம் தொலைவான காட்டுப் பகுதிக்குப் பரமன் போவார். இந்தப்பிரிவில் 30 வயசுக்கு கீழே உள்ள பெண்கள் இருந்தனர். பழனிச்சாமி கங்காணியின் கீழ் 30 வயசுக்கு மேற்பட்டவர்கள் தளர்ந்தவர்கள், இயலாதவர்கள், பிள்ளைத்தாய்ச்சிகள், கர்ப்பிணிகள் என்று வகை பிரிக்கப்பட்டு பக்கத்துக் காடுகளுக்குச் செல்லுவார்கள்.

ஆண்களில் இளந்தாரிகள் மோட்டாவான ஆண்கள் 10 பேர் சின்னாத்தேவர் கண்காணிப்பில் மரம் வெட்டப் போவார்கள்; இளந்தாரிகளில் இன்னொரு பிரிவினர் சீனி மாதாரி கண்காணிப்பில் களை எடுக்கும்; பூச்சி மருந்தடிக்கும் வேலைகளைச் செய்வார்கள் 30 வயசுக்கு மேற்பட்ட ஆண்கள் இராமர் கண்காணிப்பில் உச்சிமலைப்பகுதிகளில் ஏலப்பழம் எடுக்கப் போவார்கள். பையன்கள் காபிபழம் சேகரிக்கப் போவார்கள்.

வெள்ளத்தாய் வீட்டுக்காரன் சின்னவாடனுக்கு மலம் அள்ளும் வேலை கொடுத்தனர். நோயாளியான அவனுக்கு களை எடுக்கவோ. மரம் வெட்டவோ ஏலாது. “ஊர்க்காட்டில்தான் பீக்காட்டில் உழன்டோம். இங்கேயாவது நிம்மதியா வேற வேலைகளைப் பார்க்கலாம்னா... இங்கேயும் பீ மண் வெட்டிதானா?” என்று புழுங்கினான். ஆனால் வெயிலேற பத்து மணிக்கு ரோட்டோரம் கழிவுகளை மண்வெட்டியில் வழித்துக் குப்பையில் தள்ளனும்; அப்புறம் பதினோரு மணி வாக்கில் பங்களாவில் உள்ள நாட்டுக் கக்கூசை சுத்தம் செய்யணும்; மேனேஜர், முதலாளி வரும் நாட்களில் உள்ளறையில் இருக்கும் பம்பாய் கக்கூசைக் கழுவி பினாயில் தெளிக்கணும்!.வேலை சுலுவுதான். உடம்பு நிலை கருதி ஒத்துக் கொண்டான்.

இப்படி வேலைப்பகிர்வு வேலைகளை சங்கிலி மாதாரியின் யோசனைப்படி துரைச்சாமி கணக்குப்பிள்ளை செய்து வந்தார். மேனேஜர் வைரம் செட்டியார் திங்கள், புதன், வெள்ளி என வாரத்தில் மூன்று நாட்கள் போடியிலிருந்து அம்பாஸிட்டர் காரில் வருவார். சாந்தம்பாறையில், வண்டண்மேட்டில் ஏலக்காய் ஏலம்

நடக்கும் நாட்களில் மேனேஜர் வந்து விடுவார். எஸ்டேட் முதலாளி இராஜபாளையத்திலிருந்து மாதம் ஒரு தரம் வருவார். இரண்டு நாள் தங்குவார். பால் தோற்கும் வெள்ளை வெளேர் பனியன், அரை ட்ரவுசர், கையில் ஸ்டைலான ஊன்று கம்பு; கண்ணங்கரேர்னு தளதளன்னு புலி உசரத்தில் ஒரு நாய்; நீண்ட சங்கிலி கட்டி கார் டிரைவர் பிடித்து வருவார். கண்கள் கொடூரமாய் மின்ன, நாக்கு தொங்க, அங்குமிங்கும் பார்வை அலை பாய்ந்தபடி வரும் நாயைப் பார்த்தாலே நடுக்கம் வரும். முதலாளிக்கு முப்பது வயசுதான் இருக்கும். பணத்தின் செழிப்பு உடம்பெல்லாம் மின்னும்; ரோஜாப்பூ நிறம்! எவ்வளவு பெரிய ஆளுகளையும் நீ, வா, போன்னுதான் மொட்டையாக பேசுவார்

அந்த எஸ்டேட்டிலேயே ரொம்ப வயசான, உசரமான ஆளு சங்கிலிக் கிழவர்தான்! அவரு உடம்பை முன்பக்கமாக "டா"ன்னா மாதிரி வளைஞ்சு கை கட்டி நிக்கிறதைப் பார்த்தா, பரிதாபமாக இருக்கும். முதலாளி முகத்தில கணக்குப் பிள்ளை, மேனேஜர் முகத்தில் தனிப்பிறவிகள் மாதிரி மிடுக்கு கூடி இருக்கும்.

அம்மாவிடம் இதைப்பத்தி சொல்லி "ஏம்மா இப்படி"ன்னு கேட்டான் ரவி "அது அப்படிதான். தொழிலாளின்னா வளைஞ்சு குனிந்து பணிவா இருக்கணும் ; முதலாளின்னா நிமிர்ந்து அதிகாரமா பார்க்கணும்னு நடைமுறை."

"இது தப்பில்லையாமா?"

"அது அப்படித்தாண்டா; நீ போகப் போக புரிஞ்சுக்குவ"

"சரி, நீ இப்படி வித்தாரம் பேசிக்கிட்டு சக்கிலி, பள்ளன் பறையன் கூட உழப்பிகிட்டு வராதே!

"என்னம்மா, எல்லாரும் ஒரே இடத்தில வேலை பார்க்கிறோம். தொடாமா கிடாம எப்படி இருக்க முடியும்? பழம் பறிக்கும் போது நா விழப் போனா அவனுங்க தாங்கிப் பிடிக்கிறானுங்க. அவனுங்க விழப் போனா நாமளும் தாங்கி, காப்பாத்தணும்ங்கிறது தானே சரி".

"ஆமா, இப்படி விண்ணாரம் பேசி அவனுங்க திங்கக் கொடுக்கிறதை எல்லாம் சாப்பிட்டுட்டு வராதே"

"போம்மா.. நீ பேசுறது ஒண்ணும் புரியலை; நல்லாவும் இல்லை"

அவன் இப்படி கருத்துகளை சொல்லும் போது எல்லாம் அம்மா அவனைத் தழுவி தலையைக் கோதுவாள் அவனது எண்ணம் பல நிற மேகக் கூட்டம் போல ஒன்றோடு ஒன்று சேர்ந்து ஒரே நிறமா மாறிவிடும்!

எஸ்டேட்டிற்கு முதலாளி வந்தால் சங்கிலிக்கிழவருடன் மட்டும் ரொம்ப நேரம் தனியாகப் பேசுவாராம். எஸ்டேட் நடப்புகளைக் கேட்டுக்குவாராம்! வேலைக்கு வந்திருக்கிறவங்க யார், யாரு எந்த எந்த ஜாதி, எப்படி குணம் எல்லாம் விசாரிப்பாராம். கணக்குப்பிள்ளை மேனேஜர் கிட்ட கணக்கு வழக்குகள், ஏலச்சரக்கு ஏலம் போகும் விலை இது மாதிரிதான் பேசுவாராம். ஊருக்குப் போகும் போது சங்கிலிக் கிழவனுக்கு பழைய உல்லன் சால்வை, பனியன், சொட்டருன்னு கொடுத்திட்டுப் போவாராம். அதை அவரு ராத்திரி நேரம்தான் போட்டுக்குவாராம். மறந்தும் பகல் நேரத்தில் போடறதில்லை. தன் மகள்வழிப் பேரப்பிள்ளையையோ மகன் பரமனையோ, மருமகன் சீனியையோ அவனது பிள்ளைகளோ அந்தத் துணிகளை போட சங்கிலி விடமாட்டாராம்.

நீளமான வெள்ளரிப்பழம் பழுத்த மாதிரி இருப்பார். உடைந்து விடாத மாதிரி உடலைக் கட்டிய கைகளோடுதான் பார்க்க முடியும். ஏற்றமான மலைப்பாதையில் ஏறும் போதுதான் அவர் கைகள் அகல வீசி நடப்பார். 1200 ஏக்கர் ஏலக்காட்டில் அவரது கால் படாத இடம் இல்லையாம். இந்த முதலாளியோட தாத்தா காலத்தில இருந்து சங்கிலி இங்கதான் வேலை பார்க்கிறாராம். அதனால்தான் இந்த 70 வயசிலும் இங்கேயேதான் சுற்றிச் சுற்றி வருகிறார். பெருக்கல் குறி மாதிரி சங்கிலி குளிருக்கு கைகளை நெஞ்சில் குறுக்கு நெடுக்கிலுமாகக் கட்டிக் கொள்வார். அவரது பரந்த கைகளை மிஞ்சி குளிர் அண்டமுடியாது. ஆள், வேலை வாங்கும் போது நெஞ்சை நிமிர்த்தி வகுத்தல் குறிமாதிரி நடுநெஞ்சில் கைகள் இணைந்து இருக்கும் கம்பீரமாக இருக்கும்! ஆனால் முதலாளி எதிரில் இருக்கும் போதுதான் முன்னால் வளைந்து முன் இடுப்பில் கைகட்டி நிற்பார். முறிந்து தொங்கும் நெட்டிலிங்க மரமாக நிற்பார்! பரிதாபமாக இருக்கும்!. மனுஷன் கதைகளாகச் சொல்லி நோகாம வேலை வாங்கி விடுவார்.

□

7

பழனிச்சாமி கவுண்டர் கங்காணியாக இருக்கும் குழு நிறைபிடித்து பழம் எடுத்துக் கொண்டிருந்தது. “குமரிகளையும்,இளந்தாரிப் பொம்பளைகளையும் சக்கிலியன் ஓட்டிட்டுப் போயிட்டான். நமக்குபாரு அறுந்தது, முறிந்தது, நொந்தது, வெந்தது, பெத்தது, பெறமுடியாததன்னு தலையில கட்டிவிட்டுட்டானுங்க!. இவளுகளைப் பத்திகிட்டுத் திரிய வேண்டியதிருக்கு ” என்று தோளில் இருப்பக்கமும் குடையை கிடத்தி அதில் கைவைத்தபடி முணுமுணுத்து கொண்டிருந்தார் பழனிச்சாமி.

“என்ன சாமியோவ், ஒரே புலம்பலா இருக்கு” என்றாள் வெள்ளத்தாய். ‘அட இவ காதில விழுந்திருச்சா’ என்றபடி “ஏலா நா என்னா புலம்பிக்கிட்டா இருக்கேன்? பழத்தை பாத்து எடுத்தா... பிஞ்சு சரத்தை பிடுங்கிறாமா” என்று சத்தம் கொடுத்தார்.

“இல்ல சாமி, ஏதோ முடியாமல் புலம்பின மாதிரி இருந்துச்சு; அதான் கேட்டேன். அம்மாக்கமாரு கஞ்சி கிஞ்சி ஊத்திக் கவனிக்கலையோன்னு”

“ஆத்தா மூடு வாயை! என் வூட்டுக்காரி சரியா கவனிக்கல. நீ வரியா ” என்று வெள்ளத்தாய் பக்கத்தில் போய் நின்று குடையை மண்ணில் நறுக்கென்று ஊன்றி, அதில் சாய்ந்தபடி கிசுகிசுத்தார்.

“இந்த எகத்தாளம், எகடாசிதானே ஆகாது” என்றாள் வெள்ளத்தாய்.

“என்னடி எகத்தாளம்!”

“ஆமாம் அதோ அந்த குடியானப் பொம்பளைக கிட்டப்போய் கவனிக்கச் சொல்லு சாமி! அந்தா அந்த சிவனம்மா கிட்ட போய் கவனிக்கச் சொல்லு; நல்லா கிழிச்சு தொங்க விட்டுருவாங்க! சக்கிலிச்சி மெதமாத் தெரியறோம்னு வாய்கூசாம கூப்பிடறே”

“அட, என்னடி மரியாதை குறையுது”

“ஆமாம் இக்கு, மரியாதை! நடந்துக்கிறதுக்கு தக்கதானே கிடைக்கும்”

இந்த கிசு கிசு சண்டை அடுத்தடுத்த நிறையில் பழம் எடுக்கிறவாங்க காதில அரைகுறையா காதில விழ...அவர்கள் நிமிர்ந்தார்கள்!

“என்னடி வெள்ளத்தாயி அது” சிவனம்மா கேட்டது. “ஒன்னு மில்ல தங்கச்சி, வெள்ளத்தாயி பழத்தை விட்டுட்டு கருங்காயை பிடுங்கியிருச்சு கொஞ்சம் சத்தம் கொடுத்தேன்!” வெள்ளத்தாயை பேச விடாமல் பழனிச்சாமி முந்திக் கொண்டார். வெள்ளத்தாய் கண்ணில் நெருப்பைக் காட்டி நகர்ந்தாள். அடுத்தடுத்த பெண்களிடமிருந்து குரல் வருவதற்கு முன் முந்திக் கொண்டார். “தாய்களா, நல்ல பழமா பாத்து எடுத்துட்டு போங்க! பழத்த தவற விடாதிங்க. வள்ளியை பிச்சுறாதிக” என்று சத்தம் கொடுத்தபடி இடப்புறம் பின்தோளில் சட்டைக்காலரில் குடையைக் தொங்கவிட்டுக் கொண்டு அடுத்தடுத்த நிறைகளைத் தாண்டி மேலே ரோட்டுக்குப் போனார்.

“வீட்ல இருக்கிறவளைப் பார்க்கத் திறமில்லை. வெளியே எவடா கிடப்பான்னு நாக்கைத் தொங்கப் போட்டுகிட்டு அலையறானுக” என்று வெள்ளைத்தாய் முனங்கினாள். “என்ன வெள்ளத்தாயி, என்ன பிரச்சினை” என்று அம்மா பொன்னுதாயி கேட்டது.

“ஒன்றுமில்லை ஆத்தா. முள்ளுக்காயை மிதிச்சிட்டேன். அதைத்தூக்கி எறிஞ்சேன்: நல்லவேளை, கால்ல குத்தல!” வெள்ளத்தாய் சொன்னாள்

“சிவனம்மா,இந்த பழனிச்சாமியண்ணன் போக்கு சரியில்ல! பாவம், பச்சைப்பிள்ளைக்காரி வெள்ளைத்தாயை ஓரண்டிகிட்டே இருக்காரு!” என்றது அம்மா.

“ஆமாக்கா, நானும் கவனிச்சேன் ஒரு நாளைக்கு திருநாளு இருக்கு” என்றது சிவனம்மா.” என்னடி அது, ரகசியம் பேசுறிக” என்று பாப்பாக்கிழவி கேட்டது. “ஒன்றுமில்லக்கா” அம்மா சொன்னது. “என்னது, தடைக்குள்ள பேச்சுசத்தம்! மளமளன்னு பழத்தை எடுத்து ரோடேறுங்க! இன்னும் அரைசாக்கு கூட ரொம்பலை”என்று கத்தியபடி பழனிச்சாமி வெள்ளைத்தாயை முறைத்தபடி பீடியை பற்ற வைத்து ஊதினார்.!

இன்னொரு புறத்தில் ஆண்கள் களை எடுத்துக் கொண்டிருந்தார்கள்.

“சாமி, அந்த முள்செடி, செந்தட்டிச்செடிகளை எல்லாம் வேரோடு வெட்டிப் போடுங்க சாமி! ஏலத்தட்டையில் அருவா படாமப் பாத்துங்க. மாயாண்டிசாமி, என்னசாமி இளவட்டமா இருக்கீங்க. நறுவுசா களையை வெட்டி குமி போடுங்க! களையை மறைச்சு போட்டீங்கனா பின்னால வர்ற முதலாளிமாரு குமியை கலைச்சுப் பார்த்தா வில்லங்கமாய் போயிரும்! உங்களுக்கும் அசிங்கம்! எனக்கும் அசிங்கம்.!”

"இல்ல சீனிமாதாரி, நல்லாத்தான் எடுத்திருக்கேன் இங்க பாரு" மாயாண்டி சொல்ல, சீனி ஆவேசமாய் போய் களைக் குவியலைக் கம்பால் புரட்டினார். எடுக்கப்படாத களை நட்டமா நின்று ஆட்டம் போட்டது

"என்னசாமி இப்படி. வாங்கற சம்பளம் லவிக்கிற மாதிரி வேலை பார்க்க வேணாமா சாமி" மாயாண்டி அவமானத்தை மறைத்து முறைத்தார். சீனி மெல்ல அடுத்தடுத்த நிறையை பார்த்தபடி நகர்ந்தார்.

"ஏப்பேய் முருகா, இந்தச் சக்கிலிப்பய என்னப்பா இந்தப் பேச்சுப் பேசுறான்! என்னமோ இந்த ஏலத்தோட்டமே இவனுங்களுக்கு எழுதி வச்ச மாதிரியில்ல கத்தறானுங்க!"

"ஆமா, நம்மளும் கொஞ்சம் இதம்பதமா வேலை பார்க்கணும்ல! முழுக் களையையும் எடுக்காம அப்படியே மூடிமறைச்சிட்டு வந்தா நமக்கு அசிங்கம் தானே"

"ஆமாம்பா பெரிய நியாயக்காரத் தருமரு! ஒங்கிட்ட நான் சொன்னேன் பாரு"

"ஏப்பா, வேலையில சரியா இருக்கணும்மில்ல?"

"இந்தா, இனிமே என்கிட்ட பேசாதே! நானும் உன்கிட்ட ஒண்ணும் சொல்ல மாட்டேன் இனி!"

"சாமிகளா, சத்தமில்லாம களை எடுத்து ரோடேறுங்க! இன்னும் இரண்டு ரோடு முடிக்கணும்" என்று சீனி சத்தம் கொடுத்தார்;

"க்க்கும்.... இடுப்பு தெறிச்சுப் போச்சு, அப்பே" பெரியசாமி சொன்னார்.

"ஆமாப்பா, நீ எளிய சாதின்னாலும் உனக்காச்சும் இந்தக் கொடுமை தெரியுது" என்றார் மாயாண்டி

"எளிய சாதின்னு சொல் கேட்டதும் பொங்கிய பெரியசாமி, புளிச்சென்னு எச்சிலைத் துப்பி இறுக்கமாக வாயை மூடிக் கிட்டு களை எடுத்தபடி நகர்ந்தார். ஒருவழியாக களை எடுத்து ரோடேறினர்! கை காலை உதறித் தலைத் துண்டுகளை உதறினர். "சாமி, மாயாண்டி சாமி கோவமா? இந்தாங்க இந்த பீடியை ரெண்டு சுண்டு, சுண்டியிழுங்க அடுத்த நிறையை பிடிப்போம்!"

"என்ன கோபம்? நீ மாதாரி கங்காணி! நாங்க குடியானவ வேலைக்காரங்க! எங்க தலை எழுத்து!" என்றார் மாயாண்டி.

"இதில் என்னசாமி சாதி? அவங்க அவங்க வயித்துப்பாட்டுக்கு வேலையை அவங்க அவங்க பார்க்கிறோம்! நான் பதினைஞ்சு வருஷத்துக்கு முன்னால வந்ததால கங்காணியா இருக்கேன்! நீங்களும் தொடர்ந்து மூணுவருஷம் வந்தீங்கன்னா கங்காணிதான்;

இந்தாங்க பீடி'' என்று சீனி சமாதானமாய்ப் பேச, பீடியை வாங்கிப் பற்றவைத்து மாயாண்டி புகையை உமிழ்ந்தார்.

"ஏப்பா சீனி, நல்லா சொன்னப்பா! என்ன சாதி இழவு சாதி! நீயாச்சும் பரவால்ல! உங்க அப்பன் ஆத்தா உழைக்கவாவது சொல்லிக் குடுத்திருக்காக! இந்த எழவெடுத்த சாதியில பிறந்து களவு, வெட்டுக்குத்து, கட்றது, அறுக்கிறதுனுல்ல சொல்லிக் குடுத்து எங்களை எல்லாம் உருப்பிடாமல் பண்ணிட்டானுங்கப்பா'' என்று சக்கரைத் தேவன் சொன்னான்.

"ஆத்தாடி, 20 வயசு இளந்தாரிக்கு இவ்வளவு விசனம், வியாக்கியானம்! கவலைப்படாத சாமி! உங்க நல்ல மனசுக்கு நல்ல வாழ்க்கை அமையும். சரி வாங்க, சாமிகளா, இன்னும் ரெண்டு நிறை இருக்கு, மளமளனு முடிப்போம்!'' என்று சீனி சொன்னார். ரோட்டின் மேலே நிறையைப் பிடித்து வேலையைத் தொடங்கினர்.

அடுத்தடுத்த நிறைகளை முடித்தனர். ஒரு கிலோ மீட்டர் தூரம் ஏற்றத்தின் களையை களைந்தனர் இடுப்பு விண்ணு விண்ணுன்னு வலி எடுத்து கைகள் ஓய்ந்தன. பொழுதும் இறங்க வேலையை முடித்து ஓடையில் கைகால் கழுவினர். உழைப்பின் உடல் வலியை குளிந்த நீர் மரமரக்கச் செய்தது. இதமாக இருந்தது!

□

8

இன்னொரு புறம் பத்துபேர் மரம் வெட்டிக் தொண்டிருந்தனர் அடர்ந்த கருண்ட காட்டின் அமைதியைக் குலைக்கும் விதமாக அடுத்தடுத்த வெட்டுச் சத்தங்கள் அரக்கனின் காலடிச் சத்தமாக ஒலித்தது. சின்னாத்தேவர் கண்காணித்துக் கொண்டிருந்தார். "என்ன குமாரு மாப்ளே, என்ன இடுப்பில கைவச்சிட்டு நிக்கறீக. உடம்பில இசக்கு அவ்வளவு தானா?"

"அட சும்மா இருங்க மாமு. காலையில 7 மணியில இருந்து குனிஞ்ச தலை நிமிராம வெட்டி ரெண்டு மரத்தை சாச்சுட்டு அப்பாடான்னு இப்பத்தான் பெருமூச்சு விடுறேன். நீங்க பாட்ல கேலியும் நக்கலும் பேசுறீங்க!" என்றான் குமார்;

"என்ன மாப்ளே, இருபது வயசில் இம்புட்டு அலுப்பு? நான் எம் மகளை குடுக்கலாம்னு இருக்கேன்"

"ஆமாம் மாமு, இனிமேல் நீ பெத்துத் தர்றதுக்குள்ள நான் கிழண்டு, கழண்டு உழண்டு கம்பு ஊண்டிருவேன் "

"என்ன மாப்ள இந்த சலிப்பு? பெத்தாதானா பிள்ளை? உனக்கு யாரைக் கட்டி வச்சாலும் எம் மகதானே மாப்ளே! தெம்பா வேலை பார்த்து நாலு காசு சேருங்க! வர்ற தையில முடிச்சிறுவோம்

"ஆமாய்யா, இப்படியே சொல்லி வேலை வாங்கிருவீங்க"

"மாப்பிள்ளே, எங்கே ஒரு பாட்டு படிங்க! மத்தவங்களும் தெம்பா வேலை பார்ப்பாங்க!" குமார் பக்கத்தில ஓடையில் தண்ணீர் அள்ளி குடித்து விட்டு வந்து பீடியை இழுத்துத் துப்பினான். மீண்டும் ஓடைத்தண்ணீரை அள்ளிக் குடித்தான். பின்னர் "ஓடும் மேகங்களே... ஒரு சொல் கேளீரோ " என்று பாட, மற்றவர்கள் உற்சாகமாக வெட்டிய மரங்களைத் துண்டு போட்டுக் கொண்டிருந்தனர்.

"மாப்பிள்ளை, பாட்டு மட்டுமல்ல, உடலசைவும் நெத்திக்கட்டும் அச்சு அசலா எம்.ஜியார் மாதிரியே இருக்கு மாப்ளே"!

"ஆமாங்க இப்படியே ஏச்சே வேலையை வாங்குங்க"

சின்னக்கருப்பனும் சோணைமுத்தும் கோடாலியை கீழே போட்டுவிட்டு ஓடைப்பக்கம் போனார்கள் "என்ன ஆச்சு,சின்னக்கருப்பு. சோணமுத்து?"

"என்ன ஆச்சா? என்ன சாமி, தவிச்ச வாயிக்கு தண்ணி குடிக்கப் போறோம்! காலையில ஏழு மணியில இருந்து லொங்கு லொங்குனு வெட்டி கை, தோள் பட்டையெல்லாம் விட்டுப் போச்சு" என்றார் சின்னக்கருப்பன்.

சோணைமுத்து தண்ணீர் குடித்து விட்டு வந்தார். "தண்ணி குடிச்சிட்டு வரறேன்னு சொல்லுங்க. நல்லா குடிச்சிட்டு வாங்க அதுக்கு ஏன் இந்த முறைப்பு, விரைப்பு? வேலைக்களத்தில் கங்காணின்னா கேட்கத்தான் செய்வோம்! நீ இந்த வெடை வெடைக்கிற? சும்மா உக்கார வச்சா சம்பளம் தருவாங்க?"

"தேவருசாமி, ஏன் இந்தக் கடி கடிக்கிறீங்க? நீங்க கங்காணின்னா, தண்ணி குடிக்கக் கூட சொல்லியிட்டுதான் போகணுமா? நீங்க குடுக்கிற ரெண்டே காசு ஓவா சம்பளத்தில பகல் பூரா இடுப்பு ஒடிய வெட்றோம்; யாசகமா சம்பளம் தர்ற மாதிரி இல்ல பேசுறிங்க! நாங்க உங்களை மாதிரி சும்மா உக்காந்துக் கிட்டு சம்பளம் வாங்கல"

"ஏம்ப்பா சோனணமுத்து, நாங்க சும்மா உக்காந்துக் கிட்டா சம்பளம் வாங்குறோம? இருவது வருசமா நானும் தொழிலாளிகளோட தொழிலாளியா அட்டைக் கடியில் அரணைக்கடியில் மேடு பள்ளத்தில் ஏறி இறங்கி லோள் பட்டுதான்... உங்களை வேலை வாங்கித்தான் சம்பளம் வாங்கிறேன். நீ ரெண்டே கால் ரூவான்னா நான் ரெண்டார் ரூபாதான் வாங்கறேன்! கால்ரூபா பெரிய சம்பளமா?"

"ஆமா பெரிய இந்தக் கங்காணி! முதலாளி, மேனேஜர், கணக்குப்பிள்ள மாரை காக்காபிடிச்சுத் திரியறவங்க கங்காணி! ரத்தம் சிந்த உழைக்கிறவங்க கூலிக்காரங்க, வேலைக்காரங்க!"

"நாக்க அடக்கிப் பேசப்பா. நானென்ன காக்கா பிடிச்சா வேலை வாங்கினேன் நாங்க பெரியவங்க சிறியவங்க பார்த்து, இதம் பதமா பேசி, இதமா வேலை பார்க்கிறோம்; நீங்க முரட்டுத்தனமா பேசி முரட்டுத்தனமா வேலை பார்க்கிறிங்க! எல்லாம் சாதுரியம் வேணும்!"

"ஆமாம், முதலாளிக்கு சம்பாரித்துக் குடுக்கிற சாதூர்யம் வேணாம்...! யாரையும் காலையும் கையையும் பிடிக்க வேணாம்! எங்களுக்கு உழைக்கிறதுக்கு தக்க கூலி கொடுத்தா போதும்" என்றான் சோணைமுத்து.

"மாமு, பேச்சை விடுங்க மாமு, வாங்க எல்லாரும் வேலையைப் பார்ப்போம்" என்றபடி குமார் "அதோ அந்தப் பறவை போல வாழ வேண்டும்

இதோ இந்த அலைகள் போல ஆட வேண்டும்." என்று பாடத் தொடங்கினான். குமாரின் குரலினிமையும் அவனது உடலசைவும் எல்லாருக்கும் உற்சாகம் தந்தது! மரத்தை வெட்டித் துண்டு போடத் தொடங்கினார்கள். சலசலத்த ஓடை நீர் கலகலத்துச் சிரிப்பதாக இருந்தது.

□

9

சங்கிலி மாதாரிக்கு மூன்று பெண் பிள்ளைகள் ; ஒரு மகன். சிறு வயதிலிருந்து வட்டப்பாறை எஸ்டேட்டிலே அவரது ஜீவனம். அவரது பிள்ளைகளும் அவருடனே எஸ்டேட்டிலேயே வளர்ந்தன. ஏலத்தோட்டத் தொழிலைத் தெளிவாகத் தெரிந்திருந்தனர்! மகன் பரமனுக்கும் அப்பாவைப் போல அந்த எஸ்டேட்டின் 1200 ஏக்கரிலும் கால்படாத இடம் இல்லை. அப்பாவைப் போல் எதையும் தெளிவாகவும் சமயோசிதத்துடன் செய்வார்.

மகள்கள் ஜக்கி,முத்து, சின்னா மூவரில் நடுவுள்வளை லட்சுமிநாயக்கன் பட்டியில் ஒரு விவசாயக் கூலிக்கு மணமுடித்து வைத்தார். மூத்தவள் ஜக்கியை தனது தங்கை மகன் சீனிக்கு கல்யாணம் பண்ணி வைத்தார். சீனியும் எஸ்டேட்டிலேயே வேலைபார்த்து வந்தார். மூத்தவள் ஜக்கியின் பிரசவத்துக்குத் துணை போன சின்னாளும்; சீனிக்கு வாழ்க்கைப்பட்டு சககிழத்தி ஆனாள். அவர்களுக்கு இடையே எந்தப் பூசலும் இல்லை. ஜக்கி அடிக்கடி நோய்வாய்ப்பட்டு சீக்காளியாக இருந்தாள். அவளுக்கு ராஜி, துளசி என்று இரு மகள்கள் மட்டுமே! இளையவள் சின்னாளுக்கு மணிகண்டன்,அய்யப்பன், அரிஹரன் என்று மூன்று பையன்கள். இரு குடும்பமும் எஸ்டேட்டிலேயே தனித்தனியாய் இருந்தன. அவரவர் உழைத்து வயிற்றுப்பாட்டைப் பார்த்துக் கொண்டனர்.

குடும்பத்தில் அவரவர் உழைக்க ஆரம்பித்து வயிற்றுப்பாடு தீரவும் சீனி 'கங்காணி' என்ற தோரணையில் சாமர்த்தியமாகப் பேசிக் கொண்டு இரு; குடும்பத்திலும், காசு வாங்கிக் கொண்டு குடிக்கவும் ஜயப்பன் கோவிலுக்குப் போகவும் ஊரில் உள்ள குடியானவர்களுக்கு இணையாக தடபுடல் செலவுகள் செய்யவுமாக இருந்தார். எஸ்டேட்டில் படிக்க பள்ளிக் கூட வசதி இல்லாததால் பிள்ளைகளும் படிப்பறிவு இல்லாமல் தம் போக்கில் இருந்தனர்! எனினும் அம்மா அப்பா என்ற குடும்பச் சட்டகத்திற்குள் இருந்து கொண்டே அப்பாவைப்போல செலவாளியாக இருந்தார்கள்.

சனிக்கிழமை தோறும் மூன்று மணிக்கு படிக்காசு கொடுக்கப்படும். அவரவர் படிக்காசு பெற்றதும் வீட்டிற்குத் தேவையான அரிசி பருப்பு உப்பு மிளகாய் வாங்கி வருகிறோம் என்று இளந்தாரிகளோடு

பெரிய பையன்கள் மணிகண்டனும், அய்யப்பனும் கால் நடையாக குறுக்கு வழியில் தேவாரம் மெட்டுவழியாக தேவாரம் சென்று விடுவார்கள். மூன்றரை மணிக்குப் புறப்பட்டால் ஆறு மணிக்கு தேவாரத்தில் இருப்பார்கள். பக்கத்தில் கிராமத்தில் இருக்கும் சொந்தக்காரர்களைப் பார்ப்பது. தேவையான அரிசி, சோளம், கேப்பை,உப்பு மிளகாய், காய் கறிகளை வாங்கி சாக்கில் கட்டி பஸ்ஸடாண்டுக் கடையில வைத்துவிட்டு இரண்டாவது ஆட்டம் சினிமா பார்ப்பார்கள். சினிமா முடிந்து ஒரு டீ குடித்து விட்டு நடக்கத் தொடங்கி, தேவாரம் மெட்டு உச்சி ஏற்றத்தில் தலைச் சுமையோடு மெல்ல நடந்து காலையில் ஆறு மணிக்கெல்லாம் வட்டப்பாறை எஸ்டேட்டுக்கு வந்து விடுவார்கள்

அப்புறம் என்ன! அரிசி, சோளம், கேப்பை, உப்பு, புளி மிளகாய் வந்து விட்டால் ஞாயிற்றுக் கிழமை முழுதும் பன்றி,ஆடு, மாடுன்னு அவரவர் ருசிக்கு ஏற்ப கறி வாசம்தான்!; ஏலக்காய் வாசத்தை மிஞ்சி வீசும்! ஞாயிற்றுக்கிழமை வந்தால் தீபாவளிதான். ஊரில் விவசாயக் கூலிகளாக இருந்தவர்கள் மழையில்லாமல் காய்ந்தவர்களுக்கு வேலையும் வயிற்றுக்கு தாராளமாய் உணவும் கிடைத்தது! ஊரில் எட்டணா, முக்கால் ரூவா கூலியில் நாளைக் கழித்தவர்களுக்கு பெண்ணுக்கு ஒன்னே கால்ரூபா, ஆணுக்கு இரண்டேகால் ரூபா சம்பளம் கிடைக்கவும் வறுமை மறந்து குடியும் கும்மாளமும் சேர்ந்து கொண்டது. சுற்றியுள்ள சதுரப்பாறை, வெள்ளைப்பாறை, கூமாச்சிப்பாறை, பேத்தொட்டி, ராஜாப்பாறை எஸ்டேட்களில் உள்ள கூலியை விட குறைந்த கூலி வாங்குகிறோம். அதிகமா உழைக்கிறோம் என்ற உணர்வு இல்லை. அந்தந்த எஸ்டேட்களில் நடைபெறும் மாலைநேரப் பள்ளி, ரேசன் அரிசி,குளிருக்கு கம்பளி போன்ற வசதிகள் பற்றி இவர்கள் கவலை படவில்லை. 'இங்கே இஷ்டம்னா வேலை பார்க்கலாம் இல்லை என்றால் போய்க்கொண்டே இருக்கலாம்' என்ற நியதிதான்!. சங்கிலி; குடும்பத்தார் தவிர வேறு எவரையும் முதலாளி நீடித்து வைப்பதில்லை. சுற்றுப்புற அறிவு வருவதற்குள் தொழிலாளர்கள் பழமெடுப்பு சீசன் முடிந்தது என்று வெளியேற்றப் படுவார்கள் ஆகவே எஸ்டேட் நிருவாகத்திற்கு எந்தச் சிக்கலும் இதுவரை வரவில்லை.

சங்கிலி மகன் பரமனுக்கு சொந்தத்தில் கல்யாணம் முடித்து வைத்தார்கள். அந்தப் பெண் எட்டாம் வகுப்பு வரை படித்தது. அதற்கு இந்தக் குளிரும் எஸ்டேட் சூழ்நிலையும் மனசாலும் உடலாலும் ஒத்துப் போகவில்லை. பரமன் எம்.ஜி.ஆரைப்போல்

சிகப்பாக சுருட்டை முடியுடன் களையாக இருப்பார். அதனால் அவரை விட்டு ஊருக்குப் போக மனசில்லை! ஊரில் வீட்டுக்கு வீடு ராக்கஞ்சி வாங்கிக் குடிக்கும் கூலி மாதாரியின் மகளாக இருப்பதை விட கங்காணியின் மனைவியாக மலையிலே இருந்து விடுவதே நல்லது, என்று எஸ்டேட்டிலேயே இருந்து விட்டாள்! உடல் நோயாளியாகவே குழந்தை பாக்கியமில்லாமல் இருந்தாள். கங்காணி பெண்டாட்டிக்கு வேலை சுலுவாக இருக்கும். வேகமாய் வேலை முடிப்பவர்கள் வந்து உதவுவார்கள். சாதியில், குணத்தில் எவ்வளவு பேதம் இருந்தாலும் வேலைக்களத்தில் ஒருவருக்கு ஒருவர் விட்டுக் கொடுக்க மாட்டார்கள்! பிள்ளைத்தாய்ச்சி வெள்ளத்தாயின் நிறையை வேலையை சீக்கிரம் முடித்த, பிள்ளையே பெற்றுக் கொள்ளாத பாப்பாக் கிழவி முடித்துத் தருவதுண்டு! சில சமயம் வேலை செய்யாமல் ஏமாற்றுவோரை மாட்டி விட்டு வேடிக்கை பார்ப்பதும் உண்டு.

வெள்ளிக்கிழமை வந்து விட்டால் வட்டப்பாறை எஸ்டேட்டில் ஒரு குதூகலம்! கொண்டாட்ட உணர்வு வெளிப்படும்! மற்ற நாள்களில் நாலுமணிக்கு வேலை விடுவார்கள் என்றால் வெள்ளிக்கிழமை மூன்று மணிக்கே வேலை விடுவது வழக்கம். வெள்ளிக்கிழமை வெள்ளனவே இருக்கவே குளித்து ஐந்தரை மணிக்கெல்லாம் பரேடு மைதானத்தினை ஒட்டி வடக்காக உள்ள லெட்சுமி அம்மன் கோவிலில் குழுமி விடுவார்கள்

வட்டப்பாறை எஸ்டேட் முதலாளி சாதாரண நிலையில் இருந்தபோது லெட்சுமி தேவி கனவில் வந்து சொன்னதால் இந்தப்பகுதியில் நூறு ஏக்கர் ஏலத்தோட்டம் வாங்கினாராம்! இப்போது பெருகி வளர்ந்து ஆயிரத்து இருநூறு ஏக்கருக்கு விரிவாகி இருக்கிறது. வருஷத்துக்கு இரண்டு பருவத்திலும் ஏலக்காய் நல்ல மகசூல் பொழிந்தது. சுற்றிலும் யானைக் காடாக இருந்தாலும் யானைகளாலோ, குரங்கு, சிறுத்தை புலி, கரடின்னு பிற மிருகங்களாலோ தொல்லையோ தொந்தரவோ இல்லையாம். அதனால் ஒவ்வொரு வெள்ளிக்கிழமையும் லெட்சுமி அம்மனுக்கு பொங்கல் வைத்து சுண்டல் படைத்துக் கும்பிடுவார்கள்; முதலாளி வந்தாலும் வராவிட்டாலும் மேனேஜர் வைரம்செட்டியார் எங்கிருந்தாலும் வந்து விடுவார். சாதி வித்தியாசம் பாராமல், குழந்தைகள் முதல் கிழடுகள் வரை இல்லை என்காமல் கிடைக்கும்.

பிறந்த ஊரு தேசத்தை விட்டு இந்த மலைக்காட்டில் எல்லோரும் ஒரே இடத்தில் கூடிக்கும்பிடுவதும் உண்பதும் ஒரு மகிழ்ச்சியையும் தருகிறது. வாரத்திற்கொரு முறை மேனேஜரைச் சந்திக்க நேருவதும்

அவரிடம் குறைகளைச் சொல்லிக் கொள்ளவும் வாய்ப்பிருக்கிறது. எல்லாக் கங்காணிமாருகளும் தாம் அழைத்துவந்த தொழிலாளர்களை முன்னிலைப்படுத்துவது அவர்களுக்கு ஒரு வாய்ப்பாகவும் மேனேஜருடன் கவனத்தில் நல்ல பெயரைப் பதிவு செய்திடவும் வாய்ப்பாக அமைந்து விடுகிறது.!

மேனேஜர் வைரம்செட்டியார் வட்சுமி அம்மனுக்கு சாமி கும்பிடுவதற்கு முன்பாக லட்சுமி அம்மனின் பெருமைகளைச் சொல்லுவார். "லட்சுமி அம்மன் நம்ம முதலாளிக்கு மட்டுமல்ல இந்த எஸ்டேட்டில் ஏமாற்றாம நேர்மையா வேலை பார்க்கிற தொழிலாளிகளுக்கும் காவல் தெய்வமா நின்று காப்பாத்தும்! உடல் சவுகரியத்தையும் ஐஸ்வரியத்தையும் தரும்! இந்த எஸ்டேட்ல வேலைபார்த்தவங்க எத்தனையோ பேரு இன்னிக்கு நிலம் நீச்சுன்னு செல்வாக்கோட இருக்காங்க!

ஆமா; அதே நேரத்தில் ஏமாத்திரவங்களை, களவாணித்தனம் பன்றவங்களை லட்சுமி அம்மன் தண்டிக்காம விட்டதில்லை! போன மூனாம் வருஷம் இப்படித்தான் ஒருத்தன் அரை மூடை ஏலக்காயைத் திருடிட்டு தேவாரம் மெட்டுவழியா ஓடப் பார்த்தான். யானைக் கூட்டம் அவனை மிதிச்சு ஏலக்காய் மூடையோட இழுத்து வந்து நம்ம எஸ்டேட் எல்லையோரம் போட்டுட்டு சத்தம் கொடுத்தது! யானைச் சத்தம் கேட்ட நம்ம வாட்சுமேன் விடிஞ்சப்புறம் போய் பார்த்தால் யானையால மிதிபட்டு அரை உயிரா களவாணி கிடந்தான்". மேனேஜர் சொல்லியபடி "என்ன சங்கிலி" என்று சொல்ல ஆறடி உடம்பை நாலடி உடம்பாக முன் வளைத்து கைகட்டி நின்று சங்கிலி "ஆமாம் எஜமான்! நிசம்தான் எஜமான். அப்புறம் அவன் பிழைக்கவே இல்லை" என்றார்

தொழிலாளர்கள் லட்சுமி அம்மனின் சக்தியை மெய்சிலிர்த்து கன்னத்தில் போட்டுக் கொண்டு கைகளை உயர்த்திக் கும்பிட்டார்கள் தீபாராதனை நடந்தது. மக்கள் மனம் உருகி கும்பிட்டுக் கொண்டனர் தீபாராதனை செய்த சமையல்காரர் வேலு" "அம்மா, லெட்சுமி அம்மா! முதலாளிக்கும் தொழிலாளிக்கும் கைகால் சுகத்தைக்கு குடுக்கணும்; மழை மாரி பொழியணும்; மண்ணு செழிக்கணும், செல்வம் பொங்கணும்" என்று உரக்கச் சொல்லி வேண்டிய படி அம்மனுக்கு தீபாராதனை காட்டினார். முதல் மரியாதையாக மேனேஜருக்கு அடுத்து கணக்குப்பிள்ளைக்கு அடுத்தடுத்து சங்கிலி முதலான கங்காணிகளுக்கு தொழிலாளர்களுக்கு கற்பூரதீபம் காட்டி பிரசாதம் வழங்கப்பட்டது.

இராமர் கங்காணியும், பழனிச்சாமி கங்காணியும் கிசுகிசுத்தனர், "இங்ககூட சக்கிலியனுக்கும் பின்னால்தான் நம்ம..."

எல்லோருக்கும் ஒரு ஆமணக்கு இலையில் சக்கரைப்பொங்கலும், தொன்னையில் சுண்டலும் வரிசையாக விநியோகிக்கப் பட்டது. வாங்கியவர்கள் லட்சுமி அம்மனையும், மேனேஜரையும் பார்த்து ஒரு கும்பிடு போட்டு நடந்தனர் ராஜம்மா, பாப்பாக்கிழவி போன்ற ஒத்தப்பேருகள் இந்தக் கோவில் பிரசாதத்தையே ராத்திரி உணவாக முடித்துக் கொள்ளுவார்கள். அன்றைக்கு மட்டும்தான் குடியிருப்பில் கருவாட்டு வாசம் இருக்காது. கருவாட்டு வாசம் லட்சுமி அம்மனுக்கு ஆகாதாம்!

பிரசாதம் வாங்கிக் கொண்டு தொழிலாளர்கள் கலைந்தபின் கங்காணிகள் மேனேஜரைப் பார்ப்பார்கள். அவர், வராந்தாவில் நிற்க வைத்து இன்னொரு தொன்னை சுண்டலும் பொங்கலும் கொடுக்கச் செய்வார். தொழிலாளர்கள் எப்படி வேலை செய்கிறார்கள், பழம் இன்னும் கூடுதலாகப் பறிக்க என்னென்ன செய்யலாம் என்ற பேச்சு நடக்கும். கங்காணிகள் துண்டை முன்கையில் சுற்றி கைகட்டி, அப்பப்ப தலை சொறிந்து மேனேஜரிடம் பேசுவார்கள். சில நாட்களில் மேனேஜர் அவர்களைத் தனித்தனியே தன் அறைக்கு வரச் சொல்லி விசாரிப்பதுண்டு! அந்தச் சமயங்களில் ஒரு கங்காணி மீது இன்னொரு கங்காணிக்கு சந்தேகமும் எச்சரிக்கை உணர்வும் தொற்றிக் கொள்ளும்; வரும் போது உற்சாகமாகப் பேசிக் கொண்டு வந்தவர்கள், போகும் போது ஒருத்தருக்கொருத்தர் பேசாமல் கலைந்து போவார்கள்! குடியிருப்புக்குப் போனதும் ஒருத்தருக்கொருத்தர் காதுகளைக் கடித்துக் கொள்வார்கள்.

□

10

அந்த வெள்ளிக்கிழமை லட்சுமிஅம்மன்கோவில் கற்பூரமும் சாம்பிராணியும் காட்டப்பட்டது. அந்த புகைவாசங்கள் மேலே எழ எழ பெண்கள் பக்கத்தில் சிவனம்மாவின் உடல் முன்னும் பின்னும் ஆடியது. அம்மா, ராஜம்மா, பாப்பாபாட்டி போன்றோரும் பயபக்தியோடு பார்த்தார்கள்! மற்றவர்கள் மிரண்டு போய் தள்ளி நின்றனர்! ஆனால் அன்று சாமி இறங்கவில்லை! சிவனம்மா பல்லைக் கடித்துக் கொண்டு தடுமாறி நடந்தார். இருபத்தி எட்டுதான் சிவனம்மாவுக்கு வயசு இருக்கும் இடுப்புக்குக் கீழே வரை விழும் அடர்ந்த முடி! மாநிறம், அஞ்சரை அடி உயரம் காது வளர்த்த படர்ந்த முகம் அகலமான கண்கள்! முதலில் பார்த்தவர்கள் எவரும் ஒரு நிமிஷம் நின்று மறு பார்வை பார்க்காமல் நகர மாட்டார்கள்! ஆனாலும் முகத்தில் ஒரு வெறுமை! நெற்றி நிறைய விபூதி! அளவாக வெற்றிலை போட்ட இளஞ்சிவப்பு வாயில் படர்ந்து ஈர்ப்பாக இருக்கும்!

அம்மா ஒரு நாள் வீட்டுக்கு வந்த சிவனம்மாவிடம் கேட்டது "ஏன் சிவனு, பார்க்க இவ்வளவு லட்சணமாக இருக்கே கல்யாணம் செஞ்சுக்கலாமில்ல!"

"அக்கா, எங்கதை பெருங்கொடுமைக்கா! என் எதிரிக்குக் கூட இப்படி நடக்கக் கூடாதக்கா!"

"என்ன சிவனு! இங்க யாரு நல்லா இருக்காக? ஒருத்தரு துயரத்தை ஒருத்தர்கிட்ட சொல்லி ஆத்திக்கத்தானே முடியும்!"

"அக்கா, எங்க அப்பனை ஒரு ஆடு களவாணிக் கூட்டம் சண்டையில் வெட்டிட்டானுங்க. அப்போ நா பத்து வயசு. என் தம்பி சக்கரை ஆறுமாசப் பய. எங்காத்தாளும் பார்க்க லட்சணமா இருப்பா. பார்க்கிறவக யாரும் கள்ளச்சினு சத்தியம் பண்ணிற முடியாது. அப்படியாக்கொந்த அழகி! மறுகல்யாணம் பண்ணினா பிள்ளைக பொழப்பு பாழாப் போகும்னு கூலி வேலை செஞ்சுதான் எங்களை காப்பாத்தினா! ஒரு பத்துகுழி இடம் இருந்தது. அதுவும் மலைக்காட்டோரமா. அப்பப்ப கடன உடனை வாங்கி சோளம், கம்புன்னு போடுவோம். கடன் போக ஒரு மூனு மாசத்துக்கு கஞ்சிக்கு கிடைக்கும். எங்க அம்மத்தா எங்களை பார்த்துக்கும். பருத்தி எடுக்க, களை எடுக்க, நடவு நடனுன்னு கூலி வேலைக்குப் போய் எங்காத்தா எங்களைக் காப்பாத்தினா. ஒரு ரெண்டு வருசத்தில

வகுத்து வலின்னு வந்துதான் உசுரை விட்டுட்டா. நான் அப்பத்தான் ரெண்டு மாசத்துக்கு முன்னால சடங்காயிருந்தேன்! ஆத்தா செத்த எழவுக்கு வந்த முறைப் பயலுக பார்வை பூராம் என்மேலதான்! செத்ததுக்கு அழுவுறதா, மத்ததுக்கு அழுவுறதா, அரளிவிதையை அரைச்சுக் குடிச்சு உசிர மாச்சுக்கிலாம்ன்னு கூட நினைச்சேன்! என் தம்பி அப்ப ரெண்டரை வயசுப்பய. என்னோடவே அக்கா அக்கான்னு ஒட்டிக்கிட்டே கிடப்பான்! ஆத்தாடி, நம்ம ஆத்தா மாதிரி கூலி வேலை செஞ்சாவது தம்பியை நல்ல நிலைக்கு கொண்டாந்துறணும்!. அவனாவது நல்லா மனுஷனாகட்டும்னு முடிவு செஞ்சேன்.

எங்க அம்மத்தாளை வம்பு பண்ணி வற்புறுத்தி என்னை தாய் மாமனுக்கு கட்டிக் குடுக்க ஊர்ல ஏற்பாடு பன்னினாங்க !. தாய் மாமன் ஏற்கனவே ரெண்டு பொண்டாட்டி கட்டி எட்டுப்பிள்ளை பெத்தவன் !. அவனுக்கு வயசு ஐம்பது! எனக்கு வயசு பன்னெண்டு. ஏணி வச்சாலும் எட்டுமா? நா ஒத்துக்க மாட்டேனுட்டேன். சொந்தம் சுருத்துன்னு அந்த ஊரே சேர்ந்து வலியக்க என்னை அந்த கிழவனுக்கு கட்டி வச்சிட்டாங்க. அந்தக் கிழவன் பல்லிளிச்சுக்கிட்டு தாசா பண்ணி என்னைத் தொட வந்தான்.

“அப்பா பாண்டிமுனி என்னைக் காப்பாத்துறான்னு, கதறி, ஒரு திமிரு திமிறினேன்; கிழவன் தடுமாறிப் போய் நிலைப்படியில விழுந்து மண்டையை போட்டுட்டான்!. எனக்கு என்ன செய்யறதுனது புரியலை. கதவு சாத்திக் கிடக்கு. யாரையும் கத்தி கூப்பிட அச்சமா இருந்துச்சு தலைவிரிச்ச கோலத்தில் அப்படியே குப்புறப்படுத்து அழுதழுது மூஞ்சி வீங்கி உறங்கிப் போனேன்.

விடியக்காலையில் கதவை திறக்க உள்ளே வந்தவங்க பார்த்திருக்காங்க! கிழவன் செத்துக்கிடக்கான். நான் தலைவிரிகோலமா குப்புறக் கிடந்திருக்கிறேன்.! விரிச்ச பாய் தலையணை விரிச்சபடி கிடக்கு. எங்கையில் இருந்த திருநீறைப் பாத்துட்டு முனிஸ்வரன் தான் என் மேல இறங்கி,கிழவனை காவு கொண்டுட்டான்னு பேசிக்கிட்டாங்க. என்னை எழுப்பி எழுப்பிப் பார்த்து எந்திருக்காம இருக்க, ரெண்டு குடம் தண்ணி ஊத்தியிருக்காங்க! தண்ணி சிலுசிலுப்பில தலையைத்தூக்கி முடியை சிலுப்பியிருக்கேன். என்முகம் வீங்கி இருந்தது பார்த்து முனீஸ்வரன்தான் இறங்கிட்டான்னு எனக்கு மஞ்சத்தண்ணி செம்பு நிறைய குடுத்து குடிக்கச் சொன்னாங்க. தண்ணி வயிற்றுக்குள் போனபின் தான் எனக்கு நெனவு திரும்புச்சு!

எல்லாரும் என்னை பய பக்தியோடு கும்பிட்ட படி பார்த்தாக. எனக்கு விஷயம் புரிஞ்சது. நா யாருகிட்டேயும் எதுவும் பேசலை. நா திமிருன்னதாலதான் கிழவன் தடுமாறி விழுந்து செத்துட்டான்கிற உண்மையைச் சொல்லல! மாமன் பொண்டாட்டிமாருக கையெடுத்துக் கும்பிட்டாளுக! இருந்த சொத்தை அவளுகளே பிரிச்சுக்கிட்டாளுக! அப்புறம் என்னை குமரி மாதிரியும் வச்சுக்கலை. அறுத்தவ மாதிரியும் வச்சுக்கல! எதோ சாமியாடி மாதிரி நினைச்சாங்க! எங்க அம்மத்தா தலையில தலையில அடிச்சு அழுதா. "லவிச்ச விதியான்னு" புலம்பினா. என்னை சுபாவமா எல்லாரும் நினைக்க ரெண்டு மாசமாச்சு! எங்க அம்மத்தாதான் இருக்கிற நிலம் நீச்சு எல்லாம் வித்து ரெண்டு வருஷம் கஞ்சி ஊத்தினா.

எனக்கு பதினாலு வயசுக்குள்ள உடம்பு. ஊர்க்காரப் பயலுக பொழுது விழுந்தாப் போதும் வீட்டை சுத்தி சுத்தி வருவானுக. அந்தி சந்தியில வெளிய கிளிய போக முடியாது. அச்சலாத்தியா இருந்தது. தம்பியை கூட்டிக்கிட்டு கையில ஒரு வேலு கம்பு வச்சுகிட்டுதான் வெளிய போய் வந்தேன். ஒரு நாள் இப்படித்தான் பொழுது விழுக வெளியே போய் வந்தப்ப, ஒருத்தன் கையில் பூவு, புதுச்சேலையோட செவனுன்னு கிட்டே வந்தான். தம்பி சக்கரைத் தேவனும் பக்கத்தில் ஒரு வேலிக்கருவைத் தூருகிட்ட குத்தவச்சிருந்தான்! கிட்ட வந்த இளந்தாரி கன்னத்தில் ஒரு அறைவிட்டேன் பாரு ; அஞ்சு விரலு பதிய அய்யோன்னு கத்தி சேலை, பூவை எறிஞ்சிட்டுப் போயிட்டான்

அவன் ஊருக்குள்ளே ''சிவனம்மாளுக்கு பேய் பிடிச்சிருச்சு! பொழுது விழுந்தா இருட்டில சுருட்டுப் புகையோட திரியறா''ன்னு கதைகட்டி விட்டுட்டான்

ஊரு கூடி பஞ்சாயத்தார் சேர்ந்து "எனக்கு பேய் ஓட்ட ஏற்பாடு பன்னினாங்க". ஒரு சாமியாடி உடுக்கையும் புளிய விளாருமா வந்து நின்னான். என் முன்னால சுருட்டும் சாராயப் பாட்டிலும், காலைக்கட்டின சேவலுமா வச்சிருந்தாங்க. தம்பி சக்கரை அழுகவும் தெரியாம மிரண்டுபோய் பார்த்தான். ஆஹா இன்னிக்கு நம்மனை புளிய விளாரால் விளாசப் போறானுகன்னு நினைச்சு ஒரு நிமிஷம் கண்ணை மூடி நின்றேன். ஊரு சனம் குசுகுசுன்று பேசுறது கேட்டது.

கோடாங்கி உடுக்கையைத் தட்டி பாட்டுப்பாட ஆரம்பிச்சான். நான் ஆவேசமா "ஏன்டா நான் முனியாண்டி வந்திருக்கேன்டா''ன்னு, பூசாரியை ஒரு அறை அறைந்து புளிய விளாரைப் பிடுங்கினேன்.

கோடாங்கி உடுக்கையைப் போட்டுட்டு விலுவிலுத்துப் போய் என் கால்ல விழுந்தான். "அப்பா பாண்டி முனிஸ்வரா, அறிஞ்சும்

அறியாம எதாவது செஞ்சா மன்னிச்சு, இந்த பாலகனையும் இந்தப் பிள்ளையையும் ஊரையும் காப்பாத்தணும்னு" குரல் கொடுத்தான். நாட்டாமை பெரியதனம் எல்லாம் கையெடுத்து கும்பிட்டு "அய்யா முனிஸ்வரா, வெள்ளைக்குதிர வாகனா, தெரிஞ்சும் தெரியாமலும் செஞ்ச பிழையை ஏத்து, இந்த ஊரையும் இந்தக் கன்னியையும், குடும்பத்தையும் காப்பத்தணும் அய்யா" என்று ஒரே குரல்ல சொன்னாங்க! எனக்கு அப்பத்தான் நிதானம் வந்துச்சு. ஒன்றும் புரியாம முழிச்சேன். ஒரு வாழ்வரசி செம்பு நிறைய மஞ்சத்தண்ணியை வாயில ஊட்டிக் குடிக்கச் செய்தது. கால் வலிக்கவே அப்படியே மண்டி போட்டு உக்காந்தேன். தம்பி சக்கரைத்தேவன் பயந்து அழுதபடியே பக்கத்தில் வந்தான். அவனை அப்படியே மடியில் உட்கார வச்சுகிட்டேன்.

அன்னிக்கிருந்து கஞ்சிக்கு தானியம்,தவசு,உப்பு, மிளகா அரைப்பொடி செலவு எல்லாம் ஊரு பொதுவில் இருந்து வீட்டுக்கு வர ஆரம்பித்தது! என் குடிசையையே கோயிலாக்கிட்டாங்க! சாம்பிராணி, கற்பூரம், பத்தி, விபூதின்னு ஊரு சனமே கொண்டாந்து குமிச்சிட்டங்க. "எப்பா முனீஸ்வரா, என் மேல தப்பு தவறு இருந்தா நீதான் காப்பத்தணும்னு" வேண்டிக்கிட்டேன். இருந்தாலும் என் மனசு உறுத்திக்கிட்டே இருந்தது.

சாமிகுத்தம் வந்திரக் கூடாது! இதிலிருந்து தப்பிக்கணும்! யோசிச்சுப் பார்த்தேன். தம்பி சக்கரைத் தேவனை படிக்க வைக்க டவுனுக்குப் போகனும்னு நாட்டாமைக்காரர்கிட்ட சொன்னேன். "தம்பியை ஆஸ்டல்ல சேர்த்திருவோம் தாயி. தம்பிக்கு ஒரு குறை வந்துறாது. நீ இங்க இருந்து இந்த ஊருக்கு எந்தக் குறை குத்தம் வந்திராம பாத்துக்க தாயி. இந்த ஊரு உன்னை காபந்து பன்னிரும்" சொல்லி கும்பிட்டார். அப்படியே தம்பியை டவுன்ல ஆஸ்டல சேர்த்து விட்டாங்க. தம்பி ரெண்டு வாரத்துக்கொரு தரம் விட்டுக்கு வந்து என்கிட்ட இருந்துட்டுப் போவான். அவனும் ஓரளவு படிச்சான். என்னோட வேலை என்னன்னா... காலையில எழுந்திருச்சு வெளியே போய்ட்டு வந்து தலை குளிச்சு சாம்பிராணி போட்டு பத்தி கற்பூரம் காட்டிட்டு கஞ்சி காச்சி சாப்பிட வேண்டியதுதான்! அப்பப்ப ஊரு ஜனங்க சொந்தக் கஷ்ட நஷ்டங்களைச் சொல்லிப் புலம்புவாங்க. அவங்களுக்கு ஆந்த வார்த்தை சொல்லி ஆறுதல் படுத்தி, விபூதி குடுத்து அனுப்பி வச்சேன். இந்த மாதிரி இருக்கிறத தவிர வேற வழி தெரியல!"

"அப்புறம் எப்படி ஊரை விட்டு வந்தீக"...

"அந்தா இந்தான்னு எட்டு வருஷம் ஓடிப்போச்சு. தம்பி சக்கரைத் தேவன் எட்டாம் வகுப்பில் பெயிலாயிட்டான். திரும்ப படிக்கப்

போகச் சொன்னதுக்கு போக மாட்டேனிட்டான. வயசு பதிமூனுவயசு முடிந்து பதினாலாகப் போகுது. நானே ஊர் சனங்க பராமரிப்பில பிழைப்பு நடத்திகிட்டுருக்கிறேன் இந்த சமயத்தில் பதினாலுவயசு இளந்தாரியையும் வச்சு ஊரு கஞ்சி ஊத்த ஒத்துக்குமா. நமக்கே நல்லா இருக்கா. இவன் ஆளு வாட்டசாட்டமா சுருட்ட முடியுமா லட்சணமாய் இருக்கிறதினால ஊருப்பய பிள்ளைக எல்லாம் ஒரு மாதிரியா வந்து சுத்துதுக. ஊரு பயளுகளோட சேர்ந்து அவனும் கெட்டுப்போகக் கூடாதுன்னு கவலையா இருந்தது.

இந்த நேரத்தில் நாட்டாமை வேற செத்துப் போனார். ஊரே திகைச்சுப் போயிருந்தது. பெரியதனம், மணியக்காரரிடம் போய் "அய்யா, இவ்வளவு நாளு எங்களைப் பராமரிச்சுக் காப்பாத்தினதுக்கு நாங்க ரொம்பக் கடமைப் பட்டிருக்கோம்! ஊருல மழை தண்ணி இல்லாம, விவசாயம் பண்ண முடியாத நிலையில் நான் வேற ஏன் ஊருக்குப் பாரமா, வருஷ தானிய தவசுக்கு சிரமப் படுத்தனும். தம்பி பெரியவனாயிட்டான். ஊரு உத்தரவு கொடுத்திங்கன்னா டவுன் பக்கம் போய் தம்பிக்கு பிழைப்பு தழைப்புக்கு வழி செய்யலாம்" என்று கேட்டேன்.

"தாயி, நீ இந்த ஊருக்கு முனிஸ்வரர் சாமியாடி. நீ பாட்ல போயிட்டீன்னா இந்த ஊருக்கு குறை குத்தம் ஏற்பட்டதுன்னா ஊருக்கு யாரு பதில் சொல்றது?"

"அய்யா, என்னை நீங்க வச்சுக் காப்பாத்துனதுக்கு அந்தப் பாண்டி முனிஸ்வரர் எந்தக் குறையும் வைக்க மாட்டார். நான் வேணா சத்தியம் பண்ணித் தாறேன்" என்று மன்றாடி ஊரை விட்டுக் கிளம்பினோம். தேனியில் பஞ்சுமில்லுல்ல சேர்த்து விடலாம்னு எங்க ஊருக்கு வர்ற பருத்தி கமிஷன் மண்டி ஏவாரி மூலமா பேசி சேர்த்து விட்டோம். வேலைக்குப் போய் ரெண்டு நாள்ல வேலை பிடிக்கலைன்னு ஓடி வந்துட்டான்

பள்ளிக்கூடத்தில் படிச்ச பையன், மூடை கீடை தூக்கிப் பழக்கமில்லைனு ஓடி வந்துட்டான். ஒரு டைலர் கடையில் சேர்த்து விட்டா தச்சுப் பழகட்டும். ஒரு மிஷின் கிஷின் வாங்கிக் குடுத்திருவோம்னு சேர்த்து விட்டேன். "தீபாவளி கழிச்சு வாங்;க சேர்த்துக்கறோம்னு சொல்லிட்டாங்க. தீபாவளி கழிச்சு போனான். இவனை டீ,காபி வாங்கிச்வரச் சொல்லி எடுப்பு வேலையா சொல்றாங்கன்னு போக மாட்டேன்னுட்டான். இவனை எதாவது வேலைக்குப் பழக்கி நல்ல பெண்ணா பார்த்து கல்யாணம் பண்ணி வச்சுட்டோம்னா நிம்மதியா கண்ணை மூடுவோம்னு இருந்தேன்.

இந்த நேரத்திலதான் ஏல மலைக்கு வேலைக்கு கூப்பிட்டாங்கன்னு வந்து சேர்ந்தோம்".

"அம்மாடி, பட்டாம்பூச்சி தலையில பாறாங்கல்லு வச்ச மாதிரி இருந்துச்சு. முப்பது வயசுக்குள்ளே இவ்வளவு சோகமா? கவலைப்படாதே, நமக்குன்னு ஒரு விடிவுகாலம் வாய்க்காமல் போகாது!" என்று சிவனம்மா முதுகில் அம்மா, ஆறுதலாய்த் தொட்டது!.

"அடேயப்பா! ஒரு சினிமா கதையாட்டம்ல இருக்கு" என்று ரவி சொன்னான் "நீ எங்கிட்ருந்துடா கேட்டே, பெரிய மனுஷா"

"இங்கதான் படுத்துகிட்டு இருந்து கேட்டேன் "சிவனம்மா அவனது காதைப் பிடிக்க, அவன் நழுவி ஓடினான். சிவனம்மாவின் உருவம் மிக பெரியதாய் மனதில் பதிந்தது.

□

11

சங்கிலியின் மகன் பரமனின் கண்காணிப்பில் பெண்கள் ஏலப்பழம் எடுத்துக் கொண்டிருந்தனர். லட்சுமி மகள் மாரியம்மாள், ஏலத்தடைகளில் குனிந்து நிமிர்ந்து பழம் எடுத்துக் கொண்டிருந்தாள். ஒரு செடியிலிருந்து அடுத்த செடிக்கு நகரும் போது மாரியம்மாள் தடுமாறுவது போலிருந்தது. கண்காணித்துக் கொண்டிருந்த பரமன் "என்ன தாயி, என்ன செய்யுது' உடம்புக்கு வாகில்லையா?" என்றபடி நிறையில் மேலேறிப் போனார். மாரியம்மாள் தலையாட்டியபடி அப்படியே தடுமாறி விழப் போனாள் ; பரமன் ஓடிப்போய்த் தாங்கிக் கொண்டார். "சாமி,லட்சுமி சாமி நம்ம மாரியம்மா மயங்கி விழுந்திருச்சு. ஓடியாங்க சாமி" என்ற சொன்னபடி அவளைத் தாங்கியபடி கீழே ரோட்டிற்கு தூக்கி வந்தார். சத்தம் கேட்டு எல்லாரும் கூடிவிட்டனர்.

"அடிப் பாதகத்தி மகளே, என்னடி ஆச்சு?" என்று பதறியபடி ஓடி வந்தது லட்சுமி, தன் மகளை மடியில் இழுத்துப்போட்டுக் கொண்டாள். பரமன் தனது துண்டை மடித்து விசிறிபோல் வீசிவிட்டார். ஜக்கி மகள் ராஜி ஓட்டமாய் ஓடி நாலஞ்சு காட்டுப் பூவரச இலைகளைப் பிடுங்கி அடுக்கி கூம்புமாதிரி செய்து அதில் ஓடைத்தண்ணீர் மொண்டு வந்து மாரியம்மாள் முகத்தில் பளிச்பளிச்சென்று மும்முறை தெளித்தாள். மாரியம்மாள் மெல்லக் கண் விழித்தாள்.

"என்னசாமி, என்ன செய்யுது உடம்புக்கு எதுவும் நோவா? என்ன பிரச்சனை" பரமன் கேட்டார். "இல்ல பரமு, தூரக்கெடுவு. வீட்ல இருக்கச் சொன்னேன். கேக்காம வந்துட்டா !"

"சரி பொம்பளைக பிரச்சினை! தாயை ரோட்ல உக்காரச் சொல்லிட்டு நீங்க நிறைய விடுங்க சாமி " என்றபடி சற்று விலகிச் சென்றார். அம்மா, வெள்ளத்தாயி, இருளாயி, சிவனம்மா என எல்லோரும் கூடி விட்டனர்

"என்னக்கா செய்யுது?"

"ஒன்னும் இல்லக்கா. தூரக் கெடுவு. இன்னிக்கு ரெண்டாவது நாளு. ரெத்த போக்கு சொஞ்சம் ஜாஸ்தியா போயிருச்சு. ஏற்கனவே டைபாயிடு காய்ச்ச வந்து மெலிஞ்ச உடம்பில, ரத்தச் சத்து குறைவு. அதான் மயக்கமாட்டம் வந்துருச்சு". என்று லட்சுமி சொல்லிக் கொண்டே ஈரத்துணியால் மகளது முகத்தைத் துடைத்துவிட்டு

ரோட்டோரம் கிடந்த ஒரு பெரிய கல்லில் உட்கார வைத்தாள்.

"பரமன் சக்கிலியனா இருந்தாலும், மாரியம்மாளை ரோட்ல உட்காரச் சொல்லியிருச்சு! பாவி பரப்பான் பழனிச்சாமி இருந்தா உக்கார விட மாட்டாரு! நிறை முடிக்கச் சொல்லி ஒத்தக்கால்ல நிற்பாரு" என்றது இருளாயி. மற்றவர்கள் ஆமோதித்தனர்.

லட்சுமிக்கு ரெண்டு பெண்ணுக, ஒரு பையன் என மூனு பிள்ளைகள் பிறந்த பின் புருஷன் வேறொரு பெண்ணிடம் தொடுப்பு வைத்துக் கொண்டு தனியே போய் விட்டாராம். கிராமத்துல நாட்டாமை பஞ்சாயத்து பேசி சேர்த்து வைக்க முயற்சி பண்ணினாரம். அந்தக் கிழட்டுப் புருஷன், ''பொண்டாட்டி நடத்தை சரியில்லை. அதனால விலகிட்டேன்''னு பாறாங்கல்லை போடுறமாதிரி பழியைப் போட்டுட்டான். "தாய் மாமனுக்கு வாழ்க்கைப் பட்டே இந்தக் கதியா? விதியான்னு" தன் பிள்ளைகளுடன் தனி வீட்டில் கூலி வேலை செய்து வயிற்றுப் பாட்டை ஓட்டினாள். ஒரு ஊருக்குள்ளே புருஷன் மூஞ்சியில முழிக்க ஐயரவுபட்டு ஏல மலைக்கு வந்து விட்டார்கள். நாலு காசு சேர்த்தால்தானே ரெண்டு பொம்பளைப் பிள்ளைகளைக் கரை சேர்க்க முடியும்? சந்தேகப்பட்ட புருஷனை நம்பமுடியுமா.

கால் மணி நேரத்தில் பரமன் வரவும், மாரியம்மாளை ரோட்டில் உட்காரச் சொல்லிவிட்டு, லட்சுமியும் மற்ற மூவரும் மாரியம்மாள் நிறையில் உள்ள செடிகளில் பழங்களை பொறுக்கி விறுவிறுவென்று அந்த நிறையை முடித்து, அவரவர் நிறையில் விட்ட செடியில் இருந்து வேலையைத் தொடங்கினர்

"பம்பம் பம்ம்" ன்று ஊதும் சத்தம் கேட்டது. குரங்கு விரட்டி வர்றாருன்னு அவரவர் நிறையில் கவனமாய் வேலை பார்த்துக் கொண்டிருந்தனர். ஒரு கால் மணி நேரம் கழித்து ஒரு தடைகளில் சல சலன்று சத்தம் கேட்க, இருளாயி திரும்பிப் பார்த்தது. முனியம்மா அவளது நிறையில் பழம் எடுக்கத் தொடங்கினாள்

"அந்த ஆணிக்காலன் வந்தாளாக்கும்? அதான் ஆளைக் கானோம். இங்க ஒருபிள்ளை மயக்கம் போட்டு காடே கதிகலங்கி கிடக்கு, நீ ஆணிக்காலன் கூட கூத்தடிச்சிட்டு வர்றியா. வாளா இன்னிக்கு இருக்குடி பஞ்சாயத்து..."

முனியம்மாவிடமிருந்து சத்தம ஏதுமில்லை! இருளாயி முனங்கிக் கொண்டே பழம் எடுத்துக் கொண்டே போனாள்.

அன்னிக்கு வேலையை விட்டுப் போனதும் வீட்ல சின்னக்கருப்பனை அடைமழையாய் பிடித்து வாசலில் குளிப்பாட்டிட்டாள் இருளாயி.

"ஏலா, நான்தான் அந்த நாத்தம் பிடிச்ச சிறுக்கியைக் கூப்பிட்டு விசாரிக்கிறேங்கிறன்ல்ல...அப்புறம் ஏன், எண்ணெய் ஊத்தாம இந்தத் தாளிப்பு தாளிக்கிறே?" சின்னக்கருப்பன் பெருங்குரலெடுத்து கத்தவும் இருளாயி அமைதியானாள்.

"ஏலேய், சத்தக்குழலு! அந்த சிறுக்கி முனியம்மாளை நான் கூப்பிடறேனு கூட்டியாடா!" மகன் ஓடினான்.

"ஏப்பா, என் மகனுக்கு அழகுபோல எங்கப்பன் வீட்டு சாமி பேரு இருளன்னு வச்சிருக்கோம்ல...! அப்புறம் எதுக்கு ஊரானுக கூப்பிடற மாதிரி சத்தக்குழலு சாகாதா குழலுன்று கூப்பிடற!"

"சும்மா இருலா. பேச்சுக்கு பேச்சு வாதுக்கு நிற்கிறவ, வம்புக்காரச் சிறுக்கி!"

."ஆமாம் இப்போ வம்புக்காரி இருட்டுனதுக்கப்புறம்.... ஆமாம்.. பிள்ளைக இருக்கிறாங்கன்னு பார்க்கிறேன் இல்லாட்டி மகிழி பூத்துப்போகும்!"

"அட சும்மா இருலா. நான் என்னத்தே சொல்லிட்டேன். அவளக்கூப்பிட்டு விசாரிக்கிறேன். சரியா வந்தா பாப்போம். இல்லாட்டி ஊருகாட்டுப் பக்கம் விரட்டி விட்டுருவோம்!. கஞ்சிக்குச் சாகட்டும். வயிறு நிரம்புறதுனால தானே புருஷன் கேட்குது!" என்று சின்னக்கருப்பன் சொன்னதும் "ஆமாம். அப்படி வா மாப்ளே வழிக்கு" என்று கலைந்த கூந்தலைத் தட்டி விரலால் சிக்கெடுத்துக் கொண்டை முடிந்தாள் இருளாயி.

"எண்ணே கூப்பிட்டியாம்ல்ல!" என்றாள் முனியம்மா "வா உள்ளே! டேய் இருளா, தங்கச்சிகளைக் கூப்பிட்டு வெளியே போ! போகும் போது அந்தக் கதவாள மூடிட்டு போ!

"சப்பாணிச் சிறுக்கிக்கு இன்னைக்கு திருவிழாதான்" என்று சிரித்து இரு தங்கைகளையும் அழைத்துக் கொண்டு போனான் இருளன்.

"என்னலா நடந்தது"

முனியம்மா வாயைப் பொத்தி மௌனமாக சிரித்தாள் "என்ன பேசாம நிற்கறவ? உங்க மதினியா என்னமோ கத்துறாளே!"

"ஆமலு... இவரு நல்லதம்பி. அவ நல்லதங்கா. நா மூளி அலங்காரி; பத்தினி தங்கச்சிமேல இல்லாததும் பொல்லாததுமா சொல்றேன்! ஆளப் பார்றா! விசாரிக்கற லட்சணத்ததைப் பாரு... அந்த ஆணிக்காலன் பூம்பூம்னு ஊதிக்கிட்டு வந்தான். இவ ஓடிப்போய், மரத்து மறவுளே கொஞ்சிக் குலாவிட்டு வாறா! வெக்கம் கெட்டவ!.

"இப்போ என்ன நடந்துச்சுன்னு, இந்தக் குதி குதிக்கிற"

"பார்ரா, நிறைஞ்ச ஏலக்காட்ல கொஞ்சிக் கூத்தடிச்சு நாறடிச்சிட்டு வந்ததுமில்லாம ஒண்ணுமே நடக்காத மாதிரி பசப்புறா பசப்பி!... பசப்பி பாப்பா பகலலையே போட்டாளாம் தாப்பான்னு ஒண்ணும் தெரியாதமாதிரி முழிக்கிறா! இங்க பாருப்பா. நீ பெரிய நியாயக்காரன் மாதிரி பேசுறே! இந்தச் சிறுக்கியை நம்மள நம்பிதான் அவ ஆத்தாக்காரி மலைக்கு அனுப்பியிருக்கா. இங்கே வந்து அந்த ஆணிக்காலு பறையன் கிட்டே புனையல் போட்டுகிட்ருக்கா" என்று இருளாயி முழக்கினாள்.

"ஏ மதினி, என்ன நீ பாட்ல பேசிக்கிட்டு போற... உனக்கு புருஷன் இருக்கு. நீ ராத்திரியாயிட்டா அவன்கிட்டே முடங்கிக்கிறே! நா நாதியத்தவ... எனக்கு ஆம்பளைத் தொணை வேணாமா...."

"ஆமாலா, அதுக்காக பறையன்தான் கிடைச்சானா?"

"இதில் சாதி என்ன இருக்கு? எல்லாத்துக்கும் இருக்கிறது தானே அவனுக்கும் இருக்கு! நான் ஒத்தக்கட்டையா இருக்கேன்; அவனும் ஒத்தக்கட்டையா இருக்கான். என்னைய கட்டிக்கிறேன்கிறான். கடைசி வரைக்கும் வச்சுக் காப்பாத்துறேன்ங்கிறான். அதுக்கு மேல என்ன? நீ நாட்டாமை பண்றவ...?

"சரி, முனியம்மா, அவன் கூடவே இருந்துக்கிறேன்கிறியா.."

"ஆமாம்!"

"சரி, என்னை அண்ணன் நொண்ணன்னு கூப்பிட்டுக்கிட்டு வரக்கூடாது! நாளைப்பிறகு அவனால உனக்கு எதாவது பிரச்சினைன்னா நாங்களும் வர மாட்டோம். அவன் பாடு! உம்பாடு! அடுத்த வாரம் ஊருக்குப் போகும்போது உங்காத்தாகிட்டேயும்; நம்ம பள்ள வளைவு நாட்டாமைகிட்டேயும் சொல்லிற்றேன்! நீ போ, வீட்டை விட்டு போ நிற்காதே"

முனியம்மா முந்தானையைச் சுருட்டிக் கண்களைத் துடைத்தாள்.

"ஆத்தாடி, முதலைக்கண்ணீர் விடறா...." "ஏய், நீ சும்மா இரு! அவகிட்டே நான் சொல்லிட்டேன்ல்ல.!

ஏய், நீ போலா! நீ யாரோ. நாங்க யாரோ..." முனியம்மா தாங்கித் தாங்கிக் காலை இழுத்தபடி வெளியே போனாள்.

"நல்ல ஜோடி! இவ சப்பாணிக்காலு. அவன் ஆணிக்காலு! ஊருல கஞ்சிக்கு காய்ஞ்சு கிடைந்தவ; வயிறாரக் கஞ்சி கிடைக்கவும் மூட்டைப்பூச்சி மாதிரி ஊறிக்கிட்டு என்னம்மா அலப்புறா!

"சரி விடு, கஞ்சியைக் காய்ச்சிற வேலையைப் பாரு. இன்னிக்கு கருவாட்டு ஆனம் வையி!

"ஆமாம், மைனருக்கு கருவாட்டு குழம்புனா அக்கம் பக்கத்துல பிள்ளைக படுத்திருக்கிறது கூடத் தெரியாதே....!"

☐

12

அந்த சனிக்கிழமை எல்லோருக்கும் வாரச்சம்பளம் கொடுக்கும்போது கணக்குப் பிள்ளை துரைச்சாமிப்பிள்ளை ஒரு அறிவிப்பினைச் செய்தார். ''பங்குனி மாதம் பொறந்திருச்சு. ஏலப்பழம் சீசன் முடிஞ்சிருச்சு. அதனால தொழிலாளிகள் எல்லாம் ஊருக்கு போகிறவங்க போகலாம். இங்கே இருந்து கோடை வேலை செய்ய விரும்புறவங்களும் ஊருக்குப் போயிட்டு பதினஞ்சு நாள் கழிச்சு மே மாதம் ஒண்ணாம் தேதி வாக்கில வரலாம்''

“அப்போ... சாமி. இந்தவாரப் படிக்காசோட சம்பளம் அவ்வளவுதானா..? இந்த சீசனுக்கு வேலை பார்த்ததுக்கு போனஸ், லீவுச் சம்பளம் இல்லையா” என்று சோணைமுத்து கேட்டார். “யாரு கேட்கிறது?'' என்றபடி கணக்குப்பிள்ளை புருவத்தின் மீது கைவைத்து பார்வையைக் கூர்மையாக்கியபடி கேட்டார்.

“நான் தான் சாமி, சோணமுத்து”

“சோணைமுத்தா, பர்மனென்ட் ஆளுகளுக்குத்தான் நீ கேட்கிற லீவுசம்பளம், போனஸ், லொட்டு லொசுக்குன்னு தருவாங்க! இங்க நாம எல்லாரும் டெம்பரவரிதான். யாரும் நிரந்தப் பணியாளுக இல்லை!”

“அது என்ன லொட்டு, லொசுக்கு” என்றாள் இருளாயி....

“ஏன் கணக்குப்பிள்ளைய்யா, நீங்க பேனா பிடிக்கறவங்களும்,கோடாளி தூக்கிற நாங்களும் சமமா? மேனேஜர், முதலாளிமார்கிட்ட சொல்லி லீவுச்சம்பளம் வாங்கித் தாங்கய்யா! நீங்த எங்களுக்குச் செய்யாட்டி வேற யாரு செய்வா?'' “என்றார் வெள்ளைச்சாமி

“நீங்க சொல்றீங்க. நியாயம்தான்! ஆனா முதலாளிமாரு வேலை முடிஞ்சிருச்சு. ஆளை நிறுத்திக்கலாம்னு முடிவு செஞ்சிட்டாங்க! நான் என்ன பேசமுடியும்? நானும் உங்களாட்டம் தானே?” என்று கணக்குப் பிள்ளை சொல்லவும் “என்ன எல்லோரும் வாயை மூடி சிரிக்கிறிங்க?'' என்று கணக்குப் பிள்ளை கேட்டார்

“பாருங்க இந்தக் கிழவனுக்கு பாம்புக் காது!'' என்று சிவனம்மா சொன்னது.

ராமர் கங்காணி, பழனிச்சாமி கங்காணி, செல்லம் காலாடி கங்காணி, சீனி ஆகியோர் இறுகிப்போய் இருந்தனர்.

“கணக்குப் பிள்ளை அய்யா! ஊருல காட்டு வேலை, வயவேலை இருந்தப்ப எல்லாம் மலைக்காட்டுல இருந்துட்டு, ஊருல வேலை

இல்லாத கோடையில் போய் என்னசெய்ய? இங்க ஏதாவது வேலை கொடுத்திங்கனா வயிறாரக் கஞ்சி குடிப்போம்னு எல்லாரும் நினைக்கிறாங்க அய்யா.'' என்று சிவனம்மா சொன்னது.

“ஆமாங்க. ஆமாங்கய்யா'' என்று எல்லோரும் குரல் கொடுத்தார்கள். “ஆமாங்க அய்யா நாங்க சொல்லலாம்னு இருந்தோம் தங்கச்சி செவனம்மா சொல்லியிருச்சு. என்ன இராமர்'' என்றார் பழனச்சாமி.

“ஆமாங்க அய்யா'' என்றார் இராமரு “நீங்க சொல்றது சரி! நியாயம்தான் முதலாளியில்ல முடிவெடுக்கணும்?'' என்றார் கணக்குப்பிள்ளை.

இந்த நேரம் கையில் கோல்ட்ப்ளாக் சிகரெட் புகைய, மேனேஜர் வைரம் செட்டியார் வந்தார் “என்னய்யா சத்தம்? என்னய்யா அவங்ககிட்ட வழவழன்னு பேசிக்கிட்டு'' துரைச்சாமி கணக்குப்பிள்ளை பதறிப்போய்த் திரும்பிப் பார்த்தார். மேனேஜர் கேட்டார் “சங்கிலி என்ன பிரச்சினை?'' மேனேஜர் வரவும் எல்லோரும் கும்பிட்டார்கள்.

“சாமி எஜமான், கும்பிடறோமுங்க. இந்த சீசனு முடிஞ்சுபோச்சு! எல்லாரும் ஊருக்குப் போங்கன்னு கணக்குப்பிள்ளை அய்யா சொல்றாரு. இப்போ கோடை பிறந்திருச்சு; அறுவடைகிறுவடை முடிஞ்சு ஊரே வேலை வெட்டி இல்லாமே இருப்பாங்க. அய்யா பார்த்து எங்களுக்கு வேலை கொடுத்தா வயிறாரக் கஞ்சி குடிப்போம்! எல்லாரும் அய்யாவைக் கேட்டுக்குறோம்''

“பழ சீசன் ஓய்ஞ்சு போச்சு! இன்னும் களை வெட்றது, ஏலச்செடி, காபிச் செடி கவாத்து பண்றது, பேட்ல நாற்று போடறது,வளர்க்கிறது மாதிரி வேலைகள் தாம் இருக்கு. இந்த வேலைகளைப் பார்க்க இருபது பேரு போதும்! இந்த வேலைகளைச் செய்ய பக்குவமான இளந்தரிக தான் தேவை! நீங்க ஊரு காட்டுக்குப் போயிட்டு, வைகாசி பிறக்க வாங்க'' இன்னும் ரெண்டு மாசம் தானே? எப்படியாவது சமாளிச்சுக்கோங்க!

பதில் எதிர்பார்க்காமல் மேனேஜர் சிகரட் சாம்பலை சுண்டி விட்டுட்டு வாயில் வைத்து இழுத்தபடியே உள்ளே போனார் துரைச்சாமிபிள்ளையும் மேனேஜர் பின்னால் போனார்.

முனங்கியபடி ஜனங்கள் கலைந்தனர். கங்காணிமார் பரேடு வராந்தரவில் காத்து இருந்தனர். பழனிச்சாமியும், இராமரும் மெல்ல உள்ளே எட்டிப் பார்த்தனர். மேனேஜர் அவர்களை உள்ளே அழைத்தார் “என்ன கவுண்டரே?''

“ஒண்ணுமில்லைய்யா உங்களுக்குத் தெரியாததில்லையா ஊருல மழை தண்ணி இல்லாம ஒரே பஞ்சமா இருக்கு. அங்கே போய்

நாங்க என்ன செய்யப் போறோம்? எதாவது வேலை கொடுங்க!" என்று கையைக் கட்டி வளைஞ்சு நெளிஞ்சு சொன்னார் பழனிச்சாமி "ஆமாங்கய்யா" என்று தலையை சொரிந்த படியே சொன்னார் இராமர்

"இந்த சீசன்ல்ல உங்களுக்கு 89 நாளு வேலை முடிஞ்சது ஊருக்கு போங்க. உங்க நிலைமையை முதலாளி கிட்டே சொல்லிக் கேட்டுப் பார்க்கிறேன். முதலாளி சரின்னு சொன்னா உடனே உங்களுக்குத் தகவல் அனுப்பறேன்; போய்ட்டு வாங்க"

இராமரும், பழனிச்சாமியும் தயங்கித் தயங்கி வெளியே வந்தனர். சங்கிலியும், பரமனும், சீனியும் கேட்டுக் கொண்டிருந்தனர்.

"என்ன சாமி சொன்னாக? என்று பரமன் கேட்டார் "மேனேஜர் பிடிவாதமா இருக்காரு, வைகாசி பிறக்க வாங்கங்கிறாரு!"

"ஆமாம், அவர்களுக்கு சொல்ற உரிமை! நமக்கு கேட்கிற கடமை என்ன செய்யறது? மரம் வச்சவன் தண்ணி ஊத்தாமலா விடுவான்" என்று சங்கிலி மேலே கையைக் காட்ட, எல்லாரும் பெருமூச்சு விட்டபடி கிளம்பினர்

"ஏன் சங்கிலி, நீயும் ஒங்குடும்பமும் பல வருஷமா இந்த முதலாளிகிட்ட வேலை பாக்கிறீக. முதலாளியும் உங்கிட்ட பிரியமா நடந்துக்கிறாரு. நீ கேட்டுபாருப்பா"என்றார் பழனிச்சாமி

"அய்யா, நீங்க வருஷத்துக்கு ஒருதடவை போய் வறீங்க. நாங்க வருஷா வருஷம் போய், போய் வாறோம். எங்களுக்கு எந்த சலுகையும் இல்லை. கோடையில கூட பத்து பதினைந்து நாள் வேலை பார்ப்போம். அமையம் சமயத்திற்கு கடனாக பணம் வாங்கி சீசன்ல வேலைபார்த்து கழிப்போம்! இதைத் தவிர உங்களுக்கும் எங்களுக்கும் வேற வித்தியாசம் இல்லை சாமி". என்று சங்கிலி உருக்கமாகச் சொன்னார்.

"அப்படியா? முதலாளி உங்களுக்கு சலுகையாய் செய்வாருனு நினைச்சுக்கிட்டோம்" என்றார் ராமர்.

"இன்னைக்குப் பொழுது போச்சு. காலையில ஊருக்குக் கிளம்ப வேண்டியது தான்" என்றார் பழனிச்சாமி. அட்டைக்கடி அரணைக்கடிப்பட்டு மழையில் குளிரில் வதங்கினாலும் வயிறாற கஞ்சி குடிச்சோம். ரெண்டு காசு பணம் கையில் புழங்குச்சு! ஊர்காட்டில் பஞ்சத்தில் எப்படி பிழைப்பை ஓட்றது" என்ற கவலை சாதிகளுக்கு அப்பால் நடுக்கியது.

"தாயே லட்சுமி, அம்மா எங்களுக்கு நல்லவழி காட்டு தாயே" என்று லட்சுமி அம்மனைக் கும்பிட்டு பெரு மூச்சு விட்டபடி ஊர்

கிளம்பினர். சின்னக்கருப்பனைப் பார்த்து இருளாயி, ‘‘பாத்தீயா, அந்த சப்பாணிச் சிறுக்கிக்கு திண்ணக்கத்தை. நம்ம சனமே சஞ்சலப்பட்டு ஊருகாட்டுக்கு கிளம்பிகிட்டு இருக்கு, அவ அந்த ஆணிக்காலனோட கொஞ்சிக் கொலாவிக்கிட்டு வீட்டுக்குள்ள கிடக்கா...’’

“எலா, அன்னிக்கே அவளுக்கும் நமக்கும் ஒட்டுமில்ல உறவுமில்லன்னு தலை முளுகியாச்சே, இப்ப என்னலா அவளப்பத்தி? மூடிகிட்டு கிளம்புளா. அவ ஆத்தாகாரிகிட்டே சொல்லிருவோம்! அவனவன் வகுத்துப் பாடு போச்சேன்னு கவலையில கனண்டுகிட்டு இருக்கையிலே,இவளுக்கு வாயாத்ததுக்கு ஆள் தேடுது.”

சனங்களுக்கு தாய்வீட்டைப் பிரிந்து போற நினைவில் ஈரல்குலை பதற்றம் இருந்தது. இனி ஊருகாட்டில் இந்தக் கஞ்சியாவது கிடைக்குமா என்ற ஏக்கம் வதைக்க வெளியேறினர். ‘மனுசப் பிழைப்புக்கு எதுதான் சாசுவதம்? நல்லதே நடக்குமுன்னு நம்புவோம்!’ என்று ரவியம்மாவும் சிவனம்மாவும் பேசிக்கொண்டே நடந்தனர்.

□

13

வைகாசிமாதம் பிறக்க கங்காணிகள் தம்தம் ஆளுகளைக் கூட்டி வந்தனர். கோடையில் மரச்சருகுகளோடு தனிமையைப் பகிர்ந்து கொண்ட மரங்கள் எஸ்டேட். தொழிலாளர்கள் வரவர பூரித்துக் குலுங்கின! அந்த வருஷம் தேவாரம் பகுதியிலிருந்து ஓய்வு பெற்ற கிராமக்கணக்குப் பிள்ளை குப்பையா குடும்பத்தோடு வந்திருந்தார். அவருக்கு இரண்டு மகன்கள் மூத்தவன் பெயர் சுப்பிரமணி, இளையவன் பெயர் ஜெகநாதன். சுசிலா என்ற ஒரு மகள். கணக்குப்பிள்ளை ஊரில் கடன் தொல்லை தாங்காமல் மலைக்கு வந்ததாகச் பேச்சு வந்தது. கணக்குப்பிள்ளை வேலை இழந்த நிலையில் குடும்ப வருமானம் குறையத் தொடங்கியது. மூத்தமகன் சுப்பிரமணி காலேஜ்ல பெயிலானதால் வேறு வேலைக்குப் போக முடியாததால் மலைக்கு வந்ததாகச் பேச்சு வந்தது. இவர் ஐந்தொகை கணக்கில அத்துபடி ஆனவர்னு துரைச்சாமி பிள்ளைக்குத் துணையாக வேலைக்கு அமர்த்தி இருந்தனர். இளைய மகன் ஜெகநாதனும் எஸ்.எஸ்.எல்.சி.யில் பெயிலாம். கண்க்குப்பிள்ளை பெத்த பிள்ளைகள் தெள்ளுமணிகளாக இருக்கின்றன! ஊரே கேலி செய்ததாம். ‘ஊரையே அரிச்சு வாயில போட்டவன்க, மலையை முழுங்க வந்துட்டான்க’ என்று செல்லம் காலாடி சொன்னார். சுப்பிரமணி காலேஜ்வரை படிச்சவர் என்பதால் அவரு ஒரு கங்காணி. சுப்பிரமணி வந்ததால் இப்போ செல்வம் காலாடி கங்காணி இல்லை.

“ஊருக்குள்ளே குனிஞ்சு வளைஞ்சு கைகட்டி வாயைப்பொத்தி பிழைச்சோம். இங்க வந்தாவது தலை நிமிர்ந்து பிழைக்கலாம். உழைப்பாளின்னு மரியாதையோடு திரியலாம்னு மலைக்கு வந்தா இங்கேயும் கணக்குப் பிள்ளைக் குடும்பம் வந்துட்டாணுங்க’ என்று செல்லம் காலாடியும், மாரியப்பனும் பேசிக்கொண்டார்கள்... “மாப்ளே, இங்கே வந்து அவனுங்க சேட்டை கீட்டை பண்ணினா, அவனுக வண்டவாளத்தை அவித்து விட்டுற வேண்டியதுதான்...’’ என்று முடிவெடுத்துக் கொண்டார்கள்

சுப்பிரமணி தலைமையில் பதினைந்து ஆண்களும், பழனிச்சாமி கவுண்டர் மேற்பார்வையில் இருபது பெண்களும், பரமன் கண்காணிப்பில் இருபது பெண்களும், இராமர் தலைமையில்

இருபது ஆண்களும் களை எடுக்கப் போனார்கள். சங்கிலி வழிகாட்ட பத்து இளந்தாரிப் பையன்கள் காபிப்பழம் எடுக்கவும், சின்னாத்தேவர் தலைமையில் பத்துப்பேர் விறகு வெட்டவும் வேலை ஒதுக்கி விடப்பட்டது. பரேட்டில் துரைச்சாமிபிள்ளை முன்னிலையில் குப்பையா மஸ்டர் ரோல் வாசித்தார். பரேட்டில் சங்கிலி ஒரு அறிவிப்பு செய்தார்."கோடை முடிஞ்சு இன்னும் மழை பெய்ய ஆரம்பிக்கலை. தண்ணீர்த் தாகத்துக்கு பெரிய ஜீவாத்திக காட்டுக்குள்ளே அலையும். நம்ம ஆளுக தனியா யாரும் போக வேணாம்! கூட்டமா போங்க. பதனமா யானைக் கவிச்சி வீசுதான்னு கவனிச்சுப் போங்க சாமிகளா..." இந்த அறிவிப்பு ஒரு பக்கம் பயமாகவும் இன்னொரு பக்கம் ஆவலைத் தூண்டுவதாகவும் இருந்தது! எல்லாரும் காட்டுக்குள் சென்றனர்

காபிப்பழம் எடுக்கும் குழுவில் ரவி இருந்தான். ரோட்டோரம் இருந்த காபி மரங்களில் முன்பு போல பழங்கள் இல்லை. கொஞ்சம் கொஞ்சமாக இருந்தன. பாறைகளில் பறவை எச்சங்களில்லை. குரங்குக் கழிவுகளில் காபிக்கொட்டைகள் குமிகுமியாய்க் கிடந்தன. பையன்கள் போட்டி போட்டுக் கொண்டு ஓடி அள்ளி ஓடையில் கழுவி பைக்குள் போட்டனர். ரவிக்கும் வடமலைக்கும் அருவருப்பாக இருந்தது. "என்னசாமி ரெண்டு பேரும் நண்டு பிடிக்கிற அய்யரு பிள்ளைக மாதிரி முழிக்கிறீங்க? இப்படி இருந்தா பிழைப்புக்கு ஆகாது.ஓடிப்போய் காபிக் கொட்டையை பொறுக்குங்க! சாக்குப்பை நிறஞ்சாதான் வகுத்துப் பைக்கு கஞ்சி கிடைக்கும்" என்று சங்கிலி விரட்டினார். அவர்கள் இருவரும் நகர்ந்தனர். கோடைக்கால காபிப்பழம் காய்ப்பு குறைஞ்சு போச்சு. தப்பினது தவறினதை பொறுக்குற வேலைதான் ரோட்டோரம் உள்ள காபி மரங்களைப் பார்த்தபடி நகர்ந்து அடர்ந்த காட்டுக்குள்ளே வந்து விட்டார்கள். மணி ரெண்டுதான் ஆகியிருக்கும்... காட்டுக்குள் இருட்டிக் கொண்டு வந்தது. கும்மென்று சில்வண்டுகள் குரல் எழுப்புவதும் அடங்குவதுமாக இருந்தன.

"சாமிகளா கொஞ்சம் நில்லுங்க, யானைக் கவிச்சி அடிக்குது" என்று சங்கிலி எச்சரிக்கை கொடுத்தார். எல்லாரும் ஒரே இடத்தில் குழுமி விட்டனா. சங்கிலி மெல்ல நகர்ந்து பக்கத்தில் இருந்த ஒரு பாறை மீது நின்று பார்த்தார். அங்கே யானைகள் கூட்டமாக நின்று இலைகளை மேய்ந்தபடி நின்றிருந்தன. கொஞ்சம் தள்ளி புதர் மறைவில் ஒரு கொம்பன்யானை நின்று கிளைகளை ஒடித்துக் கொண்டிருந்தது. சங்கிலி மெல்ல ஜாடை காட்டி வரச் சொன்னார்.

அவர்கள் பாறையில் ஏறி மூச்சை அடக்கிக்கொண்டு பார்த்தார்கள். யானைகளைப் பார்த்ததும் ஒரு பக்கம் பயமாகவும், இன்னொரு பக்கம் சந்தோஷமாகவும் இருந்தது சங்கிலி வாய்பேசவிடாமல் விரைவாக அவர்களை இறக்கி நடத்தி வந்தார் யானைகள் நீர்ச்சகதியில் புரண்டு செம்மண் பூசிய கோலத்தில் இருந்தது அழகாகவும், கொம்பனின் தோற்றம் ஆபத்தாகவும் தெரிந்தது. எஸ்டேட் போய்ச் சேரும் வரை யானைக் கதைகள் தாம் பேச்சில் அடிப்பட்டன

இன்னொருபுறம் களை எடுத்தவர்கள் களைத்துப் போய் இருந்தார்கள். கோடையில் மண் காய்ந்திருந்ததால் களைகள் வேரொடு பிடுங்கவும் அரிவாளால் வழிக்கவும் முடியவில்லை. ஒரு நிறை முடிப்பதற்குள் தின்னது எல்லாம் ஆவியாகப் போனது.

“நாளுக்கு நாளு விலைவாசியும் ஏறிகிட்டே இருக்கு; வேலையும் அதிகமாகிக்கிட்டே இருக்கு; இந்த வாரம் சம்பளம் கூட்டிக்கேட்கணும்” என்று சோனைமுத்து சொன்னார். “ஆமா, வேலை நட்டை கழட்டுது. சம்பளம் கூட்டலைன்னா இங்க மலையில் வந்து கஷ்டப்படறதில் அர்த்தம் இல்லை” என்றார் சின்னக்கருப்பு. “ம்ம் கேட்டுப் பார்ப்போம்...” என்று பெருமூச்சு விட்டனர் ஆண்கள். அந்தப் பெருமூச்சின் சூடு காட்டை கதகதக்கச் செய்தது.

காட்டிலிருந்து எஸ்டேட்டுக்குத் திரும்பினார்கள். வானம் கருத்து மேகம் திரண்டிருந்தது. “வெக்கை எல்லாம் தீர்க்கற மாதிரி மழை இன்னிக்கு கொட்டோ கொட்டுன்னு கொட்டப் போகிறது”. என்றார் பரமன். எல்லோரது பார்வையும் வானத்தைப் பார்த்து ஆமோதித்தது. மழை பெய்தால் இன்னும் பத்து பதினைந்து நாளில் பழமெடுப்பு பருவம் தொடங்கிவிடும்! களையெடுப்பு இருக்காது ஆறுதல் தெரிந்தது.

□

14

இரவு முழுதும் மழை பெய்தது. குடியிருப்புத் தகரக் கூரைகளில் மழையின் கூத்தும் பாட்டும் முழங்கியது. 'இத்தனை நாள் வெயிலின் தகிப்பில் வெந்தோம்; இனி மூனு மாசத்திற்கு மழையில் நனைந்து நச நசக்கப் போறோம்! மழைக்கு அட்டைகள் முழம் போட்டுக் கொண்டு படை எடுக்கும். நிர்வாகம் மறைமுகமாக இரத்தம் குடிக்கும்!. அட்டை நேரடியாக உறிஞ்சுது. அட்டையை தடுத்திடுலாம்,முதலாளியை எப்படித் தடுக்க முடியும்?' என்ற சிந்தனை ஓட்டங்கள் குடியிருப்புகளுக்குள் பெரு மூச்சாய் சுழன்றது.

அதிகாலை நாலு மணிக்கு எழுப்பும் மணி அடிக்கப்பட்டது. அரைத் தூக்கத்தில் எழுந்து மழைக் கொங்காணி போட்டுக் கொண்டு பெண்கள் வெளியே ஒதுங்கினார்கள். இன்னொரு புறத்தில் ஆண்கள் வெளியே போய் வந்து கொண்டிருந்தார்கள்

இ.பி.கே. பீடியை புகைத்தப்படியே இராமரும் பழனிச்சாமியும் வந்து கொண்டிருந்தனர்.

"எண்ணே, அங்க பாரு! அது யாரு குதிரை மாதிரி திங்கு திங்குன்னு நடந்து போறத?

''ஓ அவளா? நம்ம சீனி மகளுக,சங்கிலி பேத்தி துளசியும், ராஜியும்''

" பார்ரா சாமை பறிஞ்சா தெரியும் .... சமைஞ்சாத் தெரியும்கிறது சரியாத்தான் இருக்கு! போன சீசனுக்கு விறுட்டாணுகளாகத் திரிஞ்சதுக; இன்னிக்கு விடலைக் கோழிகளாட்டம் இல்ல திரியதுக!.''

"ஏப்பா ராமரு, மெல்லப் பேசு. அவனுக காதில கேட்டுறப் போகுது. அப்புறம் அவனுக கம்பு பரிஞ்சாத் தெரியும் .... சமைஞ்சாத் தெரியும்னு எதிர்பாட்டு பாடப் போறாங்க..."

"ஆமாமாம். காலம் கெட்டுப்போச்சு. அவனுங்க எல்லாம் வர வர மாறிட்டான்ங்க. நாமதான் அடங்கிப் போகணும் போல இருக்கு" என்றபடி குடியிருப்புக்குள் நுழைந்தனர்.

அன்றும் களைஎடுப்பு வேலைகள் தாம் எல்லோருக்கும் ஒதுக்கப்பட்டது. மழையில்லாமல் வறண்டிருந்த காலத்தில் களை எடுக்கச் சிரமமாக இருந்தது. நேற்றிரவு மழை பெய்ததால் ஈர மண்ணிற்கு களை எளிதாக வந்தது! கருக்கருவா கொண்டு தரையில் வைத்து இழுக்க புல் பூண்டுகள் வேரோடு வந்தன. ஆனால் மழை

ஈரம் பட்டவுடன் உயிர்பெற்ற அட்டைகள் கால் விரல் இடுக்கில் கை விரல் இடுக்கில் எனத் தொற்றிக் கொண்டு இரத்தம். குடித்து, தூக்கணங்குருவி கூடு மாதிரி தனியாகக் தொங்கின.

ஊசி குத்தறது போல வலி ரணமாய் இருந்தது! ரத்தம் கசிவதைத் தடுக்க முடியவில்லை! ஏலத்தடைகளில் இலைகளில் வழியும் செடிநீர் கொண்டு துடைத்துக் கொண்டனர். மழைநாளின் வெயில் சுரீர் என்று உறைத்தது! இதமாக இருந்தது. ஒரு நிறை முடித்து ரோடு ஏறிய பெண்கள் கொஞ்சம் வெயில் காய்ந்தனர்.

“வெயில் காய்ஞ்சது போதும் இன்னொரு நிறையைப் பிடிங்க மழைக்கு முன்னே வீட்டுக்குப் போவோம்.” என்று பழனிச்சாமி சத்தம் கொடுகத்தார்.

“இடுப்பு தெறிக்க குனிஞ்சு களைஎடுத்து வாறோம் இந்தக் கங்காணிக்கு ஈவு இரக்கம் இருந்தா கொஞசம் நேரம் நிமிர்ந்து நிற்க விடலாம்” பெண்கள் முனங்கியபடி அவரவர் நிறையை பிடித்தனர். மேகம் வெறித்து சுள்ளென்று வெயில் அடிப்பதும் திடீரென்று மேகம் திரண்டு இருட்டி வருவதுமாக மேகநாடகம் நடந்து கொண்டிருந்தது. மழைக்கு முந்தி நிறையை முடிக்கணும்னு பெண்கள் வேகுவேகுன்று களை எடுத்து குமி போட்டபடி நகர்ந்தனர். சிறுநீர் கழிக்க ஒரு பெரிய மரத்தின் பின்னால் வெள்ளத்தாய், ஒதுங்கிவிட்டு நிறைக்குப் போனாள் “என்ன வெள்ளத்தாய் நிறை பிந்துது” என்றபடி மெல்ல வெள்ளத்தாயின் அருகில் பழனிச்சாமி போனார் “என்னசாமி, ஒன்னுக்கு கின்னுக்கு கூட ஒதுங்கக்கூடாதா?”

“நல்லா ஒதுங்கலாம், வா நாம ரெண்டு பேரும் சேர்ந்தே ஒதுங்கலாம்” வெள்ளத்தாயி முறைத்தாள் “அட என்ன முறைக்கிறவ இப்பதான். குழந்தைக்கு பால் குடுக்கிறது நிறுத்தியாச்சுல்ல!” என்றபடி வேட்டியை மடித்துக் கட்டிக்கொண்டு குடையை ஒரு மரத்தூரில் நட்டு வைத்து விட்டு வெள்ளத்தாயை நெருங்கினார்

வெள்ளத்தாய், கண்டு கொள்ளாமல் களை எடுத்துக்கொண்டே நகர்ந்தாள். பழனிச்சாமி பாய்ந்து வெள்ளத்தாயை வலப்பக்க மார்போடு அணைத்து மர மறைவிற்கு இழுத்தார். வெள்ளத்தாய் ஒரு திமிரு திமிரவும், பழனிச்சாமி காலை விரித்தபடி கீழே விழுந்த நொடியில் வெள்ளத்தாயி கருக்கரிவாள் கொண்டு அவரது தொடை இடுக்கில் ஒரு இழு இழுத்தாள். பழனிச்சாமி “அய்யோ காப்பாத்துங்க” என்று கதறினார். தொடை இடுக்கில் ரத்தம் பீறிட்டது.

“என்ன சாமி ஆச்சு” என்றபடி சத்தம் கொடுத்தபடியே கருக்கு அருவாளை ஈர மண்ணில் தேய்த்து ரத்தக் கறையை துடைத்தப்படி

வெள்ளைத்தாய் கேட்டாள். களை எடுத்த பெண்கள் எல்லோரும் கீழே ஓடி வந்தனர். ரத்தம் பீறிட, மல்லாக்க விழந்த கரப்பான்பூச்சி மாதிரி பழனிச்சாமி துடித்துக் கதறினார். அம்மாவும் சிவனம்மாவும் வெள்ளத்தாயின் முகத்தைப் பார்த்தனர். முகம் இறுகி பதறும் உதடுகளைப் பார்த்ததும் புரிந்தும் கொண்டனர். சிவனம்மாள் தலைக்குக் கட்டியிருந்த சேலைத் துணியை பக்கத்தில் ஓடும் ஓடை நீரில் நனைத்து பழனிச்சாமியின் கவட்டோடு சேர்த்து குறுக்காக கட்டினாள். வெள்ளத்தாய் கையை பிசைந்தபடி நின்றாள். கண்ணீர் தாரையாக உருண்டது.

“அய்யோ போச்சே, போச்சே” என்று முனங்கிய பழனிச்சாமி மயங்கிப் போனார். சேலையை வரிந்து கட்டிக் கொண்டு, படுத்துக்கிடந்த பழனிச்சாமியின் முதுகில் சிவனம்மா இரு கையைக் கொடுத்து விறகுமுண்டைத் தூக்குவது போல் கையை ஏந்தியபடி ரோட்டுக்கு மெதுவாக இறக்கினாள். அம்மாவும் லட்சுமியும், வெள்ளத்தாயும் பின்தொடர எஸ்டேட் நோக்கி நடந்தனர். மயங்கிய குழந்தைபோல் உணர்வற்றுக் கிடந்தார். வலது தொடையில் ரத்தம் உறைந்து கிடந்தது. ரத்தம் வடியவில்லை என்பதால் பெரிய அளவுக்கு ஆபத்து இல்லை என்று அம்மா சொன்னது. பின்னால் வந்த பெண்கள் எல்லாம் கிசுகிசுத்தபடி வந்தனர் “பலாக்காயை குலையோடு அறுத்த மாதிரி அறுத்திட்டியா வெள்ளைத்தாயி” என்று முனங்கினர். அழுவதா, சிரிப்பதா, இது அவமானமா, தன்மானமா எதுவும் சொல்ல முடியாத திக்கு முக்காட்டம்! ‘வாயைத் திறக்காதிருப்பதே கெட்டிக்காரத்தனம் என்ற மவுனமாக குனிந்தபடியே வந்தாள் வெள்ளைத்தாய்.

விறகு வெட்டிக் கொண்டிருந்த சின்னாத்தேவர் குழுவிற்கு, அந்த வழியாக வந்த குரங்குவிரட்டி சொல்லி விட்டார். பம்பம்னு ஊதி குரங்கை விரட்றவரு காடெங்கும் வதந்தியை ஊதி பரப்பிட்டார். “பழனிச்சாமிக் கங்காணிக்கு உயிர்த்தலம் போச்சு. படாத இடத்தில் பட்டுருச்சுன்னு” பேச்சு காடு முழுக்க பனி மூட்டமாய் பேயாய் பரவியிருச்சு

ராமர் கங்காணி களை எடுக்கிற இடத்தில் இருந்து பதறிப்போய் ஓடி வந்தார் “அண்ணனுக்கு ஏதாச்சும் ஆச்சுன்னா, அவளை அறுத்து கூறு போட்டுருவேன் ”. வெள்ளத்தாய் புருஷன் சின்னவாடனுக்கு சுரீர் என்றது. “வர்ற ஆத்திரத்தில் அவனை பீ வாருற மம்மட்டியை கொண்டு நாலு தாங்கு தாங்கிறணும் ” சொல்லிக் கொண்டே அக்கம் பக்கம் பார்த்துக் கொண்டார்! ஒருவரும் இல்லை.

பழனிச்சாமி வீட்டில் பாயில் படுக்கவைத்துவிட்டு வெளியே வந்தனர். ராமரும், சுப்பிரமணி, சுப்பையா, குமார் போன்றவர்கள் உள்ளே போய் கதவை மூடிக்கொண்டனர். காடா விளக்கேற்றிப் பார்த்தனர். வலது தொடை உட்புறம் அரிவாள் இழுத்த ஆழமான காயம்! வேறொன்றுமில்லை. நல்ல வேளை தப்பித்துக் கொண்டார். தண்ணீர் தெளித்ததும் கண் திறந்தார். அய்யோ உயிர்த்தலம் உயிர்த்தலமென்று முணங்கினார்.

ராமர், ‘‘ஒன்னுமில்லைண்ணே நீ பயப்பட வேண்டாம்’’ என்று கன்னடத்தில் சொன்னார். பழனிச்சாமி கையால் தொட்டுப் பார்த்துக் கொண்டார்; பெருமூச்சு விட்டார்.

பழனிச்சாயின் மனைவி செல்லம்மாள், தங்கை கண்ணம்மா இருவரும் முந்தானையை வாயில் பொத்தி அழுதபடி இருந்தனர். வடமலை முகம் சூம்பிப்போய் நின்றான். கண்ணில் சோர்வையும் பார்த்தான் ரவி. வடமலையின் தோளில் கைபோட்டு ஆறுதலாக நின்றான். சந்தன வேப்பிள்ளைக் கொழுந்தையும், மஞ்ளையும், சுண்ணாம்பையும் விழுதாக அரைத்து லட்சுமி கொடுத்தது. ராமர் வாங்கி காயத்தில் தடவி விட்டார். பழனிச்சாமி தொட விடவில்லை. ராமர் கன்னடத்தில் திட்டினார். பழனிச்சாமி அடங்கிப் போனார்.

சக்கிலிய வளைவில் ‘சக்கிலியப் பெண்களைத் தொட்டா என்ன நடக்குமுனு பாடம் கத்துக் கொடுத்ததுக்கு சந்தோசப்படுவதா, எதிர்விளைவு என்ன ஆகும்னு பயப்படுவதா’ என்று மருகிக் கிடந்தார்கள். வெள்ளைத்தாயைத் தோளில் தட்டி தைரியம் சொன்னார் சின்னவாடன், “எளிய சாதின்னா இளக்காரமா? மனுசனுக்கு மனுசன் என்ன வித்தியாசம்? குடியான சாதிக்காரன் நாலு அடி அடிச்சா நாங்க எதிர்த்து ஒரு அடி கொடுத்தாலும் அடிதானே. நீ பயப்படாத பிள்ளை! நான் இருக்கேன், நான் உன்னை நம்பறேன்’’ வெள்ளத்தாய் பொங்கிப் பொங்கி அழுதாள். உலை கொதிச்சு பொங்கி சட்டிக்கு வெளியே வழிந்தது மாதிரி இருந்தது.

பள்ளர் பறையர்கள் வீடுகளில் நெய்மீன் கருவாடு! ஆனால் வெளியே நிகழ்ந்தது குறித்து இறுக்கமாக இருந்தார்கள். சிவனம்மா, லட்சுமி,பொன்னுத்தாய் போன்றோர் “வெள்ளைத்தாய் மீது தவறு இருக்காது. பழனிச்சாமிதான் எதோ குசும்பு செய்திருப்பார்’’ என்று பேசிக் கொண்டார்கள்.

பழனிச்சாமி தேம்பித் தேம்பி அழுதார். மேலே கையை உயர்த்தி கும்பிட்டார். தொடை இடுக்கைத் தடவிக் கொண்டார். மிரண்டு மிரண்டு விழித்தார். அழுதார். சிவனம்மா, அம்மா பொன்னுத்தாய், லட்சுமி, சுப்பையாகண்காணி சம்சாரம் சுப்புத்தாய் நால்வரும்

பழனிச்சாமி வீட்டிற்குப் போனார்கள். ராமர் சுதாரித்துக் கொண்டார்.

"வாங்க சிவனம்மா, தங்கச்சிமார்கள் எல்லாம் சமயத்தில் உதவி செஞ்சு காப்பாத்திட்டிங்க! களை எடுக்கறது சரியா இருக்கான்னு குமியை கிண்டிப்பார்க்க போயிருக்காரு. கல்லு புரட்டிவிட்டு தடுமாறி,வெட்டின மரத்து மூட்டில விழுந்து தொடையில வெட்டின மரச்சிறகா கிழிச்சுருச்சு. ரத்தம் வந்ததும்,என்னம்மோ ஏதோன்னு பயந்து மயங்கியிட்டார். அந்த நேரத்தில் தங்கச்சிமாருக காப்பாத்திட்டிங்க! கடவுள் புண்ணியத்தில அவருக்கு ஒண்ணும் ஆகல."

இதை ஒத்துக்கொள்வதுபோல பழனிச்சாமி கண்ணீர் பொங்க கையெடுத்துக் கும்பிட்டபடி தலையசைத்தார். பழனிச்சாமியைப் பார்க்க பரிதாபமாகவும், வேடிக்கையாகவும் இருந்தது.

"சரி, உடம்பைப் பார்த்துக்கண்ணே. நாங்க போய் சமைக்கணும் பிள்ளைக பசியோடிருப்பாங்க" என்று லட்சுமியம்மா சொல்லவும் கிளம்பினார்கள்; சிவனம்மா சொன்னது "கீழே விழுந்தாலும் மீசையில் மண்ணு ஒட்டலைங்கிறமாதிரி சொல்றாங்க முழுப்பூசணியை சோத்துக்குள்ளே மறைக்கப் பாக்கறானுக. எங்கூட்டாளியா இருந்தா கொத்தோட அறுத்து காக்காய்க்கு போட்டிருப்பேன்" எல்லோரும் சிரித்தனர். ஆள்சத்தம் கேட்டு மவுனமானார்கள்.

இந்த விஷயம் கணக்குப்பிள்ளை துரைசாமி காதுக்குப் போனது. வயிறு தண்ணீர் பானை எகிற எகிற குதிக்கிற மாதிரி குலுங்கிச் சிரித்தார். கண்ணீர் பொங்கியது. "பழனிச்சாமியை வெள்ளத்தாய் உடை அடிச்சிட்டாளா? அவன் கிளிமூக்கை விடைச்சிக்கிட்டு இனி கத்த மாட்டான்ல்ல. குடையை பிடணியில் தொங்கவிட்டுட்டு கங்காணின்னு வரமாட்டான்ல்ல. இனி குடியானவங்க பெரிசா, சக்கிலி, பள்ளு, பறையனுக பெரிசான்னு மோதிக்குவான்க! எஸ்டேட் அமர்க்களாமா இருக்கும்! அவனை விட இவன் கூட, இவனை விட அவன் கூடன்னு வேலை வாங்கலாம்."

"மாரியத்தாகோயிலு தேருமாதிரி தள்ளாடி தள்ளாடி நடக்கிற கிழவன் புத்தியைப் பாரேன்" சமையல்காரன் வேலு மனதிற்குள் சொல்லிக் கொண்டான்.

ராமர் விறுவிறுன்னு வெள்ளத்தாய் வீட்டுக்குப் போனார். சக்கிலிய வளைவுக்குள் விளையாடிக்கிட்டிருந்த பிள்ளைகள் அவரவர் வீட்டுக்குள் ஓடிப்பதுங்கினர். வீட்டுக்குள் இருந்த சங்கிலி, சீனி, பரமன், எல்லாம் வெளியே வந்தனர்.

"வெள்ளைத்தாயி, என்ன நடந்ததோ எது நடந்ததோ தெரியாது. ஒரு விஷயம் நா சொல்றதை நல்லா கேளு. பழனிச்சாமி கங்காணி மரமூட்டில விழுந்துட்டாரு! நீங்க பொம்பிளை எல்லாம் காப்பாத்தி

கொண்டு வந்திட்டிங்கன்னு யாரு கேட்டாளும் இதத்தான் சொல்லணும்!. ஒரு வார்த்தை கூட குறைவா சொல்லி அசிங்கப்படுத்தினீங்க... அப்புறம் தஞ்சாவூர் சீமையில் கூலி கூடக்கேட்ட கூலிக்காரங்களை வீட்டுக்குள்ளே பூட்டி எரிச்ச மாதிரி எரிச்சிருவோம்." பொஞ்சாதி நடத்தை சரியில்லைன்னு குடும்பத்தோட தீ வச்சுகிட்டாங்கன்னு சொல்லிருவோம் சாக்கிரதை! என்ன சின்னவாடா நான் சொல்றது விளங்குதா?" ராமு பொரிந்து தள்ளினார். அறுவா மீசையை முறுக்கிய கையும், மினுங்கிய கண்ணுமாய் கத்திய ராமரின் மிரட்டலில் இறுகிப்போய் இருவரும் தலை குனிந்தனர். வீட்டில் இருந்த பிள்ளைகள் மிரண்டுபோய் மூச்சடைத்து நின்றனர். ராமு விருட்டென்று வெளியேறினார்.

சங்கிலி முதலானோர் தூர இருந்து கேட்டுக் கொண்டிருந்தனர். "ராமர்சாமி, இங்க வாங்க. நாங்க சக்கிலியனுகனு மிதமா நினைச்சிறாதீக! என் கை நீளத்தையும், உடம்பு வாகையும் பார்த்தீர்களா. நாயக்கராசா காலத்தில குதிரைப்படையில வேலையும், வாளையும் ஏந்தி வீசின கைக! எங்கப் பாட்டன் பூட்டன்மாரு அவங்க வம்சத்தில வந்தவங்க. ஒன்பது கம்பளத்தார்ல நாங்களும் ஒருத்தரு. உங்களை மாதிரி கம்பை ஏந்தி ஆடு மாடு மேய்க்சுத் திரிஞ்சவங்க இல்ல. இன்னிக்கு யாரு செஞ்ச சதியாலயோ தரைப்புழுதியில கிடக்கிறோம். அதனால மிதமா நினைச்சிறாதீக. தஞ்சாவூர் பக்கம் ராத்திரியோட ராத்திரியா எரிச்சமாதிரி எரிச்சிருவோம்னு மிரட்னதைக் கேட்டோம். நான் எழுவது வயது கிழவன் தான். நீங்க முப்பத்தஞ்சு வயது இளந்தாரிதான். கம்பைச் சுழட்டிப் பார்ப்போமா. இல்ல மருவாதிக்காக நெஞ்சில கட்டிகிட்ருக்கேன்ல... இந்தக் கையை நீட்றேன். மடக்கிருங்க பாப்போம்!"

சாந்தமான சங்கிலியின் ஆவேச வார்த்தைகளில் ராமர் விலுவிலுத்துப் போனார். மெல்லச் சமாளித்தபடியே..." பெரியாம்பளை கோவிச்சுக்காதீக. சின்னஞ் சிறுசுக நாங்க கோவத்தில ஏதாவது சொல்லியிருந்தாலும் பெரிசா நினைச்சுக்காதீங்க! இந்த நிமிஷத்தோட எல்லாத்தையும் மறந்திருவோம். பொழைக்க வந்த இடத்தில வம்பு கிம்பு வேணாம்!" என்று கையெடுத்துக் கும்பிட்ட வேகத்தில் கீழ்நோக்கி இறங்கினார். சுற்றியிருந்தவர்கள் சத்தமில்லாமல் சிரித்தார்கள்.

"சும்மாயிருந்தா பிள்ளைப்பூச்சினு மிதிக்க வருவாங்க. கொட்டினாத்தான் தேளுன்னு நடுங்குவாங்க" என்ற சின்னவாடனின் முதுகில் தட்டி "பேச்சை வளர்க்காதே! இனி எதாவது பிரச்சினைன்னா பார்த்துக்குவோம்" என்றார் சங்கிலி.

□

15

மழை பெய்யத் தொடங்கியது. பூமி குளிர்ந்தது. ஏலத்தடைகளில் வள்ளி வெடித்து சரம் விட ஆரம்பித்தது இளம்கத்திரிப்பூ நிறத்தில் பூக்களும் வெளிப்பட்டன. இன்னும் பதினைந்து நாளில் இந்த ஆண்டுக்கான ஏலச்சீசனு ஆரம்பித்துவிடும். அப்புறம் ரெண்டு மாதத்திற்கு களை எடுக்கும் வேலை இருக்காது. ஏலப்பழமெடுப்பு தான். எஸ்டேட் ஜனங்கள் மனதில் மகிழ்ச்சி பூக்கத் தொடங்கியது.

இந்த வருஷ சீசனில் தொடக்கத்தில் முதலாளி வருவார். தொழிலாளிகளை சந்திச்சு குறைகளைக் கேட்பார். கம்பளி,மழைக்கொங்காணி, ஸ்வெட்டர், படிக்காசு உயர்வு எல்லாம் கிடைக்கும். மக்கள் மனம் வேலிப் பருத்தியாய் வெடித்து சந்தோஷத்தில் மிதந்து கொண்டிருந்தனர். உற்சாகமாய் வேலை பார்த்தனர். முதல் நாள் பழமெடுப்பே பெரும் சந்தோசத்தைக் கொடுத்தது. கடந்த வருஷத்தைவிட மூன்று மடங்கு பழமெடுப்பு கணக்குப் பிள்ளை துரைச்சாமிக்கும், மேனேஜர் வயிரம் செட்டியாருக்கும் உற்சாகம் பொங்கியது. முதலாளிக்கு மனங்குளிர போனில் பேசினார்கள்.

அந்த வாரம் வெள்ளிக்கிழமை முதலாளி வருவதாகத் தகவல் வந்தது. எஸ்டேட் முழுக்க பரபரப்பும் எதிர்பார்ப்பும் உற்சாகமும் காற்றில் பரவியது. மழைக்காற்றின் ஈரம் தணிந்து வெதுவெதுப்பாய் இருந்தது. ஏலக்காய் பதப்படுத்தும் ஸ்டோர் ரூமில் இருப்பது போல் தொழிலாளிகள் நெஞ்சில் கதகதப்பும் சந்சோஷமும் வெளிப்பட்டது. பெண்களும் ஆண்களும் பம்பரமாய்ச் சுழன்று ஏலப்பழமெடுத்து அம்பாரமாய் குவித்தார்கள். இளந்தாரிகள் ஏலப்பழ மூடைகளை உற்சாகமாய் சுமந்து சேர்த்தார்கள்.

வெள்ளிக்கிழமை லட்சுமி அம்மா கோவிலில் வழக்கமாய் படைக்கும் சக்கரை பொங்கல் சுண்டல்கடலை அளவை விட மும்மடங்கு கூட வைத்துப் படைப்பதாகத் தகவல் பரவியது. பெண்கள் அன்று இரவுக்கு சமைக்கும் வேலை மிச்சம் என்று ஆசுவாசப்பட்டார்கள்.

ஐந்து மணிக்கெல்லாம் கோவிலில் மணி அடித்தார்கள். மக்கள் அவர்கள் குடியிருக்கும் பகுதி சார்ந்து சாரிசாரியாக வந்து கோவிலின் முன் கூடி நின்றனர். தொழிலாளர்கள் கூடியது கேட்டு நான்கு

பெட்ரோமாக்ஸ் லைட்டுகள் ஒளிர முதலாளி, மேனேஜர், துரைச்சாமி கணக்குப்பிள்ளை, குப்பையா கணக்குப்பிள்ளை சங்கிலி மற்றும் கங்காணிகள் புடைசூழ வந்தனர். முதலாளியைப் பார்த்து எல்லோரும் கையை தலைக்கு மேல் உயர்த்தி கும்பிட்டனர். சக்கிலிய வளைவு ஜனங்கள் "கும்பிடறோம் எசமான்" என குரலெழுப்பினர். முதலாளி முகமெல்லாம் பூரிக்கத் தலையசைத்தார். மணியோசை முழங்க கற்பூரம், சாம்பிராணி ஆரத்தி காட்டப்பட்டது. ஜனங்கள் தங்கள் குறைகளை, வேண்டுதல்களை மனதுக்குள் சொல்லி முணுமுணுத்தனர்.

"மகராசி லட்சுமி அம்மா தெய்வமா இருந்து இந்த எஸ்டேட் முதலாளி குடும்பத்தாரை, பாடுபடற ஏழை எளியதுகளை, மானேஜர் கணக்குப்பிள்ளை, கங்காணிகளை தம் பிள்ளைக மாதிரி ஏத்துக் காப்பாத்தனும். மழை மகசூல் குறையாம பொங்கணும் துன்பம் துயரம் எல்லாம் நீங்கணும் தாயே லட்சுமியம்மா. மலையாளக் கருப்பையா" என்று பெருங்குரலெடுத்து சங்கிலி கண்களை மூடி சாமி வந்தவர் போல் பேசினார். அந்தக் குளிர்ந்த வேளையில் மம்மல் மங்கலான பொழுதில் எல்லோரும் மெய்மறந்து நின்றனர்.

திடீரென்று " ஓ ஓ ஓ ஓ"'வென குரவை ஒலி. எல்லோரும் மெய்சிலிர்த்து பெண்கள் பக்கம் பார்த்தனர். லட்சுமியம்மாள் மகள் மாரியம்மாள் கண்களை மூடி கைகளை உயர்த்தி உடலை முறுக்கியபடி ஆடிக் கொண்டிருந்தாள். சிவனம்மாள் தலைமுடி அவிழ குரவைக்குரல் எழுப்பி ஆடியபடி சன்னதி நோக்கி நகர்ந்தார். எல்லோரும் ஒதுங்கி வழிவிட்டு பயபக்தியோடு கைகூப்பி நின்றனர். முதலாளி திகைத்துப் போய் பார்த்தார். மானேஜர் குப்பையா கணக்குப்பிள்ளையிடம் சொல்லி அதனை மலையேற்றச் சொன்னார்.

விபூதிதட்டோடு நின்ற சமையல்காரர் வேலுவிடமிருந்து விபூதியை எடுத்துக் கொண்டு விபூதியை நாலாபுறம் வீசிக்கொண்டு சிவனம்மாள் நிதானமாய் ஆடினார். "டேய், நான் லட்சுமியம்மா வந்திருக்கேன்டா. டேய், நான் ஆளக்கூடிய இந்தச் சீமையில எம்மகளுகளுக்கே பாதுகாப்பு இல்லடா. உடல் சுத்தம், மனசுத்தம் இல்லடா. எம்பிள்ளைக மனம் சஞ்சலப்படாம வைச்சுக்கோ. வயிறாற கஞ்சி ஊத்து. நான் இந்த மலையாள பூமியே மலைக்கிற மாதிரி விளைச்சலைத் தாரேன். மயங்கித் தவிக்கிற எம்மகன் குடும்பத்தில பூவு பிஞ்சு கனின்னு கண்குளிர காமிக்கிறேன் "

இதைக் கேட்டதும் வாரிசா பிள்ளை இல்லைன்று ஏங்கிகிட்டு இருந்த முதலாளி உடல் புல்லரித்துப் போனார். குறிப்பறிந்து மேனேஜர் ஓடிப்போய் சிவனம்மாவிடம் பவ்வியமாக விபூதி வாங்கிக் கொண்டு வந்து முதலாளியிடம் கொடுத்தார். முதலாளி பயபக்தியோடு பூசிக்கொண்டார் பட்டுத்துண்டை இடுப்பில் கட்டிக் கொண்டு அம்மனை வணங்கினார்.

பழனிச்சாமி, ராமர் வகையறாக்கள் நெளிந்து கொண்டிருந்தனர். சக்கிலிய, பள்ளு, பறைய வளைவு மக்கள் எதோ கிசுசிசுத்துக் கொண்டிருந்தனர். முதலாளி புதிராகப் பார்த்தார். சங்கிலி புரிந்து கொண்டார்.

“சாமிகளா, எல்லாம் வரிசையா நில்லுங்க. முதலாளி கையார பிரசாதம் கொடுப்பாக” என்றார். பேச்சு மாறியது. குடியான ஆண்கள் தனியா, பெண்கள் தனியா, எளிய ஜனங்க தனியா வரிசையாக நின்றார்கள். ஒரு இலையில் சக்கரைப் பொங்கலும், வாழைப்பழமும் இன்னொரு தொன்னையில் சுண்டலுமாய் வரிசையாய் கொடுத்தார் முதலாளி. ஒவ்வொருவரும் கும்பிட்டு வாங்கிச் சென்றனர்.

இறுதியாக பங்களாவுக்குள் அழைத்துச் சென்று கங்காணிகளுக்கு பொங்கல் தேங்காய் பழம், பொரிகடலை, சுண்டல், பத்துரூபாய் நோட்டு ஒன்றுமாய் கொடுத்தார். பழனிச்சாமி. ராமர் கண்காணிகளுக்கு பிரசாதம் கொடுக்கும் போது அவர்களை உற்றுப் பார்த்தார்.பழனிச்சாமி பயபக்தியாய் கும்பிட்டார். ஆனாலும் அவருக்குள் ஒரு உறுத்தல். “ஒருத்தருக்கு ஒருத்தர் பிரச்சினை இல்லாம நல்லா வேலை பாருங்க! இந்த சீசன் முடியறதுக்குள்ள உங்களுக்கு படிக்காசு உயர்த்தித் தரச் சொல்றேன்” என்றார். எல்லோரும் கும்பிடு போட்டுக் கலைந்து சென்றனர். பழனிச்சாமி, ராமர் இருவருக்கும் நெஞ்சுக்குள் வதக் வதக்கென்று உணர்வு. புதைஞ்சுபோன விஷயத்தை இந்த பொம்பளைக கிளப்பி விட்டுட்டாளுகளே என்று புலம்பிக்கொண்டே இருந்தார் பழனிச்சாமி.

“அண்ணே பயப்படாதீக, முதலாளியும் பொம்பளை விஷயத்தில வீக்குதான். இவரு ஊரு மேயறதாலதான் அவரு வீட்லையும் புழு பூச்சி இல்லை. இதைத்தான் இந்த பொம்பளைக சொல்றாளுக. முதலாளி எதாவது கேட்டா நாம விஷயத்தை திசைமாத்திடுவோம். என்று கன்னடத்தில் சொன்னார். பழனிச்சாமிக்கு, ராமர் யாரை சொல்லாரு என்ற கவலை! தனக்கு பிள்ளை ரொம்ப நாளா

இல்லாம இருந்து இப்பத்தான் உருவாகி இருக்கிறதைச் சொல்றாரா என்ற பதைப்பு.

இருள் சூழ்ந்து எஸ்டேட் முழுக்க சிள்வண்டு, ஓசை பரவத் தொடங்கியது. பங்களாவுக்குள் வெகுநேரம் விளக்கு எரிந்து கொண்டிருந்தது. கங்காணிகள் வாரியாக, ஜாதி வாரியாக, பலம் பலவீனம், உழைப்பு உதவாத்தனம்,அடக்கம், அடங்காத்தனம் எல்லாம் அலசப்பட்டது.

“கங்காணிக செய்யிற அட்டூழியத்தை சிவனம்மா சாமியாடிற மாதிரி முதலாளி காதில போட்டுருச்சு! முதலாளி என்ன நடவடிக்கை எடுக்கிறாருன்று பார்ப்போம்” என்று பெண்கள் பேசிக் கொண்டார்கள்.

“முதலாளி படிக்காசு உசத்தி சொல்லுவார்னு பார்த்தா, தேங்காய் பழத் தோட பத்துரூவாயை வச்சுக் கொடுத்திட்டு மூச்சி விடாம இருந்துட்டாரு. அப்போ சம்பள உயர்வு அவ்வளவு தானா....”

“ஆமா, கங்காணிகளுக்கு நாலுநாளு சம்பளம் இனாமா பத்துரூவா கொடுத்திட்டாரில்ல எசமான்” என்று கங்காணிகள் அக்கம் பக்கம் பார்த்தபடி பேசிக்கொண்டே நடந்தனர். ராக்கோழிகள் சத்தத்தில் அவர்களது பேச்சொலி அமுங்கியது. எதிர்காலம் இருட்டாகக் கவ்வி கவலையை உண்டாக்கியது. பெருமூச்சு விட்டபடி அவர்கள் தூங்க முயன்றனர். உழைப்பின் அலுப்பும் குளிரும் கண்ணிமைகளை இறுக்கி உறக்கத்தில் தள்ளியது. குளிரும் இருட்டும் நாய்களின் வாயைக் கட்டிப் போட்டது போல முடங்கிக் கிடந்தன.

□

16

பழமெடுப்பு மும்முரமாய் நடந்தது. முதல் சீசன் அமோக விளைச்சலைத் தந்தது. விறகு வெட்டும் வேலைக்குச் சென்ற குழுவினரான சின்னையாத் தேவர், வெள்ளைச்சாமி, குமார்,சோணைமுத்து,சின்னக்கருப்பன் ஆகியோர் ஸ்டோர் வேலைக்கு அனுப்பப் பட்டனர். ஸ்டோர் என்பது கருங்கல்லான கட்டிடம். உள்ளே மரப்பலகைகள் சுவற்றில் பதித்திருப்பர். அடுக்கடுக்காய் சன்னக்கம்பி பதித்த பலகை ரேக்குகள் இருக்கும். அதில் ஏலக்காய்களைப் பரப்பி வைத்திருப்பார்கள். அந்த அடுக்குகளைச் சுற்றி தகரக்குழாய் வழியாக கீழே எரிக்கப்படும் நெருப்பின் அனல்காற்று பரவி வரும். உள்காற்று வெளியேறாது. வெளிக்காற்று உள்ளே வர இயலாதபடி இறுக்கமாக மூடியிருப்பர். இதற்குள் தொழிலாளர்கள் வேலை பார்க்க வேண்டும்.

ஸ்டோர் வேலை என்பது மழைக்குக் கதகதப்பான வேலைதான். ஏலக்காயை அடுக்கடுக்கான தட்டுகளில் பரத்தி குழாய் மூலம் பரவிவரும் வெப்பக் காற்றில் உலர்த்துவார்கள். பழம் சுருங்கி முப்பட்டை நாப்பட்டையாய் இருக்கும். அவற்றை சல்லடைத் தட்டுகளில் போட்டு இருகைகளால் தேய்ப்பார்கள். பழத்தில் ஒட்டியிருந்த பூக்காம்புகள், உதிர்ந்து ஏலக்காய் நெற்றாய் கலகலவென சத்தத்தில் மணக்கும். அவற்றைப் பக்குவமாய் புடைத்து தூசி அகற்றி சாக்குகளில் இட்டு ஐம்பது கிலோ மூடைகளாக அடுக்குவார்கள். இந்த வேலை குளிருக்கு இதமாக இருக்கும். ஆனால் அந்த வெப்பமும் இருட்டும் எவ்வளவு திமிரான ஆட்களையும் உருக்கிவிடும். ஆனால் உடல் உழைப்பும், அலைச்சலும் இல்லை. அட்டைக்கடி,அருணைக்கடி இல்லை. ஆகவே வயதான பெண்மணிகள் ஏலக்காய் புடைக்கும் வேலைக்கும், அலைய முடியாத நடுத்தர வயதினர் ஏலக்காயைத் தேய்த்துப் பக்குவப்படுத்தும் பணிகளில் ஈடுபடுத்தப்படுவார்.

ஏலக்காயைப் பக்குவப்படுத்தும் பணியை விரைவுபடுத்த இவர்களுக்கு வடை, காபி, சுண்டல் என பலகாரங்கள் அவ்வப்போது பரிமாறப் படுவதுண்டு. கஷ்டப்பட்டு விறகு வெட்டி ஸ்டோர் கங்குக்கு அனுப்புபவர்களுக்கு முன்னுரிமை கொடுக்கப்படுவதுண்டு.

இங்கு உடலுழைப்பு குறைவு, ஓய்வு கொஞ்சம் கூடுதல் என்பதால் இங்குதான் எஸ்டேட்டில் யார் யார் எப்படி என்பது அலசப்படுவதுண்டு. துரைச்சாமி கணக்குப்பிள்ளை ஸ்டோர் வேலைக்காரர்கள் வாயைக்கிளறி எஸ்டேட் தொழிலாளர்களின் மனப் போக்கைத் தெரிந்துகொண்டு நிர்வாகத்திற்குத் தகவல் சொல்வது வழக்கம்.

துரைச்சாமி கணக்குப்பிள்ளை மெல்லப் பேச்சைத் தொடங்கினார்.

'என்ன சோணை, இன்னக்கி என்ன கொழம்பு என்ன சோறு?'

"சாமி இன்னக்கி சீரகச்சம்பாச் சோறும் கட்டக்காலு கொழம்பும். சாமிக்கு கொஞ்சம் கொண்டாந்து தரவா. உக்காந்துகிட்டே கணக்கு எழுதறக்கு வர்ற உள்மூலம், வெளிமூலம் எல்லாம் பஞ்சாப் பறந்துரும்"

"சீ கருமம், சிவ சிவ. என்னடா சொல்றே? நா சுத்த சைவ வெள்ளாளன்டா"

"அப்புறம் என்னசாமி, நாங்களே அனல்ல வெந்து கங்குல காய்ஞ்சு உடம்பில ரத்தப் பசையே இல்லாம இருக்கோம். நீங்க குடுக்கிற ரெண்டே கால்ரூவா சம்பளத்தில கறிபுளி எடுத்தா சாப்பிடமுடியும்? வயித்தெறிச்சலக் கிளப்பாதீங்க சாமி"

"அட என்னப்பா சொல்லிட்டேன்? எஸ்டேட்ல வேலை பார்க்கிற தொழிலாளி கிட்டே என்ன சாப்பிட்டேன்னு கேட்டது தப்பா?"

வெள்ளைச்சாமி குறுக்கிட்டார். "அய்யா, தொழிலாளி மேல அக்கறையா கேட்டா தப்பில்லை. வாயைக்கிண்டி வேவு பார்க்கிறதுதான் கடுப்பு வருது. இங்க பாருங்க, விறகு வெட்டி, காப்பு காய்ச்ச கையை. ஸ்டோர்ல வந்து சரக்கை தேய்ச்சு தேய்ச்சு தோல் எல்லாம் உறிஞ்சி வெள்ளை வெளேர்னு இருக்கு. குழம்புச் சோற்றைத் தொட்டா கையெல்லாம் காந்துது. கைரேகை எல்லாம் அழிஞ்சு போச்சு".

சின்னாத்தேவர் தொடர்ந்தார். "கணக்குப் பிள்ளை அய்யா. அங்க பாருங்க இளந்தாரிப் பய குமாரு. கெண்டை மீனு மாதிரி கொழு கொழுன்னு இருந்த பய, இந்த அனல்ல வெந்து நெத்திலிக் கருவாடாயிட்டாப்ல. அவனுக்குப் பொண்ணுதர யோசிப்பாங்க. முதலாளிகிட்ட சொல்லி ஸ்டோர்ல வேலை பார்க்கிறவங்களுக்கு, முட்டையும், பாலும் தரவும்,வாரம் ரெண்டு தடவையாவது கவிச்சி சாப்பிடற மாதிரி தினப்படி அஞ்சு ரூவாயாவது வாங்கித் தாங்க"

சின்னக்கருப்பனும், குமாரும் சேர்ந்து கொண்டார்கள் "ஆமாங்கய்யா. ஸ்டோர்ல வேலை பாக்கிறவங்களுக்கு தினப்படி

கூட்டி வாங்கித் தாங்க. நாங்க நல்லா வேலை பார்த்தாதான் ஏலக்காயின் தரம் நல்லா இருக்கும். நல்ல விலைக்கு ஏலம் போகும்".

"ஆமாம் இன்னிக்கு வாயைத்திறந்த நேரம் சரியில்லை" என்று முனங்கியபடி கணக்குப்பிள்ளை நகர்ந்தார்.

"இன்னும் ஒரு வாரத்திற்கு கணக்குப் பிள்ளை ஸ்டோர் பக்கமே வரமாட்டார்" என்றார் சின்னையாத் தேவர்.

"தேவரய்யா, நாம பேசுனது பொய்யில்ல; வெத்து மிரட்டலுமில்ல. ஸ்டோர்ல வேலை பாக்கிறவங்களுக்கு கறி பால் முட்டை சாப்பிடறதுக்காவது கூடுதலா தனிப்படி கொடுத்தாதான் மனுஷன் தொடர்ந்து வேலை பார்க்க முடியும். இல்லாட்டி அனல்ல ரத்தம் காய்ஞ்சு நீர்ச்சத்து இழந்து சாக வேண்டியது தான்" என்றார் வெள்ளைச்சாமி.

"சரி, மானேஜர்கிட்ட பேசிப் பார்ப்போம். மற்ற எஸ்டேட்ல்ல குடுக்கிற சலுகையாவது குடுங்கனு கேப்போம்"

"ஆமாம், கட்டாயம் கேட்டாகணும் வாங்கியாகணும்" எல்லாரும் ஒரே குரலில் சொன்னார்கள்.

"இந்த முதல் சீசனில் நல்ல விளைச்சல். விலையும் நல்ல கிராக்கியா இருக்காம். முதலாளிக்கு வேலைக்கு ஏத்த கூலி கொடுக்க என்ன வருத்தம்" வெள்ளைச்சாமி சொன்னார். வேக்காட்டில் பூத்த வியர்வையை துடைத்தபடி.

□

17

பழமெடுப்பு முதல் சீசன் ஓய்ந்து விட்டது. பெண்கள் எல்லாம் களை எடுப்புக்கும், ஆண்கள் ஏலத்தடைகளுக்கு கவாத்து செய்யும் வேலைகளுக்கும் அனுப்பப்பட்டனர். பையன்கள் காபிப்பழம் சேகரிக்கவும் அனுப்பப்பட்டனர்.

ஏலத்தடைகள் கவாத்து செய்வது என்றால் முதிர்ந்த காய்ந்த ஏலத்தடை களை தூருக்கு மேல் அரைஜான் விட்டு வெட்டிவிடுதல், பழுத்த முதிர்ந்த இலைகளை அகற்றுதல், தூரில் உள்ள பழைய காய்ந்த வள்ளிச்சரங்களைத் துண்டித்து ஏலத்தூரைச் சுற்றி வட்ட வடிவமாக குழி அமைத்து சுற்றியுள்ள சிறு கல், முள்களை அகற்றி மண் அணைத்து அடுத்த பருவத்திற்கு வெளிவரும் வள்ளிகளுக்கு தடங்கல் இல்லாமல் அமைத்தல் வேண்டும். ஒரு ஏலத்தூரை சரிசெய்ய கால்மணிநேரமாகும். நிமிர்ந்து, குனிந்து, குத்தவைத்து என்று முந்நிலைகளில் வேலைபார்க்க வேண்டும்.

நறுவிசாய், நயமாய் ஏலத்தடைகளை கவாத்து செய்வது என்பது கழுத்து நிற்காத சிறு கைக்குழந்தையை பேணுவதைவிடவும் கவனமாக இருக்க வேண்டும். முளைவிடும் வள்ளிகளையோ, முண்டிவரும் ஏலத்தடையையோ வெட்டி விடக்கூடாது. ஆனாலும் தூரைச் சுற்றியுள்ள கழிவுகளை அகற்றிட வேண்டும். கீழ்ரோட்டிலிருந்து மேல் ரோடுவரை ஒரு நிறையை முடிப்பதற்குள்ளே இடுப்பு ஒடிந்து விடும். ஏலச்செடித் தூரில் நட்டுவாக்காலிகள், நண்டுகள் இருக்கும். குந்தி உட்கார்ந்து வேலை பார்க்கும் போது கால்விரல் இடுக்குகளில், தொடைகளில் அட்டை ஒட்டிக்கொண்டு இரத்தத்தை உறிஞ்சி உப்பி தானாய் விழும்.

பெண்கள் குனிந்து, நிமிர்ந்து கருக்கருவாள் கொண்டு களை எடுத்துச் செல்வார்கள். அவர்கள் பின்னாலே ஆண்கள் கவாத்து செய்யும் வேலையைச் செய்வார்கள். இந்த வேலை செய்யும் அழுப்பை, சிரமத்தை மறக்க ஆண்களும் பெண்களும் பாட்டுகளையும், விடுகதைகளையும், சொலவடைகளையும் போடுவார்கள்.

பெண்களில் விடுகதை, சொலவடை சொல்வதில் சிவனம்மாவும், மாடத்தியும் கெட்டிக்காரர்கள். ரெண்டு விடுகதை சொல்லி ஆளாளுக்கு விடுவிக்க முயற்சி செய்து கடைசியாக சிவனம்மா விடுகதையை அவிழ்க்கிறதுக்குள்ளே ஒரு நிறை முடிஞ்சிறும்.

வெள்ளைத்தாயும், ராக்கம்மாளும் தெம்மாங்கு பாடுவதில் கெட்டிக்காரர்கள். அவர்கள் பாடினால் வனாந்திரமே கிறங்கி நிற்கும்! வேலை பாட்டில நடந்துக்கிட்டுருக்கும்.

"ஏலமலையிலே...ஏலமலையிலே எம்மயிலே
போனாக்கா... போனாக்கா... எம்மயிலே
ஏழ்மை போகும்ன்னாங்க எம்மயிலே
ஏழ்மையும் போகல ஏலாமைப் போச்சே எம்மயிலே"

இப்படி வெள்ளையம்மா பாட்டு எடுத்து விட்டா மனசில இருந்து சுமை எல்லாம் பனியா கரையற மாதிரி இருக்கும்.

ஆண்கள் கவாத்து எடுத்துக் கொண்டே பாடுவார்கள். அதில் பெரியவீரன் கொட்டு அடிக்கும் திறமை உள்ளவன். அவன் பாடினால் ராகக் கட்டோடு தாள லயத்தோடு இருக்கும்.

தானே நன்னே னானே நன்னே....
சட்டி புட்டி கழுவவில்லை
சமையல் வேலை செய்யவில்லை
வெட்டிப்பய மகளைக் கட்டி வெட்கக்கேடு
வெட்கக் கேடு......
சட்டிபுட்டி கழுவ வச்சேன்
சமையல் வேலை செஞ்சு வச்சேன்
வட்டியிலே போட்டு வச்சேன்
கேப்பைக்களி கருவாட்டு ஆனம்
மறுநிமிசம் வட்டியல ஒன்னத்தையும் காணோம்!
வக்கணையா பேசுறான் வகைவகையா பேசுறான்
வேலையத்தான் ஒண்ணையும் காணோம்!
ஏளா ஏளா சின்னப்பய பிள்ளே
ஏழுருண்டைக் களி தின்ன பிள்ளை
உழைச்சு உழைச்சுப் நாபோடறேன்.
மிச்சத்தை ஒண்ணும் காணல...
ஏலே ஏலே சின்னப் பயலே
ஏழுருண்டைக் களி தின்னப் பயலே
சொச்சத்தை நான் சொல்லவா
ஊரு எச்சிலைக் காறித்துப்பவா...

இப்படி பெரிய வீரனும், ராமனும் மாறி மாறி பாட்டுப் பாடி உற்சாகப் படுத்துவார்கள். கவாத்துவேலை சுறுசுறுப்பாய் நடந்துக்கிட்டிருக்கும்.

கங்காணி சுப்பையா நாயக்கரு, அண்ணன் கோட்டி நாயக்கரு, மருமகன் முனுசாமி பாட்டு இளந்தாரிகளுக்கும் வயசாளிகளுக்கும்

கிளுகிளுப்பை ஏற்றும். மனசில பட்டதெல்லாம் பாட்டாக மாறும்.

கத்தரிப்பூச் சேலைக்காரி
சித்தகத்திக் கண்ணுக்காரி
தத்தித் தவிக்கும் மச்சானைப் பாரடி
தனியா சந்திக்கும் நேரம் கூறடி...

மல்லு வேட்டி நடையழகா
மயிலைக் காளைத் திமிலழகா
பெத்தவங்களிடம் பேசாம
மத்ததைப் பேசுவது அழகா

மயிலு நடையழகி
குயிலு குரலழகி
வெயிலு நிறத்தழகி நீ
கிட்டாமப் போனா என்னுடம்பு
கெட்டுப் போகும் அழுகி
கெட்டுப் போகும் அழுகி

இப்படி பாட்டு போய்க் கொண்டிருந்தது. குமார் மெல்ல கோட்டி நாயக்கரிடம் வம்பிழுத்தான். "என்ன பெரிசு? மருமகன் பாட்டைக் கேட்டிகளா..."

"ஆமாம் ஆமாம்.. மகளைக் கொடுத்து மூனு வருடம் ஆகலை. தரையில ஒண்ணு: இடுப்பில ஒண்ணு; வயித்தில ஒண்ணுன்னு அதுக்கு குறைச்சல் இல்லை. பிழைக்கத்தான் துப்பு இல்லை. துப்பு இருந்தா இப்படி பச்சைப் பிள்ளைக்காரியை ஏலமலைக்கு கூட்டி வந்து இம்சை பண்ணுவானா.." சுற்றியிருந்த ஆண்கள் குபுக்கென்று சிரிக்க, முனியசாமி நிமிர்ந்து பார்த்தார்.

"ஆமா, அந்த கிழடு ஒழுங்கா இருந்தா நாங்க ஏன் இப்படி மலையேறி" லோள பட்றோம்" என்று சொல்லி ஒரு பீடியைப் பற்ற வைத்தார்.

பேச்சும் பாட்டும் ஓடிகிட்டே இருந்தாலும் வேலை தொய்வில்லாம போகுதில்லை என கங்காணிக்கு குஷிதான்.!

□

18

அன்று பரேட்டில் ஆண்கள், பெண்களுக்கு வேலைப்பகிர்வு சொல்லி காட்டுக்கு அனுப்பிய பின், சிறுவர்களுக்கான வேலை ஒதுக்கீட்டுக்கு வந்தார் கணக்குப்பிள்ளை. “இளந்தாரிப் பசங்களா உங்களுக்கு இன்னிக்கு வேற வேலை!. அதோ அந்த பழைய ஸ்டோர்ரூம் முன்னால விறகுக்கட்டை அடுக்கி வச்சிருக்கில்ல, அங்கே போய் அங்கிருக்கிற மரக்கட்டைகளை எல்லாம் ஒரு பழைய சாக்கில வைத்து சுத்தி சுமந்து கொண்டு வந்து புதுஸ்டோர் முன்னால அடுக்கணும். இன்னிக்கு இந்த வேலையை முடிச்சிறணும். இடையில ஒன்னுக்குப் போறேன், தண்ணி குடிக்கப் போறேன்னு ஏமாத்தக்கூடாது. ஏ சின்னவாடா, இன்னிக்கு நீதான் இவங்களுக்கு கங்காணி!” என்று கணக்குப்பிள்ளை சொன்னதும்,‘இன்னிக்கு பீ அள்ளிறதில இருந்து விடுதலை!’ என்று சின்னவாடன் முகம் பூரித்து பவ்வியமாகத் தலையாட்டினார்.

“ஏய், பசங்களா, ஸ்டோர்ல போய் பழைய சாக்கு ஆளுக்கு ஒன்னா எடுத்திட்டு வாங்க. வேலை முடிச்சுப் போகும் போது சாக்கை ஒப்படைக்கணும். ரவி, நீ இருடா” என்றார் குப்பய்யா கணக்குப்பிள்ளை.

“சின்னவாடா, நீ அந்தப் பசங்க சாக்கு எடுத்திட்டு வந்து விறகுக்கட்டை தூக்க ஆரம்பிக்கிறதுக்குள்ளே, ரோட்டோரமா கிடக்கிற மலத்தை மம்பட்டியில் வழிச்சு ரோட்டுக்கு கீழே தள்ளிட்டு வந்திரு! என்ன நாஞ் சொல்றது விளங்குதா...” என்றார். சின்னவாடன் முகம் கறுத்தப் போனது.

“ரவி, நீ மாட்டுக்கொட்டிலுக்குப் போய் கதவைத் திறந்து மாட்டை பத்திக் கொண்டு எஸ்டேட்டுக்கு நுழையற இடத்தில சாந்தாம்பாறை போற வழியில புல்மேடு இருக்குள்ள.... அங்க மாடுகளை மேயவிட்டு நாலுமணி வாக்கில பத்திகிட்டு வந்து தண்ணீ குடிக்க வச்சி, கொட்டிலை மூடிட்டு வேலுகிட்ட சொல்லிட்டு வீட்டுக்கு போயிறாலாம்”.

ரவிக்கு மாடு மேய்க்க அனுப்புறாங்களேன்னு முகம் சிவந்து அழுகையா வந்தது. ‘வேலை செய்யிற பொது இடத்தில அழுகக் கூடாது. நீ சின்னப்பிள்ளை இல்லை! வளர்ந்த பையன்னு’ அம்மா சொன்னது நினைவு வந்தது. ரவி மௌனமாக இருந்தான்.

ரவியின் முகத்தைக் கவனித்த குப்பையா, “ரவி, நீ படிச்சபுள்ள. மரக்கட்டைகளைத் தூக்கிறது கஷ்டமா இருக்கும். நீ வாழைத்தண்டு மாதிரி இருக்கே முரட்டுத்தனமான வேலை செய்யிறதுக்கு உன் உடம்பும் மனசும் தயாராகலை. மாடு மேய்ப்பது சுலுவான வேலை. நீ கதவைத் திறந்து விட்டா தண்ணியைக் குடிச்சிட்டு அதுவா புல் மேட்டைத் தேடிப்போகும். மாடு வேற வழியில போயிறாமா, அதை வேற யாரும் பத்திக் கொண்டு போகாமலிருக்கத்தான் இதுக்கு ஆளு போடறோம!. பசுமாட்டு பாலை வேற யாரும் கறந்துகிட்டுப் போயிறக் கூடாதில்லையா?

“நீ மாட்டைப் பத்திகிட்டுப் போ. ஒரு வாரம் பாரு! கஷ்டம்னா உன்னை பழமெடுக்கவோ, வேற வேலைக்கோ அனுப்பறேன்……”

ரவி தலையசைத்து மாட்டை பற்றிப் போனான். இதுக்கு முன்னாலே மாடுமேய்க்கிற வேலையை ராஜகோபாலு அண்ணன் ஏழுமலை தான் பார்த்தான்.அவனுக்கு டைபாயிடு காய்ச்சல் வந்ததாலே அவனை ஸ்டோர் வேலைக்கு அனுப்பி விட்டார்கள். ரவிக்கு சகவயசு பையன்களோடு பேச, பழக வாய்ப்பு போச்சே. இந்த மாடுகளோடு எப்படி வெயிலில் அலையறது. இந்தக் கஷ்டமெல்லாம் இன்னும் ஆறுமாசம் தானே. அப்புறம் பள்ளிக்கூடத்துக்குப் போயிருவோம் என்று தனக்குத்தானே ஆறுதல் சொல்லிக் கொண்டே மாடுகளுக்குப் பின்னே நடக்கத் தொடங்கினான். மாடுகள் ரோட்டு வழியே புல்மேட்டை நோக்கி நகர்ந்தன. இளங்கன்று தான் குதித்துக் குதித்து அங்குமிங்குமாய் ஓடியது. அதை மட்டும் கட்டுப்படுத்த கொஞ்சம் சிரமமாய் இருந்தது.

புல்மேட்டில் பத்து பதினைந்து மாடுகள் மேய்ந்து கொண்டிருந்தன. அங்கே கருப்பாய் குள்ளமாய் ஒரு கிழவன் மாடுகளை ஒழுங்குப்படுத்திக் கொண்டிருந்தார். இவனது மாடுகள் அவரது மாடுகளோடு கலந்து மேய ஆரம்பித்தன. ரவி அவரிடம் தன்னை அறிமுகம் செய்து கொண்டான்.

அன்று மாலை ரவி தனது சகாக்களைச் சந்தித்து அவர்களது வேலைகளைப் பற்றிக் கேடடான். ஒருத்தருக்கு கையில் மரச்சிறாய் குத்தி ரத்தம் வந்திருந்தது. இன்னொருவருக்கு சுமைசுமந்ததில் கழுத்துச் சுளுக்கு இருந்தது. இன்னொருவனுக்கு காலில் மரக்கட்டை விழுந்து காயம் இருந்தது. இவன் தனது வேலை சுலபமாத்தான் இருந்தது. ஆனால் அந்த காளை மாடும், கன்றுக்குட்டியும் அவனை வெயிலில் அலைக்கழித்தது என்றான். ‘டேய் மாடு மேய்ச்சான்’ என்று கேலியாகச் சொன்னார்கள்.

வீட்டுக்குத் தாமதமாக வந்த ரவியைப் பார்த்ததும் “என்னப்பா இவ்வளவு நேரம்? நான், உன் கூட்டாளிகளின் வீடுவீடாய்த் தேடிட்டு வந்தேன். மாடு மேய்க்க அனுப்பிட்டாங்களாமே. பாத்தியா உன் விதி! பள்ளிக்கூடம் போக வேண்டியவன் மாடு மேய்க்கப் போறமாதிரியாச்சே...!” என்று அம்மா பொங்கி பொங்கி அழுதது.

“என் கூட்டாளிகளுக்குத்தாம்மா கஷ்டமான வேலை! மாடு மேய்க்கிறது கஷ்டமில்லை.......” என்று சொல்லிக்கொண்டிருக்கும் போது அம்மா வெயிலில் வாடிய அவனது முகத்தையும், இரண்டு கால்களில் தைலப்புல்லின் ஓரங்களும் புதர்களும் உரசிய கீறல்களும் சிராய்ப்பும் பார்த்தாள்.

“அடக்கடவுளே, உனக்கு கண்ணவிஞ்சுப் போச்சா...ஏன் எங்களை இப்படி வாட்டி வதைக்கிறே...” என்று கேவியபடி தேங்காய் எண்ணெயை எடுத்து காலின் கீறல்களில், சிராய்ப்புகளில் தடவிவிட்டாள்.

“அம்மா, கவலைப்படாதே.. எனக்கு மாடு மேய்க்கிற வேலை கஷ்டமில்லை! இலேசான வேலை தான்! என்ன, இன்னும் ஆறுமாசம். காசை சேர்த்துக்கிட்டு பள்ளிக்கூடத்திற்குப் போகப்போறேன். எந்த வேலைன்னாலும் என்னம்மா..? தப்பு செய்யாம முன்னேற, பசியாத்த ஒரு வழிதானே!. அப்புறம் மாடு மேய்ச்சுகிட்டே வாய்ப்பாடு மனப்பாடம் பண்ற வழி கண்டு பிடிச்சிருக்கேன்!”

ரவியின் நம்பிக்கையான பேச்சில் அம்மாவின் கண்களில் நீர் பொங்கியது. இருகைகளாலும் அவனது கன்னத்தைத் தடவி நெட்டி முறித்தாள்.

ரவி மாடுகளை மேயவிட்டு விட்டு, ஈச்சம்புதரில் பழம் பறித்துக் கொண்டிருந்தான். சித்திரன் தனது மாடுகளோடு ரவியின் மாடுகளையும் கவனித்துக் கொண்டே ஒரு மஞ்சனத்தி மரத்தின் கீழ் அமர்ந்திருந்தார். சுட்ட கிழங்கு கொண்டு வந்திருந்த ஜவ்வுகாகிதப் பையில், பறித்த பழங்களைப் போட்டபடி அடுத்தடுத்த புதர் நோக்கி நகர்ந்து பழம் பறித்தான். பையை பார்த்தான். உத்தேசமாக இருநூறு பழங்கள் சேர்ந்திருக்கும். “ இன்றைக்கு இது போதும் ” என்று சித்திரக்கிழவன் இருந்த மரத்தடி போனான். கிழவன் உட்கார்ந்தபடியே தூங்கிக் கொண்டிருந்தார். நின்று சுற்றிலும் பார்த்தான். மாடுகள் மேய்ந்து கொண்டிருந்தன. நிம்மதியோடு உட்கார்ந்தான்.

துண்டை விரித்தான். நேற்று ஐந்தாம் வாய்பாடு முடிந்தது. இன்று ஆறாம் வாய்ப்பாடு என்று மெல்லச் சொல்லிக் கொண்டு இடது கை சுண்டு விரலை விரித்தபடி வலது கையால் ஆறு பழங்களை எடுத்து "ஓர் ஆறு....ஆறு" என்று சொல்லி பழங்களை துண்டில் போட்டான். இடக்கையில் மோதிர விரலை விரித்து வலக்கையில் ஆறு பழங்களை எடுத்து "இரண்டு ஆறு பனிரெண்டு" என்ற சொல்லி போட்ட கண்களால் பனிரெண்டு பழங்களை எண்ணிப் பார்த்தான். இப்படியே மூன்று ஆறு நான்கு ஆறு ஐந்து ஆறு எண்ணினான். "அய்ந்தாறு முப்பது" என்ற போது சித்திரன் குறுக்கிட்டார் "என்ன ரவிசாமி, வாய்ப்பாடு ஆரம்பிச்சிட்டிங்களா" ரவி, கிழவருக்கு பதிலளிக்கும் முன் நினைவாக ஒரு சிறு கல்லை எடுத்து துண்டின் வலது மூலையில் வைத்தான். இது ஒரு கையின் ஐந்து விரல் முடிந்ததற்கு அடையாளம்!

"என்ன தாத்தா, ஏன் கூப்பிட்டிங்க ?"

"ஒன்றுமில்லை. வாய்ப்பாடு பாடம் ஆரம்பிச்சாச்சான்னு கேட்டேன்".

"ஆமாம் தாத்தா"

"சாமி, ஒவ்வொரு விரலா விட்டால் ஞாபகத்தில் வைச்சுக்கிறதில சிரமம் இருக்கும். ஒரு விரலை மூனு கணு இருக்கும். 4 விரல்ல 12 கணு இருக்கும். அஞ்சாவது கட்டை விரல்ல இரண்டு கணு இருக்கும் இதனால் நீங்க ஒரே கையில்ல 14 எண்ணலாம். இப்போ மாதிரி நீங்க அஞ்சு விரலு எண்ணி முடிஞ்சதும் அடையாளமாய் கல்லு வச்சுகிட்டு இருக்கத்தேவையில்லை. நீங்க ரெண்டு தடவையில 28 எண்ணி முடிச்சிடலாம்!" என்றார்.

ரவி தனது இடது கை விரல்களை விரித்து ஒவ்வொரு விரலும் மூன்று கணுக்கள் இருப்பதைப் பார்த்தான். "ஆமாம் தாத்தா, நீங்க சொல்றது ஈசியாத்தான் இருக்கு. இனிமேல் அப்படியே எண்ணுறேன் தாத்தா!" என்று சொல்லி விட்டு 6 பழங்களை எடுத்து துண்டில் போட்டு "ஆறு ஆறு முப்பத்தாறு" என்று தொடர்ந்தான். இப்படியாக ஆறாம் வாய்ப்பாடு, அதற்குப் பின் ஏழு, எட்டு வாய்ப்பாடுகள் மனப்பாடம் ஆனது.

சித்திரன் தானே சிரித்துக் கொண்டார்.

"என்ன தாத்தா சிரிக்கிறீங்க"

"இல்ல ரவிசாமி, பள்ளிக்கூடத்தில படிக்க விட்டுப்போனதை மாடு மேய்ச்சுகிட்டே படிக்கிறீக. இழந்த வாய்ப்பை எந்த நிலையிலும் மீட்கணும்னு நினைக்கிறீங்க. நாங்க எங்க படிப்பை

மட்டுமல்ல, வாழ்க்கையையும் தொலைச்சிட்டு ஊருகாட்டை மறந்திட்டு மலைக்காட்டில கிரிசிகள்ல திரியறோம்".

"ஆமாம் தாத்தா, எங்க அப்பா இருந்திருந்தா பள்ளிக்கூடம் போய் அடி கிடி வாங்கிட்டாவது படிச்சிருப்பேன். அப்பா இல்லாததால் மலையில வந்து மாட்டிகிட்டோம். அடுத்த வருஷம் எப்படியும் பள்ளிக்கூடம் போயிடுவேன் தாத்தா.

"சரி, தாத்தா, கிரிசிக்காடுன்னு சொல்றிகளே அப்டின்னா என்ன தாத்தா?"

"சாமி, கிரிசின்னா விவசாயின்னு அர்த்தம்.

பத்து பன்னெண்டு வருஷத்துக்கு முன்னால இங்க மலையாள நாட்டில நம்பூதிரிபாடுன்னு முதல் மந்திரி இருந்தாரு. அவரு செங்கொடி கட்சிக்காரரு! அவரு காலத்தில நிலமில்லாத ஏழை விவசாயிகளுக்கு குடும்பத்துக்கு 50 செண்டு தரிசு நிலங்களைப் பிரிச்சுக் கொடுத்தார். அது கிரிசிகளுக்காக கொடுத்ததால கிரிசிக்காடுன்னு சொல்றாக. எங்கப்பன் அதோ அந்த பாறைமேட்டுக்கு கீழே உள்ள நிலத்தில விவசாயக் கூலியா வேலை பார்த்தார். அவருக்கு அம்பது சென்ட் மலைக்காடு கிடைச்சது. அந்த இடத்தை யாரும் விற்கவும் முடியாது. வாங்கவும் முடியாது. அப்பன் கடனை வாங்கி வாங்கி குடிச்சு அடமானம் வச்சிட்டு செத்துட்டான். அதை மீட்கத்தான் நானும் என் பிள்ளைகளும், வேற,வேற இடங்களில் மாடுமேய்ச்சுகிட்டும், கூலி வேலை செஞ்சுட்டும் திரியறோம்" என்று சித்திரன் சொல்லும் போது 'குடிகார அப்பாக்கள் எல்லாம் தங்களது பிள்கைளகளை துன்பத்தில் தள்ளிவிட்டுத்தான் சாவார்கள் போலிருக்கிறது' என்று ரவி மனதில் நினைத்துக் கொண்டான்.

"எனக்கு பேரன் ஒருத்தன், பேத்தி ஒருத்தி இருக்காங்க. அவங்களை பள்ளிக் கூடத்துக்கு அனுப்ப ஆசை! பயபுள்ளைக போக மாட்டேங்கிது. மலையாளப் புள்ளைக மஞ்ச மஞ்சேன்னு இருக்காங்க. இது பறக்குடியில பிறந்தது கருப்பா இருக்கேன்னு போக மாட்டேங்குதுக. அவங்களுக்கு வாய்ப்பிருந்தும் படிக்க மாட்டேங்குதுக! உங்களுக்குப் படிக்க ஆசை இருந்தும் படிக்கிற சூழ்நிலை இல்லை! ரவிசாமி, உங்க முயற்சி பலிக்கும். நீங்க பலருக்குப் படிக்க உதவனும். அதுக்காக அந்த தீப்பாஞ்சா சீலைக் காரியை கும்பிடறேன் " என்று கண்கள் பொங்க கை கூப்பினார் சித்திரன்.

"ஆமாம் தாத்தா, நல்லதையே நினைச்சு உழைச்சா நல்லதே நடக்கும்னு எங்க அப்பா சொல்வாரு. அவருதான் இல்லாமப் போனாரு"

“சரி, சாமி, அங்க பாரு நிழலு கிழக்காம விழுகுது. பொழுது உச்சியைத் தாண்டி மூனுபாகம் தூரம் போயிருச்சு. மணி மூணாகும் போலிருக்கு. மாட்டை பத்துங்க மெல்ல நீங்க எஸ்டேட்டுக்குப் போக நாலாயிரும்” என்றார் சித்திரன்.

ரவி எழுந்து “ட்ர்ர்ரு பா......பா.........” என்றதும் அவனது நான்கு மாடுகள் தலை நிமிர்த்திப் பார்த்தன. மெல்ல அருகில் சென்று எஸ்டேட் பக்கம் கை நீட்டினான். மாடுகள் மெல்ல ரோட்டை நோக்கி மேடேறின. “தாத்தா, நாளைக்கும் சக்கரைவள்ளிக்கிழங்கு சுட்டுக் கொண்டாறேன் தாத்தா” என்றபடி மாடுகளைப் பின் தொடர்ந்தான்.

“இன்னிக்கு 6,7,8 வது வாயப்பாடுகள்தான் பாடம் ஆகி இருக்கு.” ஆறாம் வாய்ப்பாடிலிருந்து ஒவ்வொன்றாய் சொல்லியபடி மாடுகளைத் தொடர்ந்தான். இருபது எட்டு நூற்று அறுபது! சரி நாளைக்கு ஒன்பதிலிருந்து பன்ணெண்டு வாய்ப்பாடை முடித்து விட்டுத்தான் தாத்தாவிடம் பேச வேண்டும். இன்னிக்கு கிரிசிக் காடுன்னா என்னான்னு தெரிஞ்சுகிட்டோம். என்று யோசனையில் எஸ்டேட் வந்து சேர்ந்தான்.

மாடுகளைத் தொழுவத்தில் சேர்த்து கதவை மூடும் முன்னால் மாட்டுத் தொட்டிலில் தண்ணீர் இருக்கிறதா என்று பார்த்தான். தண்ணீர் கொஞ்சம் தான் இருந்தது. சமையல்காரர் வேலுவிடம் சென்று கழனித்தண்ணீர் ஒரு வாளி நிறைய வாங்கி வந்து தொட்டியில் ஊற்றினான். மாடுகள் நாலும் தண்ணீர் குடித்தன. இந்த மாடுகள் ராத்திரியில் புல் தின்பதில்லை. பகலில் தின்றதையே அசை போட்டுப் படுத்துக் கிடக்கும். கதவை மூடி வேலுவிடம் சொல்லி விட்டுக் கிளம்பினான்.

□

19

அன்று சனிக்கிழமை. வாரப்படிக்காசு கொடுக்கப்பட்டது. வழக்கம் போல பெண்களுக்கும், பையன்களுக்கும் நாளொன்றுக்கு ஒன்னே கால் ரூபாயும், ஆண்களுக்கு இரண்டேகால் ரூபாயும் என்ற விதத்தில் வழங்கப்பட்டது. தமிழ்நாட்டில் ஒரு கிலோ அரிசி விலை மூன்று ரூபாய். கம்பு, சோளம், கேழ்வரகு கிலோ ஒன்னரையிலிருந்து இரண்டு ரூபாய் வரைக்கும் விற்றது. தேவாரம் போய் உணவுத் தவசுகள் வாங்கி வரக் கட்டாது. சாந்தம்பாறையில் ஒரு கிலோ கோதுமை ஒன்னரை ரூபாய், மட்டை புழுதி அரிசி இரண்டரை ரூபாய். கப்பைக்கிழங்கு முப்பது பைசா! சாந்தாம்பாறைக்கு போய் கோதுமையும், கப்பைக்கிழங்கும் வாங்கி இவ்வாரம் பொழுதைக் கழிக்கலாம். இந்த வாரம் திங்கள் புதன்ல ஏலக்காய் ஏல விற்பனைக்கு வரும். மேனேஜரிடம் படிக்காசு உயர்த்தித்தரக் கேட்பது என்று எல்லோரும் பேசினார்கள்.

அவனும் அம்மாவும் சாந்தாம்பாறை போனார்கள். அவனுக்கு சாந்தாம்பாறை போவதென்றால் பெரு மகிழ்ச்சி. கேக்கு, தேங்காய்பன், சூஸ்பரி, பருப்புவடை, பாலுவெள்ளம் சாப்பிடலாம். சாந்தாம்பாறை கடைவீதிச் சுவற்றில் அவன் முன்பு பார்த்த தமிழ்சினிமாப் படங்கள் மலையாள எழுத்துகளில் அச்சாகி ஒட்டப்பட்டிருக்கும். தமிழ்ப் படங்களின் பெயரைக் கொண்டு மலையான எழுத்துகளை எழுத்துக்கூட்டி வாசிக்கலாம். 'தங்கை', 'அன்னமிட்டகை',கலையரசி', 'என்தம்பி', 'சக்கரம்' பொம்மலாட்டம்' 'எங்கள்தங்கம்' 'இதயவீணை','தேனும் பாலும்' 'கருந்தேள் கண்ணாயிரம்' முதலான படப் போஸ்டர்கள் மூலம் மலையாள எழுத்துகளைத் தெரிந்து கொண்டான். பலசரக்கு கட்டப்படும் மலையாளப் பேப்பர்களில் உள்ள தமிழ்ச்சினிமாப் பட விளம்பரங்களையும் அவன் பார்த்து ஆர்வத்தோடு மலையான எழுத்துகளை அறிந்து கொண்டான்.

அன்று ரேசன்கடையில் 3 கிலோ கோதுமை அம்மா வாங்கியது. அதை அரவை மில்லுக்குக் கொண்டுபோய் அங்கே முறம் வாங்கி தூசி, தும்புகளை புடைத்து சுத்தம் செய்து அரைத்து வாங்கியது. இரண்டு கிலோ கப்பைக் கிழங்கும்,இரண்டு கிலோ சக்கரைவள்ளிக் கிழங்கும் மளிகைச் சாமான்களும் வாங்கிக் கொண்டது. அன்று ஞாயிற்றுக்கிழமை. டூரிங் தியேட்டரில் படம் பார்க்க ஆசை!

தமிழ்ப்படம் இல்லை "போஸ்ட்மேனைக் காணிட்டில்லா" என்ற படம் ஓடியது. படம் பார்க்காமல் திரும்பினார்கள். எஸ்டேட்டில் உள்ளவர்கள் அவரவர் தேவைகளுக்குச் சாமான்களையும் பிள்ளைகளுக்கு வடை, பன் என்று வாங்கிக் கொண்டு எஸ்டேட்டிற்கு ஏறினர். இளந்தாரிகள் மேட்னி ஷோவுக்குப் போனார்கள். முடிவெட்டிக் கொள்பவர்களும், முகச்சவரம் செய்து கொள்பவர்களும் நகரில் திரிந்தார்கள். இந்தப் பண நெருக்கடியிலும் சுப்பையா கண்காணி சாராயக்கடைப் பக்கம் ஒதுங்கினார். வழக்கமாக ஞாயிற்றுக்கிமைகளில் புழங்கும் கறிவகைகளுக்கு காசு இல்லாமல் போனது. கருவாடு மட்டும் வாங்கினார்கள்.

ஏலத் தோட்டத்தில் மரங்களுக்கிடையேயும், ஏலத்தட்டைகளுக்கும் இடையேயும் ஆறுநாள்களைக் கழித்தவர்களுக்கு, நகரில் மலையாள மக்களைப் பார்ப்பது. மலையான மக்களின் நடை, உடை, பாவனைகளை, பேசுவதை, அவர்களது வேட்டிக்கட்டுகளை முண்டணிந்த பெண்களைப் பார்ப்பதும் பொழுது போக்காக இருந்தது. ஞாயிற்றுக் கிழமையில் வேதக் கோயில் முன் நடமாடும் மக்களைப் பார்ப்பதும் வித்தியாசமாக இருந்தது.

திங்கள் கிழமை காலை பரேடு முடிந்து எல்லாரும் காட்டுக்குள் போனார்கள். ரவி வீட்டுக்குப்போய் சாப்பிட்டுவிட்டு மாடுகளை அவிழ்த்துவிட்டான். மாடுகள் பழகிய பாதையில் புல்மேட்டை நோக்கி நடந்தன. ஒரு காளைமாடு, இரண்டு பசுக்கள், ஒரு கிடாரிக்கன்று. கன்றுகுட்டிதான் குதித்துக் குதித்து அங்குமிங்கும் ஓடும். சமயங்களில் ரோட்டுக்குக் கீழேயும் இறங்கப் பார்க்கும். அதன்மீது ஒரு கண் இருந்துகொண்டே இருக்க வேண்டும். இல்லாட்டி எங்காவது புதருக்குள் மாட்டிக் கொண்டு மா.... மா... என்று கத்தும். அதனைப் பற்றி பிற மாடுகளோடு சேர்ப்பதில் பெரும்பாடு பட வேண்டும். இண்டம்முள் புதருக்குள்ளும் செந்தட்டிச் செடிகளுக்குள்ளும் மாட்டிச் சிரமப்பட வேண்டும். மாடு மேய்ப்பது ஒன்றும் இலேசான வேலை இல்லை என்று உணர்ந்து கொண்டான். கன்றுக் குட்டியைத் தேடிக் காட்டுக்குள் திசை தெரியாமல் திக்கு முக்காடிய அனுபவமும் உண்டு. பெரிய மாடுகளின் கத்திய குரல் திசையில் கன்றுக்குட்டி போக, அதன் பின்னாலே போய் சரியான வழிக்கு வந்ததும் உண்டு. அதனால் புல்மேட்டை நோக்கிப் பத்திரமாக நடத்திச் செல்ல வேண்டியதிருக்கிறது.

புல்மேட்டை நெருங்கியதும் குதியாட்டம் போட்டுக் கொண்டு மாடுகள் மற்ற மாடுகளிடம் சென்றன. சித்திரன் ரோட்டுக்கரை மரத்தடியில் அவனுக்காகக் காத்திருந்தார்.

"என்ன தாத்தா வெள்ளனயே வந்திட்டிகளா!".

"இல்ல சாமி, இப்பத்தான் அரைமணியிருக்கும். வாங்க அந்த வேங்கை மரத்தடி பாறையில உட்காருவோம். ஆவணிமாச வெய்யில் என்னமா அடிக்குது! சித்திரை, வைகாசி தோத்துப் போகும் போலிருக்கு" மாடுகளைப் பார்த்தான். அவை புல்மேட்டுக்குள் நுழைந்த ஜோரில் மேயத் தொடங்கின. கன்று குட்டி கொஞ்சம் பசி அடங்கினப்புறம்தான் குதியாட்டம் போடும்! அவன் சித்திரனோடு வேங்கை மரத்து பாறை நிழலுக்குப் போனான்.

உட்கார்ந்ததும் சித்திரன் தான் கொண்டுவந்த காகிதப் பொட்டலத்தை விரித்தார்.

"என்ன தாத்தா இது? "

'ரவிசாமி, இன்னிக்கு நானு கப்பக்கிழங்கு கொண்டு வந்திருக்கிறேன்." இரண்டு கப்பைக் கிழங்குகள் நன்றாக வெந்து தோல் விரிந்திருந்தன. ஒரு சின்ன காகிதப் பொட்டலத்தில் உப்பு மிளகாய் பொடி இருந்ததை விரித்தார். கவனமாக காற்றுக்கு எதிர்ப்புறமாகவும் மாடுகளைக் கண்காணிக்கும் வாகில் உட்கார்ந்து கொண்டனர்.

"என்ன தாத்தா திடீர்னு நீங்களும் கிழங்கு கொண்டாந்திட்டீங்க?

"ஆமாம்... நித்தம் நீங்களே கொண்டாறீங்க. இன்னிக்கு ஒரு நாளைக்காவது நானும் உங்களுக்கு தரணும்னு ஆசைதான்..."

சித்திரன் பெரிய கிழங்கை அவனிடம் கொடுத்தார். "இல்ல தாத்தா.. பெரிசை நீங்க வச்சிக்குங்க. எனக்கு சின்னது போதும்!"

ஒரு காகிதத்தைக் கிழித்து அதில் கொஞ்சம் மிளகாய்த்தூள் போட்டு கிழங்குத் துண்டைக் கொடுத்தார்.

"தாத்தா, நான் சக்கரைவள்ளிக் கிழங்கு கொண்டாந்திருக்கேன். அதை இப்போ திங்கிறீங்களா?"

"இல்ல சாமி, அதை அப்படியே பத்திரமா வையுங்க. உச்சிப் பொழுதுக்கு மேல சாப்பிடுவோம்!"

ரவி கிழங்கை பிய்த்து தோலை உரித்துவிட்டு உப்பு மிளகாய் பொடியில் தொட்டு வாயில் வைத்தான். நன்கு வெந்த கிழங்கு, உப்பு மிளகாய்க் காரத்தில் தின்ன தின்ன ருசியாக இருந்தது. நாக்கை சொட்டான் கொட்டிச் சாப்பிட்டான். வாழைப்பூ மடல் மாதிரி

பாதி இமை மூடிய முதிர்ந்த கண்களை விரித்து, அவன் சாப்பிடுவதையே பார்த்தார் சித்திரன். 'கண்ணிமைக்காமல் என்ன தன்னை இப்படி பார்க்கிறாரே' என்று உணர்ந்த ரவி," என்ன தாத்தா அப்படி பார்க்கிறீங்க... நீங்க திங்கலையா?"

'இல்ல சாமி, குடியானப்பிள்ளை இப்படி கபடம் விகற்பம் இல்லாமல் இருக்கிறது பார்த்து சந்தோஷமா இருக்கு!"

"இதிலென்ன தாத்தா விகற்பம்? நான் கொடுத்த கிழங்கை நீங்க சாப்பிடுறீக? அது மாதிரி நீங்க கொடுக்கிற கிழங்கை நான் திங்கறேன். இதில் என்ன விகற்பம், வித்தியாசம்? பார்க்க என்ன இருக்கு?" என்று சொல்லும்போது அவனது மனதில் அம்மா அடிக்கடி சொல்லுமே..... 'பள்ளு பறை சக்கிலிக குடுக்கிறதை தின்னு உழப்பிட்டு வராதே'ங்கிறது நினைவுக்கு வந்தது. அவன் யோசித்துப் பார்த்தான். 'சித்திரன் கொடுத்த கிழங்கு ருசியாகத் தானே இருக்கு? இதிலென்ன திங்கிற ருசியில சாதி அது இதுன்னு பார்க்க முடியும்?"

"என்ன சாமி யோசிக்கிறீங்க?" என்றார் சித்திரக்கிழவன்.

"ஒன்னுமில்ல! குடியானப்பிள்ளை... அது இதுன்னு சொல்றீங்களே! அப்படின்னா என்ன? ஏன் அப்படி சொல்றிக? அப்புறம் சின்னப்பயலான என்னை நீங்க,வாங்க, போங்கன்னு மரியாதையா சொல்றீங்க ஏன்?"

"ரவிசாமி, இது காலம் காலமாக இப்படித்தான் வச்சிருக்காங்க. எனக்கு விளக்கமா சொல்லத் தெரியலை. நீங்க இன்னும் படிச்சு பெரிய ஆளாக வரும் போது தெரிஞ்சுக்குவீங்க!"

ஒன்னும் விளங்காமல் பார்த்தான். ஆனால் படிச்சு பெரிய ஆளாக வரும்போது என்று அவர் சொல்லும் போது அவனுக்கு நினைவுக்கு வந்தது. இன்னிக்கு 17ஆம் வாய்ப்பாடு கொஞ்சம் கஷ்டமாத்தான் இருக்கும். இன்னிக்கு நிறைய பழங்களை பறிக்கனுமே. இருநூறுக்கு மேல பழங்கள் வேணுமே.... என்று யோசித்தபடி எழுந்தான்.

"தாத்தா, மாடுகளைப் பாத்துக்குங்க. நான் ஈச்சம் பழம் பறிக்கணும் இன்னிக்கு 17ஆம் வாய்ப்பாடு ஆரம்பிச்சு 20 ஆம் வாய்ப்பாடு வரை முடிக்கணும்" என்றபடி ஈச்சம்புதர் பக்கம் போனான். பழங்கள் குறைவாக இருந்தன. பிஞ்சுக்காய்கள் நிறைய இருந்தன. "ச்சே பிஞ்சுக்காயா இருக்கே, இதைப் பிடுங்கி வீணாக்கலாமா... பழத்தை ரெண்டுபேரும் திங்கலாம். மிஞ்சினதை அம்மாவுக்கும் கொடுக்கலாம்! காய்களைப் பிடுங்கினா வீணாகியிருமே..... அப்போ இன்னிக்கு வாய்பாடு இல்லையா?.... ச்சே... வாய்ப்பாடு படிக்காம நம்மளையே ஏமாத்திக்கலாமா. சரி

ஒரு யோசனை! ஒரு பதினேழு பழத்தை துண்டில் போட்டுள்ளதாகக் கற்பனை பண்ணி, இரு பதினேழு முப்பத்தி நாலுன்னு இன்னொரு பதினேழு பழத்தை 17, 18, 19, 20, 21 ன்னு எண்ணிப் போட்டு முப்பத்திநாலு சொல்றோம். இப்படி எல்லாத்தையும் பழம் போட்டதாக கற்பனையாகவே எண்ணிப் பார்த்தா என்ன? ன்னு யோசனை வந்தது. சரி முயற்சி பண்ணுவோம்.

இப்பொ பதினேழு பழம் துண்டுல இருக்கு. இடது கை விரல் அஞ்சிலும் இருக்கிற கணுக்கள் எண்ணிக்கை பதினாலு. மறுபடியும் சுண்டுவிரல்ல உள்ள கணு மூணைச் சேர்த்தா பதினேழு கணுக்களாயிருச்சு. இப்போ துண்டுள்ள உள்ளது ஒரு பதினேழு. கையில ஒரு பதினேழு. அப்போ 18, 19, 20, 21, 22, 23, 24 ன்னு கணுக்களைக் கூட்டினால் 17வது கணு முப்பத்தினாலு வருது. அப்போ இரண்டு பதினேழு முப்பத்தினாலு. இப்போ துண்டில முப்பத்திநாலு. இப்படியாக புதிய முறையில் கவனம் பிசகாது தொடர்ந்தான். வெயில் ஏறவும் மாடுகள் மேயும் பகுதியில் ஒரு நிழல் பார்த்து உட்கார்ந்து கொண்டனர்.

"என்ன தாத்தா... ரோட்டில பாட்டு சத்தம் கேட்குதே, எதாவது விசேஷமா...?

"ஆவணி மாசம் நடக்குதில்ல. மலையாள நாட்டில ஓணம் பண்டிகை வரப்போகுது. இங்க ஏழை பணக்காரர்ன்னு வித்தியாசம் பார்க்காம எல்லோரும் கொண்டாடுவாங்க. நம்ம ஊரு பொங்கல் மாதிரி வீட்டுக்கு வீடு கோலம் போட்டு, புதுத்துணி உடுத்தி அவங்க கொண்டாடுடறதைப் பார்க்கவே ரொம்ப சந்தோஷமாய் இருக்கும். மலையாள வேலைக்காரங்களுக்கெல்லாம் போனஸ், சம்பள உயர்வுன்னு கிடைக்கும்!" என்றார் சித்திரன்.

வட்டப்பாறை எஸ்டேட் ரோட்டில் ஒரு ஜீப் வந்து கொண்டிருந்தது. "ரவிசாமி, ஜீப் சத்தம் கேட்குதே முதலாளி, மானேஜர் வர்றாங்களோ..." என்றார் சித்திரன்.

"இல்ல தாத்தா, முதலாளி செவர்லே காரில வருவார். மேனேஜர் அம்பாஸிடர் காரில் வருவார். இது வேறு யாராவது இருக்கும்! நான் ரோட்டோரம் போய் பார்த்துவட்டு வர்றேன்". ரவி ரோட்டுப் பக்கம் மெல்ல வந்தான். அவன் ரோட்டில் நிற்பதைப் பார்த்ததும் ஜீப் அவனருகில் நின்றது.

"ஏய், நீ வட்டப்பாறை ஆளா..." அவன் தலையாட்டினான். "எஸ்டேட்ல முதலாளிமார், மானேஜர்மார் இச்சமயம் இருக்குமா..." அவன் "இருக்கமாட்டார்கள்" என்ற விதத்தில் தலையை ஆட்டினான்.

"அப்படிங்கில் வர்க்கர்ஸ் பணிகழிஞ்சி வந்திருக்குமா..." என்று மலையாளம் கலந்த தமிழில் கேட்டார் ஒருவர். இன்னொருவர் சிகரெட் புகைத்தபடியே வெள்ளை வேட்டி வெள்ளைச் சட்டையில் இருந்தவர் இவனை உற்றுப் பார்த்தார்.

"வேலைக்குப் போனவர்கள் நாலு மணிக்குத்தான் வருவார்கள்" என்றான்.

"ஓகே! போகட்டே!" என்றார் சிகரெட் ஊதியபடி.

அவன் தாத்தாவிடம் சொன்னான். "ஜீப்பில் எழுத்துகள் ஏதுவுமில்லை என்றால் ஏலக்காய் ஆபிஸர்கள் இல்லை. கொடி ஏதுமில்லை என்றால் ஆளும் கட்சிக்காரர்களோ எம்.எல்.ஏ.வோ இல்லை. மலையாளமும் தமிழும் கலந்து பேசினால் அநேகம் யூனியன்காரர்களாக இருப்பார்கள். அதனால்தான் வேலை செய்கிறவர்களைப் பற்றிக் கேட்கிறார்கள். ஆக எஸ்டேட்டில் புதுசா ஒன்று நடக்கப்போகுது!" என்றார் தாத்தா.

"யூனியன்னா என்ன தாத்தா?"

"வேலை செய்யிற தொழிலாளர்களின் பிரச்சினைகளுக்காகப் போராடி அவர்களுக்கு முதலாளிமார்கிட்டே இருந்து கூலி உயர்வும், சலுகைகளும் வாங்கித் தருவார்கள்".

"அப்படின்னா எங்க எஸ்டேட் வேலைக்காரர்களுக்கு படிக்காசு கூடக் கிடைக்குமா....! சரி, தாத்தா! நான் மாடுகளை பத்திகிட்டு கிளம்பறேன். எஸ்டேட்டுக்குப் போக நேரம் சரியா இருக்கும்.... ப..... ப......... வெள்ளையா வாங்க போலாம்" என்று குரல் கொடுத்தான். காளை மாடுகள் நிமிர்ந்து பார்த்து அவனை நோக்கி வந்தது அவன் கையை அசைத்தபடி அவற்றை எஸ்டேட் நோக்கி பத்தினான்.

□

20

குடியிருப்புக்குப் போகும் வழியில் ஜீப் நின்றிருந்தது. ஜீப் அருகே பழனிச்சாமி கங்காணியும், ராமர் கங்காணியும் இன்னும் பல தொழிலாளர்களும் நின்றிருந்தனர். ஜீப்பில் வந்திருந்தவர்கள் எஸ்டேட் கங்காணிகளைப் பார்த்து, "உங்கள் சம்பள விஷயமாகப் பேசவேண்டும். நீங்கள் இப்போது தான் வேலைமுடித்து வருகிறீர்கள் போல இருக்கு. நீங்க வீட்டுக்குப் போய் கைகால் கழுவி வாங்க நாங்கள் இவிடே இருக்கும்" என்றனர். சம்பளவிசயம் என்றதும் கங்காணிகள் ரெண்டுபேருக்கும் றெக்கை முளைத்தது போல் பரபரத்தார்கள். "இதோ பத்து நிமிசத்துக்குள் எல்லாரையும் கூட்டிட்டு வந்திர்றோம். நீங்கமேல இருக்கிற பழைய ஸ்டோர் முன்னால இருக்கிற மைதானதில இருங்கோ, வந்திர்றோம்" என்று அங்கே நின்றிருந்தவர்களைக் கூட்டிக்கொண்டு நடையோட்டமாகப் போனார்கள். ஜீப்பிலிருந்தவர்கள் மெல்லச் சிரித்துக் கொண்டார்கள்.

அடுத்த பத்தாவது நிமிசத்தில் அந்த மைதானத்தில் தொழிலாளர்கள் திரண்டுவிட்டனர். பழனிசாமி வீட்டிலிருந்து அவர்கள் இருவருக்கும் கடும்காப்பி கொடுக்கப்பட்டது. கங்காணிமார்கள் தரையில் முன்னால் உட்கார, பின்னால குடியானவர்கள் பள்ளர்,பறையர், சக்கிலியர் எனத் தனித்தனி வரிசையாய் உட்கார்ந்தார்கள். இதைக் கவனித்த அவர்களிருவரும் சிரிப்பை வெளிக் காட்டாமல் தங்களை அறிமுகப் படுத்திக் கொண்டனர். கதர்வேட்டி வெள்ளை முழுக்கைசட்டை அணிந்தவர் எம். ஏ. ரகுமான் ஒரு வக்கீல் என்றும் தேசியதோட்டத் தொழிலாளர் சங்க இடுக்கி மாவட்டத்தலைவர் என்றும், உடன்வந்தவர் தனது உதவியாளர் ராஜு என்றும் அறிமுகம் செய்து கொண்டனர்." இந்த எஸ்டேட்டில் குறைந்த கூலியில் நிறைய வேலை செய்து சிரமப்படுவதாகவும் கேள்விப்பட்டு இங்கு வந்தோம்.

எங்கள் சங்கம் சார்ந்த கட்சிதான் மத்தியசர்க்கார். எங்கள் மீது நம்பிக்கை கொண்டு எங்கள் சங்கத்தில் சேர்ந்தீர்கள் என்றால் எந்தப் போராட்டமும் இல்லாமல் தொழிலாளர் கோர்ட் மூலமாகவே உங்களுக்கு அரசுவிதிப்படி தினக்கூலியும், குளிர்காலத்தில் கம்பளி, சேமநலநிதி, நிரந்தர வேலை, வைத்தியபடி போன்ற தோட்டத் தொழிலாளர்களுக்கு உள்ள உரிமைகளை வாங்கித் தரும்.! இதுக்கு

நீங்க செய்ய வேண்டியது ஒரு தொழிலாளிக்கு இரண்டுரூபாய் கட்டி எங்க சங்கத்தில் மெம்பராகச் சேரணும். நாங்க உங்க முதலாளிமார்க்கு லேபர்கோர்ட்டு மூலம் நோட்டீஸ் குடுத்து பேச்சு நடத்தி உங்களுக்கு எல்லாம் வாங்கித் தரும்!" என்று தமிழும் மலையாளமும் கலந்து பேசினார்.

எல்லாரும் திறந்தவாய் மூடாமல் கேட்டுக் கொண்டிருந்தனர். என்ன பதில் சொல்வதெனறு தயங்கி ஒருவர் முகத்தை ஒருவர் பார்த்துக் கொண்டனர். "என்ன, கங்காணிமாருக்கு ஞான் பறைஞ்சது மனசிலாயில்ல" என்று ரகுமான் கேட்டார். எல்லாரும் தலையாட்டினர். பின்னே "பறையும்" என்றார் ரகுமான்.

கண்காணிகள் திரும்பி அவரவர் ஆள்களைப் பார்த்துக்கொண்டனர். குடியானப்பெண்கள் முணுமுணுக்கும் சத்தம்கேட்டது. "அவிட ஸ்திரிமார்க்கு குழப்பம் உண்டெங்கில் பேடிக்கவேண்டாம். கேட்கலாம்" என்றார் ரகுமான்.

அம்மா பொன்னுத்தாயி, சிவனம்மாவை எழுப்பியது. சிவனம்மா எழுந்து "கும்பிடறேன் சாரு. இப்பதான் நீங்க வந்திருக்கீக. நீங்க சொன்ன விவரம் தெரிஞ்சுக்கிட்டோம். நாங்க எங்களுக்குள்ளே கலந்து பேசிட்டுச் சொல்றோம். நாளைக்கு வாங்க." என்று சொல்லி எல்லாப் பக்கமும் திரும்பிப் பார்த்தது. எல்லாரும் தலையாட்டினார்.

"சரி, நீங்க கலந்து பேசி முடிவெடுங்கள். நீங்கள் எப்போ சொல்லுமோ அப்போழ் நங்கள் வரும்" என்று ரகுமான் எழுந்து ஜீப்பில் ஏறினார். பழனிச்சாமியும், ராமரும் அவர்களை வழியனுப்பி வைத்தனர்.

கூட்டம் கலையாமல் எழுந்து நின்றது. பழனிச்சாமியும் ராமரும் சிவனம்மாவிடம் போய், "என்ன தங்கச்சி, நம்மளை தேடி வந்தவங்களிடம் நீ பாட்டில பொசுக்குனு எந்திரிச்சு பதில சொல்லி அனுப்பிட்டே.... நாங்கெல்லாம் ஆம்பிளைக இருக்கோமில்ல?"

"அண்ணே, வந்து நிக்கிறதுக்கு முன்னே சங்கத்தில் சேருங்க. கோர்ட்டுல போடுவோமுன்னு சொல்றாரு. நாடுவிட்டு நாடுவந்து மலையேறிப் பொழைக்கிற பொட்டச்சிக கோர்ட்டு கச்சேரின்னு அலைய முடியுமா."

ராமர் கேட்டார்; "சரி சிவனு, என்ன செய்யலாம்னு சொல்லு."

"அண்ணே, முதல்ல நாம எல்லாரும் ஒத்துமையா சங்கத்தில் சேரப் பொறோம்னு முடிவெடுத்து என்ன நடந்தாலும் சேர்ந்தே இருப்போம் ன்னு உறுதி தெரிஞ்சுதுக்கு அப்புறம்தான் நாம இதுல்ல இறங்கனும்! நாம வேத்துமை பார்க்காமல் எல்லாரும் சங்கத்தில் சேர வந்தா நாங்க பொம்பிளைஆளுக எல்லாம் ரெடி.! இல்லாட்டி

அவங்கவங்க பிழைப்பை பார்ப்போம்.'' வந்தவங்க எல்லாரும் அவங்க ஆளுகள கலந்து முணுமுணுத்தார்கள். எல்லா வளவு ஆள்களும் பேசி முடிவெடுப்போம் என்று கலைந்தார்கள்.

வெள்ளைச்சாமி சொன்னார்'' - ''இப்போ வந்துட்டுப் போனவங்க காங்கிரஸ் தொழிற்சங்கம். இந்தியா பூராவும் காங்கிரஸ் கட்சி ரெண்டா உடைஞ்சிருச்சு. ஒன்னு பிரதமர் இந்திராகாந்தி தலைவரா இருக்கிற இந்திரா காங்கிரஸ். இன்னொன்னு நம்ம காமராசர் தலைமையில ஸ்தாபன காங்கிரஸ்! கேரளாவில் இந்திரா காங்கிரஸ் தான் மெஜாரிட்டி!''

பழனிச்சாமி கேட்டார்; ''அண்ணே, இந்த சங்கத்தில சேரலாமா, வேணாமா?'' வெள்ளைச்சாமி சொன்னார்— ''-இந்த சங்கத்தைப் பத்தி எனக்கு தெரிஞ்சத சொன்னேன். சேரறது,சேரலைங்கிறது... எல்லாம் சேர்ந்து முடிவெடுப்போம்!''

மறுநாள் காலையில் துரைச்சாமி கணக்குப்பிள்ளை முன்னிலையில் குப்பையா பேர்வாசித்து மஸ்டர் எடுத்து முந்தைய நாள் மாதிரியே வேலைகள் ஒதுக்கப்பட்டன. துரைச்சாமி கணக்குப்பிள்ளை ''சம்பளம் கூடவேணும்னு யூனியன்ல சேரணுங்கிற அக்கறை வேலையிலும் இருக்கணும். வேலை சரியில்லைன்னா ஈவு இரக்கம் பார்க்காம வீட்டுக்கு அனுப்பிருவோம்'' என்று மூச்சிறைக்கப் பேசினார்.

ஆம்பிளைகளும் பொம்பளைகளும் அவர்களுக்குள் குசுகுசுத்தபடி வேலை இடங்களுக்குச் சென்றனர். 'சங்கத்துக்காரங்களை வரச்சொன்னது யாரு, இங்க பேசியதை அங்கே பத்த வச்சதாரு....' என்ற கேள்வி வேலைக் காடுகளெங்கும் அலைக்கழித்தது. ''அந்தக் கூட்டத்திற்கு வராதவங்க குப்பு கணக்குப்பிள்ளை குடும்பம்தான். அவங்க ஆளுகதான் அப்பாவி சப்பாவிக வாயைப் பிடுங்கி சொல்லியிருக்கணும். இனி அந்தாளுக கிட்ட சூதானமா இருக்கணும். இந்த வயித்துக் கணக்குப்பிள்ளை இந்தக் குதி குதிக்கறாருன்னா நம்ம பாதுகாப்புக்காகவாவது சங்கத்தில் சேரணும். கோர்ட் கச்சேரின்னு அலையற வேலைகளை சங்கமே செய்யச் சொல்லணும்'' என்று பொன்னுத்தாயி, சிவனம்மா சொன்ன யோசனை காடுகள் பூராம் சுற்றி பொது யோசனையாக ஏற்றுக் கொள்ளப்பட்டது. அந்தவாரம் சனிக்கிழமை இரவு சங்கத்துக்காரங்களை வரச்சொல்லி குப்புக்கணக்குப்பிள்ளை குடும்பம் தவிர்த்து சங்கிலியின் குடும்பம் சேர்த்து இருநூறுபேர் மெம்பர் சந்தா பதியப்பட்டது! வாரத்தில் செவ்வாய், சனிக்கிழமை இரண்டுநாள் மாலையில் சங்கத்துக்காரர்கள் வந்து தகவல் தெரிஞ்சுக்கிறது. எதுவும் அவசரத்தகவல் என்றால்

எஸ்டேட் சங்கப்பொறுப்பாளர் யாராவது ஒருவர் மூலமாக சொல்வது என்று முடிவு செய்யப்பட்டது!

எஸ்டேட் சங்கத் தலைவராக சிவனம்மாவும், செயலராக பழனிச்சாமியும், பொருளாளராக வெள்ளைச்சாமியும், துணைத் தலைவர்களாக பரமனும், பெரியசாமியும் துணைச் செயலாளர்களாக,குமாரும், சின்னக்கருப்பனும் நிர்வாகக்குழு அங்கத்தினர்களாக சங்கிலி, செல்லம் காலாடி மற்றும் ரவியம்மா பொன்னுத்தாயி ஆகியோரை முடிவு செய்யப்பட்டது. சங்கத்தில் எல்லா சாதிக்காரங்களுக்கும் பொறுப்பு கொடுக்கப்பட்டது. தொழிலாளர்களிடையே புதிய நெருக்கமும் உற்சாகமும் ஏற்பட்டது. திங்கள்கிழமையில் இருந்து வழக்கம்போல வேலைகள் நடந்தன. ‘துரைச்சாமி கணக்குபிள்ளை மிரட்டியதால் தான் ஈரெட்டா இருந்தவங்க எல்லாம் சங்கத்தில் சேர்ந்துட்டாங்க’ என்று குப்பு கணக்குப்பிள்ளை சொன்னதும் துரைச்சாமி வாயைத் திறக்கிறதில்லை! இதை பயன்படுத்திக் கொண்டு குப்பு கணக்குப்பிள்ளை வறட்டு அதிகாரம் பண்ணத் தொடங்கினார்.

குப்பய்யா முதலாளிக்கும் இந்த நேரத்தில நெருக்கமாக இருப்பதாகவும் காட்டிக் கொண்டார். தனது மூத்தமகன் சுப்பிரமணி எஸ்டேட் துணை மேனேஜர் என்று சொல்லி தேனிக்கு அருகில் ஒரு கிராமத்தில் நல்ல வசதியான வீட்டில் பெண்பார்த்து கல்யாணம் பண்ணி வைத்தார். சுப்பிரமணி புதுமனைவியை எஸ்டேட்டில் வேலை நடக்கும் இடத்திற்கு புல்லட்பைக்கில் அழைத்துச் சென்று காண்பித்தார். ஏலக் காட்டுக்குள் புடுபுடு வண்டிச்சத்தம் உரக்கக் கேட்டதும் குரங்குகளும், கேழை ஆடுகளும், மான்களும் மிரண்டு அங்குமிங்கும் ஓடின. மலைக் காட்டுக்குள் வினோதமான சத்தம் கேட்டு மதிகெட்டான் சோலை பக்கமிருந்து யானைகள் பிளிறி மரம் செடி கொடிகளை உடைக்கும் ஓசை பயங்கரமாக கேட்க குரங்கோட்டிகளும், ஏலப்பழமெடுப்பவர்களும், மரம்வெட்டுபவர் களும் பயந்து ரோட்டுக்கு வந்து பார்த்து இருக்கிறார்கள். புதுக் கல்யாண ஜோடி உல்லாச மிதப்பில் வந்து சேர்ந்தார்கள். மிரண்ட தொழிலாளர்கள் ஆசுவாசப்படுத்திக் கொண்டனர்.

கண்காணி பரமன் அவர்களை நல்ல வார்த்தை சொல்லி ரோட்டோரம் இருந்த பாறை மீது உட்கார வைத்தார். பெண்கள் வந்து பொண்ணு மாப்பிள்ளையை மரபான வாழ்த்து குலவை எழுப்பி மகிழ்வித்தனர். பரமன் கண்ணசைக்கவும் பெண்கள் அவரவர் நிறை பிடித்து வேலையைத் தொடர்ந்தனர். பரமன், சுப்பிரமணியை தனியாக அழைத்துச் சென்று பைக் சத்தத்தால்

காட்டுக்குள் ஏற்பட்ட களேபரத்தைச் சொன்னார். ''முதலாளியே ஏலத் தோட்டத்திற்குள் நடந்துதான் வருவார். புதுமாப்பிள்ளை வேகத்தில் வந்திட்டீங்க. பரவாயில்லை. போகும் போது வண்டியை உருட்டிக்கிட்டே போங்க'' என்று சொன்னார்.

சுப்பிரமணியின் முகம் ஊசிகுத்தின பலூன் மாதிரி சுருங்கிப் போனது. முணங்கிக் கொண்டே பைக்கைத் தள்ளினார். புதுமனைவி சிணுங்கிக் கொண்டே பின் தொடர்ந்தாள்.

குறுகிய இறக்கமாக வளைந்து செல்லும் ஏலத்தோட்டப் பாதையில் கனமான வண்டியைக் கட்டுப்படுத்தி உருட்டிச் சென்றதில் இடுப்பு தெறித்து போனது போல் வலி தாங்க முடியாமல் சாப்பிடாமல் படுத்து இரண்டு நாளாக சுப்பிரமணி எழுந்திருக்கவில்லை. இயற்கை அழகு நிறைந்த ஏலமலையில தேநிலவு கொண்டாடும் கனவு கசந்து போனது. புதுமனைவி அழும்குரல் கேட்டுத் தான் எழுந்தார்.

இதற்குள் ஏலத் தோட்டத்திற்குள் சுப்பிரமணி பெரும் சத்தத்தோடு பைக்கில் போனதும், மிருகங்கள் மிரண்டு ஓடிய விவரமும் முதலாளிக்கு தெரிந்ததும் சுப்பிரமணியை வேலையை விட்டு நீக்கச் சொல்லி போனில் சொல்லிவிட்டார்.! இதைக் கேட்ட குப்பையா கணக்குப்பிள்ளை தங்கள் குடும்பத்தாரையும் சங்கத்தில் சேர்த்துக்கச் சொல்லி சிவனம்மாவிடம் கெஞ்சுவது போல் கேட்டார். ''எல்லார்கிட்டையும் கலந்து சொல்றோம்'' என்றது சிவனம்மா.

□

21

மறுநாள் காலையில் பரேட்டில் துரைச்சாமி முன்னிலையில் குப்பய்யா மஸ்டர் வாசித்தார். சிவனம்மா பேரும் ரவிஅம்மா பேரும் வாசிக்கும் போது செருமினார். வேலைப்பிரிவினை செய்யும்போதும் குழைவாய்ப் பேசினார். இவர்கள் கண்டு கொண்டதாகக் காட்டிக்கொள்ள வில்லை. அவரவர் குழுவோடு சென்றனர்.

குப்பய்யா கணக்குப்பிள்ளை குடும்பத்தோடு அவரது உறவினர் மூர்த்தி நாயக்கர் என்பவர் குடும்பமும் வேலைக்கு வந்திருந்தது. மூர்த்தி நாயக்கருக்கு வயது ஐம்பதுக்கு மேல் இருக்கும். அதனால் அவரை ஏலக்காய் பதப்படுத்தும் ஸ்டோர் வேலைக்கு அனுப்பப் பட்டார். அவரது மனைவி சந்திரா அரைச்செவுடு பழம் எடுக்க வயதான பெண்களோடு அனுப்பப்பட்டார். அவரது பதிமூன்றுவயது மகள் சூரியகாந்தி பேருக்கேத்த மாதிரி லட்சணமாக இருப்பாள். அவள் பழமெடுக்க விடலைப் பெண்களோடு அனுப்பப் பட்டாள்.

எஸ்டேட்டில் பல சாதிகளைச் சேர்ந்த குடியானவர்கள் பல ஊர்க்காரர்கள் இருந்தாலும் அவர்கள் தங்களுக்குள் சகோதர, மாமன் மைத்துனர் உறவுமுறையில் பழகினர். இதே வழக்கம் பள்ளர், பறையர், சக்கிலியர்கள் மத்தியிலும் அந்த அந்த வளவுக்குள் நடைமுறையில் இருந்தது.! இப்படித்தான் எஸ்டேட்டில் உள்ள குடியான ஆண்களை வயதுக்கு ஏற்ப அப்பா, அண்ணன் முறையில் ரவியின்அம்மா பொன்னுத்தாயி அழைப்பார். அவர்களும் ரவியை மருமகனே, மாப்பிள்ளை என்று அழைப்பார்கள். சுப்பய்யா நாயக்கர், குப்பய்யா,மூர்த்திநாயக்கர் மகள்கள் ரவியை பாவா என்று அழைப்பர். தனியாகச் சிக்கினால் கேலி, கிண்டல் மட்டுமல்லாமல் சீண்டவும் செய்வார்கள். அவனுக்குப் பெண்களைக் கண்டாலே கூச்சம். அவர்கள் ரவியிடம் பேசினால் கூட தயங்கித் தயங்கி பேசியபடி நகர்ந்து விடுவான்.அவன் சோட்டுப் பையன்களும் அவனைக் கேலி செய்வார்கள். அவன் கண்டு கொள்ளமாட்டான். ஆனால் மூர்த்திநாயக்கர் மகள் சூரியகாந்தியிடம் வயதான அம்மா அப்பாவின் மகள் என்று இரக்கப்பட்டு பேசுவான். அவனை சேக்காளிகள் கேலி செய்வார்கள். இந்த நேரத்தில் சூரியகாந்தியையும் ரவியையும் இணைத்துப் பேசி ரகளை செய்வார்கள். அவன் சட்டைபண்ணாமல் வெட்கத்தோடு ஓடிவிடுவான்.

அன்று மாலை சங்க நிர்வாகிகள் பழனிச்சாமி வீட்டில் சந்தித்தனர். சிவனம்மா, குப்பய்யாவின் விருப்பத்தைச் சொன்னது. "நீங்கள் என்ன சொல்றீங்கன்னு ஒருத்தர், ஒருத்தரா சொல்லுங்க. வர்ற மெஜாரிட்டி யோசனையை வச்சு முடிவெடுப்போம்" என்றார்

செயலர் பழனிச்சாமி. துணைச்செயலாளரில் ஒருவரான சின்னக் கருப்பன் ''பாவம், பெரிய மனுஷன்! இறங்கி வந்து கேட்கிறார்; அவரு குடும்பத்தாரை சேத்துக்கிலாம்!'' செயல்குழு உறுப்பினர் செல்லம்காலாடி குறுக்கிட்டு, ''கணக்குபிள்ளை, அவரையும் குடும்பத்தாரையும் சங்கத்தில் சேர்க்கச் சொன்னாரா, இல்ல குடும்பத்தாரை மட்டும் சேர்க்கச் சொன்னாரா? இதைத் தலைவர் தாயி தெளிவாச் சொல்லணும். கணக்குப்பிள்ளையை இங்க வேலைக்கு வர்றதுக்கு முன்னால பல வருஷமாத் தெரியும். அவரை முழுசா நம்பமுடியாது. நம்மகிட்ட தலையைக் காட்டுவார்; முதலாளிகிட்ட வாலைக் காட்டுவார்.'' ''எல்லாரும் சிரித்தார்கள்.

சிவனம்மா யோசனையோடு மெல்ல பேசியது. '' குப்பய்யா கணக்குப் பிள்ளை, எங்குடும்பத்தை சங்கத்தில் சேத்துக்குங்க தாயின்னு தான் சொன்னார். இதுக்குள்ள 'இக்கன்னா' இருக்கும்ன்னு இப்பத்தான் தெரியுது'' என்றது. செல்லம் காலாடி சொன்னார்; ''பார்த்திங்களா, அவரு நரித்தந்திரத்தை! குடும்பத்தாளுகளை சங்கத்தில் சேர்த்து விட்டு, இங்க நடக்கிறதை, பேசுறதை வேவு பார்த்து முதலாளிகிட்ட சொல்லி நல்ல பேரு வாங்கப் பார்க்கிறாரு. அவரையோ, அவரு குடும்பத்தாரையோ நாம சேர்த்துக்கிறது ஆட்டுக்கிடையில நரியை வச்சு அடைச்ச மாதிரி!''

பொருளாளர் வெள்ளைச்சாமி சொன்னார்; ''நம்ம செல்லம் காலாடி சொல்லுறதைப் பார்த்தா கணக்குப்பிள்ளைகிட்டையும் அவரு குடும்பத்தாளுககிட்டையும் நம்ம சங்கத்துக்காரக பேசும்போது கூட சூதானமாப் பேசணும் போல இருக்கு!''

பரமன் சொன்னார்; ''ஆமாம், கணக்குப்பிள்ளையை ஒரேயடியா ஒதுக்கிவச்சுறவும் கூடாது; நெருங்கிப்பழகிறவும் கூடாது. கூதக்காயுற மாதிரி வச்சுக்கணும்!

சிவனம்மா கேட்டது, ''பொன்னுத்தாயக்கா, பெரியசாமி தம்பி குமாரு, நீங்க எதுவும் சொல்றிங்களா......?.

குமார் சொன்னான்; ''புதுசா ஒன்னுமில்லை. இப்ப இவங்க ரெண்டு பேரும் பேசினதையே செயல்படுத்தினா நம்ம ஒத்துமையை பாதுகாத்து நம்ம குறைகளைத் தீர்க்கலாம்! சங்கத்துகாரங்க கிட்ட பேசி, ஒரு வாரமாச்சு. என்ன நடந்திருக்கு.ஏது நடந்திருக்குன்னு கேட்டு நம்ம உறுப்பினர்களுக்குச் சொல்லணும். ''பெரியசாமி பொன்னுத்தாயி ரெண்டுபேரும் தம்பி சொன்னது தான் எங்க கருத்தும்'' என்று சொன்னார்கள்.

பழனிச்சாமி கேட்டார் ''இங்க இவங்க பேசினதையே பொது முடிவா ஏத்துக்கலாமா....?'' எல்லாரும் ஏத்துக்கலாம் என்றனர். ''அப்போ இந்த விஷயங்களை அவங்கவங்க வளவுள உள்ளவங்க கிட்ட பதனமா சொல்லிடுங்க.! ஆளுக்கொரு வாய் காபித்தண்ணி குடிச்சிட்டுப்போங்க!''

□

22

செப்டம்பர் முதல்வாரத்தில் மழை ஓய்ந்திருந்தது. அடுத்து அக்டோபரில் ஐப்பசி அடைமழை ஆரம்பிக்கிறதுக்கு முன்னால் மலை உச்சியில் வடகிழக்கில் மதிகெட்டான் சோலையை ஒட்டி தெற்காம புல் மண்டிக் கிடக்கும் பகுதியில் களை எடுத்துச் சுத்தம் செய்து அங்கு புதுநாற்று நட்டு விளைச்சல் பரப்பை விரிவுபடுத்த நிர்வாகம் முடிவு செய்தது.

பெண்கள், மரம் வெட்டித் துண்டு போடுகிறவர்கள் தவிர, விடலைப் பையன்கள் உள்ளிட்ட ஆண்களை மெட்டுக்காட்டுக்கு அனுப்பினர். மெட்டுக்காட்டுக்கு வளைந்து நெளிந்து செல்லும் ஏற்றமான பாதை. ஒருமணி நேரத்திற்கு மேலான நடை. சங்கிலி தான் வழிநடத்திச் சென்றார். யானைகள் நடமாடும் இடம். இரு குரங்குவிரட்டிகளும் பூம்பூம் என்று குழல்ஊதி முன்சென்றனர். சூரியக்ககால்கள் படாத அடர்ந்தவனம். பகலிலும் இருட்டும் மேகமும் தழுவி வெள்ளிருட்டு பரவி இருந்தது. சிள்வண்டுகள் குழுஇசையாக ஒலித்து அடங்கி, அடங்கி ஒலித்துக் கொண்டே இருந்தது. குக்குருவான் பறவை குக் குக் என்று ஒற்றை ஒலிஎழுப்பி பயத்தை பரப்பியது. அங்கங்கே யானைலத்திகள் கிடந்தன. முயல்களும் கேழையாடுகளும் புதர்களுக்குள் இருந்து மிரண்டு மிரண்டு வெளியேறி ஓடின. புதிதாகப் போகும் இவங்களுக்கு பயமாகவும், சாகசமாகவும் இருந்தது.! சங்கிலி எல்லாரையும் உற்சாகப்படுத்தியும் எச்சரிக்கையுடனும் அழைத்துச் சென்றார். பெரும் பெரும் கொசுக்கள் சிறுசிறு பூச்சிகள் சுற்றி சுற்றி வந்தன. கோபாலு,வடமலை, சின்னவீரன் போன்றவர்கள் தமக்குத் தெரிந்த யானைக் கதைகளை சுவையாக பரிமாறிக் கொண்டே வந்தனர்.

பெரியவர்கள் பெருமூச்சுவிட்டபடி புலம்பிக் கொண்டே நடந்தனர். கோட்டிநாய்க்கர், "ஏப்பா நாங்க என்ன பாவம் செஞ்சோம், இப்படி யானைக் காட்டுக்கு கூட்டிட்டு வந்து வங்கொலை பண்றீங்க. யானைக்கொசு ஒன்னொன்னும் மொச்சைக்கொட்டைத் தண்டி இருந்துகிட்டு மேல மொய்க்குது; கீழ யானைஅட்டை ஒன்னொன்னும் சுண்டுவிரல் தண்டி முழம் போட்டுக்கிட்டு வருதுக. நாங்க மேல கொசுவைத் தடுக்கவா, கீழ அட்டையைப் பிடுங்கி எறியவா எதைச் செய்யச் சொல்லு சங்கிலி."

சூரியனின் விரல்கள் மரக்கிளைகளை விலக்கி எட்டிப்பார்த்தது. ஒளிமுகம் தெரிய உடல் நடுக்கம் குறைந்து. பூச்சிகள், கொசுக்கள் ஊடாட்டம் குறைந்தது.

மாரியப்பன் சொன்னார்; " பெரிசு...கழுதைக்கு வாக்கப் பட்டுட்டோம் உதைக்குது மிதிக்குதுண்ணு பார்த்தா முடியுமா..." எல்லாரும் சிரித்தனர். சங்கிலி குறுக்கிட்டார். "இடம் வந்திருச்சு. இந்த ஓடைத் தண்ணியில கை காலைக் கழுவி தண்ணீ குடிச்சு பத்து நிமிஷம் இளைப்பாறிக்குங்க. அப்புறம் இளந்தாரிக எல்லாம் அந்த நாங்கல் மரத்திலிருந்து வடக்காம ஆளுக்கொரு பாகையா நிறை பிடிச்சு களைகளை வெட்டிவிட்டு போங்க! பெரியாளுக எல்லாம் நான் சுண்ணாம்பு பொடியில் அடையாளம் பண்ணின இடத்தில் இரண்டடி அகலத்தில ஒரடி ஆழத்தில் வட்டமா குழிகளை வெட்டி ரோடேறணும்."

வேலை தொடங்கியது. இளந்தாரிகள் சுண்ணாம்புத் தூளால் அடையாளப் படுத்திய இடங்களைச் சுற்றிலும் களைகளை வெட்டி ஒழுங்கு படுத்திக் கொண்டே முன்நகர்ந்தனர். பின்னால் வயசாளிகள் வட்டக் குழிகள் வெட்டி மழைத்தண்ணீர் அதிகமாகத் தேங்கி விடாமல் வாப்பாடு அமைத்து பின்தொடர்ந்தனர். கோட்டிநாய்க்கர் நிறையில் சின்னவீரன் களைகளை வெட்டி ஒதுக்கிச் சென்று கொண்டிருந்தான். நாய்க்கர் சின்னவீரனைக் கூப்பிட்டார்.

"வீரா, இங்கவா. ஒருத்தன் ஆத்திரத்தை அடக்கமாட்டாம ஒருத்தி கிட்ட போனானாம். அவசரமா திறந்து பார்த்ததும் மயங்கி விழுந்திட்டான். தண்ணி தெளிச்சு, எழுப்பிக் கேட்டா ஒரே மயிருக்காடு கருகும்முன்னு இருக்குன்னு தெறிச்சு ஓடிப் போய்ட்டானாம். அது மாதிரி வெள்ளையா அடையாளம் பண்ண இடத்தில ஒழுங்கா சிரைச்சுப் போகணும்ல்ல...". என்று நாயக்கர் சொல்லி முடிக்கவும் காடே கெக்கலியிட்டு சிரித்தது. அந்த உற்சாகத்தில் வேலை வேகுவேகுன்னு விரைந்தது. முந்தானையை மூடுவதும் விலகுவதுமாக மேகம் சூரியனோடு விளையாடியது. காட்டுக்குள் நிழலும் விளையாடியது.

மாரிமுத்து கேட்டார்; "ஏம் பெரியாம்பிளை இந்த வயசிலையும் ஆசை அடங்கலையா... எந்தநேரமும் பேச்சில கவிச்சிதானா... பக்கத்தில் மருமகன் இருக்காருன்னு கொஞ்சம் கூடக் கூச்சம் நாச்சமில்லாம....!

மருமகன் முனியசாமி வடக்குப் பக்கம் முகத்தைத் திருப்பிக் கொண்டார். காதுமடல் ரெண்டும் விடைத்து மாமனார் சொல்வதைத் கேட்கத் தயாராகின. !நாய்க்கர் வாயைத் திறந்தார். எல்லாரது காதும் கண்களும் நாய்க்கரை நோக்கின.!

" மாரி, இந்த விஷயத்தில் வயசுங்கிறதே இல்லை. உடம்பெல்லாம் சுருங்கிப் போனாலும் ஒருபிடி தவட்டை சுமக்கிற சத்து இருக்கிற வரை அடியில் கோழி முட்டிக்கிட்டுதான் இருக்கும்!. அதான் வயசானக் கிழவன்களுக்கு நடுக்கத்தில தலையாட்டும் போது கூட இன்னும் வேணும் வேணும்ணு தலை மேலும் கீழுமா ஆடும்! பொம்பிளைக்கு வேணாம் வேணாம்ணு இடவலமா ஆடும்!"

அடேயப்பா! இம்புட்டு விஷயம் இருக்கா.. பெரிசுன்னா பெரிசுதான்! என்றனர் இளந்தாரிகள். 'சரி, கதை கேட்டஆளுக ஆளுக்கொரு பீடியை வெட்டுங்க' என்று பீடிகளை வாங்கி கைலிக்குள் பத்திரமாகச் சுருட்டி வைத்துக் கொண்டு, ஒரு பீடியைப் பற்ற வைத்தார்.

"கதைக் கேட்ட ஜோர்ல நிறையை முடிங்க. ரெண்டு மணிக்கெல்லாம் முடிச்சாத்தான் இருட்டுறதுக்குள்ள வீடு போய்ச் சேர முடியும். சாமிமாரு கொஞ்சம் விறுவிறுண்ணு முடிங்க!" என்று சங்கிலி சத்தம் கொடுத்தார்.

மேகம் இருட்டிக் கொண்டு வந்தது. மீண்டும் பூச்சிகளும், கொசுக்களும் கிள்ளி விளையாடத் தொடங்கின.. வேலைகளை கிடுகிடுவென்று முடித்து ரோடேறினர். கீழே ஓடையில் கைகால் கழுவி மேடேறினர்.ஒரு ஏக்கருக்கு மேல வேலை முடிந்திருக்கும்.

சங்கிலி குரல் கொடுத்தார்: " சாமிகளா, யானைக் கவிச்சி வீசுது.. பெரிய ஜீவாத்திக பக்கத்தில் திரியுதுக போலிருக்கு.! எல்லாரும் கூட்டமா அவங்கவங்களை சேர்ந்தவங்க கூட வர்றாங்களான்னு கவனிச்சு நடங்க சாமிகளா!"

எல்லாரும் பரபரப்பும் பதற்றமாக வளைந்து, இறங்கும் ரோடுகளில் நடையோட்டத்தில் விரைந்தனர். மூன்று ரோடுகள் இறங்கியிருந்தனர். பின்னால் இருந்து "அய்யோ அம்மா.... காப்பாத்து முனியா.." என்ற குரல் கேட்டது.! வியர்வை ஊற்றெடுக்க உடல் நடுங்க எல்லாரும் திகைத்து நின்றனர். சங்கிலி சத்தம் கொடுத்தார்-" "காவக்காரப் பொன்னையா சாமி பிந்துனது யாருன்னு பாருங்க சாமி." திகைத்து நின்றவர்கள் திடுக்கிட்டு தன்னைச் சேர்ந்தவர்கள் இருக்கிறார்களா என்று சரி பார்த்தனர். கோட்டி நாயக்கரைக் காணோம்.

"அய்யோ மாமா,எம் பொண்டாட்டி என்னைக் கொன்னு போடுவாளே...." அலறிக் கொண்டு முனியசாமி பின்னோக்கி ஓடினார். அவர் பின்னால் கோபாலு, சின்னவீரன்,சத்தக்குழலு இருளன்,கழுதை விரட்டி கருப்பன், வடமலை போன்ற இளந்தாரிகளும்,மாரிமுத்து, பெரியவீரன் போன்றவர்களும்

ரோட்டுக்கு குறுக்காக ஏலத்தட்டைகளுக்கு ஊடே ஏறி, சத்தம் வந்த திக்கு நோக்கி ஓடினர். முன்னால் ஓடிய பொன்னையா சிலையாக இரண்டு கைகளை விரித்து உயர்த்தி நின்றார். சத்தம் போடாமல் பைய்ய வாங்க என்று சொல்வது போல் இருந்தது. பின்னால் வந்தவர்கள் மூச்சடக்கி நின்றனர். ஐந்தாறு யானைகள் இருட்டு மாதிரி நகர்ந்தன. ஒரு யானை மட்டும் கரும்பாறை கணக்காக நின்றது. வாலை முறுக்கி அது நின்ற தோரணை இவர்களுக்குக் கலக்கத்தை ஏற்படுத்தியது. சிலர் கல்லாய் நின்றனர்.. முழம் போட்டுவரும் அட்டைகளும் துளைக்கும் கொசுக்களும் அவர்களுக்குப் பொருட்டில்லை.!. எவ்வளவு நேரம் நின்றார்களோ உணர்வில்லை..!

ஒற்றை யானை நகர்ந்ததும் பொன்னையா குரல் கொடுத்தார். எல்லாரும் மூச்சு வாங்கி மேலே விரைந்தனர். அங்கே ...நாய்க்கரின் ஆறடி உடல் மரவட்டை மாதிரி சுருண்டு கிடந்தது. நல்ல வேளை! யானை மிதிக்கவில்லை! கீழே குந்தி சிறுநீர் கழித்துவிட்டு எழுந்திருக்கும் போது நிமிர்ந்திருக்கிறார். பக்கத்தில் ஒற்றை யானை நிற்பது கண்டு தடுமாறி சரிவில் உருண்டு விட்டார்! கை கால் எங்கும் அட்டைகள் ரத்தம் குடித்துத் தொங்கின. கொசுக்கள் ஒற்றி ஒற்றி பறந்து சங்கூதி மாரடித்தன... முனியசாமி விரைந்தோடி விம்மியபடி ஈரத்துண்டால் நாய்க்கரின் முகம் துடைத்தார்.. உடலில் இளஞ்சூடு இருந்தது. கையில் நாடித்துடிப்பு போய் வருகிறேன் போய் வருகிறேன் என்றது. முனியசாமி வெடித்துக் குமுறினார். மாரியப்பன் உலர்ந்த துண்டால் நாய்க்கரின் உடலில் ஒட்டிய மண்ணைத் துடைத்துவிட்டு கைகால்களை சூடேற தேய்த்தார். உடலில் சூடுபரவியது. இளந்தாரிகள் ஆறுபேர் நாய்க்கரை பதவிசாகத் தூக்கிக் கொண்டு மெல்ல ரோட்டுக்கு வந்தவர்கள் நடையை வேகப்படுத்தினர். முனியசாமி மனதுக்குத் தோன்றிய தெய்வங்களை எல்லாம் வேண்டியபடி பின் தொடர்ந்தார்.

முன்னால் சென்ற குரங்குவிரட்டி ரங்கசாமி, துரைச்சாமி கணக்குப் பிள்ளையிடமும், கோட்டி நாயக்கர் மகன் பங்களா சமையல் உதவியாளர் வெங்கட்டிடமும். கோட்டி நாயக்கருக்கு யானையால் நேர்ந்த விபத்து குறித்து சொல்லிவிட்டார். இவ்விவரம் வேலை முடித்து வந்தவர்களுக்கு எல்லாம் தெரிந்து அழுகையும் பரிதவிப்புமாய் காத்திருந்தனர். மேற்கே பொழுது புதைந்து இருள் கவ்விய நேரம் கோட்டிநாயக்கரைக் கொண்டுவந்தனர். வீடு வருவதற்குள் அவரது உயிர் பிரிந்திருந்தது. அவரது உடலை இறக்கி

வைத்து நெஞ்சில் தட்டி வாயில் ஊதியும் பார்த்தார்கள்..! பயனில்லை. உடல் விரைத்து விட்டது.

போடிதாசன்பட்டியில் நஞ்சை புஞ்சையோடு. வாழ்ந்த மனிதன் வாலிபக் காலத்தில் சொகுசாக வாழ்ந்து சொத்தை அழித்தார். சிட்டமாள் வாழ்க்கைப்பட்டு வந்து கொஞ்சம் கொஞ்சமாக, ஆடுற மாட்டை ஆடிக் கறக்கணும்னு அவரை மதிக்கத்தக்க மனுசனாக்கினார்! விவசாயத்தில் சிறுகச் சிறுக சொத்துகளை மீட்டார். வாலிபம் கரைய ஆறு பிள்ளைகளோடு குடும்பம் பெருகியது. மழை பொய்த்தது. விவசாயம் இல்லாமல் நிலத்தை கிடைத்த விலைக்கு விற்று ரெண்டு மகள்களுக்கு கல்யாணம் முடித்தனர். வீட்டையும் விற்று மூன்றாவது மகளுக்கு கல்யாணம் செய்துவிட்டு கல்யாணம் இல்லா மகன், இரு சிறு பிள்ளைகள் மற்றும் மூன்றாவது மகள் குடும்பத்தோடும் ஏலமலை ஏறி யானை கண்டுமிரண்டு விழுந்து முடிந்த கதை சொல்லி அழுதபோது எஸ்டேட் மக்கள் எல்லாரும் விசும்பி கண்ணீர் சிந்தினர். துயருக்கு முன் சாதி வாலாட்டவில்லை.

கங்காணி சுப்பய்யா கேட்டார், “மதினி, அண்ணன் உடலை ஊருக்குக் கொண்டு போக ஏற்பாடு செய்யணுமா....”

“அதெல்லாம் வேணாம் பாவா, வெட்டியா ஊருக்கெல்லாம் தூக்கிச் சுமக்க வேணாம்! காலை தூக்கின யானை அவரை மிதிச்சு நாசப் படுத்தல!.அவரு செஞ்ச புண்ணியம்! அவருக்கு விதிச்சது இந்த மலையாள மண்ணு. இங்கியே செய்ய வேண்டியதை செய்யறதுக்கு ஏற்பாடு பண்ணுங்க பாவா” “என்றார் சிட்டம்மா.

மாவட்ட சங்கத்துக்கு தகவல் சொல்ல துணைச்செயலர் குமாரை சாந்தம்பாறைக்கு அனுப்பினர். துரைச்சாமி கணக்குப்பிள்ளை மூலம் மேனேஜர் வைரம் செட்டியாருக்கு போனில் தகவல் சொல்லப்பட்டது. நாய்க்கர் வேலைக்காட்டில் இறந்ததால். நஷ்ட ஈடு தர ஏற்பாடு செய்து தரணும்னு துரைச்சாமி கணக்குப்பிள்ளையிடம் சிவனம்மா தலைமையிலான எஸ்டேட் சங்கநிர்வாகிகள் கோரினர். “ அவரு விதி முடிஞ்சுபோனது; இதுக்கெல்லாம் எப்படி நஷ்டஈடு கொடுக்கமுடியும்?”

“அய்யா நீங்க பரேட்ல மஸ்டர் எடுக்க வரும்போது கால் தடுமாறி விழுந்திட்டா விதி முடிஞ்சு செத்திட்டதாக நினைச்சுக்குவாங்களா உங்க குடும்பத்தாளுக......”. குமார் கேட்டான்.

“எவன்டா அவன் என்னை சாகச் சொல்லுறது.? குப்பய்யா,அவன் யாருன்னு சொல்லுங்க. அவன் கணக்கை தீர்த்து

அனுப்பிருவோம்'' கணக்குப்பிள்ளை கொந்தளித்து சத்தம் கொடுத்தார்.

வெள்ளைச்சாமி தலையிட்டார்.-"-அய்யா, பொதுப் பிரச்சினைன்னா நாலு பேரு நாலுவிதமா கருத்து சொல்லுவாங்க தான். பழுத்த அனுபவசாலி நீங்க. கோபப்படலாமா.....? வேலை செய்யிற போது தொழிலாளிக்கு உயிருக்கு சேதமோ, பாதகமோ ஏற்பட்டுச்சுன்னா நிர்வாகம் நஷ்டஈடு தர்றது நல்ல நிர்வாகத்தில வழக்கம்! அது உங்களுக்கும் எங்களுக்கும் ஒண்ணுதான். அதான் உங்ககிட்டே சொல்லுறோம். நீங்க எங்க கண்ணெதுக்க முதல்எஜமான். நீங்க மேலே சொல்லி நல்லதை செய்ங்க..!" என்ற வெள்ளைச்சாமியின் பேச்சு கணக்குப்பிள்ளையை வாயடைத்தது.. "சரி, நீங்க போங்க. நான் சொல்ல வேண்டியதை சொல்றேன்'' என்றார்.

இதற்கிடையில் பொன்னுத்தாயி குடியானவர்களிடம் ஒரு வீட்டுக்கு அரைப்படி அரிசி சேகரித்தது. சீனிமாதாரியும், சோணைமுத்தும் கேட்டனர் "ஏந்தாயி, நாங்க மனுசங்க இல்லையா? நாயக்கரய்யாவுக்கு நாங்க எங்களால் ஏந்ததை செய்வோமில்ல......!''

"தானியம் தவசில சாதியில்ல. எல்லாத்துக்கும் பொதுதான்!! ஏப்ப சாப்பைகளை வலிய கட்டாயப் படுத்தக் கூடாதுன்னுதான்! உங்க வளவுகள்ல அரிசி இருக்கிறவங்க குடுங்க. மத்தவங்க கருப்பட்டி, காப்பிபொடி கொடுங்க.. அப்பறம் நாய்க்கரை நல்லடக்கம் செய்ய என்னென்ன வேணுமோ அதை எல்லாம் உதவுங்க!'' பொன்னுத்தாய் சொன்னது. "ஆத்தா, எங்கள பெத்தவ கணக்கா சொல்லீட்டிக! எங்களால ஏண்டத எல்லாம் செய்யிறோம்'' சீனியும்,சோணையும் அவரவர் வளைவுகளுக்கு போனார்கள்!

பங்களாவில் இருந்து கணக்குப்பிள்ளையிடம் கேட்காமலே பெரிய பெரிய பாத்திரங்களைக் கொண்டுவந்து பழைய ஸ்டோர் ரூம் பொட்டலில் கற்களைக் கொண்டு அடுப்புகள் கூட்டி, தீ மூட்டப் பட்டன.அரிசி,பருப்பு, காய்கறிகள் கலந்த கூட்டாஞ்சோறு பக்குவமா ஆக்கும் வேலைகளை பொன்னுத்தாயி, லட்சுமியம்மா,சுப்புத்தாயி முதலான குடியானப்பெண்கள் கவனித்தனர். அடுப்பெரிப்பது, காய்கறிகள் நறுக்கிக் தருவது போன்ற வேலைகளை ராக்கம்மா,மாடத்தி, காமுத்தாய் முதலான பள்ளர் வளவுப் பெண்கள் செய்தனர்! எல்லாரும் சாப்பிடுவதற்காக தேக்க இலைகளை சேகரித்து சுத்தப்படுத்தி வைத்தனர். பறையர் வளவு பெண்கள்.! நாய்க்கரை வழியனுப்பத் தேவையான பூமாலை,

பாடைகட்டுதல், சமையல் வேலைக்குத் தேவையான தண்ணீர் இறைத்துக் கொண்டு வருதல் என்று விடுபட்ட வேலைகளை சக்கிலியவளவு ஆணும் பெண்ணுமாய் செய்தனர்.!

கணக்குப்பிள்ளையிடம் பேச்சுவார்த்தை முடிந்து திரும்பிய சங்க நிர்வாகிகள் நடக்கும் ஏற்பாடுகளைப் பார்த்து திகைத்து போயினர். பழனிச்சாமியும் ராமரும் சொன்னார்கள்.., "தங்கச்சிமாருக செய்யிற வேலைகளைப் பார்த்தா ஆம்பிளெக எங்களால செய்யமுடியாதை எல்லாம் செஞ்சுகாட்றீக ...எங்களுக்கே வெக்கமா, பொறாமையா இருக்கு தாய்களா!" என்றார்கள் பொன்னுத்தாயி உள்ளிட்ட பெண்களைப் பார்த்து!

பழைய ஸ்டோர்திடலில் நாலாபக்கமும் தீப்பந்தம் நிறுத்தப்பட்டது. மண்திடலில் இரவுநேரத்தில் கீழே உட்கார வைத்து பரிமாறுவது சிரமம் என்று எல்லாரையும் வரிசையாக சோற்றுஅண்டா அருகில்வரச் செய்து ஆளுக்கொரு தடுக்கிலையைக் கொடுத்து இரண்டு அகப்பை கூட்டாஞ்சோறு வைக்கப்பட்டது. 'தின்று முடித்த பின் கூடுதலாகத் தேவைப் படுபவர்கள் வாங்கிக் கொள்ளலாம். வேண்டுமளவு சாப்பிட சோறு இருக்கிறது' என்று சொல்லப்பட்டது. உணவளிக்கும் வேலையை இளந்தாரிகள் பார்த்துக் கொண்டார்கள். எந்தக் கூச்சலும் குழப்பமும் இல்லாமல் சிறு பிள்ளைகள் முதல் பெரியவர்கள் வரை கிரமமாக சாப்பிட்டு விட்டு சென்றார்கள்! நாயக்கர் வீட்டு ஆள்களை ஆறுதல் சொல்லி சாப்பிடச் செய்தார்கள் பொன்னுத்தாயும் சிவனம்மாவும்.. சாப்பிடாதவர்கள் யாரும் இருந்தால் சாப்பிட வருமாறு அந்தந்த வளைவுகளில் சொல்லி எல்லாரும் சாப்பிட்டுவிட்டார்கள் என்று உறுதிபடுத்திய பிறகே சாப்பாட்டு பரிமாறலை நிறுத்தி மிச்சத்தை கேட்பவர்களுக்கு கொடுக்கப்பட்டது.

நாய்க்கர் வீட்டு முன் தீ மூட்டி கங்கைச் சுற்றி உட்கார்ந்து பேசிக் கொண்டிருந்தார்கள்.. வீட்டுக்கு முன் கூடிய பெண்கள் நாயக்கர் உடலருகே அழுதபடி இருந்த சிட்டம்மாளுக்கும் மகள்களுக்கும் ஆறுதல் சொல்லியும் அவரவர் துயரத்தை நினைத்து அழுதும் கொண்டிருந்தார்கள். பிற வளைவுப் பெண்கள் வாசலுக்கு வெளியே தனித் தனிக் குழுக்களாக அமர்ந்து அழுவதும் பேசுவதாகவும் இருந்தனர். ராத்திரியில் இடையே இடையே எல்லாருக்கும் கருப்பட்டிக் காபி கொடுக்கப் பட்டது.

சங்கிலி சொன்னார்— "என் எழுபத்துரெண்டு வயசில் சாவு வீட்ல சாதிச் சடவு, பிரிவு பார்க்காம இப்படி ஒரு சீரு சிறப்புமாய் நடந்ததை நா பார்த்ததுமில்லை. கேட்டதுமில்லை! பொதுவா

எஸ்டேட்ல்ல அறுவது வயசானவங்களை கைகால் இசக்கில்லாதவங்களை வேலைக்கு வச்சுக்கிறதில்லை. நாயக்கர் பய்யத்தான் நடப்பார், பதறாமதான் வேலை செய்வார். ஆனா அவரு ஒரு கதையை ஆரம்பிச்சாருன்னா, அந்த கதை முசுவுல கூட வேலை பார்க்கிறவங்க எல்லாம் விறுவிறுன்னு நிறையை முடிச்சிட்டு தவங்கின நாய்க்கர் நிறையையும் முடிச்சிறுவாங்க! அந்தக் கதை முடிஞ்சதும் வர்ற சிரிப்பில் அலுப்பு மறந்து அடுத்த நிறை பிடிக்கத் தயாராயிருவாங்க! சூது கவடம் இல்லாமல் பேசும் ஒரு பெரிய மனுஷரை இழந்தது எனக்கெல்லாம் பெரிய வருத்தம்தான் " என்று சங்கிலி சொல்லிக் கண் கலங்கினார்.

சுப்பய்யா கங்காணி பேசினார்; "எங்கூரு போடிதாசன்பட்டியிலிலிருந்து பஞ்சம் பிழைக்க உடன்பங்காளி கோட்டிஅண்ணனை குடும்பத்தோடு அழச்சு வந்தேன். இன்னிக்கு அவரை பிணமாக் கொண்டுபோய் ஊருக்காரங்களுக்கு என்ன பதிலு சொல்லப் போறேன்னு மனசுக்குள் உக்கி சுருண்டு கிடந்தேன். ஆனா இந்த எஸ்டேட் சனங்க ஒன்னுகூடி மரியாதை செஞ்சதை நானும் எங்கூரு சனமும் எந்த சன்மத்திலும். மறக்க மாட்டோம்." குரல் உடைந்து தேம்பினார்.

"அவரு பேரு காவேட்டி ரங்கசாமிநாய்க்கர்.. அவரு ஊர்ல கிராமக் கூட்டங்களில் பேசும்போது மனசில்பட்ட நியாயத்தைப் பேசுவார். யாருக்கும் பயப்படாமல் நக்கலாகப் பேசுவார். அது ஊர்க்காரர்களுக்கு பிடிக்காது. அதனால் அவரைக் கோட்டின்னு கூப்பிட ஆரம்பித்தனர். கோட்டிநாய்க்கருங்கிறதே நிலைச்சிருச்சு! அவரும் இதைப் பத்தி கண்டுக்கலை! அம்மணமாத் திரியறவன் ஊருல கோமணம் கட்டுறவன் கோட்டிதான்! நீங்க அறிவாளிகளா இருந்துட்டுப் போங்கடா என்பாரு!."

கோட்டி நாயக்கர் மருமகன் முனியசாமி அழுகையோடு பேசத் தொடங்கினார். "எங்க மாமன் ஊரில செத்திருந்தா இவ்வளவு மரியாதை கிடச்சிருக்காது! சங்கத்தில் சேர்ந்த அத்தனை பேரும் ஒரே சொந்தமுன்னு நின்னு எங்க மாமனுக்கு சிறப்பு செஞ்சிட்டீங்க! எங்க குடும்பத்தாளுக எத்தனை ஜென்மம் எடுத்தாலும் மறக்கமாட்டோம். மாமன் கடேசி வார்த்தையா 'முனிசாமி காப்பாத்து' என்று சொன்னாரு! அந்த முனீஸ்வரன் கைவிட்டாலும் என்னுசுரு இருக்கிறவரை மாமன் குடும்பத்தை நட்டாத்தில விட்டுற மாட்டேன். மாமன் உடல் மேல சத்தியம் பண்றேன்" என்று நாயக்கர் உடல் நோக்கி விழுந்து அழுதார். பெண்கள் பெருங்குரல் எழுப்பி அழுதனர்

□

23

குப்பய்யா எஸ்டேட் பங்களாவில் நுழைந்ததும் துரைச்சாமி கணக்குப் பிள்ளை பாய்ந்தார் "ஏய்யா, உங்க சாதிக்காரரு மண்டையைப் போட்டுட்டார். அங்கே போகாம இங்கே வந்திருக்கீரே..! அங்கே சர்வஜாதி கூட்டாஞ்சோறு பந்தி நடக்குதாம். மூக்கு முட்ட சாப்பிட்டுட்டு வரவேண்டியது தானே..." என்று கேட்டதும் குப்பய்யாவுக்கு முகம் சிவந்து கோபம் மூக்கு முனையில் நின்றது. பெரியவரிடம் கோபப்பட்டால் முதலாளிகிட்ட குண்டக்க மண்டக்க சொல்லி விட்டாருன்னா அப்புறம் நம்ம பிழைப்பு கந்தரகோலமாயிரும்! பதனமா பேசணும்னு முடிவெடுத்தார். பணிவாகப் பேசினார்.----- "அய்யா, நான் தான் முதலாளி ஆளாச்சே. நான் எதுக்கு அந்த சாதிகெட்ட கூட்டத்தோடு சேர்ந்து கூட்டாஞ்சோறு சாப்பிடணும். அய்யா மனசு வச்சா எங்க குடும்பத்திற்கு வடை, பாயசத்தோடு சோறு போட்டுருவிகளே..!"

"ஏய்யா, நீ உண்மையாக முதலாளிக்கு விசுவாசமான ஆளாயிருந்தா அவங்களோட ஊடாடி, அடுத்தடுத்து என்ன செய்யப் போறாங்கன்னு தெரிஞ்சு வந்துல்ல சொல்லியிருக்கணும்.! அத விட்டுட்டு நாக்கத் தொங்கப் போட்டுக்கிட்டு வந்துநிக்கிறீரு!"

"அய்யா, அவனுங்க எங்களை ஒதுக்கி வச்சுட்டாங்க. நான்தான் வலியப் போய், என்ன மக்கான்னு வாயைக் கிண்டிகிட்டு வாறேன். இனத்தாங்கிற முறையில் நான் குடும்பத்தாரோடு கலந்து கேதம் விசாரிச்சுட்டு வீட்ல வந்து அஞ்சாறு வெண்ணியை தலையில் ஊத்திட்டு வர்றேன். அதுக்குள்ளே அங்கே நடக்கிறதை எல்லாம் மோப்பம் புடிச்சிட்டீகளே அய்யா! உங்களை குருநாதரா ஏத்துகிட்டு நிறைய கத்துக்கணும்!"

"சரிய்யா, நாய்க்கரே! குளிப்பாட்டினது போதும். அடுத்து நடக்கப் போறதை சொல்லு."

"நாளைக்கு காலையில தேவிகுளத்திலிருந்து அவங்க சங்க மாவட்டத்தலைவர் யாரோ சூரியனோ சொரியனோ வர்றானாம். அவன் வந்ததும் பதினோருமணி வாக்கில் பிரேதம் எடுக்கிறாங்களாம்.! அப்போ நம்ம நிர்வாகம் சார்பில மரியாதை செய்யணுமில்ல"

"என்னய்யா...செய்யணுமில்ல நொய்யணுமில்லண்ணு...! எஸ்டேட் நிர்வாகம் சார்பில் நீருதாம் குடும்பத்தோடு போய்ட்டு வந்துட்டீகள்ல... அப்பறம் என்ன சப்பரம்? இப்போ பிரச்சினை

அதில்லை. காலையில் மணியடிச்சா வேலைக்கு வருவார்களா, நாமளா லீவுவிட்டா சம்பளம் கேட்பாங்க. அவங்களா வரலைன்னா சம்பளமில்ல! என்ன செய்யலாம்.... சொல்லுங்க!

“என்னய்யா இதுக்கு மண்டையை உடைச்சுகிட்டு. நடப்பை மேனேஜர் அய்யாகிட்டே சொல்லுவோம். அவரு என்ன முடிவெடுக்கிறாரோ அதுபடி நடப்போம்.”

“என்ன நொடப்போம்.. கிடப்போம்னு சொல்லவா முதலாளி உங்களை எனக்கு துணையா வச்சிருக்காங்க.? நா ஒருத்தனா இருக்கயில... எல்லா சாதிக்காரனுகளும் ஒருத்தனோட ஒருத்தன் முறச்சுகிட்டு அந்த வெறியில வேலை பார்த்தானுக. இந்த வெறியில கூலிஉயர்வு, குளிர்காலப்படி அது இதுன்னு கேட்காம வேலை பார்ப்பாங்கண்ணு ஆளுகளை ஒன்னுசேர விடாம இருக்க கிராமத்துக் கணக்குப் பிள்ளை உதவியா இருப்பீகன்னு நினைச்சோம். கணக்கு தப்பாப்போச்சு.! சம்பளம் பத்தலைன்னு முனங்கினவன் எல்லாம் ஒண்ணு சேர்ந்து ஒங்க மேல இருக்கிற கடுப்பில சங்கத்தில இணைஞ்சிட்டானுக! பள்ளு,பறை, குடியானவன் ஆணும்பொண்ணும் ஒண்ணா உக்காந்து பேசுறானுக! நண்டை பிடிச்சு வேட்டிக்குள்ள விட்ட கதையாகிப் போச்சு! இப்போ சங்கத்துகாரன்களை வலை போடனும்! நீரு சாக்கிரதையா இருந்திருந்தா இவ்வளவு சிக்கலும் இல்லை!”

“அய்யா, சங்கத்துக்காரங்களை யாரு கூட்டிட்டு வந்தாங்கன்னு எனக்குத் தெரியாதுய்யா... நானும் கிண்டிக் கிளறி கேட்கிறேன். யாரும் தெரியலைங்கிறான்”

“சரி, அவன்களுக்கு தெரிஞ்சாத்தானே சொல்லுவாங்க! சரி, நீரு போகப் போகத் தெரிஞ்சுக்குவிரு. வாச்சப்பெல்லாம் அவங்க ஒத்துமையை உடைக்கப் பாருங்க! இன்னிக்கு நடந்ததை எல்லாம் மேனேஜர் மூலமா முதலாளிக்கு தகவல் சொல்றேன்.! நீரு ஒருவாய் பாலைக் குடிச்சிட்டுப்போரும்.”

“அய்யா, தெரிஞ்சும் தெரியாமல் தப்பெதுவும் செஞ்சிருந்தா மன்னிச்சு இந்த ஏழை பிள்ளைகுட்டிக்கார கணக்குப்பிள்ளையைப் பத்தி முதலாளிமாரு கிட்ட நல்லபடியா சொல்லி வைங்கய்யா! உங்க ஜென்ம ஜென்மத்துக்கு புண்ணியம் கிடைக்கும்! நான் உத்தரவு வாங்கிக்கிறேன் அய்யா!” எனறு பனிபோர்த்திய வெள்ளிருட்டில் பேட்டரி அடித்தபடி நடந்தார்.

‘இந்தக் குருட்டுக்கிழவன் வாய்யா, போய்யான்னு பேசறான். திடீருன்னு நீரு, வாருன்னு பேசறான். நிசமா மரியாதை தர்ரானா, இல்லை காலை வாரத் திட்டம் போட்றானா, இந்தக் கிழவனை

முழுசா நம்ப முடியலையே' என்ற சிந்தனையில் நடந்தார். பரேடுகளம் தாண்டி பத்தடி கடந்திருப்பார்; ஐந்தடி நீளமுள்ள பாம்பு வலமிருந்து இடமாகப் போய்க் கொண்டிருந்தது. 'நல்லவேளை! ஒரு ரெண்டு எட்டு வேகமா வச்சிருந்தா நம்ம கதையும் முடிஞ்சிருக்கும். யார் செஞ்ச புண்ணியமோ தப்பிச்சேன்! தாயே வெங்கட்டம்மா அறிஞ்சும் அறியாமல் யாருக்கும் கெடுதல் செஞ்சிருந்தா மன்னிச்சுரு தாயி!' என்று ஆகாயம் நோக்கி கும்பிட்டார். உடம்பெல்லாம் வியர்வை பூத்து நரைத்த மயிர்க்கால்கள் எல்லாம் நட்டமாக நின்றன! சிறுநீர் கழிக்கவேண்டும் போல உணர்வு; இங்கேயே உக்கார்ந்தா.... அந்தப் பாம்பு திரும்பியிருச்சுன்னா என்ன பண்றது. பல்லை இறுகக் கடித்துக்கொண்டு வேட்டியை கெட்டியாகப் பிடித்தபடி வேகுவேகுவென்று நடந்தார். வீட்டில் படுத்தார். உறக்கம் வரவில்லை. துரைச்சாமி கிழவனை அப்பாவின்னு நினைச்சா அவன் நம்மளை விட பெரிய வில்லனா இருப்பான் போலிருக்கு! அவரு நமக்கு குடிக்கப் பால் குடுத்தாரா..... இல்ல. கடைசி பாலுன்னு குடுத்தாரா குழம்பி குழம்பி புரண்டு கொண்டிருந்தார்! பாலும்,பாம்பும்,கோட்டிநாய்க்கர் உடலும், பூதாகரமாய் துரைச்சாமியின் உடலும் கண் முன்னே வந்து வந்து போயின........!

அதிகாலையில் எழுப்புமணியும்,ஆறுமணிக்கு பரேடுமணியும் அடிக்கப் பட்டது. கோட்டிநாயக்கர் உடலை அடக்கம் பண்ணாமல் வேலைக்குப் போகக்கூடாது என்று முடிவு செய்யப்பட்டதால் யாரும் எழவில்லை.

கோட்டிநாயக்கர் உடலை பூக்களால் அலங்கரிக்கப்பட்ட பாடையில் எடுத்து ஊர்வலமாகச் சென்றனர். வழக்கமாக ஊர்வலத்தில் கோவிந்தா கோஷம் போடுவர். ஆனால் வீரவணக்கம்.... வீரவணக்கம், கோட்டி நாய்க்கருக்கு வீரவணக்கம் ! ஜிந்தாபாத் ஜிந்தாபாத் வர்க்கர்ஸ் யூனிட்டி ஜிந்தாபாத்!.என்ற கோஷங்கள் புதிதாக இருந்தன! புரியா விட்டாலும் அவர்கள் ஏதோ உற்சாகமான மந்திரத்தை உச்சரிப்பது போல் இருந்தது. அடக்கம் பண்ணுதற்கு முன் குப்பய்யா கணக்குப்பிள்ளை "எங்க நாயக்கமாரு செத்தவங்களை எரிக்கிறது தான் வழக்கம்" என்றார்.

மருமகன் முனியசாமி தலையிட்டு, "எங்க மாமன் சீக்கில சீலைப்பேன் பத்தி சாகல! நல்லநிலையில செத்தாரு! எல்லாத்தையும் ஒற்றுமைப் படுத்திட்டு செத்தாரு! அவரு உடலைப் புதைச்சா புழுப்பூச்சிக்கு ஆகாரமாகும். மண்ணுக்கு எருவாகும்! அதனால் புதைச்சிருவோம்" என்றார். தீப்பந்தம் ஏந்திவந்த மகன் தண்ணீர்

குடம் உடைத்து. சுற்றி வந்தபின் குடும்பத்தாரும் பழகியவர்களும் வாய்க்கரிசி போட்டனர்.!

தோட்டத் தொழிலாளர்சங்க மாவட்டத் தலைவர் ஒரு நிமிடம் மௌன அஞ்சலி செலுத்தச் சொன்னார். அதற்குப்பின் உடலை மூடி மண்சாந்து கொண்டு கெட்டியாகப் பூசினர்! நாய் நரிகள் தோண்டி விடாமலிருக்க கற்களைக் கொண்டு பரப்பினர். குடும்பத்தார் சூடம் கொளுத்தவும் எல்லாரும் கும்பிட்டார்கள்! வீரவணக்க கோஷங்களை மாவட்டத் தலைவர் முன்னே சொல்ல எல்லாரும் பின்னே சொல்லினர்! மயானமே எழுச்சிகரமாக இருந்தது. தலைவர் இரங்கலுரையில் "கோட்டி நாயக்கர் மரிச்சு போயிட்டில்ல! பச்சே அவர் தொழிலாளர்மார் ஒற்றுமையை ஜனிக்கவச்சிட்டுப் போயி!" எல்லா சாதிக்காரர்களும் உணர்ச்சிப் பெருக்கோடு "கோட்டி நாயக்கர் புகழ்ஓங்குக! தொழிலாளர் ஒற்றுமை ஓங்குக!" என்று கோஷமிட்டனர்! குப்பய்யா மயானத்திற்கு வந்தது தப்பென்று நினைத்து மெல்ல நழுவினார்.

மறுநாள் காலையில் நாலு மணிக்கு உறக்கமெழுப்பும் மணிச்சத்தம் கேட்டு வேலைக்கு செல்லும் ஆயத்தப் பணிகள் தொடங்கின. பரேடில் துரைச்சாமி இறுக்கமாக இருந்தார். நாயக்கர் இறந்த மெட்டுக்காட்டுக்கு வேலை ஒதுக்கப்படவில்லை. வழக்கமான பழமெடுப்பு, செடிக்கவாத்து, விறகுவெட்டு, காப்பிபழமெடுப்பு வேலைகளுக்கு ஆள்கள் பிரிக்கப்பட்டனர். பெயர் வாசிக்கும் போது இடையிடையே குப்பய்யாவின் செருமல் இல்லை. எஸ்டேட் நிர்வாகத்தில் எதோ முடிவெடுத்திருப்பார்கள் போலிருக்கு. இரண்டு கிழடுகளும் பாறையாட்டம் இறுகிக் கிடக்கிறார்கள் என்று கங்காணிகள் பேசிக்கொண்டனர். எல்லாரும் ஒற்றுமையாக இருந்து சமாளிப்போம் என்று முடிவெடுத்து அவரவர் வேலைக் காடுகளுக்குப் போனார்கள். அன்று முழுவதும் நாய்க்கர் மரணம் குறித்தும் அதன் தொடர்ச்சியான நிகழ்வுகளை வேலையினூடே பேசினர். எஸ்டேட் நிர்வாகம் அழுத்தமான மௌனத்தை வெளிப்படுத்தியது. பங்களா சமையல் உதவியாளராக இருக்கும் நாய்க்கர்மகன் வெங்கட்டிடம் துரைச்சாமி துக்கம் விசாரித்து விட்டு, முதலாளிக்கு தகவல் சொல்லப்பட்டுள்ளது; முதலாளி என்ன செய்யப்போகிறார் என்பது தெரியவில்லை என்று மட்டும் சொன்னார்.

ரவி வழக்கம் போல மாடுகளைப் பற்றிப் போனான். சித்திரகிழவரிடம் நடந்தவற்றை எல்லாம் சொன்னான். கிழவன் ஆச்சரியத்தில் அசந்து போனார். தனது அறுபத்தைந்து வயது

அனுபவத்தில் இப்படி சாதிகளைக் கடந்த ஒற்றுமையை பார்த்ததும் இல்லை; கேட்டதும் இல்லை என்றார்!

மூன்றாம்நாள் அனைத்து மலையாள இடுக்கிமாவட்ட செய்தித்தாள்களிலும், தமிழில் தினத்தந்தியிலும் கோட்டிநாயக்கர் காட்டு யானையால் தள்ளி விடப்பட்டு இறந்தார். அவருக்கு அனைத்து சாதியினரும் தங்கள் வேறுபாட்டை மறந்து ஒரே குடும்பத்தைச் சேர்ந்தவர்கள் போல் இறுதிச் சடங்கினைச் செய்தனர். இறுதி நிகழ்ச்சியினை தேசிய தோட்டத் தொழிலாளர்கள் சங்கம் மாவட்டத் தலைவர் சி.ஏ.குரியன் முன்நின்று நடத்தினார். யானைகள் வழித்தடத்திற்கு ஒதுக்கப்பட்ட இடத்தில் வேலை நடந்ததால் இந்தத் துயரச்சம்பவம் நிகழ்ந்துள்ளது. இத்தவறுக்குப் பொறுப்பேற்று எஸ்டேட் நிர்வாகம் இறந்தவரின் குடும்பத்துக்கு இழப்பீடும் பணிநிரந்தரமும் வழங்கப்படவேண்டும் என்று நிர்வாகத்துக்கு கோரிக்கை வைக்கப்பட்டுள்ளது என்று சங்கத்தலைவர் கூறினார். என்று பத்திரிகைகள் செய்திகள் வெளியிட்டிருந்தன.

இந்தச் செய்தி வந்த மூன்றாம் நாள் மாவட்ட வனத்துறை அலுவலரிடமிருந்து எஸ்டேட் முதலாளியின் பெயருக்கு கடிதம் வந்தது. “யானைகளின் கடவுவழிக்காக ஒதுக்கப்பட்ட, விவசாயத்துக்கு தடை செய்யப்பட்ட இடத்தில் விவசாயப்பணி சட்டவிரோதமாக மேற்கொண்டதற்காக, ஏன் உங்கள் மீது கேரள வனத்துறை குற்றவியல் சட்டத்தின்படி நடவடிக்கை எடுக்கக்கூடாது என்பதற்கு உங்கள்தரப்பு விளக்கத்தை இக்கடிதம் கிடைக்கப் பெற்ற ஏழுநாளுக்குள் விளக்கம் நேரில் சமர்ப்பிக்க வேண்டும்! தவறினால் மேற்குறித்த சட்டப்படி கடும் நடவடிக்கை எடுக்க நேரிடும்” இந்தக் கடிதம் கண்டவுடன் துரைச்சாமி பெருங்கலக்கத்துடன் மேனேஜர் வைரம் செட்டியாருக்கு போன் செய்தார்.

மறுநாள் தேவிகுளம் லேபர் அலுவலகத்தில் இருந்து, வட்டப்பாறை தொழிலாளர்களுக்கு ஊதியம் மற்றும் அத்தியாவசியப் படிகள் வழங்கப்படுவது குறித்து அறிக்கை பத்து நாளில் அளிக்க வலியுறுத்தி கடிதம் வந்தது!

□

24

சித்திரக்கிழவர் ரவியிடம் சொன்னார்- "உங்க வட்டப்பாறை எஸ்டேட்டில நடந்த விஷயமெல்லாம் மலையாள பேப்பர்கள்ல வந்திருக்குன்னு எங்க வீட்டுப்பக்கம் டீக்கடையில பேசிக்கிட்டாக. உங்க முதலாளி மேல பாரஸ்ட் ஆபிஸ்காரக நடவடிக்கை எடுக்கப் போறாகன்னு போட்ருக்காம்! ரவி விசாரிக்கச் சொன்னேன்னு எனக்கு தெரிஞ்சவுங்க மூலமா விசாரிச்சேன். ராஜாப்பாறையில ஆம்பளைங்களுக்கு மூனுரூவா, பொம்பிளைக்கு ரெண்டுரூவா தினக்கூலியாம். தவளைப்பாறையிலும் இதே மாதிரிதான்! கூம்புப் பாறையில பொம்பிளைக்கு ஒன்றே முக்கால் ரூவா. ஆம்பிளைக்கு ரெண்டரைரூவா. சதுரப்பாறை எஸ்டேட்டில ஆம்பளைக்கு மூனுரூவா, பொம்பிளைக்கு ரெண்டார்ரூவா தினப்படிக் காசாம்! ஆனா இந்த எஸ்டேட்டில், மழைக்கொங்கானி, கம்பளி வருஷத்துக்கு ஒண்ணு கொடுப்பாங்க. கம்பளி வேண்டாங்கிறவங்களுக்கு கம்பளிப்படி நூறுரூவா தர்றாங்க! வருஷத்துக்கு ஒரு தடவை ஓணம்பண்டிகைக்கு நூறுரூவா நோன்பு போனஸ் தர்றாங்களாம்! இதில சதுரப்பாறை எஸ்டேட்டில் ஆளுக்கு தகுந்த மாதிரி போனஸ், ஸ்பெஷல்போனஸ் தருவாங்களாம்!"

"தாத்தா, ரொம்ப நன்றி தாத்தா. இந்த விவரத்தை எங்க எஸ்டேட்டில சொல்றேன். பரவாயில்லையே, சதுரப்பாறையில மட்டும் பொம்பிளை ஆளுகளுக்கு கூலி கூடத் தர்றாங்க !சிறப்பு போனஸெல்லாம் தர்றாங்களே !".

"ரவி, அந்த எஸ்டேட் முதலாளி ஒருமாதிரி! நல்லா செகப்பா இருப்பாரு. பேன்ட்சூட்டு கறுப்புகண்ணாடி, தொப்பி போட்டு எம்ஜிஆர் மாதிரி இருப்பாரு! ஏலத்தோட்டத்துக்கு குதிரையில்தான் போவாராம்! கூடவே குதிரைக்காரரும், முதலாளிக்குத் தேவையான தின்பண்டங்கள், தண்ணீர் எடுத்துகிட்டு இன்னொருவரும் போவார்களாம்! ஆனால் பொம்பளை கிறுக்குபுடிச்ச மனுஷன். நித்தம் ஒரு பொம்பளை வேணும்பாராம்! எஸ்டேட்டில் லட்சணமா எந்தப் பொம்பளையும் அவரு கண்ணில் பட்டால் அன்னக்கி அவளை பெண்டாளாம விடமாட்டாராம்! நிறைய தற்கொலைகள், நிறைய கொலைகளை வெளியே தெரியாம காசைக் குடுத்து மறைச்சிட்டாங்களாம்!"

"என்ன தாத்தா, சதுரப்பாறை எஸ்டேட் பத்தி நீங்க சொல்றதைக் கேட்டா எதோ மர்மக்கதை படிக்கிற மாதிரி இல்ல இருக்கு!. அவரை எதிர்த்து யாரும் போராடலையா...!"

"ரவி, நீங்க நாலு எழுத்து படிச்சதினால... உங்களுக்கு சந்தேகம் வருது. நா சொல்றதை நம்ப மாட்டேங்கிறீக. நா சதுரப்பாறை எஸ்டேட் பத்தி சொன்னதெல்லாம் அக்கம்பக்கம் பேசிகிட்ட நிசம் தாம். பொய்யில்லை!"

"சரி தாத்தா, எங்க எஸ்டேட்டுக்கு வர்ற ரோட்ல கார்சத்தம் கேட்குது. நா மாட்டை பார்க்கிறேன்" என்று அவனது மாடுகள் மேயும் பக்கம் போனான்!

முதலில் மேனேஜரின் வெள்ளை அம்பாசிடர்காரும்,பின்னால் கரும்பச்சை நிற செவர்லே காரும் வந்தன. மிதமான வேகத்திலே வந்தன. முதலாளியும் மேனேஜரும் வர்றாங்க. இன்னிக்கு வெள்ளிக்கிழமை. அதனால முதலாளி தொழிலாளிமார் கிட்ட பேசுவாரு. எதாவது விசேஷம் இருக்கும்!. ரவி மேற்கே பொழுதை பார்த்தான். சித்திரன் சொன்னார். "இன்னும் ரெண்டுபாகை பொழுது இருக்கும். பேச்சு முசுவுல பொழுதைப் பார்க்க மறந்திட்டோம். மணி நாலாச்சு. மாட்டைப் பத்துவோம்" என்றார். ரவி மாட்டைப் பற்றினான்.

கோட்டிநாய்க்கர் குடும்பத்தாளுகளைப் பார்க்க முதலாளி பங்களாவுக்கு வரச் சொல்றாருன்னு குப்பய்யா மூலம் தகவல் சொல்லப்பட்டது. மகன் வெங்கட்டும் மனைவி சிட்டம்மாளும் தலைவர் சிவனம்மாவையும், செயலர் பழனிச்சாமியையும் கலந்தார்கள். "துக்கம் கேட்கிற முறைக்காக கூப்டுறாங்க. நீங்க நடந்ததைச் சொல்லுங்க. அய்யாவை இழந்து அனாதையா நிற்கிறோம். எங்க குடும்பத்துக்கு உதவுங்கன்னு கேளுங்க.வேற எதுவும் பிடி குடுத்திறாதிக.." என்று சொல்லி அனுப்பினர்.

பங்களாவாசலில் குப்பய்யா காத்திருந்தார். கோட்டிநாய்க்கரின் மனைவி, மகன்,மகள், கல்யாணமான மகள் மருமகனோடு இரண்டு பேரக் குழந்தைகளையும் அழைத்துக் கொண்டு கங்காணி சுப்பய்யா நாய்க்கர் சென்றார். பங்களா வாசலில் குப்பய்யா கணக்குப்பிள்ளை அவர்களை, "வாங்க மக்கா! முதலாளி கிட்ட நல்ல விதமா சொல்லியிருக்கேன், முதலாளி நம்மாளுகளுக்கு நல்லதையே செய்வார்" என்று தெலுங்கில் சொல்லி அழைத்துச் சென்றார். உள்ளே எழுபது வயசு துரைச்சாமி கணக்குப்பிள்ளை கைகட்டி பவ்வியமாக நின்றிருந்தார். முதலாளியும் மேனேஜரும் சேரில் எதிரெதிரில் உட்கார்ந்திருந்தனர். கோட்டி நாய்க்கர் குடும்பத்தார் வந்துள்ள விவரத்தை குப்பய்யா, துரைச்சாமி காதில் கிசுகிசுத்தார்.

அவர் மேனேஜரிடம் வாயசைத்தார். மேனேஜர் முதலாளியைப் பார்த்தார். முதலாளி தலையசைத்தார். மேனேஜர் அவர்களை வரச் சொன்னார். வெளியே இருந்து பார்ப்பவர்களுக்கு எதோ ஊமைநாடகம் பார்ப்பது போலிருந்தது.

கோட்டி நாய்க்கர் குடும்பத்தார் முதலாளியையும்,மேனேஜரையும் பார்த்துக் கும்பிட்டனர். சிட்டம்மாளும், மகள்களும் விம்மி விசும்பி கண்ணீர் பெருக்கினர். சுப்பய்யா அவர்களை ஆறுதல் படுத்தி, முதலாளியிடம் நாய்க்கர் குடும்பத்தாரை அறிமுகம் செய்தார். மருமகன் முனியசாமி தன் மாமனாருக்கு நேர்ந்த விபத்தை உருக்கமாக எடுத்துச் சொன்னார். மனைவியும், மகள்களும் முந்தானையால் வாய்பொத்தி விம்மினர். “அம்மா, நடந்ததை எல்லாம் மேனேஜரும் கணக்குப்பிள்ளையும் சொன்னார்கள். எதோ அவரு விதி இப்படி முடியனும்னு இருந்திருக்கு...! மேனேஜர் கிட்ட சொல்லியிருக்கேன். அவரு சொல்றதைக் கேளுங்க. அவர் செய்ய வேண்டியதைச் செய்வார். நீங்க கவலைப்படாமல் போங்க!” என்று மெல்லிய குரலில் உதடுகள் ஒட்டியும் ஒட்டாமல் பேசினார். இவர்கள் வணங்கி வெளியேறினர். மேனேஜர் வைரம் செட்டியாரும், துரைச்சாமியும் வெளிவாசல் வரை வந்தனர். அவர்கள் கண்ணீர் பொங்க கைகூப்பி வீட்டுக்கு நடந்தனர். வெளியே நின்றிருந்த குப்பய்யா சொன்னார் “அவங்க உள்ள ரகசியமா பேசும்போது இடைஞ்சலாக இருக்கக்கூடாதுன்னு தான் உள்ளே வரலை” சுப்பைய்யா நாய்க்கர் சொன்னார்; ‘‘அவரு உள்ளே கணக்குப்பிள்ளை. நீங்க வெளியே கணக்குப் பிள்ளைங்கிறது தெரிஞ்ச கதைதானண்ணே நமக்குள்ள எதுக்கு பவுரு....” குப்பய்யா முகம் சுட்ட கத்திரிக்காய் கணக்கா சுருங்கிப் போனது!

அன்று வெள்ளிக்கிழமை லட்சுமிஅம்மன் கோவில் பூஜைக்கான மணி வழக்கத்தை விட முன்னதாக ஐந்தரைமணிக்கே ஒலிக்கப் பட்டது. முதலாளி வந்திருப்பதால் விசேஷபூஜை இருக்கும்; கோட்டிநாய்க்கர் இறப்புக்கு நஷ்டஈடு தரலாம் என்று எதிர்பார்ப்பில் எல்லாரும் கிளம்பினர். சங்கநிர்வாகிகள் தனியே ஒன்று கூடினர். எஸ்டேட்முதலாளி சங்கநிர்வாகிகளைக் கூட்டி ஏன் சங்கத்தில் சேர்ந்தீர்கள் என்று சாதாரணமாகக் கேட்டால் முடிந்தவரை பதில் சொல்லாமல் மௌனமாக இருந்துவிட வேண்டும்! மிரட்டிக் கேட்டால் எதோ ஒரு நெருக்கடியில் சேர்ந்தோம். இனி எந்த முடிவாக இருந்தாலும் மாவட்ட சங்கத்துக் காரங்களைக் கலந்து கொண்டுதான் சொல்லமுடியும் என்று முடிவெடுத்தனர். இந்த தகவலை அந்தந்த வளவு ஆளுகளுக்கு சொல்லப்பட்டது.!

எல்லாரும் லட்சுமிஅம்மன் கோவில் அருகே கூடிவிட்டனர் என்பது முதலாளிக்கு சொல்லப்பட்டது முதலாளி தனது ரோஜாநிறமேனியை சந்தனநிறப்பட்டுத் துண்டால் மறைத்து நெற்றியில் சந்தனக்கீற்றும் அதன்மீது குங்குமப் பொட்டிட்டு பக்திப் பழமாய் நின்றார். அரையடி பின்னால் மேனேஜர் நின்றார். துரைச்சாமி கணக்குப்பிள்ளை இரண்டடி பின்னாலும் அவருக்குப் பின்னால் குப்பய்யாவும் நின்றனர்.

மேனேஜர் முன்னால் வந்து பேசினார்.. "விசுவாசம் மிக்க நம்ம வட்டப்பாறை தொழிலாளர்களே, உங்களிடம் நம் மரியாதைக்குரிய முதலாளி அவர்கள் இப்போது பேசுவார்கள்."

"விசுவாசமிக்க நமது எஸ்டேட் தொழிலாளர்களே! உங்களை எல்லாம் சந்திக்கும்போது மகிழ்ச்சியாக இருக்கிறது. வறட்சி இல்லாமல் மழைபெய்ய பெய்ய விளைச்சல் கூடும். அதுபோல நீங்களும் விசுவாசத்தோடு கடுமையாக உழைக்க உழைக்க நாங்களும், நீங்களும் சேர்ந்து பயன்பெறுவோம்! நீங்கள் கடுமையாக உழைக்கக் கூடியவர்கள் என்று நம் மேனஜரும், கணக்குப்பிள்ளைமாரும் சொல்லி இருக்கிறார்கள். உங்களுக்கு நிறைய சலுகைகள் செய்ய உத்தேசம். அந்த விவரத்தை நமது மேனேஜர் உங்களுக்கு நமது கங்காணிகள் மூலம் சொல்லுவார். இப்போது நாமெல்லாம் குலதெய்வமாகக் கும்பிடும் லட்சுமிஅம்மனுக்கு பூஜை முடிந்ததும் கங்காணிகள் அனைவரும் நம் மேனேஜரை சந்தியுங்கள்! இப்போது லட்சுமிஅம்மாளைக் கும்பிடுவோம் வாங்க!"

கோவிலுக்குள் மணியடிக்கும் சத்தம் கேட்டது ! ஊதுவத்திகள் கொளுத்தி சாம்பிராணி புகை காட்டப்பட்டது. பெண்கள் மத்தியில் ஒரு சலசலப்பு! கேவிக் கேவி அழும் சத்தம் கேட்டது. லட்சுமியின் மூத்தமகள் மாரியம்மாள் உடலை முறுக்கி இருகைகளையும் உயர்த்தி ஒன்றோடொன்று பின்னி கண்ணீர் மாலை மாலையாக வழிய கேவினாள். சிவனம்மா கோவில் விபூதித்தட்டை வாங்கி, "யார் நீ. என்ன விஷயமா வந்தே, ஒண்ணும் சொல்லாமல் அழுதால் நாங்க என்ன செய்யமுடியும்...?" என்று கேட்டது.

"ஸ்ஸ்ஸ்ஸூ....என்னை தெரியலையா....என் ஸ்தலத்தில் நின்னுகிட்டு... என்னையே... யாருன்னு கேட்கிறே...."

" தாயே மன்னிச்சுரு. தாயி! நீ. யாரு எவருன்னு சொன்னாதானே தெரியும்.....? சரி, தாயி. உன் தலத்தில் வெள்ளிக்கிழமை, நல்லநாளு, பெரியநாளுன்னு உம்பிள்ளைக மனசு குளிர... தீபதூபம் காட்டி கும்புட்டு வர்ரையில இப்படி குமுறிகுமுறி அழுகுகுற... என்ன

குறை, குத்தம்னு சொன்னாதானே தெரியும்...?'' என்று கேட்டபடி சிவனம்மா கும்பிடவும். எல்லாரும் கைஎடுத்துக் கும்பிட்டு நின்றனர்.முதலாளி, மேனேஜர் முகம் கலங்கி கும்பிட்டு நின்றனர்! “ஸ்ஸ்ஸு தேகமெல்லாம் காந்துதப்பா... எம்பிள்ளைக கும்பி கொதிச்சு கருமாயப்பட்டு நிக்கிறப்ப... நா எப்படி சிரிக்க முடியும்! எம்பிள்ளைக மனசு குளிர்ந்தா.. நா குளுந்து...உங்களுக்கு எந்த இடரும் பிணியும் அண்டாம பார்த்துக்குவேம்ப்பா... ஸ்ஸ்ஸு தேகம் தகிக்குது மஞ்சத்தண்ணி குடுப்பா...''என்று மாரியம்மாள் ஆட... மேனேஜர் பயபக்தியோடு இடுப்பில் துண்டைக் கட்டிக் கொண்டு “தாயே, உன் மனசுகுளிர நடந்துக்கிறோம். உன் பிள்ளைகளைக் காப்பாற்று தாயே...'' என்று வணங்கி நின்றார். முதலாளி மிரட்சியுடன் பின்னால் நின்றார். கோவில்பூசாரியாக நின்ற சமையலர் ஒரு பெரிய செம்பில் மஞ்சள்நீரைத் தரவும், மாரியம்மாள் வாங்கி மூச்சுவிடாமல் குடித்து மயங்கினாள்.! சிவனம்மா அவளைத் தாங்கி நெற்றிநிறைய விபூதி பூசி, கோவில் தூணோரம் சாய்த்து உட்கார வைத்து முந்தானையால் வீசி விட்டாள். கலக்கத்தோடு இருந்த முதலாளி அவர் கைப்பட தனித்தனி தொண்ணைகளில் சக்கரைப் பொங்கலையும், சுண்டலையும் கொடுத்தார்! எல்லாரும் கும்பிட்டு வாங்கி கலைந்தனர்.

முதலாளியும், மேனேஜரும் மீண்டும் ஒருமுறை லட்சுமிஅம்மனைப் பார்த்துக் கும்பிட்டு விட்டு பதற்றமாக பங்களாவிற்குள் போனார்கள். துரைச்சாமியும், குப்பய்யாவும் பிரசாதத்தைக்கூட தின்னாமல் பயத்தோடு பின் தொடர்ந்தார்கள்.முதலாளி, சங்கிலியை வரச் சொன்னார். சங்கிலி கொஞ்சம் பதற்றமாக உள்ளே போய், ‘‘கும்பிடறேன் எஜமான்.'' என்று ஆறரை அடி உடலை 'ட'னாவை தலைகீழ் போட்டது போல் நின்றார். முதலாளி தலை அசைத்து “என்ன சங்கிலி, நல்லா இருக்கியா, மகன், மக்கள் குடும்பத்தார் எல்லாம் எப்படி இருக்காங்க....'' என்று கேட்க, சங்கிலி ‘‘உங்க புண்ணியத்தில் எல்லாரும் நல்லா இருக்காங்க சாமி'' என்றார். “சங்கிலி, இதுக்கு முந்தி இப்படி சாமி வந்து ஆடி சொன்னது பலிச்சதுண்டா....!''

“உண்டுங்க சாமி. நம்ம தாத்தா காலத்தில ஒரு சின்னக் குழந்தையாட்டம் லட்சுமி அம்மன் கனவுல வந்து சொல்லி அடையாளம் காட்டவும் ராசபாளையத்திலிருந்து இங்க வந்து பத்துஏக்கர் வாங்கி பங்களா கட்டும் முன்னால இந்தக்கோயில் கட்டிட்டாக! கோயில் முடியறதுக்குள்ளே பத்துஏக்கர் நூறாயிருச்சு. அவரு காலம் முடியறதுக்குள்ள ஆறு நூறாயிருச்சு! நம்ம அப்பாரு

அதை ரெட்டிப்பாக்கிட்டாரு. நீங்க அதை காப்பாத்திட்டு வாறிக!. உங்க அப்பாரு பிறக்கையில சாமி வந்து சொன்னதாக ஐதிகமுண்டு! உங்க அக்கா பிறந்ததும், நீங்க பிறந்ததும் லட்சுமி அம்மன் அருள் வந்து சொல்லிச்சுன்னு கேள்விப் பட்டிருக்கிறேன். அந்தக் காலத்தில லட்சுமிஅம்மன் அருள் இறங்கி ஆடின தாய்மார்களுக்கு நல்ல சலுகைகள் கொடுத்தாக! தொழிலாளிகளுக்கும் எந்தப் பிரச்சினையும் இல்லாமல் பார்த்துக் கிட்டாக! அரிசி, தானியம், தவசு கொடுத்த காலம் இருந்தது! அன்னக்கி ஊருகாட்டில மழைதண்ணி பெஞ்சது. மலை வேலைக்கு ஆள்கிடைக்காது. இன்னிக்கு அங்கே பஞ்சமாப்போச்சு! எல்லாம் தலை கீழாப்போச்சு! உங்களுக்குத் தெரியாதது ஏதுமில்லை!"

"அப்போ, அந்தப் பொண்ணு சாமியாடினது நிஜம் தானா?"

"ஆமாங்கசாமி, அப்படித்தான் தெரியுது! அந்தப் பொண்ணு பேசின வார்த்தை எல்லாம் சாதாரணமாக இல்லை: "ஆமாம் சாமி, அருள்வாக்கு சாதாரணமா இருக்காதில்ல!"

"சங்கிலி" நீயும் உங்க குடும்பதாளுகளும் சங்கத்தில் சேர்ந்திட்டிங் களாமில்ல! "

"சாமி, நான் மூணு தலைமுறையாய் விசுவாசத்தோட உங்களுக்கு கட்டுப்பட்டு இருக்கேன்! ஆனா விலைவாசி கட்டுப்பட மாட்டேங்கிதே! குடும்பம் பெருக பெருக அவங்க கட்டுப்பட மாட்டேங்கிறாக... எனக்கு மட்டும் தனி விலைவாசியா சாமி. எல்லாத்துக்கும் ஏத்தது எனக்கும்! இன்னொரு சந்தேகம்.... உங்களுக்குத் தெரியாமலா நம்ம எஸ்டேட்டுக்குள்ள சங்கம் நுழைய முடியும்?"

"சரி, நீங்க போங்க!" சங்கிலி வெளியே வரவும் காத்திருந்த மற்ற கங்காணிகள் எல்லாம் சங்கிலியை ஊடுருவிப் பார்த்தனர். முதலாளி எங்கிட்ட பழைய கதைகளைத் தான் பேசினார்! சங்கத்தில் சேர்ந்தது பற்றி கேட்டார். எனக்குமட்டும் தனி விலைவாசியா விக்குதுன்னு கேட்டேன். அவர்கிட்ட பதிலில்லை! உங்ககிட்ட கேட்டாலும் ஒரேபதிலா சொல்லுங்க! என்றார். மேனேஜர் கோட்டிநாயக்கர் குடும்பத்தாரை வரச் சொன்னார். அவர் குடும்பத்தாரை சுப்பய்யா அழைத்துப் போனார். முதலாளி உள்ளறைக்குள் போய்விட்டார். மேனேஜரும் துரைச்சாமி மட்டுமே இருந்தனர். நாயக்கர் குடும்பத்தார் கும்பிட்டனர். மேனேஜர் பேசினார்.

"அம்மா, நாய்க்கருக்கு ஏற்பட்ட துயரச்சாவு எங்களுக்கும் வருத்தம் தான்! நம்ம எஸ்டேட்டில் அறுபது வருஷத்தில் இப்படி

ஒரு போதும் நடந்ததில்லை! அவருவிதி இப்படி முடியணும்ணு இருக்கு. அதை யாரும் தடுக்க முடியாது! இருந்தாலும்... நம்ம முதலாளி கருணைத்தொகையாக பத்தாயிரம்ரூபாய் கொடுக்கச் சொல்லி இருக்கிறார். இதுக்கு நீங்க ஒரு பத்திரம் எழுதித் தரணும்! அதில் கோட்டிநாய்க்கர் சாய்ந்திர நேரத்தில் எஸ்டேட்டில் கொல்லைக்கு ஒதுங்கினபோது யானையைப் பார்த்து மிரண்டு கீழேவிழுந்து உயிர்போனது. அவரது இழப்பால் வாடும் எங்கள் குடும்பத்திற்கு எஸ்டேட் முதலாளி கொடுக்கும் கருணைத் தொகையைப் பெற்றுக் கொண்டோம் என்று சிட்டம்மாள் கையெழுத்து போட்டுத் தரணும். அப்புறம் இன்னோர் விஷயம். யூனியனில் இருந்து விலகிடனும்! அப்படி விலகிட்டால் இந்த வருஷம் சீசன் முடியறவரைக்கும் இங்கேயே வேலை பார்க்கலாம்! என்னம்மா இதுக்குச் சம்மதம் தானே.....? உங்களால் எழுத முடியாட்டா எழுதித் தரச் சொல்றேன். ஏய் வெங்கிடு, உனக்குத்தான் எழுத வரும்மில்லை?

மேனேஜர் வைரம் செட்டியார் பேசி முடிக்கவும் சிட்டம்மாளும் மகள்களும் விம்மினர். முனியசாமியும், வெங்கட்டும் தலைகுனிந்தபடி வலக்கால் பெருவிரலால் இடவலமாய். அலைந்தபடி நின்றனர். ஐந்து நிமிட மௌனப் பாறையை மேனேஜரே உடைத்தார். "என்னம்மா பதில் சொல்லாமல் இப்படி ஊமையாக இருந்தா எப்படி? என்ன முனியசாமி, வெங்கிடு ஆம்பளைக இரண்டுபேரும் இப்படி பேசாமஇருந்தா சம்மதம்ணு எடுத்துக்கிறதா சொல்லுங்க....!" முனியசாமி மெல்ல தொண்டை இறுக்கத்தை தளர்த்த முயன்று உடைந்தகுரலில் "அய்யா, இது விஷயமா அக்காதான் முடிவெடுக்கும்! அவங்க முடிவுக்கு நாங்க கட்டுப் படுவோம்!...." மேனேஜர் சிட்டம்மாளைப் பார்த்தார். தலைகுனிந்து முந்தானையால் வாயைப் பொத்தி இருந்த சிட்டம்மாள் மெல்ல தலைநிமிர்ந்து தொண்டை இறுகிய குரலில் பேச ஆரம்பித்தார்!

"முதலாளி அய்யாவும், மேனேஜர் அய்யாவும் பெரியமனசு பண்ணி எங்கூட்டுக்காரர் இறந்ததுக்கு கருணைத் தொகை குடுக்கிறதை ஒண்ணுமே இல்லாத நிலையில ஏத்துக்கலாம்தான். ஆனால்......" என்று சொல்லி தயங்கி நிறுத்தினார் சிட்டம்மாள். நிமிர்ந்து உட்கார்ந்த மேனேஜர் "சும்மா தயங்காமல் சொல்லு. உங்க குடும்பத்துக்கு எந்தச் சேதாரமும் இல்லாமப் பார்த்துக்குவோம்!." சிட்டம்மாள் தொடர்ந்தார் "எங்க வூட்டுக்காரரே இல்லாமப் போனார். இதுக்குமேல என்னய்யா சேதாரம் வந்துறப்போகுது?

இந்த கருணைத் தொகை பத்தாயிரத்துக்கு ஈடா எங்க ஒத்துமையை விட்டுக் கொடுக்க முடியாது! அன்னக்கி இந்த எஸ்டேட் சனங்கெல்லாம் எந்த வேத்துமையும் பார்க்காம ஒரே குடும்பத்து ஆளுக கணக்கா இருந்து எங்க வீட்டுக்காரருக்கு செஞ்சமரியாதையை மறந்தா.. நாங்க மனுச சன்மமில்லை!. இந்த ஒத்துமையைக் குலைக்க முடியாது! பிறகு அவரு வேலைக்காட்டில யானை அரட்டி விழுந்து செத்ததை இல்லைன்னு பொய்யா எழுதித் தர்றதில எங்களுக்கு இஷ்டமில்லய்யா! ஆனா எங்க சனமெல்லாம் சேர்ந்து ஒத்துமையா நின்னு என்ன எழுதிக் கொடுக்கச் சொன்னாலும் எழுதித் தருவோமய்யா...... கோவிச்சுக்காதிகய்யா......."

"சரி இதுதான் உங்க குடும்பத்தில் எல்லோரது முடிவா.........?" மேனேஜர் இரு ஆண்களையும் பார்த்துக் கேட்டார். எல்லாரும் மௌனமாக நின்றனர்!. "சரி, நீங்க போங்க" முகம் சுண்டி இறுகிய குரலில் மேனேஜர் சொன்னார்!

வெளியே வந்த முனியசாமி காத்திருந்த கங்காணிகளிடம் நடந்த விவரங்களைச் சொன்னார். கங்காணிகள் அவரது கைகளை ஆதரவுடன் தழுவி தமது ஆதரவையும் நம்பிக்கையையும் தெரிவித்தனர். உள்ளே முதலாளியிடம் மேனேஜர் நாயக்கர் குடும்பத்தாரிடம் பேசிய விவரங்களைச் சொன்னார். அதிருப்தி அடைந்த முதலாளி, "கங்காணிகளையும் பார்த்துட்டு வாங்க. நாம சாப்பிட்டுவிட்டு பேசுவோம்! கங்காணிகளை சாந்தப்படுத்தி பேசுங்க.!" என்றார்.

மேனேஜர் கங்காணிகளை வரச் சொன்னார்! அவர்களுக்கு மீண்டும் சுண்டலும் பொங்கலும் கொடுக்கப்பட்டது. கங்காணிகள் ஒருவருக்கொருவர் பார்வையைப் பரிமாறிக் கொண்டனர். 'மேனேஜர் குளிப்பாட்டி வெறுங்கையோடு அனுப்பப் பார்க்கிறார். கவனமாக இருக்கவேண்டும்' எனக் கிசுகிசுத்துக் கொண்டனர். மேனேஜர் கழிவறைக்கு போய் சிகரெட் மணக்க வரவும் இவர்கள் தின்று முடித்திருந்தனர். மேனேஜர் பேசத் தொடங்கினார். "கங்காணிமார்களுக்கு நான் சொல்லப் போகிற விசயத்தை நம்ம முதலாளி தொடங்கி வைத்துவிட்டார். அதனால நேரே விஷயத்திற்கு வர்றேன். இந்த வாரத்திலிருந்து முதலாளி தினக்கூலியை உயர்த்த முடிவுசெய்து எஸ்டேட்டுக்கு வந்தார். இங்கே விரும்பத் தகாத விஷயங்கள் நடந்துபோச்சு. முதலாளிக்கும், வருத்தம்தான்! எதிர்பாராத கோட்டிநாயக்கர் மரணம். அடுத்து நீங்களெல்லாம் யூனியனில் சேர்ந்தது. மரணத்தை தவிர்க்க முடியாது. ஆனால் யூனியனில் சேர்றதுக்கு முன்னால என்னிடமாவது கலந்திருக்கலாம்.

செப்டம்பர்மாதம் கேரளாவில் ஓணம் கொண்டாடுவதற்கு முன்னே நம்ம தொழிலாளர்களுக்கு புதுசம்பளம் ஒண்ணாம் தேதியிலிருந்து கொடுக்க பணம் ஏற்பாடு பண்ணி வரும்போது நீங்கள் எல்லாம் யூனியனில் சேர்ந்த செய்தி கேட்டதும் முதலாளி நொந்து போனார். இப்போ நீங்க ஒண்ணாம் தேதியிலிருந்து புதுச்சம்பளம் வேணும்னா நீங்க சங்கத்திலிருந்து விலகிட்டோம்னு எழுதிக் கொடுத்துட்டு வாங்க. அடுத்த அஞ்சாவது நிமிசம் புதுச்சம்பளம் வாங்கிக்கலாம். இல்லைன்னா சங்கம் மூலம் லேபர்கோர்ட்டில் போய் உத்தரவு வாங்கி அதிகாரிகளும் முதலாளியும் சங்கமும் பேச்சுவார்த்தை நடத்தி முத்தரப்பு உடன்பாடு எப்ப வருதோ அன்னக்கிருந்து சம்பளம் கிடைக்கும். உடன்பாடு ஏற்படாவிட்டால் வாரக்கணக்கில் மாதக் கணக்கில் கூட காத்திருக்க வேண்டியதிருக்கும். நீங்க நல்லா யோசிச்சு சொல்லுங்க" என்றார்.

பழனிச்சாமியை எல்லாரின் சார்பாக பேசச் சொன்னார்கள். "அய்யா வணக்கம். நாங்க படிக்காதவங்க. பேச்சில கூடுதல் குறைச்சிருந்தா பொறுத்துக்கணும்! எஸ்டேட்டில் அன்றாடம் நடக்கிறதெல்லாம் போன்மூலம் உங்களுக்கும், முதலாளிக்கும் தகவல் போறது எல்லாத்துக்கும் தெரியும்! இந்த சீசன் ஆரம்பிச்சு நாலுமாசமா படிக்காசு விலைவாசிக்கு கட்டலை. மற்ற எஸ்டேட்ல குடுக்கிற அளவுக்காவது உசத்திக் குடுங்கன்னு கணக்குப்பிள்ளை மூலமாவும் உங்க மூலமாவும் சொல்லியிருக்கிறோம். நம்ம நிர்வாகம் மூச்சுகூட விடலை! சங்கத்தைத் தேடி நாங்க போகலை. அவங்களா முதலாளியைப் பார்க்க வந்திருக்கோம்னு பேச்சு கொடுத்து; தொழிலாளிக்கு அரசாங்கம் நிர்ணயித்த தினக்கூலி, கம்பளிபடி ப்ராவிடன்பண்டு, கிராஜிட்டி,போனஸ் அது இதுன்னு சொன்னாங்க! இரண்டுநாளா எல்லாரும் கலந்து பேசித்தான் சங்கத்தில் சேர்ந்தோம்.

அய்யா அவுக கமுக்கமா இல்லாம, எவ்வளவு தினக்கூலி, கம்பளிபடி, ப்ராடன்பண்டு, லீவுச்சம்பளம், கைப்பிள்ளைகள பார்த்துக்குற வசதி இப்படியான உரிமைகளைத் தர்றதைப் பத்தி வெளிப்படையாக பேசினீங்கன்னா நல்லா இருக்கும். நாங்களும் இதைப்பத்தி கலந்து பேசி முடிவெடுக்கத் தோதா இருக்கும். எஜமான் உங்களுக்குத்தான் எங்க வேலையைப் பத்தியும், நாங்க படுறபாடு பத்தியும் தெரியும். முதலாளி கிட்ட நீங்கதான் பக்குவமா எடுத்துச் சொல்லமுடியும்!" என்று சொல்லி பழனிச்சாமி எல்லார்

முகத்தையும் பார்த்தார். அவர்கள் எல்லாரும் ஆமாங்கசாமி என்று பவ்வியமாக தலையசைத்தார்கள்..

தோண்டத் தோண்ட புதையல் வரும் என்ற எதிர்பார்த்த மேனேஜருக்கு ஏமாற்றம்தான். ஆளுக்கு ஐம்பது காசு உயர்த்தி தொழிலாளர்களை சமாதானப் படுத்தமுடியும் என்ற அவரது நினைப்பு புளிப்பாகப் போய் விட்டது. தனது ஏமாற்றத்தை வெளிக் காட்டாமல் சிரித்தபடி சிகரெட்டைப் பற்ற வைத்து புகையை உள்ளிழுத்து உமிழ்ந்தார்.

“சரி, முதலாளி கிட்ட உங்க கருத்தைச் சொல்றேன். நீங்க உங்க சங்கத்தலைவர்களை வந்து பேசச் சொல்லுங்க. அதுக்கு முன்னால் உங்க சங்கத்துக்காரங்களை உங்க கோரிக்கை குறித்து முறையா நோட்டீஸ் கொடுக்கச் சொல்லுங்க. முதலாளிகிட்ட பேசி முறையா செய்ய வேண்டியதைச் செய்றோம்! நீங்க போயிட்டு வாங்க.” என்று விருட்டென்று உள்ளே போனார்.

அவர்கள் வெளியே வந்தார்கள். ”மேனேஜர் என்ன இப்படி விடைச்சுகிட்டு போறார். நான் எதுவும் தப்பா பேசிட்டனா....” என்று பழனிச்சாமி சங்கிலியிடம் கேட்டார். சங்கிலி “எங்க எல்லாருடைய கருத்து, நாங்க நினைச்சதைவிட நல்லா பேசினீங்க!”

சங்கிலி மகன் பரமன்கங்காணி சொன்னார்; ‘‘தலைக்கு நாலணாவையோ எட்டணாவையோ கூலி கூடக் கொடுத்து இதுக்கு முந்தி செஞ்சமாதிரி கணக்கை முடிக்க நினைச்சாங்க. நாமக் கூடுதலா லேபர் சட்டப்படி கேட்டதும் அவரு முகம் வேப்பெண்ணெய் குடிச்சமாதிரி ஆகிடுச்சு. இனி நாம ஒத்துமையா இருந்து சட்டப்படி கூலி கேட்போம். இதுக்கு ஒத்துமைதான் ரொம்ப முக்கியம்!” அவர்கள் பேசிக்கொண்டே மெல்ல நகர்ந்தனர். குப்பய்யா பங்களா வாசலில் நின்று எல்லாவற்றையும் கேட்டு வெற்றிலையை மென்று கொண்டிருந்தார்.

குடியிருப்பில் பழனிச்சாமி வீட்டில் எஸ்டேட் சங்கத்தினரும் வளவு வாரியாகத் தொழிலாளர்களும் காத்திருந்தனர். அவர்களிடம் பழனிச்சாமி நடந்தவற்றையும், பேசியவற்றையும் சொன்னார். பொன்னுத்தாயி சொன்னது “சங்கம் ஆரம்பிச்ச அன்னக்கி நம்மகிட்ட சொல்லிட்டுப் போனத் தலைவர் ரகுமான், என்ன ஆச்சு ஏதாச்சுன்னு கேட்ககூட வரக்காணோம்.. கோட்டியண்ணன் செத்தப்பகூட வேறொருத்தர்தான் வந்தார். இப்போ முதலாளி வகையறா நம்மள மிரட்டி ஒத்துமையை உடைச்சு ஒண்ணுமில்லாம ஊருக்காட்டுக்கு விரட்டப் பார்க்கிறாங்க.... நம்ம என்ன செய்யப் போகிறோம்னு சொல்லுங்க!”

சிவனம்மா சொன்னது; "அக்கா சொல்லுற கணக்கா முதலாளி நம்ம ஒத்துமையை அந்தலை சிந்தலையாக்கி விரட்டணும்னு நினைக்கிற மாதிரி தெரியுது. அதனால இன்னக்கே ஒரு முடிவெடுத்தாகணும்." உடனிருந்தவர்கள் எல்லாம் ஆதரித்தனர். பொருளாளர் வெள்ளைச்சாமி சொன்னார் "நாளைக்கே மாவட்ட யூனியன் தலைவர்களை சந்திச்சு விவரம் தெரிஞ்சுகிட்டு அடுத்து என்ன செய்யிறதைப்பத்தி பேசுவோம்." வெள்ளைத்தாயி சொன்னது "ஆமாம் சாமி,நாமபாட்டுக்கு கிரமமா இருந்தோம். இந்த சங்கத்துக்காரங்க வந்து தேரை இழுத்து தெருவில விட்டது கணக்கா அங்கிட்டும் இல்லாம இங்கட்டுமில்லாம நடுக்காட்டில நிறுத்திட்டுப் போயிட்டாங்க"

அப்போது ரவி குறுக்கிட்டு மாவட்ட சங்கத்தலைவர் பேசிய பேச்சின் விவரத்தை மலையாள பத்திரிகைகளில் வந்த செய்தியின் அடிப்படையில் 'கேரள வனத்துறை யானைப்பாதை ஆக்கிரமிப்புக்கு எதிராக முதலாளிமீது நடவடிக்கை எடுக்க நோட்டீஸ் அனுப்பி இருக்கிறதாம். அப்புறம் யானை தாக்கி மரணம் அடைந்தவர் குடும்பத்திற்கு உரிய நஷ்டஈடு கொடுக்க எடுத்த நடவடிக்கை பற்றி விவரம்கேட்டு தேவிகுளம் சப்கலெக்டரும் லேபர் ஆபிஸரும் முதலாளிக்கு நோட்டீஸ் அனுப்பி இருக்கிறதாக மலையாள பேப்பர்ல வந்திருக்கிறதாக சாந்தம்பாறையில் பேசிக்கிறாகளாம் சித்திரக் கிழவன் சொன்னார்." என்ற தகவல்கேட்டு எல்லாரும் கைதட்டினர்.

பழனிச்சாமி, "ரவிமாப்பிள்ளை படிச்ச பையன்கிறதை நிரூபிச்சிருச்சு. கேரள அரசாங்கம் கொடுத்த நெருக்கடியில்தான் முதலாளியும் மேனேஜரும் நம்மளை அழைச்சுப் பேசியிருக்கிறாங்க. நம்மளை அவங்க வழிக்குக் கொண்டுவர முடியலைன்னு மிரட்டிப் பார்க்கிறாங்க. அதனால் நாம சும்மா இருக்ககூடாது. நாளைக்கு. சனிக்கிழமை படிக்காசு வாங்கிட்டு யாரும் போடி தேவாரம்னு அலைய வேண்டாம்! சங்கநிர்வாகிகள் சாந்தாம்பாறையில தானியம் தவசு வாங்கி சமாளிங்க. முக்கியமான சங்க நிர்வாகிகள் எல்லாம் இங்கியே இருங்க. ஞாயித்துக்கிழமை தேவிகுளம் போய் மாவட்டத் தலைவர்களை வரவழைச்சு இங்கேயே எல்லாரும் முன்னே பேசி முடிவுக்கு வருவோம். இதுக்காக நானும் பொருளாளர் வெள்ளைச்சாமி அண்ணனும், துணைச்செயலாளர் குமார் தம்பியும் போகலாமா, வேற யாரும் கூட வர்றாங்களான்னூ சொல்லுங்க".

சிவனம்மா சொன்னது; "பொன்னுத்தாயக்கா... ரவியை இவங்களோடு அனுப்பி வைக்கணும்." எல்லாரும் இந்த யோசனையை ஆதரித்தனர்.

‘‘அப்போ இதே முடிவா ஏத்துக்கலாமா?’’ என்று பழனிச்சாமிகேட்டார். எல்லாரும் ஆமோதித்தார்கள். ராமர் கங்காணி கேட்டார் ‘‘அண்ணே, தம்பி இப்படி கேட்கிறேன்னு கோவிச்சுக்காதே. சாதாரணமா நாலுவார்த்தை சேர்ந்தாப்பில பேசவே திணறுவியே.... மேனேஜர் முன்னால் இப்படி கோர்வையாக, நம்ம விஷயம் எதையும் மறக்காம,எதையும் விட்டுக் குடுத்திறாம எப்படி பேசின......!’’ சுற்றி இருந்தவங்க வாயைப் பிளந்தபடி கேட்டுகொண்டு இருந்தார்கள்.

பழனிச்சாமி சொன்னார் “அது எனக்கே ஆச்சரியமாகத்தான் இருக்கு! ஆனா எனக்கு முன்னால முதலாளிகிட்ட கோட்டிநாய்க்கர் சம்சாரம் சிட்டக்கா பேசினதைப் பத்தி கேள்விப்பட்டதும் எனக்குள்ளே ஆவேசமும் வைராக்கியமும் வந்திருச்சு. முதலாளியும் மேனேஜரும் நம்ம வாயைக் கிளறி களிக் கிண்டப் பார்க்கிறார்கள்! ஏமாந்திறக் கூடாதென முடிவு பண்ணினேன். நா பேசறபோது மேனேஜர் முகம் தெரியலே. நம்ம தொழிலாளர்கள் முகங்கதாம் தெரிஞ்சது. அதனால என் பேச்சுக்கு எடுத்துக் கொடுத்ததே சிட்டம்மக்காவும், சாதி பாக்காத நம்ம ஒத்துமையும் தான். சரி. நேரமாச்சு. கிளம்புவோம். காலையில வெள்ளென எந்திரிக்கணும்.’’ எல்லாரும் அவரவர் வீட்டுக்குப் போனார்கள்.

மறுநாள் காலையில் முதலாளியும் மேனேஜரும் எஸ்டேட்டில் இருந்ததால், பரேட்டில் துரைச்சாமியும் குப்பய்யாவும் பயபக்தியோடு மஸ்டர் எடுத்தனர். செருமலோ,உறுமலோ இல்லை. கிரமமாக சங்கிலி வேலை பிரித்து அனுப்பினார். ரவி சித்திரனிடம் சொன்னான் ‘‘ஞாயித்துக் கிழமை நான் வரமாட்டேன்.. வேறு யாராவது சாந்தம்பாறைக்கு போகும்போது மாடுகளைப் பத்திவிட்டுட்டுப் போவாங்க. மாடுகளைப் பார்த்துக்குங்க. மூணுமணிக்கு நீங்க போகும்போது எங்க மாடுகளை எஸ்டேட் பாதையில் பத்திவிட்டா அதுகளா எஸ்டேட்டுக்குப் போயிரும்’’ என்றான்.

சனிக்கிழமை காலை ஒன்பது மணிவாக்கில் முதலாளியும், மேனேஜரும் அவரவர் கார்களில் புறப்பட்டனர். வெள்ளிக்கிழமை ராத்திரி வெகுநேரம் லைட் எரிந்ததாம். துரைச்சாமி கணக்குபிள்ளையும் பதினோரு மணிக்கு மேல்தான் தூங்கப் போனாருன்னு வெங்கிடன் சொன்னான். அன்று சனிக்கிழமை படிக்காசு கொடுக்கும் போதும்கூட இரு கணக்குப்பிள்ளைகளும் யாரிடமும் அதிகம் பேசவில்லை. நிர்வாகத் தரப்பில் இறுக்கமாக இருந்தார்கள்...

படிக்காசு வாங்கியதும் சாந்தாம்பாறைக்கு சிலர் சாமான்கள் வாங்கப் போனார்கள். அவர்களோடு மூர்த்திநாயக்கர் குடும்பம் சாமான் மூட்டையோடு கிளம்பினர். ரவி, மூர்த்திநாயக்கரரிடம் ''என்ன மாமா ஊருக்கு கிளம்பிட்டீங்களா'' என்றுகேட்க; ''ஆமாம் மாப்ளே! இந்த எஸ்டேட் நமக்குத் தோதுபடாது. வேற இடம் பார்க்கலாம்னு போறோம்.'' என்றபடி காதுகேட்காத மனைவியை இழுத்துக் கொண்டு நகர்ந்தார். அந்த அத்தை ''போயிட்டு வர்றோம் மருமகனே''ன்னு பிசிறடித்த குரலில் சத்தமாகச் சொல்லி நகர்ந்தது. பின்னால் சூரியகாந்தி ஓட்டநடையில் வந்தது. ரவியைப் பார்த்தும் கண்ணீர் பொங்க. " உங்களை வீட்டில் தேடினேன். அத்தைகிட்டே சொல்லிட்டு வந்தேன். உங்களைப் பார்க்காமப் போறேன்னு அழுகை அழுகையா வந்துச்சு. நல்லவேளை உங்களை பார்த்திட்டேன். பாவா, ஊருக்குப் போறோம் பாவா; என்னை மறந்திருவீங்களா.... பாவா'' என்று அவனை ஊடுருவிப் பார்த்தபடி கேட்டாள். இப்படி உயிரைப் பிசையும் பார்வையை அவன் எதிர்கொண்டதில்லை. அவளது உருக்கமான குரல் கேட்ட நொடியில் அவனது கண்களிலும் நீர் பொங்கி உருண்டது. அவனுக்கு குரல் எழவில்லை. 'மறக்கமாட்டேன்' எனத் தலையசைத்தான். அவளது அப்பா திரும்பிப்பார்த்து குரல் கொடுத்தார். அவள் சுடுகதிர்பட்ட பறவைபோல இரு கைகளை உதறி ரவிக்கு கையசைத்து ஓடி, நின்று திரும்பிப் பார்த்து, ஓடினாள். அவளது செய்கை, குரல், பார்வை, கையசைப்பு. எல்லாம் அவனது மனதைப் பிசையும் நூதன அனுபவமாக உணர்ந்தான்.

□

25

காலை ஏழுமணிக்கு சாந்தாம்பாறையிலிருந்து பழனிச்சாமியோடு மூவர் தேவிகுளத்திற்கு பஸ் ஏறினர். சூரியன்முகம் கண்டு பனிமூட்டங்கள் பேய்க்கூட்டங்கள் போல் மிரண்டு பறந்தன. மூவரும் பஸ்ஏறியதும் தூங்கினர். ரவி மட்டும் டிரைவர்சீட்டருகே உட்கார்ந்து ரோட்டின் இருபக்க இயற்கைக் காட்சிகளையும் பார்த்துக்கொண்டே வந்தான். ரோட்டின் இருபக்கமும் பச்சை பசேல்னு தேயிலைப்புதர்த் தூருகள் வட்டமாய் நின்றிருந்தன. வலப்பக்கப் பள்ளத்தாக்கிலிருந்து வெள்ளைப் பனிப்படலங்கள் மிதந்து மிதந்து இடப்பக்க மலைமுகடுகளில் பதுங்கின. வெயிலேற ஏற மலைமுகடுகளில் செந்நிறத் தகதகப்பில் பனிப்படலங்கள் எரிந்து புதைந்து கலைந்தன. முகடுகள் பொன்னிறத்தில் சிரித்தன. முகட்டின் கிழிந்தவாய் சிரிக்கும்போது சலவாய் ஒழுகுவது போல் சிறுசிறு அருவிகள் வழிந்தன.

ஞாயிற்றுக்கிழமை என்பதால் தேயிலைப்புதர்கள் தீண்டுவாரில்லாமல் சிலிர்த்துக் கிடந்தன. புதர்களுக்கிடையே ஒற்றைக் காலூன்றி நெளிந்து நிற்கும் சில்வர்ஓக் மரங்கள் விரலிலைகளால் சுண்டி தேயிலைப்புதர்களை கேலிசெய்தன. சாலையில் வளைந்து வளைந்து ஏறியும் இறங்கியும் பஸ் செல்லும்போது ஊடுருவிக் கடக்கும் குளிர்காற்று ரவியை கிச்சுகிச்சு மூட்ட, அவன் இரு கைகளையும் இறுக்கமாகக் கட்டிக்கொண்டான். சின்னக்கானல், பெரியகானல், மாட்டுப்பட்டி டேம், யானை இறங்கல் என்று ஊர்களின் பெயர்கள் வித்தியாசமாக இருந்தன! கருநீலப்பள்ளங்களில் ஆங்காங்கே சின்னசின்ன வெள்ளைத் தீப்பெட்டிகளாக சிறுசிறு வீடுகள் சாம்பிராணிவத்தி போல புகையைக் கசியவிட்டுக் கொண்டிருந்தன. ஊர் நெருங்க நெருங்க மக்கள் நடமாட்டம் தென்பட்டது. அங்கங்கே மக்கள் பஸ்ஸில் ஏறியிருந்ததால் மனித வெக்கையால் கதகதப்பாய் இருந்தது.

எட்டரைமணி வாக்கில் வண்டி தேவிகுளத்தில் நின்றது. வண்டி உலுக்கலில் அவர்கள் விழித்து ரவியைத் தேடினர். அவர்கள் உட்கார்ந்த இடத்திற்கும் இவன் இருந்த இடத்திற்கும் இடையே நின்றவர்கள் மனிதத் திரையாகத் திகழ்ந்ததால் இவன் அவர்கள் கண்ணில் படவில்லை. ஜனங்கள் இறங்கவும் அவர்களோடு இவனும் இறங்கினான். பஸ் ஸ்டாண்ட் பக்கத்திலிருந்த ஓட்டலில்

இட்லி சாப்பிட்டார்கள்.. வெள்ளைச்சாமி பெட்டிக்கடையில் தினத்தந்தி பேப்பர் வாங்கிய பின் காங்கிரஸ் யூனியன்ஆபிஸ் எங்கே இருக்கிறது என்று கேட்டார். கடைக்காரரர் சொன்னவழியில் நடந்தார்கள். பாதை செங்குத்தாக ஏறி வளைந்து சென்றது. இடப்பக்கம் உயரமான பகுதியில் அடுக்கடுக்காக கடைகளும் வீடுகளும் இருந்தன. இதேபோல் வலப்புறம் பள்ளத்திலும் அடுக்கடுக்கான தளங்களில் வீடுகளும் ஊடாக சிறுசிறு ஓடைகளும் சலசலத்து ஓடின. இருபக்கங்களிலும் உயர உயர மரங்கள் காவலாளிகள் போல நின்றன. வண்ண வண்ண உடைகளில் பவுடர் மணக்க வலக்கையில் வேதப்புத்தகம் ஏந்தி பெண்கள் வேதக்கோயிலுக்குப் போய்க் கொண்டிருந்தனர். குமார் அவர்களை பார்த்தபடியே நடந்தான்.

"மாப்பிள்ளை இதுகள்ல ஒன்னைப் பார்த்து பேசி முடிச்சிருவோமா?..." என்றார் பழனிச்சாமி. குமார் வெட்கத்தோடு "சும்மாருங்க மாமு. நாம் குளிரில வெடவெடத்துப் போறோம். அவங்க பாரு கேழையாடுக மாதிரி விருட் விருட்டுன்னு போறாங்க பாரு!" என்றான். வெள்ளைச்சாமி ஒரு காங்கிரஸ் மூவர்ண கொடி பறக்கிற இடத்தில் நின்றார். தேசியத்தோட்டத் தொழிலாளர்கள் சங்கம் என்று தமிழிலும் மலையாளத்திலும் எழுதிய பலகை தொங்கியது.. கதவு பூட்டப்பட்டு இருந்தது.

வெள்ளைச்சாமி பக்கத்திலிருந்த டீக்கடையில் விசாரித்தார். இன்று ஞாயிற்றுக்கிழமை சர்ச்சுக்குப் போயிட்டு மத்தியானம் இரண்டு மணிவாக்கில்தான் வருவாங்களாம். அந்தக் கடையிலே நால்வரும் பால்டீ குடித்து மெல்ல நடந்தார்கள். அடுத்த திருப்பத்தில் செங்கொடி பறக்க ஒரு அலுவலகம் திறந்திருந்தது. போர்டில் இந்திய தோட்டத் தொழிலாளர்கள் சம்மேளனம் என்று தமிழிலும், மலையாளத்திலும் எழுதி அரிவாள் சுத்தியல் நட்சத்திரம் வரையப்பட்டிருந்தது. உள்ளே ஐந்தாறுபேர் பேப்பரைப் படித்தபடி ஏதோ விவாதம் செய்வது போலிருந்தது. கொஞ்சம் தள்ளி ஒரு சின்ன பாலத்திட்டு இருந்தது. அதில் நாலுபேரும் அமர்ந்தனர்.

வெள்ளைச்சாமி தினத்தந்தியை விரித்துப் படிக்கலானார். பழனிச்சாமி புலம்பினார் "இன்னிக்குப் பொழுது இங்கியே போயிரும் போல இருக்கு! அந்தச் சங்கத்தில் பாரு திறந்துவச்சு காத்திருக்கிறாங்க. நமக்கு வாச்ச ஆளுக ஊர்மேயப் போயிட்டாங்க." என்று சோம்பல் முறித்தார். ரவி தினத்தந்தி பேப்பரில் கன்னித்தீவு பகுதியையும், சினிமாப் பகுதியையும் பார்த்து விட்டு நகர்ந்தான். குமாரும் பழனிச்சாமியும் ரோட்டில் போவோர் வருவோரைப்

பார்த்துக் கொண்டிருந்தனர். வெள்ளைச்சாமி எழுத்தெண்ணி வாசித்துக் கொண்டிருந்ததால் ரவிக்கு பேப்பர் கிடைக்கவில்லை. மெல்ல நகர்ந்து தமிழும் மலையாளமும் கலந்து எழுதிய போர்டுகளில் இந்தத் தமிழ் எழுத்துக்கு இந்த மலையாள எழுத்து என்று ஒப்பிட்டு அந்த எழுத்துகளை மனதில் பதித்துக் கொண்டிருந்தான். தமிழ்எழுத்து வடிவத்திற்கும் மலையாள எழுத்துவடிவத்திற்கும் சின்னச்சின்ன மாற்றங்களே தென்பட்டதால் மலையாளத்தை எழுத்துக்கூட்டி வாசிப்பது எளிதாக இருப்பதாக உணர்ந்தான். வெகுநேரம் நின்று அண்ணாந்து பார்த்ததால் காலும் கழுத்தும் வலிக்கவே அவர்கள் இருந்த பாலத் திட்டுக்குப் போனான். வெள்ளைச்சாமி அரசியல் பேசிக்கொண்டிருந்தார்.

“நம்ம பிரதமர் இந்திராம்மா இந்தியாவில் உள்ள பதினாலு தனியார் பேங்குகளை அரசாங்க பேங்குகளாக்கிட்டாங்க! இனிமே யாரு சிபாரிசு இல்லாம நம்மளைமாதிரி அப்புராணி சப்புராணிக விவசாயக் கடன், தொழில்கடன்னு வாங்கிடலாம்! ஆனா இதை பழைய காங்கிரஸ்காரங்க, இந்திபேசுற மாநிலக் கட்சிக்காரங்க எதிர்க்கிறாங்க.. தமிழ்நாட்டில ராசாசியோட சுதந்திராக்கட்சி எதிர்க்குது. ஆனா திமுக ஆதரிக்குது. இந்தியா முழுதும் உள்ள இரண்டு கம்யூனிஸ்ட் கட்சிகளும் ஆதரிக்கிறாங்க.! இந்திராம்மாவோட காங்கிரஸ் கட்சியில் சில பணக்காரத் தலைவர்கள் எதிர்க்கிறவங்களை அந்தம்மா கட்சியைவிட்டு நீக்கிட்டு கட்சியை தன் கட்டுப்பாட்டுக்குள் கொண்டுவந்திருச்சு!.

“அந்தம்மா பொம்பளையா இருந்தாலும் அத்தனை பேரையும் ஆம்பளையாட்டம் தங்கட்டுப்பாட்டுல கொண்டுவந்திருச்சே! ஆமாம், நம்ம காமராசரு என்ன சொல்லுறாரு?”..

“அவரு இந்திராவை எதிர்த்து வெளியே வந்துட்டாருண்ணாலும் இந்த விஷயத்தில் பெரிசா ஒன்னும் எதிர்ப்பு தெரிவிக்கலை. இவரு நேருகூட இருந்தப்ப சொன்ன யோசனைகள்ல இதுவும் ஒன்னுதானாம்!.” கொட்டாவி விட்டுக்கொண்டே குமார் சொன்னான்—“ஏ மாமு, இதுனால நமக்கு எதுவும் பிரயோசனம் இருக்கா? ஆகவேண்டியதைப் பாப்பீங்களா.....”

“சரி மாப்பிள்ளை, ஒரு காரியம்னு வந்தா முன்னப்பின்னே ஆகத்தான் செய்யும். நீ இளந்தாரி. உன்னைமாதிரி போற வர்ற பிள்ளைகளை நாங்க பார்க்கமுடியுமா...? நாலு விசயங்களைப் பேசித் தெரிஞ்சுக்கிறது இன்னைக்கு இல்லாட்டியும் என்னைக்கோ ஒரு நாளைக்கு உதவும். அதனால் நம்மை சுத்தி நடக்கிறதை எல்லாம் தெரிஞ்சுக்கிறது நல்லது மாப்பிள்ளை.” என்றார் பழனிச்சாமி.

“பெரிசு! நீங்க பேசுங்க. யூனியன்ஆபிஸ் திறந்தாச்சான்னு பார்த்திட்டு வர்றோம். ரவி, வாய்யா நாம போலாம்.'' என்றான் குமார். மணி பன்னெண்டு தான் ஆகுது. ஆபிஸ் திறக்கலை. ‘‘இந்தாங்க ஆளுக்கொரு பருப்பு வடையைக் தின்னு தண்ணியைக் குடிங்க'' என்றான் குமார். ‘‘ஆமாங் கழுதை! வேலை செஞ்சா பசி தெரியாது. சும்மா உக்காந்து கிடக்கிறது வயிறு கபகபன்னு காந்துது'' என்றார் பழனிச்சாமி. பலதைப் பேசி மேலும் கீழும் நடந்தார்கள். மணி ஒண்ணரை ஆச்சு. பக்கத்தில் ஒரு ஓட்டலில் சாப்பிட்டார்கள். புழுதிஅரிசிச்சோறு குழம்போடு ஒட்டாமல் விறைத்து இருந்தது. பசி ருசி அறியாதுன்னு விழுங்கினார்கள்.. முதலில் வைத்த சோறையே ரவி தின்ன முடியாமல் திணறினான். அவர்கள் மூவரும் நல்லா வாங்கிச் சாப்பிட்டார்கள். மெல்ல பேசிக்கொண்டே நடந்தனர். யூனியன்ஆபிஸ் திறந்திருந்தது.

குரியனும் இன்னொருவரும் பேசிக்கொண்டு இருந்தனர். இவர்கள் வணக்கம் சொல்லி வட்டப்பாறை எஸ்டேட்டில் இருந்து வருவதாக அறிமுகம் செய்து கொண்டார்கள். எங்களுக்கு மனசிலாகுது.. இப்படி இரிங்கன்னு குரியன் சொல்லவும் விரித்து புழுதி படிந்துகிடக்கும் பாயில் உட்கார்ந்தனர். உடன் பேசிக்கொண்டிருந்தவர் வட்டப்பாறை எஸ்டேட் பைலை எடுத்து தந்தார். குரியன்; ‘‘இப்போழ் வந்தகாரியம் பறையும். பின்ன, நாங்கள் செய்த காரியம் நிங்களுக்கு பறையும். மனசிலாயோ ....'' பழனிச்சாமியும், வெள்ளைச்சாமியும் நடந்த விவரங்களைச் சொன்னார்கள். ரவி அலுவலகம் சுற்றி பார்வையை சுழலவிட்டான். காந்தி, நேரு, இந்திராகாந்தி, வி.வி.கிரி படங்களோடு இன்னும் இரண்டு பெயர் தெரியாத கேரளத் தலைவர்கள் படங்கள் சுவற்றில் மாட்டிஇருந்தன.

குரியன் சொன்னார் ''இவிடெ இ பைலை நோக்கட்டெ. இது உங்கள் எஸ்டேட் தொழிலாளர் யானை தள்ளி மரிச்சுபோயல்லோ, அதுக்கு வட்டப்பாறை முதலாளிகிட்டே நஷ்டஈடு கோரி நங்கள் சர்க்காருக்கும், முதலாளிக்கும் மனு கொடுத்த விவரம். இவிட எல்லா மலையாள பேப்பர்கள்ள பிரசுரம் ஆயிட்டு. அடுத்து யானை தடத்துக்கான ரிசர்வ் ஃபாரஸ்ட் ஏரியாவில் ஏலத்தோட்ட விஸ்தீரணம் செஞ்சதுக்கு உங்க முதலாளிக்கு ஃபாரஸ்ட் இலாக்கா அனுப்பிய வார்னிங் நோட்டீசு விவரம். அடுத்து நம்ம யூனியன் லேபர்ஓஃபிஸ் மூலம் உங்கள் முதலாளிக்கு அனுப்பிய நோட்டீசுக்கு லேபர் ஒபிசுக்கு வெள்ளிக்கிழமை முதலாளியும் மேனஜரும் வந்து பதினைந்து திவசம் அவகாசம் வாங்கிப் போயிருக்கு. பின்னே

அவரு எஸ்டேட் வந்து உங்களை மிரட்டி இருக்கு. போய் பறையும் யூனியன் இல்லங்கில் எந்த ஸெட்டில்மெண்டுக்கும் ஒத்துக்க வேண்டாம். நாங்கள் இருக்கும்போது தொழிலாளிமார் எவரும் பேடிக்க வேண்டாம் கேட்டோ!"

ரவி அந்த பைல்களை வாங்கிப் புரட்டி பெரிய எழுத்துகளில் உள்ள தலைப்புகளில் உள்ள சாரம் குரியன் சொன்னதோடு ஒத்துப்போவதாக இருந்தது. குமார் சொன்னான் "ஷேட்டன், நீங்க சொல்றத நாங்க நம்பறோம். ஆனா யூனியன்காரங்க இருபது நாளா எஸ்டேட் பக்கமே வரலைன்னு எங்காளுங்க கவலைப்படறாங்க. நீங்க சிரமம் பாராமல் எங்களோட வந்து பேசினால்தான் தைரியமாக இருப்பாக.! அதனால நீங்க இப்பவே எங்களோட புறப்பட்டு வரணும்.!" குமாரின் பேச்சை வலியுறுத்தி மூவரும் பேசினர். "இவிடெ ஒபிஸில் வேற ஆளில்லையே......" என்று குரியன் அறையைச் சுற்றிப் பார்த்தார். ரவிகேட்டான் "ரகுமான்சார் வருவாரா?"

"ரகுமான் டெல்லிபோய் பதினைந்து திவஸமாயி! அம்மை இந்திராகாந்தி பிரைவேட் பேங்குகளை நேஷனலைஸ் பண்ணியதல்லோ அதான யூனியன் டிரெயினிங் போயி. இனி அவரு பேங் எம்பலொயிஸ் காரியமாட்டு நோக்கும்! இவிட ஆள் இல்லாமல் கார்டமம் வர்க்கர்ஸ் காரியம் நோக்க வல்லிய கஷ்டமாயிட்டு இரிக்கு.. இவ்விட டீ எஸ்டேட் வர்க்கர்ஸ்மாரு ஜோலியே நிறைய....."

வெள்ளைச்சாமி சொன்னார் "ஷேட்டன், வேலை இருந்துகிட்டேத்தான் இருக்கும். இப்போ எங்களோட கிளம்பி வந்து எங்க தொழிலாளர்கள் கிட்ட தைர்யம் சொல்லலைன்னா பெரிய பிரச்சனையாகிரும். உங்க யூனியனுக்குத்தான் கெட்டபேரு வரும். நீங்க எங்களுக்குப் பார்த்த இவ்வளவு வேலைகளும் வீணாய்ப் போகும் " பழனிச்சாமியும் சொன்னார் "ஆமாம், நீங்க வர்லைன்னா அங்கே என்ன என்ன நடக்குமோ சொல்ல முடியலை." ஒரு பீடியைப் பற்ற வைத்து உள்ளிழுத்து மெல்ல ஊதி அந்தப் புகையைப் பார்த்துக் கொண்டே இருந்தார் குரியன். பீடியை உள்ளிழுக்கும் போது பீடியின் கங்கு ஒளிர்ந்தது போல் அவரது கண்களும் ஒளிர்வதை ரவி கவனித்தான்.. பீடியைச் சுண்டி இழுத்து புகையை மெல்ல மெல்ல விடுவது யாரோடோ தீவிரமாக மௌன உரையாடல் செய்வது போலிருப்பதை குமாரும் உணர்ந்தான். அவனது உதடுகள் துடித்தன. புது இடத்தில் எப்படி பீடியை பற்ற வைப்பதென்று தயங்கினான். பீடியின் கடைசி

கட்டையை சுண்டி இழுத்த குரியன் அந்த புகை மணக்கச் சொன்னார் "சரி புவாம்! நீங்கள் ஊணு கழிஞ்சோ...." என்றபடி எழுந்தார். உதவியாளர் பைலை குரியனிடம் கொடுத்து அலுவலகத்தைப் பூட்டலானார். இவர்கள் நால்வருக்கும் வந்த வேலை முடியப் போகிற மகிழ்ச்சி புது உற்சாகம் தந்தது. பக்கத்து டீக்கடையில் ஆளுக்கொரு பருப்புவடை சாப்பிட்டு அவரவர் ருசிக்கு பால்டீயும் கட்டஞ்சாயாவும் குடித்து சாந்தாம்பாறைக்கு பஸ் ஏறினர்.

''மணி நாலாச்சு இன்னிக்கு செவன்ராத்திரிதான்...'' என்றார் பழனிச்சாமி. ''சரி, பொதுக் காரியங்களில் இதெல்லாம் நமக்கேத்த மாதிரி நடக்காது. நாமதான் அதை நமக்கேத்த மாதிரி மாத்தணும்!'' என்றார் வெள்ளைச்சாமி. வண்டி நகர நகர ஜன்னல்களுக்கு ஊடாக மேகம் குளிர்முத்தம் கொடுத்து கடந்தது. வெள்ளைப் போர்வை போர்த்தியிருந்த பள்ளத்தாக்கு ஜீவன்களுக்கு குளிர் தாக்காமல் காக்க இயற்கையம்மா கறுப்புபோர்வையை போர்த்தி நகர்ந்தாள். அதன் கிழிசல்களில் வீட்டுவிளக்குகள் மின்மினிகள் போல் கண்சிமிட்டின!. ரவியை தூக்கம் அணைத்துக் கொண்டது. ஆறரைமணிக்கு சாந்தாம்பாறையில் இறங்கினர். எஸ்டேட்டில் விருந்தாள்களுக்கு உணவு தயார் செய்வதில் சிரமம் கருதி இங்கேயே உண்டனர்.

இரவு ஏழரைமணி. தேய்பிறைகால நிலா மஞ்சுநெய்த வெள்ளுடையில் மங்கலாக ஒளிர்ந்தது. இந்த மேகப்பஞ்சுப் பொதிகளைத் துளைகளிட்டு விண்மீன்கள் நிலவின் தனிமை அச்சத்திற்கு ஒளிக்குரல்களை வாயைத் திறந்து திறந்து எழுப்பிக் கொண்டிருந்தன. வெள்ளைச்சாமி எட்டுசெல் பேட்டரி அடித்து புல்மேட்டின் ஒற்றையடிப் பாதையில் முன்நகர்ந்தார். ரவிக்குப் பின்னால் சங்கத்துக்காரர்களும் அவர்களுக்கு பின்னால் நாலுசெல் பேட்டரி அடித்தபடி குமாரும், பழனிச்சாமியும் பின் தொடர்ந்தனர். அந்த இளங்குளிர் வேளையில் மூக்கை முட்டும் காட்டுப்பூக்களின் வாசனை மெல்லிய கம்பளமாய் காற்று விரிக்க, ஊதக்காற்று சிலுசிலுக்க நடப்பதே தேவதைக் கதையில் உலவும் அனுபவமாக இருந்தது.

எட்டரை மணிக்கு எஸ்டேட்டில் நுழைந்தனர். குளிரில் நாய்கள் நிமிர்ந்து செல்லச்சிணுங்களோடு முடங்கிக் கொண்டன. சங்கப் பொறுப்பாளர் அனைவருக்கும், அந்தந்த வளைவுகளில் உள்ள முக்கிய உறுப்பினர் களுக்கும் தகவல் சொல்லப்பட்டது. பழனிச்சாமி வீட்டில் கூடினர். கதவை மூடினர். வாசலிலிருந்து உள்ளறைவரை நான்கு விளக்குகள் எல்லாரது முகங்களும் தெரியும்படி

வைக்கப்பட்டன. சூரியன் அரைமணிநேரம் சங்கத்தின் முயற்சிகள், முதலாளி தரப்பு எதிர்வினைகள், தொழிலாளர் மீதான மிரட்டல்கள், ஒற்றுமையை உடைக்கும் முயற்சிகள் பற்றி மலையாளம் கலந்த தமிழில் சொன்னார். சந்தேகங்கள் உள்ளவர்களைக் கேட்கச்சொல்லி பதில் சொன்னார்.

''இறுதிவரை ஒற்றுமையாக இருந்தால் சட்டப்படி கிடைக்க வேண்டிய அத்தனை சலுகைகளையும் பெறலாம். இந்த ஒற்றுமையை காக்கிறதும், நிர்வாகத் தரப்பினரோடு பேசும்போது கவனமாகப் பேசுவதும், வீண்பயம் கொள்ளாதிருப்பதும் மிக அவசியம். நீங்கள் ஆதரவற்ற தொழிலாளிகள் இல்லை. உங்களைப் பாதுகாக்க சங்கம் இருக்கிறது என்ற உணர்வு முக்கியமானது.'' என்று பேசிமுடித்தார். எல்லாரும் மனத்தெளிவோடு கலைந்து அவரவர் வீட்டிற்குப் போனார்கள். பழனிச்சாமியின் மனைவி, கொழுந்தியாள், மைத்துனன் ஆகியோரை ராமர் வீட்டில் படுக்க அனுப்பிவிட்டு பழனிச்சாமி வீட்டில் சூரியனையும் உதவியாளரையும் தங்கச் செய்தனர்.

□

26

திங்கள்கிழமை காலை வழக்கம்போல் பரெட்டில் மஸ்டர் எடுக்கப்பட்டது. சங்கிலி வேலை பிரித்து அனுப்பினார். அதிகாலையிலேயே குரியனும் உதவியாளரும் கடுங்காப்பி குடித்ததும் புறப்பட்டனர். புதன்கிழமை ஏலக்காய் ஏலத்துக்கு உடும்பன்சோலைக்கு மேனேஜரோடு முதலாளியும் வந்தார். முதல்வரிசையில் இருக்கும் குடியானவர் குடியிருப்பில் நான்காவது, ஐந்தாவது வீடுகள் சுத்தம் செய்யப்பட்டன. நான்காம் வீட்டில் பாண்டியன் என்பவரும் அவரது உதவியாளரும், ஐந்தாவது வீட்டில் ஒரு சமையல்காரரும், இருநபர்களும். தங்க வைக்கப்பட்டனர்..

வியாழக்கிழமை காலையில் பரேட்டில் மஸ்டர் எடுக்கும்போது இரு கணக்குப்பிள்ளைகளருகே ஆறடி உயரத்தில் வெள்ளைவேட்டி வெள்ளைசட்டை அணிந்த மீசையில்லா முகத்தில் ஒரு இன்ச்சு அகலத்தில் நெற்றியில் விபூதிப் பூச்சும் கையில் சார்மினார் சிகரட்பெட்டியும் தீப்பெட்டியும் வைத்தபடி ஒருவர் நின்றிருந்தார்; அவர், கணக்குப்பிள்ளை மஸ்டர் கூப்பிடும்போது 'இருக்கேனய்யா' சொல்லும் ஒவ்வொரு தொழிலாளியையும் உற்றுப் பார்த்துக் கொண்டு இருந்தார். பத்தடி தள்ளி வடக்குமூலையில் எல்லாரது பார்வையும் படும்படி ஒருவர் வேல்கம்புடனும், இருவர் நீண்ட வீச்சரிவாள்களுடனும் முறுக்கிய மீசையுடன் நின்றிருந்தனர். இந்த புதிய நபர்களைப் பார்த்து தொழிலாளர்கள் கண்களால்'' யாரு, எவரு என்று கேட்டுக் கொண்டனர்.

மூன்றாவது வீட்டில் வசிக்கும் வெள்ளைச்சாமி விசாரித்ததைச் சொன்னார். ''அந்த உயரமான மீசையில்லாதவர் பெயர் பாண்டியன். செங்கோட்டையில் ரெட்டைகொலைக்கேசில் சிக்கினவராம். மற்ற மூன்றுபேரும் அவருக்குப் பாதுகாப்பு ஆளுகளாம். இவங்களை வச்சு முதலாளிக்கு பாதுகாப்பு என்ற பேரில் நம்மள மிரட்ட வந்திருக்காங்க. யூனியனுக்கு தகவல் சொல்லிட்டு நம்ம பாட்டில ஒத்துமையா நம்ம வேலையைப் பார்ப்போம்'' என்றார்.

அன்று வேலைக்காடுகளில் "எஸ்டேட்டில் அடியாளுகளைக் கொண்டாந்துட்டாக. இனி மனசுவிட்டு பேசக்கூட முடியாது. ஆத்திரம் அவசரமுன்னு ஒதுங்க, கூடக்குறைய நேரம் எடுத்துக்க முடியாது...." என்றாள் இருளாயி. ''ஆமாங்க ஆத்தா'' என்று

முணங்கினாள் வெள்ளத்தாயி. சிவனம்மா சொன்னது: ''நாம வஞ்சகமில்லாமல் உழைக்கிறோம். இடுப்புநோக குனிஞ்சு நிமிர்ந்து பழம் எடுக்கிறோம். வாங்கிற காசுக்கு மேலேயே வேலை செய்யிறோம். முதலாளிதான் நாம பார்க்கிற வேலைக்கேற்ற சம்பளமோ சட்டப்படி கொடுக்க வேண்டிய படிகளைக் கொடுக்கல.. எத்தனை அடியாளுக வேணுமுனாலும் வரட்டும். எங்கே அந்த கைத்தண்டி மீசைவச்ச ஆளுகளை சிவனம்மாளுக்கு சமதையா பழம்எடுக்கச் சொல்லுங்க பார்ப்போம்!'' என்றாள்.

பரமன் சொன்னார் – ''ஆமாம் தாயிகளா! நாம யாருக்கும் பயப்படத் தேவையில்லை! நீங்க பாட்ல எப்பவும் போல வேலை பாருங்க! நாங்க இருக்கோம். எங்க முன்னால யாரும் உங்களை கைநீட்டி பேசிறமுடியுமா? கவலைப்படாம வேலை பாருங்க தாயிகளா''.

விறகு வெட்டுமிடத்தில். வெட்டிய மரத்தை துண்டுகளாக தரித்தும், துண்டுகளை ஆப்பு வைத்து அடித்து சிறுசிறு சிறகாய்களாக வெட்டிக் கொண்டிருந்தார்கள். ஆறுபேரில் சக்கரைத்தேவன் மட்டும் ஒரு மரத்துண்டின் மீதமர்ந்து பீடியைச் சுண்டி இழுத்து ஏதோ யோசனையில் புகையை உமிழ்ந்து கொண்டிருந்தான். முகம் இறுகி கீழ்உதடு நெளிந்து துடித்துக் கொண்டிருந்தது. இதைக் கவனித்த கங்காணி சின்னாத்தேவர் ''என்ன சக்கரை மாப்பிள்ளை,எந்தக் கோட்டையை மீட்கத் திட்டம் போடுறீங்க! இம்புட்டு கோவமா மூஞ்சியை வச்சிருக்கீங்க.?''

''கடுப்பேத்தாம சும்மா இருங்க மாமு. மிரட்டறதுக்கு அடியாளுகளைக் கூட்டிட்டு வருவாங்களாம்....நாம் பார்த்து பயந்துகிட்டு வேலை பார்க்குணுமாம்.....! மாமு உங்க முதலாளிகிட்ட சொல்லிவையுங்க. இந்தப் பூச்சாண்டி எல்லாம் இங்க வேணாம். எங்காத்தா என்னையும் கள்ளனுக்குத் தான் பெத்தா. அவிங்களை ஒத்தைக்கு ஒத்தை வரச்சொல்லுங்க. ஒவ்வொருத்தனையும் பனங்காயைச் சீவுறமாதிரி சீவி தலைகளை உதை பந்தாடிக் காட்டறேன்.!''

சின்னாத்தேவர் சொன்னார் ''ஏப்பே, எல்லாரும் செத்தநேரம் இங்க வாங்க. சக்கரைமாப்பிள்ளை இன்னிக்கு ஒருசீரா இருக்காப்பில. அதெ என்னான்னு பேசி பைசல் பண்ணீருவம்!'' எல்லாரும் அவரவர் வேலையை விட்டுவிட்டு வந்தார்கள்.

''மாப்பிள்ளை சக்கரை, இங்க குமாரும் நீயும் தான் இளந்தாரிக. உங்களுக்குத் தான் கோபமும், ரோஷமும் வரும்! மத்தவங்க நாங்களாம் மழுமட்டைக இல்ல! வீரம் எல்லாச் சாதிக்கும் இருக்கு மாப்பிள்ளை! சின்னக்கருப்பன் கிட்டையோ, சோணைகிட்டையோ அருவாளைக் குடுத்துப் பாரு! அவங்களும் எதிரியை உண்டு

இல்லைன்னு பார்த்துட்டு தான். ஓய்வாங்க! மாப்பிள்ளை சக்கரை, என்னடா மாமன் இப்படி பேசுறான்னு நினைக்காத.! கொதிச்சு பொங்கி மண்ணில வழிஞ்சிறக் கூடாது மாப்பிள்ளை! உள்ளேயே கொதிச்சு கூட உள்ளவங்களையும் பக்குவப்படுத்திறது தான் கெட்டிக்கார கோப நெருப்போட வேலை!

மாப்பிள்ளை, எவனோ அங்க ஊர்காட்ல அப்பிராணி, சப்பிராணியை போட்டுத் தள்ளிட்டு போலிசுக்கு பயந்து இங்க ஒளிய வந்திருக்கானுக. அவனுகளை வச்சு நம்மளை மிரட்டலாம்னு நினைச்சா அது நிர்வாகத்தோட சின்னப் பிள்ளைத்தனம்! அதெக் கண்டுக்கக்கூடாது!. நம்மகிட்ட வரட்டும். நம்மள்ல யாரு மேலையாவது கை வைக்கட்டும்! அவிங்களை பாண்டிமுனிக்கு பொலிபோடறக் கணக்கா போட்டுருவம். என்ன சின்னக்கருப்பு நான் சொல்லுறது.........?''

சின்னாத்தேவரின் கூற்றுக்கு எல்லாரும் தலையசைத்தார்கள்! சக்கரை மீண்டும் ஒரு பீடியை பற்றவைத்தான். பீடி பிடிப்பவர்கள் பீடியைப் பற்ற வைத்தார்கள். சின்னாத்தேவர் வெற்றிலையில் சுண்ணாம்புத் தடவி பாக்கோடு மெல்லத் தொடங்கினார். வெள்ளைச்சாமி மெல்லப் பேசினார்; “நாம பிழைக்க வந்த இடத்தில் இதம் பதமாத்தான் இருக்கணும்! அதே நேரத்தில் சக்கரைத்தம்பி கோபம் நியாயமானதுதான். அந்தக் கோபத்தை காட்டவேண்டிய விதம், இடம், நேரம் இப்படி எல்லாம் பார்க்கணும்! அதுதான் கெட்டிக்காரத்தனம்! நான் இராணுவத்தில இருந்தவன் என்ற முறையில் சொல்லுகிறேன், ஒருத்தரைப் பார்த்ததும் எதிரி என்று முடிவு செய்திடக்கூடாது. அவரின் நோக்கம், நடத்தை, அவர் எங்கிருந்து வருகிறார், எதற்காக வருகிறார் என்கிறதை அறிந்தபின் தான் அவரை எதிரியா இல்லையா என்று முடிவு செய்வோம். அதன் பின்னும் அவரைக் கவனித்துக் கொண்டிருப்போம். ஒருவேளை வழிதவறி வந்தவனாகவும் இருக்கலாம்.

அவர் நம்பகுதியில் ஆயுதங்களோடு வரும்பட்சத்தில் கைது செய்து விசாரித்து அவரைப்பற்றி அறிந்து அதற்கேற்ப நடவடிக்கைகள் எடுப்போம். இப்ப நாம பாண்டியன் ஆள்களைக் கண்காணிப்போம்.. நமது ஒற்றுமையை விட்டுக் கொடுத்திறாம உறவாடியும் பார்ப்போம். அவர்கள் நம்மை மிரட்டினால் சாந்தாம்பாறை போலீஸ் ஸ்டேஷனில் சந்தேகத்திற்கு இடமான ரவுடிகள் ஆயுதங்களோடு பதுங்கி இருக்கிறார்கள் என்று புகார் நமது சங்கத்தின்பேரில் குடுத்தால் போதும்! ரவுடி மட்டுமல்ல

முதலாளியும் மாட்டிக் கொள்ளுவார். இப்படி நாம் நோகாமல் செய்ய வழியிருக்கும் போது, ஏன் உணர்ச்சிவசப்பட்டுப் போய் அவர்களின் ஆயுதங்களோடு மோதி அவதிப்பட வேண்டும் ?'' வெள்ளைச்சாமியின் பேச்சுக்குச் சொக்கி வாய்பிளந்தபடி கேட்டனர்.

சோணைமுத்து சொன்னார் ''சாமி, நீங்க விவரமானவர்னு தானே உங்களை பொருளாளராக வச்சிருக்கோம்''.

''நாய் தன்னிதையே நக்கிப் பூரிச்சுக்குமாம்! நம்மளை நாமளே பெருமைப்பட்டு குழியில் விழுந்திறக் கூடாது. தம்பி குமாரு, சக்கரை உட்பட எல்லாத்துக்கும் சொல்லறது என்னென்னா. போலீஸில் புகார் குடுக்கிறதுக்குன்னு ஒரு சந்தர்ப்பம் இருக்கு! அதுக்கு முன்னால் நாம புகார் கொடுத்தோமுன்னா அந்தப் புகாரை நமக்கு எதிராக திருப்ப முதலாளிகிட்ட பணபலம் இருக்கு! நம்மையே மாட்டி விட்டுருவாங்க! அதை எப்படி மாட்டிவிடுவாங்க என்கிற விவரம் இப்போ நமக்குத் தேவையில்லை. ஆனா இங்கே நாம பேசிகிட்டதை யாருக்கும் சொல்லத் தேவையில்லை! நாம அவங்க எப்படி நடந்துக்கிறாங்க என்கிறதை கவனிச்சுகிட்டே வருவோம். சரியான நேரத்தில் கூடி நல்லமுடிவை எடுப்போம்! சரியா....'' என்று வெள்ளைச்சாமி சொல்லவும் எல்லோரும் தலையசைத்தனர்.

சின்னாத்தேவர் சொன்னார்: ''நம்ம வேலையைத் தொடறதுக்கு முன்னால ஒரு முக்கியமான விஷயம் சொல்லியாகணும். எந்த சாதியா இருந்தாலும் நமக்கு சாதிப்பெருமை என்பது ஆபத்திலதான் தள்ளிவிடும்.! போலீஸ்காரங்களைப் பத்தி எனக்கு அஞ்சுவயசில் இருந்தே தெரியும். அப்போ குற்றப்பரம்பரைச் சட்டம் இருந்தது. சக்கரைத்தேவன் மாப்பிள்ளை சொல்லிச்சே, எங்காத்தா என்னை கள்ளனுக்குப் பெத்தான்னு.... அந்தக் கள்ளனுக்கு பிறந்ததால பொழுது விழுகும்போது அஞ்சுவயசுக்கு மேல கள்ளச் சாதியை சேர்ந்த ஆண், பெண் அத்தனைபேரும் போலீஸ்ஸ்டேஷன் வாசல்ல வச்சிருக்கிற பதிவேட்டில் இடதுகட்டை விரல்ரேகை பதிச்சிட்டு ஸ்டேஷன் வாசலிலே படுத்துக் கிடக்கணும்.

நடுவில சாமத்தில ஒன்னுக்கு ரெண்டுக்கு போகனும்னா கூட போலீஸ் அனுமதியோட அவங்க கண்காணிப்புலதான் போகனும்! பொழுது விடிந்ததும். மறுபடியும் ரேகை பதிஞ்சிட்டுத்தான். வெளியே போகமுடியும். அஞ்சுவயசு ஆகும்போது போலிஸ் ஸ்டேஷனுக்கு போகிறதுக்காகவே முதல்முதலாக கோவணம் கட்டினேன்னு எங்காத்தா சொல்லுச்சு. இது போடியில நடந்தது. இன்னும் சில ஊர்களில் பிறந்த ஆண்சிசு கூட போலீஸ்

ஸ்டேஷனில் படுக்கணும்னு வெள்ளைக்காரன் காலத்தில் போலீஸ் அடாவடி பண்ணினாங்க. இந்த நடைமுறை சுதந்திரம் கிடைச்சப் பிறகும் நீடிச்சது. கொஞ்சம் கெடுபிடிகள் குறைஞ்ச நேரத்தில எங்கப்பன் எங்களை மலைக்கு கூட்டிட்டு வந்திருச்சு. நான் சொல்றது முப்பது வருஷத்துக்கு முந்தின கதை! இந்த சாதியில பெருமைப்பட என்ன இருக்கு? நமக்கு மனுசங்க தான் முக்கியமே தவிர, சாதி இல்லை! வயசேற புரிஞ்சுக்குவிங்க.!''

அப்போது சோணைமுத்து குலுங்கக் குலுங்கச் சிரித்தார். சின்னாத் தேவர் குறுக்கிட்டார். சோணை வாயைப் பொத்திக் கொண்டார். கண்ணில் சிரிப்பின் துள்ளல் அடங்கவில்லை. எல்லோரும் சோணைமுத்துவை காரணம் அறியாமல் வினோதமாகப் பார்த்தார்கள். சின்னைய்யாவுக்கும் புகையும் அடுப்பில் மண்ணெண்ணெய் ஊற்றினவுடனே குபுக்கென்று தீப்பந்து குதித்து வருவது போல் சிரிப்பு பொத்துக் கொண்டு வந்தது! சின்னைய்யா சொன்னார் ''சாதியில என்ன இருக்கு எல்லாரும் மனுசன் தானேன்னு சொல்லிட்டு நீங்க மட்டும் சின்னாத்தேவருன்னு பேரு வச்சிருக்கீங்களேன்னு தானே சிரிச்சே?'' சோணையைப் பார்த்துக்கேட்டார். சோணையின் முகம் தண்ணிக்குள்ள ஊறியது போல வெளுத்துப் போய், ஆமென்பது போல் தலையசைத்தார். சின்னக்கருப்பனும், மாரிமுத்துவும் பதறினர். குமாரும் சர்க்கரையும் கூட விளையாட்டு வினையில் முடியப் போகுதோ என்ற பயத்தோடு எழுந்து சோணை அருகில் குமாரும், சின்னையா அருகில் சக்கரையும் நெருங்கினார்கள்.

சின்னையா சொன்னார்; ''சோணை, நீ அப்படிக் கேட்டிருந்தா கூட தப்பில்லை! சோணை, நாங்க மலை ஏறினப்ப எனக்கு எட்டு வயசு. அப்போ சின்ன பனைமர விடலிக் கணக்க இப்போ இருக்கிறதை விடக் கன்னங்கரேர்னு இருப்பேன். நாங்க மலை ஏறின சமயம் திருனவேலி, ராமனாட்டுப் பக்கமிருந்து நூத்துக்கணக்கில பஞ்சம் பிழைக்க வந்துகிட்டே இருந்தாங்க. நாடோடியா பஞ்சம் பிழைக்க அலையற மனுசங்களைப் பார்த்து தேயிலைத் தோட்ட வெள்ளைக்காரத் துரைமார். பறையான்னு பேர் வச்சு கூப்பிட்டாங்க. கருப்பா இருந்ததால எங்களுக்கும் அந்தப்பேரு வந்திரும்னு பயந்து எங்கப்பன் சின்னச்சாமி என்கிற என் பேரை சின்னச்சாமித் தேவருன்னும், மொக்கச்சாமி என்கிற அப்பன் பேரு மொக்கச்சாமித் தேவர்னு மாத்திருச்சு. வெள்ளைக்காரத் துரைமாருக்கு பயந்து தேயிலைத் தோட்டத்தைவிட்டு இங்கிட்டு ஏலத் தோட்டத்துக்கு பிழைக்க வந்திட்டோம். இதில கூத்து

என்னென்னா ஊருக்காட்டில தேவன்னு சொன்னா விடிய விடிய போலீஸ் ஸ்டேஷனில் படுத்துக் கிடக்கணும்னு சாதி அடையாளமில்லாம மலைக்காட்டுக்கு வந்தா...... அதே வெள்ளைக்காரன் எங்க நிறத்தைப் பார்த்து பறையாங்கிறானா நாடோடிகளாகத் திரியறவனுக என்கிறானா...சரி, நமக்கு பாட்டன் பூட்டன் அடையாளம் வேணுமேன்னு தான் சாதிப்பேரை சுமந்து திரியறேன்! அதுமேல பெருமையோ..... பவுஸோ..... இல்லை! அதனால வெள்ளைச்சாமி அண்ணன் சொன்னது மாதிரி நாம ஒத்துமையா இருந்து நம்ம உழைப்புக்குக் கிடைக்க வேண்டியதை வாங்கப் பார்ப்போம்! சரி ரெம்பநேரம் பேசிட்டோம். ஒரு மூச்சுபிடிங்க இன்னிக்கு வேலையை முடிச்சுருவோம்!'' என்றார் சின்னாத்தேவர்.

சலசலத்து ஓடும் நீரோடையில் நீரையள்ளிக் குடித்தனர். தொண்டைக்குள் இறங்கிய குளிர்ந்த நீர் உடலை நடுக்கியது. கரையில் ஏந்திய செடிகளின் கிளையில் காற்றிலாடும் வெள்ளைப்பூக்களும் நீலப்பூக்களும் இதழ்கள் சிலிர்த்து இவர்களை கேலி செய்வதாகத் தோன்றியது. சக்கரைத்தேவன் கைகளை கைலியில் ஈரம்போகத் துடைத்தான். இரு கைகளையும் சூடேறத் தேய்த்துக் கொண்டு கோடாளியை எடுத்து மரத்தில் நிறுத்திய இடத்திலிருந்து வெட்டத் தொடங்கினான். சக்கரையின் உற்சாகம் மற்றவர்களையும் தொற்றிக்கொண்டது. வேலைத்தலத்தில் பாடப்படும் பாட்டும் எதிர்ப்பாட்டும் போல மரம்வெட்டும் சத்தலயம் கேட்டது. பாடலுக்கு பின்னணியில் ஒலிக்கும் ஜிங்சா சத்தம் போல வெட்டுண்ட மரத்தை ஆப்பு கொண்டு பிளக்கும் சம்மட்டிசத்தம் கேட்டது. வீழ்த்தப்பட்ட வீரனை புகழும் பாடலைக் கேட்டு உருகித் தலையசைக்கும் சகவீரர்களைப் போல நெடுமரங்கள் தலையசைத்தன.

"எஸ்டேட்டுக்கு நாமதான் காவக்காரங்கன்னு நினைச்சு இருந்தோம். நமக்கு மேலக் காவக்காரங்களா ரவுடிகளை முதலாளி ஊரிலிருந்து கொண்டு வந்துட்டாரே!. இவிங்க யாரை நோட்டம் பார்க்கப் போறான்களோ இனி என்னென்ன நடக்குமோ'' என்று குரங்குவிரட்டி ரங்கசாமியும் பொன்னைய்யாவும் பேசிக் கொண்டார்கள். ரங்கசாமி மனதுக்குள் தன் குடும்ப ரகசியம் வெளிப்பட்டு விடுமோ என்ற கவலை நீரோட்டமாக கலகலத்தது! காட்டுவேலைகளுக்கு இடையே அப்பப்போ ஏலத்தட்டைகளுக்கு மறைவில முனியம்மாகூட கொஞ்சி விளையாட முடியாதே..... ராத்திரியில் எப்படி இருந்தாலும் பட்டப் பகல்ல எல்லாத்தையும் ஏமாற்றி பயமும் அசட்டுத் தைரியமும் கலந்த நிலையில் ஆடுற

சரசத்துக்கு நிகரான சந்தோஷம் என்ன இருக்கிறது. ரங்கசாமியும் பொன்னையாவும் பெருமூச்சு விட்டனர். இரண்டிலும் இரண்டுவிதமான கவலைகள் வெளியேறி ஏலச்செடியை கருக்கின. இருவரும் வடக்கும் தெற்குமாகப் பிரிந்து சென்றனர்.

நல்லவேளையாக ரங்கசாமி குழலூதியபடி கீழே இறங்கும் முன் பாறையில் இருந்து பார்த்தார். பம்பம்மென்று இருமுறை ஒலி எழுப்பி மரங்களுக்கிடையே ஊடுருவிப் பார்த்தார். முதலாளியோடு நான்குபேர் வருவது தெரிந்தது. செடிகளுக்கு ஊடாகக் குறுக்கே சென்று முதலாளி வரும் ரோட்டில் இறங்கி வணங்கி நின்றார். தலையசைத்த முதலாளி, அவருக்குப்பின் ஓரடி பின்னால் வரும் பாண்டியனிடம் குரங்குவிரட்டி காவலர் ரங்கசாமி என்று அறிமுகப் படுத்தினார். ரங்கசாமி பவ்வியமாக வணங்கியபடி பாண்டியனின் முகத்தை ஊடுருவிப் பார்த்தார். குரங்கின் கண்களில் தென்படும் மிரட்சி, அசட்டுத் துணிச்சல், அலைபாயும் தன்மைகள் தெரிந்தன. குரங்குகள்கிட்ட பழகி புதுசா பார்க்கிறவங்க எல்லாம் குரங்குப் புத்திக்காரர்களா தெரிகிறார்களா என்று தனக்குள் நினைத்துக் கொண்டார்.

சங்கிலி முன்னே செல்ல, ரங்கசாமியும் சேர்ந்து முன்னே நடந்தனர். ரோட்டின் வளைவு திரும்பும் போது பம் என்று ஒற்றை ஒலி எழுப்பி முதலாளி வர்ற தகவலைத் தெரிவித்தார். பின் ஐந்து நிமிடத்தில் குரங்குவிரட்டும் ஒலி பம் பம் பம் என மூவொலி எழுப்பினார். பழனிச்சாமி கங்காணி பழமெடுக்கும் பெண்களிடம் பூவும் பிஞ்சும் வள்ளிச்சரம் உதிந்திராம பதனமா பழமா எடுங்க தாய்களா.....என்று நிறைகளுக்கு குறுக்கே பார்த்தபடி சென்றார். முதலாளி ரோட்டின் முனையில் உள்ள சிறுபாறை அருகே நின்றார். சங்கிலி குறிப்பறிந்து அந்தப் பாறை மீதும் சுற்றிலும் சுத்தம் செய்து விரிப்பானை விரித்தார். சமையல் உதவியாளர் வெங்கிடு குடுவையில் இருந்து காபியை ஊற்றிக் கொடுத்தான். முதலாளி தன்னைச் சுற்றி பலர் நிற்க, தான் மட்டுமே காபி குடிக்கிறோமே என்ற உறுத்தல் இல்லாமல் ஏலச்செடியை, காபிமரத்தை உற்றுப் பார்த்த படியே மிடறு மிடறாய் உறிஞ்சி விழுங்கினார்.

“சங்கிலி, புழு அரிப்பு எதுவும் இல்லையே. அப்படி அறிகுறிகள் தெரிஞ்சா உடனே மருந்தடிச்சிறனும்!” என்றார். சங்கிலி ‘‘ஆகட்டும் சாமி’’ என்றார். பாண்டியன் ஏலச்செடிகளைக் கவனித்ததை விட அடிபெருத்து நீண்டு உயர்ந்த மரங்களை, அதன் வைரத்தன்மையைப் பார்த்தபடி நடந்தார். இப்படியான மரங்கள் நம்மூர்ல இருந்தா லாட்டரியில் லட்சம் விழுந்த மாதிரி என்று

மனதுக்குள் நினைத்துக் கொண்டார். முதலாளி காபி குடித்து ரோடேறி திரும்பவும் பெண்கள் நிறை முடிக்கவும் சரியாக இருந்தது. முதலாளியைப் பார்த்ததும், குரவைஒலி எழுப்பி வணக்கம் சொல்லி வரவேற்றனர். பாண்டியன் மெய்சிலிர்த்து நின்றார். சங்கிலி பழனிச்சாமி கங்காணியை அறிமுகப் படுத்தினார். பழனிச்சாமி பவ்வியமாக குனிந்து கும்பிட்டார். முதலாளி கேட்டார். ‘‘காய்ப்பு எப்படி இருக்கு?’’ “நல்லாருக்குங்கய்யா! உங்க குணத்துக்கு நல்லா வள்ளி விட்டிருக்கு. அடுத்த எடுப்பும் நல்லா இருக்கும்!” என்றார் பழனிச்சாமி. முதலாளி முகத்தில் முறுவல் பூத்தது.

பாண்டியன், முதலாளியை மரியாதையோடு நோக்கி நின்ற பெண்களை ஊடுறுவிப் பார்த்தார். எல்லாம் வயதான வத்தலும், தொத்தலும் அப்பாவிகளாகத் தென்பட்டார்கள். முதலாளி, “சரி, கவனமாக பழம் எடுத்து வாங்க!” என்றபடி நகர்ந்தார். எல்லாரும் வணங்கினார்கள். சங்கிலி வழிகாட்டியபடி முன்னால் நகர்ந்தார். ரங்கசாமி நூறடி முன்னால் குழலூதிச் சென்றார்.

வெள்ளத்தாய் சொன்னாள் “முதலாளிகூட எப்பவும் ஆள் உசர நாய் வருமே.... இன்னிக்கு வரக் காணோமே?” இருளாயி சொன்னாள்: “புதுசா மூணு ரெண்டுகாலுக வந்து முறைச்சுப் பார்த்துட்டுப் போவுதுகளே....?” சிவனம்மா சொன்னது: “ஆமாம். அவன் பார்வையே சீரில்லை.. தேனடையைத் தேடுற கரடிக்கணக்கால்ல பார்க்கிறான்...! “ பழனிச்சாமி குரல் கொடுத்தார் “தாயி, நிறையைப் பிடிங்க. திடீர்னு வந்தாலும் வருவாங்க. அவுங்களை நம்ப முடியாது.” அவர்கள் வேலையைத் தொடங்கினர்.

அவர்கள் தெற்குப்புறம் போனார்கள். ரோட்டில் ராசகோபாலு உள்ளிட்ட விடலைப்பையன்கள் இடுப்பில் சின்ன சாக்குப்பை கட்டி ரோட்டோரம் மரங்களில் காபிப்பழங்கள் பறித்துக் கொண்டிருந்தனர். குரங்குவிரட்டியின் ஊதுகுழல் சத்தம் பக்கத்தில் கேட்டதால் பேச்சைக் குறைத்துக் கொண்டு காபிப்பழம் பறிப்பதில் கருத்தாய் இருந்தார்கள். சங்கிலி முன்னால் வந்து அவர்களை ஒரே இடத்தில் நிற்கச் சொன்னார். அதற்குள் முதலாளி வந்துவிடவே அவர்களை முதலாளியிடம் அறிமுகம் செய்துவைத்தார். ‘‘காபிபழம் காய்ப்பு எப்படி இருக்கு? சங்கிலி பதில் சொன்னார்.’’ ‘‘பழம்காய்ப்பு இந்த வருஷம் பரவாயில்லை. நாட்டுக்காப்பியை விட மைசூர்காப்பி காய்ப்பு நல்லா இருக்கு! குரங்குக அட்டகாசம் கொஞ்சம் அதிகமாயிருச்சு.. பழங்களைத் தின்னு குமிகுமியா பேண்டு வச்சிருதுக. அதை அள்ளி சுத்தம் பன்றது நேரமாகுது. இதைவிட

இன்னொரு விஷயம்; நம்ம தோட்டத்துப் பழங்களைத் தின்னுட்டு, இங்கேயே பேண்டால் பரவாயில்லை. அடுத்தவங்க தோட்டத்திலப் போய் பேண்டால் நமக்குத்தான் நஷ்ட்டம்."

"இந்த ஏரியாவில் குரங்குவிரட்டிக் காவல் ரங்கசாமிதானே" கேட்டார் முதலாளி. "ஆமாங்க எஜமான். அவரு வடக்காம ஊதி விரட்டினா அதுக தெற்காம வந்துரும். நமக்கு நிலம் விஸ்தாரம் ஜாஸ்தி! ஆயிரத்து இருநூறு ஏக்கருக்கும் ரெண்டுபேருதான் பாத்துக்கிறாக.... குரங்குக ஒன்னோடு ஒன்னு மோதி ஏலத்தடை மேல விழுந்து இளங்குருத்துச் செடிகளை அழிக்கிறதுமுண்டு. அதையும் தடுக்கணும். இன்னும் ரெண்டாளுகளை கூடுதலாப் போட்டா நல்லது எசமான்.." என்றார் சங்கிலி. " சரி, ரங்கசாமிகிட்ட குரங்குகளை அண்டாமப் பார்த்துக்கச் சொல்லு. மற்றதை அப்புறம் பார்க்கலாம்." என்று முதலாளி நகர்ந்தார். பையன்க கும்பிட்டு அனுப்பிவிட்டு பழம் பறிப்பைத் தொடர்ந்தார்கள்.

சங்கிலியிடம் பாண்டியன் கேட்டார் "இந்த விடலைப் பசங்களுக்கு காப்பிப் பழம் எடுக்கிற வேலை மட்டும் தானா..."

"இல்லை சாமி. ஒரு பகுதியில் காப்பிபழம் பறிப்பு முடிஞ்ச உடனே இவங்கள்ல ரெண்டுபேரு காப்பிப்பழங்களை ரெண்டு சாக்கில போட்டு எஸ்டேட்டில் சேர்த்திருவாங்க.. இன்னும் ரெண்டுபேரு பக்கத்தில் ஏலப்பழமெடுப்பவர்கள் கிட்ட சேர்ந்த பழங்களை சுமந்து எஸ்டேட்டில் கொண்டு சேர்ப்பாங்க. கூடவே கங்காணிமார்களும் போவாங்க. மிச்சம் நாலு பேரு போற வழியில நம்மாளுங்க வெட்டிப் போட்டிருக்கிற விறகுசிறகாயை சுமக்கத்தக்க கட்டுகளா கட்டி ஸ்டோரில் கொண்டு சேர்ப்பார்கள்! " முதலாளி தனது எஸ்டேட் வேலைவாங்கும் நிர்வாகத்திறனைக் கேட்டபடி பெருமிதத்துடன் முன்னால் சென்றார்.

பாண்டியன் கேட்டார்: "இவிங்களுக்கு தினக்கூலி எம்புட்டு?" சங்கிலி சொன்னார்: "பொம்பளை ஆளுக்கு குடுக்கிற மாதிரி ஒரு நாளைக்கு ஒன்னேகாலு ரூவா..." உயர்ந்த வேலுக்கம்பன் சொன்னார் "ஒன்னேகாலு ஓவாய்க்கா இத்தனைப் பாடு?" பாண்டியன் அவரைச் சுடுவதுபோல் முறைத்து ஆட்காட்டி விரலால் வாயின்குறுக்கே வைத்த நொடியில் முதலாளியைப் பார்த்தார். முதலாளி காது கேளாதவர் போல முன்னால் நடந்து கொண்டிருந்தார். பாண்டியன் ஆறுதலாய் மூச்சுவிட்டார். சங்கிலி இதை எல்லாம் கவனிக்காத பாவனையில் முன்னால் விரைந்து அடுத்த சரிவில் பழமெடுப்பதைச் சொன்னார். அப்போது பம் பம் என்று ரங்கசாமி குழலூதும் சத்தம் கேட்டது.

பரமன் கங்காணிப்பில் பழமெடுத்த பெண்கள் இரண்டாவது நிறையை முடித்து அப்போது தான் ரோடேறினர். எடுத்த பழங்களை ஒருவர் பின் ஒருவராக சாக்கில் கொட்டிக் கொண்டிருந்தனர். முதலாளியைப் பார்த்ததும் குரவைச் சத்தம் கொடுத்து வரவேற்றனர். முதலாளி பழங்கள் கொட்டப்பட்ட சாக்கில் இரு கைகளையும் விட்டு அள்ளிப் பார்த்தார். இளமஞ்சள் வண்ணத்தில் சிரித்தன. அத்தனையும் தங்கம் என்று மனதுக்குள் சிரித்துக் கொண்டார். பாண்டியனும் பெயரளவுக்கு அள்ளிப் பார்த்தார்.அவரது பார்வை எல்லாம் பழமெடுத்த இளம்பெண்கள் மீதுதான். பரமனிடம் பேசிவிட்டு முதலாளி ''ஆண்கள் பழமெடுக்கும் தோட்டம் எங்கே?'' என்று சங்கிலியிடம் கேட்டார். தெற்கு கடைசியில் பள்ளத்தாக்கில் உள்ள பாச்சாசாயிபு தோட்டத்தில் எஜமான் என்றார் சங்கிலி. கடிகாரத்தைப் பார்த்த முதலாளி, எஸ்டேட்டுக்கு திரும்பலாம் என்றதும் புறப்பட்டனர்.

வேல்க்கம்பன் பதறினார் "மச்சான், அங்க பாரு, வேட்டி எல்லாம் ரத்தம்" பாண்டியன் திரும்பி வேட்டியைப் பார்க்க, கருரத்தம் மின்னியது. வேட்டியை மடித்து பக்கத்திலிருந்த பாறைமீது கால் வைத்து கெண்டைக் காலைப் பார்த்தார். இரு கெண்டைக் கால்களிலும் அட்டை கடித்து ரத்தம் வழிந்த கருரத்தக் கறை மின்னியது. விரலிடுக்குகளில் எல்லாம் ரத்தக் கசிவும் பிசுபிசுப்பும் அரித்தது. இடக்கால் சுண்டுவிரல் இடுக்கில் ஒரு அட்டை ரத்தம் குடித்து குட்டிச் சுண்டுவிரல் மாதிரி தொங்கியது. பாண்டியன் படபடத்து அந்த அட்டையைப் பிடுங்கி எறிந்தார். 'இதுவரை பிறருக்குத் தான் ரத்தம் பீறிடக் கதற வைத்திருக்கிறோம். அறுதலிப்பய அட்டை நம்மகிட்டேயே ரத்தப்பொலி காட்டி பதறவச்சிருச்சே. நடக்கும் போதும் உசாரா இருக்கணும்' மனதுக்குள் பாண்டியன் சொல்லிக் கொண்டார்.

சங்கிலி சொன்னார்: "வேல்க்கம்புசாமி, உங்க வேட்டியிலையும் ரத்தம்!" அவர் வேல்க்கம்பை சங்கிலியிடம் கொடுத்துட்டு வேட்டியை அவிழ்த்து உதறினார். ரத்தம் குடித்த அட்டைகள் கருமண்ணுருண்டைகளாக கீழே விழுந்தன. கால் விரலிடுக்குகளில் அட்டைகள் முழம்போட்டன! அவர் பதறிக் குதித்தார். அரிவாள்காரரும் மிரண்டு அட்டைகளைப் பிடுங்கத் தொடங்கினார். முதலாளி இதை எல்லாம் காதால் கவனித்தபடி மெல்ல நடந்து கொண்டிருந்தார். சங்கிலி முதலாளிப் பின்னால் ஓடினார்.

பாண்டியனுக்கு முதலாளியிடம் சின்ன வருத்தம். சொல்லி இருந்தால் முதலாளி மாதிரி முன்னெச்சரிக்கையாக காலில் தைலம்

கியலம் தடவி இருந்திருக்கலாம். சரி, இனி சூதானமாக இருக்க வேண்டும். நாமலே போலீசுக்கு கண்ணில் மண்ணைத் தூவிட்டு இங்க தலைமறைவாக இருக்கிறோம். அவருக்கு எஸ்டேட் பாதுகாப்புக்கு நாமவேணும். நம்மூரு போலீஸை ஏமாத்த இப்படி ஒரு மறைவான இடம் வேண்டும். ஒருத்தரை ஒருத்தர் பயன்படுத்த வேண்டிய நிலையில சடவக் காட்டாம அனுசரிச்சு போறதுதான் நல்லது. "லேய் மாப்பிள்ளை, முதலாளிக்கு முன்ன சாக்கிரதையா பேசணும்லே" என்று வேல்க்கம்பு சுப்பய்யாவிடம் சொன்னார்

வீடு வந்ததும் உடம்பில் உள்ள ரத்தக்கறை போக வெந்நீர் கொண்டு கழுவிக் குளித்தனர். "மாப்பிள்ளை, ஊர்லமாதிரி நினைச்சநேரம் தண்ணி, ருசிக்கேத்த கறி கிடைக்காது. அதனால் கவிச்சிக்கு கருவாடு தான்! வாரத்துக்கு ஒருநாள் சாந்தம்பாறையில வேணுங்கிற ஆடு. கோழி, கட்டக்காலு,பெரியகாலுன்னு வேணுங்கிறதை வாங்கிக்கலாம். தேவைப்பட்டா உப்புக்கண்டம் கூடப்போட்டுவச்சு வறுத்த குழம்பு வச்சுக்கலாம். குருசாமி, குசுனிக்கு வேணுங்கிற சாமான்களை முன்னைக்கூட்டி சொல்லியிறணும்லே. நம்மூரு கணக்கா நினைச்ச நேரத்தில நினைச்சது கிடைக்காதுலே!." என்றார் பாண்டியன்.

குசுனிக்காரர் குருசாமி உள்ளே நகர்ந்ததும், வேல்க்கம்பு சுப்பையா கிசுகிசுத்தார். "மச்சான், கவனிச்சேளா! இரண்டாவது காட்டில் குட்டிகள் சும்மா கிண்ணுண்ணு திரிஞ்சாளுகளே கண்டேளா!" பாண்டியன்; "லே,வந்த இடத்தில் சாக்கிரதையா இருக்கணும்லே. நிதானமாக பார்ப்போம். இந்தக் கேஷை ஒண்ணுமில்லாம ஆக்கிற சோலியை இங்கிருந்தே பார்க்கணும். அதுவரைக்கும் அடக்கி வச்சிக்கணும்! இனிமே தோட்டக்காடுகளுக்கு வெள்ளச்சாரம்தான் கட்டணும். வெளியூர் போனாத்தான் வெள்ளைவேட்டி!."

சுப்பைய்யா சொன்னார். "அட்டைக்கடி ரத்தத்திற்கே இவுங்க குடுக்கிற ஒன்னேகால் ரூவா சம்பளம் காணாதே மச்சான்!"

"ஆமலு.! நீ பாட்ல இப்படி ஓட்டைவாயை திறந்து விட்டுறாதே..! சம்பளம் பத்தலைன்னு கொடி பிடிக்கிறவனை அரட்டி வைக்கத்தான் நமக்கு எல்லா வசதிகளும் செஞ்சு இங்க வச்சிருக்காங்க. நீ ஏட்டிக்கு பூட்டின்னு பேசிக் கெடுத்தேன்னு வச்சுக்க. அப்புறம் பாளையங்கோட்டை செயில்ல கவருமெண்டுகளி திங்க வேண்டியது தான் மாப்பிள்ளை!" என்று பாண்டியன் எச்சரித்தார்.

□

27

காலை பதினோருமணி. பங்களா முன்னறையில் அரையிருட்டாக இருந்தது. துரைச்சாமி கணக்குப்பிள்ளை ஏதோ முனங்கும் சத்தம் கேட்டது. குப்பய்யா உள்ளே நுழைந்ததும் காதை விடைத்துக் கூராக்கிக் கேட்டார். கணக்குப்பேரேட்டில் அவர் வரவுசெலவு புள்ளிகளைக் கூட்டும்போது முனகல் சத்தம்வரும்! எண்ணிக்கை வரவில்லை. ஏதோ வேட்டின்னு கேட்குது. பிடிச்சுன்னு கேட்குதே. சரி, அவர் கிட்டேயே கேட்ருவோம். “அய்யா, என்ன நீங்களா பேசிக்கிறீங்க. கொஞ்சம் என் காதில விழுகிற மாதிரி பேசுங்க. மனக்கஷ்டத்தை மத்தவங்க கிட்ட பகிர்ந்துகிட்டா மனப்பாரம் குறையும்னு சொல்லுவாங்க....” என்றார் குப்பய்யா கணக்குப்பிள்ளை.

“வாய்யா,வா! எல்லாம் உன்கிட்ட சொல்ல முடியுமா. வயசான காலத்தில் இங்க வந்து ளோல்படறேன். இதுக்கு நீயும் ஒரு காரணம்”

“ஐயோ தேவுடா.! நானா காரணம்? லட்சுமியம்மா... பொதுவா நானென்னய்யா உங்களுக்கு கெடுதல் செஞ்சேன்?” என்று புலம்பினார்.

“அந்த சன்னல் கதவுகள் எல்லாம் நல்லா மூடிட்டு வாங்க! இங்க சன்னலு, சுவரு எல்லாத்துக்கும் கண்ணு, காது இருக்கும்!” குப்பய்யாவுக்கு இதைக் கேட்டதும் ஏதோ ரகசியத்தை தெரிஞ்சுக்கப்போறோம் என்ற ஆர்வமும், ஏதோ ஆபத்தான விஷயமோ என்ற அச்சமும் எழுந்தது. கதவுகளை சரி பார்த்து பயபக்தியோடு வந்தார். “கட்டுன வேட்டியில தீப்பிடிச்சா.. வேட்டியும் எரியக்கூடாது. குண்டியும் சூடுபடாம பார்த்துக்கணும் என்கிற கதையாயிருச்சு!”

“என்னய்யா, ஏற்கனவே வேட்டிக்குள்ள இதைப் புடிச்சவிட்ட கதைன்னு சொன்னீங்க. இப்பொன்னு சொல்றீங்க... ஒன்னும் விளங்கலை. விளக்கமா சொல்லுங்க!”

“எல்லாத்துக்கும் நீர் தான் காரணம்! ஒனக்கு தெரியாததா...?”

“கடவுளுக்குப் பொதுவா எனக்கு ஒன்னும் தெரியாதய்யா” என்று பதறினார் குப்பய்யா. “சும்மா புலம்பாதிரும். என் பொறுப்பில இருந்தவரை சின்னசாதி பெரியசாதி, எளியசாதி, வலியசாதின்னு தொழிலாளிகளுக்குள்ள போட்டியும் பொறாமையா வேலை பார்த்தாங்க. கூலி கூட வேணும்; அந்தச் சலுகை இந்தச் சலுகை வேணும்னு கேட்கலை. விதியேன்னு வேலை பார்த்தாங்க!

நிர்வாகத்துக்கு பிரச்சினைகள் இல்லை. நீரு வந்து அவனுங்க கிட்ட கடுப்பா பேசி, உங்க மகன் பண்ணின காருவாரும், கெடுபிடிகளும் அவனுகளை ஒன்னா சேர்த்துருச்சு. இந்த நேரத்தில் நம்மாளுங்க சங்கத்தை வேற உள்ளே இழுத்து விட்டுட்டாங்க! அது உள்ளே நுழைந்து குடையுது!.'' குப்பய்யா மின்னல் வேகத்தில் கேட்டார். ''நம்மாளுக சங்கத்தை உள்ளே இழுத்து விட்டுட்டாங்கன்னு சொன்னீங்களே! யாரு அது?.''

“ஆமாம் இதை வக்கனையா கேட்பிங்க! பக்கத்தில் வாரும்“

குப்பய்யா நெருங்கி உட்கார்ந்தார். துரைச்சாமியின் உடம்பெல்லாம் மூக்குப்பொடி நாறியது. மூக்கையும் வாயையும் சேர்த்துப் பொத்திக் கொண்டு இன்னும் நெருக்கமாகப் போனார். துரைச்சாமி கிசுகிசுத்த குரலில் “எஸ்டேட்டில் கம்யூனிஸ்ட் தொழிற்சங்கம் உள்ளே நுழைந்தால் தொழிலாளர்களுக்கு அந்தச் சலுகை, இந்தச் சலுகை கூலி உயர்வு, பிஎஃப், க்ராஜிட்டின்னு கொடுக்கவச்சு செலவை இழுத்து விட்ருவாங்க. காங்கிரஸ் சங்கமுன்னா முதலாளிகிட்ட நெளிவு சுழிவா நடந்துக்குவாங்க. தொழிலாளிகளையும் கட்டுக்குள்ள வச்சுக்கலாம். அப்படித்தான் தமிழ்நாட்டில் பல தொழிற்சாலைகளில் நடக்குதுன்னு முதலாளி கல்யாணம் பண்ணின வகையில் சொல்லியிருக்காங்க.

அவங்க மூலமாத்தான் நம்ம எஸ்டேட்டில் சங்கம் நுழைஞ்சது. நண்டை உள்ளே விட்டுட்டு கொட்டுது குடையுதுன்னு புலம்பும் அளவுக்கு ஏகப்பட்ட பிரச்சினைகள். அந்த விவரம் சாவகாசமா பேசுவோம். இப்ப கட்டியிருக்கிற வேட்டியில தீப்பிடிச்ச கதையா கொலைக் குற்றவாளிகளை கொண்டுவந்து வச்சிருக்காங்க! அவனுங்க எந்தநேரமும் அரிவாளும், வேல்கம்புமா திரியிறானுக. அவனுக பரெட்டில் நம்ம பக்கத்தில் நிற்கும்போது சாராய நாத்தமும், சிகரட் வீச்சமுமா நம்ம தலையை சுத்துது. இவன்களை பேர் சொல்லிக் கூப்பிட்டா முறைக்கிறானுங்க. அவன்களை அண்ணாச்சின்னு தான் கூப்பிடணுமாம்! என் வயசில் பாதிகூட இருக்க மாட்டான். இவனுங்க நிர்வாகம் பண்ண ஆரம்பிச்சானுங்கன்னா நமக்கு மரியாதையும் இல்ல! வேலையும் இல்லை! மேனேஜர் வைரம் செட்டியாரும் மௌனமா இருக்கிறது எனக்குப் புரியவில்லை!. குண்டிவேட்டியில் தீப்பிடிக்கும் கதை புரியுதா.. உமக்கு!''

“ஆமாங்கய்யா.. நீங்க சொல்றது நூத்துக்கு நூறு வாஸ்தவமானது. நாம மட்டுமில்ல, முதலாளியும் மேனேஜரும் எச்சரிக்கையாக இருக்கணும்! கொலைகாரன்களை தங்கவச்சு சோறு போடறது

விஷப்பாம்புக்கு பாலூத்தி வளர்க்கிற ஆபத்துதான்! அவங்ககிட்ட நிர்வாகத்தையும் குடுத்தா நம்ம கிராமங்கள்ல சொல்ற மாதிரி நரிக்கு நாட்டாமை குடுத்தா கிடைக்கு ரெண்டு ஆடு கேட்குங்கிற கதை தான்.'' என்றார் குப்பய்யா.

துரைச்சாமி சொன்னார்: ''இப்பத்தான் உமக்குப் புரிஞ்சிருக்கு! சரி இந்த வியாக்கியானம் பேசுனா பத்தாது.! சமயம் பார்த்து இவன்களை வெளியேத்தும் வழியையும் பார்க்கணும்! சரி. பேச்சோட மறந்துறாம, இன்னிக்கு காய் ஏலத்துக்கு அனுப்பிய சிட்டையைத் தாரும்!'' என்று கணக்குச்சிட்டையை வாங்கிக் கொண்டார்..

மேனேஜர் வைரம் செட்டியார் புதன், வெள்ளிக்கிழமை என வாரம் இருமுறை ஏலக்காய் ஏலத்திற்கு வருவார். ஏலம் முடிந்ததும் எஸ்டேட் நடைமுறைச் செலவுகளுக்குத் தேவையான பணத்தை வைத்துக் கொண்டு மீதியை உடும்பன்சோலை வங்கியில் செலுத்திவிடுவார். எஸ்டேட் திரும்பி வரவுசெலவு கணக்குகளைப் பார்த்து கணக்குப்பிள்ளைகளுடன் எஸ்டேட் நிலவரங்களைப் பேசிவிட்டு இரவு தங்குவார். ஏலத்துக்கு வரும்போதெல்லாம் துரைச்சாமிக்கு போடியிலிருந்து லாலா கடை அல்வாவும் உளுந்துவடையும் வாங்கி வருவார். அல்வாவில் மல்லிகைப்பூ வாசம் வரும். துரைச்சாமி மல்லிகைப்பூ பற்றி துப்பறிய மெல்ல லட்சுமிஅம்மாள் கோவிலில் கும்பிடுவது போல் நின்று அம்மன் சிலையிலிருந்து மல்லிகைப்பூ மணக்குதா என்று மூச்சை உள்ளிழுத்துப் பார்ப்பார். மறுநாள் காலையில் ஸ்டோரில் வேலை செய்யும் பங்கஜம் தலையிலும் மல்லிகை மணப்பதைப் பார்த்து அனலறைக்குள் போய் பெருமூச்சு விடுவார். 'மேனேஜர் நமக்கு நல்லாவே அல்வா குடுக்கிறார்' என்று முனகிக் கொண்டே வெளியே வருவார்.

சமையல் உதவியாளர் வெங்கிடு மதியம் சாப்பாடு பரிமாறும்போது, ''நம்ம தோட்டத்தில் மல்லிகைப்பூ செடி இருக்கா, மல்லிகை வாசம் வருதே'' என்று கேட்க, ''இல்லய்யா. ரோசா, சாமந்தி, செவ்வந்தி தான் மலர்ந்திருக்குதுக. மேனேசரய்யா வரும் போது நம்ம லட்சுமியம்மா கோயிலுக்கு மல்லிப்பூ வாங்கி வருவாக'' என்றான். குரங்குவிரட்டி ரெங்கசாமி மகள் பங்கஜத்திற்கும் மேனேஜருக்கும் தொடர்பு உண்டென்று அரசல் புரசலாக இவர் காதுக்கும் எட்டியது. இதை உறுதிப்படுத்தத்தான் இந்தப் பாடு படுகிறார். இது இவர் வயசுக்குப் பொருந்தாத விஷயம் என்றாலும்

மனதில் எழும் சின்னக் குறுகுறுப்பின் உந்துதலில் இந்த மாதிரி துப்பறிதலில் துப்புக் கெட்டலைகிறார்.

இன்று மேனேஜர் அல்வா வாங்கி வரவில்லை. பால்கோவாவும், உளுந்து வடையும் வாங்கி வந்தார். அல்வா பழசாயிருந்தது. அது உங்களுக்கு ஒத்துக்காமப் போனா வீண் சிரமமேன்னு பால்கோவா புதுசா போட்டதா இருந்தது என்று சொல்லிக் கொடுத்தார். 'சரி. பரவாயில்லை என்றார் துரைச்சாமி. அன்று மாலை லட்சுமியம்மாள் கோயிலில் மட்டும் மல்லிகை மணந்தது. துரைச்சாமி மூக்கை பெண்கள் பக்கம் திரும்பி காற்றை உள்ளிழுத்து முகர்ந்தார். ரோஜா,செவ்வந்தி வாசனைகள் மட்டுமே உணர்ந்தார். லட்சுமியம்மன் பூஜைக்கு பாண்டியனின் ஆள்கள் ஆயுதங்களோடு வந்திருந்தார்கள். வழக்கமாக மேனேஜர் அருகில் துரைச்சாமியும் அடுத்து குப்பய்யாவும் நிற்பர். இன்று மேனேஜர் அருகில் பாண்டியனும் அவரது ஆள்களும் நிற்க, இரு கணக்குப்பிள்ளைகளும் பாண்டியனுக்குப் பின்னால் கோயில் சுவரை ஒட்டி பரிதாபமாக நின்றனர். சூடம் காட்டும் போது கவனித்த மேனேஜர் கணக்குப்பிள்ளைகள் இருவரையும் அழைத்து தன்னருகே நிறுத்திக் கொண்டார். அப்போதுதான் துரைச்சாமி இயல்பாக சுவாசித்தார். லட்சுமியம்மாளை நெக்குருகி வேண்டினார். மேனேஜர் பாண்டியன் ஆள்களுக்கும் கங்காணிமார்களுக்கும் பொங்கல், சுண்டலைக் கொடுத்தார். பூஜை செய்த சமையலர் தொழிலாளர்களுக்கு பொங்கல், சுண்டல் கொடுத்தார். பாண்டியனின் ஆட்களின் பார்வை கோவிலைச் சுற்றிப் பார்ப்பது போல பெண்தொழிலாளர்களை நோட்டமிட்டது.

மேனேஜர் சாமியை மீண்டும் கும்பிட்டு பங்களாவுக்குப் போனார். கணக்குப்பிள்ளைகளும் பாண்டியன் ஆட்களும், கங்காணிமார்களும் பின்தொடர்ந்தார்கள். உள்ளே நுழையும் முன்வாசலில் நின்றபடி, ''பாண்டியன், உங்களுக்கு எஸ்டேட்டில் தங்கிற, சாப்பிடற வசதிகள் திருப்தியா இருக்கா? எதாவது பிரச்சினையின்னா சொல்லுங்க! நான் இல்லாவிட்டாலும் துரைச்சாமி கணக்குப்பிள்ளை கிட்ட சொல்லுங்க. வேண்டியதை செஞ்சு தருவாரு!!'' பாண்டியன் திருப்தியா இருக்கென்றார். "உள்ளே வாங்க பாண்டியன் பிரசாதம் சாப்பிடலாம்'' என்றார். "இல்ல சார். இப்பதான் கோயில்ல வேங்கினோம்ல!.''

"வேறேதுவும் பேசணும்னா உள்ளே வாங்க!''

"இல்லே சார். ஒன்னுமில்ல. நாங்க ரூமுக்குப் போறோம்..'' என்று கிளம்பினர்

கங்காணிமார்கள் தயங்கி நின்றனர். மேனேஜர் கேட்டார்:"என்ன சங்கிலி, கங்காணிமார் எல்லாம் ஒன்னா நிக்கிறீகளே? என்ன பிரச்சினை, எதுவும் பேசணுமா?" சங்கிலி; "இல்ல எசமான்! வழக்கமா வெள்ளிக்கிழமை லட்சுமியம்மா பூசை முடிஞ்சதும் எசமானைப் பார்த்து பேசுறது வழக்கம். அதுக்காக நிக்கிறோம். பிரச்சினைன்னு சொல்லணும்னா நான் இந்த எஸ்டேட்டில் மூணு தலைமுறையைப் பார்த்திட்டேன். பரேட்டில் களைவெட்ற அரிவாளை, பாம்படிக்கிற கம்பு தவிர வேற ஆயுதங்களை பார்த்ததில்லை. இப்போ யார் யாரோ ஆயுதங்களோடு எஸ்டேட் பரேட்டில் திரியறாங்க. இது முதலாளிமாருக்குத்தான் சிக்கலாகுமுங்க! நீங்க தான் முதலாளிமார் கிட்ட பக்குவமா எடுத்துச் சொல்லணும் எசமான்! நாங்க வர்றோம் எசமான்" என்று சங்கிலி சொல்ல மற்ற கங்காணிகளும் தலையசைத்து ஆமோதித்து கிளம்பினர். மேனேஜர் அவர்களைத் தடுத்து நிறுத்தி உள்ளே இருந்து தொன்னைகளில் பொங்கலும், சுண்டலும் கொண்டுவரச் சொல்லிக் கொடுத்தனுப்பினார்.

அந்தி சாயவும் வானம் இருள்கம்பளியைப் போர்த்தத் தொடங்கியது. இருட்டு உழலும் மனசுகளுக்கு ஒத்தடம் தருகிறது. அரண்ட மனசுகளுக்கு அச்சத்தைத் தருகிறது. கவலையும் அச்சமும் கடைய துவண்ட கால்களுடன் குரங்குவிரட்டி ரங்கசாமி கையில் டார்ச் லைட்டுடன் ரோட்டுவழியே வெளியே போவதுபோல் போக்குக் காட்டி பங்களாவின் பின்புறமாக வந்து மேலேறி கோயிலில் கும்பிடுவது போல் சுற்றி பங்களாவின் வாசலோரம் வந்து இருட்டில் நின்றபடி செருமினார்.

மேனேஜர் சிகரெட்டை ஊதிக்கொண்டே வந்தார். சிகரெட்டின் கங்கைப் போலவே அவரது கண்களும் சிவந்து கனன்றும் மனசு புகைந்தும் கொண்டிருந்தன! இருண்டு உயிர்ப்பில்லா முகத்தோடு குரங்குவிரட்டி கும்பிட்டார். தலையசைத்தபடி வைரம்செட்டியார் வாசலை விட்டு இறங்கி இருட்டைப் போர்த்தி நின்றார். சிகரெட்டை நன்றாக உள்ளிழுத்து கீழே போட்டு காலில் மிதித்தார். 'என்ன' என்று ஜாடையில் கேட்டார். ரெங்கசாமி சொன்னார்; என்னத்தைச் சொல்ல? ரவுடிகளைக் கொண்டு வந்து வச்சீட்டீக. அவனுக பார்க்கிற பார்வையே சரியில்லை! ஈரக்குலை பதறுது!. எங்களை வேற எங்கேயாவது கூட்டிட்டுப் போயிருங்க.! இவனுங்க கிட்ட அசிங்கப்பட முடியாது!" என்று சொல்லி ஐந்துநிமிட மௌனத்துக்குப் பின் நீண்ட பெருமூச்சு விட்டார். மேனேஜர் பதற்றம் மறைத்து மெல்லிய குரலில் சொன்னார்

"அவனுங்க ஒரு கொலைக்கேசில் சிக்கி முன்ஜாமீனுக்கு ஏற்பாடு பண்ணிட்டு இங்கே வந்து பதுங்கி இருக்கானுங்க. ஒரு வாரம் பத்துநாள்ல போயிருவான்க. கொஞ்சம் பொறுத்துக்குங்க. பொறுத்தவங்க பூமி ஆளுவாங்க. உங்களுக்குத் தெரியாததில்லை. வேறெதும் சிக்கல்ன்னா வேற ஏற்பாடு பண்ணிக்கலாம். இன்னிக்கு வர வேணாம்! இந்தாங்க, இதைக் கொடுங்க. பாப்பா எப்படி இருக்கு?" என்று பதில் எதிர்பாராமல் சில நூறு ரூபாய்களைக் கொடுத்தார். ரெங்கசாமி வந்த வழியே திரும்பினார். வைரம்செட்டியார் இன்னொரு சிகரெட்டைப் பற்றவைத்துக் கொண்டு உள்ளே போனார். உள்ளறையில் துரைச்சாமி விரைந்து நகரும் நிழல் கண்ணில் பட்டது.

குளித்துவிட்டு உணவுமேஜையில் அமர்ந்தார். துரைச்சாமியும் வந்தார். சாப்பிட்டுக் கொண்டே எஸ்டேட் விவரங்களைப் பேசினர். "கணக்குப்பிள்ளய்யா... இந்த பாண்டியனைப் பத்தி என்ன பேசிக்கிறாங்க?" மேனேஜர் கேட்டார். துரைச்சாமி புலம்பினார். "அவனுகள முதலாளி எதுக்கு கூட்டிட்டு வந்து வச்சிருக்காருன்னு. தெரியலே! அவுனுக நம்மலை பார்க்கிற பார்வையே சரியில்லை. கொஞ்சம்கூட மரியாதை இல்லை. கோயில்ல உங்க பக்கத்தில் நாங்க நிற்கும்போது எங்களை பின்னாலத் தள்ளி அவனுங்க வந்து உங்ககிட்ட நின்னுக்கிட்டானுக. நல்லவேளை, நீங்க கவனிச்சு அவனுகளைத் தள்ளிட்டு எங்களை நிற்க வச்சு மானத்தைக் காப்பாத்தினிங்க! இல்லாட்டி லேபர்கள் என்ன நினைப்பானுக? நமக்கு மரியாதை இல்லைன்னா அவுங்களை எப்படி கட்டுப்படுத்துவது? அவன்களை பேர்சொல்லிக் கூப்பிடக் கூடாதாம்! அண்ணாச்சின்னு தான் கூப்பிடணுமாம்! குப்பய்யா சொல்லி அழுகிறார். இந்தமாதிரி அங்கலாய்ப்பு எல்லாத்துக்கும் இருக்கு. இவன்களுக்கு எதாவது வழி செஞ்சாகணும்!"

வைரம் செட்டியார்: "நானும் கேள்விப்பட்டேன். நீங்க கவலைப் படாதீங்க. அவங்க ஒரு கேசில் மாட்டி முன்ஜாமீனுக்காக காத்திருக்காங்க. அநேகமாக பத்து பதினைந்து நாள்ல போயிருவாங்க. முதலாளி எதுக்காக கூட்டிட்டு வந்திருக்காருன்னு தெரியாமல் நாம அவசரப்பட்டு எதுவும் செஞ்சிறக்கூடாது. அதுக்காக அவனுங்களுக்கு பயப்படவும் வேண்டியதில்லை. அவங்களை நாம் எப்படி பயன்படுத்திக்கணுமோ அப்படி பயன்படுத்திக்கலாம். அன்னிக்கு முதலாளி இருந்ததால அவங்க பரெட்டுக்கு ஆயுதங்களோடு வந்தாங்க. அடுத்த நாளும் பரெட்டுக்கு வந்தாங்கன்னா காவக்காரங்க மாதிரி பயன்படுத்திக்கலாம். நம்ம ரெங்கசாமிகிட்டே சொல்லி

அவங்களை எல்லாக் காட்டுகளுக்கும் கூட்டிட்டுப்போய் ரெண்டுநாளு அலைய விட்டா சரியாப் போகும்! மூணாம்நாளு அட்டைக்கடி, காலு வலிக்குது. இடுப்பு வலிக்குதுன்னு நொடங்கியிருவானுக! சரி கண்டது கடியதை நினைச்சு உடம்பைக் கெடுத்துக்காம தூங்குங்க.'' சொல்லிட்டு கைகழுவி மேனேஜர் தனது அறைக்குப் போனார்.

துரைச்சாமிக்கு வைரம்செட்டியாரின் பேச்சு கலக்கத்தை ஏற்படுத்தியது. தான் மேனஜரின் நடத்தையை சந்தேகப் படுவதைக் கண்டுபிடிச்சிட்டாரோ.... என்ற கவலை குடையத் தொடங்கியது. 'ஆமாம். நம்ம வயசுக்குத் தக்க நம்ம வேலையைப் பார்த்துகிட்டு இருக்க வேண்டியது தான். அடுத்தவங்க விஷயத்தில் எல்லைமீறித் தலையிட்டால் குத்தல், குடைச்சல் வரத்தான் செய்யும்.' என்று சுயசமாதானம் செய்து படுக்கப் போனார்.

□

28

குரங்குவிரட்டி ரெங்கசாமி இடக்கையில் புகையும் சுருட்டும் வலக்கையில் டார்ச் லைட்டுமாக பங்களாவுக்குப் பின்புறமாக ரோடு நோக்கி நகர்ந்தார். ஒற்றையடிப் பாதையில் ஒளியைப் பீய்ச்சி நகர்ந்தார். நான்கடி தூரத்தில் வலமிருந்து இடமாக ஒரு பாம்பு ஊர்ந்தது. இவர் திடுக்கிட்டு நின்றார். உடலெங்கும் குப்பென்று வியர்த்தது. மூன்றடி நீளத்தில் பழுப்புமில்லாத வெளுப்புமில்லாத இடைப்பட்ட கோதுமை நிறத்தில் சரசரவென விரைந்தது. நல்லபாம்பா, சாரைப்பாம்பா தெரியவில்லை. இந்த பாம்புக் காட்டில் அலைந்து அல்லல்பட வேண்டியதிருக்கே என்று பெருமூச்சு விட்டார்.

தாயில்லாப் பிள்ளையாக வளர்த்த ஒற்றைமகளின் வாழ்க்கை நன்றாக இருக்கவேண்டும் என்று பதினேழுவயதில் தாய்மாமனுக்கு மணமுடித்துக் கொடுத்தார். அவனும் சதர்ன் ராஜாமணி பஸ் சர்வீஸில் கண்டக்டராக ஓடிக்கிட்டு இருந்தான். நல்ல கம்பெனி, நல்ல சம்பளம். வாரத்திற்கு நாலுநாள் தான் வேலை இருக்கும். இடையிடையே ஒரு நாளுன்னு மூணுநாள் லீவு கிடைக்கும். மகள் பங்கஜம் பெயருக்கேத்தபடி அழகா இருந்தாள். பெரிய பத்து படிக்கும் போது கல்யாணம் ஆனது. வெட்கப்பட்டுக்கிட்டு படிக்கப் போகலை. போயிருந்தா போடி பொன்னு முதலாளிகிட்ட சொல்லி அவங்க பள்ளிக்கூடத்தில் டீச்சர்வேலை வாங்கியிருக்கலாம். கேட்கமாட்டேனுட்டா. இன்னிக்கு இப்படி மானம்கெட்டுப் பிழைக்க வேண்டியதில்லை.

மருமகன் வண்டியை விட்டு இறங்கினா மேட்னி ஷோதான். மூணுநாள் லீவில போடியில் இருக்கிற மூணுகொட்டகை படங்களையும் பார்த்திருவாங்க. அவங்க ஓட்டலில் சாப்பிட்டுவிட்டு அவருக்கும் வாங்கிட்டு வந்திருவாங்க. மகள் கர்ப்பிணி ஆனாள். முதலமைச்சர் கருணாநிதி தனியார் பஸ்கம்பனிகளை கவர்மெண்ட் ஆக்கிட்டார். அதனால் மாப்பிள்ளைக்கு சம்பளமும்,சலுகைகளும் கூடிவிட்டன!. ஆனால் பஸ்டிப்போ தேனியில் இருந்தது. மருமகனுக்கு அதிகாலை முதல் பஸ் டூட்டி. சமயத்தில் அங்கே டிப்போவில் தங்கி முதல் பஸ் டூட்டி பார்க்கிற சூழல். இங்கே பேத்தி பிறந்திட்டா. மருமகன் லீவு நாளுகள்ல வீடே கதியாத்தான்

கிடப்பார். மகள் வாழ்க்கை சந்தோஷமாகத் தான் போய்கிட்டு இருந்தது.

யாரு கண்ணுபட்டதோ, என்ன கருமவினையோ, மதுரையிலிருந்து தேனிக்கு திரும்பிக்கிட்டு இருந்த பஸ் ராத்திரி ஆண்டிபட்டி கணவாய் வளைவில் திரும்பும்போது பள்ளத்தில் உருண்டது. பதினைந்துபேர் இறந்திட்டாங்க. அதில மருமகன் இறந்திட்டார். செடி வளர்ந்து மரமாகி பூத்து காய்விட்ட நேரத்தில் சூறாவளிக் காற்றில் வேரோடு மரம் சாய்ஞ்ச மாதிரி மகள் வாழ்க்கை ஆயிருச்சு. இவர் வாட்சுமேனா வேலை பார்த்த பள்ளி செக்கரட்டரி கிட்ட சொல்லி அழுதார். பெரிய பத்தை கூட பிரைவேட்டா படிச்சு எழுதட்டும். தற்சமயம் ஒன்னாங்கிளாசுக்கு பாடம் சொல்லித் தரட்டும்: வரச் சொல்லுங்கன்னாரு. பால்குடிக்கிற பிள்ளையை விட்டுட்டு மகள் போக மாட்டேனுட்டா. வீட்டில இருந்துகிட்டே பிரைவேட்டில் பெரிய பத்து (எஸ்எஸ்எல்சி) படிக்கச் சொன்னதுக்கு மாட்டேன்னுட்டா. கவர்மென்ட்டில இருந்து இருபதாயிரம் ரூபாய் நஷ்டஈடு தந்தாங்க. அதை பேத்தி பேருல பேங்கில் போட்டார்கள்.

இந்த நேரத்தில்தான் கோழியைக் கவ்வ கழுகு சுத்தின மாதிரி இளந்தாரிகள் சுத்த ஆரம்பிச்சானுங்க. மகளை விட்டுட்டு வெளியேபோக முடியாத நிலையில் பள்ளிக்கூட வாட்ச்மேன் வேலையும் போச்சு. யாரும் இரண்டாம் தாரமாகக் கட்டி கடைசி வரைக்கும் வச்சுக் காப்பாத்துரேன்னு வந்தா கட்டிக்கொடுக்கத் தயாராயிருந்தார். ஆனால் வறட்டு சல்லிப் பயல்கள் மட்டுமே சுற்றிசுற்றி வந்தனர். மகள் யாருக்கும் இணங்காததால் அவர்கள் பல விதமான கட்டுக்கதைளைக் கட்டிவிட்டார்கள். அவரது வீட்டைக் கடந்து செல்லும் ரெண்டு விடலைப் பசங்க அவரது காதில கேட்கிற மாதிரி, "குரங்குக்கு பார்றா மயில் பிறந்திருக்கு"ன்னு கத்திட்டுப் போறாங்க. ஏழை வீட்டில் பெண் அழகா இருக்கிறதும் ஆபத்தா.? நல்லா இருக்கும்போதும் இந்த உலகம் அவுங்க சந்தோஷத்தை பார்த்து வாயை மென்றது: வாழ்க்கையை இழந்து நிற்கும்போதும் மென்று கொல்கிறதே. இந்த ஊரில் எப்படி வாழ்வது? ஒன்று இதே ஊரில் வாழ்வை முடிச்சுக்கனும்! இல்லாட்டி போங்கடா நீங்களும் உங்க ஊரும்னு ஊரை விட்டே கிளம்பணும்னு அழாத குறையா ரோட்டில் மெய்மறந்து நடந்தார்.

தெருவிளக்குகளும். அவரைப் போலவே மங்கி மயங்கி ஒளிர்ந்தன. எவ்வளவு தூரம் நடந்தாருன்னு தெரியலை. கண்ணெல்லாம் இருண்டு வந்தது. திடீர்னு முகத்தை சுடுறதுகணக்கா

லைட்டு வெளிச்சமும் காதைக் கிழிக்கிற மாதிரி சத்தமும் கேட்டது. என்ன நடந்ததுன்னு தெரியவில்லை. தெருமுனை பங்களா வீட்டுக்காரர் வைரம் செட்டியார் தன் காரில் படுக்க வைத்திருந்தார். அவரது கூஜாவிலிருந்து தண்ணீர் எடுத்து முகத்தில் தெளித்து சின்ன டம்ளரில் தண்ணீர் ஊட்டிவிட்டிருக்கிறார். நினைவு வந்து கண்ணீரோட நடந்ததைச் சொன்னார். ''கவலைப்படாதீங்க. எங்கூட எஸ்டேட்டுக்கு வந்திருங்க. உங்களுக்கு எந்தப் பிரச்சனையும் இல்லாமப் பார்த்துக்கிறேன்'' என்று ஆறுதல் சொன்னார். மூன்றாம் நாளே வீட்டைப் பூட்டிட்டு இவர்களை எஸ்டேட்டிற்கு கூட்டிட்டு வந்தார்.

அன்று டிரைவர் வரவில்லை. செட்டியாரே ஓட்டிட்டு வந்தார். வைரம் செட்டியார் குறுகிய போடிமெட்டு சாலையில் கவனமாக கார் ஓட்ட வேண்டும். ஆனால் அவரது மனது ஓர்மைப் படவில்லை! மலைச் சாலையைப் போல அவரது மனதும் குறுகியும் வளைந்து நெளிந்தது! அவரது தலைக்கு மேலிருக்கும் கண்ணாடியில் அவரது பார்வை படும் போதெல்லாம் அந்தக் கண்ணாடியில் தெரியும் பங்கஜத்தின் அழகு அவரை ஆட்டி வைத்தது. கௌரவம், பதவிக்கேத்த கண்ணியம், குடும்பமானம் என்று அடக்கி வைக்கப்பட்ட காமம் கட்டுகளை உதறி தலை தூக்கியது. தலையில் உக்கார்ந்து ஆட்டத் தொடங்கியது.! ரெங்கசாமியிடம் பேசி கவனத்தினை மாற்ற முயன்றார். நிதானமாக ஓட்டி புலியூத்து அருவி அருகிருந்த டீக்கடை ஓரம் வண்டியை நிறுத்தி ''டீ குடிக்கறீங்களா, பாப்பாவுக்கு பிஸ்கட் எதுவும் வேண்டுமா'' என்று கேட்டார். அவர்கள் வேண்டாம் என்றனர். இவர் மட்டும் டீ சொல்லிட்டு ஒரு சிகரெட்டைப் பற்ற வைத்துக் கொண்டு கொஞ்சம் பின்னால் நடந்தார்.

அடக்க நினைத்த ஆசை தலை விரித்து ஆடி உடலெங்கும் பரவி பரபரக்கத் தொடங்கியது. அந்தக் குடும்பத்துக்கு மெய்யாகவே உதவ நினைத்தோமா, அல்லது மெப்பனையாப் பேசி அந்தப் பொண்ணைக் கைப்பற்ற நினைத்தோமா... இந்த கேள்வி இவரை சவுக்கால் சுழற்றியது. பங்கஜம் காரருகில் நடந்து வந்து ஏறும் வரையில் மனசில் சலனமில்லை. அவளது அழகியமுகத்தில் படிந்த சோகம், கைமையின் நெற்றியில் வெறுமை, குடும்பநிலைமை எல்லாம் இவரை வருத்தியது. ஆனால் கண்ணாடியில் தெரிந்த அவளது வசீகரம் இவரை ஆட்டுவித்தது. கடந்த வாரம் போடி சென்ட்ரல் சினிமா கொட்டகையில் பார்த்த வசந்தமாளிகை படத்தில் சிவாஜிகணேசன் பாடும் பாட்டில் "....இந்த கொக்குக்கு

தேவை கூரியமூக்கில் சிக்கும் மீன்களே...... இதில் பிறர் தேவைகள் வாழட்டுமே........" என்ற வரிகளும் நடனக் காட்சிகளும் கண் முன்னே வந்து போயின! சிகரெட்டை அணைத்து விட்டு டீயை விழுங்கி வண்டியைக் கிளப்பினார். காமம் முன்கண்ணாடியில் வௌவாலைப் போலத் தொங்கியது. ஆசை வெட்கம் அறியாது. மெல்லப் பேசிப் பார்ப்போம் என்று நினைத்தார்.

காரில் வரும்போது செட்டியார் பேசினார். "நீங்க தப்பா நினைக்கிலைன்னா உங்ககிட்ட ஒன்னு சொல்றேன். நான் இப்போ என்னோட சீக்காளிப் பொண்டாட்டியோட எந்தவித சந்தோஷமும் இல்லாம பிரம்மச்சாரியாகத் தான் வாழ்க்கையை தள்ளி கிட்டிருக்கிறேன் !. எனக்கு இரண்டு பசங்க. அவனுங்க ஹாஸ்டல்ல தங்கி காலேஜ் படிச்சுகிட்டு இருக்கிறான்ங்க. அவங்களுக்கு பூர்வீக சொத்தே இருக்கு. நான் இதுவரைக்கும் சம்பாதிச்சதும், இனி சம்பாதிக்கிறதும் என் இஷ்டப்படி சட்டபூர்வமாக யாருக்கும் கொடுக்கலாம். நீங்க சம்மதிச்சா ....நான் இருக்கிற வரைக்கும் உங்க குடும்பத்தைக் காப்பாத்தறேன்..! என் காலத்திற்குப் பிறகும் உங்க குடும்பப் பாதுகாப்புக்குத் தேவையான சட்டபூர்வமாக சொத்தை எழுதித்தர்றேன்.

வாழ்ற வயசில் தனியாக இருக்குறதில ஒரு பெண்ணுக்கு என்னென்ன சிரமம் இருக்குமுன்னு தெரிஞ்சுதான் இதைச் சொல்றேன். உங்களைக் கட்டாயப்படுத்தலை. நீங்க ஆற அமர நிதானமா முடிவெடுத்துச் சொல்லுங்க. அதுவரைக்கும் எஸ்டேட்டில் உங்களுக்கு கஷ்டமில்லாத, மத்த ஆளுக தொந்தரவு இல்லாத வேலையா ஒதுக்கறேன்..! அஞ்சு வயசானதும் பிள்ளையை உங்களுக்குப் பிடிச்ச ஸ்கூல்ல படிக்க வைக்கிறேன். எந்தக் கட்டாயமும் இல்லை. பய்ய பதறாம பதில் சொல்லுங்க." ரெங்கசாமி பேச்சற்று உறைந்து இருந்தார் மகள் வாயைப் பொத்தி கண்ணீர் விட்டபடி அமர்ந்திருந்தாள். பேத்தி தூங்கிக் கொண்டிருந்தாள். மகளைப் பொருத்த வரையில் தன் வயிற்றில் பிறந்த குழந்தைக்காகவாவது. வாழ்ந்தாக வேண்டும். ரெங்கசாமியைப் பொருத்த வரையில் தனது மகளையும் பேத்தியையும் காப்பாற்றி ஒரு நல்ல வாழ்க்கை அமைத்து தரும் வரை வாழ்ந்தாக வேண்டும்!

பங்கஜத்திற்கு போடியிலே தனியார் பள்ளிக்கூடத்தில் கௌரவமாக வேலை பார்த்துகிட்டு பிள்ளையை வளர்த்திடலாம் என்ற ஆசைதான். ஆனால் தெருநாய்கள் போல நாக்கைத் தொங்கப் போட்டுகிட்டு பின்னாலயே அலைகிற சல்லிப் பசங்க வீட்டை சுத்தி சுத்தி வந்து தரும் தொல்லைகள் தாங்க முடியலை. தனது

உடலழகைப் பற்றி எவ்வளவோ பெருமையாக நினைத்தவள்: கணவனை இழந்தபின் பல மடங்கு சிரமம் தருவதாக உணர்ந்தாள். இதற்காக மொட்டை அடித்தோ அல்லது வேறு எந்த வகையிலோ தன் அழகை சிதைத்துக் கொள்வது தற்கொலை செய்து கொள்வது போலாகும். அதனால ஊரை விட்டு வெளியேற ஒத்துக் கொண்டாள்.

ஆனால் பல விஷப்பாம்புகளிடம் தப்பி பல்லு பிடுங்கப்பட்ட ஒரு பாம்பிடம் சிக்கும்படியாகி விட்டது! உயிருக்கும் உடமைக்கும் பாதிப்பில்லை! எஸ்டேட்டில் வேலை பார்க்கும் பிற தொழிலாளர்கள் போல் பனியிலும், மழையிலும், அட்டைக் கடியிலும் அல்லல் படாத வேலை; ஸ்டோர் ரூமில் ஏலக்காய்களைத் தரம் பிரிக்கும் வேலை; இதமான வெப்பநிலையில் வேர்க்காத வேலை அவளுக்கு ஒதுக்கி இருக்கிறார். எந்தக் குறையும் இல்லாத நிலையில் தனக்காகத் தவம் கிடக்கும் மேனேஜரின் விருப்பத்துக்குச் சம்மதப் பட்டாள். வாரத்திற்கு இரண்டு நாளோ மூன்று நாளோ மேனேஜரும் பங்கஜமும் ரகசியமாக பங்களாவில் சந்தித்தார்கள். இருவரும் இன்னொரு குழந்தை உருவாகாமல் இருப்பதில் உடன்பட்டார்கள்! இருவரும் கவனமாகவும் இருந்தார்கள்! இப்படியான வாழ்க்கையில் சின்னச் சின்ன உறுத்தல்கள் அவ்வப்போது வரும். கண்டு கொள்ளாமல் இருக்கப் பழக வேண்டியதிருந்தது. ஆனால் இப்போது, எஸ்டேட்டில் பக்கத்துவீட்டில் கொலைக் குற்றவாளிகளைக் குடிவைத்திருப்பதும், அவர்கள் போகும்போதும் வரும்போதும் பங்கஜத்தை விழுங்குவது போல் பார்ப்பதும் எரிச்சலாக இருக்கிறது. சொல்ல வேண்டியவங்ககிட்ட சொல்லியாச்சு. இனிமே நடப்பதைப் பார்ப்போம்.

ரெங்கசாமியின் வலதுகையில் சுருட்டு கனன்று புகையை அவரது பெருமூச்சுடன் சேர்ந்து உமிழ்ந்தது. சுற்றிலும் விரவியிருந்த வெண்பனிப்படலத்தில் அப்புகை ஊர்ந்து கலந்தது.

விடியலில் வெளியே போக, பாண்டியன் வகையறா கொஞ்ச தூரம் எட்டி நடந்தனர். வேல்க்கம்பு சுப்பையா நாலா பக்கமும் சுற்றிப் பார்த்து விட்டு ரகசியம் பேசும் குரலில் “மச்சான், குரங்காட்டி மகள்- மண்ணுக்குள்ள ஆறுமாசம் புதைச்சுவச்ச ஒருமரத்துக் கள்ளாட்டம் சும்மா நச்சுன்னு இருக்கா மச்சான். குண்டிக்குகீழ விழுகிறமுடியும், மூக்கும், முழியும் நம்ம சீத்தூரு ஆண்டாளு கணக்கா இருக்கா! கொம்புத்தேனு கிட்டத்திலே இருக்கு. விட்டுறக் கூடாது மச்சான்”

“லே ஆக்கங்கெட்ட கூக, ஒருமரத்துக் கள்ளு”ன்னு சொன்ன சரி. தெய்வப்பிறவி ஆண்டாளாட்டம்னு சொல்திியே அதை எப்படிலே தொட்டு அனுபவிக்கிறது?”

“மச்சான், ஆண்டாளு கணக்கான்னு ஒரு உவமானத்துக்கு சொன்னேன். நீரு ஒருக்கா அவளைப் பாரும்! அப்புறம் சொல்லும்...”

“லேய், நம்மாளுங்க எல்லாத்துக்கும் சொல்றேன் கேட்டுக்குங்க. முன்ஜாமீன் கிடைச்சு முதல்ல காலூனி நின்னுக்குவம். பிறவுதான் மத்ததெல்லாம்! அதுவரைக்கும் முதலாளிகிட்ட நம்பிக்கையையும் நல்ல பேரையும் வாங்கப் பார்க்கணும். நம்ம குணத்தை இப்பவே காட்டிணோம்னா நமக்கு ஒண்ட, உக்கார, உண்ண இடமில்லாமப் போயிரும்.! அதனால வெகு சாக்கிரதையா இருக்கோணும்!” என்றார் பாண்டியன்.

□

29

இன்று ஆண்கள் பழமெடுக்கும் காட்டுக்குப் பாண்டியனது ஆள்களை அழைத்துப் போனார் ரெங்கசாமி. எஸ்டேட்டில் இருந்து ஐந்துகிலோ மீட்டர் தூரம் இருக்கும். ரோடு வளைந்து வளைந்து உச்சிமலை நோக்கி ஏறியது. பாண்டியன் ஆள்கள் புஸ்ஸு புஸ்ஸு என்று மூச்சிறைக்க இடுப்பைப் பிடித்துக் கொண்டு நடந்தனர். குரங்குவிரட்டி பம் பம் என்று இருமுறை குழலூதி ஐந்துநிமிடம் கழித்து ஒற்றைஒலி எழுப்பினார். மேல்ரோட்டில் ராமர்கங்காணி மேற்பார்வையில் ஆண்கள் பழமெடுத்துக் கொண்டிருந்தனர். மேலே ஏறிச்செல்லச் செல்ல அடர்ந்த காடு கும்மிருட்டாக இருந்தது. பெரிய பெரிய கொசுக்கள், சிறுபூச்சிகள் சுற்றிச் சுற்றி வந்தன. வேல்க்கம்பு சுப்பையா ரெங்கசாமியிடம் கேட்டார். ‘‘ஏ பெரியாம்பிளே, பகல்லையே அமாவாசி இருட்டாட்டம் இருக்கு. கொசுக்க ஆளைத் தூக்கிரும் போலிருக்கு! ஆனைக திரியும் போலிருக்கு; இதுக்குள்ள எப்படி வேலை செய்ய?’’

“ஆமாண்ணே... இதுக்குள்ளதான் ஒரு பழம்கூடத் தப்பீறாம பழமெடுத்துப் போகணும்! வகுத்துப் பிழைப்பை ஓட்டி ஆகணுமே, வேற என்ன செய்யிறது? “ என்று குரங்குவிரட்டி அங்கலாய்த்தார்.

இரண்டாவது நிறையை முடித்து ஏலப்பழப் பைகளோடு ஆண்கள் ரோடேறிக் கொண்டிருந்தனர். ரெங்க்சாமி அங்கிருந்த கண்காணி ராமரை, பாண்டியனுக்கு அறிமுகம் செய்தார். பாண்டியன் ஆண்களை நோட்டமிட்டார். அவர்கள் இடுப்புச் சாக்குப்பையை அவிழ்த்துச் சேகரித்த பழங்களை பெரியசாக்கில் கொட்டி சாக்கை உதறி இடுப்பில் கட்டினர். சிலர் ரோட்டோரமாய் மரத்துமறைவில் ஒதுங்கி பீடிகளைப் புகைத்தபடி சிறுநீர் கழித்தனர். சிலர் ரோட்டோரக்கல்கள் மீதமர்ந்தனர். அரிவாள்காரரும், வேல்கம்பரும் மாறி மாறிச் செருமினர். பாண்டியன் ராமரிடம் கேட்டார். ‘‘என்ன கங்காணி, ஆளுக அதுக்குள்ள உட்காந்திட்டாக.’’

“ஆமாண்ணாச்சி, இப்பத்தான் ரெண்டுநிறையை முடிச்சிட்டு கையைக் கால உதறி இளைப்பாறி நிக்கிறாக. ஒரு பத்துநிமிஷத்தில் பீடி குடிக்கிறவங்க, வெத்தலை போடறவங்க, அவங்கவங்க உடம்பை சூடாக்கிட்டு அடுத்த நிறையைப் பிடிப்பாக. யாரையும் சும்மா உட்கார விடமாட்டோம்!’’

பாண்டியன் சிகரெட்டை ஊதிக்கொண்டே ‘‘ஏய்யா கங்காண அவங்களை நிறைபிடிச்சு வேலை பாக்கச் சொல்லுன்னா... சம்பந்தமில்லாமல் எதையோ பேசிற. நான் முதலாளியோடஆளா சொல்றேன். நீரு கேட்கமாட்டியலோ...’’

“அண்ணாச்சி, முதலாளிக்கும் தெரியும். ஒரு நிறை முடிச்சப் பிறவு செத்தவடம் இளைப்பாறிட்டுத்தான் அடுத்த நிறை பிடிக்கமுடியும். தன் தரையிலையா வேலை பாக்கிறாக? நெத்திமேட்டு ஏத்தத்தில ஏறி மனுஷன் செடிக்குச் செடி குனிஞ்சு நிமிர்ந்து பழம் தவறவிடாமல் எடுக்கிறதைப் பார்த்து அவங்க பின்னாடியே கண்கொத்திப் பாம்பா அலையறவனுக்கில்ல தெரியும். எப்படி வேலை வாங்கிறதுன்னு.” என்று ராமர் குரலுயர்த்தினார்.

அரிவாள்காரரர் கத்தினார், “யோவ் கங்காணி,, அண்ணாச்சி யாருன்னு தெரியுமாலே. திருனவேலி ஜில்லாவே அண்ணாச்சி பேரைக் கேட்டாலே மோளும்! நீரு பாட்டில இந்த இரைச்சல் இரையதீரு.! உங்க முதலாளி எங்களை எம்பூட்டு மதிக்கிறாகன்னு தெரிஞ்சுகிட்டு பேசும்லே!”

முன்கோபியான ராமருக்கு பட்டமிளகாயைக் கடித்தது போல் கோபம் சுள்ளென்று ஏறியது. ‘‘யோவ், நீங்க யாருய்யா எங்களை வேலை வாங்கிறதுக்கு? முதலாளி எங்களை கங்காணிக்க இன்னின்னாரு வருவாங்கன்னு சொல்லலை. நீங்க உங்கூர்ல எவ்வளவு பெரிய ரவுடியா இருந்தா எங்களுக்கு என்ன? நாங்க உழைக்கிறோம்; கால்வயித்துக் கஞ்சி குடிக்கிறோம். முதலாளி மதிக்கிற ஆளுகன்னு சொல்றீங்களே, உங்க செல்வாக்கை வச்சு முதலாளி கிட்ட சொல்லி எங்க உழைப்புக்கேத்த கூலியை வாங்கிக் குடுத்திருங்க! அப்புறம் நீங்க சொல்லுறபடி வேலை செய்யிறோம்!” என்று ராமர் பதில் சத்தம் கொடுத்தார். வேல்க்கம்பு சுப்பய்யா வேகமாய் ஓடி ராமரின் சட்டையைப் பிடித்து உலுக்கி ‘‘யாரைப் பார்த்துலே ரவுடினே? உடம்பை ரெண்டா வகுந்திருவேன்’’ வேலையாளுக ஐந்தாறுபேர் மின்னலாகப் பாய்ந்து ராமரை விடுவித்து சுப்பையாவை ஒருதள்ளு தள்ள, ரோட்டுக்கங்கில் போய் விழுந்தார்.

“லே எங்காளையா கை வைக்கிற....”என்றபடி. வேட்டியை மடித்துக் கட்டிக்கொண்டு பாண்டியன் ராமரை நோக்கிப் பாய்ந்தார்.

குரங்குவிரட்டி தலையிட்டு “அண்ணாச்சி, வேலை செய்யிற இடத்தில் ஆத்திரப்பட்டு நடந்துக்கிறது ரெண்டுபேருக்கும் நல்லதில்லை. வந்தமா பார்த்தமான்னு போங்க! எதுவா இருந்தாலும் நீங்க முதலாளி கிட்ட பேசிக்கிங்க.’’ என்று பாண்டியனை

விலக்கிவிட்டு ‘‘பேச்சை விடுங்க ராமரு. அண்ணாச்சி நம்ம முதலாளியோட விருந்தாளியா வந்திருக்காரு. எதோ ஆர்வக் கோளாறுல வேலையைப் பத்தி தெரியாமப் பேசிட்டாரு. பெருசா எடுத்துக்க வேணாம். நம்ம மேனேஜருகிட்ட பேசிக்கலாம்!’’ என்று சொல்லிவிட்டு பாண்டியன் ஆளுகளை அழைத்துப் போனார்.

வேலையாளுகள் நிறையைப் பிடித்தனர். சுப்பைய்யாவும் குருசாமியும் முறைத்தபடியே சென்றனர். பாண்டியன் ஆளுகள் கொதிப்போடு இருந்தனர். குரங்குவிரட்டியை வைத்துக்கொண்டு எதுவும் பேசக் கூடாது என்று மௌனமாக நடந்தனர். திரும்பும்பாதை இறக்கமானதால் அவர்களது கவனம் கல்தடுக்கிவிடாமல் நடப்பதிலே இருந்தது. ரெங்கசாமிக்கு சந்தோஷம் !ராமர், பாண்டியனை நல்லாவே கேட்டார். வேலையாளுக தள்ளினதில் ரோட்டுக்கங்கில் மோதியதில் நிச்சயம் காயம் பட்டிருக்கும். இனி அவனுங்க நம்ம எஸ்டேட் ஆளுகளை பயமுறுத்தறது எடுபடாது!

பழமெடுக்கிற ஆண்கள் இந்த பாண்டியன் ஆளுகளோடு நடந்த மோதலை ஆக்ரோசமாகப் பேசியவாறு பழமெடுத்தனர். ராமர் எல்லாருக்கும் நன்றி சொன்னார். நாம ஒத்துமையா எல்லாரும் எதிர்க்கவும் அடியாளுக அடங்கிப் போனார்கள் !இனி நம்மாளுகளைப் பார்த்து சுண்டுவிரலைக்கூட நீட்டமாட்டார்கள்! இப்படியாளுகளை முதலாளி நம்பினால் அவருக்குத்தான் கெட்டபேரு வரும்.

முதலாளி கிருஷ்ணராஜாவின் அப்பா காலத்தில் மலையடிவாரத்துத் தோட்டங்களுக்கு காவல்பணிகளை முத்தைய்யா குடும்பம் பார்த்தது. அந்தத் தோப்பில் விளைந்த மாம்பழங்களைக் களவாட வந்தவர்களோடு ஏற்பட்ட மோதலில் வெட்டுப்பட்டு முத்தைய்யா இறந்து போனார். முத்தைய்யா குடும்பத்தார் மீதான அன்பினால் அவரது மகன் பாண்டியனுக்கு மலையடிவாரத்து நிலங்களையும் தோப்புகளையும் பராமரித்து சாகுபடி செய்யும் பொறுப்பு கொடுக்கப் பட்டது. ராஜபாளையத்து மனிதர்களுக்கு மேற்குமலை அடிவாரத்தில் தோப்பு துரவுகளும் சோலைகளும் வைத்திருப்பது பாரம்பரியப் பெருமையாகக் கருதப்படுகிறது. கடுங்கோடையில் வெப்பம் தணிக்கும் தங்குமிடம் அங்கிருந்தது. புரட்டாசி, மாசி மாதங்களில் அவர்களது குலதெய்வ வழிபாடுகளும் அங்குதான் பாரம்பரியமாக நடத்தப்பட்டு வந்தது. வியாபார விஷயங்களைப் பேசுவது; விருந்தினர்களை குளுமையான சூழலில் வரவேற்று உபசரிப்பது போன்றவற்றிற்கு மலையடிவாரச் சோலைத் தோட்டங்களே பயன் படுத்தப்பட்டன. இவை எல்லாவற்றிலும்

முக்கியமானது ஒரு கோடைஇரவில் இந்தச் சோலையில் தங்கி இருக்கும்போது தான் லட்சுமியம்மாள் குழந்தைத் தோற்றத்தில் இவரின் தாத்தாவின் கனவில் அடையாளம் காட்டிச் சொன்ன இடத்தில் நூறு ஏக்கர் ஏலத்தோட்டம் வாங்கினார். அவர் காலத்தில் நூறுஏக்கர் அறநூறாகியது. இவரது அப்பா இரட்டிப்பாக்கி ஆயிரத்து இருநூறு ஆக்கினார். இவர் இதைக் காப்பற்றப் பெருமுயற்சி செய்து வருகிறார்.

பாண்டியன் இவர்களது தோட்டத்தைப் பார்த்துக் கொண்டாலும் சாதிப்பெருமிதம் அதிகம். சுற்றுக் கிராமங்களில் சாதிப் பஞ்சாயத்துகளில் ஈடுபடுவது; சிறுசிறு கலவரங்களில் ஈடுபடுவது; அரசியல்வாதிகளோடு தொடர்புவைத்துக் கொண்டு ஆள்களைப் திரட்டுவதுமாக வளரத் தொடங்கினார். கிருஷ்ணராஜாவின் அப்பா பாண்டியனை அழைத்துக் கண்டித்துச் சொன்னார். இதனால் பாண்டியன் தனது தம்பி குடும்பத்தாரை தோப்புத் துரவுகளைப் பார்க்க ஏற்பாடு செய்து கொடுத்தார். இப்போது மலையடிவாரத் தோட்டப் பராமரிப்பு சிக்கலில்லாமல் போய்க் கொண்டிருக்கிறது. கடந்தமாதம் நடந்த ஒரு கோஷ்டிச் சண்டை கொலைவழக்கில் சிக்கி முன்ஜாமீன் கோரி தலைமறைவாக இருந்த பாண்டியன், முதலாளி தயவை நாடினார். முதலில் தர்மசங்கடமாக உணர்ந்த முதலாளி எஸ்டேட்டில் நடக்கும் தொழிலாளர் பிரச்சினையில் பாண்டியனைப் பயன்படுத்தி மிரட்டிப் பார்க்கலாமே என்ற நப்பாசையில் பதுங்கி இருக்க அனுமதித்தார்.

முதலாளி கிருஷ்ணராஜாவுக்கு துரைச்சாமி கணக்குப்பிள்ளை போன் மூலம் அனுதினம் இரவு எட்டுமணிக்கு எஸ்டேட் நடப்பை எல்லாம் சொன்ன பிறகே தூங்குவார். இதேபோல மேனேஜருக்கும் தகவல் போகும். அவரும் இரவு ஒன்பதுமணிக்கு முதலாளிக்குத் தகவல் சொன்ன பிறகே வேறு வேலை பார்ப்பார். வாரத்திற்கு இருமுறை உடும்பன்சோலையிலோ சாந்தாம்பாறையிலோ வட்டப்பாறை எஸ்டேட்டிலிருந்து ஏலக்காய் எவ்வளவு கிலோ வந்தன. ஒரு கிலோ எத்தனை ரூபாய்க்கு ஏலம் போனது? எவ்வளவு கிலோ ஏலத்தில் விற்கப்பட்டது; இதில் எவ்வளவு வட்டப்பாறை எஸ்டேட் கணக்கில் வரவு வைக்கப்பட்டுள்ளது. எவ்வளவு அன்றாடச் செலவுக்கு எடுக்கப்பட்டுள்ளது. என்ற விவரங்கள் ஏல அலுவலகத்திலிருந்தும் வங்கியிலிருந்தும் முதலாளிக்குத் தகவல்கள் சொல்லவும் ஏற்பாடுகள் உண்டு. மேனேஜருக்கும் குரங்குவிரட்டிக் காவலர் ரெங்கசாமி மகளுக்கும் உள்ள தொடர்புவரைக்கும் முதலாளிக்குத் தெரியும்.! எஸ்டேட் நிர்வாகத்தைப் பாதிக்காத

வரையில் மேனேஜரது தனிப்பட்ட விஷயங்களில் தலையிடமாட்டார். கிருஷ்ணராஜா இவ்வளவு தகவல்களையும் ஒருங்கிணைத்து ராஜபாளையத்திலிருந்தோ சென்னையிலிருந்தோ எஸ்டேட்டின் உண்மை நிலவரத்தை மதிப்பீடு செய்து நிர்வாகத்தை நடத்திவருகிறார். இவருக்கு உதவியாக ஆடிட்டர், வக்கில் நண்பர்கள் ஆலோசனைகள் கூறுவர்!

இந்த நண்பர்கள் கொடுத்த ஆலோசனைகள் படியே எஸ்டேட்டில் கைப்பாவை சங்கம் ஒன்றிருந்தால் கம்யூனிஸ்ட் சங்கத்தை உள்ளே நுழைய விடாமல் தடுக்கலாம். இதனால் செலவும் பிரச்சினைகளும் குறையும்!. சிவகாசி காங்கிரஸ் எம்.பி. மூலமாக கேரளத்தின் காங்கிரஸ் எம்.பி ஒருவரின் வழிகாட்டுதலில் வட்டப்பாறை எஸ்டேட்டில் காங்கிரஸ் தோட்டத்தொழிலாளர்கள் சங்கம் உள்ளே நுழைந்தது. அந்தச் சங்கத்தின் சார்பாக தேவிகுளம் தொழிலாளர்கள் நல அலுவலகத்தில் கொடுக்கப்பட்ட நோட்டீஸ் பெயரளவில் பதிவு செய்து கிடப்பில் போடுவர் என்று எதிர்பார்க்கப்பட்டது. ஆனால் கோட்டிநாயக்கர் யானை தள்ளிவிட்டு இறந்தவிவரம் சங்கம் மூலம் பத்திரிகைகளில் செய்தியானது. இதைத் தொடர்ந்து தொழிலாளர் நலஅலுவலர் இறந்துபோன கோட்டி நாயக்கர் குடும்பத்துக்கு இழப்பீடு கொடுக்கவும், எஸ்டேட் தொழிலாளர்கள் பிரச்சினை குறித்து பேச்சுவார்த்தை நடத்த வருமாறு தாக்கீது அனுப்பினார். எஸ்டேட்டுக்கு வந்து தொழிலாளர்களிடம் நயந்து பேசியும், அவர்களது ஒற்றுமையை உடைத்தும் மேனேஜர் மூலம் ஒரு செட்டில்மென்ட்டுக்கு வந்துவிடலாம் என்று நினைத்ததும் நடைபெறவில்லை.

இதே சமயத்தில் கேரள வனத்துறை, யானைக்கடவு தடத்தில் ஏல விவசாயப்பணிகள் விரிவாக்கம் செய்தது குறித்தும் இதனால் ஏற்பட்ட மனித உயிரிழப்பு குறித்தும் விளக்கம் கேட்டு தாக்கீது அனுப்பி இருந்தது.

இந்தச் சமயத்தில் லட்சுமியம்மாள் கோயிலில் மாரியம்மாள் என்ற பெண்மீது சாமிவந்து லட்சுமியம்மாளே நிம்மதி இல்லாமல் குமுறுவதாகச் சொன்னது இவருக்கு மனக் கலக்கத்தை ஏற்படுத்தியது. இந்தத் தருணத்தில் பதுங்கவந்த பாண்டியன் மூலமாக மெல்ல மிரட்டிப் பார்க்க முயற்சி பண்ணலாம் என்றால் தொடக்கத்திலேயே பாண்டியன் மீது அதிருப்தியும் புகாரும் நிர்வாகத் தரப்பிலிருந்தே வருகிறது. பாண்டியனுக்கு முன்ஜாமீன் கிடைத்ததும் அவரைக் கீழே அனுப்பிவிடலாம். இப்போது காய்விளைச்சலும் நன்றாக இருக்கிறது.! விலையும் கிலோவுக்கு நானூறுரூபாய் வரை

கிடைக்கிறது! தொழிலாளர்களும் பஞ்சம் பிழைக்க வந்தவர்கள் நன்றாகவே வேலை பார்க்கிறார்கள். யூனியன் மூலம் பேச்சுவார்த்தை நடத்தும் சாக்கில் மெல்ல இழுத்தால் இந்த சீசன் முடியும் நேரத்தில் ஒரு செட்டில்மென்ட் போட்டு ஒரு தொகையைக் கொடுத்து கோடையில் கீழே அனுப்பிடலாம். அடுத்த சீசனுக்கு புது ஆள்களைக் கொண்டு வந்து சமாளிக்கலாம். என்று முதலாளி கிருஷ்ணராஜாவின் சிந்தனை விரிந்தது.!

□

30

ரவி வழக்கம் போல மாடுகளைப் பற்றிவந்து புல்மேட்டில் விட்டான். மாடுகள் சித்திரன் மாடுகளோடு சேர்ந்து மேய்ந்தன. சித்திரன் ரவியிடம் "வாங்கய்யா, இன்னிக்கு உங்ககிட்டே ஒருசேதி சொல்லனும். சதுரப்பாறை எஸ்டேட் முதலாளி புதுசா ஒரு பதினைந்துவயசுப் பிள்ளையை கூட்டி வந்து வைத்திருக்கிறாராம்! அந்தப் பிள்ளையோடதான் குதிரைச் சவாரி, கார் சவாரின்னு திரியறாராம். அந்தப்பிள்ளை அழகா இருந்தாலும் தட்டைக்குச்சிக் கணக்கா இருக்குதாம். அப்பிராணியா முழிக்குதாம். அவங்க ரெண்டுபேத்தையும் பார்த்தா அப்பா மக மாதிரி தெரியுது! அந்தப் பிள்ளையையும், அம்மா, அப்பாவையும் தனி பங்களாவில வச்சு ராசபோகமா கவனிக்கிறாங்களாம். பாவம்! இந்தப் பிள்ளையையும் உறிஞ்சி சக்கையாக்கி தூக்கி எறிஞ்சுட்டுப் போயிருவாரு முதலாளி! என்ன ஒரு நிம்மதின்னா. இந்தப் பிள்ளை இருக்கிறவரைக்கும் முதலாளி எஸ்டேட்டுக்குள்ள வேற யாருக்கும் தொந்தரவு கொடுக்க மாட்டாருன்னு பேசிக்கிறாக!"

சித்திரன் சொல்லச் சொல்ல ரவியின் முகம் சுருங்கி அழுவது போல் இருண்டது. சித்திரன் கேட்டார்; "என்னய்யா உடம்புக்கு சரியில்லையா.

"ஒன்னுமில்லை தாத்தா... எங்க எஸ்டேட்டில் இருந்துபோன பிள்ளைதான் அது! நல்ல பிள்ளை. எங்கிட்டகூட ரெம்பப் பிரியமா இருக்கும்.! அந்தப் பிள்ளையோட அம்மா அப்பா சரியில்லை! நியாயம் அநியாயம் தெரிஞ்சு தட்டிக் கேட்க ஆளில்லைன்னா இப்படிப்பட்ட அக்கிரமங்கள் நடக்கத்தான் செய்யும்! ஆனால் இப்படிப்பட்ட முதலாளிகள் எவ்வளவு காசு பணமிருந்தாலும் அதற்கான பலனை அனுபவிச்சுத்தான் தீரனும்! தப்பிக்க முடியாது!" என்று ரவி பெருமூச்சு விட்டான்.

"அடேயப்பா, ரவி படிச்ச பிள்ளைன்னு காட்டிட்டீக! எவ்வளவு பெரிய விஷயமெல்லாம் பேசுறீங்க!" என்றார் சித்திரன். ரவி கூச்சப்பட்டான்.

ரோட்டில் ஜீப்சத்தம் கேட்டது. சாந்தாம்பாறையிலிருந்து வருகிறது போலிருக்கு. டிரைவர் மட்டும் இருக்கிறதால ஏலத்துக்கு ஏலக்காய் ஏத்திட்டுப் போக வரும்போல! ஆனா இன்னிக்கு செவ்வாய்க்கிழமை ஏலம் இருக்காதே..... என்றார் சித்திரன்.

‘‘என்னமோ புரியலை. ஜீப் திரும்பி வரும்பொழுது தெரிஞ்சிரும்!’’ என்று சொன்னபடி மாடுகள் சரிவில் மேய்கிறதா என்று பார்த்துவிட்டு ரோட்டுப் பக்க ஓடையில் தண்ணீர் குடிக்கப்போனான். ஜீப் திரும்பி வந்தது. பாண்டியனின் ஆட்கள் இருந்தனர். இவனைப் பார்த்துக் கையசைத்தனர். இவனும் கையசைத்தான்! அவர்களது கைகளில் ஆயுதமில்லாமல் இருந்ததை இப்போதுதான் பார்க்கிறான்! ஒருவேளை ஊருக்குப் போகிறார்களோ. சரி, அவர்களில்லை என்றால் எஸ்டேட் நிம்மதியாக இருக்கும் என்று மகிழ்ந்தான்!

சித்திரக்கிழவனிடம் ரவி கேட்டான் “ஏந்தாத்தா, உங்கவீட்டுப் பக்கம் டெலிபோன் ஆபிஸ் எதுவும் கட்டுறாங்களா தாத்தா

‘‘ஆமாங்யா உங்களுக்கு எப்படித் தெரியும்’’

“ஞாயித்துக்கிழமை சாந்தாம்பாறையில கூப்பன்கடையில கண்ட்ரோல் விலை பச்சரிசியும்,கோதுமையும்,சக்கரையும் வாங்கிட்டு இருந்தோம். அப்போ பக்கத்திலிருந்த டெலிபோன் ஆபிசிலிருந்து பெரிய பெரிய சக்கரங்களுக்கு நடுவில தடிச்ச டெலிபோன் வயரு சுத்தியிருந்த சக்கரங்களை நாலு நாலுபேரா பாட்டுப் பாடிகிட்டே தள்ளிட்டுப் போனாங்க! அந்தப் பாட்டு தமிழில் தான் பாடுனாங்க! நல்லா இருந்துச்சு! எங்கம்மா கிட்டே கேட்டேன். ஏம்மா பாட்டுப் பாடிகிட்டே தள்ளுறாங்கன்னு. பாட்டுப் பாடிகிட்டே தள்ளினா அலுப்பு இருக்காது. உடல்வலி தெரியாதுன்னு அம்மா சொல்லுச்சு. தாத்தா அந்தப் பாட்டை பாடிக் காமிக்கவா...’’ என்று சொன்ன ரவி பாட்டைப் பாடினான்!

“இந்தாத் தள்ளு ஐலசா......இழுத்து தள்ளு ஐலசா.... பள்ளம் வருது ஐலசா........ பார்த்து தள்ளு ஐலசா...!. வேகம் போகுது ஐலசா...! பிடிச்சுத் தள்ளு ஐலசா....! மேடு வருது ஐலசா...! முட்டித் தள்ளு ஐலசா..... இப்படி பாடிகிட்டே தள்ளிகிட்டுப் போனாங்க!! இவுங்க தள்ளும்போது நம்மளும் கைபிடிச்சுத் தள்ளணும் போல இருக்குது! ஏந்தாத்தா இப்படி கஷ்டப்பட்டு வேலை பார்க்கிறவங்க எல்லாம் தமிழ்க்காரங்களா இருக்காங்க. மலையாளிக ஒருத்தரைக்கூடக் காணோமே...!’’

“நீங்க படிச்சபிள்ளை நுப்பமா கேக்கிறீக. நம்ம பாண்டிக்காரக இங்க பஞ்சம் பிழைக்க வந்து கிடைச்ச கூலிக்கு உழைக்கிறோம். இங்கிருக்க படிச்ச மலையாளிக நாடுவிட்டு நாடு போயி உடல் நோகாமா பிழைக்கிறாக.! படிப்பு குறைஞ்சவுக பெரிய பெரிய ஊருகள்ள போயி டீக்கடை வச்சாவது பிழைக்கிறாங்க! வருஷத்துக்கு ஒரு தடவை ஊரு எல்லையை மிதிச்சு சொந்த பந்தங்களோடு ஒறவாடிட்டுப் போறாங்க! நம்மாளுக தான் பெரியசாதி, எளியசாதின்னு பிரிஞ்சு மாங்குமாங்குன்னு கட்டாத கூலிக்கு

ஒழைச்சு மாயறோம்....! உழைச்சக் காசை வச்சு சந்தோஷமா இருக்கத் தெரியாம தின்னும், குடிச்சும் அழிக்கிறோம். இங்க உள்ள எந்தத் தோட்டத்திலும் கூலிவேல பார்க்கிற மலையாளிகளை பார்த்ததும் இல்லை! கேட்டதும் இல்லை! நீங்களும் நாளைப் பின்ன போகவரப் பார்த்து இந்தக்கிழவன் சொல்றது தப்பா ரைட்டான்னு புரிஞ்சிக்குவீங்க!" ரவி கிழவர் சொல்லுவதை மனசுக்குள் ஓடவிட்டு யோசித்தான்.

★★★

அன்று எஸ்டேட்டில் சக்கிலியர் வளைவில் காலையில் இருந்து ஒரே பரபரப்பு. சீனிக்கங்காணியின் இரண்டாவது மகள் ராஜியைக் காணவில்லை! ராத்திரி ஏழு மணிக்கு சாப்பிட்டுவிட்டு எப்போதும் போல அவளது அம்மாவுக்கும் அக்காவுக்கும் நடுவிலே படுத்தாள். காலையில் நாலு மணிக்கு எழுந்து அடுப்பு பத்த வைக்கும்போது அவள் இல்லை! சரி, எழுந்து கொல்லைக்குப் போயிருப்பாள் என்றிருந்தார்கள். பளப்பளன்னு விடிந்துவிட்டது. பரெட்டுமணி அடிச்சிருவாங்க; சாப்பிட்டுவிட்டு கிளம்பனும் சேட்டக்காரப் பிள்ளை எங்கே போனாள் என்று அம்மா ஜக்கி பெண்கள் கொல்லைக்கு ஒதுங்கும் பக்கம் எல்லாம் தேடினாள். யானை நடமாட்டம் இல்லை. கரடி சிறுத்தை நடமாட்டம் இந்த குளிர்ச்சியான பகுதியில் இருக்காது. பாதை தவறிவந்த தடமுமில்லை. ரத்ததாரையும் இல்லை! இந்தப் பக்கம் குரங்குக தான் தொல்லை கொடுக்கும். ஆனால் குரங்குகள் இந்தக் குளிர்ந்த வேளையில் வராதே? வெயிலேறினாத் தானே வெளியே தலை காட்டும்! ஜக்கியும் அக்கா பொம்மியும் கதறியபடி வீட்டுக்கு வந்தார்கள்.

அக்கம் பக்கத்தில் இல்லை !கொல்லைக்குப் போன இடத்திலும் இல்லை. அவசோட்டுப் பிள்ளைகளுக்கும் தெரியலை. ஒரு வேளை கொல்லைக்கு ஒதுங்குன நேரம் இந்தப் பாண்டியன் ஆளுக கைவரிசையை காமிச்சிட்டாணுங்களோ? அவனுகதான் போற வார பொம்பிளைகளை வெறிச்சு வெறிச்சு முசக்குட்டியை மூக்குவிடைச்சு பார்க்கிற நாய் மாதிரி மூஞ்சியை வச்சுகிட்டு திரிஞ்சானுக என்ற நினைப்பு வந்ததும் சீனி சூரிக்கத்தியை இடுப்பில் சொருகிக் கொண்டார். கையில் ஆளுயர நாங்கில் கம்பையும் எடுத்துக் கொண்டார். துணைக்கு மூத்தமகன் மணிகண்டனை அழைத்துக் கொண்டு பாண்டியனின் வீட்டுக்குப் பின்னாலும் அவர்கள் புழங்கும் இடங்கள் எல்லாம் அலைந்தார். ராஜி ஆசையோடு தலையில் வைத்துக் கொள்ளும் செவ்வந்திப்பூ சிதறிக்கிடக்கா....அவள் போட்டிருந்த துணி கிழிசல் இரத்த சிதறல் எதுவும் கண்ணில்

படுதா என்று பலப்பல யோசனைகளோடு அங்குமிங்கும் தேடித்திரிந்தார். ஒரு தடையமும் தகவலும் கிடைக்கவில்லை. மண்டை வறண்டது. கஞ்சா சிகரெட்டை உள்ளிழுத்துக் கொண்டே கண்சிவந்து முகம்கருத்து திரிந்தார். பரெட்மணி அடித்து எல்லோரும் மஸ்டருக்கு போய்க் கொண்டு இருந்தனர். சீனி, மகனுடன் பேசிக்கொண்டு இருக்கும் பாவனையில் முதல் குடியிருப்பு அருகே ஒதுங்கி நின்றார். பாண்டியனும் அடியாட்களும் போய்க் கொண்டிருந்தனர். அவர்களது முகத்தில் மாற்றமில்லை. சீனி அருகே வீரன் பதற்றத்தோடு தலைகுனிந்து நின்றான்.

சீனி பேசுவதற்குள் வீரனே முந்திக் கொண்டு உடைந்த குரலில், "மாமா... சின்னவீரனையும் காணோம் மாமா. விடியக் காலையில எந்திருச்சதில இருந்து தேடிட்டோம். எங்கையும் அம்புடலை!"

"அட வக்காலி. முன்னாலையே சொல்லி இருக்கலாமில்ல!"

"இல்ல மாமா, சங்கிலி தாத்தன் கிட்டே சொன்னேன்: சின்ன வீரன் பயந்தபய வேற எங்கேயும் போயிருக்க மாட்டான். இங்கதான் எங்கையாவது இருப்பான்னு சொன்னாரு! நாங்க இந்தக் கடவேத் தேடிப் பார்த்துட்டோம்....."

சீனி சொன்னார்: "பொறுதாயி, எஸ்டேட்டில் பணம் தருவாங்க. தையில அக்காளுக்கு முடிச்சிட்டு, மாசியில உனக்குப் பிடிச்ச மாதிரி முடிச்சிருவோம்னு சொன்னேன். னோலிமக அவசரப்பட்டுட்டா. சரி, ஒந்தம்பி ஒங்கிட்ட எதுவும் சொன்னானா?" கஞ்சாப்புகையோட தொண்டையில் அருவிய எச்சிலைக் காறித்துப்பி தொடர்ந்தார்.

"சரி, மாப்பிள்ளை, விடியறதுக்கு முன்னே ரெண்டுபேரும் மலைக் காட்டுவழி தேவாரமெட்டு போயிருக்கமுடியாது. மேற்குமுன்னா இறங்கி சாந்தாம்பாறை வழியா பஸ் ஏறியிருந்தாத்தான், வேறவழி இல்லை! சரி, மணிகண்டா! நீ அம்மாகிட்ட பணம் வாங்கிட்டு சாந்தாம்பாறை, பூம்பாறை, போடிமெட்டு வண்டிகள்ள பாரு! பஸ் ஏழு மணிக்குத்தான்! கண்ணு கொஞ்சம் விரசா போனீன்னா மெட்டுக்கு முன்னாலேயே மடக்கிறலாம்.! சமாதானமா பேசி கூட்டியாந்துரு. மத்ததை நான் பார்த்துக்கிறேன்! மாப்பிள்ளை, நீ துணைக்கு யாரையாவது கூட்டிக்கிட்டு தேவாரம்மெட்டு வழியா தம்மினம்பள்ளிக்கு (தம்மிநாயக்கன்பட்டி) போயி நேக்கா விசாரி. அங்கில்லைன்னா... போடி பஸ்டாண்டில பாரு. தேனிக்குப் போகனும்னாலும் தேவாரம் போகனும்னாலும் கழுதைக அங்க மாட்டிக்குவாக!"

அங்கே வந்த சங்கிலி, மருமகன் சீனி பேசுவதெல்லாம் கேட்டுக் கிட்டே இருந்தவர் "சின்னவீரனும் ராஜியும் சேர்ந்து போயிருக்கணும்..! இரண்டுபேரும் துணிமணிகள் எதுவும் எடுத்துக்கிட்டு போன

மாதிரி தெரியவில்லை. ரெம்பதூரம் போயிருக்க முடியாது. அவங்க கல்யாணத்துக்கு யாரும் எதிர்ப்பு சொல்லலை. அதனால தப்பான முடிவுக்கும் போகமாட்டார்கள்! கழுதைக இங்கிட்டுதான் எங்கயாவது ஒளிஞ்சு விளையாண்டுகிட்டுத் திரியும்!'' இதே நம்பிக்கையில் சீனியும் சங்கிலியும் மஸ்டருக்கு போனார்கள்.

முற்பகல் மணி பதினொன்னு. எஸ்டேட் குடியிருப்பில் ஆள் நடமாட்டம் இல்லை. சின்னவாடன் தான் இந்தநேரம் எஸ்டேட்டை சுற்றிய நடை பாதைகளில் தொழிலாளர்கள் கழித்த மலத்தை மண்வெட்டியால் சுரண்டி அள்ளி சுற்றியுள்ள புதர்களில் எறிவார். 'கரைமேல் பிறக்க வைத்தான்; எங்களை கண்ணீரில் மிதக்கவிட்டான் என்ற பாடலை எம்ஜிஆர் போல் பாவித்துக் கொண்டு 'மலைமேல் வாழ வைத்தான் எங்களை மலத்தை அள்ள விட்டான்...வானத்தில் போறவனே இந்த அநியாயம் கண்ணில் படலையோ......என்று தன் மனம் போன போக்கில் முனகலாகப் பாடிக்கொண்டே நரகல் கவிச்சியை மறந்து வேலை பார்ப்பார்!.

எல்லாக் குடியிருப்புகளும் போல சக்கிலியர் வளைவும் வெறிச்சோடிப் போய் இருந்தது. அந்த வளைவில் மூன்றாவது வரிசை காலியாகவே கிடந்தது. முதல்வரிசையில் செல்லம் காலாடி, பெரியசாமி, குருசாமி காளியப்பன், முருகன் முதலான பறையர்கள் குடியிருந்ததனர். இரண்டாவது வரிசையில் சக்கிலியர் குடியிருந்தனர். மூன்றாவது வரிசையில் யாரும் குடியிருக்காததால் பலவகைக் களைகளும் செடிகளும் மண்டிக் கிடந்தன. நாய்கள் அந்தப்பக்கம் மழைக்கு ஒதுங்கும். குட்டிகள் ஈண்டு பாதுகாக்கும்! அந்த குடியிருப்பில் மூன்றாவது வீட்டில் யாரோ கிசுகிசுக்கும் சத்தம் கேட்டது.

"ஏய் பாவா, அங்க பாரு! வெளியே பொழுது உச்சிக்கு வந்துருச்சு. வயிறு கபகபன்னு காந்துது.. நீ பாட்டில என் தாவணியை உருவி போர்த்தி கிறங்கிக் கிடக்கிற! உனக்குப் பசிக்கிலையா எந்திரி பாவா." என்று பொய்க் கோபத்தோடு சிணுங்கினாள் ராஜி. சின்னவீரன் பேசாமல் படுத்துக் கிடந்தான். அவள் அவனை உலுக்கினாள்; உருட்டினாள். அவன் எழுந்திருக்காமல் படுத்தபடியே அவள் சொல்வதை எல்லாம் ரசித்துக் கொண்டே இருந்தான்.. "உடம்புபசி தீர்ந்துச்சில்ல! வயித்துப்பசியைத் தீர்க்க வேணாமா ஆம்பிளை!" என்றபடி அவனது தொடையை நிமிண்டினாள். அவன் துள்ளி எழுந்து உட்கார்ந்து அவளைக் கட்டிக் கொண்டு சிரித்தான். "மெல்லச்சிரி, யாரு காதிலேயும் விழுந்திறப் போகுது!" அவன் அவளைக் கட்டியணைத்து முத்தமிட்டவாறே சிரித்தான்..

“இந்தா, நான் பசியில் வெந்துகிட்டிருக்கேன். உனக்கு இன்னும் ஏத்தமெடுத்துகிட்டிருக்கு! இம்சை பண்ணாம சொல்லிட்டு சிரி!” அவன் சொன்னான் “சங்கிலி தாத்தா ஒருநாள் ஒரு கதை சொன்னார். ஒரு ஊர்ல என்னாட்டம் இளந்தாரி ஒருத்தன் காட்டில் வேலை பார்த்துகிட்டு இருந்தான். அந்த நேரம் அந்நாட்டு இளவரசி, மந்திரி மகள், சேனாதிபதி மகள் இன்னும் சில தோழிகளோடு நந்தவனத்தில் விளையாண்டுகிட்டு இருந்தாங்க. அப்போ அங்கிருந்து ஒரு மான் தப்பி காட்டுக்குள்ளே வந்திருச்சு. அதைப் பிடிக்க சேனாதிபதி மகளும், தோழியும் பின்னாலேயே ஓடி வந்தாங்க. இந்த இளந்தாரி ஒரே தாவல்ல தாவி அந்த மான்கொம்பைப் பிடிச்சு அவன் முன்னங்காலால கிடுக்கிபிடி போட்டு நிறுத்திட்டான். அவனைப் பார்த்தும் சேனாதிபதி மகளுக்குப் பிடிச்சிருச்சு. ஒருத்தரை ஒருத்தர் விரும்பினாங்க.!

ஒருநாள் அவன் அவங்கூட்டாளி கிட்ட பேசிக்கிட்டிருக்கும்போது ‘சேனாதிபதி மகள் மட்டும் எனக்கு கிடைச்சான்னா முப்பது நாளும் அன்னம் தண்ணியில்லாம அவளோடக் கிடப்பேன்!.’ என்று சொல்லி இருக்கான். இந்த விஷயம் உளவாளிக மூலமா சேனாதிபதிக்கு போயிருச்சு. ‘என் மகளைக் கட்டிக்கிறேன்னு சொல்லறளவுக்கு அவன் அவ்வளவு பெரியவீரனா, அவனைக் கட்டித் தூக்கிட்டு வாங்க’ன்னு சிப்பாய்களுக்கு உத்தரவு போட்டான் சேனாதிபதி. சிப்பாய்கள் இந்த வீரன் அசந்து தூங்கினநேரம் பார்த்து கட்டித் தூக்கிட்டுப் போய் சேனாதிபதி கிட்ட நிறுத்தியிருக்காங்க! இவனைப் பார்த்ததும் சேனாதிபதிக்குப் பிடிச்சிருச்சு. இதுக்குள்ள தோழிகள் மூலமா இவனை தன் மகள் விரும்பற விவரத்தை தெரிஞ்சுக் கிட்டான் சேனாதிபதி.

இவனிடம் விசாரிக்கும் போது தன் மகளைப் பற்றி இவன் நண்பன்கிட்ட பேசியதை ஒத்துக்கிட்டான். ஒரு அறைக்குள்ள இந்த வீரனையும் சேனாதிபதி மகளையும் சோறு தண்ணியுமில்லாமல் உள்ள வச்சு அடைச்சு சுத்தி காவலுக்கு ஆள் நிறுத்திட்டாங்க! ஒருவாரம் கழிச்சு சன்னலைத் திறந்து பார்த்தால் எந்த சத்தமும் இல்லை! சேனாதிபதி பதறிப்போய் கதவைத் திறந்து பார்த்திருக்கிறார். இவங்க ரெண்டுபேரும் இப்படிக் கட்டிப் பிடிச்சப் படி மயங்கிக் கிடந்தாங்களாம்! அப்புறம் மயக்கம் தெளியவச்சு பழரசம் கொடுத்து சுயநினைவு வந்ததும் ராசா கிட்ட சொல்லி கல்யாணம் பண்ணி வச்சாங்களாம்! இதுதான் உங்க தாத்தா சொன்ன கதை! நீ என்னடான்னா ஒரு நாக்கூடத் தாங்கமாட்டேங்கிற என்றபடி சின்னவீரன் ராஜியைக் கட்டிப்பிடிச்சான். அவள் இவனைத் தள்ளிவிட்டு “என்ன செய்வியோ, ஏது செய்வியோ தெரியாது!

அஞ்சு நிமிஷத்தில் எனக்கு திங்க சோறு வரலைன்னா நானே வெளியே எந்திருச்சு போய் கத்தி ஆளைக் கூட்டிருவேன்!" என்று சொல்லி அவனது தொடையை நிமிண்டினாள்.

சின்னவீரன் மெல்லப் பதுங்கிப் பதுங்கிப் போய் அரணாக்கயிறில மாட்டி இருந்த சாவியால வீட்டைத் திறந்து உள்ளே நுழைந்தான். சட்டியில் கேப்பைக்களியும், நெத்திலிக் கருவாட்டுக் குழம்பும் இருந்தது. ரெண்டையும் ஒரே சட்டியில் போட்டு ஒரு பாத்திரத்தில் குடிக்கக் தண்ணீரையும் எடுத்துக் கொண்டு வீட்டை அமுக்குப் பூட்டால் பூட்டிவிட்டு மெல்ல அந்த வீட்டுக்குள் நுழைந்து உள் தாழ்ப்பாள் போட்டான். மணக்க மணக்க இருந்ததை இருவரும் சாப்பிட்டு உண்ட மயக்கத்தில் உருண்டனர். கருவாட்டு வாசத்துக்கு நாய்கள் அந்த வீட்டை முற்றுகையிட்ட மாதிரி குரைக்கவும் உறுமவுமுவுமாகத் திரிந்தன.! உள்ளே இருந்து எந்தச் சத்தமும் கேட்கவில்லை! பொறுத்துப் பொறுத்து பார்த்த நாய்கள் ஒன்றோடு ஒன்று போட்டி போட்டுக் கொண்டுக் கதவைப் பிறாண்டின.. ஒன்றோடு ஒன்று மோதி கீழே விழுந்து உருண்டு எழுந்து குரைத்துக் கொண்டிருந்தன.

மனசு நிம்மதியில்லாத சீனி, இரண்டுமணிக்கே வேலை விட்டு வீட்டுக்கு வந்து பார்த்தார். 'தேடிப் போனவங்க ஒருத்தரும் வரலையே, சக்கம்மா, தர்மசாஸ்தா அய்யப்பா நீங்கல்லாம் எம் பிள்ளைக்கு எந்த ஆபத்தும் இல்லாமக் காப்பத்தனும்! 'என முனங்கியபடி கவலை மறக்க தூள்சிகரெட்டைப் பற்றவைத்து இழுத்தபடி. மூன்றாவது குடியிருப்பு பக்கம் ஒன்னுக்கு ஒதுங்கினார். நாய்கள் போவதும் குரைத்துக் கொண்டு ஓடுவதும் ஒன்றுக்கொன்று கடித்துச் சண்டையிடுவதாக இருப்பது பார்த்து மெல்ல எட்டிப் பார்த்தார். மூன்றாவது வீட்டுக் கதவை நாய்கள் காலால் பிறாண்டுவதைப் பார்த்தார். அதிர்ச்சியாக இருந்தது. ஒரு சிறு கம்பை எடுத்து நாய்களை விரட்டினார். கதவு உள்தாழ்ப்பாள் போட்டிருந்தது. மெதுவாகத் தட்டினார். உள்ளிருந்து சத்தமில்லை. பலமாகத் தட்டினார். பதிலில்லை. ஓங்கி உதைத்தார். தாழ்ப்பாள் பிய்ந்து கதவு திறந்தது. உள்ளே போனார்.

யாரோ அசையாமல் படுத்துக் கிடப்பது தெரிந்தது. தீக்குச்சியை உரசிப் பார்த்தார். ராஜியும் சின்னவீரனும் அலங்கோலமாகக் கிடந்தார்கள்.! சீனிக்கு ஈரக்குலையில் தீப்பற்றியது போலிருந்தது. மெல்லத் குனிந்து கதறியபடி தாயி...ராஜி என்று அவள் கன்னத்தை தடவி, மூக்கருகே கைவைத்தார்.. மூச்சு இருந்தது! அவளை உலுக்கினார். ராஜி கண்ணைத் திறக்க முயன்றாள். வக்காலவோளி என்று வைதபடி,சின்னவீரன் முதுகில் ஒரு அறை கொடுத்தார்.

தீப்பிடித்த மாதிரி இருந்தது. "அய்யோ... மாமா மன்னிச்சிருங்க!" அலறியபடி எழுந்தான்! ராஜியும் ஆடைகளைச் சரிசெய்து எழுந்தாள். சீனி கம்பை எடுத்து சின்னவீரனை விளாசினார். ராஜி குறுக்கே நின்று தடுத்தாள். "அடிக்கிறதுன்னா என்னையும் சேர்ந்து அடி" என்றாள். கம்பைத் தூர எறிந்தார். கம்புவிழுந்த தூரம் சீனியின் கோபத்தின் அளவைக் காட்டியது! சங்கிலி வந்ததும் சின்ன பஞ்சாயத்து நடந்தது. கார்த்திகைமாதம் அக்காள் தங்கை இருவரையும் அண்ணன் தம்பி இருஜோடிகளுக்கும் கல்யாணம் செய்வது என்றும் அதுவரை அவர்கள் பொறுமையாக இருக்கவேண்டும் என்று முடிவு செய்யப்பட்டது!

★★★

பாண்டியனும் அவரது ஆள்களும் வெளியேறிய பின் எஸ்டேட்டில் பெண்கள் இயல்பாக நடமாடினர்.! அந்த ஞாயிற்றுக்கிழமை குடியானவர் குடியிருப்புக்கும் மற்றவர் குடியிருப்புக்கும் இடையிலுள்ள பழைய ஸ்டோர்ரூம் திடலில் பெண்கள் துவைத்த துணிகளைக் காயவைத்தனர். தலைகுளித்வர்கள் முடியை உலர்த்திக் கொண்டிருந்தனர். சிலர் தம் பிள்ளைகளுக்கு வெயில் காய்ந்தவாறே பேன் பார்த்துக் கொண்டு இருந்தனர். ரவி போன்ற பையன்கள் அங்கிருந்த பாறை மீது அமர்ந்து கதைகள் பேசிக் கொண்டிருந்தனர்.

லட்சுமி தன் மூத்த மகள் மாரியம்மாளுக்குப் பேன் பார்த்துக் கொண்டு இருந்தது. அம்மா மகளது முடியைக் கோதி,வருடி ஈர்களை தலையிலே குத்தியும் கண்ணில் பட்ட பேனை இருவிரல் நகங்களால் இடுக்கிப் பிடித்து மகளிடம் கொடுத்து இரு கட்டை விரல் நகங்களின் இடுக்கில் நசுக்கி கொல்லக் கொடுத்தது. அப்படிக் கொடுத்த பேன் ஒன்று மாரியம்மாளின் விரலிடுக்கிலிருந்து நழுவி கீழே விழுந்து விட்டது. தாவணியில் விழுந்ததா, மண்ணில் விழுந்ததா கண்டறிய இயலவில்லை! லட்சுமிக்கு கோபம் வந்து மகள் தலையில் ஒரு குட்டுக்குட்டி, "கூருகெட்டபய பிள்ளை. கையில் குடுத்த பேனைக் கூருபாடோட வாங்கத் தெரியுதா..." எனத் திட்டியது. பொன்னுத்தாயி," ஏக்கா, தோளுக்கு வளர்ந்தபிள்ளையை இப்படி அடிக்கிறே!"

"அப்புறம் என்னக்கா, கையில் குடுத்தப்பேனை கூருபாட்டோட வாங்கத் தெரியலை. இது எல்லாம் எப்படிப் பிழைக்கப் போகுதோ? விழுந்த பேனைக் கண்டுபிடிக்க முடியல! இப்போ மலகாடு ஏறி திண்டாடி தெருவில நிக்கிறது பத்தாதுன்னு இனி கீழேவிழுந்த பேனாட்டம் கடவெல்லாம் அலைஞ்சு சீரழிஞ்சு சீப்படனுமா...." சொல்லி லட்சுமி அழுதது.

“சரிக்கா, அவ வேணுமுன்னா கீழேவிட்டா... அவளாலா மலைக்கு வந்தீக. ஊர்க்காட்டில மழையில்ல. மண்ணு விளையல; வகுத்துப்பாட்டுக்கு இங்க வந்து கட்டாத கூலிக்கு இரக்கமில்லா மகராசனுக்கு உழைச்சு உருக்குலைஞ்சுப் போறோம். அந்த குருட்டுப் பய கடவுளுக்கு கண்ணவிஞ்சு கல்லா நிக்குது!! இதுக்கு பிள்ளைகள குறை சொல்லி என்ன பலன்?” என்று பொன்னுத்தாயி சொன்னது.

ரவியும் வடமலையும் பேசிக்கிட்டு இருந்த இடத்தில் திடீர்னு தீப்பிடித்தது! விளையாடிக்கிட்டு இருந்த பிள்ளைகள் ஹே...என்று கத்திக் குதித்தனர்! பெண்கள் பதறி ஓடிவந்தனர். ரவியிடம் பொன்னுத்தாயி என்ன நடந்தது என்று கேட்டது. ரவி சொன்னான்: ”உடைஞ்ச கண்ணாடிபாட்டிலின் அடிப்பாக வட்டம் இங்க கிடந்தது. அது மூலமா பேப்பர்ல இருக்கும் எழுத்துகளைப் பார்த்தேன். எழுத்துகள் பெரிசா தெரிஞ்சது. அதை பைய்ய நகர்த்திகிட்டே ஒவ்வொரு சொல்லா பெரிய எழுத்துகளை படிச்சுகிட்டே இருந்தேன். பேப்பரு திடீர்னு புகையை ஆரம்பித்தது. பிறகு அந்தக் கண்ணாடியை என்னோட இடது உள்ளங்கை மேல் வச்சு ரேகைகளைப் பார்த்தேன். ரேகைகள் பெரிசா தெளிவாகத் தெரிஞ்சதுமில்லாம கையைச் சுட்டது! பரவலாக சிதறி விழுகிற சூரியஒளி கண்ணாடிவில்லை வழியா குவியறதுனால தான் சுடுதுன்னு நினைச்சு மறுக்கா காகிதத்தில் கண்ணாடிவில்லையைக் காட்டினேன். ரெண்டுநிமிஷத்தில் புகை வந்து தீ பத்திருச்சு!” என்றான் ரவி. சிவனம்மா சொல்லுச்சு “அக்கா, ரவி விநயக்காரன்க்கா! அவனை எப்படியாவது படிக்க வச்சிருக்கா!!” “ஆமாம். சிவனு. அவனைப் படிக்க வைக்கத்தானே மலையேறி இந்தப் பாடு பட்றோம்!” என்று பொன்னுதாயி சொன்னது.

ரவி சொன்னான் “எல்லாரும் கேளுங்க! சிதறி பரவலாக இருக்கிற சூரியவெளிச்சத்தை கண்ணாடிவில்லை வழியா ஒன்னு சேர்த்தால் தீப்பத்த வைக்க முடியுமுன்னா சிதறிக் கிடக்கிற நாம ஒன்னுசேர்ந்தா நாம ஜெயிச்சிடலாமில்லே!”

“என் ராசா, என் தங்கம்! நீ விநயக்காரன்டா. நீ சொல்லறது மாதிரி செய்வோம்டா தங்கம். செயிச்சுக் காமிப்போம்டா” என்று சொல்லியபடி சிவனம்மா ரவியின் கன்னத்தைத் தடவி இரு கைவிரல்களையும் ஒன்று சேர்த்து நெரித்தது. படபடவென்று சத்தம் பரிந்தது! பொன்னுத்தாயி மனசுக்குள்ளே நினைத்தது 'இன்னிக்கு பிள்ளைக்கு உப்புமிளகாய் சுத்தி நெருப்பில் போட்டு திருஷ்டி கழிக்கணும்!'

□

31

ஆவணி பிறந்துவிட்டது. இன்னும் மழை திடீர் திடீர் என்று இடி முழக்கத்தோடு தொடர்ந்தது. சிலர் சாந்தாம்பாறையில் வாங்கிய ஜவ்வுக்காகித (பாலிதீன்) கொங்கானிகள் போட்டிருந்தனர். பலர் எஸ்டேட்டில் ஏலப்பழமெடுக்க கொடுத்த சாக்குப் பைகளையே கொங்கானிகளாகப் போட்டிருந்தனர். ஆனால் முதலாளி மழைத் தடுப்பாடை கொடுக்காததால் தொழிலாளர்களைப் பார்த்து இரக்கப் பட்டு நீண்டு வளர்ந்த மரங்கள் கிளைக் கைகளைக் இலைகளால் மழைமறைப்பு கொடுத்தது! ஆனால் குறும்புக்காரக் காற்று இலைகளுக்கு கிச்கிச்சு மூட்டி இலைகளை நெளியவிட்டு இலைச் சொட்டுக்களை உதிர்த்தது; தொழிலாளர்களை நெளிந்து நடுங்க வைத்தது. சங்கத்துக்காரங்க தொழிலாளர் நல அலுவலர் மூலம் தாக்கீது அனுப்பியும் முத்தரப்பு பேச்சுவார்த்தை நடத்தியும் முதலாளி வாய்தா தவணை வாங்கிக்கிட்டே இருக்காரே ஒழிய குறைஞ்சபட்ச தேவைகளைக் கூடத் தீர்க்கவில்லை! மழையில் நனைந்து,குளிரில் நடுங்கி, அட்டை ரத்தம் உறிஞ்சவிட்டு பிழைப்பு நகருது. இதை உதறிட்டு ஊருகாட்டுக்குப் போகலாம்னா இங்க பெய்து ஊறவைக்கிற மழை, அங்கே காய்ந்து கதறவிடுது! அங்கே இயற்கை விரட்டுது. இங்கே மனுசன் மிதிக்கிறான். இதுக்குள்ளே தான் உயிர் உழன்று வாதை படுது! இங்கே இயற்கைகூட முதலாளிக்குச் சாதகமா இருக்குதோ என்னமோ தெரியலை.

பரெட்டில் மஸ்டர் வாசிக்கையில் ஒருசொட்டு மழையில்லை! ஆனா காட்டுக்குள்ளே கால்வைத்த அடுத்தநொடி கிணத்தில் தண்ணி முகர்ந்த நிறைகமலைசால் கிழிந்து கொட்டுவது போல் வானம் கிழிந்து கொட்டுது..! மரத்தடியில்தான் ஒண்டி நிற்க வேண்டியது இருக்கு. சரி, மரத்தடியில் நிற்கும்போதாவது நிம்மதியாக நின்னோமுன்னு இருக்கா? நிக்கிற இடத்தில் யானை தும்பிக்கையை ஆட்டிக்கிட்டு வர்றதுகணக்கா அட்டைகள் மயிர்த்தண்டிக்குழலை முழம் போட்டுகிட்டு வருதுக! மேல மழைத் துளியிலிருந்து தப்பவா, கீழே அட்டைகள் ரத்தம் உறிஞ்சுவதிலிருந்து தப்பவா..?

இமைக்கும் நொடியில் நாடகத்திரை மாற்றுவது போல மேகம் விலக்கி வெயில்முகம் காட்டியது! கங்காணிகள் சத்தம் கொடுக்க அவரவர்க்கு ஒதுக்கப்பட்ட பகுதி நோக்கி நடந்தனர். ரோட்டில் சீப்புச் சீப்பாய் உதிர்ந்து கிடக்கும் முள்ளுக்காய்களைப் பார்த்து

நடக்கிறதை விட, முழம்போட்டு வரும் அட்டைபார்த்து நடக்கிறதில் கவனம் போகிறது. பழனிச்சாமியின் கண்காணிப்பில் வயதான பெண்கள் வடக்குப்பகுதிக்குப் போனார்கள். பரமன் கண்காணிப்பில் இளம்பெண்கள் தெற்கே பள்ளச்ரிவுப் பகுதிக்குப் போனார்கள். ராமர் தலைமையிலான ஆண்கள் மேலே வடகிழக்குப் பகுதிக்குப் போனார்கள்! வெயில் உறைக்கவுமில்லை. மறைக்கவுமில்லை! மதமதப்பாய் இருந்தது! ஆண்கள் பகுதியில் சின்னவீரனைக் கேலி பேசிக்கொண்டே வேலை ஓடியது.

இளம்பெண்கள் பகுதியில் ராஜியைக் கேலி செய்தும், அன்று நடந்ததைக் கிண்டிக் கிண்டிக் கேட்டும் நிறை விரைந்தது! வயதானோர் பகுதியில் வெள்ளத்தாயும் இருளாயியும் மாறி மாறி தெம்மாங்கு பாட, நிறை மேலேறியது. இடுப்புச்சாக்கில் பழங்கள் நிறைந்தன. முதல்நிறை முடித்து பெரியசாக்கில் பழங்களைக் கொட்டிவிட்டு அலுப்பாறினர். சிவனம்மாளும் பொன்னுத்தாயும் அடுத்த நிறையில் போட நினைக்கும் விடுகதைகளைப் பற்றி பேசிக்கொண்டு இருந்தனர். லட்சுமி மௌனமாக வெற்றிலையை அசைபோட்டுக் கொண்டிருந்தது. பொன்னுத்தாய் கேட்டது. "என்னக்கா, ஒரு வடியா உம்முன்னே இருக்கே? மேலுக்கு முடியலையா?" லட்சுமி இறுக்கத்தோடு சொன்னது. "ஒன்னுமில்லக்கா. காலையில ஒலை கொதிக்கும்போது நெருப்புசுவாலை ஒருமாதிரி புருபுருத்து ஆடுச்சு! அப்படி ஆடுனா எதாவது கெட்டது நடக்கும்பாங்க! எங்க தெலுங்கில பொய்யி மெர்சினின்னு சொல்லுவாங்க. என் மனசு என்ன நடக்குமோ, எது நடக்குமோன்னு ஆடிக்காத்துல பனஓலை கணக்கா மனசு நிலையில்லாமத் தவிக்குது. என்னமோ அந்த லட்சுமியம்மாதான் காப்பாத்தணும்!!

பொன்னுத்தாயி சொன்னது, "அக்கா, நானும் அனுபவப்பட்டிருக்கேன்.! நம்ம நாட்டில் சரி. இங்க மலசாதிமரங்களை எரிக்கிறோம். அது வைரம்பாஞ்ச விறகா இருக்கிறதினால நெருப்பு காத்தில சுடருவிட்டு எரியும்போது விதவிதமான நிறத்தில் எரியிறப்ப அப்படி சத்தம் கேட்கலாம்க்கா! இதுக்காக மனசை போட்டு வருத்தி நிம்மதியைக் கெடுத்துக்காதக்கா!"

சிவனம்மா குறுக்கிட்டது. "ஆமாக்கா! எதுவா இருந்தாலும் நாமதான் அனுபவிக்கப் போகின்றோம்! நம்ம வலியை, துயரத்தை வேற யாரும் வாங்கி சுமக்கப் போறதில்லை! அப்பிறகென்ன? அது நடக்குமோ, இது நடக்குமோன்னு... ஏன் வீணா கற்பனை பண்ணி கவலைப்படனும் சில அறிகுறிக தெரியுதுன்னு மனசில படுதுன்னா.. சூதானமா இருந்துக்க வேண்டியதுதான். அதுக்காக கவலைப்பட்டு மனசையும் உடம்பையும் வருத்திக்கிட்டா

சரியாயிருமா.? மென்ன வெத்திலையைத் துப்பிட்டு ஆகவேண்டியதைப் பாருக்கா" கங்காணி சத்தம் கொடுத்தார். அவரவருக்கான நிறையைப் பிடித்தனர்.

ஆண்கள் பகுதியில் கோட்டிநாயக்கர் மருமகன் முனியசாமியும் வீரனும் சின்னவீரனும் தெம்மாங்குப் பாடல்களையும், சினிமாப் பாடல்களையும் பாடியபடி ஏற்றமான சரிவுகளில் ஏறி பழமெடுத்து முதல் நிறையை முடித்து சற்று, ஓய்வெடுத்தனர். குனிந்து பழமெடுத்து நிமிர்ந்து ஏற்றம் ஏறி குனிந்து பழமெடுப்பதுமாய் செல்வதால் இடுப்பை வளைத்தும் நிமிர்ந்தும் கை,கால்களை உதறி உடலைச் சமநிலைக்கு கொண்டு வந்தனர். ராமர் கங்காணி "ஏய்யா,பொம்பளைகளும் தானே குனிஞ்சு நிமிர்ந்து பழமெடுத்து வர்றாங்க. உங்களைமாதிரி இப்படி இடுப்பை வளைச்சு, கை,காலை நீட்டி குஸ்தி போடுறாங்களா?" எல்லாரும் முனியசாமியை ரேக்கி விட்டார்கள். முனியசாமி சொன்னார் "ராமரண்ணே, பொம்பளைக என்ன எங்களை மாதிரி நெத்தி ஏத்தத்தில் ஏறியா பழமெடுக்கிறாங்க? அவங்க நிறையில் எங்களை விடுங்க ஒருமணிநேரத்துக்கு ஒரு நிறையை ரெண்டு நிறையை முடிச்சுக் காட்டுறோம்! பொம்பளைகளை விட்டுருங்க. அவங்களை பாவம் வம்புக்கு இழுக்க வேணாம்! நாங்க நிறைபிடிச்ச கீழ் ரோட்டில் இருந்து இந்த மேல்ரோட்டு வரை மூச்சிறைக்காம சும்மா நீங்க நடந்து வந்துருங்க பாப்போம்!. இந்த வாரம் படிக்காசு வாங்கி ஒருகட்டு இபிகேபீடி வாங்கித் தர்றேன்! அப்படின்னு வேறொருத்தரா இருந்தா சொல்லிறலாம்! நீங்க நம்ம தலைவரா இருக்கீங்க உங்ககிட்ட என்னத்த சொல்றது" என்று சொன்னார். ராமர் சமாளித்துக் கொண்டு "சரி, தம்பி! வேலை வாங்கும்போது நாலு வார்த்தை கூடக்குறைவா சொல்ல வேண்டியது இருக்கிறது. சரி. நேரமாச்சு. மழைக்கு முன்னால வேலையை முடிக்கணும். நிறையைப் பிடிங்க!" என்றார்.

தெற்குப் பக்கத்தில் பள்ளத்தாக்குச் சரிவில் நீரோடைகள் நிறைய இருக்கின்றன. எந்த நேரமும் தண்ணீர் இரைச்சலும் சலசலப்பும் கேட்டுக்கொண்டே இருக்கும். அந்தப் பகுதியில் பலாமரங்களும் காட்டுப் பழமரங்களும், காப்பிப்பழ மரங்களும் அதிகம். ஆகவே குரங்குகள் அழிச்சாட்டியமும் அதிகம். அதனால் ரெங்கசாமி அந்தப் பகுதியில்தான் குழலூதி சுற்றிச் சுற்றி வருவார். இன்று அந்தப் பகுதியில்தான் குமரிப் பிள்ளைகள் பழமெடுத்துக் கொண்டு இருக்கிறார்கள். முதல்நிறையை முடித்து இரண்டாவது நிறையை பாதிக்குமேல் பழமெடுத்து ரோட்டை நெருங்கிக் கொண்டிருந்தனர்.

மாரியம்மாள் சிறுநீர் கழிக்க ஜக்கியின் மூத்தமகள் துளசியையும் அழைத்துச் சென்று பாறையை ஒட்டியிருந்த நாங்கல்மரத்து

மறைவில் ஒதுங்கினாள். துளசி சற்றுத் தள்ளியிருக்கிற மரத்தின் பின்னே ஒதுங்கினாள். நீர் சலசலப்பு மிகுந்த பகுதி என்பதால் உட்கார்ந்தால் பாவாடையில் அட்டை தொற்றி தொடைக்கிடையில் ஏறிவிடும் என்று நின்றுகொண்டே கழித்திருக்கிறாள். ரோட்டோர மரத்தில் காப்பிப் பழங்களைத் தேடிவந்த ஒரு மந்திக்குரங்கு மாரியம்மாள் மீது பாய்ந்து பாவாடையை இழுக்க அவள் நிலை தடுமாறி "அய்யோ அம்மா, குரங்கு..... காப்பாத்துங்க" என்று அலறியபடி சரிவில் உருண்டு விட்டாள். சத்தம் கேட்டு துளசி பக்கத்தில் கிடந்த கம்பை எடுத்துக்கொண்டு மந்தியை நோக்கி எறிந்திருக்கிறாள். மந்தி துளசியை நோக்கி உருமிக்கொண்டு வரவும் அவள், "அய்யோ மாமா குரங்கு கடிக்க வருது. காப்பாத்துங்க." என்று கத்தவும், பரமன் பதறி சத்தம் கொடுத்துக் கொண்டே ஓடிவந்தார். மற்ற பிள்ளைகளும் ஓடிவந்தனர். ஆள்சத்தம் கேட்கவும் அந்த மந்தி மரத்திற்கு மரம் தாவி மறைந்து விட்டது.

பரமன் மாரியம்மாள் சரிந்து விழுந்த பள்ளத்தை நாடி மரத்தின் வேர்களைப் பிடித்தபடி இறங்கினார். பின்னால் வந்த பெண்கள் ஏலத்தடைகளுக்கிடையே கீழே விழுந்து கிடந்த துளசியைத் தூக்கி மண்ணைத் துடைத்துவிட்டு, அவள் உடலில் ஏறியிருந்த அட்டைகளைப் பிடுங்கி எறிந்தனர். மண் சரிவில் உருண்டு பாறையில் விழுந்து நீரோடைக்கரையில் கிடந்தாள் மாரியம்மாள். முகமெல்லாம் சிராய்ப்பில் ரத்தம் கசிந்தது. அட்டைகள் ஆட்டுப்புழுக்கைகள் போல ஒட்டிக் கிடந்தன. மயக்கம் தெளிக்க பக்கத்திலிருந்த காட்டுப்பூவரச இலைகளைப் பிடுங்கிச் சுருட்டி தண்ணீர் முகந்துவந்து அவளது முகத்தில் தெளித்தார். கண் திறக்கவில்லை! மூக்கில் மூச்சோட்டம் இருந்தது.

இதற்குள் ராஜி, பாப்பா, மீனா, முத்து போன்றவர்கள் வந்துவிட்டனர் பாப்பாவிடம் மாரியம்மாளைத் தாங்கிப்பிடிக்கச் சொல்லிவிட்டு, பரமன் மீண்டும் ஓடையிலிருந்து தண்ணீர் கொண்டு வந்தார். மாரியம்மாளுக்கு தண்ணீரை இலை வழியாக ஊட்டிவிட்டார்.. பயத்தில் மாரியம்மாளின் பல் கிட்டிக் கொண்டது. வாயைத் திறக்க முடியவில்லை. நாடி பிடித்துப்பார்த்தார். துடிப்பு வேகம் குறைந்து இருந்தது. அய்யோ, அய்யப்பா! லட்சுமித்தாய்க்கு என்ன பதில் சொல்லுவேன் என்று புலம்பினார். மாரியம்மாளை பாப்பா மடியில் படுக்கவைத்து, ராஜியிடம் சொல்லி மாரியம்மாளின் நெஞ்சில் மெதுவாக குத்தச் சொன்னார். ராஜி குத்தக் குத்த மூக்கில் மூச்சின் வேகம் கூடியது. நாடியும் கட்கட் என்று பேசியது. நெஞ்சில் லப்டப் ஓசை கேட்டது. நிம்மதியாக பெருமூச்சுவிட்டு அய்யப்பா என்று கும்பிட்டார். பக்கத்து பாறைமேலேறி தனது

சட்டை பையிலிருந்த அவசரகால விசிலை எடுத்து உரக்க ஊதினார். அடுத்த நிமிடமே குரங்குவிரட்டியின் குழல்சத்தம் கேட்டது. மீண்டும் இருமுறை விசில் ஊதினார்..

அடுத்த பத்துநிமிடத்தில் குரங்குவிரட்டி பரபரக்க, மேல்மூச்சு கீழ்மூச்சு வாங்க ஓடிவந்தார். இதற்குள் பரமன் மாரியம்மாளை சின்னப்பிள்ளையை தோளில் சாய்த்து தூக்குவது போல் தூக்கி ரோட்டுக்கு வந்தார். குரங்குவிரட்டியின் காதில் பரமன் கிசுகிசுத்தார். குரங்குவிரட்டி குழலூதிக் கொண்டே லட்சுமிக்குத் தகவல் சொல்ல ஓட்டமும் நடையுமாகப் போனார். பெண்களை பழச்சாக்குகளை தூக்கிவரச் சொல்லிவிட்டு பரமன் மாரியம்மாளைத் தூக்கிக்கொண்டு நடந்தார். மற்றவர்கள் பழச்சாக்குகளோடு பின்தொடர்ந்தனர். குரங்குவிரட்டி ரெங்கசாமி அரக்கப்பரக்க ஓடி பழனிச்சாமி கங்காணியைத் தனியே அழைத்துச் சென்று மாரியம்மாளுக்கு நேர்ந்த விபத்து குறித்து சொன்னார்.

பழனிச்சாமி லட்சுமி, சிவனம்மா, பொன்னுத்தாயி மூவரையும் ரோட்டுக்கு வரச்சொன்னார். ‘‘மாரியம்மாள் தடுமாறி விழுந்து மயக்கம் போட்டுருச்சு. பரமன் மயக்கம் தெளியவச்சு வீட்டுக்கு கொண்டு போயிருக்கு. நீங்க மூணுபேரும் முன்னால் ரெங்கசாமி அண்ணன்கூட போங்க. பதட்டப் படாதீங்க. மாரியம்மாவுக்கு எந்த ஆபத்துமில்லை. நான் பழத்தைத் தூக்கிட்டு எல்லாத்தையும் கூட்டிகிட்டு வாரேன்’’ என்றார். மூவரும் இடுப்பில் கட்டியிருந்த பழச்சாக்கை அவிழ்த்துக் கொடுத்து நடந்தனர். லட்சுமி குமுறி அழுதது. “காலையிலிருந்து மனசே சரியில்லை. இன்னிக்கு என்னமோ நடக்கப் போகுதுன்னு சொன்னேனே, கேட்டிங்களா?” சிவனம்மாவும், பொன்னுத்தாயும் லட்சுமியை இடமும் வலமுமாய் ஆறுதலாகத் தாங்கியவாறு நடத்திச் சென்றனர்.

பொன்னுத்தாயி, ரெங்கசாமியிடம் என்ன நடந்தது என்று கேட்டது. உடலைக் குலுக்கி எழுப்பப்பட்டது போல் உணர்ந்த ரெங்கசாமி; ‘‘ஒன்னுக்குப் போனபோது மண்ணு சரிக்கி விழுந்திருச்சாம். என்கிட்ட பரமன் சொன்ன உடனே தங்கச்சி லட்சுமிக்கு தாக்கல் சொல்ல பறந்து வந்திட்டேன். முழு வெவரமும் இனி போய்தான் விசாரிக்கணும்.’’ என்று பார்வையை தூரமாக விட்டபடி சொன்னார். ரோடு இறக்கமாக இருந்ததால் கால் சறுக்கிவிடாமல் கவனமாகவும், வேகமாகவும் நடந்தனர். லட்சுமி பொங்கிப் பொங்கி வந்த அழுகையை முந்தானையால் வாயைப் பொத்தியபடி நடந்தது.

□

32

ஆளுக்கு முந்தி ஓடி சுப்பையாநாயக்கர் மகள் பாப்பா,மாரியம்மாள் வீட்டு டைகர் அமுக்குபூட்டை ஹேர்பின்னு கொண்டு திறந்தாள்.! லட்சுமியின் பழைய சேலையை எட்டுமடிப்பாய் மடித்து விரித்தாள். பரமன் மெல்ல நோகாமல் மாரியம்மாளைப் படுக்கவைத்தார். மாரியம்மாளுக்கு மயக்கம் தெளியவில்லை. பல்கிட்டிய வாய்ப்பூட்டு திறக்கவில்லை. பின்னந் தலையில் ரத்தம் கசிந்து அவளது முதுகுக்கு கீழே வரை ரத்தப் பிசுபிசுப்பு இருந்தது. பரமன் ராஜியிடம் சொல்லி அடுப்புக்கரியை நெகுநெகுன்னு பிசுறில்லாமல் தூளாக்கிக் கொண்டு வரச்சொன்னார். ராஜி கொண்டுவந்த கரித்தூளை பின்மண்டையில் ரத்தம் கசியும் இடத்தில் கெட்டியாக அப்பினார். கசிவு அடைபட்டது போலிருந்தது. பாப்பாவிடம் பரமன் "தாயி, நான் வெளியே நிற்கிறேன். நீங்க ரெண்டு பேரும் மாரியம்மாளுக்குத் துணிகளை மாத்திவிடுங்க! ஈக் கழுதைக மொய்க்கிறதை குறைக்கலாம்" என்றபடி வெளியேவந்தார். "ஷ்ஷ்ஷு அய்யப்பா, நீதான் அந்தப் பிள்ளை உசுரக் காப்பாத்தணும்"னு மேலே பார்த்து கும்பிட்டார்!

துணிகளை மாற்றி விட்டு பாப்பா விம்மியபடி பரமனிடம் ஓடி வந்தாள். பரமு ''மாரியம்மாள் உடம்பெல்லாம் சில்லுன்னு குளிந்து கிடக்குது!'' என்று பதறினாள். "தாயி,நீங்க மாரியம்மா நெஞ்சில் அப்பாத குத்துன மாதிரி பைய்ய பைய்ய குத்து. ராஜி கால்ல, கையில நல்லசூடு வர்றமாதிரி தேய்ச்சு விட்டுக்கிட்டு இருங்க. நான் கணக்குப்பிள்ளைகிட்ட சொல்லி போன் போட்டு சாந்தாம்பாறையிலிருந்து டாக்டர் வர ஏற்பாடு செஞ்சிட்டு வர்றேன்!" என்றபடி பரமன் ஓடினார்.

லட்சுமி, "அய்யோ, பாவிமகளே, உனக்கு என்னாச்சு?" புலம்பியபடி வீட்டுக்குள் ஓடியது. பொன்னுத்தாய் மாரியம்மாள் கையில் நாடி பிடித்துப் பார்த்தது. துடிப்பு மந்தமாக இருந்தது! மாரியம்மாள் முகம் சிராய்ப்புகளுக்கு அப்பால் பொலிவாக இருந்தது. கவனித்த சிவனம்மா, பொன்னுத்தாயை அங்கே இருக்கச் சொல்லிட்டு, கணக்குப்பிள்ளையைப் பார்க்க ஓடியது! பரமன், கணக்குப்பிள்ளை கிட்ட போனை வாங்கி டாக்டரிடம் பேசிக் கொண்டிருந்தார். சிவனம்மாள் வருவதை உணர்ந்த பரமன்

''நோயாளியின் உடல்நிலை மோசமாக இருக்கிறது. உடனே புறப்பட்டு வரச்'' சொன்னார். சங்க ஆபிசுக்கும் போன் செய்து மாவட்ட நிர்வாகிகளை வரச்சொன்னார்!. இவர்கள் வெளியே வந்ததும், கணக்குப்பிள்ளை மேனேஜருக்கும், முதலாளிக்கும் தகவல் சொன்னார்.

இதற்குள் வேலைமுடித்து எல்லாரும் வந்துவிட்டனர். லட்சுமியின் வீட்டுமுன் உள்ள பாறையில் வெயில் காய்ந்தபடி மாரியம்மாளுக்கு நேர்ந்த கதியைப் பேசிக்கொண்டு இருந்தார்கள். பழமெடுப்பு பகுதியில் ரெங்கசாமி முன்னாலேயே வந்து குரங்குகளை விரட்டி இருந்தால் மாரியம்மாளுக்கு இந்தக் கதி ஏற்பட்டிருக்காது. இந்த குரங்குவிரட்டி மேனேசரின் மாமனார்ங்கிற மெதப்போடு பொழுதை ஓட்றவருக்கு வேலையில் எப்படிப் பயமிருக்கும்?.....என்று கிசுகிசுத்து பராபரியாய் பேசிக்கொண்டு இருந்தனர்!

மாரியம்மாள் உயிர் வாழ்வுக்கும் சாவுக்கும் இடையே ஊசலாடிக் கொண்டிருந்தது. லட்சுமி அழவும் முடியாமலும், அழாமலிருக்கவும் முடியாமலும் தவித்துக் கொண்டிருந்தது. வயசான தாய்மாமனுக்கு வாழ்க்கைப்பட்டு இவளது பதினெட்டாம் வயதில் தலைமகளாக மாரியம்மாள் பிறந்தாள். தலைச்சனாகப் பெண்பிறந்தால் குடும்பம் சுபிட்சமாக இருக்கும் என்ற நம்பிக்கை வருத்தத்தையே தந்தது. தனது பாரம்பரிய வாரிசாக ஆண்பிறக்கும் என்று ஆசைப்பட்ட முதிய கணவனுக்குப் பெண் பிறந்தது ஏமாற்றமாக இருந்தது. லட்சுமியை அடித்தும் திட்டியும் வதைத்தார். லட்சுமியின் அம்மா தனது அண்ணனை சமாதானப் படுத்தினாள். அடிப்பதால் தனக்கே கை வலிக்கிறது என்று அவராக அடிப்பதை விட்டார்.

அப்புறம் ஜாதகங்களைத் தூக்கிக்கொண்டு ஜோசியர்களைத் தேடி அலைந்தார். மாரியம்மாள் ஜாதகப்படி சகோதரன் உண்டு என்று பலரும் சொன்னார்கள். அடுத்த கர்ப்பத்திலும் பெண்ணே பிறந்தது. இப்போது ஜோசியர்களிடம் சண்டைக்குப் போனார். அவர்கள் தம் தொழில்மீது ஆணையிட்டுச் சொன்னார்கள். ஜாதகம் சரி என்றால் மனைவி சரியில்லை என்று லட்சுமி மீது சந்தேகப்பட்டார். மனைவியை அம்மா வீட்டுக்கு மூன்றுமாதக் கர்ப்பிணி லட்சுமியை விரட்டி விட்டார். அவர் ஐம்பது வயசுக்கு பின்னும் இன்னொரு பெண்ணுடன் வாழ்ந்தார். இந்த நேரத்தில் மூன்றாவதாக ஒரு மகன் பிறந்தான். அவன் அவரது முகச்சாயலில் இருந்தான். அப்போதும் சந்தேகம் தீரவில்லை! மூன்று வருசமாக மகனைப் பார்க்கக்கூட வரவில்லை. தன்னை சந்தேகப்பட்ட கணவன் முகத்தில் விழிக்கக்

கூடாது என்று ஏலமலைக்குப் பிள்ளைகளோடு வந்தாள்.

டாக்டர் ஜீப்பில் வந்தார். தலையில் பட்ட அடியில் ரத்தம் உறைந்து இருக்கிறது. உடலிலிருந்து நிறைய ரத்தம் வீணாகி விட்டது. நாடித் துடிப்பும் குறைந்து வருகிறது. ஆகவே நோயாளி பிழைக்க வாய்ப்பு குறைவு. இன்னும் ஒரு மணிநேரம் உயிர் தங்குவது கஷ்டம் என்று பரிசோதனைக்குப் பின் சொன்னார். லட்சுமி நெஞ்சில் அடித்து அழுது புரண்டாள். இந்த நிலையில் மாரியம்மாளை இந்த இடத்திலிருந்து அசைக்கவும் கூடாது. எனவே சீனி கங்காணி மகன் மணிகண்டன் மூலம் கிராமத்திலிருக்கும் அவளது அப்பாவுக்கு தகவல் சொல்லி விட்டனர். "மாரியம்மாள் உயிர் வாழ்வுக்கும் சாவுக்கும் இடையே போராடிக் கிட்டிருக்கு. சுத்தி இருப்பவங்க அழாமல் இருந்தால் அதோட பாச வைராக்கியம் உயிரை தாக்காட்டும்! காத்தாட இருக்க விடுங்க தாயிகளா" என்று சங்கிலி சொன்னார்.

வேலையை முடித்து வந்தவர்கள் வீட்டுக்கு போய் அவரவர் வேலைகளைப் பார்க்கவும் மனமில்லாமலும், லட்சுமியின் அருகிருந்து துயரத்தைப் பகிரவும் இயலாமலும் தவித்தனர். இதை உணர்ந்த பொன்னுத்தாயும், சிவனம்மாளும் கூடிப்பேசி அவர்களை தனித்தனியாக அழைத்து "வீட்டுக்குப் போய் அலுப்பாருங்க. தகவலிருந்தால் சொல்லுகிறோம்" என்றனர். லட்சுமிவீட்டாருக்குத் தேவையான ஆகாரங்களை பொன்னுத்தாயி சமைத்தது. சிவனம்மாள் லட்சுமி அருகிருந்து ஆறுதல் சொல்லிக் கொண்டிருந்தது.

இருட்டு கருப்புப்போர்வையைப் போர்த்தியது. வாசலில் காண்டா விளக்கு சுடர் ஆடிக் கொண்டிருந்தது. ஏழு மணிவாக்கில் நாய்கள் குரைக்கத் தொடங்கின. லட்சுமியும், சிவனம்மாவும் பதற்றத்தோடு மாரியம்மாளைத் தொட்டுப் பார்த்தனர். நாடித்துடிப்பு அடங்கி, உடல் குளிர்ந்து கொண்டிருந்தது. நெஞ்சை லட்சுமி அழுத்தித் தேய்த்தும் சிவனம்மா கால்களை தேய்த்தும் விட்டனர். பயனில்லை. யார் கண்ணிலும் படாமல் கூட்டைவிட்டுப் பறந்த பறவை திரும்பாத் தொலைவுக்குச் சென்றது. "பாவி மகளே, என்னைத் தவிக்கவிட்டுட்டுப் போயிட்டியேடி" என்ற அழுகை எஸ்டேட்டை உலுக்கியது. பெண்கள் லட்சுமியின் வீட்டில் குவிந்தனர். அவரவர் துயரங்களை நினைத்து அழுதனர். ஆண்கள் வீட்டின்முன் தீ மூட்டி கனப்பின் முன்னால் தங்கள் அனுபவங்களைப் பேசி துயரமிகு இரவை விரட்ட முயன்றனர்.

முனியசாமி குடும்பத்தார் அன்று இரவு முழுக்க அனைவருக்கும்

கருப்பட்டி காபி கொடுத்தனர். அதிகாலை விழிப்புமணி அடித்தது. எஸ்டேட் சங்கத் தலைவர்கள் பழனிச்சாமியின் தலைமையில் ஒன்று கூடிப் பேசினார்கள். ‘‘மாரியம்மாள் சாவை, குரங்குவிரட்டி வேலையை சரியாகச் செய்திருந்தால் தடுத்திருக்கலாம். அவர் பரந்து விரிந்த பகுதியை ஒருத்தரே பார்க்க வைத்த நிர்வாகக் கோளாறினால் இந்த மரணம் ஏற்பட்டது. ஆகவே மாரியம்மாள் சாவுக்கும் நிர்வாகமே பொறுப்பு. நிர்வாகம் இதற்கான பொறுப்பினை ஏற்கும்வரை வேலைக்குப் போகக்கூடாது. இது தொடர்பாக முதலாளியை வரவழைத்து சங்கத்தோடு பேச்சுவார்த்தை நடத்தி மாரியம்மாள் சாவுக்கும்,பேசியபடி கோட்டிநாய்க்கர் சாவுக்கும் இழப்பீடு பெற்றாக வேண்டும். மாரியம்மாள் காரியங்களுக்காகும் செலவை கோட்டி நாயக்கருக்கு செய்தது போல் பொதுச்செலவிலிருந்து செய்வதென்றும் முடிவு செய்யப்பட்டது. கோட்டிநாய்க்கர் வயதானவர் என்பதால் அவருடைய சாவில் ஒருவகையான கொண்டாட்ட உணர்வு இருந்தது. ஆனால் மாரியம்மாள் கன்னிகழியாத குமரு என்பதால் கடுமையான சோகம் எல்லாரையும் கவ்வி வருத்தியது.

குமரிப்பெண்கள் தங்களுக்குள் முனுமுனுத்தனர். நல்லவேளை, அந்த மந்திக் குரங்கிடம் மாரியம்மாள் சிக்கவில்லை. சிக்கியிருந்தால் என்ன ஆகியிருக்கும், கற்பனை செய்து பார்க்கவே கொடூரமாக இருக்கிறது. இதை நினைத்து இராத்திரியில் அலறிய சீனி மகள் துளசிக்கு கடுங்காய்ச்சல்! ராத்திரி பூராவும் நடுங்கி கதறி அழுதாள். இவளைப்போல பல இளம் பெண்கள் வீட்டிலும் கதறலும் கடுங்காய்ச்சலுமாய் வீட்டிலுள்ளோரை தூங்கவிடவில்லை. வேலைக்களத்தில் பாதுகாப்புக்கு நிர்வாகம் எதாவது செய்து இனிமேல் இப்படி நேராமல் தடுக்கவேண்டும் என்ற முடிவுதான் அவர்களை வேலைநிறுத்தம் என்ற போரட்டத்திற்கு தள்ளியது. வயிற்றுப் பிழைப்புக்கு வேலைக்கு வந்தவர்கள் உயிரைக் காப்பாற்றவும் வேலை செய்வதை நிறுத்துவோம் என்று முதலாளியை மிரட்டா விட்டால் தீர்வு கிடைக்காது என்று நம்பத் தொடங்கியது அவர்களுக்கே ஆச்சரியமாக இருந்தது.! உயிர் வாழத்தானே வேலை. அந்த உயிரே போகும்பட்சத்தில் வேலை என்பது அர்த்தமில்லை என்ற எண்ணத்தை மாரியம்மாளின் மரணம் ஏற்படுத்தியது! பெரேட்டுமணி அடித்தும் யாரும் போகவில்லை!

துரைச்சாமி மேனேஜருக்கும் முதலாளிக்கும் போன்செய்து தொழிலாளர்களின் உணர்வை சொல்லி விட்டார். மேனேஜர் தானும்

முதலாளியும் வந்துகொண்டிருப்பதாகவும் ரெங்கசாமியை குரங்குவிரட்ட அனுப்ப வேண்டாம் என்றும் அவருக்குப் பதிலாக பட்டாளத்திலிருந்து வந்த வெள்ளைச்சாமியை குரங்குவிரட்ட அனுப்பும்படி சொன்னார். துரைச்சாமி,ரெங்கசாமியையும், வெள்ளைச்சாமியையும் வரச்சொல்லி தகவலைச் சொன்னார். வெள்ளைச்சாமி; “மாரியம்மாள் சாவுக்கு நிர்வாகம் சரியான தீர்வைச் சொல்லாமல் எஸ்டேட்டில் யாரும் வேலை செய்யப் போவதில்லை!” சொல்லி வேகமாகப் போய்விட்டார். ரெங்கசாமி; “நூற்றுக் கணக்கான ஏக்கர் காட்டை பத்து நிமிசத்தில நடந்து குரங்குவிரட்டிகிட்டு திரிவது முடியாது. நான் தெற்கே நின்று குழலூதினா, அதுக வடக்கே வந்திருதுக. வடக்கேயும் தெற்கேயும் ஒரே நேரத்தில் இரண்டு இடங்களில் பொம்பளைக வேலை செய்யும் போது நானொருத்தன் எங்கிட்டிருந்து குரங்கை விரட்டுறது நீங்களே சொல்லுங்க! அந்தப் பிள்ளை சாவுக்கு என்னைப் பலி ஆக்கக்கூடாது. என்னை குரங்குவிரட்டப் போகக்கூடாதுன்னு சொன்ன அந்த மேனேஜர் வரட்டும்! அவரை நறுக்குன்னு நாலு வார்த்தை கேட்கிறேன்” ஆவேசமாய் ரெங்கசாமி நகர்ந்தார். மேனேஜர் சொன்ன வேலையை நிறைவேற்ற முடியவில்லை என்று வருந்துவதா, இல்லை குரங்குவிரட்டிகிட்ட மாட்டிக் கொண்ட மேனேஜர் நிலையை நினைத்துச் சிரிப்பதா என்ற சிந்தனையில் ஊஞ்சலாடினார் துரைச்சாமி.

முதலாளி, மேனேஜர், யூனியன் மாவட்டத்தலைவர்கள் வந்த பின்னால் தான் மாரியம்மாள் உடலை அடக்கம் செய்வது என்று முடிவெடுத்தனர். ஊரில் இருந்து லட்சுமியின் கணவன் வயதான காலத்தில் தன்னால் மலையேற முடியாது; அதனால் வரஇயலாது என்று சொல்லிவிட, உறவினர்கள் மட்டுமே வந்தனர். லட்சுமியோடு வெகுநாள் பேச்சுவார்த்தை இல்லாதபோதும் அவர்கள் சொல்லி அழுதவிதம் எல்லாருக்கும் கண்ணீரைப் பெருக்கியது!. முதலாளி தரப்பில் துக்கம் விசாரிக்க சமையல் உதவியாளர் வெங்கிடு ரோஜா பூமாலை கொண்டுவர, மேனேஜர் லட்சுமிவீட்டுக்கு வருவதைப் பார்த்து எல்லாரும் எழுந்து வழிவிட்டு ஒதுங்கி நின்றனர்.

மேனேஜரைப் பார்த்ததும் லட்சுமி கதறி அழுதது. எல்லா பெண்களும் விம்மி விசும்பினர். மேனேஜர் மாரியம்மாள் உடலுக்கு மாலை சாத்திக் கும்பிட்டு, லட்சுமியைப் பார்த்து; “நல்ல பக்தியான பொண்ணு. அதுக்கு இப்படி ஆயுசு முடியணும்னு. விதி இருக்கே: நம்ம கையில என்ன இருக்கு? ஆண்டவன் விதிச்ச வழி. நாம என்ன பண்ணமுடியும்? முதலாளிகிட்ட சொல்லி உங்க

குடும்பத்திற்கு உதவி செய்ய ஏற்பாடு செய்றேன்'' என்று லட்சுமியையும் அங்கே உள்ளவர்களையும் பார்த்துக் கும்பிட்டு வெளியேறினார். கண்காணி பரமனை தனியே அழைத்து எப்படி இந்த விபத்து நடந்தது என்று விசாரித்தவாறே பங்களா சென்றார்.

காலையில் எல்லோருக்கும் சங்க ஏற்பாடு மூலம் உணவு பரிமாறப் பட்டது. காட்டுமரங்களால் பாடை தயாரானது. ஒருமணிவரை தோட்டத் தொழிலாளர்சங்க மாவட்டத் தலைவர்களுக்காக காத்திருந்தனர். மேகம் மூட்டமாக இருந்தது. மழை வந்தால் சிரமம். ஒன்றரை மணிவரை வந்து சேரவில்லை. மயானத்திற்குக் கொண்டு சேர்த்து எழுச்சியான கோசங்கள் முழங்கி அடக்கம் செய்தனர். நல்ல பதுவுசான பிள்ளைக்கு இந்த கதி ஏற்பட்டதே; கன்னி கழியாது உயிர்விட்ட பெண் தெய்வமா இருந்து எல்லாத்தையும் காப்பாத்தும் என்று கண்ணீர் பொங்க காரியங்களை முடித்தனர். தேவிகுளத்திலிருந்து மாவட்டத் தலைவர்கள் வந்தாலும், வரா விட்டாலும் வெயில்தாழ முதலாளியைப் பார்த்துப் பேசுவது என்று முடிவு செய்தார்கள். சாயந்திரம் ஐந்துமணி வாக்கில் எஸ்டேட் சங்க நிர்வாகிகள் எல்லாரும் பழனிச்சாமி வீட்டில் கூடினர். மாவட்டத் தலைவர் வர்கீஸ் வரவில்லை. எனினும் முன்னர் எடுத்த முடிவில் உறுதியாக இருந்தனர். முதலாளியைப் பார்க்க வந்துள்ளதாக சமையல் உதவியாளர் வெங்கிடு மூலம் சொல்லி அனுப்பினர். அரைமணி நேரம் கழித்து முதலாளி மேனேஜருடன் வந்தார்.

சிவனம்மா பேசியது; ''அய்யா, வணக்கம். நாங்க உங்களை நம்பி பிழைக்க வந்திருக்கோம். வேலைசெய்யிற இடத்தில் பாதுகாப்பும் பந்தோபஸ்தும் இருந்தா வேலை நல்லா நடக்கும்; நினைச்ச மாதிரி மகசூலும் கிடைக்கும்னு ஏற்பாடுகள் பண்ணி வைக்கிறது தான் நிர்வாகம். அதில கோளாறு வந்தா நடக்கக் கூடாதெல்லாம் நடந்துருது. இப்படித்தான் மாரியம்மாளைப் பலி கொடுத்துட்டு நிக்கிறோம்!''

மேனேஜர் குறுக்கிட்டார் "சிவனம்மா, அந்தப் பகுதியில் சரியாக குரங்குகளை விரட்டாத ரெங்கசாமியை வேலையில் இருந்து நிறுத்திட்டோம். இனி இப்படி நடக்காது!'' பொன்னுத்தாயி ஆவேசமாய் குறுக்கிட்டது "அய்யா, நாங்க பேசுறது தப்பா இருந்தா பொறுத்துக்குங்க. குரங்குவிரட்டி ரெங்கசாமி அண்ணனை வேலையைவிட்டு நிறுத்தினதும் செத்துப்போன மாரியம்மாள் எந்திரிச்சு நடந்துட்டாள்னா சந்தோஷப் படலாம். ஆயிரத்து இருநூறு ஏக்கர் மலகாட்டு நிலத்தை ஒரு ஆளு ஏத்தம் இறக்கம் பார்த்து

ஏறி இறங்கி நடந்துவர்றதுக்கு ஒருநாள் முச்சூடும் பத்தாது. இந்த உயிர்ப் பலி ஏற்பட்டதுக்கு நிர்வாகம்தான் காரணம்! இது எங்களுக்கு இரண்டாவது உயிர்ப்பலி. எங்களுக்கு இந்த ரெண்டு உயிர்களுக்கு நஷ்டத்தை ஈடுசெய்ய முடியாது! ஆனால் நீங்கள் முந்தி தர்றேன்னு சொன்ன இழப்புத் தொகையையாவது தரணும். நீங்க தர்ற வரைக்கும் நாங்க வேலை பார்க்கமாட்டோம். உங்க பங்களா முன்னால இருக்கிற லட்சுமியம்மன் கோயில் முன்னால, தாயே நீயே நியாயம் கேட்டுச் சொல்லுன்னு வம்பட்டினியா கிடக்கப் போறோம்! அந்த தாயி உங்க குடும்பத்தைக் காக்கிறது நெசமுன்னா ...உங்களுக்காக வேலை செய்ற எங்களையும் காப்பாத்த வரட்டும். இல்லன்னா நாங்க பொம்பளைக இங்கியே உயிரை விடறோம்..!"

முதலாளி இறுகிப்போயிருந்தார். மேனேஜர் மீண்டும் குறுக்கிட்டார். "அம்மா..? சத்தமா முதலாளிகிட்ட பேசக்கூடாது. உங்க சங்கத் தலைவர்களை வரச்சொல்லுங்க. வச்சு பேசி ஒரு முடிவுக்கு வரலாம்" இப்போது சிவனம்மா பேசியது. "அய்யா,நாங்க சங்கத்தை தேடிப்போய் சேரலை. யாரோ எவரோ பாவி பரப்பான் எங்களைச் சிக்க வச்சுட்டான். நாங்க அங்கிட்டும் இல்லாம, இங்கிட்டுமில்லாம கிடந்து தவிக்கிறோம் " முதலாளி சட்டென்று சிவந்தமுகத்தோடு எழுந்து உள்ளே போனார்.

இவர்களோடு தொடர்ந்து பேசவும் முடியாமல் முதலாளியின் பின்னால் போகவும் முடியாமல் மேனேஜர் மரத்தில் செருகிய ஆப்பாகத் தவித்தார். இவர்களிடம் பேசப்பேச தொடர்ந்து சம்மட்டிஅடி வாங்கும் ஆப்பாக வெளியே வரமுடியாத நிலையில் சிக்கிக் கொள்வோம். இந்தப் பொம்பளைக அப்பாவி மாதிரி பேசி முதலாளியின் குடும்பதெய்வ விஷயத்தில் உணர்ச்சிகரமான சிக்கலில் மாட்டி விடுகிறார்கள் என்று முதலாளி உள்ளே போய்விட்டார்! தான் இருந்து பேசினால் முதலாளியிடம் தானும் மாட்டிக்க நேரும் என்று மேனேஜரும் சட்டென்று எழுந்து கறுத்த முகத்தோடு உள்ளே போனார்.

சங்கிலி சொன்னார் "அம்மாக்கமாரு ரெண்டுபேரும் பேசி, முதலாளி குலதெய்வம் லட்சுமியம்மாளை நம்ம பிரச்சினைக்குள்ளே இழுத்து விட்டுட்டீங்க! முதலாளி எதாவது முடிவுக்கு வந்தாகணும்!. கொஞ்சநேரம் கோயில் முன்னால் உக்காருவோம். கூப்பிட்டுப் பேசினால் பார்ப்போம். இல்லாட்டி நாம கூடிப்பேசி வேற முடிவெடுப்போம்." சங்கிலியின் பேச்சை எல்லாரும் ஒத்துக் கொண்டனர்.

வானம் இருண்டு போர்வையை போர்த்தத் தொடங்கியது. கோவில் விளக்கேற்ற சமையல்காரர் வேலு வந்தார். அவர் விளக்கேற்றி விட்டு, "தாயே கண்கண்ட தெய்வமே. லட்சுமிஅம்மா நீதான் எல்லாத்தையும் காப்பாத்தணும்" என்று கும்பிட்டு நழுவிவிட்டார். ஏழு மணி வரை காத்திருந்தனர். கருக்கிருட்டு கொசுக்களும்,சிறுபூச்சிகளும் மொய்க்க ஆரம்பித்தன. லட்சுமி அம்மாள்! மீது பாரத்தைப் போட்டு பெருமூச்சோடு வீட்டுக்கு நகர்ந்தனர். செயலர் பழனிச்சாமி வீட்டில் கூடினர். முன்பு எடுத்த முடிவின்படி நாளைக்கும் வேலைக்குப் போவதில்லை. பெண்கள் எட்டுமணி வாக்கில் லட்சுமி அம்மாள் கோவிலில் கூடுவது: ஆண்கள் பங்களா வாசலில் உட்காருவது. பத்துமணிக்குள் பேச்சுவார்த்தைக்கு கூப்பிடவில்லை என்றால் வெள்ளைச்சாமி, குமார், ரவி, பரமன், பெரியசாமி ஆகியோர் தேவிகுளம் போய் சங்கத்தலைவரை கையோடு கூட்டிட்டு வர்றது என்று முடிவெடுத்து வீடுகளுக்குச் சென்றனர்!

□

33

வழக்கம் போல் காலை நாலுமணிக்கு விடியல்எழுப்புமணியும், காலை ஆறுமணிக்கு பெரெடுஅழைப்புமணியும் அடிக்கப் பட்டன. ஒரு சிறு சுடுகுஞ்சுகூட வெளியே எட்டிப் பார்க்கவில்லை! ஆனால் எட்டுமணி வாக்கில் பெண்கள் அனைவரும் லட்சுமியம்மன் கோயில் முன்னால் அமர்ந்தனர். ஆண்கள் அனைவரும் பங்களாவுக்கு முன் அமர்ந்து அவரவர் கதைகளைப் பேசிக்கொண்டு இருந்தனர். வெள்ளைச்சாமி யோசனை சொன்னார். ''எல்லாரும் லட்சுமியம்மன் கோயில் முன்னால் உட்காருவோம். நம்ம எஸ்டேட்டைச் சுற்றியுள்ள எஸ்டேட்டுகளில் எவ்வளெவ்வளவு தினக்கூலி, என்னென்ன சலுகைகள் கொடுக்கிறார்கள் என்று கேள்விபட்டதைப் பேசுவோம். எந்தெந்த வகையில் நாம் ஏமாற்றப்பட்டிருக்கிறோம் என்று பேசுவோம். ஒருகிலோ ஏலக்காய் என்ன விலைக்கு விற்கிறார்கள். ஒரு கிலோ ஏலக்காய் உற்பத்தி செய்ய உத்தேச செலவு என்ன ஆகும்! அதில் நிர்வாகத்துக்கு எவ்வளவு ஆதாயம் கிடைக்கும் என்று பேசுவோம். அது நிர்வாகத்துக்கு அச்சத்தையும் அதிர்ச்சியையும் கிளப்பும். நமக்கு உலக விவரமும் தெரியவரும்'' என்றார். எல்லாரும் ''வெள்ளைச்சாமி தான் அடிக்கடி பேப்பர் படிக்கிறதால அவரே பேசடடும்'' என்றனர். அப்படியே எல்லாரையும் கூட்டி கோயில் பலாமரத்தின் கீழே உட்காரவைத்து வெள்ளைச்சாமி தனக்குத் தெரிந்த விவரங்களைப் பேசிக்கொண்டே இருந்தார்.

குப்பய்யா கணக்குப்பிள்ளை அங்கேவந்தார். "முதலாளி சாமி கும்பிட வர்றாரு, கொஞ்சம் அங்கிட்டு விலகிப் போறீங்களா?" சிவனம்மா சொன்னது "இம்புட்டு பாதை இருக்கு, தாராளமா வந்து சாமியை கும்பிடட்டும்! நாங்க சாமியைவா மறைச்சுக்கிட்டு இருக்கோம்" குப்பையா: "இந்தா, இந்த எகடாசிதான் கூடாதுங்கிறது.. முதலாளி சாமி கும்பிடும்போது சலச்சலன்னு பேசிக்கிட்டு இருந்தா மனசு எப்படி ஒர்மப்பட்டு தெய்வத்தைக் கும்பிட முடியும்?"

வெள்ளத்தாயி சொன்னாள்; "கணக்குப்பிள்ளை சாமி, நல்ல மனசு இருந்தா சாமியை எத்தனை கூட்டத்திலையும் கும்பிடலாம்! நாம வீரபாண்டித் திருவிழாவில கடலுக்கணக்கா அவ்வளவு

கூட்டத்தில் கும்பிடறதில்லேயா?" குப்பய்யா முனங்கினார்; "மாதாரி கீதாரி, பள்ளுப் பறை எல்லாம் கோயிலுக்கு முன்னால உக்காந்து அழிச்சாட்டியம் பண்ணுதுக." சிவனம்மா சொன்னது; "நயினா, எல்லா மனுஷப்படைப்பும் தெய்வப் படைப்பு தான். நீங்க சாதியைப்பேசி கலகம் பண்ணாதிங்க. நாங்க இங்க கூடியிருக்கிறதால உங்களுக்கும் சேர்த்து விடிவு கிடைக்கத்தான். வம்பு பண்ணணும்னு நினைச்சா மகிழி பூத்துப் போகும்! ஆமாம். கம்முன்னு போங்க!" குப்பய்யா காதில் வாங்காதவர் போல நழுவினார்!

சமையல்காரர் வேலு ஒரு தாம்பாளத்தில் பழம் தேங்காய், எஸ்டேட் தோட்டத்து செவ்வந்திப் பூவில் கட்டிய மாலை, பத்தி,சூடம் வைத்துக் கொண்டு வந்தார். கோயிலுக்குப் போக வர வழி ஒதுக்கி தொழிலாளர்கள் உட்கார்ந்திருந்தனர். முதலாளி, மேனேஜர் மேல்சட்டை இல்லாமல் துண்டுபோர்த்திய உடம்போடு குப்பய்யா முன்னாலும் துரைச்சாமி பின்னாலுமாக வந்தனர். நிர்வாகத்தினர் வரும்போதும் மணியடித்து அம்மனுக்கு தீப தூபம் காட்டும்போதும் தொழிலாளர்கள் யாரும் எழுந்திருக்கவுமில்லை! கும்பிடவுமில்லை! முதலாளி கும்பிட்டு வெளியேவந்து சிதறுகாய் போடும் போதும் சிறுபிள்ளைகள்கூட தேங்காய் சில்லுகள் எடுக்கச் செல்லவில்லை! இதை முதலாளி அசாதாரணமான அடியாக உணர்ந்தார்! கோபத்தை வெளிப்படுத்தாமல் முகத்தை இறுக்கிக் கொண்டு விரைந்தார். மற்றவர்கள் குனிந்த தலை நிமிராமல், ஓரக்கண்களை சுழலவிட்டபடி முதலாளியை பின்தொடர்ந்தனர். தேங்காய் சில்லுகளை நாய்கள் கவ்விக்கொண்டு ஓடின. அவர்கள் போனபின் வெள்ளைச்சாமி பேச்சைத் தொடர்ந்தார்.

"அட்டைகள் நம் கண்முன்னே ரத்தத்தை உறிஞ்சுகின்றன. ஆனால் முதலாளிகள் நாம அறியாதவகையில் ரத்தத்தை,நம்ம உழைப்பை உறிஞ்சிக் கொழுத்துத் திரிகிறார்கள். அவர்கள் போட்ட முதலுக்கு பலனை அனுபவிக்கட்டும். ஆனால் அந்த முதலுக்கு லாபம் ஈட்டித்தரும் தொழிலாளிக்கு நியாயமான கூலியை, பாதுகாப்பான வாழ்க்கைச் சூழ்நிலையை உருவாக்கித் தரணும்னுதான் நாம கேட்கிறோம்." என்று பேசினார்.

இதற்குப்பின் சங்கிலி பேசினார். "முதலாளியின் தாத்தா காலத்தில் நூறுஏக்கரா இருந்தது படிப்படியாக தொழிலாளர் உழைப்பினால் அறநூறு ஏக்கராகி பின்னால அப்பா காலத்தில் ஆயிரத்து இருநூறு ஏக்கரானதும் தொழிலாளர்கள் உழைப்பாலதான்! அந்தக் காலத்திலும் இதைவிடக் கடுமையாக கஷ்டப்பட்டோம்.

ஆனாலும் இங்கே சுத்தியிருக்கிற எஸ்டேட்டுகளைவிட ஒரணா கூடுதலாகத்தான் சம்பளம் கொடுத்தார்களே தவிர குறைச்சுக் கொடுக்கல! வருஷத்தில் ரெண்டுசீசன் முடிவிலும் பத்துநாள் லீவும், தலைக்கு ஐம்பதுரூபாய் லீவுக்காசும் கொடுத்து அனுப்புவார்கள்! ஊர்ல அமயம்சமயமுன்னு ஏற்பட்ட செலவுகளுக்கு முன்பணமாக கூசாமல் கேட்டு வாங்கலாம். பய்ய பய்ய அடுத்த சீசனுக்குள் கடனை அடைக்கலாம்! மற்ற எஸ்டேட்டில் நடக்கற மாதிரி பொண்ணு, பெரிசுகளோ, அப்பாவி சப்பாவிகளுக்கோ பயமோ, பரிதவிப்போ இல்லை! அதனாலதான் தொழிலாளிக சாதிவேத்துமை இல்லாம உழைச்சோம்! நாங்க சக்கிலியர் குடும்பம்தான், எங்க உழைப்புக்கும் விசுவாசத்துக்கும் மரியாதை இருந்தது. இப்போ உழைச்சதுக்கேத்த கூலிகூட இல்லை! உடனொத்த எஸ்டேட்டில் என்ன கூலி கொடுக்கிறாங்களோ அதையாவது கொடுக்கலாமில்ல! ஆகக் குறைஞ்ச கூலி! உழைக்கிறவனுக்குத் தேவையான வசதி இல்லை! தொழிலாளி மனசு குளிரலைன்னா எந்தத் தெய்வமும் துணைநிற்காது. இது இந்த லட்சுமியம்மனுக்கே தெரியும்! அதனாலதான் நாம இந்த தெய்வத்தின் முன்னால் கூடி நம்ம பட்ட கட்டம் நட்டம் எல்லாம் பேசுறோம்!'' என்று தன் மூன்று தலைமுறை அனுபவங்களைச் சொல்லி உணர்வூட்டிக் கொண்டிருந்தார் சங்கிலி. முதல்நாள் பேசியபடி வெள்ளைச்சாமி குழுவினர் தேவிகுளம் புறப்பட்டனர்.

துரைச்சாமி குப்பய்யாவிடம் கடிந்தார்: "என்னய்யா, உங்காளுக முதலாளிமாருக வர்றாகன்னு மட்டுமரியாதை வேணாம்? பள்ளு, பறைக மாதாரி, கீதாரி, குடியானதுகன்னு ஒரு ஈக்குஞ்சுகூட எந்திரிக்கல. விலகி நிக்கல! குமிச்சுவச்ச சாணிகணக்கா கிடக்குதுக! சரி, முதலாளிமாருக மேலக் கோவமுன்னுகூட வச்சுக்க! லட்சுமி ஆத்தாளுக்கு மணி அடிச்சு சாமி கும்பிடறோம்ல.. அப்பவாவது எந்திரிச்சு நிக்கலாமுல்ல? சாமிக்கு உடைச்ச சிதறுதேங்காய்ச் சில்லுகளைக்கூட நண்டு சிண்டுகளா திரியற பிள்ளைக எடுக்கலைன்னா அதுகளுக்கு எவ்வளவு திண்ணக்கம் பாரு! என் முப்பதுவருஷ அனுபவத்தில் இம்புட்டு திமிரு பிடிச்ச ஆளுகளை பார்த்ததில்லை! இதுக்கெல்லாம் காரணம் நீங்கதான்.... மக்கா மக்கான்னு அவங்களோட ராத்திரி பகலா இழையிறிங்களே....! அவங்களை வைக்கிறஇடத்தில் இல்ல வைக்கணும்'' என்று பேசி கிழட்டுமாடு போல புஸ்புஸ்ஸுன்னு மூச்சு விட்டார் துரைச்சாமி.

குப்பய்யா தன்னைச் சாக்கிட்டு துரைச்சாமி, மேனேஜரை வம்புக்கு இழுக்கிறார் என்று உணர்ந்து கொண்டார். எனினும் தன்

பங்குக்கு புகையிற கங்கை ஊதிவிட வேண்டுமே என்று நினைத்துப் பதிலளித்தார்.

"ஆமாங்கய்யா. நீங்க சொல்றது நூத்துக்கு நூத்தம்பது பங்கு வாஸ்தவம்! யாரை எங்கே எப்படி வைக்கணும்னு தெரியாம விட்டாச்சு! அவக நம்மளை ஈ எறும்பாகூட மதிக்கலை! அவுக நடக்கிற ஒய்யாரம்,பவுசு. அவுகளுக்கு வந்த மவுசு....உங்களை மாதிரி எனக்கும் உடம்பெல்லாம் பத்திக்கிட்டு எரியுது! ம்ஹூம் நம்மால என்ன செய்ய முடியும்? அதை விடுங்க! இந்த கிரிசகெட்ட சனங்க கஞ்சி ஊத்துற முதலாளிமாரையும் மதிக்கல! படைச்ச கடவுளையும் மதிக்கல! ஏன்னு கேட்டா..... முதலாளி எங்க வேலைக்கேத்த கூலி தரலை !படிதரலை. பாதுகாப்பு தரலை! இத்தனையும் தராத முதலாளியை பரம்புரையா காப்பாத்திற சாமி, இந்த முதலாளிக்கு உழைக்கிற எங்களையும் காப்பாத்தலையேன்னு.... கோபமாம்...! அதனாலதான் இத்தனை நாள் விழுந்து விழுந்து கும்பிட்டு சுண்டக் கடலையையும், பொங்கச்சோறையும் வாங்கிச் சாப்பிட்ட சனங்க எகடாசி பேசிக்கிட்டு கிடக்கு!"

குப்பய்யா பேசிக்கொண்டு இருக்கும்போது தொலைபேசி மணிஒலிக்கவும் துரைச்சாமி வேகமாய் நகர்ந்தார்.மேனேஜரும் வரவும், துரைச்சாமி போனை எடுத்து மேனேஜரிடம் கொடுத்தார். மேனேஜர் கிசுகிசுத்த குரலில் பேசினார். "நல்லது.! சீக்கிரம் வரச் சொல்லுங்க" என்று தொடர்பைத் துண்டித்து, முதலாளி அறைக்கு போனார். இரு கணக்குப்பிள்ளைகளுக்கும் மேனேஜரின் பேச்சு தலையும் புரியவில்லை, காலும் புரியவில்லை; குழம்பினர்.

வெள்ளைச்சாமி சகாக்களோடு நடந்து போய்க்கொண்டிருக்கும் போது மூன்று ஜீப்புகளில் பெண்களும் ஆண்களுமாக எஸ்டேட் நோக்கி வந்து கொண்டிருந்தனர். வெள்ளைச்சாமி மறித்து விவரம் விசாரித்தார். பேத்தொட்டியிலிருந்து வட்டப்பாறை எஸ்டேட்டிற்கு வேலைக்குப் போவதாகவும், பெண்களுக்கு ரெண்டு ரூவாவும் ஆண்களுக்கு மூணுரூவாவும் தினக்கூலி. போக்குவரத்துச் செலவு முதலாளி பொறுப்பு என்று சொன்னார்கள். வெள்ளைச்சாமி உணர்வுகளை வெளிப்படுத்தாமல் அவர்கள் போகவழிவிட்டு சகாக்களுடன் நடையைத் தொடர்ந்தார்.

ஜீப்புகளில் வந்தவர்கள் பெரேடு மைதானத்தருகே இறங்கி நின்றார்கள். சத்தம் கேட்டு கணக்குப் பிள்ளைகளும் மேனேஜரும் வெளியே வந்தனர். அவர்களை அழைத்து வந்த ஏஜென்ட் மேனேஜரை வணங்கி முப்பது பெண்களையும் பத்து ஆண்களையும் மட்டுமே அழைத்து வந்துள்ளதாகவும் நாளைக்கு கூடுதலாக

ஆள்களை அழைத்து வருவதாகவும் சொன்னான். குப்பய்யா விஷயத்தைப் புரிந்துகொண்டு, ஏஜென்ட்டிடம் கேட்டார் ''ஏப்பா இவங்கெல்லாம் ஏலப்பழமெடுக்கத் தெரிஞ்சவங்க தானே...? சித்தாள்வேலை செஞ்சவங்கமாதிரி தெரியுதே? ஏலச்செடியில வல்லிசரத்தை கிரத்தை பிடிங்கிற மாட்டாங்கில்ல?''

"நீங்க பயப்படவே தேவையில்லை! இவங்க பேத்தொட்டியைச் சுற்றியுள்ள சின்னச்சின்ன ஏலத்தோட்டங்களில் டெய்லி லேபரா வேலை பார்க்கிறவங்க சார்'' என்று ஏஜென்ட் பவ்வியமாகச் சொன்னான்.

இங்கே பேச்சு நடந்துகிட்டுருக்கும் போதே சிவனம்மாவும்,பொன்னுத் தாயும் மெல்ல ஜீப்பிலிருந்த பெண்களிடம் 'எங்கே இருந்து வர்றீங்க, எவ்வளவு தினக்கூலி, எத்தனைமணி நேரவேலை, எத்தனைநாள் வேலை' போன்ற விவரங்களைக் கேட்டு வந்து கூட்டத்தில் சொன்னார்கள். எஸ்டேட் தொழிலாளர்கள் தம்மீது வெந்நீர் கொட்டப்பட்டது போல கொதித்து எழுந்தார்கள். சோணைமுத்தும், முருகனும் ஆவேசமாகக் கத்தினார்கள்.'' ரெண்டுபேத்தை கை காலை ஒடிச்சாத்தான் நாளைப்பின்ன இந்த மாதிரி வேலைக்கு வர பயப்படுவானுக'' என்று துள்ளிக் கொண்டு கிளம்பினர். சங்கிலியும் பழனிச்சாமியும் அவர்களை சமாதானப் படுத்தினார்கள். ''அவர்கள் இன்றைக்கு வேலைக்குப் போகட்டும். நம்மாளுக கணக்கா இந்த மேடுபள்ளத்தில் ஏறி இறங்கி நம்மாளுங்க அளவுக்கு பழமெடுத்திற மாட்டாக !நாம இந்த செலவு கணக்கை வச்சு பேச்சுவார்த்தை தொடங்கத் தோதா வச்சுக்குவோம். இப்போ உணர்ச்சிவசப்பட்டு மறிச்சோம்னா கலவரமாக்கி போலீஸ் கேஸாக்கி நம்மளை புதுச் சிக்கல்ல மாட்டிவிடப் பாக்குறாங்க! முதலாளிக்கு இந்த மாதிரி யோசனை சொல்ல கிரிமினல் வக்கீல் கூட்டாளிக இருக்காங்க! நாம் ஆத்திரப்பட்டோம்னா வம்புல மாட்டிக்குவோம்! தாயி, நீங்க பய்ய போயி அந்தப் பொம்பளை ஆளுக கிட்ட நம்ம பிரச்சினைகளை சொல்லி, நாம வேலைக்கு போகாத காரணத்தை சொல்லுங்க. நாளை முதக்கொண்டு அவங்களை வேலைக்கு வராமல் இருக்கச் சொல்லுங்கள்! அவங்களும் பிள்ளைகுட்டியும் குடும்பமா இருக்குறவங்க. நம்ம பிரச்சினையில் அவங்க தலையிட யோசிப்பாங்க. இன்னிக்கு சாயந்திரத்துக்குள்ளே நம்ம சங்கத்தாளுகளை வச்சு நல்லமுடிவுக்கு வந்திருவோம்!'' சங்கிலியின் இந்தப் பேச்சின் நியாயத்தை ஏற்றுக் கொண்டார்கள். சிவனம்மாவும், பொன்னுத்தாயும் மீண்டும் போய் வெளியாளுகளுடன் பேசினார்கள்.

மேனேஜர், குப்பய்யாவிடம் சொல்லி ரெங்கசாமியையும், குப்பய்யா வீட்டாளுகளையும் வேலைக்கு வரச்சொன்னார். இதற்கிடையில் ஜீப்பாளுகளுக்கு பிஸ்கட்டும், டீயும் கொடுக்க ஏற்பாடு செய்யப் பட்டிருந்தது.! பொன்னுத்தாயும், சிவனம்மாவும் வெளியாளுகளுடன் பேசிக்கொண்டிருப்பதைப் பார்த்த குப்பய்யா; "ஏ தாயி என்ன இவுங்க கிட்ட பேசிக்கிட்டு இருக்கீங்க? இதெல்லாம் தப்பு! இவுங்களோட பேசி கலகம் பண்ணப் பார்க்கிறீங்களா?" என்றார்.

சிவனம்மா சொன்னது. "நயினா, வேலைக்கார பொம்பிளைகளோடு பொம்பளையா, நாங்க என்னத்தையோ பேசுவோம். முதலாளிமாருக ஏன் தலையிடுறீக! உங்க வேலையைப் பார்த்துட்டு போங்க. மூத்திரத்துக்கு ஒதுங்கறது எங்கேன்னு இந்தக்கா கேட்குது. நீங்க சொல்லுவீகளா?"

"ஆத்தாடி, பொம்பளைக விஷயம். நான் தலையிடலை" என்று நழுவினார். சிவனம்மா இவரை முதலாளிமாரு என்று சொன்னது இவரது வளைந்த உடல் நிமிர்ந்து முகத்தில் ராஜகளை வந்தது போல் உணர்ந்து வேகமாய் கவட்டைக்காலை விரித்து சண்டி சண்டி நடந்தார்!

வீட்டிற்குள் போனதும் சின்னமகனையும், மகளையும், "வேலைக்குப் போகணும் ரெடியாகி பரெடுக்கு வாங்க. ஜெகா நீ தான் இன்னிக்கு நம்ம எஸ்டேட் கங்காணி!; வெளியாளுக வேலைக்கு வர்றாங்க. அவங்ககிட்ட பார்த்து பக்குவமா பதுவுசா, கறாரா வேலை வாங்கணும்! மேனேஜர் பார்க்க வருவாரு! அவருகிட்ட நல்லபேரு வாங்கிட்டீன்னா நீதான் பெர்மனன்ட் கங்காணி. அடுத்த ரெண்டு வருஷத்தில் அஸிஸ்டண்ட்மேனேஜர்! இந்த மாதிரி வர்ற வாய்ப்பை கெட்டியாக இறுக்கப் பிடுச்சுக்கணும் தெரியுதா? இப்ப போயி அந்த குரங்காட்டி மாமாவை காட்டுக்குப் போகணும்னு மேனேஜரும் முதலாளியும் வரச்சொன்னாங்கனு சொல்லி கையோட கூட்டிகிட்டு வா. அந்தாளு என்ன கத்தினாலும் கண்டுக்காதே. முதலாளி கையோட கூட்டிட்டு வரச்சொன்னாருன்னு கூட்டிட்டுவா! இதுலதான் உன் சாமர்த்தியத்தைப் பார்க்கணும்!" என்றார். வீட்டில் பங்கஜத்தைப் பார்க்கலாமேன்னு ஜெகநாதன் குதியாட்டத்தோடு ஓடினான்..

ரெங்கசாமி வரவும் வெளியாளுக டீ குடிச்சு தயாராக இருந்தார்கள். மேனேஜர் ரெங்கசாமியை அழைத்து "இவர்களை தெற்கே பாச்சா சாயுபு தோட்டத்துக்கு கூட்டிட்டுப் போங்க! நீங்களும், இந்த பையன் ஜெகனாதனும் அந்த ஏரியா காவல் பொன்னையாவும்

இந்த ஆளுக பழமெடுக்கிறதை கண்காணிச்சுக்குங்க! செடிக்கு செடி பழமெடுக்கிறது லேட்டானாலும் பரவாயில்லை! வள்ளிச்சரம் டேமேஜோ, பிஞ்சுகளைப் பிடுங்குறதோ இல்லாம கவனிச்சுப் பார்க்கணும்! நீங்க விவரம் தெரிஞ்சவருன்னுதான் முதலாளி உங்ககிட்ட இந்த வேலையை ஒப்படைக்கச் சொல்லியிருக்காரு!!'' என்று மேனேஜர் சொல்ல அவரு முகத்தை பார்க்காமல் இறுகிய குனிந்த முகத்தோடு காதால் கேட்டுக் கொண்டார்.

மேனேஜர், ரெங்கசாமியை சாந்தப்படுத்த சமையல்காரரை அழைத்து டீ, பிஸ்கட் தரச் சொன்னார். ரெங்கசாமி விரைத்த முகத்தோடு பிஸ்கட்டை டிரவுசர் பாக்கட்டில் வைத்துவிட்டு டீயை விழுங்கியபடி வந்திருக்கும் ஆள்களை நிமிர்ந்து பார்த்தார். மேனேஜர் உள்ளே போயிருந்தார். விரைப்பு மாறாமல் செருமி குப்பய்யாவைப் பார்த்து ''போய் வருகிறேன்'' என்பது போல் தலையசைத்தார்! குப்பய்யா தனது பவரைக் காட்ட, ''மேனேஜரோட அப்புறமா வர்றோம்: நீங்க முன்னால போங்க'' என்றார். ஏஜென்டைப் பார்த்து ''வாங்க போவோம்'' என்றவாறு முகத்தில் கடுப்பைக் காட்டி விறைப்பாக முன்னே நடந்தார். புதிய ஆளுகள் பின்தொடர்ந்தார்கள்.

தூர இருந்தபடி இந்த நாடகங்களை வட்டப்பாறைத் தொழிலாளர்கள் கவனித்தபடி இருந்தனர். பழனிச்சாமி கடிகாரத்தைப் பார்த்தபடி சொன்னார். "மணி இப்பவே பத்தரை ஆச்சு! குரங்காட்டி சக்கடி சக்கடின்னு வடக்கொரு காலும் தெக்கொருகாலுமா விசுக்விசுக்குன்னு நடந்து பாச்சா சாயபு தோட்டத்துக்கு போய்சேர பதினொன்ரை மணியாகிரும். உச்சிப்பொழுதில் நிறை பிடிச்சா புது ஆளுக ஒரு நிறையை முடிக்கவே ரெண்டுமணியாகிரும்! இவுங்க என்னத்த பழமெடுத்து எத்தனை மூடை இறக்கப் போறாங்கண்ணு பார்ப்போம்!" என்று சொல்ல, எல்லோரும் சிரித்தனர். இருளாயி சொன்னாள்; "வயித்தெரிச்சலை சிரிச்சுதான் தீர்க்கணும்!" ஆண்கள் தனித் தனியே கூடி அவரவர் ரசனைக்குப் பேசினர். சின்னவீரனும் முனியசாமியும் தெம்மாங்கு பாட்டுப் பாடினர்! பெண்கள் விடுகதைகளைப் போட்டு ஆண்களை விடுவிக்கச் சொன்னார்கள். அவர்கள் ஓய்ந்த நேரங்களில் முந்தைய காலங்களில் நடந்த நிகழ்வுகளை சங்கிலியும், சின்னாத்தேவரும் சொல்லிக் கொண்டிருந்தனர்.

★★★

வெள்ளைச்சாமி தலைமையில் போனவர்கள் தேவிகுளத்தில் தோட்டத் தொழிலாளர்கள் சங்கத் தலைவர் மதிய உணவுக்கு கிளம்பும் நேரத்தில் மறித்து விட்டனர். வெள்ளைச்சாமி எஸ்டேட்டில் மாரியம்மாள் மரணம் நேர்ந்த விதம் அதைத் தொடர்ந்து தொழிலாளர்கள் கொந்தளிப்பு; முதலாளியின் மௌனம்; தன்னெழுச்சியாக எடுத்த வேலைநிறுத்த முடிவு இக்கட்டான நேரத்தில் வழிகாட்ட வேண்டிய தொழிற்சங்க மாவட்டத் தலைமை; இன்று வெளியாள்களை வைத்து கூலி அதிகம் கொடுத்து பழமெடுப்பு நடத்தும் எஸ்டேட் நிர்வாகம்; இதை எதிர்த்து கொந்தளித்த தொழிலாளர்களைச் சிரமப்பட்டுக் கட்டுப்படுத்தியது என அனைத்து நடப்புகளையும் உலைமுடியைத் தள்ளிவிட்டு வெளியே பொங்கும் உலைக்கொதிப்பாய் கொட்டித் தீர்த்தார். மாவட்டத்தலைவர்கள் ஜோர்ஜீம், வர்கீசும் பொறுமையாகக் கேட்டு அவர்களை ஆசுவாசப்படுத்தி ''பக்கத்திலுள்ள உணவகத்தில் சாப்பிடுங்கள். பத்து நிமிடத்தில் வந்துவிடுகிறோம்'' என்று அவர்கள் சாப்பிடச் செல்லும் முன் உணவகத்தில் சொல்லிவிட்டுச் சென்றார்கள்.

உணவகத்திற்கு எதிரே இருந்த செங்கொடி தோட்டத் தொழிலாளர்கள் அலுவலகத்தில் நான்குபேர் ஏதோ சத்தமாகப்பேசி விவாதித்துக் கொண்டிருந்தனர். புழுங்கல் அரிசிச்சோறு மொச்சைக்கொட்டைஅளவு பெரிதாக இருந்தது. பசிக்கு ருசி ஏது. சாப்பிட்டு எழுந்தார்கள். வெள்ளைச்சாமி கல்லாவில் காசு கொடுத்தார். கடைக்காரரர் வாங்க மறுத்து யூனியன் கணக்கு என்றார். இது ஆக்ரோஷமாக இருந்த இவர்களின் கோபத்தை மட்டுப்படுத்தியது.

நிழல்பார்த்து உட்கார மெல்ல சாலையோரம் நடந்தனர். ரவி மலையாள எழுத்தில் இருந்த தமிழ்சினிமா போஸ்டர்களைப் பார்த்து எழுத்துக் கூட்டிப் படித்துக் கொண்டிருந்தான். குமார் செங்கொடி யூனியன் அலுவலகத்தைத் காட்டி “இந்த கம்யூனிஸ்ட்காரன்களைப் பார்க்கும் போதெல்லாம் நாலுபேரு வர்றவங்ககிட்ட பேசிக்கிட்டே இருக்காங்க! பார்த்த நேரமெல்லாம் ஆபிஸ் திறந்தே கிடக்கு. மாறி மாறி ஆளுக இருந்துகிட்டே இருக்கானுங்க. நம்ம சங்கத்துக்காரனுகளை பிடிக்கிறதே கஷ்டமா இருக்கு”என்றான். பெரியசாமி; “நமக்கு வாச்ச முதலாளியும் சரியில்லை. சங்கமும் சரியில்லை” என்றபடி இபிகேபீடி முனையைக் கடிச்சுத் துப்பி பீடியைப் பற்ற வைத்தார். “கம்யூனிஸ்ட்காரங்க எந்த நேரமும் சனங்களோடவே திரிவார்கள் !” என்றார் பரமன்.

வெள்ளைச்சாமி சாந்தம்பாறையில் வாங்கிய தினத்தந்திப் பேப்பரை விரித்து மேய்ந்து கொண்டிருந்தார்.

இந்தியத் தோட்டத்தொழிலாளர் சங்க அலுவலகத்தை உதவியாளர் திறந்தார். ஜார்ஜ் இவர்களைக் கைதட்டி அழைத்தார். ரவி கவனித்து இவர்களை அழைத்துச் சென்றான். வர்கீஸும் இருந்தார். எல்லாரும் வட்டமாக அமர்ந்தனர். வர்கீஸ் சொன்னார்: "வட்டப்பாறை தொழிலாளர்கள் சமிக்கணும்.'' ஜார்ஜ் குறுக்கிட்டு ''மன்னிக்கவும் பறை'' என்றார்." சாரி, வட்டப்பாறை தொழிலாளர்கள் மன்னிக்கணும்; அன்னு அக்குட்டி மரிச்ச சேதிவந்நு. இவ்விட கண்ணன்தேவன் டீ எஸ்டேட்டில் வல்லிய ப்ரோப்ளம்! அதுனிட்டு அவிட வட்டப்பாறைக்கு வராம்பாடில்ல! மன்னிக்கனும்!"

வெள்ளைச்சாமி குறுக்கிட்டு, "ரகுமான் வரமாட்டாரா?" ஜார்ஜ் சொன்னார்: "அவரு இலாயராயிட்டில்ல. பேங் நேஷனலைஷானதால அவரு பேங் எம்ப்ளோயிஸ் டிரேட் யூனியன் லீடராயிட்டார். இவிட ஆளில்லை. இவிட டீ எஸ்டேட் வர்க்கர்ஸ் பிரோப்ளம் பார்க்க டைம் போதல. கேடரும் லீடரும் ஷோர்ட்டேஜ்" என்று சொல்லும்போது வெள்ளைச்சாமி வகையறா முகம் சிவந்து வருவதைப் பார்த்ததும்" ''ஸாரி.. எங்க ப்ரோப்ளம் இருக்கட்டும்! உங்களுக்காக ஒரு ஐடியா சொல்லும்!. பக்கத்தில சிஐடியூ சகாவுமார் வந்து உங்கள் ப்ரோபளத்தை முடிச்சுத்தர நங்கள் ஏற்பாடு செய்யும்! நோர்மலா அவுங்க எங்களுக்கு ஓப்போஸிட் பார்ட்டினாலும் நங்களை நம்பின நீங்களும் உங்கள் தொழிலாளிமாரும் ஏமாறக்கூடாது. கஷ்டப்படக் கூடாதுன்னூ நாங்கள் பிரஸ்டீஜ் நோக்காம்பாடில்ல கேட்டோ. உங்களுக்கு ஏற்பாடு செய்யினு! உங்க முதலாளிமாருக்கு சி.ஐ.டி.யு.மாரு தான் சரி! அவுங்க பார்ட்டி பேங்க் நேஷனலைஷேஷனுக்கு சப்போர்ட் செஞ்சது. அதனால் எதிரெதிரே நின்னாலும் ரெண்டு பார்ட்டிமாரும் அவ்விடவிட கொஞ்சம் ஒத்துப் போகும்!

இன்னொரு ரகஸியம் பறையனு கேட்டோ. நிங்களோட முதலாளிமாரோட சிநேகிதமாயிட்ட பாண்டிக்கார கோங்கிரஸ் எம்பி, இவிட கேரளத்து எம்பிமாருட்ட பறைஞ்சு நங்களுக்கு பிரஸர் தந்து உங்கள் எஸ்டேட் வர்க்கர்ஸ் ப்ரோபளத்தை அட்டண்டு பண்ணவிடாது தடுக்குது! அதனாலதான் சி.ஐ.டி.யு.மாருகிட்ட நாங்கள் ஜோயின் செய்யுது! மன்னிக்கணும்! பேடிக்க வேண்டாம். அவரு ஸ்ட்ரோங்காயிட்டு சமரம் செய்யும்! வர்க்கரஸ்க்கான பெனிபிட்ஸை பெற்றுத் தரும்! இது எங்களோட பிரதேச

கொமிட்டிமாருக்கு அறியாமல் லோக்கல் அண்டர் ஸ்டாண்டிங்கில் செய்யறதாக்கும். இதை யாரோடும் பறைய வேண்டாம் கேட்டோ!''

வெள்ளைச்சாமி மற்றவர்களை பார்த்து, "நீங்கள் என்ன சொல்கிறீர்கள்?'' என்று கேட்டார். பரமன் "இவர்கள் சொல்வது நல்ல யோசனை! முதலாளி நம்மை ஏமாற்றத் திட்டம் போடும்போது வலுவாகப் போராடும் சங்கத்தினாலதான் முறியடிக்க முடியும்! அதனால இன்னொரு தடவை எஸ்டேட் போய் யோசனை கேட்க நேரமில்லை! சேட்டா, இப்பவே சி.ஐ.டி.யு.சகாவுகளை எங்களோடு வர ஏற்பாடு பண்ணுங்க! முதலாளிமாருக்கு இன்னும் யோசிக்க இடம் கொடுக்கக் கூடாது!''

ஜார்ஜ் உதவியாளரை அனுப்பி ''கிருஷ்ணன்குட்டி அவிட உண்டான்னு நோக்கு.. உண்டெங்கில் அவரை ஓபிஸுக்கு பின்னால் வந்து நிற்காம் பறை! ஞான் அவிட பின்னால் வரும்!'' உதவியாளர் ராஜு ஐந்துநிமிடத்தில் சிரித்தபடி வந்து தலையசைத்தார். ஜார்ஜும், வர்கீஸும் அலுவலகத்தின் பின்கதவு திறந்து வெளியே நின்று "சகாவு, அஞ்சுநிமிஷம் சம்சாரிக்குமா'' என்று கேட்டபடி ஜார்ஜும் வர்கீஸும் போனார்கள்.

ரவி பின்னால் சென்று எட்டிப்பார்த்தான்.அங்கே இருவரும் வெள்ளைவேட்டி வெள்ளைச்சட்டையில் சிரித்தமுகத்துடன் நின்றனர். இவனுக்கு புதிதாகத் தோன்றியது–வாயைத் திறந்து அவர்கள் சிரித்திருக்கவில்லை. ஆனால் முகத்தில் சிரிப்பின் வெளிச்சம் தெரிந்தது. புத்தர் கண்ணை மூடி இருப்பார். ஆனால் அவர் முகமெல்லாம் சிரிப்பின் ஒளி மென்மையாக ஜொலிக்கும் படம் நினைவுக்கு வந்தது! அவர்கள் பேசிக்கொண்டு இருந்தனர். பின்னால் அடுக்கடுக்காய் நிலம் வெட்டி வாழையும் காய்கனிகளும், பலா மரங்களுமாகவும் இருந்தன. ரோட்டுக் கட்டிடங்களிலிருந்து கழிவுநீர் சிறு சிறு ஓடைகளாக வழிந்து கொண்டிருந்தன. ஆடுகளும், மாடுகளும் மேய்ந்து கொண்டிருந்தன.

ஜார்ஜும், வர்கீஸும் பேசிவிட்டுத் திரும்பினர். ரவி அலுவலகத்திற்குள் ஓடிவந்தான். ஜார்ஜ் சொன்னார்; ''கிருஷணன்குட்டி கிட்ட உங்க எஸ்டேட் ப்ரோப்ளம் பற்றியும், உங்க முதலாளி குறிச்சும் பறைஞ்சிருக்கு. அவர் உங்களை அவிட வராம்பறையுனு! நீங்கள் அவிடபோகும். இனி அவர் பறையனது கேட்டொ. அவர் ஜெயிச்சுக் கொடுக்கும். காங்கிராட்ஸ்!'' "என்று ஜார்ஜ் சொல்ல, வர்கீஸும் நின்று கைகுலுக்கி வழியனுப்பினர். காந்தி பொக்கை வாயில் சிரித்தார். நேரு கவலைதோய்ந்த முகத்தோடு இருந்தார்.

கேரள தலைவர்கள் சிரித்த முகத்துடன் இருந்தனர். இவர்கள் வெளியேறி அதே வரிசையில் இடதுபக்கம் ஐநூறடி தள்ளி சிவப்புக்கொடியில் அரிவாள் சுத்தியல் நட்சத்திரம் பதிந்திருந்த அலுவலகத்திற்குப் போனார்கள்.

கிருஷ்ணன்குட்டியும், இன்னும் இருவரும் "வாங்க சகாவுமாரே வெல்கம்! இவிட இருக்கணும். ஜோர்ஜும், வர்க்கீஸும் உங்கள் எஸ்டேட் ப்ரோப்ளம் பறைஞ்சது. இனி நீங்கள் பேடிக்க வேண்டாம். இந்த செங்கொடிச்சங்கம் சி.ஐ.டி.யு. உங்களுக்கான நியாயமான கோரிக்கைகளைப் பெற்றுத் தரும்! முதலாயிட்டு சகாவுமாரு நீங்கள் அஞ்சுபேரும் சங்கத்தில் மெம்பராய் பதியுங்கள்! பின்ன மற்ற தொழிலாளிமார்களை அங்கே போய் பதிவோம்." ஆளுக்கொரு ரூபாய் வீதம் வெள்ளைச்சாமி ஐந்துரூபாய் கொடுத்தார். சரசரவென்று உறுப்பினர் பதிவு நடந்தது.

பரமன் சொன்னார் "சகாவு, அங்கே எஸ்டேட்டில் நெருக்கடி. தொழிலாளர்கள் நெருப்பில்மேல் நிற்கிறதுபோல அவதியில இருப்பாங்க. அதனால நீங்க உடனே புறப்பட்டு எங்களோட வர்றதுதான் நல்லா இருக்கும். ஜார்ஜ் உங்ககிட்டே சொல்லி இருப்பாருன்னு நினைக்கிறோம்."

கிருஷ்ணன் சொன்னார்: "சகாவு பேடிக்க வேண்டாம். ஜோர்ஜ் எல்லா விவரமும் சொன்னது. ஓப்போஸிட் சங்கம் செய்ய முடியாததை நாங்க ஜெயிச்சுக் காட்டுவோம். ஜீப்பு வரச்சொல்லி இருக்கு! வட்டப்பாறை எஸ்டேட்டிற்கு இப்பவே போகிறோம்! கொடியேற்றுகிறோம். உங்க முதலாளிமார்கிட்ட பேசுற பேச்சில் ஒரு முடிவு தெரிஞ்சிரும்!! பேடிக்க வேண்டாம்!" இவர்களுக்கு உடலெல்லாம் புல்லரித்தது. புதுத் தெம்பு பிறந்தது போலிருந்தது! ரவி அலுவலக அறையை சுற்றி நோட்டம் விட்டான்! பச்சை நிறத்தில் இருந்த போட்டோவில் "வேர்ல்டு வொர்க்கர்ஸ் யுனைட்" என்று ஆங்கிலத்தில் அதன்கீழ் ' காம்ரேட்.வி.இ..லெனின் ; என்று போட்டிருந்தது. லெனின் கையை உயர்த்தி அறைகூவல் விட்டபடி நின்றார். இதே அளவில் இன்னொரு போட்டோவில் இராணுவ உடையில் மிடுக்கான மீசையில் கம்பீரமாக ஒருவர் இருந்தார். அப்போட்டோவில் காம்ரேட். ஜோஸப் ஸ்டாலின் என்று இருந்தது. இன்னும் இரண்டு போட்டோக்கள் இருந்தன. ஒன்றில் காம்ரேட் ஏ.கெ.கோபாலன் என்றும் மற்றதில் காம்ரேட் இ.எம்.எஸ். என்றுமிருந்தது. ஜீப் வந்து நின்றது.

ரவியும், குமாரும் டிரைவர் பக்கத்தில் உட்கார்ந்தனர். உள்ளே நடுவரிசையில் கிருஷ்ணன்குட்டி, பரமன், வெள்ளைச்சாமி.

மாதவன் நாயரும் உட்கார்ந்தனர். பின் இருக்கையில் பெரியசாமியும், சங்கத்துக்காரர்கள் மூவரும் உட்கார்ந்தனர். சங்கத்துக்காரரில் ஒருவர் ஒரு பையில் நோட்டும், சந்தா புத்தகங்களும், யூனியன் சட்ட புத்தகமும் வைத்திருந்தார். மற்ற இருவரும் செங்கொடிகள் கட்டிய பத்துக் கம்புகளை வெளியே தெரியும்படி வைத்திருந்தனர். வண்டி புறப்படும் முன்னே கிருஷ்ணன் கேட்டார்; ‘‘சகாவு, எல்லா மெட்டிரியலும் எடுத்தோ.?'' பின்னாலிருந்தவர்கள். “எடுத்து சகாவு“ என்றனர். பரமன் மணி பார்த்து ‘‘மூன்றுமணியாச்சு'' என்றார். வண்டிவேகம் எடுத்துப் பறப்பது போலிருந்தது. ரவிக்கு வெகுநாட்களுக்குப் பின் புதிதாக காம்ரேட், சகாவுன்னு இரண்டு வார்த்தைகள் கேள்விப்பட்ட மகிழ்ச்சி.. அவற்றின் அர்த்தத்தை வெள்ளைச்சாமி மாமாவிடம் கேட்கவேண்டும் என்று நினைத்துக் கொண்டான். வண்டி ஓட்டத்தில் கண்களை உறக்கம் கவ்வியது. வெள்ளைச்சாமியும் பரமனும் கிருஷ்ணன் குட்டியிடம் கடந்த பல மாதங்களாக எஸ்டேட்டில் நடந்த அனைத்தையும் சொல்லிக் கொண்டே வந்தனர்.

□

34

ஒருமணி நேரத்தில் ஜீப் எஸ்டேட்டிற்குள் வந்துவிட்டது. இறங்கிய அடுத்த நிமிஷம் முழக்கம் எழுப்பினர். "இன்குலாப் ஜிந்தாபாத்....! இன்குலாப் ஜிந்தாபாத்! வர்க்கர்ஸ் யூனிட்டி. ஜிந்தாபாத்! தொழிலாளர் ஒற்றுமை ஓங்குக! சமரம் செய்யும்! சமரம் செய்யும்!. தொழிலாளர் கோரிக்கைகள் வெல்லும் வரை சமரம் செய்யும்!" என்று கிருஷ்ணன்குட்டி, மாதவன்நாயர் மற்றும் உடன்வந்த மூவரும் செங்கொடிகளைப் பிடித்தபடி முழக்கம் சொல்லச் சொல்ல வெள்ளைச்சாமி, பரமன். குமார், பெரியசாமி மற்றும் ரவி ஆகியோர் திரும்பச் சொல்லி முழக்கமிட்டனர்! இந்த முழக்கஒலி கேட்டு வீட்டிலிருந்த தொழிலாளர்கள் உற்சாகமாகத் திரண்டு வந்தனர். வெள்ளைச்சாமி, பரமன் எல்லாரும் கோஷமிடுவதைப் பார்த்து அவர்களும் சேர்ந்து கோஷமிட்டனர்! இவர்களோடு எஸ்டேட் அடிவார நுழைவுவாயில் பேட்டுநாற்று பராமரிப்பு துரைக்கண்ணு குடும்பத்தார் நான்குபேரும் வந்து கலந்துகொண்டனர். எல்லாருடைய குரலும் எஸ்டேட்டைச் சுற்றியுள்ள உயர்ந்த மரங்களில் பட்டு எதிரொலித்தது. கடல் பொங்கி ஓசை எழுப்புவது போல் கேட்டது

வெளியாள்கள் பங்களாமுன் தினக்கூலி வாங்கிக் கொண்டிருந்தனர். செங்கொடியைப் பார்த்ததும் அவர்களுக்குப் பயம்வந்தது. முதலாளியும், மேனேஜரும் அவரவர் அறை ஜன்னல்கள் வழியாகப் பார்த்தனர். அவர்கள் என்ன நடக்கக்கூடாதென நினைத்தார்களோ அது நடந்தே விட்டது என்று பேரதிர்ச்சியில் யார் யாருக்கோ போன் செய்து கொண்டிருந்தார்கள். வெளியாள்களை ஏற்றிச்செல்லும் ஜீப்புகளும், ஏஜென்ட்டும் இன்னும் வந்து சேரவில்லை! வண்டியில்லாமல் இந்த இடத்தைவிட்டு போகவும் முடியாது. இங்கேயே தங்கவும்முடியாது யூனியன்காரனுகிட்ட மாட்டிக் கொண்டோம் தொழிலாளர்களுக்கு துரோகம் செய்கிறீர்களே இது சரியான்னு கேட்பாங்களே என்ன பதிலைச் சொல்வது என நெருப்பின் மீது நிற்பது போல் தவித்தனர்.

முழக்கமிடல் நடந்து கொண்டிருக்கும்போதே, பரமன் பின்னால் சென்று இருவரைச் சேர்த்துக் கொண்டு குடும்பம் வாரியாக அழைத்து உறுப்பினர் சந்தாபதிவு செய்து கொண்டிருந்தார். பதிவு

செய்தவர்கள் கோஷத்தில் கலந்துகொண்டனர். இந்த முழக்கங்கள் சோர்ந்துபோயிருந்த அவர்களுக்குப் புதிய எழுச்சியையும் உற்சாகத்தையும் உணர்த்தியது! அரைமணிநேரத்திற்கு மேலாக கோஷம் தொடர்ந்தது. சகாவு ஒருவர் கிருஷ்ணன் குட்டியிடம் சொன்னார் "நூறு சந்தாவுக்கு மேல் போட்டுக்கிட்டு இருக்கோம்" கிருஷ்ணன்குட்டி நிறைவு முழக்கமிட்டு நிறுத்தினார். சந்தா பதிந்தவர்கள் எல்லாரையும் முன்னால் வரச்சொன்னார். மீதமிருந்தவர்களுக்கு இரு சகாவுகளைக் கொண்டு சந்தா பதியச் சொன்னார். சந்தா போட்டவர்கள் முன்நின்று தன்னையும் மாதவன் நாயரையும் அறிமுகப்படுத்திப் பேசினார்;

"வட்டப்பாறை தொழிலாளர் சகாவுகளே," இந்தச் சங்கத்தில் உறுப்பினராக சந்தா பதிந்த நீங்கள் இந்த நிமிஷத்திலிருந்து தனி மனிதர்கள் அல்ல! உங்கள் வாழ்வாதாரத்தைப் பாதுகாக்கவும் உங்களுக்கு சட்டபூர்வமாய் கிடைக்க வேண்டிய அனைத்து உரிமைகளையும், சலுகைகளையும் பெற்றுத் தரவும் இந்தத் தேசத்தின் கண்ணியமான பிரஜையாக வாழவும் அனைத்து வகையிலும் இந்த சி.ஐ.டி.யு.சங்கம் உங்களுக்கு உதவும்! உங்கள் எஸ்டேட் பிரச்சினைகளை சகாவுமார் பரமனும் வெள்ளைச்சாமியும் சொன்னது. உங்கள் முதலாளிகிட்ட நாம் பேசும். அவரு என்ன பதில் சொல்லுதோ அதுக்கேத்த மாதிரி நம்மத் தொழிலாளர்மார் உரிமைக்கும் பாதுகாப்புக்கும் எந்தப் பாதிப்பும் வராமல் அடுத்தகட்ட நடவடிக்கைகளை நாம கூடிப்பேசி முடிவெடுப்போம்!

நீங்க எல்லாரும் வெளியிலிருந்து வந்த தொழிலாளர் மாரோடு எந்த மோதலோ, அடிதடியோ செய்யாமல் கண்ணியமாய் நடந்துகொண்டது பாராட்டுக்குரியது! எஸ்டேட் தொழிலாளர்களை வெளித்தொழிலாளர்களோடு மோதவிட்டுக் கலவரம் உண்டாக்கி போலீஸைக் கொண்டு பயமுறுத்தி இங்கிருந்து உங்களை அப்புறப்படுத்த நினைத்த முதலாளியோட சதித்திட்டத்தைத் தோற்கடிச்சிட்டீங்க! அதுக்காக உங்களையும், உங்களை வழிநடத்தின சகாவுமார்களையும் இந்த சி.ஐ.டி.யு.சங்கம் பாராட்டுகிறது. வெளியாள் விஷயத்தில் கவனமாயிருங்கள். இப்போ வாங்க முதலாளிமார் கிட்ட பேசுவோம். இதுக்கு முந்தி யார்யாரு என்ன பொறுப்பில் இருந்தீர்களோ, அவர்களே நீடிக்கட்டும்! அப்புறம் நீங்க விரும்பும்போது மாற்றிக் கொள்ளலாம்! இப்போ வாங்க நாம் முதலாளிகிட்ட பேசுவோம்! இப்போ உங்கள் சார்பாய் நாங்கள் பேசும்.! உங்களைப் பேசச்சொல்லும்போது பேசினா மதி!" என்று தமிழும் மலையாளமும் கலந்து பேசினார்

கிருஷ்ணன் குட்டி. இவரது வெளிப்படையான பேச்சு எல்லாரையும் ஈர்த்தது!

இவர்களைப் பார்த்ததும் வெளியாளுகள் வணங்கி ஒதுங்கி நின்றனர்! இவர்கள் பங்களா வாசல்முன் திரளாக நின்று ஐந்துநிமிஷம் கோஷமிட்டனர். உள்ளே கனத்த மௌனம் அழுத்தி இருந்தது! குப்பய்யா மட்டுமே மெல்ல எட்டிப்பார்த்தார். கிருஷ்ணன்குட்டி சொன்னார்; "உங்க முதலாளியை சங்கத்தோடு பேச வரச்சொல்லும். ஐந்துநிமிஷத்தில் வரலைங்கில் நாளைக்கு உடும்பன்சோலை கார்டமம் போர்டு ஓபிஸ் முன்னால் எஸ்டேட் தொழிலாளர்மார் திரண்டு தர்ணா செய்யும்!" குப்பய்யா மிரண்டு உள்ளே போனவர்தான் வெளியே வரவில்லை.

ஐந்து நிமிடத்தில் வெளியாள்களை ஏற்றிச்செல்லும் ஜீப்புகள் நான்குடன் ஏஜென்ட் வந்தார். சங்கத்தாளுகளைப் பார்த்ததும் "சகாவு, க்ஷமிக்கணும். லேபர் பிரச்சினைன்னு சொல்லாம ஆள் பத்தலைன்னு சொன்னதால நான் வந்தது. நாளை நான் ஆள்களைக் கூட்டி வராது" என்று ஏஜென்ட் கும்பிடு போட்டுவிட்டு ஆள்களை ஏற்றிக்கொண்டு சென்றுவிட்டார். நான்கு ஜீப்புகளும் ஓசையில்லாது கிளம்பின!

பத்து நிமிடம் வரை முதலாளியிடமிருந்து எந்த அசைவும் இல்லை. பொன்னுத்தாயும் சிவனம்மாவும் வீட்டிற்குச் சென்று தலைவர்களுக்கு டீ போட்டுக்கொண்டு வந்து தந்தார்கள். கிருஷ்ணன்குட்டி கேரளத் தோட்டத் தொழிலாளர்கள் வரலாறை சத்தமாகச் சொன்னார். கூலிஉயர்வு, மழைக்காலப்படி, குளிர்காலத்திற்கான கம்பளிபடி, கைக்குழந்தையை வைத்துள்ள தாய்மார்களுக்கு சிறப்புபடி, கைக்குழந்தையை பராமரிக்க க்ரஸி ஏற்பாடு, தோட்டத் தொழிலாளர்கள் குழந்தைகள் படிக்க கல்விச்சலுகை, வருடாந்திர போனஸ், பண்டிகை முன்பணம் இப்படி ஒவ்வொன்றையும் நிர்வாகங்களிலிருந்து போராடிப் பெற்ற வரலாறுகளை நகைச்சுவையும்,போராட்ட உணர்வும் பொருத்தமான கலவையோடு சுவையாகச் சொன்னார்.

தொழிலாளர்களாகிய நாம் முதலாளிகளிடம் அநியாயமாக எதையும் கேட்கவில்லை. இதை ஒரு சின்ன கணக்கினை சொன்னால் புரிந்து கொள்வீர்கள். பத்து பெண் தொழிலாளர்கள் ஏலப்பழம் எடுக்கப் போகிறீர்கள் என்று வைத்துக் கொள்வோம். குறைஞ்சபட்சம் நூறுகிலோ ஏலப்பழம் எடுத்து வருகிறீர்கள். இதை ஸ்டோரில் பக்குவப்படுத்தி விற்கத் தகுந்த ஏலக்காய்களாக மாற்றும் போது அதன் எடை சுமார் முப்பத்தைந்து கிலோ இருக்கும்! இதை

இன்றைய சராசரி விலைக்கு விற்றால் கிலோ நானூறுவீதம் முப்பத்தைந்து கிலோவுக்கு பதிநான்காயிரம் ரூபாய் கிடைக்கிறது.

இதில் தொழிலாளர்கள் சம்பளம் பத்துபேருக்கு தலைக்கு இரண்டு ரூபாய் வீதம் வைத்தாலும் இருபதுரூபாய் ஆகிறது இதொடு ஸ்டோர் பதப்படுத்தும் செலவு எண்பதுரூபாய் என்று வைத்தாலும் மொத்தச் செலவு ஒரு நூறு ரூபாய்தான் ஆகிறது இன்னும் நிர்வாகச்செலவு அது இதுன்னு மொத்தச் செலவு ஆயிரம்னு வைத்துக் கொண்டாலும் முதலாளிக்கு இலாபம் எவ்வளவு தெரியுமா? பதிமூவாயிரம் ரூபாய்! இப்போ சொல்லுங்க நம்ம கோரிக்கை நியாயமானதா இல்லையா? நம்ம உழைப்பில் கிடைச்ச தொகையில் நாம் நூறில் ஒரு பங்குகூட கேட்கவில்லை! ஆகவே சகாவுகளே! நமது நியாயமான உழைப்புக்கு ஏத்த சம்பளமும் நமது ஆரோக்கியத்தைப் பராமரிக்கத் தேவையான படிகள் கொண்ட நியாயமான கோரிக்கைகளையே முன்வைக்கிறோம். இந்தக் கோரிக்கைகள் நிறைவேறும் போது தொழிலாளி இன்னும் கூடுதல் உற்சாகத்தில் கூடுதலாக உழைப்பான். அது முதலாளிக்கு இன்னும் கூடுதல் லாபத்தை தரும். உழைக்கும் நமக்கு கூலி உயர்வு தருவதால் முதலாளிக்கு லாபம் தானே தவிர நஷ்டமே இல்லை. ஆனால் இவர்கள் பொய்யாக நஷ்டக்கணக்கு காட்டுவார்கள்.''

இதைக் கேட்ட தொழிலாளர்கள் தமது போராட்டம் நியாயமானது என்று தெளிந்து கொண்டனர். தொழிற்சங்கத்தினர் எஸ்டேட் பங்களாமுன் தர்ணா பண்ணிய சம்பவம் இந்த மூன்றுதலைமுறை வரலாற்றில் இல்லை. காங்கிரஸ் சங்கத்தைக் கைக்குள் வைத்துக்கொண்டு தமிழ்நாட்டில் சில பிரபல நிறுவனங்கள் செய்வது போல கேரளாவில் செய்துவிடலாமென்று நினைத்தது தப்பா போனதே! போலீஸுக்கு போன் செய்து ஒரு மணி நேரமாகிறது. இன்னும் வரலையே என்று முதலாளி மேனேஜரிடம் சொல்லிப் புழுங்கிக் கொண்டிருந்தார். மேனேஜரும் புலம்பினார்.'' காங்கிரஸ் சங்கத்திலிருந்து எப்படி கம்யூனிஸ்ட் சங்கத்திற்கு போனார்கள் என்று தெரியவில்லையே.! மலையாளி பாட்டில் அந்த அலவுன்ஸ் இந்த அலவுன்ஸ்ன்னு ஆசையைத் தூண்டிவிட்றான். இவன்களை மொத்தமா இந்த இடத்தைவிட்டு விரட்டினாத்தான் நிம்மதி!''

சிறிது நேரத்தில் போலீஸ் ஜீப் வந்தது. தொழிலாளர்கள் பதறி எழுந்தார்கள். மாதவன்நாயர்; "யாரும் பேடிக்க வேண்டாம்! நாங்கள் இருக்கிறோம்! போலிஸ் உங்களை ஒன்னும் செய்யாது.!

தைர்யமா உக்காருங்க!'' என்றார். எழ முயன்றவர்கள் உட்கார்ந்தார்கள்.! சப்இன்ஸ்பெக்டர் கிருஷ்ணன் குட்டியைப் பார்த்து, ''எந்த சகாவு யாதெங்கில் காரியமுண்டோ?'' கிருஷ்ணன் சொன்னார். முதலாளியை நோக்கான்னு வந்நு. அய்யாள் வெளியே வராம்பாடில்ல! அவரு வந்தா செறிது பேசிட்டு புவாம்! வேறெதும் குழப்பமில்ல!''

சப்இன்ஸ்பெக்டர் சொன்னார் ''எஸ்டேட் தொழிலாளிமாருக்கும் வெளியாளுக்கும் சண்டைன்னு முதலாளி போன்ல பறைஞ்சு. இவிட ஸ்தலத்தில் ஒன்னுமில்லையே! அப்போழ் அய்யாள் கள்ளம் பறைஞ்சதோ?''

மாதவன்நாயர்; "நிர்வாகத்தில் அங்ஙன ஓர் திட்டம் உண்டு! அது நடந்திட்டில்லை கேட்டோ" என்று சொல்லிச் சிரித்தார். சப்இன்ஸ்பெக்டர் இறுகிய முகத்துடன் இரண்டு போலீசார் தொடர பங்களாவுக்குள் போனார். மேனேஜரும் முதலாளியும் எழுந்து வரவேற்று உட்காரச் சொன்னார்கள். மேனேஜர் டீ குடிக்கச் சொன்னார்.'' ''நாங்கள் இவிட சாய்குடிக்கானு வந்நுட்டில்ல கேட்டோ சார்! இவிட ரெண்டு லேபர் பார்ட்டிக்குள்ளே சண்டைண்ணு போன்ல பறைஞ்சது. இவ்விடத்தில் ஸ்தலத்தில் ஒன்னும் நடந்திட்டில்ல! இங்ஙன முதலாளிமார் கள்ளம் பறையுங்கில் எங்ஙனாயினு நிங்களை நம்பறது? இவ்விட வெளியே வந்து யூனியன்காரரை பதில் சொல்லி அனுப்பு! வெளியே வரும்! இப்போழ் நீங்கள் ஒரு கொன்ஸ்பரஸி பிளான் பண்ணி தொழிலாளர்மாரிடையே கலவரத்தைத் தூண்டினதாக எனக்கு கொம்ப்ளைன்ட் வந்திருக்கு! முதலாளியும் மேனேஜரும் வெளியே வரும்!'' என்று சப் இன்ஸ்பெக்டர் உரத்த குரலில் பேசி நெருக்கடி கொடுப்பது கண்டு முதலாளிக்கும் மேனேஜருக்கும் நடுக்கம் வந்துவிட்டது! நாக்கு மேல்வாயில் ஒட்டிக் கொண்டது!

முதலாளியும் மேனேஜரும் வெளியே வரவும், தொழிலாளர்கள் அனைவரும் எழுந்தனர். "ஒருத்தரும் எழுந்திருக்கக் கூடாது !எல்லாரும் உட்காருங்க!" என்று சத்தமாகச் சொல்லி உட்கார வைத்தனர் கிருஷ்ணனும் மாதவனும்!. முதலாளியும் மேனேஜரும் போலீஸ் முன்னிலையில் சங்கத்துக்காரர்களுக்கு வணக்கம் சொல்லி திகைத்து நின்றனர். சப்இன்ஸ்பெக்டர், மேனேஜரிடம் ''உங்கள் ஆளை உக்கார சேர் கொண்டுவரச் சொல்லும் சாரே'' என்றவுடன் உலுக்கி விழுந்தவர் போல் பதறிய மேனேஜர், முதலாளியைப் பார்த்தார். ''இங்கே கொசு கடிக்கும் உள்ளே போயிடலாம்'' என்ற முதலாளி சப்இன்ஸ்பெக்டரைப் பார்த்தார்.

கிருஷ்ணன் சொன்னார்; "உள்ளே உட்கார்ந்து பேசணும்னா தொழிலாளிகளும் வரணும்! தொழிலாளி பிரதிநிதிமார் இல்லாமல் நாம் பேசுவது சரியில்லை! அவரும் உள்ளே வரட்டும்! இல்லங்கில் இவிடே உட்கார்ந்து பேசும்!" முதலாளி, "தொழிலாளர் பிரதிநிதிகள் வரட்டும்" என்றார். முதலாளியும் மேனேஜரும் போலீசாரும் முன்னே போனார்கள்! பழனிச்சாமி, சிவனம்மா, உள்ளிட்ட பத்து பேரும் கிருஷ்ணன் உள்ளிட்ட சி.ஐ.டி.யு. நிர்வாகிகள் ஐந்துபேரும் சேர்த்து அத்தனை பேரும் நடுக்கூடத்தில் உட்கார ஏற்பாடு. முதலாளி, மேனேஜருக்கான வேலைப்பாடுகளுடன் உள்ள நாற்காலிகளில் சப்இன்ஸ்பெக்டரும் ஏட்டும் உட்கார்ந்து கொண்டனர். முதலாளியின் முகம் சிவந்தது. கைக்குட்டையால் துடைப்பது போல் முகத்தை சகஜநிலைக்கு கொண்டு வந்து அவரும் மேனேஜரும் கணக்குப் பிள்ளைகள் உட்காரும் தேக்குநாற்காலிகளில் உட்கார்ந்தனர். சி.ஐ.டி.யு. சங்கத்தாரும் போலீஸ்காரரும் கையில்லா தேக்கு நாற்காலிகளில் உட்கார்ந்தனர். பரமன், பழனிச்சாமி, சிவனம்மா உட்பட பத்து நிர்வாகிகளும் இரண்டு நீளபெஞ்சுகளில் உட்கார்ந்தனர். துரைசாமி சாப்பாட்டுமேஜை நாற்காலியில் ஒடுங்கி இருந்தார். குப்பய்யா எல்லாருக்கும் டீயும், பிஸ்கட்டும் கொண்டுவரச் செய்தார்.

கிருஷ்ணன் தன்னையும் தனது சங்கத்து தோழர்களையும் அறிமுகப்படுத்திக் கொண்டு எஸ்டேட் சங்க நிருவாகிளையும் அறிமுகம் செய்துகொள்ளச் சொன்னார். பழனிசாமி நிர்வாகிகளை அறிமுகம் செய்வித்தார். முதலாளியும், மேனேஜரும் மிளகாய்ச் சாந்தின் மீது அமர்ந்தவர் போல் வாய் இறுகித் தவித்தனர். இன்றைக்கு பேசவந்த விவரத்தையும் பேசத்தொடங்குமுன் மேனேஜர் சொன்னார்: "இந்த எஸ்டேட் தொழிலாளர் தாவா லேபர் ஆபிஸில் இருக்கும்போது நாம் இங்க பேசமுடியாது! அதுவுமில்லாமல் தாவா ஐ.என்.டி.யு.சி. தொழிலாளர்களுக்கும் எங்களுக்கும் தானே தவிர, சி.ஐ.டி.யு. தொழிலாளர்களுக்கும் எங்களுக்கும் இல்லை!"

இதைக் கேட்ட கிருஷ்ணன்குட்டி ஆவேசமாக "க்ஷமிக்கணும்! நிங்களைப் போல் எங்களுக்கு நாக்கு ரெண்டு எண்ணமில்லை! லேபர் ஓபிஸில் நெகோஸியேஷனுக்குப் போகாமல் வாய்தா மேல் வாய்தா வாங்கி தனக்கு விசுவாசமாயிட்டிருக்கிற தொழிலாளரையும் சங்கத்துமாரையும் ஏமாற்றி ஒருபக்கம் இழுத்தடிக்குது. இன்னொரு பக்கம், தமிழ்நாட்டு கோங்கிரஸ் பார்ட்டி எம்.பி.மாரு மூலமா இவிட கேரளத்து கோங்கிரஸ் எம்.பி.மார் லேபர் ஓபிஸரை மிரட்டி

இந்த தாவா பைலை எடுக்க விடாமல் செய்யுது! இது முதலாளிமாருக்கு கௌரவமோ? கண்ணியமோ? பறையும்சாரே! இப்படி இழுத்தடிக்குணுண்ணு அறியவந்த தொழிலாளர்மாரு ஐ.என்.டி.யு.சி. சங்கத்தின் சம்மதம் வாங்கி எங்கள் சங்கத்தில் சேர்ந்தது கேட்டோ! உங்க தாவா டொக்குமென்ட் கோப்பி இவ்விட ஞான்காட்டும்! இதன்னியில் உங்ககிட்டே விசுவாசமாயிட்டு வேலைபார்த்து வரும் தொழிலாளரோடு வெளியிலிருந்து ஆள்கூட்டி வந்து மோதலை உண்டாக்க பிளான் பண்ணி முன்கூட்டியே கலவரமுன்னு கள்ள கம்ப்ளைன்ட் பண்ணி போலீஸாரை யும் ஏமாத்தி இருக்கு! எங்கட கேரள ராஜ்யத்தில் தொழில் பண்ணி எங்க சர்க்காருக்கும், மக்களுக்கும் கெட்டபேரு உண்டாக்குவது சரியா பறையும் ஜென்டில்மேன்!"

முதலாளியும் மேனேஜரும் முகம் கருத்து வேர்த்து வெலவெலத்து இறுகிப் போயினர்! ஒருநிமிடம் அந்தக் கூடமே கனத்த மௌனத்தில் உறைந்தது! தொழிலாளர்கள் வாய்பிளந்து நடப்பதை எல்லாம் நம்ப முடியாமல் மௌனசாட்சியாய் உறைந்திருந்தனர். மேனேஜரே பேசினார்; "எஸ்.ஐ.சார், இங்க பாருங்க. சங்கத்துக்காரங்க உங்க முன்னாலையே எங்களை மிரட்டுறாங்க! அவங்க மேல ஆக்ஸன் எடுங்க"

கிருஷ்ணன் பேசத்தொடங்கினார். சப்இன்ஸ்பெக்டர் தலையிட்டு, "வெயிட் சகாவு! ஞான் பறையினு! இப்போ இவிட சங்கத்துக்காரர் சொன்னதில் ஒரு குழப்பமும் இல்ல! அவரு பறைஞ்சதில் சத்தியமாயிட்டு இருக்கு! இவிட ஒரு குழப்பம் எங்களுக்கு தெளிவாய் மனசுலாயி! எல்லா ப்ரோப்ளத்துக்கும் நிர்வாகமே ரெஸ்பான்ஸிபிள் கேட்டோ! போனில் எங்களுக்குச் சொல்லும்போதே ஒரு டவுட்! நாடு விட்டு நாடு பிழைக்க வந்த எந்த தொழிலாளரும் பணிஸ்தலத்தில் கலவரம் பண்ணாது! அதுவும் பிழைக்க வந்த பாண்டிக்காரங்க கலவரமோ கலகமோ பண்ணினதாக கேரளத்தில் கிரைம் ஹிஸ்டரி இல்ல! பச்சே, முதலாளிமார் பேரில் கேஸ்கள் உண்டு! இது முதலாளிமாரின்ட ட்ரிக்கும், கொன்ஸ்பிரஸின்னும் ஞான் அறியும். ஸோ, எகஸ்ட்ரா போலீஸ் போர்ஸ் கூட்டிட்டு வரலை! இப்போ இந்த க்ஷணத்தில் நிர்வாகத்தின்மேல் ஆக்ஷன் எடுக்க முகாந்திரம் உண்டு! என்ன முதலாளி சார், உங்க மேல ஞான் நடவடிக்கை எடுக்கட்டோ?"

மீண்டும் கனத்த மௌனம்! முதலாளியின் முகம் சிவந்து. மறுநொடியில் வெளுத்துப் போனது! அவர் எழுந்து அறைக்குள் நுழைய முயன்றார். சப்இன்ஸ்பெக்டர் கோபத்தோடு குரலுயர்த்தி

''சாரே! ஞான் பேசிக்கிட்டே இருக்கு, நீங்கள் பதில் சொல்லாமல் போகுது! இது பாண்டிக்கார போலீஸ் இல்ல! பதிலை சொல்லிட்டு இந்த இடத்தை விட்டு நகரு!'' முதலாளியின் உடம்பெல்லாம் நடுங்கியது. மேனேஜர் தலையிட்டு "ஸாரி சார்! அவர் சுகர்பேஷண்ட்! அடிக்கடி பாத்ரூம் போகணும்! தப்பா நினைச்சுக்காதிங்க! இனிமே எங்கள் தரப்பில் எந்தத் தவறும் நடக்காம பார்த்துக்குறோம்! ''

சப்இன்ஸ்பெக்டர்; "மேனேஜர்! நீங்க ஒரு எம்பொளோயி. எம்பொளொயர் இல்ல! நீங்க முடிவெடுக்க முடியாது! லெட் யுவர் எம்பொளாயர் ஸ்பீக்!'' குரலின் கடுமை. மேனேஜர் மேற்கொண்டு எதுவும் பேசமுடியாமல் வாயை அடைத்தது: சிந்தனையை முடக்கியது!. முதலாளி வந்தார். முகம் கழுவி விபூதிபூசி இருந்தார். இங்கே சப்இனஸ்பெக்டர் மேனேஜரிடம் பேசியது அவரது காதிலும் விழுந்திருக்கும். அவரே பேச்சைத் தொடங்கினார். ''ஸாரி சார். என்னுடைய அட்வைஸரோட ராங்க் அப்ரோச்சில் இப்படி நடந்து விட்டது. இனிமேல் இப்படி நடக்காமல் பார்த்துக் கொள்கிறேன்! உங்களுக்கும் வீண்சிரமம் கொடுக்க மாட்டோம்''

"பரவாயில்லை! இதை வார்னிங்காக ஞான் பறையுது! இங்கெ கலவர சூழலை அறிந்தவுடன் வரச்சொல்வதற்காக உடும்பன்சோலையில் ஒரு ரிசர்வ் படாலியனை தயார் நிலையில் இருக்க ஏற்பாடு செய்துட்டு சந்தேகத்தில்தான் இன்ஸ்பெக்டர் என்னை அனுப்பினார். பட்டாலியனோடு அவர் வந்திருந்தால், உங்கள்மீது வழக்கு பதிந்து கோர்ட்டில் நிறுத்தி யிருப்போம். பட்டாலியனுக்கான செலவையும் பெனல்ட்டியோடு வசூலித்திருப்போம்! இனி போலிஸ் விசயத்தில் கவனமாய் இருங்கள்!'' என்று சொல்லி விட்டுக் கிளம்பிய சப்இனஸ்பெக்டரை கிருஷ்ணன்குட்டி மறித்து,

"சார், பிளீஸ் செறிது தாமசிக்கணும்! இவரு இந்தத் தொழிலாளர் பிரச்சினைக்கு ஒரு நல்லமுடிவு சொல்லாவிட்டால் நாளை உடும்பன்சோலை கார்டாமம்போர்டு ஓபிஸ் முன்னே தர்ணா பண்ணுவதாக முடிவெடுத்து இருக்கு. நங்களோட உடும்பன்சோலை செக்ரெட்டரி போலிஸ் பர்மிஷன் கேட்ருக்கு. இவரு இங்கே எடுக்கிற முடிவைப் பொருத்து நாளை உடும்பன்சோலையில் லா அண்ட் ஆர்டர் ப்ரோப்ளம் வரலாம்! சோ,நீங்க இவிட இருந்து பேசிட்டுப் போங்க. ப்ளீஸ்'' கிருஷ்ணன்குட்டியின் வார்த்தையில் உள்ள நியாயத்தை நிராகரிக்க முடியவில்லை. உட்கார்ந்தார்! முதலாளியும் மேனேஜரும் நெளிந்தார்கள். ஒருவரை ஒருவர் பார்த்துக் கொண்டனர்! தாம் நகர்த்திய காய்களாலே தாம்

முடக்கப்பட்டவர்கள் போல் உணர்ந்தனர்! அவர்கள் சிந்திக்க அவகாசம் தேவைப்பட்டது.

மேனேஜர் ''குப்பய்யா, எல்லாருக்கும் டீயும் பிஸ்கட்டும் சொல்லுங்க!'' என்றார். சப்இன்ஸ்பெக்டரிடம் ''சார்! ப்ளீஸ். அஞ்சு நிமிஷம் ரிலாக்ஸ் பண்ணிக்குவோம்! டீயை குடிச்சிட்டுப் பேசுவோம்!'' கொஞ்சம் இறுக்கம் தளர கிருஷ்ணனும் மாதவனும் வெளியே வந்து பீடிகளைப் பற்றவைத்தனர்! எஸ்டேட் பிரதிநிதிகளுக்கு ஏதேதோ நினைத்துப் பார்க்காத அதிசயங்கள் நடப்பதாக உணர்ந்தனர். பிரதிநிதியாக வந்த ஆண்களும் மெல்ல வெளியேறி ஓரமாய் ஒதுங்கி பீடிகளைப் பற்றவைத்து அவசரமாக உறிஞ்சி புகையை வெளியே விட்டனர். எஸ்.ஐ. வராந்தாவில் நின்று போலீஸ்காரர்களுடன் மெல்ல பேசினார்!

சிவனம்மா, பொன்னுத்தாயி, வெள்ளைத்தாயி மூவர் மட்டுமே அமர்ந்திருந்தனர். இரு கணக்குப்பிள்ளைகளும் தேவாங்குகள் மாதிரி முகத்தை தொங்கப் போட்டுக்கொண்டு சமையல்கட்டுப் பக்கம் போனார்கள். பெண்களுக்கு தனியே உட்கார்ந்திருப்பது அச்சலாத்தியாக உணர்ந்து வராந்தாபக்கம் வந்தனர். சிவனம்மாவும் பொன்னுத்தாயும் சப்இன்ஸ்பெக்டரைப் பார்த்துக் கைகூப்பி ''நல்லா பேசினீங்க நன்றி. உங்களை மறக்க மாட்டோம்'' என்றார்கள். அவர் ஏற்பது போல் புன்னகைத்தார்.

இருட்டு இறங்கியிருந்தது. வானம் நட்சத்திரங்கள் பூத்து நகைத்தது. நேற்றிரவு நம்பிக்கை இழந்திருந்தது. இன்று சுடர்ந்து ஜொலிக்கிறது. இதுதான் வாழ்க்கைக் காட்சிகளா, சாட்சிகளா வானத்தைப் பார்த்து பொன்னுத்தாய் தனக்குள் நினைத்தாள். பொன்னுத்தாயைக் கவனித்த ஏட்டு; ''சேச்சி! இது எங்களிட கேரளத்து வசந்தகாலமேகம்.'' என்றார்.. கிருஷ்ணனும் மாதவனும் தமது வலதுகை பெருவிரலையும் ஆள்காட்டி விரலையும் வட்டமாக இணைத்து மற்ற மூன்றுவிரல்களையும் நிமிர்ந்து இருக்கும்படி எஸ்.ஐ. முன்காட்டி அவரது கையை குலுக்கினர். எல்லாரது முகத்திலும் புன்னகை மிளிர உள்ளே நுழைந்தார்கள். முதலாளியும் மேனேஜரும் அவர்களது இருக்கையில் அமர்ந்தனர். மேனேஜர், கணக்குப்பிள்ளை ''டீரெடியா? சீக்கிரம் கொண்டாங்க!'' என்றார். எல்லாருக்கும் சமையல்காரரும், உதவியாளரும் பிஸ்கட்டும் டீயும் கொடுத்தார்கள்! எல்லாரையும் போலவே எஸ்டேட் பிரதிநிதிகளும் டம்ளரில் வாய்வைத்தே டீ குடித்தனர்! இதைப் பார்த்த இரு கணக்குப் பிள்ளைகளும் சமையல்கட்டுப் பக்கமாக முகத்தைத் திருப்பிக் கொண்டார்கள்!

முதலாளி சொன்னார் "இந்த எஸ்டேட் தொழிலாளர் பிரச்சினை குறித்த தாவா லேபர் ஆபிஸில் இருக்கும்போது நாம் இங்கே பேசுவது சரியாக இருக்காது! இப்போ, தொழிலாளர்கள் சங்கம் மாறிய பிரச்சினை வேற இருக்கு. அதனால் லேபர்ஆபிசில் கலந்துபேசி முடிவு எடுக்கிறது நல்லதுன்னு நினைக்கிறோம்."

கிருஷ்ணன் சொன்னார்; "நிர்வாகத்திற்கு பிரச்சினையைத் தீர்க்க மனசில்லையா? இல்லை, பிரச்சினையை எப்படி தீர்ப்பது என்று தெரியவில்லையா? தொடங்கிய இடத்திலிருந்து நகராமல் இருக்கு! இருந்தாலும் ஞான் சொல்லும். தொழிலாளர்கள் பிரச்சினைகளை இங்கேயே பேசிக் தீர்த்துக்கொள்ள லேபர் ஓபிஸ் தடை செய்யாது! தொழிலாளர்கள் சம்மதிக்கும் வகையில் ஒரு திருப்தியான ஷெட்டில்மென்டை முடிச்சிட்டு அந்த டொக்குமென்ட் கொபியை லேபர்ஆபிஸில் கொடுத்தால் மதி! அவிடயே பைல் குளோஸாயிரும்! அல்லங்கில்,தொழிலாளருக்கு ஸெட்டில்மென்டுக்கு பணம் அரேன்ஜ் செய்ய ரெண்டுமூனுநாள் அவகாசம் தேவைப்படுமென்று நிர்வாகம் நினைக்கும் பட்சத்தில் நான்கு நாளில் லேபர் ஓபிஸர் முன்னிலையில் லேபர்தாவாவை ஸெட்டில் பண்ணுவதாக நாளைக்கே அபிடவிட் கொடுக்கணும்! அல்லங்கில் உங்க நிர்வாகம் தொழிலாளர் பிரச்சினைகளைத் தீர்க்க மனமில்லாமல் வாய்தா கேட்டு இழுத்தடிக்குது. எம்.பி.மார் கொண்டு பிரஸர் கொடுக்குதுன்னு உங்க நிர்வாகம் மீது லேபர் கொமிஸனிடம் கொம்ப்ளைண்ட் பண்ண லேபர் ஒபிஸில் பைல் ரெடியாயிட்டிருக்கு! இது எங்களுக்கு அறியும்! பச்சே இன்னிக்கு இப்போழ் அமிகபில் செட்டில்மேண்டுக்கு உறுதி கிட்டாவிடில் நாங்கள் நாளை உடும்பன்சோலை கார்டாமம் போர்டு ஓபிஸ் முன்னால் தர்ணா பண்ணுவது உறுதி!" மேனேஜர்; "சப்இன்ஸ்பெக்டர் சார், நீங்களே பாருங்க ஸார். இம்ப்ளிமென்டேஷனுக்கு அவகாசம் கொடுக்காமல் மிரட்டுவது நியாயமா?"

சப்இன்ஸ்பெக்டர்; "நீங்க தொழிலாளர்மாருக்கு என்னென்ன செய்யப் போறீங்கன்னு சொல்லிட்டு இம்ப்ளிமென்டேஷனுக்கு டைம் கேட்கலாம்! ஒன்னும் சொல்லாமலே டைம் கேட்பதை யாரும் ஏற்காது! உங்க நோக்கத்தில் டவுட் வரவே செய்யும்!" முதலாளியும் மேனேஜரும் பார்வையைப் பரிமாறிக் கொண்டனர். முதலாளி கேட்டார் "அப்போ நான் என்ன செய்யணும்னு நீங்களே சொல்லுங்க!"

மாதவனும் கிருஷ்ணனும் பார்வையைப் பரிமாறிக்கொண்டனர். கிருஷ்ணன் சொன்னார் "கேரள சர்க்கார் அறிவிச்ச குறைஞ்சபட்ச

தினக்கூலி ஸ்திரிமாருக்கு ரெண்டுரூபாய் எண்பது பைசே. புருஷமாருக்கு மூனு ரூபாய் எண்பது பைசே! பெர்மனன்ட் எம்பளாயிமென்ட், கம்பளிப் படி, பேறுகாலப் படி, பிஎஃப் பிடித்தம், கிராஜிட்டி, வருசாந்தாபோனஸ் இப்படி இன்னும் பல இருக்கு! இதில் முதல்கட்டமாக இது பண்ணலாம்! பிறகு மற்றது பண்ணலாம்!" முதலாளியின் முகம் வெளுத்துப் போனது! இறுக்கமான சூழ்நிலை உருவானது!

மாதவன் பேசினார். "சகாவு கிருஷ்ணன்குட்டி பறைஞ்சது கேரளராஜ்யத்தில் ஜீவிக்கும் தொழிலாளர்மாருக்கான மினிமம் ரெக்கயர்மென்டே! பச்சே, முதல் கட்டமாயிட்டு பெர்மனென்ட் வர்க், ரீசனபில் டெய்லிவேஜ் இம்ப்ளிமென்ட் பண்ணலாம்! கம்பளி படி,பேறுகாலப் படி,போனஸ் எல்லாம் அந்தந்த சீசனில் செய்யலாம்" முதலாளி கொஞ்சம் யோசித்தபடி மேனேஜரைப் பார்த்தார்.

மேனேஜர்; "இன்றைக்கு சூழ்நிலையில் எங்களால் முடிந்ததை முதலாளி ஒரு புரப்பொசலை சொல்கிறார். அதை முன்வைக்கிறேன். தினக்கூலி பெண்களுக்கு தினம் ரெண்டுரூபாயும், ஆண்களுக்கு மூன்றுரூபாயும் தரலாம்! பெர்மனென்ட் பண்ணுவதென்பது அடுத்த சீசன் தொடக்கத்தில் நிர்வாகத் தேவை வேலைத்திறன் அடிப்படையில் படிப்படியாக பண்ணுவோம்! கம்பளிப்படி, மருத்துவப்படி, பேறுகாலப் படியுடன் லீவு, போனஸ் போன்றவை எல்லாம் அந்தந்த பருவத்திற்கு ஏற்ப செய்கிறோம்! இந்த எஸ்டேட் தொழிலாளர்களின் உழைப்பால் வளர்ந்தது என்ற நம்பிக்கை கொண்ட நமது முதலாளி ஒருபோதும் தொழிலாளிகளை ஏமாற்ற நினைத்ததில்லை. சில சூழ்நிலைகள் இந்நிர்வாகத்தின் மீது தவறான தோற்றத்தை உருவாக்கி விட்டது. இனி அந்த மாதிரி நடக்க ஒருபோதும் இந்த நிர்வாகம் இடம் கொடுக்காது என்பது உறுதி! இந்நிலையில் முதலாளி அவர்கள் முன்வைத்துள்ள தினக்கூலி முதலானவற்றை ஏற்றுக்கொண்டு நாளைமுதல் வேலைக்கு வருமாறு முதலாளி சார்பாகக் கேட்டுக் கொள்கிறேன்! இதுகுறித்து சி.ஐ.டி.யு. தொழிற் சங்கத்தினரும் ஆக்கப்பூர்வமான ஒத்துழைப்பை அளிக்குமாறு வேண்டுகிறேன்!"

கிருஷ்ணன் சொன்னார்; எங்கள் சி.ஐ.டி.யு.சங்கத்தை பொறுத்தளவில் இந்தமாதிரி இரண்டும்கெட்ட நிலையிலுள்ள செட்டில்மென்டை ஏற்கும் வழக்கமில்லை. எனினும் இதுகுறித்து தொழிலாளமார் கருத்தறிந்த பின்னே நாங்கள் பேசும்! அதனால் தொழிலாளர்கள் தரப்பிலிருந்து பிரதிநிதிகள் இருவர் அபிப்பிராயம்

சொல்ல வேண்டும்!" என்றபடி பின்னால் திரும்பினார். சிவனம்மாவும் பொன்னுத்தாயும் கிசுகிசுத்துக் கொண்டிருந்தனர். மாதவன்; "அஸ்திரிமார் பறையுங்கில் பறையட்டே" என்றார். பொன்னுத்தாய் சொல்லியது: "எல்லாருக்கும் வணக்கம் இதுபத்தி எங்க மூத்த சங்க நிர்வாகிகள் கருத்து சொல்லுவாங்க! ஆனால் இரண்டுதரப்பும் பேசியதில் விட்டுப்போனதை மட்டும் சொல்றேன். கோட்டிநாய்க்கர், மாரியம்மாள் என்ற ரெண்டுபேரு வேலைசெய்யிற இடத்தில் தகுந்த பாதுகாப்பு வசதியில்லாததால் இறந்து போனார்கள். அவர்களது குடும்பத்தாருக்கு நஷ்டஈடு தரணும்! முதல் பேச்சிலே இதைமுடிவு பண்ணி பணத்தை பெற்றுத் தந்து விட்டுத்தான் அடுத்தது பேசவேண்டும்! மற்றவற்றை எங்க தலைவர்கள் பேசுவார்கள்!" என்று சொல்லவும், முதலாளி பங்களா என்றும் பாராமல் பிரதிநிதிகள் கைதட்டினர்.! ஆண்களில் மூத்த கண்காணியும் துணைச் செயலாளருமான பரமன் பேச முடிவெடுத்தார்கள்.

பரமன் பேசினார்; "எல்லாருக்கும் வணக்கம். தினக்கூலியைப் பொறுத்தவரை அரசாங்கம் நிர்ணயித்த கூலியை இப்போதைக்குத் தராவிட்டாலும், பிற எஸ்டேட்டுகளில் கொடுக்கும் கூலியையாவது கொடுக்கலாம். அதுவும் தராத நிலையில் குறைஞ்சபட்சம் பெண்ணுக்கு ஒரு ரூபாய், ஆணுக்கு ஒரு ரூபாய் கூடுதல் என்ற வகையில் இரண்டேகால் ரூபாயும், மூனேகால் ரூபாயும் என்ற வகையில் தரலாம்! இந்தக் கூலி உயர்வை நாங்கள் சங்கத்தில் சேர்ந்த செப்டம்பர் முதல்தேதிலிருந்து தரவேண்டும்! தாய்மாருக சொன்ன மாதிரி இரு குடும்பத்துக்கும் உயிரிழப்புத் தொகையை இந்தக் கூட்டத்திலேயே உறுதிபடுத்திட வேண்டும்! பெர்மனென்ட் பண்ணும் காலத்தையும் இந்தக் கூட்டத்திலேயே உறுதிபடுத்திட வேண்டும்! எங்களது கோரிக்கைகளில் தீர்வை எழுத்துப்பூர்வமான உறுதியைக் கொடுக்க வேண்டும்! இதை லேபர் ஆபிஸில் பதிவுசெய்ய வேண்டும்!"

கிருஷ்ணன் கேட்டார் "வேறு அபிப்பிராயம் ஏதும் உண்டா?" சிவனம்மா: "குடியிருப்பில் ஒவ்வொரு வரிசைக்கும் கரண்ட் தெருவிளக்கு வேண்டும். வாரத்துக்கு ஒருமுறை டாக்டர் வரவேண்டும்!"

கிருஷ்ணன்; "சங்கத்தின் சட்டபூர்வ கோரிக்கைகளை உடனடியாக அமல்செய்ய முன்வரவேண்டும். எனினும் முதல்கட்டமாக தற்போது தொழிலாளர் பிரதிநிதிகள் சொன்னதையாவது எஸ்டேட் நிர்வாகம் ஏற்று நடைமுறைபடுத்த வேண்டும்! மீதமுள்ள பணிநிரந்தரம், குளிர்காலப்படி போனஸ், பிஎஃப், கிராஜுட்டி

முதலியவற்றை நடைமுறைப்படுத்தும் காலவரையறையைக் குறிப்பிட்டு ஸெட்டில்மென்ட் டொக்குமென்டை நாளைக்கே தயாரித்து நிர்வாகமும் தொழிலாளர்கள் என்ற இரு தரப்பினரும் கையெழுத்து இட்டு லேபர் ஓபிஸில் ஸப்மிட் செய்யவேண்டும்!"

முதலாளி பேசினார் "நிர்வாகத்திற்குச் சேதாரமில்லாமல் தொழிலாளர்கள் உழைப்பார்கள் என்று உறுதிஅளிப்பார்கள் என்று நம்பிக்கையுடன் நமது வட்டப்பாறை எஸ்டேட் தொழிலாளர்களின் கோரிக்கைகளை கீழ்க்கண்ட வகையில் ஏற்கிறோம். செப்டம்பர் முதல் தேதியிலிருந்து தற்போது தருவதை விட தலைக்கு ஒரு ரூபாய் உயர்த்தி அதாவது பெண்ணுக்கு இரண்டே கால்ரூபாயும், ஆணுக்கு மூன்றேகால் ரூபாயும் தருவது! பணியின்போது இறந்து போனவர்களின் குடும்பத்திற்கு தலா முப்பதாயிரம் ரூபாயை இம்மாதம் இறுதிக்குள் தருவது! ஒவ்வொரு குடியிருப்பின் முகப்பிலும் தெருவிளக்கு அமைத்து தருவது. வாரம் ஒரு புதன்கிழமையன்று மருத்துவரை வரவழைப்பது போன்றவை இம்மாத இறுதிக்குள் நடைமுறைப் படுத்தப்படும்! கூலி உயர்வை இந்த வாரத்தில் ரொக்கமாகவும், பழைய நிலுவைத்தொகை இந்த சீசன்முடிவில் மார்ச்மாத இறுதியில் தரப்படும்! குளிர்கால அலவுன்ஸாக தலைக்கு ஒரு மழைக்கொங்காணியும், ஐம்பதுரூபாய் போர்வைப் படியும் தரப்படும்! பெர்மன்ட் செய்வது, பிஎஃப் பிடித்தம் முதலானவை தொழிலாளர் பணித்திறன் அடிப்படையில் பணி நிரந்தரம் செய்யப்படுபவர்களுக்கு வழங்கப்படும். இதற்காக கண்காணிப்புக் குழு ஒன்று ஏற்படுத்தப்படும்!

இங்கே நான் சொன்னவை எல்லாம் எழுத்துப்பூர்வ ஸெட்டில்மென்ட் பத்திரம் தயாரிக்கப்பட்டு தொழிலாளர்கள் மற்றும் நிர்வாகிகள் கையெழுத்து தொழிற்சங்கத்தின் முன்னிலையில் போடப்பட்டு லேபர்ஆபிஸில் ஒரு நகலும், தொழிலாளர்கள் தரப்புக்கு ஒரு நகலும் தரப்படும்! இந்தப் பத்திரம் நாளை பகல் மூன்று மணிக்குள் தயாராகி விடும்! நம் எஸ்டேட் தொழிலாளர் பிரதிநிதிகள் அவரவர் செய்யும் சங்கப்பொறுப்பையும் ஒரு தாளில் எழுதி குப்பைய்யா கணக்குப் பிள்ளையிடம் கொடுக்கவும்! நாளைக்கு மதியம் மூன்று மணிக்கு சி.ஐ.டி.யு. நிர்வாகிகளும் வந்துவிடுவார்கள். நாலுமணிக்கு ஸெட்டில்மென்ட்டில் கையெழுத்து போடுவோம்! வேறு எதாவது சந்தேகம் இருந்தால் சொல்லுங்கள்!"

சப்இன்ஸ்பெக்டர் கடிகாரத்தை அடிக்கடி பார்த்துக் கொண்டிருந்தார். மாதவன் அவரது தோளில் தட்டி சமாதானப்படுத்திக் கொண்டே இருந்தார். கிருஷ்ணன் தொழிலாளர்கள் முகத்தைப்

பார்த்தார். அவர்களது முகத்தில் எதிர்ப்புணர்வு தென்படவில்லை. கிருஷ்ணன் பேசினார்: "முதலாளி ஸெட்டில்மென்ட் பற்றி பேசியிருக்கிறார். தெளிவான விவரம் டொக்மென்டை பார்த்த பின்னே அறியவரும். இவ்வகையில் வட்டப்பாறை எஸ்டேட் முதலாளிமார் ஸெட்டில்மென்ட்டுக்கும் வந்தது! முதல்நாளே ஸெட்டில்மென்ட் ரெடியானதும் சி.ஐ.டி.யு. வரலாற்றில் முதல் நிகழ்வு என்றாலும், இது சி.ஐ.டி.யு. சங்கத்தின் முந்தைய வீரியம் கொண்ட போராட்ட தொடர்ச்சி. ஆகவே தொழிலாளர்கள் ஒற்றுமை உள்ளவரை தொழிலாளர்கள் போராட்டம் தோற்பதில்லை! இன்றைய வெற்றிக்கு முதலாளியின் ஒத்துழைப்போடு, போலீஸ் சப்இன்ஸ்பெக்டரின் நேர்மையும், தொழிலாளர்களின் போராட்ட உணர்வும், ஐ.என்.டி.யு.சி.சங்க சகாவுகளின் உதவியும் காரணம்! சி.ஐ.டி.யு.சங்கத்தின் சார்பில் இவர்கள் அனைவருக்கும் நன்றியை தெரிவித்துக் கொள்கிறேன். வணக்கம்!" முதலாளி, மேனேஜர், சப்இன்ஸ்பெக்டர், சிஐடியுசங்கத்தினர் அனைவரும் கைகுலுக்கிக் கொண்டனர்.

வாசலில் இருந்த சி.ஐ.டி.யு.சங்கத்தினர் பரெடு மைதானம் நுழையும் இடத்தில் பங்களாச்சுவர் அருகே கொடிக்கம்பம் நட்டுத் தயாராக வைத்திருந்தனர்! சங்க நிர்வாகிகள் வெளியே வந்ததும் முழக்கமிட்டனர்! "இன்குலாப் ஜிந்தாபாத்! சி.ஐ.டி.யு. ஜிந்தாபாத்! தொழிலாளர் ஒற்றுமை ஓங்குக!. தோற்றதில்லை, தோற்றதில்லை! தொழிற்சங்கம் தோற்றதில்லை!" என்று கோஷங்கள் முழங்க கொடியேற்றப்பட்டது!

உள்ளே முதலாளியும், மேனேஜரும் காதுகளைப் பொத்திக் கொண்டனர். போலிஸ் ஜீப் உறுமலோடு கிளம்பியது.

□

35

மறுநாள் விடியல் எழுப்புமணி அடிக்கும் முன்னரே துள்ளலுடன் எழுந்து குதூகலத்தோடு தயாராகினர். இத்தனைக்கும் எல்லாக் குடியிருப்புகளிலும் மூன்றாம் சாமத்தில் பதினோருமணிக்கு மேல்தான் தூங்கப் போனார்கள்! தொழிலாளர் பிரதிநிதியாய் அந்தந்த வளைவுகளைச் சேர்ந்தவர்கள் முதலாளியோடு தொழிற்சங்கத்தார் பேச்சு நடத்திய விவரங்களை அவரவர் சொல் திறமைக்கேற்பச் சொல்லிப் பரிமாறிக் கொண்டனர்! முதலாளியின் சதித்திட்டங்களும், சங்கத்துக்காரங்களும் போலீஸும் கிடுக்கிப்பிடி போட்டு மடக்கி முதலாளியை கூலி உயர்வுக்குச் சம்மதிக்க வைத்ததையும வீட்டின்முன் கணப்பை போட்டு குளிர்காய்ந்தபடியே பேசினர்! வானத்தில் மறைக்க மறைக்கவரும் கருமேகக் கூட்டத்தில் நழுவி நழுவிவரும் நிலவின் விளையாட்டு அவர்களின் நடப்பு வாழ்க்கை நிகழ்வுகளோடு ஒத்துப்போவதாக இருந்தது! கடந்தவாரம் துயரத்தில் தூங்காமல் பேசிக்கொண்டு விடியலை எதிர்நோக்கினர். இன்று ஏலமலை வாழ்க்கைப்பாட்டில் கொஞ்சம் நிமிரக்கூடிய வெளிச்சம் கிடைக்கப் போகுது! உழைச்ச உடம்பை கொஞ்சம் இதமாக பிடிச்சுவிட்ட மாதிரி ஒரு இளைப்பாறுதல் கிடைக்கப்போகிற நம்பிக்கை ஒத்தடம்போல மகிழ்வு மின்னியது! ஆனாலும் பரமன், பழனிசாமி,வெள்ளைச்சாமி, சிவனம்மா, பொன்னுத்தாயி போன்றவர்கள் ‘‘முதலாளியின் பேச்சிலும், முகபாவனையிலும் முழுதாக நம்பிக்கை ஏற்படவில்லை’’ என்றனர். அவர்கள் மனங்களில் முதலாளியைப் பற்றி நேற்றுவரை இருந்த நல்லபிப்பிராயம் இன்று இல்லை! முழுவதுமாக இவரை நம்ப முடியாது என்ற எண்ணமே இரண்டு மணிநேர பேச்சுவார்த்தையில் ஏற்பட்டது!

சங்கத்தலைவர் கிருஷ்ணன்குட்டியும் அப்படித்தான் கருத்து சொன்னார். ஏதோ ஒரு நிர்ப்பந்தத்தில் ஒத்துக்கொண்டாரே தவிர முழுமனதுடன் ஒத்துக்கொண்டதாகத் தெரியவிலலை. ஏதோ திட்டத்தோடுதான் ஒப்புக்கொண்டார். தொடர்ந்து எச்சரிக்கையோடும் ஒற்றுமையோடும் சங்கத்தோடு இணைந்து செயல்படுவதன் மூலம் தான் இந்த ஒப்பந்தத்தையும் இனி மீதமிருக்கும் கோரிக்கைகளையும் வெல்லமுடியும் என்ற கிருஷ்ணனின் வார்த்தைகளை ஏற்றுக்

கொள்ளத்தான் வேண்டும்! அது வெறும் சங்கவளர்ச்சிக்கான கருத்து மட்டுமல்ல! என்று பழனிசாமியும் பரமனும் வெள்ளைச்சாமியும் பேசினர்.

அன்று பெரேடில் இரு கணக்குப்பிள்ளைகளும் புதிதாக வேலைக்கு வந்தவர்களிடம் நடந்துகொள்வது போல செயற்கையான கெடுபிடிகளும் மிடுக்கும் காட்டி மஸ்டர் எடுத்தனர். வழக்கம்போல் சங்கிலி எல்லாருக்கும் வேலைப்பகிர்வு செய்தார்! எல்லாரும் அவரவர் குழுவோடு காடுகளுக்குச் சென்றனர். வெள்ளைத்தாய் தனியே வந்து, துரைச்சாமி பங்களாவுக்குள் நுழைவதற்கு முன் "ஏன் சாமி, எங்களால உங்களுக்கும் சம்பளம் கூடியிருக்குமில்ல!" என்று கேட்டாள். துரைச்சாமி "..க்கும்... உங்களுக்கென்ன சிந்தாபாத் போடுவீங்க! சமரம் செய்வீங்க! நாங்க சவரம்கூட பண்ண முடியாது! சரி, காலையில் வாயாத்தம் பண்றியே வேலைக்குப் போகலையா?" வெள்ளைத்தாய் சொன்னாள் "இல்ல சாமி, இன்னிக்கு பெரேட்டில ரொம்ப பவுசும், பவுரும் காமிச்சிகளே உங்களுக்கும் சம்பளம் கூடியிருக்குமுன்னு நினைச்சேன். அப்படி இல்லைன்னா நீங்களும் சங்கத்தில் சேர்ந்துக்கலாமில்லை! தாத்தனைப் போல பெரிய மனுசன்னு ஒரு இதுல கேட்டேன்!" துரைச்சாமி கடுப்பில் கொதித்தார் "ஏளா, எகடாசியா பேசுறே? ஏ வில்லா உங்களுக்கெல்லாம் ஆப்பு ரெடியாகுதுளா" வெள்ளைத்தாய்க்குத் தெரியவேண்டியது தெரிந்துவிட்டது. அவள் குழுவோடு இணைந்து சிவனம்மாளிடம் வயிற்றுக் கணக்குப்பிள்ளையின் வாயைப் பிடுங்கித் தெரிந்து கொண்டதை சொன்னாள்.

எல்லா வேலைத்தலத்திலும் வேலையின் ஊடுபேச்சு நேற்று நடந்த பேச்சுவார்த்தை பற்றியும் முதலாளி மீதான நம்பிக்கையின்மையும், சங்கத்தின் பாதுகாப்பு உணர்வு குறித்துமே இருந்தது! நிரந்தரம் பண்ணுவதற்காக நம்மிடையே கோள்சொல்லிகளை உருவாக்குவார்கள்; இதற்கு இடம் கொடுக்கக்கூடாது என்பதில் உறுதியாக இருக்கவேண்டும்! என்ன சதி செய்து ஒப்பந்தத்தின்படி எதைத் தராமல் இழுத்தடித்தாலும் புதிய கூலியை மறுக்க முடியாது! அதனால் ஒவ்வொருத்தரும் கவனமா அவரவர் வேலையைச் செய்ய வேண்டும் என்று வேலையில் ஈடுபட்டனர்.

ரவி மாடுகளைப் பற்றிக்கொண்டு புல்மேட்டுக்குப் போனான். சித்திரக்கிழவனைப் பார்த்ததும் "தாத்தா ரொம்ப நன்றி தாத்தா!

நான் வராட்டாலும் மாடுகளை பத்திரமா பாத்து மேய்ச்சல் முடிஞ்சதும் பத்திரமா எஸ்டேட்டுக்குப் பத்திவிட்டுறீக. நாம கவனிக்க நேரமில்லாம அங்கயிங்கனு அலையும்போது மாடு வயிறு காயாம காப்பாத்தினீங்க.. ரொம்ப நன்றி தாத்தா!'' என்றான் ரவி.

சித்திரன் சொன்னார் ''நா என்ன தம்பி, மாடுகளை சுமந்து கிட்டா திரிஞ்சேன்! அதுப்பாட்டில மேயுது! வயிறு நிரம்புன உடனே எஸ்டேட் பக்கம் பத்திவிட்டா அதுக பாட்டுக்கு போயிரும்! அது கிடக்கெட்டும் போனவேலை என்னாச்சு?'' ரவி நடந்ததை எல்லாம் சுருக்கமா சித்திரக்கிழவனிடம் சொன்னான். ''நல்லது! அந்த தீப்பாஞ்சா புண்ணியத்தில் உழைப்பாளி மக்களுக்கு இப்பதான் விடிவுகாலம் பொறந்திருக்கு!'' என்றார் சித்திரன்.

''அந்த சதுரப்பாறை எஸ்டேட்டில் அந்த முதலாளி அந்த புதுசா கூட்டிட்டு வந்த சின்னப் பிள்ளை கிட்ட எந்தநேரமும் கிடக்காராம்! அந்தப்பிள்ளை முதலாளி பண்ணிற கொட்டம் தாங்கமாட்டாம அவங்க அம்மா அப்பாகிட்ட கதறி அழுகுதாம்! அவங்க பொறுத்துக்கம்மான்னு சொல்றாங்க ஒழிய சின்னப்பிள்ளைகிட்ட இதம் பதமா நடந்துக்குங்கன்னு சொல்லறதுக்கு தைரியமில்லையாம். சமையல்கட்டுல வேலை பார்க்குறவங்க சொல்லி அங்கலாய்க்கிறாங்க! அந்தப்பிள்ளயை குதிரைமேல ஏத்தி அணைச்சுகிட்டு காடுமேடெல்லாம் திரிகிறாராம்! அந்தப்பிள்ளை சிரிக்கவும் முடியாம அழுகவும் முடியாமக் கொராவிப் போய் உக்காந்திருக்குமாம்! ஓரம்சாரமா நின்னு பார்த்த சனங்க ஆதங்கப்படறாங்க!''

ரவி சொன்னான் ''இரக்கமில்லாதவங்க, அக்கிரமக்காரங்க கிட்ட தான் காசு தங்கும் போலிருக்கு! பாவம்! அந்தப் பிள்ளை எங்க எஸ்டேட்டில் குனிஞ்சு நிமிர்ந்து ஏலப்பழமெடுக்கவே மேல்மூச்சு கீழ்மூச்சு வாங்கும்! பாவம்! அப்படிபட்ட பிள்ளை ஒரு கரடிகிட்ட மாட்டிக்கிட்டு தவிக்கிறதைக் கேட்டு நாம இரக்கப்படறதைத் தவிர, நாமென்ன தாத்தா செய்யமுடியும்!''

மேற்கே பொழுது மலைவாயில விழுகப்போகுது என்றார் சித்திரன். ரவி திரும்பிப் பார்த்துவிட்டு ''எனக்கு வேற மாதிரி தெரியுது தாத்தா, சொல்லட்டா..?'' சொல்லுங்க. ''நாக்கை நீட்டிகிட்டு அசையாம படுத்து கிடக்கிற பல்லிகிட்ட போன செவ்வண்டை லபக்குன்னு இழுத்து பல்லி முழுங்குவது கணக்கா இருக்கு தாத்தா!'' படிச்சப் பிள்ளைங்கிறதை காமிச்சிட்ட! உங்களுக்கு வர்ற கற்பனையும் அறிவும் எங்களுக்கு வருமா? சரி மாடுகளை பத்துவோம்.வீடு போறதுக்குள்ளே பொழுது மசங்கியிரும்!'' இருவரும் அவரவர் மாடுகளை வீடு நோக்கிப்

பற்றினர். வெள்ளிக்கிழமை பூஜை கலகலப்பாக இருந்தது! ஒப்பந்தப்படி எல்லா பலன்களை வாங்கிக்கிட்டு லட்சுமியம்மாளுக்கு எல்லாரும் சேர்ந்து பொதுப்பொங்கல் வைத்து படையல்போட்டு விழா நடத்துவது என்று ஏகமனதாக வேண்டிக் கொண்டனர்!

ரவி, அம்மாவிடம் சொல்லிவிட்டு வெள்ளைச்சாமி வீட்டிற்குச் சென்றான். அவர் அப்போது ஏழேகால்மணி டெல்லி செய்தி கேட்க வானொலியைத் திருகிக் கொண்டிருந்தார். செய்திகள் வாசிப்பது சரோஜ் நாராய்ண்ஸ்வாமி என்ற கணீர் குரலில் தொடங்கியது "பாகிஸ்தானின் இராணுவத் துருப்புகள் அத்துமீறி நுழைந்தால் இந்திய இராணுவம் பதிலடி கொடுக்க வேண்டியதிருக்கும்! இரு பிரதேசங்களின் பிரச்சினைகளை இஸ்லாமாபாத் ராஜ்யரீதியிலான பேச்சுவார்த்தை மேற்கொண்டு தீர்த்துக் கொள்வதே சிறந்த அணுகுமுறை என்று பாரதபிரதமர் இந்திராகாந்தி கூறினார்." என்று ஒலித்துக் கொண்டிருக்கும் போதே கொறகொற சத்தமும் கிணிகிணி சத்தமும் காற்றின் சீழ்க்கை ஒலியும் கலந்து கேட்டது. அவர் டிரான்சிஸ்டரை வடக்குதெற்காக வைத்தார். சரியாக கேட்கவில்லை. வடகிழக்கு தென்மேற்காக நகர்த்தினார். கரகரப்பு ஒலிகூடி குறைந்தது. அதன் பின்னால் பேட்டரி பொருத்துமிடத்தில் செல்லக் கோபத்தோடு மெல்லத் தட்டினார். உரத்த ஒலியில் "இத்துடன் இந்த செய்தி அறிக்கை நிறைவுற்றது" என்று மென்புன்னகை தொனிக்கும் குரலில் சரோஜ் நாராயண்ஸ்வாமி நிறைவு செய்தார். முழுமையாக தமிழ் செய்தி கேட்கமுடியாமல் போன ஏமாற்றம் அவர் முகத்தில் தென்பட்டது. எப்பவும் இந்த ரேடியோ இப்படித்தான் மக்கர் பண்ணும்! இதை விட்டாலும் இங்கே எனக்கு வேற துணை இல்லை! சரி, ரவி வந்த விசயம் என்ன? படிக்க பேப்பர் எதுவும் வேண்டுமா?"

"இல்ல மாமா, சும்மாதான்! ரெண்டுமூணு புது வார்த்தைகளுக்கு அர்த்தம் தெரிஞ்சுக்கணும். நேற்று உங்ககிட்ட பேச நேரம் வாய்க்கலை.." என்றான்.

"சரி. சொல்லு"

"சகாவு, காம்ரேட், அப்புறம் இன்குலாப் ஜிந்தாபாத் இந்த மூணுவார்த்தைகள் நேத்து புதுசா கேள்விப்பட்டது."

வெள்ளைச்சாமி சிரித்தார்.

"என்ன மாமா சிரிக்கிறீர்கள்? இது தப்பானவையா?"

"இல்ல மாப்பிள்ளை நல்ல வார்த்தைகள் தாம்! இவை ஒன்னோடு ஒன்னு சம்பந்தப்பட்டவை! சகாவுன்னா தமிழ்ல்ல 'தோழர்' என்று அர்த்தம். இதேபோல் 'காம்ரேட்' என்ற இங்கிலீஷ்

வார்த்தைக்கும் 'தோழர்' என்றே அர்த்தம்! இந்த சொல்லை கம்யூனிஸ்ட்கள்தான் பெரும்பாலும் பயன் படுத்துவார்கள்! தமிழ்நாட்டில் தந்தை பெரியார் தனது தொண்டர்களை தோழர் என்றே கூப்பிடுவார். நேற்று கூட சி.ஐ.டி.யு. தலைவர்கள் நம்மளை தோழர் என்ற அர்த்தத்தில் சகாவுன்னே கூப்பிட்டாங்க கவனிச்சியா!. சகாவுன்னா சகஉயிர்னு அர்த்தம்! சின்னவங்க, பெரியவங்கன்னு வேறுபடுத்தி பார்க்காம சகமனிதராக சொல்லாலும் செயலாலும் மதித்து நடத்துவது தான் தோழர் என்ற சொல்லின் மகத்துவம்!" என்றார். "அப்படின்னா ஏன் மாமா எல்லாரும் தோழர்ங்கிற சொல்லை பயன்படுத்திறதில்லை? அது குறிப்பிட்டக் கட்சிக்காரங்களுக்கான சொல்லா?'' என்று ரவிகேட்டான்.

"அப்படியில்ல ரவி. நான் முன்னமே சொன்னேனில்லே, பெரியார் எவ்வளவு பெரிய மனிதர்! அவர் சிறு பையனைக்கூட தோழர் என்றே கூப்பிடுவார்! சகமக்கள் வாழ்க்கைத் தரம் உயர்வதற்காக தன்னையும் வாழ்க்கையும் அர்ப்பணித்து போராடும் மனிதர்களே தங்களது சகமனிதர்களை தோழர்கள் என்று அழைத்து அவர்களையும் தங்களது போராட்டத்தில் இணைத்துக் கொள்கிறார்கள்! இந்த மாபெரும் பணியை கம்யூனிஸ்ட்களே செய்ய முயற்சிக்கிறார்கள் அதனால அவர்கள் தங்களது சக மனிதர்களை ''தோழர்கள்'' என்றழைக்கிறார்கள். மற்றவர்கள் அவ்வளவு அக்கறையோடு செய்வதில்லை! அதனால் பிறரை தோழர் என்றழைப்பதில்லை! நாம இதுக்கு முன்னாடி ஒரு சங்கத்தில் சேர்ந்திருந்தமே அவங்க நம்மளை சகாவுன்னு கூப்பிடலையே, கவனிச்சியா? இந்த உலகத்தில எத்தனையோ உறவுச்சொல் இருக்கு; அண்ணன், தம்பி, காதலன், அப்பா, அம்மான், மாமன், மச்சினன், சினேகிதன், பங்காளி, சித்தப்பா, பெரியப்பா இப்படி எல்லா சொல்லின் உன்னத குணங்கள் கலந்த கலவையான ஒரு சொல்லே தோழர் என்ற சொல்!" என்று கண்ணீர் வழிய சொல்லிக்கொண்டே இருந்தார் வெள்ளைச்சாமி.

ரவி கேட்டான்; "ஏ மாமா சி ஐ டி யு சங்கத்துக்காரங்க ஆம்பிளை பொம்பிளை எல்லாத்தையும் சகாவுன்னே கூப்பிட்றாங்க நம்ம தமிழ்ல மாதிரி தோழிங்கிற சொல் இல்லையா மாமா.?"

"நல்ல கேள்வி. கம்யூனிஸ்டுகளுக்கு ஆணும் பெண்ணும் சமம். அதனால உலகம் முழுதும் ''காம்ரேட்'' என்ற சொல்லுக்கு பெண்பால் சொல்லில்லை. நம்ம தமிழில் இரண்டாயிரம் வருசத்துக்கு முந்தியே தோழன், தோழி என்ற சொல்பயன்பாடு

உண்டு. இருந்தாலும் நம் தமிழ்நாட்டில் கூட கம்யூனிஸ்டுகள் பெண்களை தோழி என்று அழைப்பதில்லை. சமமானவர் என்ற அடிப்படையில் பெண்களையும் தோழர் என்றே அழைக்கிறார்கள்.

"புரியுது மாமா. நீங்க கம்யூனிஸ்டா?"

வெள்ளைச்சாமி பெருமூச்சுடன் சொன்னார் " நான் கம்யூனிஸ்ட் ஆக ஆசைப்பட்டேன்! மிலிட்டரியில் இருக்கும்போது பகத்சிங்கும் லெனினும் என்கிற ஆங்கில புத்தகத்தை ராத்திரியில் மறைச்சு வச்சுப் படிச்சேன்! ரோந்து வரும்போது பார்த்த அதிகாரி கம்யூனிஸ்ட் என்று குற்றம்சாட்டி என்னை வெளியேத்தீட்டாங்க! எனது குடும்பச் சிக்கலில எனக்கான சிந்தனையுள்ள மனிதனாக வாழ வாய்ப்பு கிடைக்கவில்லை. மனைவி இறந்தபின், கட்டிக்கொடுத்த மகள் குடும்பத்திற்கு பாரமாக இருக்கக் கூடாதுன்னு இப்படி ஒத்தை மனிதனா திரியறேன்! உடல் தளர்ந்த பின்னே எந்த இயக்கத்தோடு சேர்ந்து உழைக்கிறது? அதான் நான் இருக்கிற நிலையில் என்னைச் சுத்தி இருக்கிறவங்களுக்கு என்னால் முடிஞ்சதை செஞ்சு காலத்தை தள்ளுறேன்!. நீ கேட்ட இன்குலாப் ஜிந்தாபாத்ன்னா "புரட்சி ஓங்குக" என்று அர்த்தம்! நீ வளர்ந்து பெரியாளானப்புறம் நான் சொன்னதுக்கான பல விஷயங்களை புரிந்து கொள்வாய்" என்றார். ரவியின் அம்மா அழைக்கும் குரல் கேட்டது. ரவி வெள்ளைச்சாமியிடம் சொல்லிவிட்டுக் கிளம்பினான். அரையடி உயரம் வளர்ந்து விட்டது போல் உணர்ந்தான்!

□

36

அன்று சனிக்கிழமை புதிய உயர்த்தப்பட்ட படிக்காசு வாங்கும் சந்தோஷம் எல்லார் மனத்திலும் இருந்தது. ஒவ்வொருத்தருக்கும் தலைக்கு ஒரு ரூபாய் கூடுதலாகக் கிடைக்கும்! ஆறு நாளைக்கு ஆறுரூபாய் கிடைக்கும்! என்று கணக்கிட்டனர். இரண்டுவேளை சோறு தான்: அதையாவது கொஞ்சம் வாய்க்கு ருசியாகச் சாப்பிடலாம் என்று ஆறுதல் உற்சாகத்தைக் கொடுத்தது!

வட்டப்பாறை எஸ்டேட்டில் சி.ஐ.டி.யு.சங்கம் முதலாளி பங்களாமுன் முற்றுகை செய்து முழக்கம் போராட்டம் நடத்தியது. இதன் விளைவாக முதலாளிக்கும் தொழிலாளர்கள் சார்பாக சி.ஐ.டி. யு.சங்கத்துக்கும் இடையே போடப்பட்ட ஷெட்டில்மென்டில் தினப்படி உயர்வு, குளிர்காலப்படி, உயிரிழந்த தொழிலாளர்களுக்கு இழப்பீடு, எஸ்டேட் குடியிருப்பில் அடிப்படைவசதிகள் முதலியன நடப்புமாதத்தில் வழங்குவது. தொழிலாளர்களை நிரந்தரமாக்குதல், பிஎஃப்,கிராஜிவிடி முதலான கோரிக்கைகளை இந்த சீசனின் இறுதியில் படிப்படியாக செய்துதருவது என்று செட்டில்மென்ட் போடப்பட்டுள்ளது! இந்த செட்டில்மென்ட்டில் சி.ஐ.டி.யு. நிர்வாகிகள் கிருஷ்ணன்குட்டியும், மாதவன்நாயரும் எஸ்டேட் சி.ஐ.டி.யு.சங்க நிர்வாகிகளும், எஸ்டேட் நிர்வாகம் சார்பாக முதலாளி கிரூஷ்ண ராஜாவும்,மேனேஜர் வைரம்செட்டியாரும் கையெழுத்திட்டனர். இது தொடர்பான பேச்சுவார்த்தையின்போது உடும்பன் சோலை சரக சப்இனஸ்பெக்டரும் உடனிருந்தார். இடுக்கி மாவட்டத்திலுள்ள ஏலத் தோட்டங்களிலேயே இதுவே முதல் செட்டில்மென்ட் என சி.ஐ.டி.யு. நிர்வாகி கிருஷ்ணன்குட்டி குறிப்பிட்டார் என்று செய்தி எல்லா மலையாள பத்திரிகைகளில் வெளிவந்தது.

இதைக் கேள்விப்பட்ட இடுக்கிமாவட்ட ஏலத்தோட்டத் தொழிலாளர்கள் மத்தியில் மகிழ்ச்சியும் நம்பிக்கையும் பெருகியது! ஆனால் ஏலத்தோட்ட முதலாளிகள், லேபர்ஏஜென்ட்டுகள் தரப்பினருக்கு தமது லாபம் கணிசமாகக் குறையுமே என்ற பயமும், கவலையும் ஏற்பட்டது! இனி வெகுநாளுக்கு தற்காலிகத் தொழிலாளர்களைக் கொண்டு கொள்ளை லாபம் ஈட்டமுடியாது என்ற கவலை முதலாளிகளின் தூக்கத்தை குலைத்து. துக்கத்தைக் கூட்டியது! ராஜபோகத்தில் திளைத்த சதுரப்பாறை எஸ்டேட் முதலாளி போன்றோருக்கு பீதி ஏற்பட்டது. சுகபோக

மயக்கத்திலிருந்து விடுபடாவிட்டால் எஞ்சிய சொத்து சுகத்தையும் இழக்கவேண்டும் என்ற கலக்கம் ஏற்பட்டது!

வெள்ளிக்கிழமை உடும்பஞ்சோலையில் ஏலக்காய் வாரிய அலுவலகத்தில் நடைபெற்ற ஏலக்காய் விற்பனை ஏலத்தில் கலந்துகொண்ட பிற எஸ்டேட் நிர்வாகிகள் வட்டப்பாறை எஸ்டேட்டில் தொழிற்சங்கத்தை உள்ளே அனுமதித்து அவர்களோடு ஒப்பந்தம் போட்டமைக்கு அவர்களது எதிர்ப்பை தெரிவித்தனர். "சங்கத்தையும் சம்பந்தப்பட்ட தொழிலாளர்களையும் கூண்டோடு விரட்டத்தான் இந்த ஏற்பாடு செய்திருந்தோம். அது என்ன நடந்ததோ தெரியவில்லை! மயிரிழையில் திட்டம் தகர்ந்து போனது! போலீஸ் நாங்கள் சொன்னநேரத்தில் வந்திருந்தால் எங்களது திட்டம் வெற்றி அடைந்திருக்கும்! அதுவுமில்லாமல் போலீஸ் வந்ததும் தொழிற்சங்கத் தலைவர்களைக் கண்டுகொள்ளாமல் சென்றிருந்தாலும் தொழிலாளர் பிரச்சினையை பேசாமல் இழுத்தடித்திருப்போம்! சப்இன்ஸ்பெக்டர் மலையாளிக்கு மலையாளி உதவிசெய்யணும்னு கடைசிவரை இருந்து அவர்களுக்கு ஒத்துழைப்பு தந்தார். அதனால் பெயரளவுக்கு ஒரு செட்டில்மெண்ட் போடவேண்டிய நிர்பந்தம் ஏற்பட்டுவிட்டது." என்றார் மேனேஜர் வைரம்செட்டியார்.

"தொழிற்சங்கத்தை நாங்கள் எஸ்டேட்டிற்குள் அனுமதிப்பதில்லை! எலக்ஷன் நேரத்தில் சில கட்சிக்காரர்கள் நன்கொடை கேட்பார்கள். அவர்களை உள்ளே நுழையவிடுவதில்லை. நன்கொடைகளை அவர்களது கட்சி அலுவலகத்திற்கே கொடுத்து விட்டு ரசீது வாங்கிக் கொள்வோம்! நீங்கள் பெயரளவுக்கு இருக்கட்டும்னு ஒரு சங்கத்தை நுழைய விட்டது தப்பு! இப்போது குடைச்சல் உங்களுக்கு மட்டுமல்ல; எல்லா ஏலக்காய் தோட்டங்களுக்கும் தான்! நீங்க செஞ்சது தப்பு!" என்றனர்.

வைரம் செட்டியார் தன் முதலாளி பற்றி சொல்ல வேண்டியதாயிற்று. "எங்க முதலாளி உலகளவில் ஏலக்காய் ஏற்றுமதி நிறுவனம் தொடங்க முதல் கட்டமாக தன் எஸ்டேட் ஏலக்காய்களை தரமானவகையில் ஏற்றுமதிசெய்தால் இடைத்தரகர்கள் இல்லாமல் முழுலாபமும் கிடைக்கும்! இதுக்காக விண்ணப்பிக்கும் படிவத்தில் இத்தொழிலில் ஈடுபடுத்தப்படும் தொழிலாளர்கள் அனைத்துலகத் தொழிலாளர் அமைப்பில் பதிவுபெற்ற சங்கஉறுப்பினர்களாக இருக்க வேண்டும் என்ற நிபந்தனை இருந்ததால் ஐ.என்.டி.யு.சி.சங்கத்தில் சேர்க்க வைத்தோம். அது தவறாகப் போய்விட்டது. இனி கொஞ்சம் கவனமாக செயல்படுவோம்" என்றார். அன்று ஏலக்காய் நல்ல விலைக்கு ஏலம் போனதால் ஏற்பட்ட மகிழ்ச்சியில் வேறுபேச்சு எதுவும் சகஎஸ்டேட் நிர்வாகிகள் மத்தியில் எழவில்லை!

□

37

புதிய படிக்காசு வாங்கியவர்கள் மகிழ்ச்சியில் வெகுநாளைக்குப் பின் தேவாரத்திற்கு நடந்துபோய் தானியம் தவசு மசாலா சாமான்கள் வாங்கப் புறப்பட்டனர். சோட்டுப்பசங்கள் ரவியையும் அழைத்தனர். இறக்கத்திலும் ஏற்றத்திலும் நடந்து சாமான்கள் சுமந்து வருவது படுகஷ்டம். முன்பு ஒருநாள் ஆர்வக்கோளாறில் போய் வரும்போது அவன் பட்ட பாடு மறக்க முடியாதது! கழுதைகள் மூலம் அந்தக் காலத்தில் போடி தேவாரம் பகுதிகளிலிருந்து அரிசி,சக்கரை, பலசரக்குகளை ஏற்றி வருவார்கள். போகும்போது கள்ளத்தனமாக ஏலக்காய், காபிக்கொட்டைகளை கீழே கொண்டு செல்லுவார்கள்! இப்போது தமிழகஅரசு கடுமையான நடவடிக்கைகளை எடுத்ததால் கழுதைகள் மூலம் கடத்தல் குறைந்துவிட்டது. தற்போது தலைச்சுமையாக அரிசிக்கடத்தல் மட்டுமே நடக்கிறது. அவ்வப்போது அதிகாரிகள் சோதனை செய்யும்பொழுது பத்தோ இருபதோ கொடுத்துவிட்டு கடத்தலைத் தொடருவார்கள். ஐம்பதுகிலோ அரிசியை முன்பக்கம் பாதி முதுகில்பாதி என்று கழுத்தில் போட்டு கம்பை ஊன்றி நடப்பதை பார்க்கவே பரிதாபமாக இருக்கும்! ஆனால் அவர்கள் ஒரு சாகசமாக எண்ணி வாரம் இருநாள் நடந்து வருவார்கள்! ரவி தேவாரத்திற்கு நடந்துபோவதற்கு ஈர்ப்பை ஏற்படுத்துவது சனிக்கிழமை இரவு தேவாரம் ஓட்டலில் புரோட்டா சாப்பிட்டுவிட்டு இரண்டாவது ஆட்டம் சினிமா பார்ப்பது; இரண்டாவது தேவாரத்தில் கிடைக்கும் ருசியான அதிரசம்! ஆனால் இதுக்காக இவ்வளவு சிரமப்பட வேண்டுமா என்று அம்மா யாரிடமாவது சொல்லி அதிரசம் வாங்கி வரச்சொல்லும்! ஞாயிற்றுக்கிழமைகளில் சாந்தாம்பாறை டூரிங்டாக்கிஸில் தமிழ்ப்படம் ஓடினால் அம்மாவும் ரவியும் பார்ப்பார்கள்! அப்படிதான் அவர்கள் அன்னமிட்டகை, என்தம்பி போன்ற படங்களைப் பார்த்தனர்.

அந்த ஞாயிற்றுக்கிழமை எஸ்டேட்டில் ஆடு,கோழி, கட்டைக்காலு, பெரியகாலு, கருவாடு என்று அந்தந்த வளைவுகளில் மாமிசம் வெந்து மணந்தது! உண்ட மயக்கமும், ஞாயிற்றுக்கிழமைக்கான வீட்டுவேலை அலுப்பும் அழுத்தியதில் சீக்கிரம் உறங்கிப்போனார்கள்!

வழக்கம் போல் திங்கள் விழிப்புமணி ஒலிப்பில் விடிந்தது. சமைத்து சாப்பிட்டு பெரேடுக்கு வந்தார்கள். அங்கே இரு கணக்குப்பிள்ளைகளின் இருபுறங்களிலும் பாண்டியனின் ஆள்கள் வேல்கம்புகளோடு நின்றிருந்தனர். பார்த்தவர்களுக்கு திகைப்பாக

இருந்தது. ராத்திரியே வந்து இறங்கிட்டாங்க போலிருக்கு! இனி இவர்களிடம் கவனமாக இருக்க வேண்டும் என்று ஒவ்வொருவரும் நினைத்துக் கொண்டார்கள். அவரவருக்கான வேலைக்களத்துக்கு போகும்போது பாண்டியன் ஆளுகள் எதிர்பட்டார்கள். அவர்களிடம் ஊர்களில் மழை,விவசாயம், விலைவாசி எப்படிஇருக்கு என்று தொழிலாளர்கள் கேட்டு நாமெல்லாம் ஒரே நாட்டுக்காரர்கள் என்பதனை நயமாக நினைவூட்டினர்! கண்காணிகள் தம்தம் தொழிலாளர்களிடம் பாண்டியன் ஆள்களிடம் வம்புதும்பில், குறை, குற்றத்தில் மாட்டிக் கொள்ளாமல் எச்சரிக்கையாக இருக்கச் சொன்னார்கள். தொழிலாளர்கள் மனதில் ஒருவகையான இறுக்கமும், நமக்குப் பாதுகாப்பாக செங்கொடி சங்கம் இருக்கு சட்டபூர்வமாக நம்மை ஒன்றும் செய்துவிட முடியாது என்ற ஆறுதலும், எதுலையும் கவனமா இருந்திட்டா எதுக்கும் அஞ்சத் தேவையில்லை என்ற எச்சரிக்கை உணர்வும் கவ்வியிருந்தது.

பாண்டியன் ஆள்களும் ஒருமாதம் கோர்ட்டுக்கும் போலீஸ் ஸ்டேஷனுக்கும் அலைந்து உருக்குலைந்து தான் போயிருந்தார்கள். முதலாளி வரச் சொன்னதும் ரொம்ப சந்தோசப்பட்டவர்கள் இங்கே கம்யூனிஸ்ட் கொடி பறப்பது பார்த்து கொஞ்சம் தயங்கினர். முன்னாலமாதிரி தொழிலாளிகளை மிரட்டமுடியாது. அதுவும் நம்ம ஆளுக பொம்பிளைவிஷயத்தில் கவனமாக இருக்கவேண்டும்! எசகுபிசகாக மாட்டிக்கொண்டால் கேரள கம்யூனிஸ்ட்டுகளிடம் தப்பமுடியாது என்று தங்களுக்குள்ளே பேசிக் கொண்டனர். குரங்குவிரட்டி ரெங்கசாமியும், குப்பய்யா கணக்குப் பிள்ளையும், பாண்டியன் ஆள்களை தங்கள் வீடுகளருகே தங்க விடுவதால் தங்கள் குடும்பத்தைச் சேர்ந்த பெண்கள் புழங்க கஷ்டமாக இருக்கிறது அதனால் அவர்களை குடியானவர் குடியிருப்பில் கடைசி வரிசையில் காலியான வீடுகளில் தங்கவைக்க வேண்டுமென மேனேஜரிடம் சொன்னார்கள்.

ரெங்கசாமி சொல்வதற்கு முன்னே மேனேஜரும் உணர்ந்திருந்தார். பாண்டியன் ஆள்கள் மூலம் ரெங்கசாமி மகள் பங்கஜத்திற்கு எதாவது தொல்லை ஏற்படுவதற்குமுன் நாம் எதாவது செய்தாக வேண்டும். அசம்பாவிதம் ஏற்பட்டால் அது தனக்கு தொழிலாளிகள் மத்தியிலும் முதலாளியிடமும் மதிப்பு குறைவை ஏற்படுத்தலாம் என்ற யோசனையில் மேனேஜர் அலைக்கழிக்கப் படும்போது, ரெங்கசாமி, குப்பய்யா இருவரின் கோரிக்கை வந்தது. உடனே பாண்டியனை அழைத்து "ஐந்தாவது குடியிருப்பு முழுவதும் வசதியாக ஐந்துபேரும் தங்கிக் கொள்ளுங்கள். அது தனிக்குடியிருப்பு; அங்கு மற்றவர்களது தொல்லை இல்லாமல் இருக்கலாம்." பாண்டியனும் ஒத்துக் கொண்டார்.

ரெங்கசாமி மகளுக்கும் மேனேஜருக்கும் உள்ள தொடர்பை பாண்டியன் முன்பே அறிந்திருந்தார். அந்தப் பொண்ணு லட்சணமா இருக்கு. நம்மாளுக போதையில எக்குதப்பா நடந்துகிட்டா பிரச்சினையாகி முதலாளி பகை வந்துரும். கிடைச்ச ஓசி பிழைப்பும் கெட்டுப்போகுமே என்ற பயம் அவருக்கு இருந்தது. அதனால உடனே ஒத்துக் கொண்டார். மறுநாளே ஐந்தாவது குடியிருப்பில் முதல் மூன்றுவீடுகளை சுத்தம்செய்து தங்கிச் சமைக்க ஆரம்பித்தனர். ரெங்கசாமிக்கும், குப்பய்யாவுக்கும் ரொம்ப சந்தோஷம்! தான் சொன்னவுடனே மேனேஜர் பாண்டியன் ஆளுகளை வேற குடியிருப்புக்கு மாத்திட்டாரே என்று தனித் தனியே பெருமைப்பட்டுக் கொண்டனர். பாண்டியன் ஆளுகளை எஸ்டேட்டைவிட்டே காலி பண்ணிவிட்டால் தனது மகன் ஜெகநாதனை நிர்வாகத்துக்குள்ளே மெல்ல நுழைத்து விடலாம் என்ற ஆசை குப்பய்யாவுக்கு. அதை நோக்கி அடுத்து நகரணும் என்று கணக்கு போடலானார்! மேனேஜரிடம் நன்றி சொல்லப்போன குப்பய்யா "அய்யா, நல்லகாரியம் செஞ்சு அந்த பாண்டியன் ஆளுகளை யாருக்கும் தொல்லை இல்லாமல் மேலபோக வச்சிட்டீங்க! உங்களுக்கு ரொம்பப் புண்ணியம்! அந்தாளுக போகயில வரையில நம்ம வீட்டு பொண்ணு பிள்ளைகளை பார்க்கிற பார்வையே சரியில்ல! இனி நாங்கபாட்டில வீட்டுக்கவலை இல்லாம வேலை பார்க்கலாம்!" என்றார். கணக்குபிள்ளை போனதும், மேனேஜர் பங்கஜத்தை நினைத்து மெல்ல சிரித்தார். இப்படி எஸ்டேட்டில் ஒவ்வொருவரும் ஒரு மனக்கணக்கோடு இயங்கினர்.!

இரவு எட்டுமணி வாக்கில் முதலாளி போன்செய்து பாண்டியனை வரச்சொன்னார். மேனேஜர் சமையல்காரரை அனுப்பி பாண்டியனை அழைத்துவரச் சொன்னார். பாண்டியன் வந்து காத்திருந்தார். பத்து நிமிடத்தில் மீண்டும் தொலைபேசி அழைப்பு வந்ததும் துரைச்சாமி எடுத்தார். பாண்டியனிடம் தொலைபேசியைக் கொடுக்கச் சொன்ன முதலாளி பாண்டியனிடம் ஏதேதோ கூறினார். ம்...ம்...ம் சொன்னபடி கேட்டுக்கொண்ட பாண்டியன் இணைப்பைத் துண்டித்து விட்டு மேனேஜரிடம் "ஐயா போயிட்டு வர்றேன்" என்று சொல்லிப் புறப்பட்டார். தங்களிடம் முதலாளி எதுவும் பேசாமல் பாண்டியனிடம் மட்டுமே பேசி வைத்து விட்டாரே என்று மேனேஜரும், துரைச்சாமியும் முகம் இறுகினர். மேனேஜர் மனசுக்குள், முதலாளி நமக்கும் தெரியாமல் புதுசா சதித்திட்டம் எதுவும் போடுகிறாரோ... இனி என்ன நடக்கப் போகிறதோ என்று நினைத்துக் கொண்டார்.

□

38

மறுநாள் பரமன் கண்காணிப்பில் இளம்பெண்கள் ஏலப்பழம் எடுத்துக் கொண்டிருந்தார்கள். பாண்டியன் ஆள்கள் அங்கே போனார்கள். பரமனிடம் பாண்டியன் பேசிக்கொண்டிருக்கும் போதே, அவர்களுள் இசக்கிமுத்து என்பவர் பெண்கள் பழமெடுத்துக் கொண்டிருக்கும் நிறைக்குள் நுழைந்தார். ''ஐயா, ஏன் அங்கே போறீங்க? உங்களுக்கு என்ன வேணும்?'' என்று பரமன் மறித்தார். ''பழமா எடுக்காறாகளா, காய் பிஞ்செல்லாம் கலந்து எடுக்கிறாகளான்னு பார்க்கப் போகிறேன்''. ''எப்படி எடுக்கிறாகன்னு பார்க்கிறவேலை என்வேலை! நீங்க ரோட்டுக்கு வாங்க'' என்றார் பரமன். இசக்கி அங்கேயே நின்றார். பரமன் ''இப்போ நீங்க ரோட்டுக்கு இறங்கலைன்னா, பழம் எடுக்கிறவக எல்லாம் ரோட்டுக்கு இறங்கீருவாக'' என்று சொல்லவும் குமரிப்பெண்கள் பழமெடுப்பதை விட்டு நிமிர்ந்தார்கள்! இசக்கிமுத்து இறங்கி ரோட்டுக்கு வந்தான். ''தாயி, நீங்கபாட்ல பழமெடுத்துப் போங்க தாய்களா'' என்றார் பரமன். பெண்கள் வேலையைத் தொடர்ந்தார்கள். பாண்டியன்; ''முதலாளிதான் எல்லாரும் ஒழுங்கா வேலை பார்க்கிறாங்களான்னு கவனிக்கச் சொல்லி இருக்காக!''.

''ஐயா, இளவயசுபிள்ளைக வேலை பார்த்துகிட்டு இருக்கையில நீங்க பாட்டில நிறைக்குள்ளே நுழைஞ்சா என்ன அர்த்தம்? அவங்களுக்கு பழமெடுக்கிறதுக்கு சொல்லிக் கொடுத்து, அவங்க எப்படி பழமெடுக்கிறாங்கன்னு தெரிஞ்சுதான் செடித்தூருக்கு அனுப்பி இருக்கோம்! இங்கே இருந்து பார்க்கும்போது அவுக கை செடித்தூர்ல வள்ளிகிட்ட போய்வர்ற போக்கிலேயே அவுக பறிச்சது பழமா, காயா, பிஞ்சான்னு கண்டுபிடிச் சுருவோம்! ஐயா, நீங்க உங்க ஆளை ஒருத்தரை அனுப்பி பத்தடி தூரத்தில அந்த செடித்தூர்ல உக்கார்ந்து பழமெடுக்கச் சொல்லுங்க. அவரு பழமெடுக்கிறாரா, காய்எடுக்கிறாரான்னு இங்கே இருந்தே நா சொல்றேன்!'' என்று பரமன் சொல்லவும் பாண்டியன் ''பரமா,உன்னோட போட்டிபோட வர்ல. முதலாளி பார்க்கச் சொன்னாரு; பார்த்தோம். அம்பட்டுதான். நீ எதுக்கு சடச்சுக்கிற?. சரி வேலையைப் பாரு. நாங்க வர்றோம்.'' என்று சொல்லி பாண்டியன் ஆள்களோடு நகர்ந்தார்.

அடுத்து, அவர்கள் பழனிச்சாமி மேற்பார்வையில் பழமெடுப்பவர்களிடம் குரங்குவிரட்டிகாவல் பொன்னையா அழைத்துச் சென்றார். பழனிச்சாமி பாண்டியனிடம் ஊரில் மழை தண்ணீர், விவசாயம் பற்றி பேசிக்கொண்டு இருந்தார். பாண்டியனது ஆள் சுப்பையா, பழமெடுத்துவரும் பெண்களை உற்றுப் பார்த்துக் கொண்டிருந்தார். பழனிச்சாமி கேட்டார்; "என்ன அண்ணாச்சி அப்படி பாக்கிறிங்க?" "ஒண்ணுமில்லே கங்காணி அங்கிட்டு ரெண்டு பொம்பளைஆளுக குனிஞ்சு பழமெடுக்காம தனியா மரத்துப்பக்கமா ஒதுங்கி நின்னு பேசிக்கிட்டு இருக்காக. நீ கண்டுக்காம இருக்கியே?" என்றான் சுப்பையா.

பழனிச்சாமி சொன்னார்; "அண்ணாச்சி, நாற்பதுவயசு மீறுன பொம்பளைக ஒண்ணுக்கு ரெண்டுக்கு அடிக்கடி ஒதுங்குவாங்க. நாம பின்னால போய் நிக்கலாமா? நமக்கு நிறை சுணங்கக்கக் கூடாது; செடியில் பழம் தப்பக் கூடாதுங்கிறது தான் முக்கியம்! அஞ்சுநிமிசம் ஒதுங்குவாங்க. பெறகு வந்து துப்பரவா முடிச்சிருவாக! நமக்கு வேலைதான் முக்கியமே தவிர அவுக ஒதுங்குறாக நின்னுபேசுறாக என்கிறதல்ல!"

நடந்ததை எல்லாம் கேட்டுக்கிட்டிருந்த சிவனம்மா கீழே ரோட்டுக்கு இறங்கி வந்து " ஏன்னே பாண்டீண்ணேய் ஊர்க்காட்டில மழை தண்ணீ எப்படி? மதினிசின்னத்தா, பிள்ளைகுட்டிக எல்லாம் எப்படிண்ணே இருக்காக?" என்று பேச ஆரம்பிக்கவும், பாண்டியன் மனசுக்குள்ளே 'வந்துட்டா ராக்காச்சி. சொளகு அகல கோடாளி கொண்டையைப் போட்டுக்குட்டு, செங்காறைப் பல்லைக் காட்டிகிட்டு' என்று முனங்கியபடி "எல்லாம் நல்லாருக்காங்கத்தா. இப்படியே சும்மா பார்க்க வந்தோம். வேலையை பாருங்க. வர்றோம்த்தா" என்று சொன்னபடியே கிளம்பினார். பெண்கள் எல்லோரும் வாயைப் பொத்திக்கொண்டு சிரித்தனர். பொன்னையா வந்தநேரத்தில் முனியம்மாளை ஒருபார்வை பார்த்துட்டோம் என்ற மகிழ்ச்சியில் மனசுக்குள் சிரித்து குழல் ஊதிக்கொண்டே அவர்களை மரம் வெட்டும் காட்டுக்கு அழைத்துப் போனார்.

பொழுது, உச்சியைத் தாண்டி இதற்கு முந்திய பொழுதில் ஊடுருவ இயலாத மரங்களை ஊடுருவியது; ஒளிவிரல்களால் அடர்ந்த மரங்களின் இலைகளைக் கிள்ளி கிச்சுகிச்சு மூட்டி சூரியன் விளையாடிக் கொண்டு இருந்தான். சின்னாத்தேவர் மேற்பார்வையில் மரம் வெட்டிக் கொண்டிருந்தவர்கள் கடந்தவாரம் வெட்டிச் சாய்த்த இரண்டு மரங்களை மூன்றடி துண்டுகளாய் வெட்டிப் போட்டுவிட்டு உதறி கையாறிக் கொண்டிருந்தனர். சிலர் பக்கத்து ஓடையில் முகம்

கழுவிவிட்டு, பீடிப்புகையை ஊதி அலுப்பை வெளியேற்றிக் கொண்டிருந்தனர்.

பாண்டியன் ஆள்கள் அங்கே போனதும் "என்னா சின்னாத்தேவா, ராந்தலா ஒக்காந்தீட்டிக? இன்னிக்கு வேலை முடிஞ்சிச்சா?" சின்னாத்தேவர் "ஏய் வாப்பே, வா. ஒங்கூட பேசணும்னு நெனைச்சேன்ப்பா; நேரம் வாய்க்கலை. கொழுந்தியா, பிள்ளைகுட்டிகளாம் எப்படி இருக்காக. தெக்குச்சீமையில மழை தண்ணி உண்டுமா; பயிர்பச்சை எல்லாம் எப்படி?" என்றார். பாண்டியன் யோசித்தார்; 'நாம இவாளை வேலைக்காராளா கேட்டா... சாதியா பேசி திசை திருப்புரானுவளே. சரி நாமலும் அவனுக வழியில் போய் மடக்குவோம்' என்று "ஆமாம் சின்னா எல்லாம் நல்லா இருக்காக. அங்கிட்டே விவசாயம் பார்த்துகிட்டு மனுஷ மக்களோட திரிஞ்சுகிட்டிருந்தோம். முதலாளி போனைப் போட்டு வரச்சொல்லிட்டாக. தட்டமுடியலை. பயிரு பச்சையை தம்பிமாரை பார்க்கச் சொல்லிட்டு மலையேறிட்டோம். முதலாளி நல்ல புண்ணியவான்! மேலு களவாணித்தனம் பண்ணாம வேலைபாருங்க மக்கா. முதலாளி நல்ல விதமா பாத்துக்குவாக." என்றார்.

அங்கே இருந்த எல்லாரது முகங்களும் சிவந்து உதடுகள் துடித்தன. சின்னாத்தேவன் கையைக்காட்டி அமர்த்திவிட்டு "ஏப்பே. நம்ம மேற்குசீமையாளுக, தெக்குத்தி ஆளுகளாட்டம் வாய்ச்சவடால் பேசி மினுக்கிட்டுத் திரியறாளுக இல்ல! கட்டாத சம்பளத்துக்கு உசுரக் குடுத்து வேலை பார்த்துகிட்டுருக்கோம். நீ பாட்ல நா கூசாம மேலு களவாணித்தனமுன்னுட்டே? எனக்கு அறுவதுவயசாச்சு. நீயும் சரி, உன்னாளுகளும் சரி என்னைவிட பத்துபதினஞ்சு வயசு குறைச்சாளுக தான். உங்கள்ள யாராச்சும் ஒருத்தன் என்னோட சரிக்குச் சரியா கோடாளி பிடிச்சுருங்க பாப்போம்! நீங்க சொல்றதுக்கெல்லாம் நா கட்டுப்படறேன்" என்றபடி இரு கைகளிலும் மண்ணை அள்ளி வறவறவென்று ஒரு தேய்ப்பு தேய்த்து சின்னக்கருப்பனிடமிருந்து கோடாளியைப் பிடுங்கி மரத்துண்டின் மீது ஓங்கி ஒருபோடு போட்டார். கோடாளியின் பாதிபாகம் மரத்தில் இறங்கியிருந்தது. பாண்டியனும் ஆளுகளும் அரண்டு வெலவெலத்துப் போய் கல்லாய் நின்றனர்.

பாண்டியன் சமாளிக்கும் விதமாக "என்னண்ணே, ஒரு பேச்சுக்காக சொன்னா இம்புட்டு கோவமும் வெளமும் காட்டுதே! நாம கூலிக்காரங்க கோவப்படக் கூடாதண்ணே!" சின்னாத்தேவருக்கு உச்சந்தலைவரை ஏறிய கோபம் இறங்கவில்லை.

சின்னாத்தேவர் தொடர்ந்தார்; "அப்படி வாப்பே வழிக்கு! நீயும் கூலிக்காரன்; நானும் கூலிக்காரன்னாலும் ஒரு வித்தியாசம்! நாங்க ரத்தஞ்சிந்தி உழைச்சு பத்தாதகூலி வாங்கறோம்! உங்கூட்டாளிக ஒழைக்காம முதலாளிமாருக்கு கூழைக்கும்புடு போட்டு தேவைக்கு மேல காசு வாங்கிறீக! இந்த முதலாளி குடும்பத்துக்கு ரெண்டு தலைமுறையாக உழைக்குறோம்! அவரு முன்னாலமாதிரி இல்லை! எங்களக் கணக்கா ஒழைக்கிறவங்களை நம்பாம, உங்களைக் கணக்கா எத்திப் பிழைக்கிறவங்களை நம்பறாரு! இந்தக் கூட்டத்திலிருந்து மீண்டுட்டாதான் அவருக்கு விடிவுகாலம்!" பாண்டியன் மூக்குடைபட்டது போலுணர்ந்தார். சின்னாத்தேவர் பேச்சிலுள்ள உண்மையும் ஆவேசமும் பாண்டியனின் வாயை அடைத்தது! "சரிண்ணே, நீங்க வேலையைப் பாருங்க வர்றோம்" என்று நழுவினார். சின்னாத்தேவருக்கு கொதிப்பு ஆறவில்லை! பாண்டியனின் கையைப் பிடித்து இழுத்து, "தம்பி... இங்கே வாங்க! இந்த நாங்கல்மரத்திற்கு நம்ம அப்பன் பாட்டன் வயசு! விளைஞ்சு வைரம் பாஞ்ச மரம்! இதை வெட்டி, துண்டு போட்டு, பிளக்குறது சாதாரணமில்லை! அவுங்க ஒவ்வொருத்தர் கையை பாருங்க. சிவந்து காய்ப்பேறி கிடக்கு. இவ்வுளோ கஷ்டமான வேலையை செஞ்சிட்டு செத்தவடம் கையாறி இருக்கிறவங்களைப் போய் மேலு களவாணிகனுன்னு சொன்னது தான் எம் மனசு தாங்கலை!" என்றார்.

பாண்டியன் சின்னாத்தேவர் கையைப் பற்றி. "கோவிச்சுகாதிரும் அண்ணே! எதோ வாய் பிசகா வார்த்தை வந்திருச்சு!" என்று சொல்லி திரும்பிப் பார்க்காமல் நடந்தனர்.

சின்னக்கருப்பன் பெருமிதம் பொங்கச் சொன்னார். "ஏய், அய்யா! பார்வையில தண்ணிப் பாம்பு கணக்கா சும்மா நெளிஞ்சுகிட்டு திரிஞ்சமாதிரி இருந்தீக; ராசநாகம் கணக்கா இல்ல படமெடுத்துச் சீறிப் பயமுறுத்தீட்டீக!. ஆத்தாடி இன்னிக்கு கைகலப்புதானு நாங்களே பயந்திருந்தோம்! கச்சிதமா எல்லைக்குள்ள நின்னு ஆடி எதிரியோட நாடி நரம்பெல்லாம் ஆடவச்சீட்டிகளே!" குமார் சின்னாத்தேவரது கைகளைக் குலுக்கி "மாமு, அசத்தீட்டீக மாமு! இனிமே அவிங்க நம்ம திசைப்பக்கமே தலை காட்ட மாட்டாய்ங்க!" அவர்கள் ஒரு பீடியை இழுத்துவிட்டு இருபிரிவாக பிரிந்து மரத்துண்டுகளைப் பிளக்க, ஆப்புகளைச் செருகி சம்மட்டி கொண்டு அடிக்க ஆரம்பித்தார்கள். அந்தச் சத்தம் அந்த பள்ளத்தாக்கு முழுவதும் எதிரொலித்தது!

பாண்டியன் ஆள்களில் சுப்பையா; "என்ன மச்சான் போகிற திக்கெல்லாம் கல்லுல நாரு உறிச்சமாதிரி." பாண்டியன் முன்னாலே

புத்துக்காலோடு கெந்திகெந்தி நடக்கும் பொன்னையாவைக் காட்டி, “மெல்லப் பேசுலே. ஆக்கங்கெட்ட கூவை!” என்றார். இசக்கிமுத்து மெல்லக் கிசுகிசுத்தான்; “ஏம்மாச்சான் ஆம்பிளாளுக வேலை பார்க்கிற பக்கம் போவமா? இப்படியே ஜாகைக்கு திரும்பிருவமா?” பாண்டியன்; “இப்பமே போவம்ல. நாளைக்குன்னு ஆறப் போட்டோம்னாக்கா அவனுக சுதாரிச்சுக்குவானுக! ஏம்லே பொன்னையா ஆம்பளையாளுக வேலைத் தலத்துக்கு போவோம் லே” என்று சத்தமாகச் சொன்னார். பொன்னையா மனசுக்குள் சிரித்துக்கொண்டார்; ‘அங்கே ராமரு கங்காணி. அவரு ஈராங்காய் ஏவாரி கணக்கா முனுக்குனதுக் கெல்லாம் கோவப்படுவாரு. இன்னிக்கு இன்னொரு கூத்து இருக்கு. பார்ப்போம்.’ நடந்தனர்.

மணி ரெண்டிருக்கும். நல்ல ஏற்றமான மேட்டுப்பகுதி; கொஞ்சம் சிரமப்பட்டு மூச்சிறைக்க நடந்தனர். பொன்னையா பம் பம் என மும்முறை குழலூதி ஒரு ஐந்துநிமிடம் கழித்து ஒற்றை பம் ஒலி எழுப்பினார். வேறொரு மூலையிலிருந்து ரெங்கசாமி இருமுறை பம் ஒலி எழுப்பினார். மேலே ஏறிச்செல்லச் செல்ல அடர்ந்த மரங்கள். இருட்டிக் கொண்டு வந்தது. தூரத்தில் பள்ளத்தில் டார்ச் லைட்டுகள் அடிப்பது போல சூரியஒளிக் கீற்றுகள் தெரிந்தன. பின்னால் திரும்பி அந்த ஒளிக்கீற்றுகளைப் பார்த்துவிட்டு முன்னால் பார்த்தால் கண்கள் இருண்டு வந்தன. செம்போத்துப் பறவைகள் விசுக்விசுக் கென்று அமைதியைக் கிழித்து ஒலிகளை எழுப்பிப் பறந்தன. குக்குறுவான் குக்குக்கென்று ஒற்றை ஒலி எழுப்பியது அச்சமூட்டுவதாக இருந்தது. பெரிய பெரிய கொசுக்களும், பூச்சிகளும் முகத்தில் மோதின. பாண்டியன் ‘யானைக்காடு போலிருக்கு’ என்று முனங்கினார். மெல்ல ஊர்ந்து ஆண்கள் பழமெடுக்கும் பகுதிக்கு வந்து சேர்ந்தார்கள்.

இராமர் கங்காணி அவர்களைப் பார்த்ததும், “வாங்கண்ணே, நல்லவேளை கொஞ்சம் தாம்சமா வந்தீக. இப்பத்தான் அரைமணிக்கு முன்ன ஒரு கொம்பன் யானை ஒரு கூட்டத்தோடு கடந்துபோச்சு!” பாண்டியன் ஆளுகளுக்கு மேடேறி வந்த கால்கள் நடுங்கின. இதைக் கவனித்த ராமர் “அண்ணே, செத்த காலாற இந்தப் பாறைமேல் உக்காருங்க. கடைசி நிறை பாதிக்கு மேல் எடுத்திட்டாங்க. இன்னும் அரைமணியில் முடிச்சிருவாங்க. நாம எல்லாரும் சேர்ந்தே போவம்” என்றபடி நிறைக்குள் ஏறிப்போனார். சுப்பைய்யா முனங்கினான் “மச்சான் நடக்கவே எசக்கில்லை. எங்கிட்டு வம்பிழுக்கிறது.” சிரிக்கக் கூடத் தெம்பில்லாமல் அவர்கள் வெற்றுவாயை விரித்தார்கள். பாறையில் உட்கார்ந்திருந்த அவர்களிடம் பொன்னையா புத்துக்கால்களைப் பொத்திப்பொத்தி

நடந்து போனார். பாண்டியன் என்னவென்று தலையை உயர்த்தினார். "ஐயா அங்க பாருங்க பெரிய ஜீவாத்திகள் நாலைந்து இப்பத்தான் கடந்து போவுதுக. அதுக போட்ட லத்திகள்ள ஆவி பரியுது பாருங்க" என்றபடி புத்துக்காலுக்கு இதமான சூடு பரியும் யானை லத்திகளை மிதித்துக் காட்டினார் பொன்னைய்யா.. பீதியில் இருண்ட முகத்தோடு உட்கார்ந்த இடத்திலிருந்து எழாமலே பார்த்தார்கள்.

"இது யானைகள் புழங்குற வழித்தடங்கிறதனால இங்க பழமெடுக்க ஆம்பிளைகளதான் வச்சுக்குறோம். ரெண்டு மாசத்துக்கு முன்னாலே ஒருத்தர் பக்கத்தில் யானை வந்து நிக்கிறதைப் பார்த்து அரண்டு விழுந்து உருண்டு அதிர்ச்சியில் செத்துப் போனார்." இதைக் கேட்டுக் கொண்டிருந்த ஒருவர் ஒண்ணுக்குப் போக இறங்கவும் எல்லாரும் இறங்கி ஒதுங்கினர்.! பொன்னையா தனக்குள் சிரித்து எதிர்ப்பக்கமாகத் திரும்பி மீசையை முறுக்கி விட்டுக்கொண்டார். பாண்டியன் கேட்டார் "இந்த இடத்தில் நமக்கு எத்தனை ஏக்கர் இருக்கு?"

"இந்த இடத்தில நூறுஏக்கர் ஏலநாத்து நட புதரை வெட்டி ஒழுங்கு படுத்திருக்கு.! இந்தக்காடு இப்படியே வாலாட்டம் கிழவடலா மதிகெட்டான்சோலை வரை நீண்டுகிட்டே போகும்! இது யானைக வழித்தடங்கிறதால ஃபாரஸ்ட் டிபார்ட்மெண்ட்டுக்காரங்க இந்தப் பகுதியில் ஏலவிவசாயம் பண்ணத் தடை பண்ணிட்டாங்க! அதனால இங்கண ஐம்பதுஏக்கர் மட்டுமே ஏலச்செடி போட்டுருக்கோம். யானை நடமாட்டத்தை நோட்டம் பார்த்துதான் இங்க வேலை நடக்கும். பாருங்க, யானை நடமாட்டம் ஒரு வாரமா இல்லைன்னு தெரிஞ்சுதான் இன்னக்கி பழமெடுக்க வந்தோம். பாருங்க, அதுக பாட்டில மேச்சலுக்கும் தண்ணிக்கும் வந்திருச்சு! நம்ம வர்ற வழியில் சரிவில் ரெண்டுமூணு ஓடைபோகுது. மேட்டில பலா மரங்கள் ஊடும்பாடுமா நிக்கிதுக. இப்போ சீசன் இல்லாட்டியும் வர்ற வழியில் மூங்கிப்புதர்கள்ல இலைகளையும் மூங்கில் குருத்துகளையும் திங்கவரும்!"

பாண்டியன் கேட்டார். "எங்க ஊர்ப்பக்கமும் மேக்க மலையில யானைக வெய்யக்காலத்தில் தண்ணி தேடி வந்து வாழைதோப்புகளை தென்னைகளை அழிச்சிட்டுப் போகும். ஆனா இப்படி அடிக்கடி வராதுக!"

இவர்கள் பேசிக்கிட்டு இருக்கும்போதே ஆள்கள் நிறையை முடிச்சு பழமூடைகளோடு வந்தார்கள். பக்கத்தில் ஓடும் ஓடையில் கைகால் முகம் கழுவி வந்திருந்த ஆள்களை சரிபார்த்து கிளம்பினர். இந்தக் காட்டுக்கு வந்தாலே கோட்டிநாய்க்கர் நினைவு வருவதால் இவர்கள் கோட்டிநாய்க்கர் காடுன்னே சொல்லுகின்றனர்!

திரும்பு பாதை இறக்கமானதால் பார்த்து நிதானித்துதான் நடக்க வேண்டும்! வேலையாளுகளுக்கு பாதையில் பள்ளம்மேடு பழகிப் போனதால் சுமையோடு வேகமாக நடந்தனர்! பாண்டியன் மெல்ல நடந்து வந்தார். "மச்சான்.. வம்பிழுக்கவந்த இடத்தில தெம்பு போனதுமில்லாமா கம்பூனி நடக்கற மாதிரி இல்ல ஆச்சு" என்று இசக்கி கேலி பேசிக்கொண்டே நடந்தார். உடனிருந்தவர்கள் சிரித்துக் கொண்டே ஊர்ந்தனர்.

பாண்டியனுக்கு யோசனை எல்லாம் முதலாளி கேட்டா என்ன பதிலைச் சொல்றது? என்ற கேள்வி நெடுமரமாய் குறுக்கே தோன்றி மறித்தது. அவரது யோசனைக்கு எதுவும் பிடிபடவில்லை! 'தொழிலாளர்கள் முன்னால மாதிரி பயப்படுறதில்லை. இப்போ விவரமாயிட்டாக! அவுகளை தந்திரமாத்தான் பயமுறுத்தனும் என்று முதலாளிகிட்ட நாமளே சொன்னா... அது நம்ம மேல இருக்குற நம்பிக்கையை கெடுத்திரும்! முதலாளி கேட்டா அந்தநேரத்தில மனசில் படுறதைச் சொல்லிச் சமாளிக்கலாம்! பொருந்துறாப்பில பொய்சொல்றது நமக்கு ஒன்னும் புதுசில்லை. ஆனாலும் நம்மளை மரியாதையா வச்சு சோறுபோடுற முதலாளி சந்தோஷப்படற மாதிரி எதையாவது செய்யணும்!' என்று நினைத்துக் கொண்டே நடந்தார்.

சிந்தனை தெளிவில்லை. நடைபாதையில் கவனம் பதியவில்லை. இறக்கத்தில் இறங்கும்போது கால்கள் பின்னி ரோட்டில் குறுக்கே ஓடிய வேர் தடுக்கிக் கீழே விழுந்தார். கூடவந்த மூவரும் உடனே தூக்கினர். வெள்ளை வேட்டிசட்டை எல்லாம் செம்மண்சேறு. முகம், கழுத்தில் அட்டைகள் ஒட்டியிருந்தன. சத்தம் கொடுத்து முன்னே நடந்த பொன்னையாவை அழைத்தனர். ஒட்டிய அட்டைகளை பிடுங்கி கசிந்து வழியும் ரத்தத்தை பக்கத்து நீரோடையில் பூவரசன் இலையை குவளையாக்கி தண்ணீர் கொண்டு வந்து கழுவினர். குளிர்ந்தநீர் அட்டைக் கடிக்கு முதலில் எரிச்சலையும், பின் மதமதப்பையும் தந்தது. இடது முழங்காலில் ஏற்பட்ட சிராய்ப்பு காந்தியது. பக்கத்தில் ஒரு பாறையில் கொஞ்சநேரம் அமர்ந்து ஆசுவாசப்படுத்தி மெல்ல நடந்தனர். பாண்டியன் இசக்கியின் கைத்தாங்கலில் நடந்தார்.

"வேலைத்தலத்திற்கு முதலாளி ரவுடிகளை அனுப்பி பெண் தொழிலாளர்களை மிரட்டுகிறார்" என்று மாவட்ட சி.ஐ.டி.யு.சங்க நிர்வாகிகளிடம் பிராது செய்வது என்று முடிவெடுத்து குமாரரையும் வெள்ளைச்சாமியையும் எஸ்டேட் சங்க நிர்வாகிகள் அனுப்பிவைத்தனர்.

□

39

அக்டோபர் மாதம் முடிய இன்னும் ஒரு நாளே இருக்கிறது. இறந்த இரு தொழிலாளர்களின் குடும்பத்திற்கு இழப்பீடு தருவது, குளிர்காலப் படி, மழைக் கொங்காணி பற்றி நிர்வாகத் தரப்பில் எந்தவித ஏற்பாடோ, ஒரு தகவலோ இல்லை. தொழிலாளர் மத்தியில் எதிர்பார்ப்பும் பரபரப்பும் கூடிக்கொண்டே இருந்தது. நவம்பரில் அடுத்த சீசன் தொடங்கப்போகுது நிர்வாகம் ஐப்பசி அடைமழையில் நனைந்த எருமை மாதிரி சுகங்கண்டு அசைவில்லாமல் இருக்குதே என்று அங்கலாய்ப்பில் இருந்தார்கள்.

முதல்வார வெள்ளிக்கிழமை வரை தகவல் இல்லை எனில் சனிக்கிழமை வாரப்படிக்காசு வாங்கிட்டு பங்களாமுன்பு முழக்கப் போராட்டம் நடத்துவது. அதிலும் தீர்வு ஏற்படாத பட்சத்தில் அன்றுகூடி இரண்டாம் வாரத்து வெள்ளிக்கிழமை ஒருநாள் அடையாள வேலைநிறுத்தம் செய்து அன்று காலை பதினோருமணி அளவில் உடும்பன்சோலை பஸ்நிலையத்திலிருந்து பேரணியாகச் சென்று ஏலக்காய்வாரிய அலுவலக முன்பாக முழக்கப் போராட்டம் நடத்துவது என்று சி.ஐ.டி.யு.தலைவர் கிருஷ்ணன் சொன்னார். இந்தத் தகவல் பங்களாவின் காதுகளைக் குடைந்தது.

துரைச்சாமி, குப்பய்யாவிடம் கேட்டார்; "என்னய்யா, படிக்காசு வாங்கிட்டு உங்காளுக சவரம் பண்ணப் போறாங்களாம்ல்ல?"

குப்பய்யா "நீங்க சொல்றது விளங்கலைய்யா! கோஷப் போராட்டம்ன்னுதான் கேள்விபட்டேன். நீங்க வேற என்னமோ சொல்றீங்க?".

துரைச்சாமி "போராட்டத்துக்குப் பேர்தான் அவுக மலையாளத்தில சவரம்னு சொல்றாங்க"

குப்பய்யா "அதுக்குப்பேரு சமரம் ஐயா. அவிங்க காதுல பட்டதுன்னா பிறகு நெசமாலுமே நம்மகாதுகளை அறுத்துக் கையில் குடுத்தாலும் குடுப்பாய்ங்க! நம்ம தான் பந்தோபஸ்தா இருக்கணும். ஏய்யா, நாம போலீஸ் பந்தோபஸ்து கேட்டா என்ன?"

துரைச்சாமி: "ஆமாமா நல்லா சொன்னய்யா.! முதலாளிகிட்ட சொல்லு. ரொம்ப சந்தோஷப்படுவாரு! போலீஸ்காரன்தான் மலையாளிக்கு மலையாளின்னு ஒன்னு சேந்துக்கிறான்களே? அன்னிக்கு நடந்த கூத்தை எல்லாம் நீயும்தானே பார்த்துகிட்டு

இருந்தீரு? அன்னக்கிருந்து முதலாளி எஸ்டேட் விஷயம் பேசும் போதெல்லாம் எரிஞ்சு எரிஞ்சு விழுகுறாரு. நீ என்னிடம் நெருப்பில் நெய்யை ஊத்தச் சொல்றே. இந்த வயசுல ளோல்பட வேண்டிய விதி. நீ சொகுசா பொண்டாட்டிகிட்ட படுத்துக்கிற.! நா என்ன செய்ய?"

குப்பய்யாவுக்கு கோபம் மூக்கில் நின்றது. 'இந்தக் குருட்டுக்கிழவன் இந்த வயசுல என்னென்ன பேசுறான்? ம்.. பொறுத்தார் பூமி ஆள்வார் இதையும் பொறுத்துதான் தீரணும் என்று மூக்கை அழுத்தி துடைத்துக் கொண்டார். துரைச்சாமி வழக்கம்போல் முதலாளிக்கு சங்கதியை கடத்தி விட்டார்! வெள்ளிக்கிழமை லட்சுமியம்மன் பூஜை வழக்கம்போல் சக்கரைப் பொங்கல், சுண்டலோடு முடிந்தது. முதலாளியோ மேனேஜரோ வரவில்லை. இரு கணக்குப் பிள்ளைகள் மட்டும் பாண்டியன் ஆள்களோடு கலந்துகொண்டனர். அவர்களது பார்வை பெண்கள் பக்கம் அலைபாய்ந்தது. தொழிலாளர்கள் ஏமாற்றத்தை வெளிப்படுத்தும் விதமாக சிவனம்மாள் லட்சுமியம்மனைப் பார்த்து வணங்குவதுபோல் "ஆத்தா லட்சுமி, நீதான்மா முதலாளி தொழிலாளி எல்லாத்தையும் பாரபட்சமில்லாம காப்பாத்தணும்" என்று பெருங்குரலெடுத்துச் சொன்னாள். நிர்வாகத் தரப்பில் வாய்ப்பூட்டு மாட்டின மாடுகள் மாதிரி கண்ணையும் காதையும் மேயவிட்டபடி மெல்ல நகர்ந்தனர். நாளைக்கு படிக்காசு வாங்கும்போது பார்த்துக் கொள்ளலாம் என்றனர் தொழிலாளர்கள்.

பரமன் சொன்னார்; "நம்ம வாயைக் கிண்டி ஆழம் பார்க்கலாம்; நம்ம பொறுமையைக் கிளறி குளிர் காயலாம்னு முதலாளிமார் தரப்பில் நினைக்கிறாங்க. நம்ம கொஞ்சம் பொறுமையாக இருப்போம். நாம இப்ப தனிப்பட்ட ஆளுக இல்ல. சங்கத்துக்காரங்க இருக்காங்க. முதலாளி ரொம்ப நாளு தூங்கிறமாதிரி நடிக்க முடியாது! அவுங்க நெருப்புமேல உக்காந்திருக்காங்க! துள்ளத்துடிக்க எழுந்திருச்சுதான் தீரணும்! ஒத்துமையா இருப்போம்! இப்போ கூலி உயர்வு வாங்கினாப்பில சங்கம் மத்த கோரிக்கைகளையும் வாங்கிக் கொடுத்துரும்! ஒரே சிந்தனையாப் போவோம்!" ஏக்கப்பெருமூச்சுடன் கலைந்தார்கள்!

மறுநாள் சனிக்கிழமை; பொழுது வேகமாகக் கரைந்தது! படிக்காசு வாங்க எல்லாரும் அவரவர் கங்காணிகளோடு திரண்டு வந்தார்கள். முதலாளியோ, மேனேஜரோ வந்துசேரவில்லை. சங்கத்துக்காரர்கள் நாலுமணிக்கெல்லாம் வந்து சேர்ந்தார்கள். வாரப் படிக்காசு கொடுக்கத் தொடங்குமுன்னே கிருஷ்ணன்குட்டி

பங்களாவுக்குச் சென்று முதலாளி தரப்பில் யாரும் வர்றாங்களா என்று விசாரித்ததில், படிக்காசு மட்டுமே கொடுக்கச் சொல்லி போன் வந்தது. அவர்கள் யாரும் வருவதாகத் தகவல் இல்லை என்று கணக்குப்பிள்ளை எழுந்து நின்று சொன்னார். கிருஷ்ணன்குட்டி; ''இன்னு படிக்காசோட, இரண்டு தொழிலாளர்மார் இறந்ததற்கான கோம்பன்சேஸனும் தர நிர்வாகம் ஒத்துக் கொண்டதைத் தரவேண்டும். அல்லங்கில் இப்போழ் இவ்விடம் தர்ணா செய்யும் என்னு உங்க முதலாளிக்கு சங்கத்திலிருந்து தந்தி குடுத்திருக்கு.! உங்க முதலாளி சங்கத்தையும் தொழிலாளர்களையும் ஏமாற்ற நினைக்கும்பட்சத்தில் வல்லிய ப்ரொப்ளம் வரும்; போனில் முதலாளிக்குப் பறையும்!'' என்று சொல்லி வந்தார்.

துரைச்சாமி எழுந்துபோய் பேசி இறுகியமுகத்துடன் வந்து ஐந்துநிமிஷம் மௌனமாக உட்கார்ந்தார். பின்னர், குப்பய்யா பெயர் வாசித்து தொகையைச் சொல்லச் சொல்ல துரைச்சாமி கொடுக்கும் பணத்தை எண்ணிச் சரிபார்த்து குப்பய்யா கையெழுத்தோ, ரேகையோ பெற்று பட்டுவாடா செய்தார். பாண்டியன் பக்கத்தில் சேரில் இருந்தார். அடியாளுகள் நாலுபேர் வேல்க்கம்புகளுடன் நின்றனர்.

படிக்காசை வாங்கியவர்கள், கங்காணிகளுடன் பங்களா வாசல் படியிலும் பரெட்டு படிகளிலும் உட்கார்ந்திருந்தனர். பட்டுவாடா முடிந்ததும் கிருஷ்ணன், மாதவன், முதலான மாவட்ட நிர்வாகிகளும், எஸ்டேட் சங்கநிர்வாகிகள் பத்து பேரும் முன்வரிசையில் நிற்க, பிற தொழிலாளர்கள் பத்து, பத்துபேராக பின்னால் நின்றனர். மணி ஐந்தானது. கிளைத்தலைவர் சிவனம்மா முன்வந்து "எஸ்டேட் நிர்வாகம் ஒத்துக்கொண்ட கோரிக்கைகளை நிறைவேற்றத் தவறியதைக் கண்டித்து நடக்கும் ஆர்ப்பாட்டத்திற்கு வந்திருக்கும் செங்கொடி சங்கத் தலைவர்களை வரவேற்கிறோம். அவர்களை இந்தப் போராட்டத்தை நடத்தித் தரணும்னு எஸ்டேட் செங்கொடிச் சங்கத்தின் சார்பில் கேட்டுக்கிறோம்.'' என்று மெல்லத் தடுமாறி பேசினார்.

சி.ஐ.டி.யு. சங்கத் தலைவர்கள். "இங்குலாப் ஜிந்தாபாத்; வர்க்கரஸ் யூனிட்டி ஜிந்தாபாத்; கண்டிக்குது கண்டிக்குது முதலாளியின் தொழிலாளர் விரோதப் போக்கைக் கண்டிக்குது; சமரம் செய்யும் சமரம் செய்யும், கோரிக்கை வெல்லும் வரை சமரம் செய்யும்! தோற்றிற்றில்லை தோற்றிற்றில்லை தொழிற்சங்கம் தோற்றிற்றில்லை! தொழிற்சங்கம் தோற்றதாக சரித்திரமில்லே...'' என்ற முழக்கத்தை தொடர்ந்து எஸ்டேட்தொழிலாளர்கள் அதேபோல் முழக்கமிட்டனர். அந்தநேரம் போலீஸ்ஜீப் வந்து

பங்களா முன் நின்றது. சங்கத்துக்காரர்கள் முழக்கத்தை முன்னைவிட உரத்தகுரலில் முழங்கினார்கள்.! சப்இன்ஸ்பெக்டர் சுகுமாரனும் நான்கு போலீஸ்காரர்களும் இறங்கி பாண்டியன் ஆள்களை உற்றுப் பார்த்தபடியே பங்களாவிற்குள் போனார்கள்! பங்களா வாசலில் வேல்கம்புகளோடு நின்றிருந்த பாண்டியன் ஆள்கள் பயத்தில் உறைந்து நின்றனர். துரைச்சாமியும், குப்பய்யாவும் பதறி எழுந்து நின்று வணங்கினர். முதலாளி சொல்லித்தான் போலீஸ் வந்திருக்கு என்று "உள்ளே வாங்க சார்!" என்று துரைச்சாமி நடுங்கும் குரலில் சொன்னார். இதைக் கண்டுகொள்ளாத சப்இன்ஸ்பெக்டர் சுகுமாரன், முதலாளி எங்கே என்றுகேட்க, "முதலாளி இன்னும் வரவில்லை" என்றார் "ரவுடிகளைக் கொண்டு சங்கத்துக்காரரை முதலாளி மிரட்டுதுன்னு பெட்டிஸன் வந்து. இவிடே ஆயுதங்களோட ஆள் நிக்கிது! உங்கமுதலாளிமார் பறையறது ஒன்னு செய்யிறது ஒன்னாயிட்டு இருக்கு. முதலாளியை ஸ்டேஷனுக்கு வராம் பறையினு. இப்போழ் போன் செய்யணும்." என்று கண்டிப்பான குரலில் சொன்னார்.

வெளியேவந்து பாண்டியன் ஆள்களிடம் "நீங்க யாரு ஊரு,பேரு, வந்த காரணம்" என்று கேள்விமேல கேள்விகேட்டு குறிப்பு எடுத்துக் கொண்டார். அதன் கீழே அவர்களது கையெழுத்துகளை வாங்கினார் ".முதலாளியே ஊரில் இல்லாதபோது, அவருக்குப் பாதுகாப்பாக இருக்குறோம்னு ஆயுதங்களோடு தொழிலாளர்மாரை மிரட்டி நிக்குது! முதலாளி வந்ததும் நீங்க ஸ்டேஷனுக்கு வந்து ஒரு ஸ்டேட்மென்ட் கொடுக்கணும்! ஆயுதங்களை, இவ்விட தரனும்." என்று சொல்லவும், அவர்கள் தலையாட்டி வேல்கம்புகளை, அரிவாளை போலிஸ்காரரிடம் கொடுத்துவிட்டு பங்களாவுக்குள் போய் பதுங்கினர். போலீஸ் ஆர்ப்பாட்டம் நடக்கும் இடத்திற்கு போகவும், செயலாளர் பழனிச்சாமி நன்றி கூறி முடிக்கவும் சரியாக இருந்தது. போலீஸுக்கு சங்கத்துக்காரர் நன்றி சொன்னார்கள். போலீஸ் உடனே கிளம்பிச் சென்றது!

துரைச்சாமி முதலாளிக்கு போன்செய்து, தொழிலாளர்கள் பங்களா முன்பாக ஒப்பந்தத்தை நடைமுறைப் படுத்தச் சொல்லி ஆர்ப்பாட்டம் நடத்தினர். வியாழனுக்குள் நடைமுறைப்படுத்தா விட்டால் வரும் வெள்ளியன்று உடும்பன்சோலையில் ஏலக்காய்போர்டு ஆபிஸ் முன்பு கோரிக்கைப் பேரணியும் ஆர்ப்பாட்டமும் நடத்தப்போவதாகத் தெரிவித்த விவரமும், இந்த நேரத்தில் போலிஸ் வந்ததும், முதலாளி ரவுடிகளைக் கொண்டு தொழிலாளர்களை மிரட்டுகிறார். அதனால் முதலாளியும், அடியாள்களும் சாந்தன்பாறை போலீஸ் ஸ்டேஷனில் வந்து

ஸ்டேட்மென்ட் தர வேண்டும் என்று சப்இன்ஸ்பெக்டர் மிரட்டி. அரிவாள் வேல்கம்புகளை எல்லாம் பறிமுதல் செய்து போய்விட்டார் என்றும் பதற்றத்தோடு சொன்னார். எதிர்முனையில் முதலாளி எதிர்வினை காட்டியதாக துரைச்சாமி முகத்தில் எதுவும் எதிரொலிக்காதது பாண்டியன் ஆள்களுக்குச் சற்றுக் கலக்கமாக இருந்தது. போகிற இடமெல்லாம் போலீஸ் தொல்லை விரட்டுது. தமிழ்நாடு போலீஸென்றால் எப்படியாவது சமாளித்துக் கொள்ளலாம். மலையாளத்தான்கள் அடித்து நொங்கெடுத்து விடுவார்கள் என்ற எண்ணம் வறுத்தெடுத்தது. முதலாளிகிட்ட நினைச்ச நேரத்தில் பேசமுடியாது. அவராகக் கூப்பிட்டால்தான் பேசமுடியும்! அவசரமென்றால் முன்னதாக வீட்டில் சொல்லி வைத்து ராத்திரி கூப்பிடும்போது பேசவேண்டும்.! மனதுக்குள் பாண்டியன் புழுங்கினதை வெளிக்காட்டாமல் சிகரெட்டை ஊதிச் சமாளித்தார்.

"கணக்குப்பிள்ளைவாள், நீரு பயப்படாதீரும். நாங்க இரிக்கோம்ல! எந்தக் கொம்பன்னாலும் போலீஸானாலும் நாங்க பாத்துக்குவோம்ல்ல!" என்று உரத்த குரலில் பாண்டியன் சொன்னார். துரைச்சாமி மனசுக்குள்ளே சிரித்துக் கொண்டார் 'புலிவருதுன்னு பயப்படறவங்கெல்லாம் என்னைச் சுத்தி நின்னுக்குங்கிற கதையாவுல்ல இருக்கு!'

அடுத்தவாரம் புதன்கிழமை மாலைவரை எதிர்பார்ப்பும் ஏமாற்றமுமாய் நகர்ந்தது. சங்கம் முடிவெடுத்தபடி வியாழக்கிழமை பரெட்டுக்கு வரும்போது கணக்குப் பிள்ளையிடம் ஒரு கடிதம் கொடுக்கப்பட்டது. சங்கச் சின்னம் அச்சிட்ட தாளில் எழுதப்பட்ட கடிதத்தில் "இன்று மாலைக்குள் நிர்வாகம் ஒத்துக் கொண்ட தொழிலாளர்களது கோரிக்கை நிறைவேற்றாவிடில் நாங்கள் முன்னர் தெரிவித்தபடி நாளை வெள்ளிக்கிழமை ஒருநாள் ஒட்டுமொத்தப் பணிப் புறக்கணிப்பு செய்து அனைத்து தொழிலாளர்களும் ஒன்று திரண்டு உடும்பன்சோலை பஸ் ஸ்டாண்டிலிருந்து ஏலக்காய் வாரிய அலுவலகத்தின் வழியாகச் சென்று தாலுகா அலுவலகத்தின் முன் எங்கள் கோரிக்கைகளைச் செயல்படுத்த வட்டப்பாறை நிர்வாகத்தை வற்புறுத்த கேரள சர்க்காரை வேண்டி முழக்கப் போராட்டம் நடத்தப் போகிறோம்" என்று எழுதி வட்டப்பாறை எஸ்டேட் சி.ஐ.டி.யு.சங்க நிர்வாகிகளும், தொழிலாளர்களும் எனக் கையெழுத்திட்டிருந்தனர். இதைப் படித்த துரைச்சாமி பெருமூச்சுவிட்டார். 'இனி என்னென்ன நடக்கப்போகுதோ' என முனங்கினார். அந்தக் கடித வாசகங்களை குப்பையா மூலம் போனில், மேனேஜருக்கும் படித்துக் காட்டச் செய்தார். முதலாளி தரப்பில் உடன் பதில் இல்லை.

□

40

வெள்ளிக்கிழமை அன்று வழக்கம்போல் விடியல் விழிப்புமணி அடிக்கப்படவில்லை. எனினும் அவர்கள் விழித்துக் கொண்டனர். காலையில் எட்டுமணிக்கு சாப்பிட்டுவிட்டு போகப் போகிறோம். ஆறுமணிக்கு எழுந்தால்போதும் என்று மீண்டும் படுத்தனர். உறக்கம் வரவில்லை. இன்னிக்கு புதிய ஊருக்குப் போகிறோம்! இதுவரைக்கும் அனுபவப்படாத புதுவிதமான போராட்டத்தில் கலந்துகொள்ளப் போகிறோம். புது இடமென்பதால் ஓரளவு நல்ல துணிமணிகளைப் போட்டுக்கிட்டு போகனும் என்ற ஆர்வத்தோடு என்னவென்று உணரவியலாத பரபரப்பும், படபடப்பும் தொற்றியிருந்தது. புதியதாக எதைச் செய்தாலும் குலதெய்வத்தை நினைத்துக் கொள்ளும் வழக்கத்தில் அவர்கள் அவரவர் குலதெய்வங்களை வேண்டிக் கிளம்பினர். வழக்கமாக பெண்கள் நடமாட்டம் தெரிந்தால் பாண்டியன் ஆள்கள் குறுக்கும் மறுக்குமாய் பார்வைகளை மேயவிட்டு அலைவார்கள். ஆனால் இன்று பாண்டியன் குடியிருப்புப்பக்கம் ஆள் நடமாட்டமே இல்லை. ஆச்சரியமாக இருந்தது!

எஸ்டேட்டிலிருந்து நடந்து சாந்தன்பாறை போய் அங்கிருந்து செல்லும் பஸ்களில் உடும்பன்சோலை போக சி.ஐ.டி.யு.நிர்வாகிகள் ஏற்பாடு செய்திருந்தனர். மாவட்டத் துணைநிர்வாகிகள் சாந்தன்பாறையில் காத்திருந்தனர். கிருஷ்ணன்குட்டியும், மாதவன் நாயரும் முன்னதாகவே உடும்பன்சோலை சென்று போலீஸ் பாதுகாப்பு போன்ற முன்னேற்பாடுகளை உறுதிப்படுத்தச் சென்றிருந்தனர்! பஸ்கள் வரவர அந்தந்தக் கங்காணிகள் தலைமையில் புறப்பட்டுச் சென்றனர். அவர்கள் உடும்பன்சோலை போய்ச்சேர பத்துமணி ஆயிற்று. அங்கே பஸ்ஸ்டாண்டில் பெரிய பெரிய சிவப்புக்கொடிகளுடன் ஐம்பதுக்கும் மேற்பட்டவர்கள் இருந்தனர். எல்லாருக்கும் டீ கொடுக்கப்பட்டது. போலீஸ்காரர்கள் அங்குமிங்குமாக நின்று நடப்பதைக் கவனித்தனர்.

பஸ்ஸ்டாண்டிற்கு எதிரில் ரோட்டோரம் ஒரு மேடான பகுதியில் கிருஷ்ணன்குட்டி, மாதவன்நாயர், முதலான சி.ஐ.டி.யு. நிர்வாகிகள் நிற்க, அவர்களருகில் செங்கொடி ஏந்திய பலர் நின்றிருந்தனர். அதை ஒட்டி கீழே வட்டப்பாறை தொழிலாளர்கள் முதல்

வரிசையில் எஸ்டேட் சஙக நிர்வாகிகளும், அதற்கடுத்து மற்றவர்களும் அரைவட்ட வடிவில் சாதிகளற்ற அடுக்கடுக்காய் நின்றிருந்தனர். கடைசி அடுக்காய் உடும்பன் சோலை சி.ஐ.டி. யு.சங்கத்தினர் செங்கொடிகளோடு பாதுகாப்பு அரணைப்போல நின்றனர். எல்லாரும் கூடி நின்றபின் கிருஷ்ணன், எஸ்டேட் சி.ஐ.டி. யு. நிர்வாகிகளை மேலே வரச்சொன்னார். சிவனம்மா, பழனிச்சாமி, வெள்ளைச்சாமி ஆகிய மூவர் மட்டுமே மேலே சென்றனர். உடும்பன்சோலை தாலுகா சி.ஐ.டி.யு.செயலாளர் மோகனன் தலைமை ஏற்றுப் பேசினார். " வட்டப்பாறை எஸ்டேட் சி.ஐ.டி. யு.தொழிலாளர் சங்க நிர்வாகிகள் சகாவுமார் சிவனம்மா, பழனிச்சாமி, வெள்ளைச்சாமி முன்னிலையில் வந்துள்ள தொழிலாளமாரே, மாவட்ட சி.ஐ.டி.யு. சகாவுமார், மற்றும் உடும்பன்சோலை தாலுகா கேந்திர, பிரதேச சர்க்கார் எம்ப்ளோயிஸ் ஃபெடரேசன் சகாவுமார்களுக்கு வந்தனம்! இக்கோரிக்கை பேரணியை உடும்பன்சோலை போஸ்டல் டெலிகிராப் எம்ப்ளோயிஸ் சம்மேளனம் சகாவு தொமஸ், கேரள பிரதேஷ சர்க்கார் என்ஜிஓயூனியன் உடும்பன்சோலை மண்டல செக்ரெட்டரி சகாவு வர்கீஸ் ஆகியோர் வாழ்த்தி இக்கோரிக்கை கவனஈர்ப்பு பேரணியைத் தொடக்கி வைக்கும்'' என்றுகூறி, ஐந்துநிமிடம் கோரிக்கைகளை முழக்கமிட்டார். அதை எல்லோரும் பின் முழங்கினர்.

கிருஷ்ணன்குட்டி முன்மொழிந்ததைப் போலவே, வந்திருந்தவர்கள் வட்டப்பாறைத் தொழிலாளர்களின் கோரிக்கைகளின் நியாயத்தையும், மீதமுள்ள உரிமைகளை வெல்ல ஆதரவு தெரிவித்துப் பேசினர். வட்டப்பாறைத் தொழிலாளர்கள் தமக்கு பிற சங்கத்தினர் ஆதரவு தெரிவித்துப் பேசியது புதிய உற்சாகத்தைத் தந்தது. தாம் தனிப்பட்ட தொழிலாளர்கள் இல்லை. நமக்கு ஆதரவாக ஆயிரக்கணக்கான தொழிலாளர்கள் இருக்கிறார்கள் என்று உணர்ந்தனர்.! எல்லோரும் வாழ்த்தும் ஆதரவும் தெரிவித்துப் பேசியபின் மீண்டும் ஐந்து நிமிடங்கள் கோஷங்கள் முழக்கப்பட்டன. மூன்று மூன்று பேராய் அணிவகுத்து நின்றனர்.

மாதவன் சொன்னார். ''இந்த வரிசையில் வெளியாள் யாரும் புகுந்திடாமல் பார்த்துக் கொள்ளுங்கள். உங்கள் பக்கத்தில் வேற்றாளுகள் பேச்சுக் கொடுத்தால் பேசாதீர்கள்! எதிரிகளும் முதலாளிகளின் கைக்கூலிகளும் உள்ளே புகுந்து குழப்பம் செய்யும். கலவரம் செய்ய முயற்சி பண்ணும்.! நாம் எச்சரிக்கையாக இருக்கணும் !யாராவது சந்தேகப்படற மாதிரி பக்கத்தில் வந்தால் எங்ககிட்ட சொல்லுங்க. நாங்க அவங்களை கவனிச்சுக்கிறோம்''

என்று எல்லாரையும் உஷார்படுத்தினார்! கோரிக்கை கோஷங்கள் முழங்க, செங்கொடிகளை இருமருங்கிலும் ஏந்தி பேரணி புறப்பட்டது!

ஊர்வலத்தை ரோட்டின் இரண்டு பக்கத்திலும் கடைவியாபாரிகளும் பொதுமக்களும் பார்த்தனர். கடைவீதியைத் தாண்டி ஏலக்காய் வாரிய அலுவலகத்திற்குச் செல்லும் வளைவுக்கு முன்னதாக ரோட்டின் இருபுறமும் சரிவான பள்ளத்தாக்குப்பகுதி இருந்தது. நெடுநெடுவென்று அடர்ந்து வளர்ந்த காட்டுமரங்கள் நின்றிருந்தன. பேரணி அந்த இடத்தைக் கடக்கும்போது மரங்களிலிருந்து சரசரவென்று சரளைக்கற்கள் பேரணியில் செல்லுபவர்கள் மீது ஆலங்கட்டி மழைபோல் விழுந்தன. ஊர்வலத்தில் பத்தாவது பதினொன்றாவது வரிசையில் சென்றவர்கள் மீது கற்கள் தாக்கியதில் அய்யோ அம்மா கதறல் ஒலிகளோடு ஆண்களும் பெண்களும் விழுந்தனர். முன்னால் பின்னால் நடந்தவர்களின் மீது பீறிட்டு ரத்தம் தெறித்தது. இரு பக்கமும் பாதுகாப்புக்கு வந்த போலீஸார் இரு, பக்கங்களிலும் உள்ள அந்த மரங்களை நோக்கி லத்திகளை வீசினர். லத்திகள் பட்டு இருவர் மரத்திலிருந்து கீழே விழுந்து பள்ளத்தில் உருண்டனர்.

எதிர்புறத்து மரத்திலிருந்தவர்கள் அடிபடவில்லை. அவர்களை போலீஸ்காரர்கள் சூழ்ந்து துப்பாக்கியைக் காட்டிப் பயமுறுத்திக் கீழே இறங்கச் செய்து அவர்களைப் பிடித்து ஸ்டேஷனுக்கு கொண்டு சென்றனர். பள்ளத்தில் விழுந்தவர்களையும் ஆள்விட்டு போலீஸ் காவலோடு மருத்துவமனையில் சேர்த்தனர். மரத்திலிருந்து விழுந்தவர்கள் இருவருக்கும் இடுப்பெலும்பு முறிந்ததால் அவர்களை இடுக்கி மாவட்ட மருத்துவமனையில் சேர்த்தனர்.. ஊர்வலத்தில் கல்லடிபட்டவர்களில் பரமன் மனைவி சின்னஜக்கி, சீனிக்கங்காணி, அவர், மனைவி பொம்மி, செல்லம்காலாடி மனைவி முத்துமாரி ஆகியோர் தலையில் பலத்த அடிபட்டு மண்டை உடைந்து அதிக ரத்தம் சேதமானதால் கவலைக்கிடமான நிலையில் இடுக்கி மாவட்ட மருத்துவ மனைக்குக் கொண்டு செல்லப்பட்டனர். பழனிச்சாமி மனைவி செல்லம்மா அவளது தங்கை கண்ணம்மா, ராமரது மனைவி சுப்பம்மா, சீனிமனைவி பெரியஜக்கி,, ஆகியோருக்கு தலையில் இலேசான காயங்கள். அவர்கள் உடும்பன்சோலை அரசு மருத்தவமனைக்குக் கொண்டு செல்லப்பட்டு காயம்பட்ட இடங்களில் தையல் போடப்பட்டது.

இதற்கிடையில் கோஷமின்றி ஊர்வலம் நகர்ந்தது. ஏலக்காய் வாரிய அலுவலகத்தின் முன்னே முற்றுகையிட்டனர்.

தொழிலாளர்களின் கோரிக்கைப் பேரணியில் திட்டமிட்டுக் கலவரத்தைத் தூண்டியவர்களைக் கைது செய்யவேண்டும். இந்தக் கலவரத்திற்கு காரணமான முதலாளிகள் மீது ஏலக்காய்வாரியம் நடவடிக்கை எடுக்கவேண்டும். இந்தக் கலவரம் குறித்து சப்கலெக்டரைக் கொண்டு விசாரணை நடத்தி சம்பந்தப்பட்டவர்கள் மீது நடவடிக்கை எடுக்க ஆவனசெய்யவேண்டும்! இது குறித்து மாவட்ட கலெக்டர் உறுதி கொடுக்கும்வரை இந்த இடத்தைவிட்டு நகரமாட்டோம் என்று முழக்கமிட்டவாறே உடும்பன் சோலை இடுக்கி சாலையை மறித்து அமர்ந்தனர்.

முற்றுகையில் அமர்ந்த வட்டப்பாறை மக்களுக்கு மனம் நிலை கொள்ளவில்லை. ஆஸ்பத்திரிக்குக் கொண்டு செல்லப்பட்டவர்களுக்கு என்னானதோ, ஏதானதோ? ரோடெல்லாம் ரத்தம் சிந்தியதைப் பார்த்தால் உயிர்ச்சேதம் ஏற்பட்டிருக்குமோ? அப்படி என்றால் யாராருயிர்க்கு ஆபத்து என்று மனம் தவித்தாலும் வாய் கோஷங்களை முழங்கிக் கொண்டிருந்தது. முற்றுகையில் ஈடுபட்டவர்களுக்கு வடை, சுடுவெள்ளம், டீ கொடுக்கப்பட்டது. அவர்களுக்குப் பசிதான், வாங்கித் தின்ன மனம் ஒப்பவில்லை! மறுத்தார்கள்! இந்த மறுப்பு போராட்ட வீரியத்தை அதிகரித்தது. பஸ்களும் ஜீப்புகளும் கார்களும் ஏலக்காய் மூடைகளை ஏற்றிய லாரிகள் இருபக்கமும் நகர வழியின்றி சாலைகளை அடைத்து நின்றன.!

அன்றைய ஏலக்காய் ஏலம் ஒத்திவைக்கப் படுமானால் அதனால் ஏற்படும் பொருளாதாரப் பாதிப்பு தாங்கமுடியாதே என்று முதலாளிகள் நெருக்கடி கொடுக்க, தாசில்தார் வயர்லெஸில் பதறிப் பதறிப் பேச, இடுக்கி மாவட்ட கலெக்டர், போலீஸ்சூப்பிரண்டு, மாவட்ட தொழிலாளர் நல அதிகாரி முதலானவர்கள் பறந்து வந்தனர்!

மாவட்ட கலெக்டர், போலீஸ் சூப்பிரண்டிடம் போலீஸ் நடவடிக்கை பற்றி கேட்டு பேசினார். ‘‘கலவரத்தில் ஈடுபட்டவர்களைக் காவல்துறை கைது செய்து சிறையில் அடைத்துள்ளது.! அவர்களிடம் கலவரத்தை தூண்டியவர்கள் யார், யார் என்று விசாரணை நடந்து வருகிறது. அவர்கள் மீது கடுமையான நடவடிக்கை எடுக்கப்படும். தொழிலாளர்கள் பிரச்சினைகளை மாவட்ட லேபர் ஆஃபிஸர் தீர்த்து வைப்பதாக உறுதி கூறியிருக்கிறார். ஆகவே நீங்கள் கலைந்து செல்லுங்கள்! சாலைப் போக்குவரத்துக்கு வழிவிட்டு மாவட்ட நிர்வாகத்திற்கு ஒத்துழைப்பு கொடுங்கள்’’ அப்போது ஒருவர் கிருஷ்ணன் குட்டியிடம் தபால் நிலையத்துக்கு வந்தபோன் தகவலை கிசுகிசுத்தார்!

கிருஷ்ணன் குட்டி எழுந்து பேசினார்; "கொலக்டர் சாரே எத்தனை ரவுடிகளை அரஸ்ட் பண்ணியது? அந்த ரவுடிமாரை யாரு அனுப்பியது? அனுப்பியவர் மீது என்ன நடவடிக்கை எடுக்கப் பட்டுள்ளது. இடுக்கி ஆஸ்பத்திரிக்குக் கொண்டு செல்லப்பட்ட எங்க தொழிலாளர்கள் நிலை என்னவென்று சொல்லவில்லை! ஆனால் எங்களை வக்கேட் பண்ணச் சொல்றது என்ன நியாயம்? இப்போ எங்களுக்கு கிடைச்ச செய்திப்படி எங்க தொழிலாளிமார் மூனுபேர் மரிச்சுப்போயி! கொலக்டரும், எஸ்.பி.யும் கள்ளம்பறையனு! முதலாளிமாருக்கு சப்போர்ட்டாயிட்டு நடக்குது!" என்று சொல்லும்போது தொழிலாளர்கள் ஆவேசத்துடன் கத்தி எழுந்தனர். கிருஷ்ணன் அவர்களைப் பார்த்து, " தயவுசெய்து உக்காருங்க! உங்க ஆதங்கத்தை மாவட்ட அதிகாரிகளிடம் சொல்லி இழப்புக்குத் தீர்வு பெறுவதே முக்கியம்! தயவுசெய்து உணர்ச்சி வசப்படாதீர்கள்! நமக்குத் தீர்வுதான் முக்கியம்!" என்று கிருஷ்ணன் உருக்கமாக கெஞ்சும் குரலில் பேசினார்! அனைவரையும் சங்கத்துக்காரர்கள் உட்காரச் செய்தனர்.

சின்னவீரன் எழுந்து "இடுக்கி ஆஸ்பத்திரிக்குக் கொண்டுபோன என் மாமா சீனி கங்காணிக்கு என்னாச்சு?" என்று கத்திக் கதறினான். எல்லாரும் ஆவேசமாக எழ ஆரம்பித்தனர். நிலைமையைப் புரிந்துகொண்டு கலெக்டர் பேசினார். "தயவுசெய்து உட்காருங்க! நானும் உங்களைப்போல மனுஷன்தான்! உங்களது நிலையை புரிந்துகொண்டு கேரள சர்க்காரு மூலம் எல்லாவித சட்டபூர்வ உதவிகளையும் செய்து தருவேன்! ரவுடிகளை யார் அனுப்பினர் என்ற விசாரணை நடந்து கொண்டிருக்கிறது. ரவுடிகளில் ஒருத்தனும் இறந்துவிட்டதாக தகவல் வந்திருக்கிறது! இரு பக்கமும் உயிரிழப்புகள் ஏற்பட்டிருக்கிறது. உங்கள் சங்கம் கேட்டபடி சப்கலெக்டர் தலைமையில் ஒரு விசாரணைக்கு ஏற்பாடு பண்ணுகிறோம்! இது தவிர உங்களுக்கான சட்டபூர்வ உரிமைகளையும், இழப்பீடையும் கிடைக்க வேண்டியதை செய்து தருவோம்! காயம்பட்டவர்களுக்கு வைத்தியவசதி செய்து வருகிறோம். ஆகவே தயவுசெய்து நீங்கள் எழுந்து கலைந்து போங்கள்! மாவட்ட நிர்வாகத்திற்கு ஒத்துழைப்பு தாருங்கள்!"

கிருஷ்ணன் எழுந்தார். எஸ்.பி. முறைத்தார்.. இதைக் கண்டு கொள்ளாமல் கிருஷ்ணன் பேசினார்; "எங்கள் தரப்பில் மூனுபேர் மரிச்சுப்போனதை மாவட்ட நிர்வாகமே ஒத்துக்கொண்டது. இப்போ இங்குள்ள தொழிலாளர்மார் எல்லாரும் போயி மரித்துபோனவர் பிரேதங்களுக்கு அஞ்சலிசெய்து உறவினர்களுக்கு ஆறுதல் சொல்ல

வேண்டும்! அவர்களது உடல்களை அடக்கம் செய்யவும், மவுனஊர்வலம் செல்லவும், இந்த ஏற்பாடுகள் முடிந்து வட்டப்பாறை திரும்பவும் மாவட்டநிர்வாகம் உதவவேண்டும்! இந்தக் கலவர விசாரணையை பதினைந்து நாளுக்குள் முடித்து இறந்த தொழிலாளர்களுக்கான இழப்பீடுகளையும், தொழிலாளர்களுக்கான சட்டபூர்வ உரிமைகளையும் பெற்றுத்தர உறுதியையும் மாவட்ட கொலக்டர் உத்தரவாதமும் கொடுத்தால் நாங்கள் இந்த முற்றுகையை விலக்கிக் கொள்கிறோம்!'' என்றார் கிருஷ்ணன். தொழிலாளர்கள் கோஷமெழுப்பினர்.

கலெக்டர்; ''உங்களது கோரிக்கைகளை எவ்வளவு சீக்கிரம் முடியுமோ, அவ்வளவு சீக்கிரம் முடித்துத் தருகிறோம்! இப்போ உங்களுக்கு இடுக்கி போக ஏற்பாடு செய்கிறேன்! இதற்கிடையில் உங்களால் மாவட்ட நிர்வாகத்திற்கு எந்தவிதச் சிக்கலும் நடக்காமல் பார்த்துக் கொள்ளவேண்டும்! நீங்கள் மீறினால் எல்லாம் தலை கீழாகப் போய்விடும் வாய்ப்புள்ளது! அதற்கு இடம் கொடுக்கமாட்டீர்கள் என நம்புகிறேன்'' என்றார். எல்லாரும் முழக்கமிட்டு எழுந்தனர்.

எஸ்.பி. சொன்னார்; ''உங்களுக்கு ஏற்பாடு செய்யப்பட்டுள்ள வாகனங்கள் இங்கே வந்துசேரவேண்டும். அதற்கு ஏதுவாக வழிவிட்டு நில்லுங்கள்'' தொழிலாளர்கள் வழிவிட்டனர். போக்குவரத்து தொடங்கியது. உடும்பன்சோலை பஸ்கள் இரண்டு வந்தன. அவற்றில் நெருக்கிப்பிடித்து ஏறினர். இதற்கிடையில் கலெக்டர், எஸ்.பி.யுடன் தொழிற்சங்கத்தினர் உடும்பன்சோலை மருத்துவமனைக்குச் சென்று, சிகிச்சை பெற்றுவரும் தொழிலாளர்களுக்கு ஆறுதல் சொல்லிட்டு, இதுவரை நடந்ததை சுருக்கமாகச் சொல்லி, சீனி மனைவி ஜக்கியையும், துணைக்கிருந்த மகள்களையும் அழைத்துச் சென்றனர். அவர்களது அழுகை மருத்துவ மனையையே உலுக்கியது!.

ரவி பஸ்ஸில் போகும்போது அன்றைய நாள் நிகழ்ச்சிகள் அவன் மனதில் ஓடி பரவசப்படுத்தின. அடுத்து என்ன நடக்கும், எப்படி நம்மைப் பாதிக்கும் என்று ஒவ்வொன்றும் திகிலும், திருப்பமும், படபடப்பும், மகிழ்ச்சியும், நெகிழ்ச்சியும் அடுத்தடுத்து நிகழ்ந்து அவன் வாழ்க்கையில் மறக்க முடியாத நெகிழ்ச்சியும் எழுச்சியும் நிறைந்த நாளாக அமைந்தது! கலெக்டரைக் கண்டு பயப்படாமல், தொழிலாளர்களது கோரிக்கைகளை விட்டுக் கொடுக்காமல் சி.ஐ.டி.யு.தலைவர் கிருஷ்ணன் பேசியதும், நியாயங்களைப் புரிந்துகொண்டு அவற்றை நடைமுறைப்படுத்த

கலெக்டர் ஒத்துக் கொண்டதும் அவனுக்கு வியப்பாக இருந்தது. எதிர்காலத்தில் கிருஷ்ணன்குட்டி மாதிரியான தொழிற்சங்கத் தலைவராகணும்; அந்த கலெக்டர் மாதிரி பிரச்சினைகளைப் புரிந்து கொண்டு உடனே நடவடிக்கை எடுக்கிற கலெக்டராகணும்! இப்படி நினைக்கும்போதே அவனுக்குள் சிரிப்புவந்தது! அதெப்படி ஒருத்தரே இரண்டு வேறு தொழிலிலுள்ள இரண்டு மனிதர்களாக முடியும்? என்ற கேள்வி எழுந்தது! ஏன் அந்த இரண்டு மனிதர்களின் நல்ல குணங்களைக் கொண்ட ஒரு மனிதராக இருக்கலாமில்லை! பாதிக்கப்பட்டவர்களின் பிரச்சினைகளை எந்த நிலையிலும் போராடித் தீர்த்துவைக்கிற கலெக்டராகலாமில்லே! என்று அவனே பதிலையும் சொல்லி சிரித்தான். அவனுக்குத் திடீரென்று தொடையில் அம்மா நிமிண்டிக் கிள்ளுவதுபோல உணர்வு! சுற்றிலும் பார்த்தான். எல்லாரும் துக்கத்தில் இருக்கும்போது நாம் மட்டும் சிரிப்பது சரியில்லை என்று முகபாவனையை மாற்றினான்!

□

41

கல்வீச்சில் ஈடுபட்டவர்களின் பின்னணியில் முதலாளி இருக்கலாம். இதற்கு பாண்டியனது அடியாளுகளும் காரணமாக இருக்கலாம் என்று வட்டப்பாறை எஸ்டேட் சி.ஐ.டி.யு.சங்க நிர்வாகிகளுக்கு ஒரு சந்தேகம் இருந்தது. இதுகுறித்து விசாரித்து கடுமையான நடவடிக்கை எடுக்க ஆவன செய்ய வேண்டும் என்று கிருஷ்ணனிடம் வலியுறுத்தினர்.

கிருஷ்ணன் சிரித்தபடியே சொன்னார்; "வட்டப்பாறை முதலாளி மட்டுமல்ல, சதுரப்பாறை, கூம்புப்பாறைன்னு நாலைந்து முதலாளிமார் கூட்டாயிட்டு செஞ்ச சதியாக்கும்! இது நம்மளோட சகாவுமாருக்கு அறியவந்து, உடனே பறைஞ்சது. நாம போலீஸ் புரடெக்ஷன் அரேஞ்ச் பண்ணியது. அதனால உடனே போலீஸ் அவர்களை அடிச்சு பிடிச்சது. மரத்திலிருந்து கீழே விழுந்து இடுப்பு முறிந்தது. அதுல இரண்டுபேரு உங்க முதலாளி அடியாளுகளாம்! அதில் ஒருத்தர் மரிச்சுப்போயி! இன்னும் மூனுபேருக்கு கால்களில் வல்லிய அடிபட்டு உடும்பன்சோலை ஆஸ்பிடல்ல கிடக்கு. அதில் ரெண்டுபேரு போடிநாயக்கனூர்ல இருந்து வந்த சதுரப்பாறை முதலாளி ஆளுகளாம். இன்னும் பத்துஆளுக அரஸ்டாயி இடுக்கி ஜில்லா ஜெயில்ல கிடக்கு. அவங்க நாலு முதலாளிமாருக சேர்ந்து அனுப்பின ஆளாக்கும்!" என்றார்.

சிவனம்மா கேட்டது; "சகாவு எங்களோடே இருக்குது; எப்படி இவ்வளவு விவரம் உங்களுக்குத் தெரியுது!" கிருஷ்ணன் சொன்னார்: "தொழிற்சங்கம் ஒரு தனியாளு சம்பந்தப்பட்டதல்ல! இந்த சி.ஐ.டி. யு.சங்கம் நடத்துற போராட்டத்தில் காலையில ஸ்கூல்டீச்சர், சர்க்கார் அதிகாரிகள், தபால்தந்தி டிரான்ஸ்போர்ட்னு அத்தனை சங்கத்துக்காரங்களும் கலந்துகிட்டாங்கள்ல! இதேபோல ஒரு போராட்டம் நடக்குதுன்னா எல்லா தோழமைச் சங்கங்களும் ஒத்துழைப்பு கொடுத்து தொழிலாளர் பிரச்சினையைத் தீர்க்க உதவுவார்கள். இப்போ காலையில கலெக்டர்கிட்ட நாம பேசிக்கிட்டு இருக்கும்போது, நம்ம தொழிலாளர்கள் மூனுபேர் மரிச்சுப்போன செய்தியை போஸ்டல் சகாவு ஒருத்தர் வந்து சொன்னதால், கலெக்டரை நாம கடுமையாக நிர்பந்தம்செஞ்சு, பல கோரிக்கைகளை லேபர் ஆஃபிஸரே தீர்த்துதர உறுதி கொடுத்தது! மேலும் நமக்கு போக்குவரத்துக்கு ஏற்பாடும், இறந்தவர்களை

சர்க்கார் உதவியோடு அடக்கம் செய்யவும், அவர்களுக்கு இரங்கல் ஊர்வலம் நடத்தவும் கலெக்டரோட அனுமதியும் போலீஸ் பாதுகாப்பும் கிடைச்சிருக்கு! இந்த இடத்தில் ஒன்றை சொல்லுகிறேன்; இறந்தவர்களுடைய உடலை எடுத்து மௌன ஊர்வலமாகப் போகும்போது உணர்ச்சி வசப்பட்டு எந்தவிதமான அசம்பாவிதத்திற்கு இடம் கொடுக்கக் கூடாது! இப்போதும் முதலாளிமாரின் கைக்கூலிகள் கலவரம் பண்ண முயற்சி செய்வார்கள். இந்தச் சமயத்தில் உங்களுடைய பொறுமையும் ஒத்துழைப்பும் முக்கியம்!. போலீஸ் எஸ்.பி. ஒரு எச்சரிக்கை சொன்னது ஞாபமிருக்கா? இரங்கல் ஊர்வலத்தில் கலவரத்திற்கு இடம்கொடுத்தால் எல்லாம் தலைகீழாகி விடும் என்று எஸ்.பி. சொன்னதை மனசில் வச்சுக்குங்க! முதலாளிமார் கலவரம் பண்ணினால் அதைஎப்படி எதிர்கொள்வது என்றுசங்கம் பாத்துக்கும்! இடுக்கியில் சகாவுமோணி மாதிரி அனுபவமிக்க தலைவர்கள் இருக்கு! அவரு பார்த்துக்கும்! அதனால் நீங்க தனியாளுக இல்ல. பேடிக்காமல் சங்கம் சொன்னபடி கேளுங்க!"

கிருஷ்ணனின் பேச்சு- 'இன்னொரு கலவரமா?' என்றஅச்சத்தைத் தந்தாலும் 'சங்கம் பார்த்துக் கொள்ளும். இவ்வளவு தூரம் வந்ததுக்குப் பின்னே பின்வாங்குறது சரியல்லை. என்ன வந்தாலும் சரி, அடிதடிகளில் சிக்கிக் கொள்ளாம சூதானமாக இருக்கவேண்டும்' என்ற எச்சரிக்கை உணர்வும் தொழிலாளர் மனதில் எழுந்தது!

பஸ் இடுக்கி அரசு மருத்துவமனை முன்னால் நிறுத்தப்பட்டது. சங்கிலி குடும்பத்தாரும், செல்லம்காலாடி குடும்பத்தாரும் மருத்துவமனை முன்னால் பாதாம்மரத்தின் கீழ் நின்றிருந்தனர். பிணவாடியில் பிரேதப் பரிசோதனை முடிந்திருக்கவில்லை. சங்கிலி குடும்பத்தில் அவரது மருமகன் சீனிக் கங்காணியும், மருமகளும் பரமன் கங்காணியின் மனைவியுமான சின்னஜக்கியும் இறந்து போனார்கள். செல்லம் காலாடியின் மனைவி முத்துமாரியும் இறந்து போனவர்களில் மூன்றாமவர்! அவர்களைப் பார்க்கவே பரிதாபமாக இருந்தது. பஸ்ஸை விட்டு இறங்கிய பெண்கள் கதறி அழத் தொடங்கினர். பொதுமருத்துவமனையில் சத்தமிட்டு அழுவது ஆஸ்பத்திரியில் உள்ள மற்ற நோயாளிகளைப் பாதிக்கும் என்று மாதவன் நாயர் சொல்லவும் வாயில் முந்தானைத்துணி பொத்தி குமுறினர் உயிரிழப்பின் துக்கத்தின் முன் சாதிகள் அடையாளமிழந்தன!

ஆண்கள் சங்கிலி, பரமன், செல்லம் காலாடி ஆகியோரது தோள் தொட்டு கைகளைப் பற்றி துக்கத்தைப் பகிர்ந்தும், ஆறுதலும் சொல்ல வார்த்தை இன்றி மௌனத்தின் மூலம் கடத்தினார்கள்.

இதைக் கண்ட மாதவன்நாயர் மென்மையான குரலில் சொன்னார்; "சகாவுமாரே உங்கள் குடும்பத்தார் நோய் வந்து மரிக்கவில்லை! விபத்தில் மரிக்கவில்லை! பட்சே, போராடும் சகத் தொழிலாளர்களின் உரிமைக்காக, வாழ்க்கை மேம்பாட்டிற்காக, உயிர்த்தியாகம் செய்திருக்கிறார்கள்! சகாவுமாரே! அவர்களது உயிர்த்தியாகம் ஒரு பொழுதும் வீணாகாது! வட்டப்பாறை தொழிலாளர்களுக்கு மட்டுமல்ல; ஒட்டுமொத்த கேரளத்து ஏலத் தோட்டத் தொழிலாளர்களின் வாழ்வுக்கும் வெளிச்சம் தரப்போகிறது.!" என்று சொல்லவும் ஆண்-பெண் பேதமின்றி விம்மினர்.

கிருஷ்ணன்குட்டியும் இன்னும் சில சங்கத்தலைவர்களும் இரண்டு போலீஸ்காரர்களும் பிணவாடியிலிருந்து வெளியே வந்தனர். சிறிது நேரத்தில் அமரர் ஊர்தி வந்தது. அதில் சடலங்களை ஏற்றும் முன் சொந்தப் பந்தங்களை ஐந்து நிமிடங்கள் பார்க்க அனுமதித்தனர். சி.ஐ.டி.யு. சங்கத்தினர் வாங்கிவந்த மாலைகளைச் சொந்தக்காரர்களைக் கொண்டு அணிவித்து மரியாதை செய்தபின் மௌனஊர்வலம் புறப்பட்டது. ஊர்வலத்திற்கு முன்னால் இரண்டு போலீஸ்காரர்களும் பின்னால் இரண்டுபேரும் பாதுகாப்புக்கு வந்தனர். வழிநெடுக ஆங்காங்கே சீருடைஇல்லாத போலீஸ்காரர்கள் நின்றிருந்தனர். ஊருக்கு வெளியே இரண்டுகிலோமீட்டர் தூரத்தில் மயானம் இருந்தது. நகராட்சிப் பணியாளர்கள் மூன்று குழிகளைத் தோண்டி வைத்திருந்தனர் அவர்களது உதவியுடன் சில சடங்குகள் செய்யப்பட்டன. புதைக்கப்பட்ட பின்னர் வட்டப்பாறை சங்க நிர்வாகிகள் சிவனம்மா, பெரியசாமி, வெள்ளைச்சாமி ஆகியோர் இறந்தவர்களின் குணநலன்களைப் பற்றியும் சி.ஐ.டி.யு.மாவட்ட நிர்வாகிகள் இறந்தவர்களின் உயிர்த்தியாகம் குறித்தும் பேசி புகழஞ்சலி செலுத்தினர். இறுதியாக, இறந்தவர்களுக்கு வீரவணக்க கோஷம் முழங்கி நிறைவு செய்தனர். அஞ்சியது போல் கலவரம் ஏதும் நிகழவில்லை என்பது எல்லோருக்கும் நிம்மதியைத் தந்தது!

முன்னர் ஏற்பாடுசெய்தபடி மயானத்திற்கே இரண்டு பஸ்கள் வந்திருந்தன. எல்லோரும் பஸ்ஸில் ஏறினர். வண்டியில் அனைவரும் கனத்த மனத்தோடு அமர்ந்திருந்தனர். கிருஷ்ணன் பஸ்களை கலெக்டர் அலுவலகத்திற்கு விடச்சொன்னார். சங்கநிர்வாகிகள் கலெக்டருக்கும், போலீஸ் எஸ்.பி.க்கும் நன்றி சொல்லிவிட்டு, வட்டப்பாறைத் தொழிலாளர்களைத் தாக்கியவர்களுள் வட்டப்பாறை எஸ்டேட் முதலாளியும் ஈடுபட்டுள்ளதால் நிலைமை சீராகும்வரை அங்கு தொழிலாளர்களுக்கு போலீஸ்பாதுகாப்பு கொடுக்கவேண்டும் என்று மனுக்கள்

கொடுத்தனர். கலெக்டரும், எஸ்.பி.யும் ஏற்பாடுசெய்வதாக உறுதியளித்தனர். பஸ்கள் வட்டப்பாறை நோக்கி விரைந்தது. கொடுந்துயரமும் ஆச்சரியமும் கலந்த நாள்! அந்தநாளின் நிகழ்வுகளை அசைபோட்டபடி பயணித்தனர்.

எஸ்டேட்அடிவார நுழைவுவாயிலில் பேட்டுக்காரர் துரைக்கண்ணு குடும்பத்தினர் நான்குபேர் இறங்கிக் கொண்டனர். பஸ்ஸுக்குள் வெளிச்சம் ஒளிரவும் எல்லாரும் இறங்கத் தயாரானார்கள். பொன்னுத்தாய் கிருஷ்ணனிடம் கேட்டது “சகாவுசேட்டா, முதலாளி நம்மாளுகளை கொல்ல ஏற்பாடு செய்தது தெரிந்துவிட்டது. நாங்க எப்படி நாளைக்கு வேலைக்குப் போவது?”

கிருஷ்ணன் சிரித்துக் கொண்டே “சகாவு, நல்லகேள்வி கேட்டீங்க! துயரமும் அலுப்பும் நிறைஞ்ச இந்தச் சமயத்தில் பேசவேண்டாமேன்னு ஞான் இதை சொல்லலை. நீங்க உறங்கி ஓய்வெடுங்க! காலையில எட்டுமணி வாக்கில் பேசுவோம். இந்நு ராத்திரி இவிடே சகாவு வெள்ளைச்சாமி வீட்டில் நாங்கள் மூனுபேரும் தாமசிக்கணு. பேடிக்காம போய் உறங்கும். எஸ்டேட்டுக்குள் உங்களை முதலாளி ஆளுக ஒன்னும் செய்யாது!” என்றார் கிருஷ்ணன்குட்டி. தொழிலாளர்கள் அவரவர் வீட்டுக்குச் சென்றனர். எஸ்டேட்டில் ஒரு ஜீப்பில் போலீஸ்காரர்கள் காவலுக்கு வந்திருந்தார்கள். தொழிலாளர்களுக்கு ஆறுதலாக இருந்தது.

□

42

தொழிலாளர்களின் பிரச்சினைகளைத் தீர்க்க பேச்சுவார்த்தை முதலாளி தரப்பில் தொடங்காமல் வேலைக்குப் போவதில்லை. வேறு தொழிலாளர்கள் வேலைக்குச் செல்ல அனுமதிக்கவும் கூடாது என்று முடிவு எடுத்திருந்தனர். விடியல் விழிப்புமணியும், பெரேட் அழைப்புமணியும் ஒலிக்கவில்லை. ஆகவே நிர்வாகம் ஏதோ முடிவு எடுத்துள்ளது. அதை சங்கரீதியாக எதிர்கொள்ளத் தயாராக இருக்கவேண்டும் என்ற தயார் நிலையில் இருந்தனர். இதன் ஒரு பகுதியாக எஸ்டேட்டுக்குள் வெளியூர் தொழிலாளர்கள் வாகனங்கள் நுழையாமல் தடுக்குமாறு எஸ்டேட் அடிவார நுழைவு வாயில் காவல்காரர் துரைக்கண்ணு குடும்பத்தாருக்கு சி.ஐ.டி.யு. சங்கம் சொல்லியிருந்தது. அவர்களுக்குத் துணையாக சி.ஐ.டி.யு.சங்க துணை நிர்வாகிகள் இரண்டுபேர் நிறுத்தப்பட்டனர். ஐந்து போலீஸ் காரர்களும் காவலுக்கு இருந்தனர்.அவர்களுக்கான உணவு,ஓய்விட வசதிகளை எஸ்டேட் நிர்வாகம் செய்ய வேண்டியதாயிற்று

கேரள போலீஸ் மட்டுமன்றி, இடுக்கி கலெக்டர், தொழிலாளர்நல அலுவலர்கள் என அனைத்து அரசுத் தரப்பு அதிகாரிகளிடமும் நல்மதிப்பையும் நம்பகத்தையும் எஸ்டேட் நிர்வாகம் இழந்துவிட்டது. இன்னொருபுறம் வட்டப்பாறை எஸ்டேட்டோடு இணைந்து தொழிலாளர்களை மிரட்டி விரட்டி கலகத்தை உருவாக்க அடியாட்களை அனுப்பிய சதுரப்பாறை, கூம்புப்பாறை ஊத்துப்பாறை முதலான எஸ்டேட் முதலாளிகள் கொலைமுயற்சிக் குற்றவாளிகள் பட்டியலில் சிக்கிக் கொண்டனர். இதனால் அவர்கள் வட்டப்பாறை முதலாளியோடு இணைந்து செயல்படாமல் ஒதுங்கிக்கொண்டனர். இதனால் கடைசியாக வட்டப்பாறை நிர்வாகம், இடுக்கியில் தொழிலாளர் இரங்கல் ஊர்வலத்தில் கலவரம் ஏற்படுத்தினால் அது வட்டப்பாறைத் தொழிலாளர்களுக்கும், சி.ஐ.டி.யு.சங்கத்திற்கும் எதிராகத் திருப்பிவிடும். அதிகாரிகளுக்கு கொடுத்த வாக்குறுதியை மீறியதால் ஒட்டுமொத்த அரசுநிர்வாகமும் சி.ஐ.டி.யு. சங்கத்திற்கு எதிராகத் திரும்பும் என்று முதலாளி போட்ட திட்டமும் நிறைவேறவில்லை.

உடும்பன்சோலையில் தனது ஆள் ஒருத்தர் உயிர்ப்பலி ஆனவுடன் பாண்டியன் தப்பித் தமிழ்நாட்டுக்கு ஓடிவிட்டார். பிற

எஸ்டேட்டார் அனுப்பிய அடியாள்களில் போலீஸ் கைகளில் சிக்கியவர்கள்போக மற்றவர்கள் தப்பிவிட்டனர். மேற்கொண்டு எந்த முதலாளியும் அடியாட்களை அனுப்ப மறுத்துவிட்டனர். அதனால் வட்டப்பாறை முதலாளி போட்ட திட்டங்கள் பலிதம் ஆகாமல் தனிமைப்பட்டுப் போனார். ஆகவே சென்னை நண்பர்களின் யோசனைகளை நாடி நின்றார். முதலாளி சொல்லாமல் தானாக எதுவும் செய்து மாட்டிக்கொள்ளக் கூடாது என்று மேனேஜரும் ஒதுங்கிநின்றார். ஆக, வட்டப்பாறை எஸ்டேட்டிற்கு முதலாளியும் மேனேஜரும் வராதநிலையில் துரைச்சாமியும், குப்பய்யாவும் கிணற்றுத் தவளைகள் போல புலம்பி போன்மணி ஒலிப்புக்காகத் தவமிருந்தனர்..

மாதவன் நாயரை இருக்கச் சொல்லிவிட்டு, கிருஷ்ணன் குட்டியும், வெள்ளைச்சாமியும், சின்னாத்தேவரும் உடும்பன்சோலை தாலுகா மருத்துவமனையில் சிகிச்சை பெற்றுவரும் பழனிச்சாமி, ராமர் குடும்பத்தாரைப் பார்க்கச் சென்றனர். இடுப்பிலும் தோள்பட்டையிலும், கைகளிலும் கல்லெறிபட்ட காயங்களுக்கு சிகிச்சை பெற்று வந்தவர்கள் தற்போது ஓரளவு குணமாகியிருந்தனர். அவர்களுக்கு ஆறுதல் சொல்லி இன்னுமிரு நாள்கள் இருந்தால் பூரணகுணம் பெற்று வரலாம் என்று அறிவுறுத்தினர். பழனிச்சாமி, ராமரிடமும் இதுவரை எஸ்டேட்டில் நடந்த விவரங்களைச் சொன்னார்கள். அடுத்து நாம் என்ன செய்யவேண்டும் என்பதை மாநிலத் தலைவர்களிடம் மாவட்டத் தலைவர்கள் வழியாக போன்மூலம் கேட்டறிந்து வருவோம் என்று வெள்ளைச்சாமியை கிருஷ்ணன் அழைத்துச் சென்றார்.

அன்றைய அனைத்து மலையாளச் செய்தித் தாள்களிலும் உடும்பன் சோலையில் வட்டப்பாறைத் தொழிலாளர் கோரிக்கைப் பேரணியில் முதலாளிகள் செய்த கூட்டுச்சதியில் மூன்று தொழிலாளர்கள் கொல்லப்பட்டனர். மூவர் காயமுற்றனர். தொழிலாளர்கள் உடும்பன் சோலை ஏலக்காய்வாரிய அலுவலகத்தை முற்றுகையிட்டு சாலைமறியல். இடுக்கி மாவட்ட கலெக்டரும், போலீஸ் சூப்பிரண்டும் தலையிட்டுப் பிரச்சினைகளைத் தீர்க்க உதவுவதாக உறுதியளித்து நிலைமையைக் கட்டுக்குள் கொண்டு வந்தனர் என்று படங்களோடு செய்தி வெளியிட்டிருந்தன. இச்செய்தி கேரளத் தோட்டத்தொழிலாளர் மத்தியிலும் முதலாளிகள் மத்தியிலும் எதிரெதிரான உணர்வுகளைக் கிளர்த்தின! தேயிலைத் தோட்டத் தொழிலாளர்கள் போல ஏலத்தோட்டத் தொழிலாளர்கள் பிரச்சினைகளை தீர்க்கவும் சங்கம் வைத்து உரிமைகளைக் கோர

முடியும் என்ற நம்பிக்கை ஒளி ஏலத்தோட்டத் தொழிலாளர்களின் முதுகை நிமிர்த்தியது!

ஆனால் ஏலத்தோட்டத்தில் சங்கத்தை நுழைய விடுவது கரும்புத்தோட்டத்திற்குள் யானைக் கூட்டத்தை விடுவது போலாகும். இதை எப்படி முறியடிப்பது என்று முதலாளிகள் யோசிக்கத் தொடங்கினர்.

சி.ஐ.டி.யு.சங்க நிர்வாகிகள் இடுக்கி மாவட்ட தோட்டத்தொழிலாளர்கள் சங்கநிர்வாகிகளிடம் போஸ்டாபிஸ் ட்ரங்காலில் பேசினர். ''மாநிலத் தலைவர் வந்துள்ளார். நேரில் வாருங்கள் விரிவாகப் பேசலாம்'' என்றவுடன் மருத்துவமனையில் உள்ளூர் நிர்வாகி ஒருவரை இருக்கச் சொல்லிவிட்டு, மாதவன் நாயரையும் வெள்ளச்சாமியையும் அழைத்துக் கொண்டு கிருஷ்ணன்குட்டி இடுக்கிக்குப் பஸ் ஏறினார். இவர்கள் பஸ்ஸை விட்டு இறங்கியதும் உணவகத்தில் சாப்பிட்டுவிட்டு சங்க அலுவலகத்திற்கு நடந்தே சென்றனர். பஸ், சாப்பாடு செலவுகளை வெள்ளைச்சாமியே செய்து அத்தொகையை தனது பாக்கெட் டைரியில் குறித்துக் கொண்டார்!

சங்க அலுவலகத்தில் அப்போதுதான் ஒரு கூட்டம் முடிந்து பத்து பனிரெண்டுபேர் வெளியே வந்தனர். இவர்களும் அவர்களும் வணங்கினர். இடுக்கி மாவட்டத் தலைவர் மாநில, மாவட்ட நிர்வாகிகளுக்கு இவர்களை அறிமுகப்படுத்தினார். அவர்கள் மதிய உணவு உண்டு வரும்வரை செய்தித்தாள்களைப் பார்த்திருந்தனர். வெள்ளைச்சாமிக்கு ரவியின் நினைவு வந்தது. அவன் வந்திருந்தால் சுவற்றில் மாட்டப்பட்டிருக்கும் ஒவ்வொரு படத்திற்கும் விவரம் கேட்பான். இவர் ரவியின் பார்வையில் மாதவனிடம் ஒவ்வொன்றையும் கேட்டறிந்தார். வெள்ளைச்சாமியின் ஆர்வத்தைக் கண்டு மாதவன் வெள்ளைச்சாமியைப் பற்றி கேட்டறிந்து பாராட்டினார்.

அரைமணி நேரத்தில் மதியஉணவு முடித்து வந்தனர். மாநிலத் தலைவருடன் இடுக்கி மாவட்டத் தலைவர்களுடன் இவர்களும் ஒன்றாகப் பாயில் அமர்ந்தனர். மாநிலத்தலைவரின் சட்டை, வேட்டி போல் தலையும் வெள்ளையாக இருந்தது. பேச்சில் முதிர்ச்சி இருந்தது. மூப்பின் தளர்ச்சி தென்படவில்லை. கிருஷ்ணன்குட்டி வட்டப்பாறை எஸ்டேட்டின் பிரச்சினைகளை தொடக்கத்திலிருந்து இன்றைய நடப்புவரை எடுத்துச் சொன்னார். இதன் மீதான தனது கருத்தை இடுக்கிமாவட்டச் செயலர் சொன்னார். இப்பிரச்சினைகள்

குறித்துச் சொல்ல விடுபட்டது எதுவும் இருக்கிறதா என்று வெள்ளைச்சாமியிடம் கேட்டார். மாநிலத்தலைவரிடம், எல்லாவற்றையும் சகாவு கிருஷ்ணன் சொல்லிவிட்டார். ‘‘எங்களுக்கு அடுத்த கட்டத்திற்கு வழிகாட்டுங்கள்’’ என்றார் வெள்ளைச்சாமி. ‘‘அதுக்காகத்தான் நாம் பேசுகிறோம்,’’ என்றபடி மலையாளம், தமிழ், ஆங்கிலம் வார்த்தைகள் கலவையாய் மாநிலத்தலைவர் பேசத் தொடங்கினார்.

“இப்போது நீங்கள் சொன்னதிலிருந்து நாங்கள் புரிந்துகொண்ட அடிப்படையில் எனது மதிப்பீடு—இப்போ வட்டப்பாறை எஸ்டேட்டின் முதலாளி ஆப்பில்மாட்டிய குரங்காய் அடுத்தடுத்து தப்புகளைச் செய்து மாட்டிக் கொண்டு தப்பிக்கமுடியாமல் விழிக்குது. பிற எஸ்டேட் முதலாளிகளும் கைவிட்டு விட்டார்கள். இறந்துபோன. காயம்பட்ட தொழிலாளர்கள் குடும்பத்தாருக்கும் மட்டுமல்லாமல், பாதிக்கப்பட்ட அடியாள்களின் குடும்பத்தாருக்கும் முதலாளி பதில் சொல்லியாகணும்! அடுத்த சீசன் தொடங்கிவிட்டதால், விளைந்த பழத்தை எடுத்தாகணும். அடுத்த நிலையிலுள்ள செடிகளுக்குப் பராமரிப்பு வேலைகள் செய்தாகணும். இல்லாட்டால் விளைஞ்சதும் அழிஞ்சிரும். இனி விளைய வேண்டியதும் பராமரிப்பு இல்லாமல் அழிஞ்சிரும். இதுக்காக அடுத்த ஆளுகளை போலீஸ் ஒத்துழைப்பில் அழைக்கவும் வழியில்லை!

ஆகவே தொழிலாளர்களின் உயிரிழப்புக்கும், உங்களுடைய நியாயமான கோரிக்கைகளை வலியுறுத்தியும் ஒரு காலவரையற்ற வேலைநிறுத்தம் என்று அறிவியுங்கள்! அநேகமாக இப்போராட்டத்தை ஒரு வாரத்திற்கு மேல் ஒரு புத்திசாலி முதலாளி நீடிக்கவிடமாட்டார். பேச்சுவார்த்தைக்கு அழைத்து செட்டில்மென்ட் பண்ணித்தான் ஆகணும். இதற்காக ஒவ்வொரு நாளும் மாலை நாலு மணிக்கு சாந்தம்பாறை பஞ்சாயத்து ஆபிஸ் முன்னால்கூடி அனைத்து தொழிற்சங்கத்தினர் ஆதரவோடு முழக்கப் போராட்டம் செய்வோம்! இது போலீஸுக்கும், மாவட்ட கலெக்டருக்கும் ரிப்போர்ட்டாகும். அவர்கள் முதலாளிக்கு நெருக்கடி தருவர்! இதற்கிடையில் இந்த வேலைநிறுத்த காலத்திற்கு வேண்டிய உணவு, போராட்ட ஏற்பாடுகளை அனைத்துத் தோழமைச் சங்கங்களின் மூலம் செய்து கொள்ளலாம். இது விஷயமாய் இடுக்கி மாவட்ட பார்ட்டி எல்லா அரங்ககளிலும் பேசி அரேஞ்ச் செய்யும்! இந்த வேலை நிறுத்தத்திற்கான நோட்டீஸ், போஸ்டர்களுக்கான செலவுகளை டீ எஸ்டேட் வர்க்கர்ஸ் யூனியன் ஸ்பான்ஸர் பண்ணச் செய்வோம். இடுக்கியிலே எல்லாம் ரெடிபண்ணும்! போஸ்டர், நோட்டீஸ்

எல்லாம் தமிழிலே இருக்கட்டும்! இந்த ஸ்ட்ரகிள் பற்றிய சி.ஐ.டி.யு. லெட்டர்களின் நகல்களை வழக்கம்போல், கலெக்டர், எஸ்.பி. தாசில்தார், டிஎஸ்.பி. மற்றும் எஸ்டேட் நிர்வாகம் என்று எல்லாருக்கும் நேரில் கொடுத்திருங்க! இந்த வேலைகள் சரியா நடக்கிறதை இடுக்கி மாவட்டக் கமிட்டி கண்காணிக்கும்'' என்று சொல்லுவதற்குள் இரண்டுபீடிகளை புகைத்து விட்டார். அவர் வாய்ப்பேசுகிறதா, பீடிப் புகை பேசுகிறதா என்று வெள்ளைச்சாமி ஆச்சரியமாக பார்த்துக் கொண்டிருந்தார். ''மாற்றுக் கருத்து - கூடுதல் யோசனை ஏதும் இருந்தால் சொல்லுங்கள் என்றார் தலைவர். ''சொல்ல ஒன்றுமில்லை'' என்ற பதிலே மௌனமாக சுற்றி வந்தது. டீ வந்தது. குடித்துவிட்டுப் புறப்பட்டனர்.

தலைவர், வெள்ளைச்சாமியின் கைகளைக் குலுக்கி வாழ்த்துச் சொல்லி வழி அனுப்பினார். மாதவன் வேலைநிறுத்த அறிவிப்புக் கடிதங்களை கார்பன் காகிதம் கொண்டு எழுதி தேவையான நகல்களைத் தயார் பண்ணினார். கிருஷ்ணன் நோட்டீஸ், போஸ்டர் தயார் செய்ய அச்சகம் சென்றார். அரைமணியில் திரும்பி வந்தார். போஸ்டர், நோட்டீஸ் அடிக்கக் கொடுத்தாகி விட்டது. உடும்பன்சோலை கமிட்டி ப்ருப் பார்த்து,பிரிண்ட் பண்ணி வாங்கி, சாந்தாம்பாறைக்கு பஸ்ஸில் கொடுத்துரும். பின்னே சாந்தாம்பாறை செகரட்டரி வாங்கி சாந்தாம்பாறை சுற்றுப்புற ஊர்களில் ஒட்டத் தேவையானதை எடுத்துக்கொண்டு வட்டப்பாறை எஸ்டேட்டுக்கு கொடுத்துவிடும் என்று கிருஷ்ணன் சொன்னார். வெள்ளைச்சாமி மனதுக்குள் நினைத்துக் கொண்டார், நம் எஸ்டேட் தொழிலாளர் போராட்டம் வெற்றிபெற இடுக்கி மாவட்ட பார்ட்டி எல்லா உதவியும் செய்யும் என்று மாவட்டச் செயலர் மாநிலத்தலைவர் முன்னால் சொன்னது செயல்பாடாக கண்முன்னே விரிந்தது கண்டு ஆச்சரியப்பட்டார்.

வட்டப்பாறை எஸ்டேட் தொழிலாளர் காலவரையற்ற வேலை நிறுத்தப் போராட்ட சுவரொட்டிகளும், நோட்டீஸ்களும் இடுக்கி மாவட்டம் முழுதும் ஏலத்தோட்டத் தொழிலாளர்கள், முதலாளிகள் கண்களில் பட்டன! வட்டப்பாறை எஸ்டேட் பங்களா இலட்சுமியம்மன் கோவில் சுற்றுச்சுவர்களில் ஒட்டப்பட்டு சிவப்புஎழுத்துகள் மின்னின! ஆள்நடமாட்டமில்லாத போது துரைச்சாமியும் குப்பய்யாவும் படித்துப் புலம்பினர். துரைச்சாமி சொல்லி அழுதார்; ''பங்களாச் சுவத்தில ஒட்டியிருக்கிற இந்த போஸ்டர்களை கிழிக்காட்டா, முதலாளி திட்டுவார்; கிழிச்சா இவருக்கு சவரம் பண்ணணும்னு கத்தித் தீர்ப்பான்க! என்னய்யா

செய்யிறது?...'' குப்பய்யா சொன்னார்; ''ஐயா, நாம கிழிச்சாத்தான் தப்பு! மாடுகளை விட்டுத் திங்க விடுவோம்ய்யா.''

''ஏய்யா அப்பபதைக்கப்ப கொஞ்சம் பால்தண்ணி குடிக்கமுடியுது! அது ஒனக்குப் பிடிக்கலையா? ரசாயனம் தடவின போஸ்டர்களை தின்னு மாடுகள் மண்டையை போட்டுட்டா, யாரு முதலாளிக்கு பதிலு சொல்றது?''என்றார்.

எஸ்டேட் தொழிலாளர்களின் மத்தியில் வேறுவிதமான சிந்தனை ஓடியது! வேலைக்குச் செல்லவில்லை என்றால் சம்பளம் இல்லை. எத்தனை நாளுக்கு வேலைநிறுத்தம் நீடிக்கும் என்று தெரியாது. கிருஷைகெட்ட முதலாளியை முழுசா நம்பமுடியாது. கையில் இருக்கும் தானியம் தவசை சும்மா உக்காந்து தின்னு தீர்த்துறக் கூடாது. சாப்பாட்டு விஷயத்தில் சங்கத்துக்கு சிரமத்தைக் குறைக்கணும் என்ற சிந்தனை தொழிலாளர்கள் மனதில் தோன்றியது. சிவனம்மா தலைமையில் கூடி யோசித்தார்கள்.. பதினைந்து வயதிலிருந்து நாற்பதுவயதுள்ள ஆணும் பெண்ணும் மூன்று பிரிவுகளாகப் பிரிந்து காட்டுக்குள் செல்வது. இளந்தாரி ஆண்கள் தேன் சேகரிக்க வேண்டும்; நடுத்தர ஆண்கள் மிளகுக்கொடிகள் படர்ந்து இருக்கும் மரங்களைத் தேடி மிளகுக்காய் சேகரிக்கவேண்டும்; பெண்கள் கீழே சிந்தியிருக்கும் குங்கிலியப்பூ, இலவங்க மரத்தில் இருந்து லவங்கப்பட்டை சேகரித்து வரவேண்டும். நாற்பது வயதுக்கு மேலிருப்பவர்களும், அதற்குக் கீழே உடல் நலமில்லாதவர்களும் எஸ்டேட் சங்க நிர்வாகிகளும் சாந்தாம்பாறையில் பஞ்சாயத்து யூனியன் அலுவலகம் முன்னால் நடக்கும் கேரளஅரசின் கவனஈர்ப்பு முழக்கப் போராட்டத்தில் கலந்து கொள்வது என்றும் முடிவெடுத்தனர்.

''முதல்நாள் முழக்கப் போராட்டத்திற்கு அறுபதுதொழிலாளர்களே கலந்து கொண்டுள்ளனரே, மற்றவர்கள் எங்கே'' என்று கிருஷ்ணன் கேட்டார். சிவனம்மாவும், பரமனும் அவர்கள் எடுத்த முடிவு பற்றி சொன்னார்கள். கிருஷ்ணன் சிரித்துக்கொண்டே சொன்னார். ''போராடும் தொழிலாளர்களுக்கு. சகதொழிலாளர்கள் உதவுவது முறையே! ஒரு சிரமமும் இல்லை! இன்றைக்கு அவர்கள் போராடும் உங்களுக்கு உதவுகிறார்கள். நாளைக்கு அவர்களுக்கு ஒரு பிரச்சினை என்றால் நீங்கள் உதவுவீர்கள்! இப்படித்தான் உலகத்தில் ஒட்டுமொத்த தொழிலாளர் வர்க்கம் ஒருத்தருக்கு ஒருத்தர் உதவிதான் முன்னேற வேண்டும்! இதைத்தான் லெனின் உலகத் தொழிலாளர்களே ஒன்றுபடுங்கள் என்றார். இன்னக்கி இந்த

முழக்கப் போராட்டம் முடிந்து போகும்போது உங்களுக்குக் கொடுத்து விடுவதற்காக நாப்பது கிலோ அரிசியும், அதற்கான பருப்பு, உப்பு,மிளகாய் காய்கறிகள் அங்கெ குரியன் கடையில் ரெடியாயிட்டிருக்கு. மொத்தமா கூட்டுச்சோறு சமைக்க உடும்பன்சோலை பார்ட்டி ஓபிஸிலிருந்து பெரிய பாத்திரங்கள் கொண்டுவரும்! ஸ்ட்ரைக் நடக்குதுனு வேஜ்கிட்டாதுன்னு பேடிக்க வேண்டாம்! பேச்சு வார்த்தையில் முதல்அம்சமே பாதிக்கப்பட்டவருக்கு நிவாரணம், ஸ்ட்ரைக் பீரியடுக்கு வேஜஸ், அப்புறம்தான் நம்ம பிரதான டிமாண்ட் எல்லாம் பேசும்.! அதனால பேடிக்க வேண்டாம்!'' என்றார் கிருஷ்ணன். அன்றைக்கு ஆர்ப்பாட்டம் உற்சாகமாக இருந்தது. போகும்போது அரிசி பருப்பு பாத்திரம் பண்டங்களோடு எஸ்டேட் திரும்பினர். அன்றைக்கு ராத்திரி எல்லாருக்கும் கூட்டாஞ்சோறு! வெகு ருசியாக இருந்தது! காட்டுக்குள் போனவர்கள் மதியப் பசியைத் தீர்த்தது போக ஓராளு சுமைக்கு தேன்லாடு கொண்டு வந்திருந்தனர்! ரவியினால் மரத்தில் ஏற முடியவில்லை. அதனால் மரமேறிய சின்னவீரன், ராசகோபாலு, இருளன் ஆகியோர் தேனடையைக் கயிற்றில்கட்டி இறக்குவர். ரவியும் வடமலையும் தேனடைகளை பத்திரமாக வாங்கி சுத்தம் செய்யப்பட்ட பாறை மீது ஒரு துணியை விரித்து அடுக்கிவைப்பர். மரத்திலிருந்து தேனடையை இறக்கும்போது கீழிருந்து வாங்கும் ரவி, வடமலைமீது தேனொழுகி தலை முகங்களில் எல்லாம் தேன்வழிந்தது. பறந்தோடிய தேனீக்கள் அவர்களது முகத்தில் அப்பி மொய்த்தன! ரவியும், வடமலையும் கதறினர். தேன்அடையை இறக்கிப் பத்திரப்படுத்திவிட்டு பக்கத்தில் ஓடிய சின்ன அருவியில் குளித்தப் பிறகே தேனீக்கள் அகன்றன. அவர்களது முகத்தில் பதிந்திருந்த கொடுக்குகளை மற்றவர்கள் வந்து அகற்றியபின் மீண்டும் குளிர்ந்த நீரில் குளித்தபின்தான் அவர்கள் ஒருநிலைப்பட்டனர். முகமெல்லாம் வீங்கிஇருந்தது. ராஜகோபால் கிண்டலாகச் சொன்னான். ''ஏன்டா வெள்ளை பழுத்தான்கள் இரண்டு பேருக்கும் பழனிமுருகன் கணக்கா தேனாபிசேகம் செஞ்சாச்சு!'' என்று கேலி செய்தான். இவர்களுக்கு கோபம்வந்தது. ஆனாலும் முகமெல்லாம் தேன்வழியும்போது நக்கிய ருசியை மறக்கமுடியாது!

இரண்டு சாக்குகளில் குங்கிலியப்பூவும், ஒரு சாக்கு நிறைய இலுப்பபூவும், இரண்டுசாக்கு நிறைய லவங்கப்பட்டையும் கொண்டு வந்திருந்தனர். எல்லாரும் பொதுவாய் இருந்து சாப்பிட்டு அன்றையநாள் அனுபவங்களைப் பகிர்ந்துகொண்டனர். காட்டுக்குள்

பொதுவில் பொருள் தேடியவர்களின் அனுபவங்கள், ஆர்பாட்டத்தில் கலந்துகொண்டவர்களுக்கு இனிமையாக இருந்தது! காட்டுக்குள் போனவர்களுக்கு நகரத்து ஆர்ப்பாட்ட கோஷங்களும் தோழமைச்சங்கத் தொழிலாளத் தோழர்களின் உபசரிப்பும் புதுமையான அனுபவமாக இருந்தது! இதுபோன்றே அடுத்தடுத்த நாள்களுக்கும் தொடர்ந்தது! முதல்நாள் சேகரித்த இலுப்பப்பூக்களை, குங்கிலிய பூக்களை, தேனடைகளை சாந்தாம்பாறையில் அவற்றை வாங்கும் கடைகளில் விற்றனர். நாநூற்றுமுப்பது கிடைத்தது. இதைக்கொண்டு அரிசி பருப்பு சாமான்களை வாங்கினர்! தோழமைச்சங்க உதவிகளைத் தேவைப்படும்போது வாங்கிக் கொள்வதாகச் சொன்னார்கள். இந்த நாள்களில் பெரும்பாலானவர்களின் வீடுகளில் சமைக்கவில்லை! பொதுவில் சமைக்கப்படும் கூட்டாஞ்சோறு ருசியில் பசி அமர்த்தினர்! காலையில் காபிபோடுவதற்கும், குளிக்க வெந்நீர் வைப்பதற்கு மட்டுமே வீடுகளில் அடுப்பு பற்றவைத்தனர்!

லவங்கம் பட்டை,மிளகு சேகரிக்கப் போனவர்களுக்கு ஒரு வித்தியாசமான வேட்டை கிடைத்தது. மான்கத்துவது போல் சத்தம் கேட்டது. மாரியப்பன், முனியசாமி, வீரன், குருசாமி ஆகியோர் போய் பார்த்தனர். அருவி அருகில் பாறைஇடுக்கில் சின்னபாறை பொடவில் சிக்கி,பெண் மானொன்று முகத்தில் அடிபட்டு தரையில் ரத்தம் சிந்தி கதறியபடி கிடந்தது. இனி உயிர்பிழைக்க வழியில்லை. மெல்லத் தூக்கினர். அது பயத்திலும் தலையில் பட்ட அடியாலும் தக்க வச்சிருந்த உயிரையும் விட்டது. இவர்கள் வைத்திருந்த சிறு மடக்குக் கத்திகள் கொண்டு தோலை உரித்தனர். தோலையும் தலையையும் மூன்றடி குழிதோண்டிப் புதைத்துவிட்டனர். பின்பு கால்களைக் கட்டி ஆறடி நாங்கல் மரக்கம்பை ஊடேவிட்டு காவடிபோல் சுமந்து கொண்டு எஸ்டேட்டுக்குத் தூக்கிச் சென்றனர். பாதி அறுத்து, வறுத்த குழம்புவைத்து அன்று கூட்டாஞ்சோறுக்கு வெஞ்சனமாகத் தின்றனர்! மீதியை சிறு சிறு துண்டுகளாக நறுக்கி உப்பு மஞ்சள் மிளகாய் தடவி உப்புக்கண்டத் துண்டுகளாக்கி எல்லா வீட்டுகளுக்கும் நிரந்து பகிர்ந்தனர். எல்லார் வீட்டிலும் அடுப்புக்கு மேல் சணல்கயறில் துண்டங்களைக் கோர்த்துக் கட்டி அனலில் உலற வைத்தனர். பொதுவில்தேடி, பொதுவில் சமைத்து, உண்டு, பொது நியாயங்களைப் பேசி அலுப்பு வரும்போது உறங்கினர். இப்படியாக நாட்கள் கழிவது புதியதொரு இனிமையான அனுபவமாக உணர்ந்தனர்.

□

43

முதலாளி கிருஷ்ணராஜா எஸ்டேட்டிற்கு போன் பண்ணுவதில்லை.! துரைச்சாமியோ, மேனேஜரோ போனில் சொல்லும் செய்திகளை மட்டும் கேட்டுக்கொள்ளுவார். விரிவான பதில் ஏதும் சொல்லாமல் ''வர்றேன்; பார்ப்போம்'' என்று ஒற்றை சொல்லிலே முடித்துக் கொள்ளுவார். சில நாள்களில் மேனேஜர் போன்செய்து விசாரிப்பார்; முதலாளியோடு வர்றோம் என்ற பதில் மட்டுமே இருக்கும்! பாண்டியன் ஆள்களில் இசக்கிமுத்து மரத்திலிருந்து விழுந்து இறந்து போனது; மாடசாமிக்கு இடுப்பெலும்பு முறிந்தது போன்ற நினைத்துப் பாராத சம்பவங்களால் நடக்கும் உள்ளூர் பஞ்சாயத்து; லட்சரூபாய்க்கும் மேல் நஷ்டஈட்டு செலவுகள்; உள்ளூரில் சுயசாதிக்காரர்களின் ஏளனப் பேச்சுக்கள்; பாண்டியன் அடிக்கடி வீடு தேடிவந்து பணம்கேட்பது போன்றவற்றால் முதலாளி கிருஷ்ணராஜ் ஊருக்கே வர அஞ்சி சென்னையில் தஞ்சம் அடைந்தார்.

இதற்கிடையில் போலீஸ் விசாரிப்புத் தகவல்கள்; கேரள தொழிலாளர் நல ஆணையத்தின் தாக்கீதுகள்; யானைவழித் தடத்தில் முன்னூறு ஏக்கர் வன நிலத்தை ஆக்கிரமிப்பு செய்தது குறித்து விளக்கம்கோரி தாக்கீதும், வனத்துறையின் சட்டபூர்வமான மேல்நடவடிக்கை குறித்த எச்சரிக்கை; எஸ்டேட் நடப்புகள், போராட்டச் செய்திகள் குறித்தும் சகமுதலாளிகளின் தகவல்களும், விமர்சனங்களும் கிருஷ்ணராஜை நிலைகுலையச் செய்தன!. இதுவரைக்கும் ராஜபோகமாய் இருந்ததற்கு இப்போது முள்ளிருக்கை மேல் உட்காரும் நிலைக்குத் தள்ளப்பட்டுவிட்ட தன்னிரக்கத்தில் உழன்றார்.

'நான் என்ன சில எஸ்டேட் முதலாளிகள் மாதிரி எஸ்டேட்டில் வேலைபார்க்கும் பெண்களைப் பலவந்தப்படுத்தித் தொல்லை கொடுத்தேனா, எப்போவாவது சென்னையில் சில நடிகைகளோடு உறவு வைத்ததுண்டு; அதுவும் அவர்களின் சம்மதத்தோடு தான்! வேறெங்கும் தப்புத்தவறோ பலவந்தமோ,பாவமோ செய்தது இல்லையே! வெளிநாட்டுக்கு ஏலக்காய் ஏற்றுமதியில் ஈடுபட ஆசைகொண்டேன். உலகத்தொழிலாளர் சங்கத்தில் தொழிலாளர்கள் பதிவு இருக்க வேண்டும் என்பதற்காக பெயரளவில் ஒரு சங்கப்

பதிவு வேண்டும் என்று அந்த தொழிற்சங்கத்தை உள்ளே விட்டதும் கவனக்குறைவாக அதை கையாண்டதும் தவிர வேறென்ன தப்பு செய்து விட்டேன்? இப்படி பிரச்சினைகளுக்குப் பின் பிரச்சினைகள் பாம்புகள் போல் படமெடுத்து வருகின்றனவே ?' இது ஒரு பக்கம் என்றால், மறுபக்கம் ; கிரகக்கோளாறு என்று மனைவி தரப்பினர் ஒரு கோயிலுக்கும், அம்மா இன்னொரு கோயிலுக்கும் என்று பரிகாரங்கள் செய்ய அழைத்துக் கட்டாயப்படுத்திக் கொண்டிருக்கினறனர் இப்படி நாலா திசையிலிருந்து இவரைச் சூழ்ந்துள்ள நெருக்கடிகள் இவரது ஜின்னிங் மெஷினில் திணிக்கப்பட்ட பருத்தியைப் போல் தன்னை உணர்ந்தார்.

ஆனாலும் இந்தப் பிரச்சினைகளிலிருந்து தீர்வு கண்டாகவேண்டும். அவரது சென்னை நண்பர்கள் சொன்ன பல்வேறு யோசனைகளின் அடிப்படையில் எழுந்த நம்பிக்கையில் மேனேஜருடன் பல விவரங்களை விவாதித்தபின் எஸ்டேட்டுக்கு வந்தார்.. சி.ஐ.டி.யு. தோட்டத் தொழிலாளர்கள் சங்கத்திற்கு பேச்சுவார்த்தைக்கு அழைப்பு விடுக்கப்பட்டது. இதுவரையில் முதலாளி தரப்பில் ஒத்துக்கொண்ட எந்தக் கோரிக்கைகளும் நடைமுறைப் படுத்தப் படவில்லை என்பதாலும் தற்போது எஸ்டேட் தொழிலாளர் மூவர் கொல்லப்பட்டு சட்டம்ஒழுங்கு பிரச்சினை ஏற்பட்டு சப்கலெக்டர் விசாரணைக் வரை வளர்ந்துவிட்டது. ஆகவே மாவட்ட ஆட்சியர், தொழிலாளர் நலஅலுவலர், காவல்துறை அலுவலர் போன்றோர் முன்னிலையில் பேச்சுவார்த்தை நடத்துவதே சரியாக இருக்கும் என்றும் சங்கம் சொல்லிவிட்டது!

முதலாளிக்கு இது திகைப்பை ஏற்படுத்தினாலும்,மேற்கொண்டு சிக்கலை வரவழைத்துக் கொள்ளக்கூடாது என்று ஒத்துக் கொண்டார். மேனேஜரை அனுப்பி மாவட்ட ஆட்சியர், போலீஸ் சூப்பிரண்டு, மாவட்ட தொழிலாளர் நல அலுவலர் போன்றவர்களைச் சந்தித்து பேச்சு வார்த்தைக்கு நாள் குறிக்கப்பட்டது. நவம்பர் இருபதாம்தேதி காலை பதினோருமணிக்கு இடுக்கி மாவட்ட ஆட்சியர் அலுவலக வளாகத்தில் உள்ள கூட்டஅரங்கில் பேச்சுவார்த்தை. மாவட்ட ஆட்சியர், போலீஸ் சூப்பிரண்டு முன்னிலையில் தொழிலாளர் நலத்துறை அலுவலர், எஸ்டேட் நிர்வாகிகள், தொழிலாளர் பிரதிநிதிகள் கலந்துகொள்வது என்று முடிவானது. இதற்கிடையில் நவம்பர் பதினெட்டாம்தேதி தேவிகுளம் சப்கலெக்டர் அலுவலகத்தில் உடும்பன்சோலையில் தொழிலாளர் கோரிக்கைகள் பேரணியில் நடந்த கலவர விசாரணையில் முதலாளி கலந்து கொள்ள வேண்டும் என்று கலெக்டர் உத்தரவிட்டார். வைக்கப்பட்ட ஆப்புக்கிடையில்

சிக்கிய வாலை எடுக்க முயன்ற குரங்கின் காலும் சிக்கிய கதை முதலாளிக்கு நினைவு வந்தது. முற்றிப் புரையோடவிட்ட புண்ணைக் குணப்படுத்த வேண்டுமானால் சிறுஅறுவைச் சிகிச்சை தவிர்க்க முடியாது என்பதை உணர்ந்தார். முதலாளி கிருஷ்ணராஜ் ஆறுதலாக உணர்ந்த இரண்டு விஷயங்கள்; ஒன்று பேச்சுவார்த்தைக்கு இன்னும் ஐந்துநாள் இருக்கையில் தொழிலாளர்கள் வேலை நிறுத்தத்தை திரும்பப் பெற்று ஏலப்பழம் எடுக்கப் போவதால் பழங்கள் வீணே அழியும் விரயம் தடுக்கப்படும்; இரண்டு வட்டப்பாறை எஸ்டேட் முதலாளி கிருஷ்ணராஜ் இடுக்கிமாவட்ட நிர்வாகத்திற்கு ஒத்துழைப்பு கொடுப்பதால் அவர் மீதான அவப்பெயர் குறையும்! இப்படி அவருக்குள் லாப நஷ்டக்கணக்கு சிந்தனை ஓடிக் கொண்டிருந்தது.

□

44

முதலாளி மாவட்டஆட்சியர் முன்னிலையில் முத்தரப்புப் பேச்சு வார்த்தைக்கு ஒத்துக்கொண்டது உறுதியானதும் வேலைநிறுத்தம் விலக்கிக் கொள்ளப்பட்டது! மறுநாள் காலையில் வழக்கம்போல் வேலைக்குச் செல்லத் தொடங்கினர். கடந்த ஐந்து நாள்களாக வித்தியாசமான சுதந்திரமான வாழ்க்கை சூழலை அனுபவித்து விட்டு இன்று மீண்டும் பழைய வாழ்க்கைமுறைக்கு திரும்புவது சற்றுச் சலிப்பாக இருந்தது. என்ன செய்வது, நம் நிலம், நம் தொழில் என்றில்லாத அந்நியப் பகுதியில் எதுவும் சாஸ்வதமில்லை! கிடைத்ததைப் பிடித்துக்கொண்டு வகுத்துப்பாட்டை பார்த்துக்கிட்டு காலத்தை ஓட்டவேண்டியதுதான். உள்ளூரில் மழை தண்ணீர் பெய்து ஊர்செழித்தால் ஊர் திரும்பலாம்! ஆனால் இந்த வேலையும், கண்ணியமான வாழ்க்கைநிலையும் அங்கே கிடைக்குமா? ஆனால் ஒன்று; சொந்தபந்தம் விட்டு கடைசிவரை இங்கேயே இருக்க முடியுமா? இப்படியான சிந்தனைதான் பெரும்பாலான தொழிலாளர்களின் மனத்தில் தோன்றியது!

இறந்தபோன சின்னஜக்கி, சீனிக் கங்காணி, காலாடியின் மனைவி முத்துமாரி, மருத்துவமனையில் சிகிச்சை பெற்றுவரும் பழனிச்சாமி குடும்பத்தார், இராமர் குடும்பத்தார், சங்கிலி குடும்பத்தார் போன்றவர்களின் நினைவுகள் வேலையின் ஊடே வந்தன. அவர்களின் தியாகங்களை மதித்தாவது நல்லமுறையில் வேலை பார்த்து இந்தப் போராட்டத்தை வெற்றி அடையச் செய்ய வேண்டும்! இதனால் எல்லா ஏலத்தோட்டத் தொழிலாளர்களின் வாழ்க்கையில் சிரமங்கள் குறையவேண்டும். எண்ண வட்டங்கள் விரிவடைந்து கொண்டிருந்தது. மீண்டும் துயரம் மறந்து பாட்டுகளோடும் விடுவிப்பான் கதைகளோடும் வேலையில் மூழ்கினர்.

பரமன் கண்காணி தனது மனைவி இறந்த கவலையை ஒதுக்கி விட்டு வேலை வாங்கும்போது அவரது மனைவியை ஞாபகப்படுத்துவது சரியானதில்லையே. எல்லாரும் வேலையில் கவனம் செலுத்தினர்! நாள்கள் றெக்கைமுளைத்து பறந்தன! நவம்பர் பதினெட்டாம்தேதி தேவிகுளம் சப்கலெக்டர் விசாரணைக் குழுவில் முதலாளியும் மேனேஜரும், பிற எஸ்டேட் நிர்வாகத் தரப்பினரும்

ஆஜராயினர். இவர்கள் அனைவரும் சொல்லி வைத்ததுபோல் ‘‘எஸ்டேட் முதலாளி பற்றி என்ன பேசுகிறார்கள் என்று தெரிந்து கொள்ளத்தான் ஆள்களை அனுப்பினோம். அவர்கள் ஆர்வக்கோளாறில் தப்புசெய்து விட்டார்கள். அவர்கள் அதற்கான சட்டபூர்வத் தண்டனையையும் அனுபவித்துக் கொண்டிருக்கிறார்கள். இரண்டுதரப்பு உயிர் இழப்புகளுக்கான நஷ்ட ஈட்டினை நிர்வாகமே ஏற்றுக்கொள்கிறோம். இதுபோல தவறுகள் இனி நடக்காமல் பார்த்துக் கொள்ளுகிறோம்’’ என்று முதலாளிகள் தரப்பில் எழுதிக்கொடுத்து விசாரணையை முடிக்கச் செய்துவிட்டார்கள்! இந்த முடிவு குறித்து தொழிலாளர் தரப்பிலிருந்து வன்மையாக ஆட்சேபிக்கிறோம்! கொலைக்குற்ற வழக்கில் இருந்து முதலாளிமாரைத் தப்புவிக்க மாவட்டநிர்வாகம் தனது வர்க்கக் கடமையை செய்துள்ளது’’ என்று கிருஷ்ணன்குட்டி சொன்னார்.

“இதை எப்படி பொறுத்துக் கொள்ள முடியும்” என்று இரண்டு பேரையும் பறிகொடுத்த சங்கிலியின் குடும்பத்தார் கொதித்தனர். மாதவன் சொன்னார்;” உங்கள் கோபத்தில் நியாயம் இருக்கிறது. வழக்கைத் தொடுக்க வேண்டிய அரசுத்தரப்பே முதலாளிகளின் வாக்குமூலத்தை ஏற்று வழக்கிலிருந்து முதலாளிமாரைக் காப்பாற்றி விசாரணையை முடித்துவிட்டது. இதை நாம் இனி தொழிலாளர் தரப்பிலிருந்து சங்கம் மூலமாகத்தான் கிளப்பி வழக்கு தொடுத்து தண்டனை பெற்றுத்தர முடியும்! ஆனால் இதை இப்போது கிளப்பினால் நாளை மறுநாள் நடக்கவிருக்கும் பேச்சுவார்த்தையை பாதிக்கும்! ஆகவே முத்தரப்பு பேச்சுவார்த்தையின் சாராம்சம் என்ன, அது எப்படி நடைமுறைபடுத்தப் படுகிறது என்று தெரிந்து, நாம் எல்லோரும் பேசி இந்த விஷயத்தில் முடிவுஎடுக்கலாம். வழக்குத் தொடுக்க ஏதுவாகத்தான் சப்கலெக்டர் விசாரணைக் குழுவில் நமது ஆட்சேபணையை பதிவு செய்துள்ளோம். ஆகவே சற்று பொறுத்திருப்போம்” என்ற மாதவனின் பேச்சால் கொஞ்சம் அமைதி அடைந்தனர். மனைவியை இழந்த செல்லம் காலாடியும் ஆறுதலானார்.

பத்தொன்பதாம்தேதி வட்டப்பாறை எஸ்டேட்டில் அனைத்து வேலைத் தலங்களிலும் வேலைக்கு ஊடுபேச்சாக மறுநாள் நடைபெறும் பேச்சுவார்த்தை பற்றியதாகவே இருந்தது! இம்முறை நடக்கும் பேச்சுவார்த்தையின் ஒப்பந்தங்களை முதலாளி எந்தவகையிலும் மீறவோ தவிர்க்கவோ முடியாது என்று உறுதியாக நம்பினர். வேலை றெக்கை கட்டிப் பறந்தது. ஒருவாரம் பழமெடுக்காமல் விடுபட்ட பழங்களும் எடுக்கப்படுவதால் கடந்த

மூன்று நாள்களாக வழக்கமாக எடுக்கும் பழங்களை விட இரண்டுமடங்கு கூடுதலாக பழங்கள் எடுக்கப்பட்டு வருகின்றன! வெள்ளத்தாயும், ராக்கமாளும் பழனிச்சாமி கங்காணியிடம் கேட்டார்கள்; "ஏங்கய்யா, ஒருவார பழமெடுப்பையும் ஒருமிக்க எடுக்கவச்சு வேலவாங்கிறீகளே, அந்த ஒருவாரச் சம்பளத்தையும் வாங்கிக் குடுக்கலைன்னாவுல்ல இருக்கு தீவாளி....!" என்று பொய்க்கோபத்தோடு கடிந்தார்கள்.! பழனிச்சாமி அதே பொய் வீராப்போடு சொன்னார்; "ஆத்தா நீங்க ஊர்வலம் நடத்தி ஊரைக்கூட்டி ஊர்சனங்க முன்னால மகிழி பூக்கவச்சிருவீகன்னு பயந்துதான், கிருஷ்ணன்குட்டி ஸ்ட்ரைக் நாளுக்கும் சம்பளம்ங்கிறத முதப்பேச்சுன்னு சொல்லிட்டாருல்ல!" வெள்ளத்தாயி கேட்டாள்; "செயலாளருசாமி, நாங்களும் பேச்சுவார்த்தைக்கு வரலாமா?" "நம்மாளுக எல்லாரும் முன்னால பேச்சுவார்த்தை நடக்கணும்னு தான் எங்களுக்கும் ஆசை! ஆனால் கலெக்டரு முன்னால முத்தரப்பு பேச்சுவார்த்தைங்கிறதால குறிப்பிட்ட பிரதிநிதிகள் தாம் கலந்துக்க முடியும்னு சொல்றாங்க. சாய்ந்திரம் சங்கத்தலைவருக வருவாக; கேட்டுப் பார்ப்போம்; வரலாம்னு சொன்னா நாம எல்லாரும் போவோம்" என்றார். கிட்டத்தட்ட எல்லா வேலைத்தலங்களிலும் இந்த மாதிரியான உரையாடல்கள் இருந்தன. அன்றைய பகலும் பறந்தது. பகலெல்லாம் மரம் செடி கொடிகளோடு உறவாடிய சூரியன் மலைவீட்டுக்குள் கறுப்புப் போர்வை போர்த்தி ஓய்வெடுக்க போய்விட்டான்.

விளக்குவைக்கும் நேரம்; மாதவன், மதுசூதனன் என்னும் இரு சகாவுகள் வந்தனர். எல்லாரும் செயலர் பழனிச்சாமிவீட்டில் கூடினர். மாதவன் சொன்னார்; "நீங்க எல்லாரும் பேச்சுவார்த்தையில கலந்து கொள்ளணும்னு நினைக்கிறது தப்பில்லை! ஆனால் இது கலெக்டர் முன்னிலையில் நடக்கிற கூட்டம்' குறிப்பிட்ட எண்ணிக்கையில பிரதிநிதிகள்தான் கலந்துக்க முடியும். எஸ்டேட் நிர்வாகத்தரப்பில் முதலாளியும், மேனேஜரும்; தொழிற்சங்கத் தரப்பில், இடுக்கி மாவட்டச் செயலரோடு சகாவுகிருஷ்ணன், எஸ்டேட் தொழிலாளர் தரப்பில் தலைவர், செயலர், பொருளர் மட்டுமே. இவர்களோடு மாவட்டகலெக்டரோ அல்லது அவரது பிரதிநிதியாக ஒரு அதிகாரி, போலீஸ் டிஎஸ்.பி., மாவட்ட லேபர் ஓபிஸர் இருவர் என்ற வகையில் கலந்து கொள்வர். நானோ, நம்ம எஸ்டேட் சங்க மத்த நிர்வாகிகளோ கலந்து கொள்ள முடியாது. இந்த வரிசையில் ஒரு தரப்பில் யாரோ ஒருவர் வரவில்லை என்றால் அந்தத் தரப்பில் வேறொருவர் கலந்து கொள்ளலாம். எனக்குப்

பதிலாக இடுக்கி மாவட்டச் செயலர் கலந்து கொள்கிறார். ஆனால் உங்கள் துணை நிர்வாகிகள், செயற்குழு உறுப்பினர் உள்ளிட்ட ஏழுபேரோடு நானும் பேச்சுவார்த்தை நடக்கும் இடத்திற்கு வெளியே இருப்போம். பேச்சுவார்த்தையில் முரண்பட்ட கருத்துகள் வந்தால் அதுபற்றி கூடுதல் யோசனைக்காக நம் பிரதிநிதிகள் வெளியே வந்து நம்முடன்கலந்துபேசி முடிவெடுப்பார்கள் ” வெள்ளத்தாய் கேட்டாள், “சகாவுசேட்டா, நாங்க எல்லாரும் உங்களோடு சேர்ந்து வெளியேவந்து நிக்கலாமில்ல!”

மதுசூதனன் சொன்னார்; ‘‘பேச்சுவார்த்தையின் போது வேலை நிக்காம நடக்கணுங்கிறது கலெக்டர் போட்ட நிபந்தனை. முதலாளி எப்படி கலெக்டருக்கு கட்டுப்பட்டு பேச்சுவார்த்தைக்கு வர்றாரோ, நம்மளும் கலெக்டர் நிபந்தனைக்கு கட்டுப்பட்டு வேலைக்குப் போயாகணும். இல்லங்கில், தொழிலாளர்கள் நிபந்தனையை மீறி விட்டார்கள் என்று முதலாளி நமக்கு எதிராக, கலெக்டரைத் திருப்பி விட்டுரும்! இதனால் நம்ம நோக்கம் ஜெயமாகாமப் போகும்! அதனால் நிர்வாகிகள் தவிர மற்றவர்கள் அவசியம் வேலைக்குப் போயாகணும்!”

மாதவன் பேச்சுவார்த்தைக்கு நாளைக்கு போகவேண்டியவர்களை வரச்சொன்னார். தலைவர் சிவனம்மா, செயலர் பழனிச்சாமி, பொருளர் வெள்ளைச்சாமி மூவருடன் துணைத்தலைவர்கள் சின்னக்கருப்பன், பொன்னுத்தாயி, துணைச் செயலர்கள் பரமன், குமார், செயற்குழு உறுப்பினர்கள் பெரியசாமி, வெள்ளைத்தாய், மாரியப்பன் ஆகிய ஏழுபேரும் முன்னால் வந்தனர். இந்த பத்துப்பேர் குடும்பத்தில் கலவரத்தில் பாதிக்கப்பட்டு இறந்தவரின் உறவினர் யாருமுண்டா என்று மாதவன் கேட்டார். பரமன் முன்னால் வந்தார். அப்போ பேச்சுவார்த்தைகளில் கலந்து கொள்ளும் மூவருள் பெண்பிரதிநிதி சிவனம்மாளைத் தவிர மீதமுள்ள இருவருள் ஒருவர் வெளியே வந்து பரமன் கலந்துகொள்ள அனுமதியுங்கள் என்றார் மாதவன். பழனிச்சாமி ‘‘நான் வெளியே இருக்கிறேன். துணைச்செயலர் பரமன் என்னைவிடக் கூடுதலாகப் பாதிக்கப்பட்டவர், ஏலத்தோட்டத்தில் இருபதுவருஷத்துக்கு மேல் அனுபவம் உள்ளவர்” என்று சொல்லவும், எல்லோரும் கைதட்டி பழனிச்சாமியைப் பாராட்டினர். இது நெகிழ்வாக இருந்தது.!

மதுசூதனன் சொன்னார்; ‘‘இந்தப் பத்துபேரும் காலையில் எட்டரை மணிக்கெல்லாம் சாந்தாம்பாறை வந்துறனும். மீதிப்பேரு வேலைக்குப் போகணும். அவிட பணி ஸ்தலத்தில அசம்பாவிதம் நடக்க இடம் கொடுக்காமல் நம்ம பேச்சுவார்த்தையை

ஜெயமாக்கணும்! முதலாளிமாரை நம்பமுடியாது! கடைசிநேரத்தில் கலவரம் செஞ்சு பேச்சுவார்த்தையைக் குலைக்க முயற்சி பண்ணலாம்! நாம ஜாக்கிரதையாயிட்டு இருக்கணும்!" தொழிலாளர்கள் சொன்னார்கள்; "எங்களால எந்தப் பிரச்சினைக்கு இடம் கொடுக்காமல் பார்த்துக்கிறோம்!"

மாதவன் மெல்லிய குரலில் பேசினார்; "இங்க ஒரு சகாவு கேட்டது; சகாவுமார் எல்லாரும் ஆவலாயிட்டு இருக்கு. பேச்சுவார்த்தையில நாம் என்னென்ன கேட்கப் போகிறோம் என்று அறியணும்னு கேட்குது. தப்பில்லை! சட்டப்படி பாதிக்கப்பட்ட தொழிலாளருக்கு என்னென்ன கிடைக்கணுமோ, இந்தக் குளிரில், மழையில், பனியில், அட்டைக்கடியில் ரத்தம் சிந்தி வேலைபார்க்கும் தொழிலாளிக்கு கேரள சர்க்கார் என்ன கொடுக்கச் சொல்லிருக்கோ அதைத்தான் நாம கேட்குது. இப்போ விரிவா சொன்னா இதைக் குறைக்கும் திட்டத்தோடு முதலாளிமார் வந்துரும்! அதனால் இப்போ விரிவாகப் பேச வேணாம்! நாம் நெகோஷியேசன் டேபிளில் தொழிலாளர் கோரிக்கைகளை விட்டுத் தராது! சரி. எங்களுக்கு வேலை நிறைய இருக்கு! போய் வரும்!" என்று சொல்லி வாழ்த்துக்கூறி கிளம்பினர்.

□

45

பேச்சுவார்த்தை தொடங்கியது. மாவட்டஆட்சியர் உட்பட அழைக்கப்பட்டவர்கள் அனைவரும் கலந்து கொண்டனர். மாவட்ட ஆட்சியருக்கு மரியாதை நிமித்தம் எழுந்து வணக்கம் சொல்லி மாவட்டத் தொழிலாளர் நலஅலுவலர்,முந்தைய பேச்சுவார்த்தையில் ஒத்துக் கொண்டு நடைமுறைப்படுத்தத் தவறிய முதலாளி தரப்பிலிருந்து தொடங்கச் சொன்னார்.

“முன்பு பணிக்களத்தில் மரணமடைந்த இருவருக்கும் தான் ஒப்புக்கொண்ட இழப்பீட்டுத்தொகை முப்பதாயிரம் ரூபாயை தற்போது மரணமடைந்த மூவரின் குடும்பத்தாருக்கும் டிசம்பர்மாதம் முதல்வார சனிக்கிழமை அன்று ஐந்து குடும்பத்தாருக்கும் தரப்படும்! தற்போது பணியாற்றும் தொழிலாளர்களில் அரசுவிதிப்படி 180நாட்கள் தொடர்ந்து பணியாற்றியவர்களின் பட்டியல் தயாரித்து அவர்களை நிரந்தரத் தொழிலாளர்களாக உறுதிப் படுத்தப்படும். அவர்களுக்கு அரசுவிதிப்படி பி.எஃப். சந்தாகணக்கு ஜனவரி மாதத்திலிருந்து தொடங்கப்படும்! பணிநிரந்தரமில்லா தொழிலாளர்களுக்கும் குளிர்காலப்படி வழங்கப்படும்! வேலையை விட்டு விலகிச் செல்லும் தொழிலாளர்களுக்கு அவர்கள் பணியாற்றிய காலத்திற்கேற்ப கிராஜிட்டி வழங்கப்படும். முன்பு அறிவித்தபடி எஸ்டேட் தொழிலாளர்களுக்கென தனியாக ஒரு மருத்துவர் ஒப்பந்தம் செய்யப்பட்டு அவர் ஒவ்வொரு புதன்கிழமை பிற்பகல் நாலுமணியிலிருந்து ஏழுமணிவரை மருத்துவசேவை செய்ய வருவார். இதற்கிடையில் தொழிலாளர்களுக்கு அவசர மருத்துவசேவைத் தேவைப்படின் மருத்துவர் எஸ்டேட்டிற்கு வரவழைக்கப்பட்டு சிகிச்சை செய்ய ஏற்பாடுசெய்யப்படும். முன்னர் உறுதியளித்தபடி குடியிருப்பில் அனைத்துவசதிகளும் செய்து தரப்படும்! தினக்கூலி உயர்வு கடந்தமாதத்தில் தான் தலைக்குஒரு ரூபாய் உயர்த்தப்பட்டதால் அடுத்த பிப்ரவரியில் தொடங்கும் சீசனிலிருந்து தினக்கூலி உயர்த்தப்படும்!” என்று முதலாளி சார்பாக மேனேஜர் எழுதிக்கொண்டு வந்த அறிக்கையை மூச்சுவிடாமல் வாசித்தார்.

முதலாளி இவ்வளவு நல்லவராக இருக்கிறாரே அப்புறம் எப்படி தொழிலாளர் பிரச்சினைஏற்பட்டது என்று அரசுதரப்பில் கலந்து

கொண்டவர்கள் நினைத்தார்கள்.! முதலாளிதரப்பு அறிக்கை பற்றி தொழிற்சங்கத்தினரின் கருத்தை மாவட்ட ஆட்சியர் கேட்டார். தொழிலாளர் பிரதிநிதிகளின் கருத்துகளைக் கேட்ட பின்னரே சங்கத்தின் கருத்தை சொல்லமுடியும்! என்று இடுக்கி மாவட்டச் செயலர் சொன்னார். தொழிலாளர்களின் கருத்து கேட்கப்பட்டது.

சிவனம்மாள் தான் பேசுவதாக பரமனிடம் சொல்லி தொடங்கினார்; "பெரியவங்க எல்லாருக்கும் வணக்கம். இப்போ எஸ்டேட்டில வேலை பாக்கிறவங்கள்ள குப்பய்யா கணக்குப் பிள்ளை குடும்பத்தை தவிர மத்தவங்க எல்லாரும் ரெண்டுவருஷமா தொடர்ந்து வேலை பார்க்கிறவங்க தான்! எங்க ரவிங்கிற பையனை வச்சு நாங்க அனுதினம் வேலை பார்க்கிறதை குறிச்சுவச்சு இருக்கோம். முதலாளிஅய்யா சொல்ற நாட்கணக்கில் ஏதோ கோளாறு இருக்கும்னு சந்தேகம் வருது! அதை தீர்த்துவைக்கணும்! கலவரத்தில காயம்பட்டவர்களுக்கு எவ்வளவு நிதி நிர்வாகம் தருதுன்னு சொல்லலை. செத்துப்போனவங்க குடும்பநிதி சரியாங்கிறதை அந்தக் குடும்பத்தை சேர்ந்த பரமன் சொல்லுறது தான் பொருத்தமா இருக்கும்! நிர்வாகம் வாக்கு தவறுதனாலதான் ஸ்ட்ரைக்கே வந்தது. அதனால ஸ்ட்ரைக் நாளுக்கும் சம்பளம் தரணும்! பெரியவங்க கோவிச்சுக்க கூடாது. என்னடா பொட்டச்சி இப்படி பேசுறேன்னு கோபப் படக்கூடாது! முதலாளி எழுதிக் கொடுத்ததை நாடோடி மன்னன் படத்தில எம்சிஆரு பேசுனது கணக்கா மானேசரு படிச்சிட்டாரு. இதெல்லாம் எப்ப நடப்புக்கு வரும்னு கலெக்டர் முன்னாடி உறுதி கொடுக்கணும்! அதுபடி நடைமுறை படுத்தணும்! அதான் எங்க வேண்டுதலு. அம்புட்டுதான். வணக்கம்." கும்பிட்டு உட்கார்ந்தார்.

அடுத்து பரமன் வணக்கம் சொல்லி பேசினார்; "தாயி சிவனம்மா சொன்னதுக்கு மேக்கொண்டு ஒரு விஷயம்தான்; எங்க வீட்டில் முப்பதுவயசு சம்சாரத்தையும், முப்பத்தெட்டு வயசு மச்சினனையும் கலவரத்தில பறிகொடுத்துட்டோம். அவங்க இன்னும் முப்பதுவருஷம் வேலை பார்க்கத் தெம்பு இருந்தது. அவங்க உயிருக்கு மதிப்பு முப்பதாயிரம் மட்டும்தானா" என்று சொல்லும் போதே தொண்டை உடைந்து விம்மினார். கட்டுப்படுத்த முடியாமல் உட்கார்ந்துவிட்டார்!

சி.ஐ.டி.யு.சங்கத்தின் சார்பில் கிருஷ்ணன் எல்லாருக்கும் வணக்கம் சொல்லிவிட்டு பேசினார். "வட்டப்பாறை எஸ்டேட் நிர்வாகத்து தரப்பில் சொல்லப்பட்ட ஸ்டேட்மென்ட் முதல்கட்டமாயிட்டு செல விஷயங்களை சொல்லி இருக்கு!

விட்டுப்போனதை தொழிலாளர் தரப்பில் செரியா பறைஞ்சு! அதையும் கொன்சொளிடேட் செய்து இய்சந்தர்ப்பத்தில் நங்கள் சி.ஐ.டி.யு.சங்கத்தின் கோரிக்கைகளை இவிடே நேகோசியேசனுக்கு வைக்குனு. ஸ்ட்ரைக் நாளுக்கான வேஜஸ்; இப்போழ் வேலைபார்க்கிற தொழிலாளர்மாரை பலிவாங்காமல் பெர்மனென்ட் வர்க்ராக்கணும்; அவருக்கு நம்மடே கேரளசர்க்கார் சட்டப்படி எல்லா சலுகைகளை நிர்வாகம் செஞ்சு கொடுக்கணும்! வட்டப்பாறை தொழிலாளர்மார் கோரிக்கை பேரணியில் நடத்தப்பட்ட கலவரத்தில் காயம்பட்ட தொழிலாளர்மாருக்கு மருத்தவ செலவினையும் அவரு குணமாகி வேலைக்குத் திரும்புறவரை லீவ்வேஜஸை முதலாளிமாரு தரணும்! அட்டைக்கடியில பாதிக்கப்படாமல் இருக்க அதற்கான லோஷனை தொழிலாளர்மாருக்கு ஒவ்வொரு மாதாந்திரமும் தரணும்! முதலாளிமார் ஒத்துக்கொண்டதை டிசம்பர் மாத முதல் வாரத்தில் அமல் செய்ய உறுதிப்படுத்தணும்! தொழிலாளர் சங்கத்தில் சேரும் உரிமையை அங்கீகாரம் செய்யணும்! தொழிலாளருக்கு குளிர்காலபடி, மழைக்கோட்டு தரணும்! இதெல்லாம் தரும்பட்சத்தில் லாபம் முதலாளிமாருக்குன்னு மனசிலாகும் பட்சத்தில் பிரொப்ளம் ரெண்டு தரப்பிலும் இல்லை!" என்று அமர்ந்தார்.

இவர்கள் இரண்டு தரப்பினரும் பேசியதை தொழிலாளர் நலஅலுவலர் ஒருவரும் கலெக்டர் அலுவலகத்தின் சார்பில் ஒருவரும் குறிப்பெடுத்துக் கொண்டிருந்தனர். கலெக்டர், அந்தக் குறிப்புகளை வாங்கி ஒரு பார்வை பார்த்துவிட்டு பேசினார்; "தொழிலாளர்மார் கேட்பதற்கும் முதலாளிமார் கொடுக்கிறேன்னு சொன்னதுக்கும் பெரியஅளவில் வித்தியாசம் இல்லை! முதலாளிமார் நல்லா இருக்கிறதுக்கு தொழிலாளர்மார் உழைப்பும் ஒத்துழைப்பும், தொழிலாளர்மார் நல்லா இருக்க முதலாளிமாரின் புரிதலும் தாராள மனசும் இருக்கும் பட்சத்தில் இந்த இரண்டு தரப்புக்கும் மட்டுமல்ல; இந்த கேரளபிரதேச வளர்ச்சிக்கும், சௌஜன்ய சகவாழ்வுக்கும் இந்திய தேசிய வளர்ச்சிக்கும் உதவும்! ஆகவே இந்த இரண்டு பார்ட்டிமாரும் ஒரு டீ கேப் எடுத்து மனசாறிகிட்டு ஒரு செட்டில்மென்ட்டுக்கு வாங்க! எனக்கு இன்னொரு முக்கிய ஜோலி இருக்கு. அவிட போயாகணும்! இம் மூணுதரப்பாருக்கும் வாழ்த்துகள்!" என்று சொல்லிபுறப்பட்டார்.

கலெக்டருக்கு எழுந்து வழியனுப்பினர். மாவட்டத் தொழிலாளர் நல அலுவலர் எழுந்து அறிவித்தார்; "இவிடெ உள்ள கேண்டீனில் ஊணு ஏற்பாடு செஞ்சிருக்கு. தொழிலாளர்மார் ஊணுகழிஞ்சி

ரெண்டுமணிக்கு இவிடெ வரணும். நாம மூனுபார்ட்டியும் கலந்துபேசி முடிவுக்கு வருவோம்" என்று சொல்லவும் எல்லாரும் அரங்கைவிட்டு வெளியேறினர். முதலாளியும் மேனேஜரும் வெளியே ஹோட்டலுக்கு சாப்பிடப் போனார்கள். தொழிலாளர்கள் ஒன்றுசேர்ந்து சங்கத்துக்காரர்களோடு பேச்சுவார்த்தையின் போக்கையும் ஒவ்வொருவரும் பேசியதை குறித்தும் அளவளாவியபடி சாப்பிடப் போனார்கள். சிவனம்மாவின் பேச்சை எல்லாரும் பாராட்டினார்கள். பொன்னுத்தாய் மகன் ரவி வேலைப்பதிவு செய்தது குறித்தும் அதை சமயோசிதமாக சிவனம்மா சொன்னது குறித்தும் சி.ஐ.டி.யு.சங்க நிர்வாகிகள் பாராட்டினார்கள். ரவி வேலைநாள் பதிவுசெய்ததை வைத்து நாம் எல்லோருக்கும் பணிநிரந்தரம் செய்துவிடலாம். நிர்வாகம் குறிப்பிட்ட எண்ணிக்கைத் தொழிலாளர்களை மட்டுமே வைத்துக்கொண்டு மற்றவர்களை நிர்க்கதியாக வெளியே அனுப்பும் திட்டத்தைத் தடுத்துவிடலாம்.. உங்க எஸ்டேட் முதலாளி இறங்கி வந்து சில முக்கியமான கோரிக்கைகளை தீர்த்து வைப்பதாகச் சொல்லுவதால் சி.ஐ.டி.யு. சங்கத்திலிருந்து கூடுதலான டிமாண்டுகள் வைத்து அழுத்தம் கொடுக்கவில்லை என்று இடுக்கி மாவட்டச் செயலர் சொன்னார்.

மீண்டும் இரண்டு மணிக்கு இருதரப்பினரும் கூடினர். மாவட்ட ஆட்சியருக்கு பதிலாக உதவிகலெக்டரும் காலையில் வந்திருந்த டிஎஸ்.பி.யும் கலந்து கொண்டனர். தொழிலாளர் நல அலுவலர் கேட்டார்; "காலையில் இருதரப்பினரும் பரிமாறிக் கொண்டதில் முரண்பாடோ மாற்றமோ ஏதுமுண்டா? இருந்தால் தொழிலாளர்களின் தரப்பிலிருந்து தொடங்குங்கள்" என்றார்.

சி.ஐ.டி.யு. கிருஷ்ணன் "நாங்கள் காலையில் கோரியதில் மாற்றமில்லை. பட்சே காலையில் முதலாளிமார் சொன்னதோடு எங்களோட தொழிலாளர் எல்லாரையும் பெர்மனெண்ட் செய்யனும்! அதை டிசம்பர் முதல் வாரத்திலேயே செய்ய வேண்டும் என்பதை வலியுறுத்துகிறோம்! புதுசா நாங்கள் எதுவும் கேட்கவில்லை!" என்று அமர்ந்தார்.

இந்தமுறை முதலாளியே பேசினார். "எங்கள் எஸ்டேட் தொழிலாளர்கள் விசுவாசமானவர்கள்; நன்றாக வேலை பார்ப்பவர்கள்; எதோ தவறான புரிதலில் எதோ நடந்துவிட்டது. இப்போ எல்லாத்தையும் பெர்மனெண்ட் பண்ணச் சொல்றீங்க. அதை பரிசீலனை செய்யுறேன். பிஃஎப்,கிராஜிட்டி செலவுகளை ஏத்துக்க வேண்டியநிலை இருப்பதால் உயிரிழப்பீட்டுத் தொகையை முப்பதாயிரத்துக்கு மேல் உயர்த்தித் தருவது சாத்தியமில்லை! இந்தத்

தொகை எல்லாம் டிசம்பர் முதல் வாரத்தில் கொடுக்க வேண்டிய திருக்கிறது. குளிர்காலம் தொடங்குவதால் குளிர்காலப்படியும் கொடுக்க வேண்டியதிருக்கிறது. ஆகவே எதிர்பாராதவிதமாக ஏற்பட்ட உயிரிழப்புக்கு நாங்களும் வருந்துகிறோம். நீங்கள் சொல்வதில் பலதை நாங்கள் ஏற்றுக் கொள்வதைப் போல எங்கள் சூழ்நிலையை புரிந்து கொண்டு தற்போது நாங்கள் தருவதை நீங்கள் ஏற்றுக் கொள்ள வேண்டும்!'' என்று முதலாளி உருக்கமாக பேசி அமர்ந்தார்.

கிருஷ்ணன்குட்டி தொழிலாளர் முகங்களைப் பார்த்தார். எதிர்ப்புணர்வு ஏதுமில்லாமல் அமர்ந்திருந்த அவர்களிடம், "எதுவும் சொல்ல வேண்டியதிருக்கிறதா'' என்றுகேட்டார். பதிலில்லை. கிருஷ்ணன் தொடர்ந்தார் ''கலவரத்தில் காயம்பட்டோருக்கான நிவாரணம் குறித்து நிர்வாகத் தரப்பிலிருந்து எதுவும் சொல்லவில்லை! இப்போழ் வேலை செய்யும் தொழிலாளர்மாரை எல்லாம் பெர்மனென்ட் செய்வது குறித்து சொல்லவில்லை. சங்கத்தில் சேர்ந்தோரை பழிவாங்காமல் எதிர்காலத்திலும் அவர்கள் சி.ஐ.டி. யு. சங்கத்தில் தொடர்வதை அனுமதிக்க வேண்டும்! இதையும் பறையுங்கில் நாம ஸெட்டில்மெண்டுக்கு வந்துரும்''

முதலாளி சொன்னார்; "இவ்வளவு செய்யும் நிர்வாகம் காயம்பட்டவர்களைக் கண்டுகொள்ளாமல் விட்டுருமா? காயம்பட்டவர்களுக்கான சிகிச்சைச்செலவை நிர்வாகம் ஏற்றுக்கொள்ளும். அவர்கள் நலமடைந்து வேலைக்கு வரும்வரை அவர்களுக்கு சம்பளத்தோடான லீவாக ஏற்றுக் கொள்ளப்படும்! இப்போது உடல்தகுதியுள்ள தொழிலாளர் அனைவரையும் பணிநிரந்தரம் செய்கின்றோம். சங்கத்தில் உறுப்பினராக இருப்பது தொழிலாளரின் தனிப்பட்டவிருப்பம். அதில் நாங்கள் தலையிடமாட்டோம். இன்னும் வேறெதுவும் இருந்தால் சொல்லுங்கள்!'' கருத்து எதுவும் எழவில்லை. தொழிலாளர்நல அலுவலர் சொன்னார். "இப்போ நாம் பேச்சுவார்த்தையில் பரிமாறிக்கொண்டதை ஸெட்டில்மெண்ட் ரெடி பண்ணிடலாமா?'' என்றார். இரு தரப்பும் சம்மதித்தனர். இப்போ ஸெட்டில்மெண்ட் டோக்குமெண்ட் ரெடியாக அரைமணியாகும். அதுவரைக்கும் கேண்டீனில் டீ சாப்பிட்டு நாலரைமணிக்கு வந்திருக்கிற எல்லா தொழிலாளர் பிரதிநிதிகளும் வந்திருங்க!'' என்றார். தேநீர் குடித்துவர கிளம்பினர்.

பழனிச்சாமி கேட்டார் "சகாவு, முதலாளி இவ்வளவு இறங்கிவந்து பேசறதைப் பார்த்தா இந்த தடவையும் ஏமாத்திடுவாரோன்னு

சந்தேகம் வருது" இடுக்கி மாவட்டச்செயலர் சொன்னார்; "சகாவுமாரு பேடிக்க வேண்டாம்! இப்போழ் அவர் போட்ட செட்டில்மெண்ட் கலெக்டர் முன்னேயாக்கும்! கலெக்டர் மெஜிஸ்ரேட் அத்தாரிட்டி! அவரு முன்னிலையில போட்ட ஒப்பந்தம் மீறினால் முதலாளிமாரு இடுக்கி மாவட்டத்தில் ஏலவிவசாயமே பண்ண முடியாது!"என்று சொன்னது ஆறுதலாக இருந்தது.

மணிநாலரை ஆனது. எஸ்டேட் பிரதிநிதிகள் பத்துபேரும் சி.ஐ.டி.யு. சங்கத் தலைவர்களும் அரங்கிற்கு போனார்கள்! செட்டில்மென்ட்டில் மாவட்ட ஆட்சியர் பெயர் உட்பட அனைவருடைய பெயரிட்டு ஆங்கிலத்தில் தட்டச்சுசெய்த நான்கு பிரதிகளும், அதன் தமிழ்பதிவு மேனேஜர் கையெழுத்தில் இரண்டு பிரதிகளுமாக தயாரிக்கப் பட்டிருந்தது! ஆங்கிலத்தில் தட்டச்சு செய்யப்பட்டிருந்த செட்டில்மென்ட் பிரதியை தொழிலாளர் நல அலுவலர் சத்தமாக நிதானமாக வாசித்துக் காட்டினார். எல்லோரும் உன்னிப்பாகக் கேட்டனர். தமிழ்ப்பிரதியை பொருளாளர் வெள்ளச்சாமி நிறுத்தி நிதானமாக சத்தமாக வாசித்துக் காட்டினார். தொழிலாளர் நல அலுவலர் எழுந்து ''இப்போது வாசித்ததில் சந்தேகம் எதாவது இருந்தால் சொல்லுங்கள்'' என்றார். ''சந்தேகமில்லை கையெழுத்திடலாம்'' என்றார்கள்.

எல்லாப் படிகளிலும் நிர்வாகத்தரப்பில் முதலாளியும், மேனேஜரும் தொழிலாளர் தரப்பில் தலைவர் சிவனம்மாள், துணைச்செயலர் பரமன்,பொருளர் வெள்ளைச்சாமி சி.ஐ.டி.யு. தரப்பில் கிருஷ்ணன்குட்டி, இடுக்கி மாவட்டச்செயலர் மணி, அரசுத்தரப்பில் தொழிலாளர்நல அலுவலர் வர்கீஸ், டிஎஸ்.பி.. அகஸ்டின் முன்னிலை கலெக்டருக்குப் பதிலாக உதவிகலெக்டர் ஷாஜிமோன், சாட்சிகளாக எஸ்டேட் துணைநிர்வாகிகள் பொன்னுத்தாய் உள்ளிட்ட ஏழு பேரும் கையெழுத்திட்டனர். ஆண்கள் முதலாளி, மேனேஜரிடம் கைகுலுக்கினர். சிவனம்மாள், பொன்னுத்தாயி, வெள்ளைத்தாய் அவர்களை வணங்கி நன்றி சொன்னார்கள். சிவனம்மாள் முதலாளி, மேனேஜரிடம் சென்று வணங்கி "அய்யாக்கமாருக நான் பேசின விதத்தில தப்பு இருந்தா மனசில் வச்சுக்காதிங்க. எனக்கு மனசில் பட்டதைச் சொன்னேன்" என்றார். அவர்கள் இருவரும் புன்னகைபூசிய முகத்தோடு தலையாட்டிக் கொண்டனர்! சி.ஐ.டி.யு.சங்கம் சார்பில் எல்லாருக்கும் இனிப்பு கொடுத்தனர். எல்லாரும் மகிழ்ச்சியோடு வெளியேறினர்.

கார்த்திகை மாதத்தில் மழைக்குப் பதிலாக நடுப்பகலில்

உச்சியில் நின்று கொடும் ஒளிநாக்குகளைக் கொண்டு சுழுந்து சுழற்றிய சூரியன், கொம்பில் கனிந்து பழுத்த பழமாக அமைதியின் முறுவலோடு மலைவீட்டுக்கு ஓய்வெடுக்க நுழைந்து கொண்டிருந்தான்.. சிலர் அவனை ஆடிய ஆட்டத்தில் சக்தி இழந்து சாயப்போகிறான் என்றார்கள். சிலர் அவனை முற்பகலில் தகித்தவன் பிற்பகலில் குளிர்ந்து சுகித்திட செல்கிறான் என்கிறார்கள். அரும்பாடுபட்ட தொழிலாளர்கள் இனி சுகப்படவேண்டும். சுகத்தையே அனுபவித்த முதலாளிகள் தங்களது வளத்தை இனி கிள்ளியாவது தொழிலாளர்களுக்குக் கொடுக்கவேண்டிய சூழல் நெருங்கிவருகிறது. வளமுள்ளவன் பகிர்ந்து தந்தால் பாதகமில்லை! அந்திச் சூரியன் சிந்தனையைக் கிளர்த்தி மறைகிறான்.! மறையும் பொழுதில் ஞானம் வருவது காலத்தின் இயல்பு போலும்!

□

46

கார்த்திகை மாதத்திலும் கொஞ்சம் மழையிருக்கும். அடுத்து தைமாதம் வரை குளிர் இருக்கும். ஏலப்பழத்தை ஸ்டோரில் வைத்து பக்குவப்படுத்த விறகு அதிகம் தேவைப்படும் என்பதால் வழக்கமாக வெட்டி வரப்படும் விறகு போதாது என்று மற்றத் தொழிலாளர்களும் விறகு வெட்டிவரலாம். ஒரு சதுரகெஜம் விறகிற்கு ஐந்துரூபாய் தரப்படும் என்று பெரேட்டில் அறிவிக்கப்பட்டது. வேலைமுடித்து வரும்போது காட்டில் அங்கங்கே கிடக்கும் காய்ந்த மரங்களை எடுத்துவந்து அவரவர் வீட்டுமுன் சேர்க்கத் தொடங்கினர். ரவியும் வடமலையும் இணைந்து மரக்கட்டைகளைச் சேர்க்கத் தொடங்கினர்.

ஒருநாள் நாலுமணி வாக்கில் ரவி அரிவாளை எடுத்துக்கொண்டு காட்டுக்குப் போனான். அவன் அம்மாவிடம் சொன்னால் விறகுவெட்ட காட்டுக்குள் போக அனுமதிக்காது. கையில காலுல காயம்பட்டா நம்மளைக் கவனிக்க யாரிருக்கா? உனக்கு எதாவதுன்னா என்னால தாங்கமுடியாது. என்னாயுசு முடிஞ்சுரும் என்று அம்மா அழ ஆரம்பித்துவிடும். வடமலை வேலை விட்டு வர்றதுக்குள்ள ஒரு சின்னமரமாய் பார்த்து வெட்டி சாய்ச்சுட்டோம்னா, அவன் வந்ததும் மரத்தைக் கொண்டு வந்துறலாம். ஒரு நடுத்தரமான சந்தனவேம்பு மரத்தைப் பார்த்து வெட்ட முடிவுசெய்தான்.

இலையுதிர்காலம் என்பதால் மரம் இலைகளை உதிர்த்து உலர்ந்து நின்றது. இலையுதிர்காலமென்றால் எல்லாம் மரங்களும் இலை உதிர்த்து மொட்டையாக நிற்கும் என்று நினைத்திருந்தான். எல்லாச் சாதிமரங்களும் ஒரேநேரத்தில் இலைகளை உதிர்த்து விட்டால் காடு மொட்டையாக வெப்பமாகவல்லவா இருக்கும். சுற்றிலுள்ள உயிர்கள் வெக்கை தாங்காமல் சுருண்டல்லவா போகும்? அதனால் இயற்கையே வெப்பச் சமநிலையைப் பராமரிக்க ஒவ்வொரு பேருள்ள மரமும் ஒரு காலகட்டத்தில் இலைகளை உதிர்க்கிறது; தளிர்க்கிறது! சந்தன வேம்புமரம் இலை உதிர்த்திருக்கிறது. பக்கத்திலுள்ள பலா, இலுப்பை, நாங்கல் மரங்கள் பச்சைபசேல்னு இலைகள் போர்த்தி நிற்குது! கொஞ்சம் தள்ளி நிற்கிற எதோ காட்டுமரமும் இலைகளை உதிர்த்து நிற்கிறது. ரவிக்கு நினைவு வருகிறது; ஊரில் ஆலமரமும்,வேப்பமரமும்

மாமரமும், புளியமரமும் கூட ஒரே காலத்தில் இலை உதிர்க்கிறதில்லை; தளிர்க்கிறதில்லை! பூப்பதும், காய்ப்பதும் கோடையில் வெவ்வேறு சமயங்களில் நடக்கிறது! மழைகூட ஒரே பருவத்தில் எல்லா இடத்திலும் ஒரே நேரத்தில் பெய்வதில்லை! இப்போ ஐப்பசி, கார்த்திகையில் தமிழ்நாட்டில் அடைமழை பெய்யும். இங்கே கேரளாவில் தப்பின தவறின மழை தான் பெய்கிறது. கேரளாவில் வைகாசி, ஆனி ஆடி மாதங்களில் மழை பெய்யும் போது தமிழ்நாட்டில் கோடைமுற்றி காற்றடிகாலம் தொடங்கும்! இயற்கை எப்படியான குளிர், வெப்ப சமநிலையை பராமரித்து வருகிறது!

நினைத்தபடியே அரிவாளால் அடிமரத்தை வெட்டத் தொடங்கினான். நாலுவெட்டு வெட்டியிருந்தான். அரிவாள் பிடிநழுவி சிறிதுதூரம் தள்ளி விழுந்தது.கைகள் சிவந்து வலித்தது. ராஜகோபால், ரவியை கையில் மூளை செத்தபயல் என்பான். மூளை தலையில் இல்ல இருக்கும், கையில் எப்படி இருக்கும் என்று அப்போது நினைத்துக் கொள்வான். கைஎலும்பு பலம் குறைந்தவன் என்பதற்காக அப்படிச் சொல்லுகிறான் என்று ரவி இப்போது தெளிந்து கொண்டான். உண்மைதான், மற்ற பையன்களைப் போல் சோறு, காய்,கறி அதிகம் சாப்பிடமாட்டான். அதனால் கைவலிக்கிறது என்று நினைத்தபடி நழுவிப்போன அரிவாளை எடுத்துக் கொண்டு மரத்தை நிமிர்ந்து பார்த்தான்.

அந்த மரம் இரண்டு கைகளை விரித்த பரட்டை தலையாய் சிலுவையில் அறையப்பட்ட ஏசு போல தெரிந்தது கைவலியோடு அடிமரத்தை பார்த்தான், மரத்தில் இலேசாக நீர் கசிந்திருந்தது. இவனுக்கு அழுகை வந்தது! தனக்கு வலிப்பதுபோல் மரத்துக்கும் வலிக்கிறது போல! கண்ணீர் வடிக்கிறது! ஏசு மாதிரி தெரிகிறது மரத்தை என்ன செய்யுறது? எட்டாம்வகுப்பு அறிவியல் பாடத்தில் தாவரங்களுக்கு உயிருண்டுனு ஜெகதீஸ்சந்திரபோஸ் நிருபித்தார் என்று அவன் படித்தது நினைவுக்கு வந்தது! ' ச்சே மரம் வெட்டுவது நமக்குச் சரிப்பட்டு வராது 'என்று அங்கே கிடந்த காய்ந்த சுள்ளிகளை தாவரக்கொடியால் கட்டிக்கொண்டு அந்த மரத்தைத் திரும்பி பார்த்தால் அழுகை வந்துவிடும் என்று திரும்பிப் பாராமல் நடந்தான்.

அம்மா பொன்னுத்தாயி சொன்னது; ''என்னடா கார்த்திகை மாதத்தில் வெயில் இப்படி அடிக்குதுன்னு பார்த்தேன்! அருமைப்பிள்ளை விறகு சுமந்து வர்றான்'' என்று கேலிபேசியது. ''இல்லம்மா, குளிர்காலமில்ல இனி குளிர்காயறதுக்கு விறகு

நிறைய வேணுமில்ல!'' என்றான் ரவி. பொன்னுத்தாயி தனது மகனது முகத்தை இரு கைகளாலும் தடவி நெட்டி முறித்தது. சடசடவென சத்தம் பரிந்தது!

பாம்பு சட்டையை உரித்துப் போட்டது போல காலம் நவம்பர் மாதத்தை உரித்துப் போட்டது. மூன்றாவதுசீசன் டிசம்பரோடு பிறந்தது. பழமெடுப்பு மும்முரத்தை அதிகப்படுத்தி எதிர்பார்ப்பைக் கூட்டியது சனிக்கிழமை பெறப்போகும் பணப்பலன்! அந்த சனிக்கிழமை மேனேஜர் வந்திருந்தார். உயிரிழந்தவர் குடும்பத்திற்கு இழப்பீடு தருவதற்கு முதலில் அழைக்கப் பட்டனர். கோட்டி நாயக்கர் குடும்பத்தார், மாரியம்மாளின் அம்மா லட்சுமி, சின்னஜக்கியின் கணவன் பரமன், முத்துமாரி கணவன் செல்லம்காலாடி ஆகியோர் குடும்பத்தாருக்கு தலா முப்பதாயிரம் ரூபாய் கொடுத்து ரசீது வாங்கி கொண்டனர். சீனி கங்காணி மனைவியர் பெரியஜக்கிக்கும், பொம்மிக்கும் தலைக்கு பதினைந்தாயிரமாகப் பிரித்துக் கொடுக்கப்பட்டது! அவர்கள் கண்ணீர் வழிய இழப்பீட்டுத் தொகையை பெற்றுக் கொண்டார்கள். பிறகு அனைத்துத் தொழிலாளர்களுக்கும் அந்த வாரப் படிக்காசோடு நிலுவையாக இருந்த வேலைநிறுத்தக் கால ஐந்துநாள் ஊதியமும், கம்பளிப்படிக்காக தலைக்கு நூறு ரூபாயும், எல்லாருக்கும் மழைக்கு போட்டுக்கொள்ளும் ஜவ்வுக்காகித (பாலிதீன்) சட்டையும் தரப்பட்டது.

இவை எல்லாம் தரும்போது மேனேஜர்; "தொழிலாளர்கள் உரிமைக்காக மட்டுமே கவனம் செலுத்தாமல் வேலையிலும் கவனம் செலுத்தவேண்டும்! வேலையை சரியாகச் செய்பவர்களே உரிமையைக் கேட்க தகுதி உள்ளவர் கள்'' என்றார்! அன்று மாலை சி.ஐ.டி.யு.சங்க நிர்வாகிகள் கிருஷ்ணன்குட்டியும், மாதவன் நாயரும் வந்திருந்தனர். அவர்களுக்கு வட்டப்பாறை எஸ்டேட் தொழிலாளர்கள் நன்றி சொல்லக் கூடினர். அன்றுகாலை பொன்னுத்தாயி, சிவனம்மாளிடம் ஒரு யோசனை சொன்னது. அது நல்லதாகத் தெரிந்தது. உடனே இருவரும் எஸ்டேட்சங்க நிர்வாகிகளைக் கலந்தார்கள். அதன்படி ரவியை அழைத்துக் கொண்டு ஒவ்வொரு உறுப்பினரிடம் ஐந்துரூபாய்வீதம் இருநூறு உறுப்பினரிடமும் வசூலித்து சங்கத் தலைவர்கள் மாவட்ட சி.ஐ.டி. யு.சங்க நிர்வாகிகளான கிருஷ்ணனிடமும் மாதவனிடமும் மாவட்ட சங்கத்திற்கு நல நிதியாகத் தந்தார்கள். கிருஷ்ணன் சொன்னார்; "நீங்கள் மிகக் குறைந்த தினப்படி வாங்கும் உங்களிடம் எப்படி நிதி கேட்பது என்று தயங்கினோம். ஆனால் உங்கள் பாண்டி

நாட்டுக்குரிய நன்றி உணர்வோடு இந்த நிதியை நீங்களாகவே வசூலித்துத் தந்திருப்பது நாங்கள் பெருமையாக நினைக்குன்னு. பொதுவாக உறுப்பினர் தரும் சந்தா தொகை அவர்கள் மனமுவந்து தரும் நிதியை கொண்டான்னு சங்க செலவையும் இதில் ஈடுபட்டுள்ள முழுநேர ஊழியர்களுக்கான ஊதியத்தையும் மேற்கொள்ளும். உங்களது உணர்வை மதித்து இத்தொகையை அதற்கான ரசீதையும் இந்தக் கிளைச் சங்கத்திற்குத் தருகிறோம்" என்று கிருஷ்ணன் நெகிழ்வும் பெருமிதமும் பொங்கச் சொன்னார்.. கிருஷ்ணன் சங்க நிர்வாகிகளை அழைத்துக்கொண்டு மேனேஜரிடம் போய் "ஒவ்வொரு டிமாண்டாய் முடிச்சு தர்றதுக்கு தேங்க்ஸ். இன்னும் மீதமிருப்பதை சீக்கிரம் முடிச்சுத் தரனும். நங்கள் வர்க்கர்ஸ் நல்லா பணி செய்யும்." என்று சொல்லிப் புறப்பட்டார்கள். அன்று பெரும்பாலான தொழிலாளர்கள் சாமான் வாங்க தேவாரம் மெட்டு வழியாக தேவாரம், போடி போனார்கள். வேலைநிறுத்தத்தில் கலந்து கொள்ளாத குப்பய்யா குடும்பத்தாரும், குரங்குவிரட்டி ரெங்கசாமி குடும்பத்தாரும் தனிமைப்பட்டது போலுணர்ந்தனர். ஆனாலும் ஆறுதல் பட்டுக்கொண்டனர்; நாம நனையாட்டாலும் எல்லாருக்கும் பெஞ்ச்ச மழைதான் நமக்கும்! அவங்களுக்கு கிடைச்ச சலுகைகளும் நமக்கும்தானே என்று நினைத்துக் கொண்டனர்.

□

47

டிசம்பர்மாதம் கார்த்திகை மார்கழி மாதங்களின் கலவை என்பதால் மழையும் பனியும் குளிரும் கலந்து வாட்டியது.அன்று செவ்வாய்கிழமை காலையில் விழிப்புமணி வழக்கம்போல் ஒலித்தது. எல்லோரும் வேலைக்குப் போவதற்கான ஆயத்தங்களைச் செய்திருந்தனர். பெரேட் அழைப்புமணி அடிக்கப் படவில்லை ஏழரைமணியாச்சே என்று சங்கிலி, பரமன், பழனிச்சாமி ஆகியோர் பங்களாவுக்குப் போனார்கள். அங்கே துரைச்சாமி கணக்குப்பிள்ளை படுக்கையில இறந்துவிட்டார் என்ற தகவல் தெரிந்தது. காலை ஆறரைமணிக்கு அவருக்குக் காபி கொடுக்கப் போன போது அவர் எழுந்திருக்காமல் இருக்கவே கதவைத்திறந்து பார்த்தால் இறந்துகிடந்தார் என்று சமையல்காரர் வேலு சொன்னார். உடனே மேனேஜருக்கும் முதலாளிக்கும் போனில் சொல்லப்பட்டது.

மேனேஜரும் முதலாளியோடு பேசிவிட்டு எஸ்டேட்டுக்குக் கிளம்புவதாகச் சொன்னார். முதலாளி, துரைச்சாமியின் மகனுக்கும், மகளுக்கும் தகவல் சொன்னார். மகன் சென்னையில் இருப்பதால் உடனே புறப்பட்டுவரச் சாத்தியமில்லை; எஸ்டேட்டுக்கு வர இரண்டு நாள் பயணமாகும். அதனால் தங்கை மூலமாக அடக்கம் செய்ய ஏற்பாடு பண்ணுங்கள் என்றாராம். மகள் குடும்பம் திருநெல்வேலியிலிருந்து வர ஒருநாள் பயணம் ஆகும். ‘‘தற்போதுள்ள குடும்பச் சூழ்நிலையில் நாங்கள் அங்கு வரமுடியாது. அதனால் அவருக்கு எஸ்டேட்டிலேயே நல்லடக்கம் பண்ணிடுங்க.. நாங்க அவரு போட்டோவைக் கொண்டு தாமிரபரணி’’க் கரையில் அவருக்கு செய்யவேண்டிய சாங்கியத்தை செஞ்சுடுறோம் என்று மருமகன் சொல்லி விட்டார். முதலாளியும் மேனேஜரிடம் எஸ்டேட்டில் காரியங்களைச் செய்யச் சொல்லிட்டார்.

துரைச்சாமிபிள்ளைக்கு மகனிருந்தும் மகளிருந்தும் அவரது கடைசி காரியத்துக்கு உதவாமல் போனார்கள். உயிரின் கடைசி நிமிஷம் வரைக்கும் முதலாளிக்கு விசுவாசமாக இருந்தார். முதலாளியும் வருவது உறுதியில்லை. உடலை ஊருக்கு எடுத்துச் செல்லும் ஏற்பாடு ஏதும் தெரியவில்லை. துரைச்சாமி வேலைக்காரர்களை மனிதராகவே நடத்தியதில்லை. பெண்களைக் கொச்சையாகப் பேசுவார். இருந்தாலும் மேனேஜர் வரும்வரை எஸ்டேட் தொழிலாளர்கள் சும்மா இருக்கவில்லை. சாந்தாம்பாறைக்கு

ஆளனுப்பி பத்துகிலோ உப்பு வாங்கிவரச் சொல்லி பங்களா வரண்டாவில் வடக்குநோக்கி ஒரு சாக்கை விரித்து உப்பைப் பரத்தி அதன்மேல் அவரது உடலைக் கிடத்தினர். பெண்கள் தோட்டத்தில் செவ்வந்தி, சாமந்திப் பூக்களைப் பறித்து வந்து மாலை கட்டினர். வெள்ளத்தாயும், ராக்கம்மாவும் குலுங்கி அழுதனர். அவர்களிருவரும் அடிக்கடி துறைச்சாமியை வம்புக்கிழுத்து திட்டு வாங்குவார்கள். இனி யாரிடம் இப்படிப் பேசமுடியும் என்று வெள்ளத்தாய் அழுதாள். இந்த எஸ்டேட்டில் எங்களுக்கு ஒரு அப்பாவைப் போல் இருந்தார் என்று சிவனம்மாவும், பொன்னுத்தாயும் அன்னம்பாரித்தனர். தாத்தாவிடம் கம்பராமாயண வசனம் புத்தகம் வாங்கி வாசிப்பேன் இனி இங்கே யாரிடம் கேட்பேன் என்று ரவி அழுதான். தொழிலாளர்கள் நெகிழ்ந்து உருகிப் போயிருந்தார்கள்.சங்கிலி ஏற்பாட்டில் பாடை தயாரானது. இருவரை அனுப்பி புல்மேட்டுக்கு ஆளனுப்பி புதைக்க குழிதோண்டல் நடந்தது. பதினோருமணிக்கு மேனேஜர் ஒரு ரோசாப்பூமாலையோடு வந்தார். இதற்கிடையில் சங்கத்தார் ஏற்பாட்டில் தலைக்கு ஒரு ரூபாய் கட்டைமொய் வசூலித்து அடக்கம் பண்ணுவதற்கான சாமான்களை வாங்கி வரச் செய்திருந்தனர். மேனேஜர் மாலைபோட்டு மரியாதை செய்ததும் வீரன் ஏற்பாட்டில் கொட்டுமுழக்கத்தோடு புல்மேட்டுக்குக் கொண்டு சென்றனர். தொழிலாளர்கள் தங்கள் வீட்டுப் பெரியவருக்குச் செய்யும் மரியாதையோடு அடக்கம் செய்தனர். சமையலர் வேலு தன் அப்பாவுக்குச் செய்வதுபோல் கொள்ளி வைத்தார். பார்த்தவர்கள் கண்கள் கசிய உருகி நின்றனர்.

மேனேஜர் மனமுருகி நெகிழ்ந்து நடந்தார். மேனஜரின் மனதுக்குள்ளே அவரது நினைவுகள் மௌனப் படமாக ஓடியது. மேனேஜர் இல்லாதபோது அவரின் பல வேலைகளை துரைச்சாமி தான் பார்த்துக் கொண்டார். குப்பய்யா குமுறி அழுதார். அவருக்குத் தொண்டையில் மீன்முள் சிக்கியதுபோல மனசுக்குள் ஒரு எண்ணம் உறுத்தியது. ஏறக்குறைய முப்பதுவருஷம் எஸ்டேட் நிர்வாகத்திற்கு உழைத்த துரைச்சாமி கணக்குப்பிள்ளைக்கே இந்தக்கதி என்றால் தன் போன்றவருக்கு என்ன மரியாதை கிடைத்து விடும்? காலாகாலத்தில் ஊர்ப்பக்கம் போவதுதான் தனக்குச் சாவிலாவது மரியாதை கிட்டும் என்ற எண்ணம் குப்பய்யா மனசில் எழவே, அழுதார். மயானத்தில் துரைச்சாமிக்கு வாணங்கள் ஒளிர எல்லாரும் வாக்கரிசிபோட்டதும் நல்லடக்கம் நடந்தது. மேனேஜர் சிகரெட் ஊதி ஊதி புகை வளையங்களில் சஞ்சரித்து துரைச்சாமியின் நீண்டகால நினைவில் சுழன்றார்.

மேனேஜர்,குப்பையாவையும், எல்லாக் கங்காணிகளையும் குளித்து விட்டு பங்களாவுக்கு வரச்சொன்னார். குரங்காட்டி ரெங்கசாமியைத் தனியாக வரச்சொன்னார். மேனேஜர் பங்களாவிலேயே குளித்து அன்றாட பற்றுவரவு ஏடுகளைப் புரட்டிப் பார்த்து அதில் குறிப்பிடப் பட்டுள்ள ரொக்கக் கையிருப்பும் பீரோவிலுள்ள ரொக்க இருப்பும் சரிபார்த்தார். பணம் சரியாக இருந்தது. அவர் மேஜைமேல் வைத்திருந்த கம்பராமாயணம் வசனம் என்ற புத்தகத்தை எடுத்துப் புரட்டினார். மகளுக்கு மாதாமாதம் பணம் அனுப்பிய மணியார்டர் ரசீதுகள் இருந்தன. கடைசிப் பக்கத்தில் ஒரு கவர் இருந்தது. அதில் ஒரு தாளினை மடித்திருந்தது. அதில் பத்து நூறுரூபாய்கள் இருந்தன. மடித்திருந்த தாளில் ''என்னைத் தந்தையைப் போல் பாவித்து அனுதினம் உணவூட்டிய சமையல் வேலுக்கு'' ஐநூறு ரூபாயும், வெங்கிடுக்கு ஐநூறு ரூபாயும் கொடுக்கவும். என்று எழுதி கையெழுத்து இட்டிருந்தார். தனது மரணத்தை முன்னமே உணர்ந் இருந்தாரா? அப்படி என்றால் முன்பே சொல்லி இருக்கலாமே?

நல்ல விசுவாசமான மனுஷன். அவர் இறந்தது தனக்கு ஒரு கை ஒடிந்தது போலத்தான். இனி புதிதாக ஒருத்தரைப் பார்த்து எஸ்டேட் வேலையைப் பழக்கும் வரைக்கும் வாரத்தில் ஐந்துநாள் இங்கதான் இருந்தாகணும் என்ற கவலையை விட, குப்பய்யாவை முழுதாக நம்ப முடியாது என்ற எச்சரிக்கை உணர்வே மிகுந்தது. ஆக, நம்பிக்கையான இன்னொரு ஆள் வேண்டும். அப்போதுதான் ஒருத்தருக்கு ஒருத்தர் கண்காணித்துப் போட்டி போட்டுக்கொண்டு வேலை செய்வார்கள். இவர்கள் தனக்கும் முதலாளிக்கும் முரண்பாடு ஏற்படுத்தாத விசுவாசமானவர்களாக இருக்கவேண்டும் என்ற சிந்தனை மேனேஜரை ஆட்டுவித்தது. ரெங்கசாமியை வரச் சொல்லிவிட்டார்.

வாசலில் நிழலாடியது. பங்களா முற்றத்தில் செருமல் சத்தம் கேட்டது. மேனேஜர் முன் செருமும் துணிச்சல் ரெங்கசாமிக்குத்தான் உண்டு. மேனேஜர் முன்னறைக்கு வந்து ஜன்னல் வழியாக வெளியே பார்த்து உள்ளே வரச்சொன்னார். ரெங்கசாமி வணங்கினார். "குப்பய்யா கணக்குப் பிள்ளையோடு சேர்ந்து எஸ்டேட் கணக்கு வழக்குகளைப் பார்த்துக்கிறீங்களா?" ரெங்கசாமி செருமியபடி சொன்னார்; "இல்லீங்க. அது நமக்குத் தோதுபடாது! நாலு பேரு நாலு விதமாக பேசுவாங்க. அது உங்களுக்கும் அசிங்கம். எங்களுக்கும் அசிங்கமாயிரும்! இப்படியே முடிஞ்சவரைக்கும் இருக்கோம். சாந்தாம்பாறையில ஒரு வீட்டைப் பார்த்து வச்சிட்டு

மாசா மாசம் செலவுக்கு கொடுத்தீங்கன்னா, மூனு வயசாகிற பேத்தியை பள்ளிக்கூடத்தில் படிக்க வச்சோம்முன்னா அதோட காலத்துக்கு உதவியா இருக்கும்!''

“பள்ளிக்கூடம் போறதுக்கு இன்னும் ஒரு வருஷம் இருக்கு! அதை அப்புறம் பாத்துக்கலாம். இப்போ கணக்குப்பிள்ளைக்கு உதவியா இருக்க முடியுமா'' என்று கேட்க, ‘‘ரெங்கசாமி மறுத்துவிட்டார்.'' சரி போயிட்டு வாங்க. அனுப்பிவிட்டார். ரெங்கசாமி வழக்கம் போல் லட்சுமியம்மா கோவிலைச் சுற்றிப் போனார்.

சிறிது நேரத்தில் குப்பய்யா வந்தார். அவருக்குப்பின் கங்காணிகள் எல்லோரும் வந்தனர். அவர்களை வராண்டா பெஞ்சில் உட்காரச் சொன்னார். குப்பய்யா எழுந்து கொண்டார். வெங்கிட்டை வரச்செய்து எல்லாருக்கும் காபி கொடுக்கச் சொல்லிவிட்டு வெள்ளைச்சாமியை வரச் சொன்னார. அவரும் ஐந்துநிமிடத்தில் வந்து விட்டார்.

மேனேஜர் எல்லாரையும் பார்த்துப் பேசினார்; ''இப்போ துரைச்சாமிஅய்யா இறந்துவிட்டார். புதுசா ஒருத்தரை முதலாளி அமர்த்தும்வரை குப்பய்யாவை கணக்குப்பிள்ளையாக இருக்கச் சொல்லலாம். அவருக்கு உதவியா வெள்ளைச்சாமியை பார்த்துக்கச் சொல்லாம். வழக்கம்போல சங்கிலியை வேலை பிரிச்சுவிட்ட பிறகு, காட்டுக்குள்ளே அலையாமல் ரெங்கசாமிகூட இருந்து ஸ்டோர் நிர்வாகத்தைப் பார்த்துக்கச் சொல்லலாம்னு நினைக்கிறேன். இவர்களுக்கு கங்காணிகள் எல்லாம் ஒத்துழைப்பு கொடுக்கணும்! அதுக்காகத்தான் உங்களை வரச்சொன்னேன். அதனால உங்க கருத்தை சொன்னால் நல்லது''

வெள்ளைச்சாமி சொன்னார்; ‘‘நான் சங்கத்தில் பொருளாளராக இருக்கிறேன். நிர்வாகத்தில் நானிருந்தால் இரண்டு வேலையிலும் நேர்மையாக இருக்கமுடியாது! எனக்கு நிர்வாகத்தில் இருக்கிறதைவிட தொழிலாளர்களோட சங்கத்தில் வேலை செய்யிறதுதான் திருப்தி! கோவிச்சுக்காதிங்க; நான் சங்கத்தில் இருக்கிறேன்''

“மத்தவங்க சொல்லுங்க'' அவர்கள் எல்லோரும் சொன்னது; ‘‘மேனேஜரய்யா பார்த்து முடிவெடுக்கும் போது நாங்க சொல்ல ஒண்ணுமில்லை. ஆட்சேபணை இல்லை! எங்களுக்கு வேண்டிய உரிமையை கொடுக்கும் போது நாங்க எப்பவும்போல நிர்வாகத்திற்கு ஒத்துழைப்பு கொடுப்போம்.'' என்றார்கள். சங்கிலி மட்டும் மாற்றுக்கருத்து சொன்னார்; குப்பய்யா கணக்குப் பிள்ளைக்கு துணையாக வெள்ளைச்சாமி அய்யா போல நம்பிக்கையான ஒருத்தர்

இருக்கிறதுல எங்களுக்கு மறுப்பில்லை. நாங்க புதுசா பொருளாளர் ஒருத்தரை எடுத்துக்கிறோம்'' என்றார். சங்கிலியின் கருத்தை எல்லாரும் ஏற்று வெள்ளைச்சாமியை சம்மதிக்க வைத்தனர். வெள்ளைச்சாமி சொன்னார்; ''என் மேல நீங்க நம்பிக்கை வச்சிருக்கிறதுக்கு சந்தோசம். நன்றி. ஆனா, ஏதாவதொரு சந்தர்ப்பத்தில் தொழிலாளர் தரப்பிலோ, முதலாளி தரப்பிலோ என்னை சரியாகப் புரிந்துகொள்ளாமல் சந்தேகப்படும் பட்சத்தில் நான் இந்தப் பொறுப்பிலிருந்து விலகுவேன். என்கிறதையும் இப்பவே சொல்லிக்கிறேன்.''

குப்பய்யாவுக்கு மேனேஜர் இப்படி கருத்து கேட்பதும் தனக்கு சமமா இன்னொருத்தராக மரம்வெட்டியை அமர்த்துவதும் பிடிக்கவில்லை. இருந்தாலும், இது முதலாளி புதுசா ஒருத்தரை நியமிக்கும்வரை தற்காலிக ஏற்பாடுதான். மேனேஜர் ஒரு முடிவெடுக்கும்போது நாம என்ன சொல்ல முடியும்! வயசான காலத்தில் ஊருக்குப் போகலாமென்று எண்ணம் வந்த பின்னால ராமன் ஆண்டால் என்ன? ராவணன் ஆண்டால் என்ன? சரியானநேரம் பார்த்து ஒரு தொகையை வாங்கிட்டுப் போகலாம்! இந்த நேரத்தில் மூத்தமகன் மணி இருந்திருந்தால் நாம தான் ராஜா! நமக்கு வாச்சது இவ்வளவு தான் என்று மனசுக்குள் நினைத்து பெருமூச்சு விட்டார்.

மேனேஜர் துரைச்சாமியின் கம்பராமாயணம் புத்தகத்தை எடுக்கச் சொன்னார். குப்பையா எடுத்துக் கொடுத்தார். அதிலுள்ள கவரை எடுத்து வெள்ளைச்சாமியைப் பிரித்து வாசிக்கச் சொன்னார். அவர் வாசிக்கவும் எல்லாரும் துரைச்சாமியின் நன்றி உணர்வை நினைத்துப் பாராட்டினார்கள். சங்கிலி இரு சமையல்காரர்களையும் அழைத்து வந்தார். மேனேஜர் அந்தக் கடிதத்தில் உள்ள வாசகத்தை படித்துக் காட்டி அவர்களுக்கு ஆளுக்கு ஐநூறுரூபாய் கொடுத்தார்! அவர்கள் வாங்கும்போது கண்ணீர்விட்டு விம்மினர்.. காபி குடித்தபின் எல்லாரும் கிளம்பினர். மேனேஜர் மகிழ்ச்சியோடு சிகரெட் பற்றவைத்து ஊதினார். முதலாளி அவருக்கு வேண்டிய ஆளை அமர்த்துவதற்குமுன் தனக்குக் கட்டுப்பட்டவர்களை உட்கார வைத்து விட்டோம்; முதலாளி இப்போது இருக்கும் நிலையில் பெரிய மாற்றத்தைச் செய்துவிடமாட்டார். நம்மை யாரும் கேள்வி கேட்கப் போவதில்லை என்று உற்சாகமாக புகையில் மிதந்தார்

□

48

சங்கிலியின் வழிகாட்டலில் எஸ்டேட் வேலைகள் சுறுசுறுப்பாக நடந்தன! குப்பய்யா வெகுநாளாக எதிர்பார்த்த நிர்வாக முக்கியத்துவம் கிடைத்தபோதும் அவர் பெருமையும்பட முடியவில்லை. சிறுமைப் படவுமில்லை. காரணம் இவருதான் பெரிய கணக்குப்பிள்ளை என்றாலும் புதியதாக வந்த வெள்ளைச்சாமிக்கு உள்ள வரவேற்பும் மரியாதையும் தனக்கில்லை என்று குப்பய்யாவுக்கு வருத்தம். வெள்ளைச்சாமி குப்பய்யாவை மரியாதையாகவே நடத்தினார்

வெள்ளைச்சாமி, மற்ற கங்காணிகளை சாதி வித்தியாசம் பார்க்காம பங்களா வராண்டாவில் பெஞ்சு போட்டு சமமா உக்கார வச்சு பேசுறார். வர்றவங்களுக்கு எல்லாம் காபி குடுக்கச் சொல்றார். முன்னால மாதிரி கைகட்டி துண்டை கம்முக்கூட்டில் சொருகி நின்னு எந்தக் கங்காணியும் பேசுறதில்லை! வர்றவங்க வெள்ளைச்சாமிகிட்ட பேசுறாங்களே தவிர குப்பய்யாவைக் கண்டு கொள்வதில்லை! முதலாளியும் மேனேஜரும்கூட வெள்ளைச்சாமி, சங்கிலி கிட்டதான் எஸ்டேட் விஷயங்களைப் பேசுறாங்க! வெள்ளைச்சாமி மேனேஜர் கிட்ட பேசி சாந்தம்பாறையிலிருந்து தினத்தந்தி பேப்பரும், இங்கிலீஷ் ஹிந்து பேப்பரும் பேட்டுக்கார துரைக்கண்ணு மகன் மூலமாக தினமும் வர ஏற்பாடு செய்துவிட்டார். மதியம் ஒரு மணியிலிருந்து மூனு மணிவரை பேப்பர் மேய்றாரு. இதை மேனேஜரும் பாராட்டுறாரே.

இதில் இன்னொரு விசேஷம் என்னவென்றால், பொதுவாக நவம்பர் டிசம்பர் இரண்டாவது சீசனில் பழமெடுப்பு மந்தமாகத்தான் இருக்கும். இந்த சீசனில் பழமெடுப்பு போன வருஷத்தைவிடக் கூடுதலா இருக்கு! அதுவுமில்லாமல் நாளுக்குநாள் பழவரத்தும் கூடிகிட்டே இருக்கே, என்ன விவரம் என்று மேனேஜரும் முதலாளியும் கேட்கிறார்கள். அனுபவசாலியான சங்கிலியும் குப்பய்யாவும் ''சம்பளஉயர்வு தான் தொழிலாளர்களை உற்சாகப்படுத்தி இருக்கிறது. வேலையும் கூடி இருக்கு'' என்றார்கள் வெள்ளைச்சாமி: "சம்பள உயர்வு மட்டுமல்ல! தொழிலாளர்களுக்கு அட்டைக்கடியைத் தடுக்க கொடுத்த லோஷனும் மழையில் நனையாமலிருக்க மழைக்காகித சட்டையும் இருப்பதால் அவர்கள்

மழையையோ செடித்தூறலையோ அட்டைக்கடியையோ பற்றிக் கவலைப்படாமல் வேலை பார்க்கிறார்கள். இரண்டுநிறையை முடிக்கத் தடுமாறுபவர்கள் மூன்று நிறையை முடிக்கிறார்கள்! பெண்களுக்கு சிறுநீர்கழிக்க ஏதுவான மழைப்பேன்ட் கொடுத்தோமானால் இன்னும் அரைமணிகூட வேலை செய்வார்கள்! இந்தமாதிரி செலவெல்லாம் நிர்வாகத்துக்கு வரவாகும்; மூலதனச்செலவான உரம் போடுறமாதிரி!" வெள்ளைச்சாமி சொன்னது முதலாளி, மேனஜருக்கு மகிழ்ச்சியைத் தந்தது. தனது தேர்வு எதிர்பார்த்ததைவிட மேனஜருக்கு மகிழ்ச்சி அளித்தது. குப்பய்யாவுக்கு கொஞ்சம் வருத்தம். 'என்னடா நமக்கு பின்னால் வந்தவன் வேர்போட்டு உக்காந்துட்டானே' என்று மனசுக்குள் நினைத்தார்.

எஸ்டேட் தொழிலாளர்கள் பெர்மனென்ட் ஆனால்தான் அடுத்தடுத்து பிஎஃப் கிராஜிட்டி போன்ற உரிமைகளையும் சம்பளஉயர்வையும் பெறமுடியும் என்ற உற்சாகத்தில் வேலைபார்த்தனர். இந்தச் சமயத்தில்தான் மூன்று புதுஆள்களுடன் பாண்டியன் முதலாளி சொன்னாரென்று உள்ளே நுழைந்து விட்டார். கலவரவழக்கு விசாரணை முடியவில்லை. உடும்பன்சோலை காவல்நிலையத்தில் முடங்கிக்கிடக்கும் கொலைவழக்கு எப்போதும் படமெடுத்து கழுத்தைச் சுற்றி இறுக்கலாம். இதனால் முதலாளிக்கு கெட்ட பெயர் வரலாம் என்று மேனேஜர் சொல்லிப் பார்த்தார். இங்கே ஒருமாதம் மட்டும் தங்கவிடுங்கள் அவர்மீது எச்சரிக்கையாக இருப்போம், என்று முதலாளி சமாதானம் சொன்னார். நிர்வாகத்தைப் பார்க்கவா, பாண்டியனை கண்காணிக்கவா என்ற கவலை குப்பய்யாவுக்கு.

மேனேஜர் வழக்கம்போல் ஏலக்காய் ஏலநாளான புதன், வெள்ளி ஆகிய இருநாள் வருபவர் மூன்று இரவுகள் தங்கி சனிக்கிழமை படிக்காசு ஏற்பாடு செய்துவிட்டுத்தான் போவார். அவரது தனிப்பட்ட வாழ்க்கையை யாரும் கண்டுகொள்ளவில்லை.! அல்வா, மல்லிகைப்பூ போடியிலிருந்தே வருகிறதா என்று மோப்பம் பிடிக்க ஆளில்லை! ஊரறிந்த ரகசியத்தை துப்பறியத் தேவையுமில்லை. ரெங்கசாமிக்கு மகிழ்ச்சி பெருகியது. எஸ்டேட் தொழிலாளர்களைப் பொறுத்தளவில் பங்கஜம் பாவப்பட்ட ஜென்மம். யாரும் வம்புதும்புக்கு போவதில்லை. கைம்பெண் சந்தோசமா இருந்துட்டுப் போகட்டுமே. ரெங்கசாமியும் முன்பு மாதிரி யாரு விஷயத்திலும் தலையிடுவதில்லை. ஆக நாமுண்டு வேலையுண்டு என்று தொழிலாளர்கள் இருந்தார்கள்.

குரங்குவிரட்டி ரெங்கசாமி ஸ்டோரில் ஏலப்பழம் அனல்கூட்டில் நிழல் உலர்த்தலில் பக்குவப்படுத்தும் பணி மேற்பார்வைக்கு அமர்த்தப்பட்டார். அதனால் குரங்குவிரட்டுக்காவல் பணியில் பொன்னையா மட்டும் போதாது என்று பெரியசாமியையும் அமர்த்தினார்கள். பெரியசாமிக்கு ரெங்கசாமி காவல்காக்கும் பகுதியையும் எந்தெந்தப் பகுதியில் குரங்குகள் தவிர யானை உட்பட வேறென்னென்ன விலங்குகள் நடமாட்ட பகுதிகள், அவற்றின் பதுங்கு பகுதிகள்,எச்சரிக்கை நடவடிக்கைகள் போன்றவற்றை ரெங்கசாமி காட்டினார்.

பாண்டியன் இந்தமுறை வந்ததும் பொன்னையாவுடனே காடு பார்க்கப் போவதாக அலைந்தார். பொன்னையா கஞ்சா நசுக்கி. பாண்டியனும் கஞ்சா குடிக்கி தான்! ஆனால் வெளியே தெரியாத வகையில் நடந்து கொள்வார். அவர் பயன்படுத்தும் சார்மினார் சிகரெட்டும் அடர்த்தியான புகையும் சுருட்டு போல் காட்டமாக இருக்கும் என்பதால் அவர் மீது புதியவர்களுக்கு சந்தேகம் எழாது. பாண்டியன் கஞ்சா புகைப்பாரொழிய அத்தூளை பக்குவமாக நசுக்கி சிகரெட்டில் திணிக்கவோ, தென்னைஓலை சிமிட்டியிலோ, மண்சிமிட்டியிலோ பக்குவமாக அடைக்கும் திறனோ, பொறுமையோ இல்லை! இதுக்காகவே அவரோடு ஒருத்தர் திரிவார். இந்தவேலையில் பொன்னையா சமர்த்தன்!

போதையருக்கு எப்போதும் ஆச்சரியமான குணம் உண்டு! மேல்சாதி கீழ்சாதி பேசி வெட்டிக்கிறவங்க, குத்திக்கிறவங்க கூட போதையில் மேல் கீழ் பார்க்காமல் எச்சில் கருதாமல் பரிமாறிக்கிறாங்க! இவங்க தெளிவாக இருக்கும்போது தான் பேதம் பார்த்து அடிச்சிக்கிறாங்களா? போதையிலிருக்கும் போது பேதமில்லாமல் ஒன்னு சேர்ந்துக்கிறாகளா? மனுசனுக்கு எதாவதொரு போதை இருந்துகிட்டே இருக்கணுமா? இந்த போதை பக்தியாவும் இருக்கலாம்! கொள்கையாகவும் இருக்கலாம்!

முதலில் பெரியசாமிக்கு சந்தேகம் வராததுக்குக் காரணம் கஞ்சாகுடிக்கிகள் ஒன்னாத் திரியறானுகன்னுதான்! ஆனா வேலைக்காட்டுக்கு போகிறதைவிட ரொம்ப நெருக்கமாத் திரியறதைப் பார்த்தால் வேற எந்த நோக்கமும் இருக்குமோன்னு சந்தேகம் வரக்காரணம்; பெரியசாமி காவல் ஏரியாவில் பெரியசாமியை துணைக்கு கூப்பிடாம பொன்னையாவையே கூட்டிகிட்டுத் திரிவது! பெரியசாமி கொஞ்சம் சந்தேகம் வரவே கவனிக்கத் தொடங்கினார். வேலைத்தலத்தில் என்ன நடக்குது என்று கவனித்து முதலாளிக்கோ, மேனேஜருக்கோ பாண்டியன்

தகவல் சொல்வதுமாதிரி தெரியவில்லை. அப்புறம் எதற்கு காட்டுக்குள் அலைகிறார்? எல்லாரும் வேலைவிட்டு எஸ்டேட்டுக்கு திரும்பி ரெம்பநேரம் கழித்து குடியிருப்புக்கு வருகிறார்கள் ; என்னவிவரம்? இவர்கள் எங்கே போகிறார்கள்? என்று அவர்களைக் கவனிக்க பெரியசாமி பின்தொடர்ந்தார்! பாண்டியன் ஆள்கள் மலையுச்சியில் யானைக்காட்டுக்கு போனார்கள். பெரியசாமி மறைவாக பாறை மறைவிலிருந்து பார்த்தார். அவர்கள் யானைத் தடத்தில் வெட்டுக் காட்டுப் பக்கம் கையை நீட்டிப்பேசினர். என்ன பேசுகிறார்கள் என்று தெளிவில்லை! புதிதாக காடுவெட்ட முதலாளி திட்டமிட்டு உள்ளாரோ என்று பெரியசாமி திரும்பிவிட்டார்! இத்தகவலை பெரியசாமி, வெள்ளைச்சாமி மூலம் மேனேஜருக்கு கடத்தினார்.

மேனேஜர், பெரியசாமியை அழைத்து விசாரித்தார். காடு விஸ்தரிப்பு திட்டம் நமக்கில்லை. அதனால் அவர்களது உள்நோக்கம் என்னவென்று ரகஸ்யமாகக் கண்காணித்து முக்கியத் தகவலென்றால் வெள்ளைச்சாமி மூலம் தனக்கு போனில் தெரிவிக்கச் சொன்னார். மேனேஜர் இப்படிச் சொன்னதும் பெரியசாமியின் மூக்கு வேர்க்கத் தொடங்கி விட்டது. ரகஸியமாக பாண்டியனின் செயல்பாடுகளை, போக்குகளைக் கவனிக்கலானார்.

□

49

ஸ்டோரில் ஏலக்காய் பாடம்பண்ணும் வேலை பார்த்துக் கொண்டிருந்த ஏழுமலை சிறுநீர் கழிக்க ஸ்டோர்குடோனுக்குப் பின்னால் ஒதுங்கியவனை நல்லபாம்பு தீண்டி விட்டது. அவன் ''அய்யோ, அம்மா, பாம்பு'' என்று கத்தி ஓடி ஸ்டோர்வாசலில் மயங்கிவிட்டான். வலது தொடையில் கடிவாய் இருந்தது. ரங்கசாமி ஓடிப்போய் தூக்கி சணல்கயிற்றால் தொடையில் கடிவாய்க்குமேல் இறுக்கமாகக் கட்டிவிட்டு முகத்தில் தண்ணீர் தெளிக்கச் சொல்லிட்டு; ரெங்கசாமி அந்தப் புதருப் பக்கம் பார்த்தார். புதரின் இலைகளின் மேல் எல்லாம் சிறுநீரின் ஈரத்துளிகள் தென்பட்டன. இவன் நின்றுகொண்டு தீவண்டி பம்பு பீச்சுவதுபோல் ஒன்றுக்கு அடிச்சிருப்பான். புதருக்குள்ளிருந்த பாம்பு என்னமோ ஏதோன்னு நினைச்சு சீறிப்பாய்ந்து அவனது தொடையில் போட்டுருச்சு. கோட்டிநாய்க்கர் இருந்திருத்தாருன்னா சிரிப்பாய்ச்சியா ஒரு கதையை ஜோடிச்சிருப்பாரு என்று நினைத்து ரெங்கசாமி சிரித்துக் கொண்டே புதருக்கு சற்று தள்ளிப்போனார். அங்கு நல்லபாம்பு சட்டை உரிந்து கிடந்தது. உடனே விரைந்து ஓடினார்.

கோட்டிநாய்க்கர் சம்சாரம் சிட்டாளும் பங்கஜமும் ஏழுமலைக்கு முகத்தில் தண்ணீர் தெளித்து சாய்த்த வாக்கில் பிடித்திருந்தனர். அவன் அரை மயக்கத்தில் ''அய்யோ பாம்பு.. பாம்பு'' என்று முனகிக் கொண்டு இருந்தான். அவனை மெல்ல நகர்த்தி சுவரில் சாய்ந்திருக்கும் விதமாக பார்த்துக்கச் சொல்லிவிட்டு ரெங்கசாமி பங்களாவுக்குப் போய் வெள்ளச்சாமிகிட்ட தாக்கலை சொன்னார். வெள்ளைச்சாமி உடனே டாக்டருக்கு போன்செய்து வரச்சொன்னார். சமையல் வெங்கிட்டை காட்டுக்கு அனுப்பி ஏழுமலையின் அப்பா ராமசாமிக்கும், அம்மா மீனம்மவுக்கும் தம்பி ராசகோபாலுக்கும் பய்ய பதறாமச் சொல்லி விரைவாக கூட்டிவரச் சொன்னார்.

காட்டிலிருந்து அவர்கள் வருவதற்குள் சாந்தாம்பாறையிலிருந்து ஜீப்பில் டாக்டர் வந்துவிட்டார். ஏழுமலையின் ரத்தஅழுத்தம், நாடித்துடிப்பு, தொடையில் கடிவாய்க்குமேல் கட்டப்பட்ட கட்டு எல்லாம் சோதித்துவிட்டு விஷமுறிவு ஊசிபோட்டுவிட்டு ''பயப்பட ஒன்றுமில்லை! பிழைத்துக் கொள்வார்!'' என்று சொல்லி நோயாளியிடம் ''சாதாரணபாம்பு

தீண்டியுள்ளது என்று சொல்லுங்கள்! நாகப்பாம்பு என்றால் விஷத்தின் தாக்கத்தை விட நாகப்பாம்பு என்ற பயத்திலேயே நிறையபேர் இறந்து விடுவர். ஆகவே கடிபட்டவரிடம் என்ன பாம்பெனச் சொல்லாமல் கவனமாக இருங்கள்!'' என்று சொல்லி டாக்டர் கிளம்பினார்.

வெங்கிட்டு, ராமசாமியின் மகனுக்கு நல்ல பாம்பு கடித்ததாகச் சொல்லவும் அவரும், மனைவியும், மகனும் கதறிப் புலம்பியபடி ஓடிவந்தனர். வெள்ளைச்சாமி அவர்களை சாந்தப்படுத்தி ஏழுமலை உயிருக்கு ஆபத்தில்லை; விஷமுறிவு ஊசிபோட்டவுடன் டாக்டர் சொன்ன விவரங்களைச் சொன்னார்! ராமசாமியின் மனைவி, கதறி ஒப்பாரி வைத்தாள். பாழாப்போன மழை ஏமாத்தினதினால ஊரு காய்ஞ்சு, விவசாயம் அழிஞ்சி மலை ஏறினோம். இப்படி மகனை பாம்பு கடிக்கவுட்டுட்டோமே! காசநோயிலிருந்து காப்பாத்தி பாம்புக்குப் பறி கொடுத்துட்டோமே என்று ஒப்பாரி வைத்தாள். வெள்ளைச்சாமியும்,குப்பய்யாவும் ஆறுதல் சொல்லியும் கேட்கவில்லை! போடி பக்கத்தில் கிராமத்தில் பாம்புக்கடிக்கு மூலிகை மருந்து கொடுக்கிறார்கள் என்று ஒரு ஜீப்பு பிடித்து ஊருக்குப் போனார்கள். ஏழுமலை ஊருக்கு போன மறுநாளே விஷவேகம் கூடி உடலெல்லாம் நீலம்பாரித்துச் செத்தான். போடி அரசாங்க ஆஸ்பத்திரியில் ''.மலையிலே இருந்திருந்தால் குளிருக்கு விஷத்தோட வேகம் மட்டுப்பட்டு விஷமுறிவு வேலை செஞ்சிருக்கும்! பிள்ளை செத்திருக்க மாட்டான் '' என்று சொல்லி இருக்கிறார்கள்.

உடனே மீனம்மா தலையிலும் நெஞ்சிலும் அடிச்சு அழுதாள். மகன் எஸ்டேட்டிலேயே செத்திருந்தால் முதலாளிகிட்ட நஷ்டஈட்டுத் தொகையாவது வாங்கியிருக்கலாம். இப்போ மகனையும் சாகக் கொடுத்து, கிடைக்க வேண்டிய இழப்புத் தொகையையும் கோட்டை விட்டுட்டோமே என்று ராமசாமி கவலைப்பட்டார். போடியில் நாட்டுவைத்தியரும் ''குளிருதேசத்தில் விஷத்தோட வீரியம் கம்மி; வெக்கைநாட்டில் வீரியம் ஜாஸ்தி! இது விஷத்துக்கு மட்டுமில்ல! விளையிற பொருளுக்கும் தாம்! மலைநாட்டில விளையிற அரிசி, பலா. மேயிற ஆடு இதுக்கெல்லாம் நம்ம தரைக்காட்டில விளையிறதுக்கு வளர்றதுக்கு ஈடாகாது!'' என்று சொன்னாராம். 'உடம்பெல்லாம் எண்ணையைத் தடவிகிட்டு களத்தில் உருண்டாலும் ஒட்டுறது தானியம் தான் ஒட்டும் ' என்று பெருமூச்சுவிட்டு எட்டாம்நாள் காரியம் முடித்து எஸ்டேட் திரும்பினார்கள்.

□

50

பாண்டியன் ஆள்கள் மற்றும் பொன்னையாவின் பின்னால் சென்று பெரியசாமி அவர்களின் ரகசியத்தை மோப்பம் பிடித்துவிட்டார். உச்சி மலையில் யானைக்தடத்தில் புதர்களை சுத்தம்செய்து கஞ்சாசெடிகளை வளர்க்கிறார்கள் என்ற விவரத்தை வெள்ளைச்சாமி மூலம் பெரியசாமி மேனேஜர் காதுக்கு கொண்டு சென்றார். அதிர்ச்சியடைந்த மேனேஜர் முதலாளிக்கு கவனப்படுத்தினார். முன்னரே கேரள வனத்துறையினர் யானைத்தடத்தில் விவசாயம் செய்ய முயல்வது குறித்து விளக்கம் கேட்டு நோட்டீஸ் அனுப்பி இருந்தது. அதை ஒருவகையாகச் சமாளித்த நிலையில் பாண்டியனின் ஆள்கள் கஞ்சா வளர்ப்பது தெரிஞ்சா நிலைமை விபரீதமாகி விடும் என்று முதலாளியின் யோசனைப்படி 'மேல்மலையில் யானை வழித்தடத்தில் மர்மநபர்கள் நடமாடுவதாக' வனத்துறைக்கு போன் மூலமாக தகவல் சொல்லிவிட்டு ஃபோனோகிராமும் மேனேஜர் அனுப்பிவிட்டார்!

இதற்கிடையில், தனது போடிவீட்டில் கொஞ்சம் மராமத்து வேலை நடக்கிறது. இதை மேற்பார்வை பார்க்க பொன்னையா போகவேண்டும் என்று மேனேஜர் அனுப்பிவிட்டார்.

மறுநாள் மதியம் மதிகெட்டான் சோலையிலிருந்து யானைத்தடம் வழியாக வனத்துறையினர் ரோந்து வந்துள்ளனர். அங்கே ஆள் நடமாட்டத்தை அறிந்து சுற்றிவளைத்து அடித்து விசாரணை செய்தனர். அவர்களுள் பத்துப்பேர் போடி தேவாரம் பகுதிகளில் இருந்து அரிசியை தலைச்சுமையாகக் கடத்திக் கொண்டுவந்து விற்றுவிட்டுத் திரும்பிப் போகும்போது கஞ்சா இலைகளை ஒருகிலோ, இரண்டு கிலோ அளவில் சந்தேகம் ஏற்படாதவாறு சாக்கில் சுருட்டி கடத்திக்கொண்டு போவது வழக்கமாம்! கஞ்சாசெடியை பயிர் செய்து பராமரிப்பது பாண்டியன் ஆள்கள் என்று தெரிய வந்தது. வனத்துறையினர் அரிசிகடத்தல்காரர்களை நையப்புடைத்து சாக்கில் சுற்றி வைத்திருந்த கஞ்சாஇலைகளை பிடுங்கிக் கொண்டு "இனி ஒருமுறை பார்த்தால் சுட்டுக்கொன்று விடுவோம்! அரிசி கொண்டுவருவதோடு நிறுத்திக் கொள்ளுங்கள்" விரட்டிவிட்டனர். அவர்கள் நடக்க முடியாமல் அரிசிவிற்ற காசையும் பறிகொடுத்து ஊர்ந்து சென்றனர்.

பாண்டியன் ஆள்களைக் கொண்டே கஞ்சாசெடிகளை தீ வைத்துச் சாம்பலாக்கினர். அவர்களை அடித்து நரம்பை எண்ணி விட்டனர். பின்னங்கைகளைக் கட்டி அவர்கள் தங்கி இருக்கும் இடத்தைக் காட்டச் சொல்லி துப்பாக்கிமுனையில் நடத்தினர்! அவர்கள் வட்டப்பாறை எஸ்டேட்டில் பாண்டியன் வீட்டைக் காட்டினர்.

பிற்பகல் நாலுமணி இருக்கும். பாண்டியன் குறட்டையில் சஞ்சாரம் செய்து கொண்டிருந்தார். எட்டி உதைத்துக் கதவைத் திறந்த ஜோரில் ''பட்டியின்ட மகனே எந்திரிடா'' என்று பாண்டியன் இடுப்பில் ஒரு உதை விழுந்தது. பாண்டியன் பந்து மாதிரி துள்ளி எழுந்தார். வனத்துறையினர் மூவர்வீட்டை சோதனையிட்டனர். அரிசிச்சாக்கை கீழே கொட்டினர். விரித்த படுக்கையை கலைத்தெறிந்தனர். தரையில் அகல மரப்பலகைகள் போட்டு ஒருபெட்சீட் விரித்து அதன்மீது சீராக மூன்றங்கல உயரத்திற்கு கஞ்சாஇலைகளைப் பரத்தி அதன்மீது ஒரு பெட்சீட் விரித்துப் படுத்திருந்தார். ''பட்டிக்கு கஞ்சாபடுக்கை கேட்கோ'' என்று ஓர்அறை கன்னத்தில் விழுந்ததில் வீட்டுக்கு வெளியே விழுந்தார். அப்போதுதான் பார்த்தார் இவரது ஆள்கள் நால்வர் ரத்தம் வழிய பின்னால் கைகட்டப்பட்டு நின்றார்கள். பத்து வனக்காவலர்கள் சுற்றிநின்றனர். இன்னுமிருவர் வீட்டை சோதனை போட்டுக்கொண்டு இருந்தனர். ஒரு குட்டிச் சாக்கில் கஞ்சா இலைகள் உள்வீட்டில் அமைக்கப்பட்ட பரணில் இருந்து எடுத்தனர். காட்டுக் கம்புகளை பரத்தி அடுக்கப்பட்ட பரணை கலைத்தெறிந்தனர். படுக்கையில் கிடந்த கஞ்சாஇலைகளை வீட்டிற்கு வெளியே கொட்டித் தீவைத்தனர். எஸ்ட்டேட்டே லாகிரி புகையில் கமகமத்து கிறங்கியது.

இந்தக் களேபர சத்தம் கேட்டு வேலைவிட்டுவந்த தொழிலாளர்கள் கூடிவிட்டனர். என்ன நடந்தது என்று கேட்ட சோணைமுத்துக்கும், குமாருக்கும் கன்னத்தில் அறைகள் விழுந்தன. அதோடு எல்லாரும் ஓடி அவரவர் வீட்டுக்குள் நுழைந்து கதவை மூடிக்கொண்டனர். வயிற்றில் உதை பட்ட நாய்போல கிஸ்ஸுகிஸ்ஸு என்று மூச்சிரைக்க பாண்டியன் கிடந்தார். இதற்குள் எஸ்டேட் பங்களாவிற்கு செய்தி போய்விட்டது. என்றாலும் அவர்கள் யாரும் வெளியே வரவில்லை! வெள்ளைச்சாமி கேள்விப்பட்டதை மேனேஜருக்கு போனில் சொன்னார். ஃபாரஸ்ட் டிபார்ட்மெண்ட்டுக்காரங்க கூப்பிடாமல் வெளியே போக வேண்டாம்! அவர்களாக விசாரிக்க வரட்டும்! என்று மேனேஜர் சொல்லிவிட்டார்.

கிழிந்து தொங்கும் வெள்ளைச்சட்டையில் உடல் காயங்களில் கசியும் ரத்தம் சட்டையை நனைக்க குட்டிச்சாக்கில் கஞ்சாவை சுமந்தபடி பாண்டியன் முன்னால் இழுத்து செல்லப்பட்டார். பின்னங்கைகள் பிணைக்க ரத்தம்உறைந்த மேனியோடு அடியாட்கள் பின்தொடர்ந்ததனர். இருபக்கமும் வனவர்கள் வர, வனச்சரகர் முன்னால் பங்களா நோக்கி மிடுக்காய் நடந்தார். அவர்கள் ஒவ்வொரு குடியிருப்பாக இறங்கிச் செல்வதை தொழிலாளர்கள் திறந்த வாய் திறந்தபடி விரிந்த கண்கள் விரித்தபடி உறைந்து நின்றனர்!

வனச்சரகர் பங்களாவுக்குள் நுழைந்தார். பூட்ஸ்சத்தம் கேட்டு வெள்ளைச்சாமியும் குப்பய்யாவும் எழுந்து வாசலுக்கு வந்தார்கள்! வனச்சரகர் நடந்ததை எல்லாம் சொன்னார். வெள்ளைச்சாமி கோபத்தை முகத்தில் காட்டி, “ஏண்டா காவல்கார நாய், சோறு போட்ட முதலாளிக்கு நம்பிக்கை துரோகம் செஞ்சு கஞ்சாவா வளர்க்கிறே'' என்றபடி ஓங்கி வலதுகன்னத்தில் அறைந்தார். கோடாளி பிடித்தவிரல்கள் ஐந்தும் பாண்டியன் கன்னத்தில் பதிந்திருந்தன! ‘‘நான் ராணுவத்தில் கமாண்டராகவும், டீச்சராகவும் இருந்தவன். இப்படியான சமூகவிரோத காரியங்களை அனுமதிக்க மாட்டேன்'' என்று ஆங்கிலத்தில் சொன்னார். வனச்சரகரே அதிர்ந்து போனார். வெள்ளைச்சாமி தொடர்ந்து பேசினார் ”நீங்கள் உங்கள் சட்டப்படி என்ன நடவடிக்கை எடுக்கணுமோ எடுங்க! இப்படிப்பட்ட குற்றவாளியை எங்கள் எஸ்டேட்டில் வேலைக்கு வைத்திருந்ததற்கு நிர்வாகத்தின் சார்பாக நாங்கள் வருத்தப் படுகிறோம்!” என்று கூறினார். வனச்சரகரும் வனவர்களும் நம்பியவர்களாகத் தெரிந்தனர்.

வெள்ளைச்சாமி வனச்சரகரையும் வனவர்களையும் உட்காரச் சொன்னார். வனச்சரகர் மட்டும் உட்கார்ந்தார். எல்லோருக்கும் காஃபியும் பிஸ்கட்டும் கொடுக்கப்பட்டது. அவர்கள் காஃபி அருந்திய பின், காவல்துறை விசாரணைக்கு அழைக்கப்படும்போது எஸ்டேட் தரப்பில் நீங்கள் நேரில் வரவேண்டும் என்று சொல்லி கிளம்பினர். பாண்டியனும் அவரது ஆட்களும் மூடிய வாயைத் திறக்காமல் எதுவும் நடக்காதது போலிருந்தனர்.! வெள்ளைச்சாமி வனத்துறையினரை பேசி சமாளித்த விதம்; பாண்டியனை கன்னத்தில் அறைந்து வனத்துறையினரை நம்ப வைத்து முதலாளியையும் தொழிலாளர்களையும் சந்தேகத்திலிருந்து காத்தது; ஒட்டுமொத்த வட்டப்பாறை தொழிலாளர்களின் கோபத்தை பாண்டியன் கன்னத்தில் இறக்கியது குறித்தும் குப்பையா சிலாகித்துப் பெருமைப்பட்டார்.

இது நடந்த அன்றே போடிமெட்டிலிருந்து கோம்பை, தேவாரம்மெட்டு, கம்பம்மெட்டு, குமுளி போன்ற தமிழக கேரள எல்லையில் வனத் துறையினரின் சோதனைகள் நடத்தப்பட்டன. சோதனைக்கு உட்பட மறுத்தவர்கள், சந்தேக நபர்களை அடித்து விசாரணை செய்தனர். தமிழ்நாட்டில் உள்ள பிரபல பத்திரிக்கையில் கேரள எல்லையில் பதற்றம். தமிழர்கள் அடித்து விரட்டப்பட்டனர் என்று செய்தி வந்தது!

அந்த வாரம் சனிக்கிழமை படிக்காசு கொடுக்கும்போது முதலாளியும் மேனேஜரும் வந்திருந்தனர். படிக்காசு கொடுக்கும்போது, முதலாளி பேசினார்; ''இந்த சீசன் முடியப்போகுது. பழமெடுப்பு குறைஞ்சுருச்சு. காவலுக்கு இருக்கட்டும்னு பாண்டியனை எஸ்டேட்டில் வச்சது தப்பாகப் போச்சு. போலீஸ்கிட்ட கேசில மாட்டி விட்டுட்டான். விசாரணை அது இதுன்னு போலீஸ் நம்மையும் குடையுறான்க. நாளை மறுநாள் உங்கள்ள யாரையும் விசாரணைன்னு கூப்பிட்டு அடிச்சு மிரட்டி எதாவது கேசில் மாட்டிவிடலாம். அதனால எல்லாரும் ஊருக்குப் போயிட்டு பொங்கல் கொண்டாடிட்டு வாங்க.

போலீஸ் கெடுபிடிகளும் கொஞ்சம் குறையட்டும் ! ஜனவரி இருபது தேதிக்கு மேல் உங்கள் கங்காணிமாருக்கு கடிதம் அனுப்புறோம். அப்போது வந்தால் போதும்! பொங்கல் செலவுக்காக தலைக்கு இருநூறுரூபாய் தாரோம். வாங்கிட்டு சந்தோஷமா போயிட்டு வாங்க.! நம்ம எல்லாருக்கும் லட்சுமிஅம்மாள் துணை இருக்கும்'' என்று முதலாளி குரலை உருக்கமாக்கிப் பேசினார்! இரண்டு ரூவா மூணுரூவா கூலி வாங்கினவங்க சொளையா இரண்டு நூறுரூபா நோட்டுகளை கையில் வாங்கினதும் மனம் மகிழ்ந்து இலேசாகி தரையில் கால்பாவாமல் மிதந்தார்கள். முதலாளியின் பேச்சில் தொழிலாளர்கள் மனமுருகி படிக்காசோடு தலைக்கு இருநூறா ரூபாய் வாங்கி பெரியகும்பிடு போட்டார்கள்! மறுநாள் ஞாயிற்றுக்கிழமை சங்கிலி, ரெங்கசாமி, சின்னாத்தேவர்,குப்பையா கணக்குப்பிள்ளை பேட்டுக்கார துரைகண்ணு குடும்பங்கள் தவிர அனைவரும் மகிழ்ச்சியோடு பொங்கல் கொண்டாட தம்தம் ஊர்களுக்கு கிளம்பினர்.

□

51

மதுரையைச் சுற்றியுள்ள பகுதிகளில் ஓரளவு மழைபெய்து விவசாயம் நடந்திருந்தது! வட்டப்பாறைத் தொழிலாளர்கள் அவரவர் ஊர் திரும்பியதும் ஊர்மக்களாகிப் போனார்கள். மறுநாளே அறுவடை வேலைகளுக்குப் போனார்கள்! சாப்பாடு நெல்லு, சோளம் பருப்பு,கறி புளின்னு ருசி கூடியிருந்தது புதுத்துணிகளோடு பொங்கல் கொண்டாடினர்.

ரவி, வெள்ளிக்கிழமை தவிர ஒவ்வொரு நாளும் காலை சாப்பாடு உண்டபின் அம்மா பொன்னுத்தாயிடம் ஒருரூபாய் வாங்கிக் கொண்டு ஐந்துமைல் நடந்து ஆண்டிபட்டி நூலகத்திற்குப் போவான். அவன் விரும்பிய புத்தகங்களை நூலகரிடம் கேட்டு வாங்கி வாசிப்பான். அவனுக்குப் பிடித்த கருத்துகளை ஒரு நோட்டில் குறிப்பு எடுத்துக் கொள்வான்! பகல் ஒருமணிக்கு நூலகம் உணவு இடைவேளைக்கு பூட்டப்படும்போது நூலகஉறுப்பினர் அட்டை மூலம் பெற்ற புத்தகத்தை பசிக்கும்வரை வாசிப்பான். பிறகு பஸ்ஸ்டாண்ட் உணவகத்துக்குப் போய் ஐம்பது பைசா கொடுத்து எலுமிச்சைசாதமோ, தயிர்சாதமோ கிடைப்பதை வாங்கிச் சாப்பிட்டுவிட்டு மீண்டும் நூலகத்தின் முன் உள்ள மரத்தடியில் உட்கார்ந்து வாசிப்பான். நாலுமணிக்கு நூலகம் திறந்ததும் ஆறுமணி வரை அவனுக்குப் பிடித்த வேறுவேறு புத்தகங்களை எடுத்து வாசிப்பான். ஆறுமணிக்குமேல் அன்றைக்குப் படித்த புத்தகங்களை அசைபோட்டபடியே நடப்பான்! வெள்ளிக்கிழமைகளில் ஓய்வாக இருக்கும் அவன்சோட்டுப் பசங்களோடு விளையாடுவதும் பேசுவதுமாக இருப்பான்.

எஸ்டேட்டில் மிச்சம்பிடித்த பணத்தில் பலர் ஆடு, கோழிகள் வாங்கி வளர்த்தனர். சிலர் சிறு விவசாயிகளுக்கு வருஷாந்திர தானிய தவசு வட்டிக்குக் கொடுத்தனர். விவசாயக் கூலி வேலையில் ஈடுபட்டிருந்த நேரம் தவிர ஓய்வு ஒளிவாக இருக்கிற நேரங்களில் எஸ்டேட் நினைவுகள் குமிழியிட்டன. கங்காணிகளையும் கடுதாசிகளையும் எதிர்பார்த்தனர். நாள்கள் நகர்ந்தன. மாசி பிறந்து அடுத்து மூன்றாவது சீசன் தொடங்கும் காலம்; கடுதாசியோ கங்காணியோ வரக்காணோம். மாசி முழுவதும் அறுவடைவேலைகள் இருந்தன. நினைக்க நேரம் இல்லை! பங்குனி பிறக்கவும் விவசாய வேலைகள் மத்துவமாக இருந்தன.

ஒரு ஞாயிற்றுக்கிழமை காலையில் ஏழுமணி வாக்கில் சிவனம்மா வந்தது. பொன்னுத்தாயும் சிவனம்மாவும் கட்டித்தழுவி கண்ணீர் பொங்கினர். நினைவுகளைப் பகிர்ந்து நிறைய பேசினர். அம்மா, சோறு வடிச்சு முட்டைபொரிக்கிறேன் என்றது. வெறும்வகுத்தோடு பாண்டி கோவிலுக்குப் போய் கும்பிட்ட பிறகுதான் கஞ்சி தண்ணீ எல்லாம் என்று சிவனம்மா சொன்னது. அம்மாவும் குளிச்சு புறப்பட்டது. ரவியையும் மதுரை பாண்டிகோயிலுக்கு அழைத்தார்கள். அவனுக்கும் மதுரைக்குப் போய் சுற்றிப்பார்க்க ஆசைதான். ஆனால் இவர்கள் கோயிலுக்குப் போய் சாமியாடுவார்கள். இவனுக்கு அதில் இஷ்டமில்லை. ஆகவே நூலகத்திற்குப் போய் புத்தகத்தைத் திரும்பத் தரணும். அதனால நான் வரலை. நீங்க போயிட்டு வாங்கன்னு சொல்லிவிட்டான். ஆண்டிபட்டி வரைக்கும் அவர்களோடு நடந்து போய் மதுரை பஸ்ஸில் ஏற்றிவிட்டுட்டு நூலகத்திற்கு போனான்.

மறுநாள் காலையிலே பொன்னுத்தாயி கோழிக் குழம்பு, கேப்பைக் களிக் கிண்டி சிவனம்மாவுக்குப் பரிமாறியது. மூவரும் மகிழ்ச்சி கண்ணீர்பூக்க சாப்பிட்டனர். பிறகு போடிதாசன்பட்டி சென்று கங்காணி சுப்பையா நாய்க்கரைப் பார்த்தனர். இவர்களை பார்த்ததும் வீடுதேடி வந்ததற்கு மகிழ்ச்சியும்; அவர்களுக்கு வகையாகக் கவனிக்க இயலாமைக்கு சங்கடத்தையும் உணர்ந்தனர். நொடியில் இதை மோப்பம் பிடித்த சிவனம்மா "சுப்பம்ம, மதினி இப்பத்தான் நாங்க மூக்குமுட்ட தின்னுட்டு வாறோம்! அவசரப்பட்டு எதுவும் செஞ்சுறாதீக." சுப்பையா மனைவி பின்னந்தலையை சொறிஞ்சபடி, "பிறந்தவீட்டுக்கு வந்துட்டு எதுவும் திங்காமப் போனா மணக்குமா மதினி?. சரி, ஆட்டுப்பாலிருக்கு காபி போடறேன். ஆளுக்கு ஒருவாய் குடிங்க " என்றபடி கறந்து வைத்திருந்த ஆட்டுப்பாலில் காபி போட்டு தந்தாள்.

பொன்னுத்தாயி சுப்பையாவிடம் எஸ்டேட் விவரம் கேட்டது. "எஸ்டேட்டிலிருந்து தகவல் வரலையேன்னு தம்மிநாயக்கன்பட்டி பழனிச்சாமி வீட்டுக்குபோய் விசாரித்ததில், முதலாளி நம்மளை எல்லாம் ஏமாத்திட்டாரு. கடன் அதிகமாயிருச்சுன்னு உடும்பன் சோலைக்கு போகும் ரோட்டோரமுள்ள பாச்சாசாயுபு தோட்டமும் அதை ஒட்டியிருந்த நூறேக்கரு ஏலத்தோட்டமும் சேர்த்து முன்னூறு ஏக்கரை வித்துட்டாராம். தேவாரமெட்டுக்குக் கீழே யானைக் காட்டோரமா இருந்த முன்னூறு ஏக்கரு காட்டை ஃபாரஸ்ட்காரங்க இடமுன்னு அவங்க எடுத்து வேலி போட்டுட்டாங்களாம்! மிச்சமிருக்கிற இடத்தில் வடக்கே பேத்தொட்டிக்கு மேல்

இருக்கிறதில இருநூறு ஏக்கர் தோட்டத்தை விக்கப் பேச்சுவார்த்தை நடக்குதாம்.

இவ்வளவு பணநெருக்கடிக்கு காரணம், முதலாளிக்கு சினிமா நடிகைகள்கிட்ட சிநேகம் உண்டாம்! அவளுககிட்ட காசை அள்ளி விட்டுட்டாரம். இது பத்தாதுன்னு முதலாளிக்கு குதிரைரேசு கிறுக்கும் உண்டாம். கடனை வாங்கி காசை குதிரை மேலகட்டி இருக்கிறார். குதிரை பிடுங்கிட்டு ஓடிருச்சாம்.! கடன் குடுத்த பேங்க்காரங்க ஜப்தி நோட்டீஸ் அனுப்பிட்டாங்களாம். இப்போ ஏலத்தோட்டத்தை வித்துட்டு கடனை அடைக்கிற நிலைமை வந்துருச்சாம்! நம்மளை சட்டப்படி அனுப்பினா கிராஜிட்டி அது இதுன்னு சங்க சட்டப்படி கொடுக்கணும்னு நம்மகிட்ட சக்கரையாப் பேசி, முதலாளி நம்மளை வெளியேத்தி விட்டாரு. நம்மளும் யூனியன்ல கலந்து பேசாம இருநூறு ஓவா பொங்கக்காசுங்கிவும் புத்தியை கடன் குடுத்திட்டு வந்துட்டோம். இப்போ சங்கிலி குடும்பம், சின்னாத்தேவர் குடும்பம். பேட்டுக்கார துரைக்கண்ணு குடும்பம்ன்னு இருபது இருபத்தைந்து பேருதான் வேலை பார்க்கிறாங்களாம்! அவங்க மட்டும் யூனியன்ல பதிஞ்சவங்களாம். ஆள் தேவைப் பட்டால் சாந்தாம்பாறை, பேத்தொட்டியில் இருந்து தினக்கூலிக்கு ஆள்களைக் கூப்பிட்டுக்கிறாங்களாம். இதெல்லாம் வெள்ளைச்சாமி சொல்லித்தான் தெரிஞ்சுச்சாம். இப்படி முதலாளியை நம்பி ஏமாந்து போனோமுன்னு வெள்ளைச்சாமி நொந்து போய் இருக்கிறாராம். மிஞ்சி இருக்கிற ஆளுகளுக்கு ஏதாவது செட்டில்மென்ட் வாங்கிக் கொடுத்துட்டு ஊருபக்கம் போகணும் என்றாராம்."

"நம்மளை நம்பவச்சுக் கழுத்தறுத்த முதலாளி விளங்குவாரா" என்று சிவனம்மா ஆவேசமா கேட்டது."

"அது முதலாளிமாருபுத்தி! நம்ம உசாரா இருந்திருக்கணும்; போலீஸ் விசாரணை அது இதுன்னு பயந்து எதையும் யோசிக்காமல் பொங்கல் காசு இருநூறு ரூவாங்கவும் மதி மயங்கிட்டோம்! இப்போ மதிபேதலிச்ச மாதிரி புலம்பி என்ன செய்ய? நாம புலம்பற மாதிரி அந்த ஆளு இப்படி இன்னும் யாருகிட்டயாவது ஏமாந்து புலம்பித் தான் திரிவாரு! அவருக்கு நல்ல கெதியா கிடைக்கும்? இத்தனை பேரு வயித்தெரிச்சல் சும்மா விடுமா?" என்று பொன்னுத்தாயி உலை கொதிச்சது போல பொங்கிப் பெருமூச்சுவிட்டது.

சுப்பையா சொன்னாரு; "மீதி விஷயத்தைக் கேளுங்க. தம்மி நாயக்கன்பட்டியில பழனிச்சாமி, இராமர் குடும்பங்கள் அவ்வஞ்சு

ஆடுகள் வாங்கி வளர்க்கிறாகளாம். கூலிவேலை இல்லாத நாளுகள்ல ஆடுகள் மேய்க்கிறது. சுள்ளி பொறுக்கிறதுன்னு பொழுது போகுதாம். அஞ்சாறு மழைதண்ணி பெஞ்சதால பயிருபச்சை தெரியுதாம். அதைவச்சு சமாளிக்க முடியுமான்னு தெரியலைன்னாரு. இனி எஸ்டேட்டுக்குப் போகனும்னா யூனியன்ல சேர்ந்து போராடணும்!. அதுக்கு நமக்கு எசக்கு பத்தாதுன்னு சொல்றாரு பழனிச்சாமி. நாம என்ன செய்யலாம்னு நீங்க சொல்லுங்க" என்றார் சுப்பையா.

"ஆம்பிளேகளே இப்படிச் சொன்னா... கைம்பொண்டாட்டிக நாங்க என்ன செய்யமுடியும்?" என்ற சிவனம்மா " நீங்களாவது கிராமத்தில் இருக்கீங்க... விவசாயக்கூலி வேலை கிடைக்கும்! நீராகாரத்தை குடிச்சாவது வயித்துப்பாட்டை சமாளிச்சிருவீக! தேனிடவுனில் இருக்கும் நாங்க என்ன செய்ய? சரி. ஒரு தையல் மிஷினிருக்கு. அதை வெச்சு தான் வயித்துப் பொழப்பை ஓட்டப் பார்க்கணும்! தம்பி சர்க்கரையை கார் ஓட்டிப்பழக அனுப்பிஇருக்கேன். அவனுக்கு நல்லவளா ஒருத்தியை பார்த்து ஒரு கால்கட்டை போட்டுட்டா நாம அக்கடான்னு இருக்கலாம்". என்று சிவனம்மா பெருமூச்சுவிட்டது.

இவர்கள் வந்திருப்பது கேள்விப்பட்டு, கோட்டிநாய்க்கர் சம்சாரமும் மகள்களும் வந்து பேசிக் கொண்டிருந்தனர். ஏலத்தோட்டத்தில அட்டைக்கடி அரனைக் கடியில வேலை பார்த்தாலும் வயிறாறக் கஞ்சி குடிச்சோம்! சாதிவேத்துமை பார்க்காம ஒரே குடும்பமாக இருந்தோம்! ஒரு குடும்பத்தோட துயரம் எல்லாரது துயரமா நினைச்சோம். கூட்டாஞ் சோறாக்கி பகிர்ந்து சாப்பிட்டோம்! இனி அப்படி வாய்க்குமான்னு பெருமூச்சுடன் பிரிந்தனர்.

★★ முதல் பாகம் நிறைவுற்றது ★★

இரண்டாம் பாகம்

1

காலத்தின் பயணத்தில் நாற்பத்தைந்து மைல்கள் கடந்தாகிற்று. 2016,நவம்பர் மூன்றாம் நாள். கம்பம் மெட்டு வழியாக சாந்தாம்பாறைக்கு ரவிச்சந்திரன் காரில் கனவும் நனவுமாக பயணித்துக் கொண்டிருந்தார். மலைப்பாதையில் வளைந்து வளைந்து செல்வது அந்த முனைக்கும் இந்த முனைக்கும் தொட்டில் போய் வருவது போல் இருந்தது. வண்டி குலுங்கி நின்றது. உறக்கமும் தடைபட்டது. ஓட்டுநர் யாரிடமோ பேசும் சத்தம்கேட்டது. ‘‘என்னாச்சு?’’ ஓட்டுநரிடம் வினவினார். பதிமூன்றாவது கொண்டைஊசி வளைவில் விபத்தாம். உயிர்ச்சேதம் ஆகியிருக்கலாம் என்று பேசிக்கிறாக.

'அடக்கொடுமையே! போடிமெட்டுசாலை பழுதுன்னு கேள்விப்பட்டதாலே கம்பம்மெட்டு பாதையிலே வந்தோம்; இங்கும் விபத்தா?..' பின்னாலே திரும்பிப் பார்த்தார்; வரிசையாக வேன்களும், லாரிகளும், கார்களும் நின்று கொண்டிருந்தன. இனி திரும்பி குமுளி வழியாகவும் போக முடியாதபடி நெரிசல். சாலைப் போக்குவரத்து சரியாகும்வரை காத்திருப்பதைத் தவிர வேறுவழியில்லை. இறங்கி மெல்ல நடந்தார். இடப்புறம் மரங்கள் அடர்ந்த மலையும் வலப்பக்கம் கருஞ்சாரைப் பாம்பைப்போல வளைந்து செல்லும் சாலை அடுக்குகளும் அதனூடாக கண்ணில்படும் பனிபடர்ந்த நிலவெளியும் பார்வையை ஈர்த்தது. ஓட்டுநர் பாலுவிடம் சொல்லிவிட்டு முன்னோக்கி நடந்தார்.

இளங்காலை மலைக்காற்று உடலை நடுக்குகிறது. உடலுக்கு சூடுஏற்ற டீ காபி குடிக்கவழி இல்லை. புகைபிடிக்கும் பழக்கமும் இல்லை. வேகமாக நடந்தால் குளிரை விரட்டலாம் என்று மேல்நோக்கி வேகமாக நடந்தார். வேர்வை அரும்பியது. அவரது கார் பத்தாவது வளைவைத் தாண்டி நின்றிருந்தது. மேல்நோக்கி நடக்க நடக்க இவருக்கு மேல் மூச்சு கீழ்மூச்சு வாங்கியது. தனக்குத் தானே சிரித்துக் கொண்டார். ‘பன்னெண்டு வயசில் ஒரு நாளைக்கு இரண்டு மூன்று தடவை இதைவிட செங்குத்து ஏத்தத்தை ஏறிப் போயிருக்கோம். இப்போ இத்தனூண்டு ஏத்தம் ஏற திணறுது; வயசு அறுபதை நெருங்குதல்ல' என்று சொல்லிச் சிரித்து இரு கைகளையும் பக்கவாட்டில் ஆட்டி உற்சாகப்படுத்திக் கொண்டு நடந்தார்.

வேன்களும் ஜீப்புகளும் நிறைய நின்றிருந்தன. அவற்றில் காற்றுபுக இடைவெளியின்றி பெண்கள் உட்கார்ந்திருந்தனர். அவர்களது புழுக்கத்தை சினிமாப்பாடல்கள் மறக்கச்செய்து கொண்டிருந்தன. ஜன்னலோரம் உட்கார்ந்த பலர் கண்களை மூடியிருந்தனர். இவர் சுற்றிலும் வேடிக்கை பார்த்துக் கொண்டே நடந்தார். பதிமூன்றாவது வளைவுக்குமுன் ஒரு சரக்குலாரியை முந்திச் சென்ற வேன் எதிரில் இறங்கிவந்து கொண்டிருந்த சரக்கு லாரியுடன் மோதியதில் வேனின் இடதுபகுதி நசுங்கியது. நாலைந்து பெண்கள் இரத்தம்வழிய உயிருக்கு போராடிக் கொண்டிருந்தனர். முக்கல், முனகல், கதறல் சத்தங்களும், வேனில் பின்பக்கத்திலிருந்து. ''ஐயோ காப்பாற்றுங்களே'' என்ற அபயக்குரல்களும் கலவையாக ஒலித்துக் கொண்டிருந்தன. இவர் மனதைப் பிசைந்தது. நாலுபேர் அந்த வேன்ஓட்டுநரின் கதவை உடைத்து மயக்கத்திலிருந்த அவரை மெல்ல மெல்ல நகர்த்தினர். அவரது இடது முன்னங்கால் நசுங்கி இரத்தம் கசிந்து கொண்டிருந்தது. லாரியிலிருந்து ஒரு போர்வையை வாங்கி ரோட்டில் விரித்துப்படுக்க வைத்திருந்தனர். ஓட்டுநர் தன்னையறியாமல் முனங்கியபடி இருந்தார்.

ஓரிளைஞர் நூற்றிஎட்டு அவசரஆம்புலன்ஸுக்கு கம்பத்திலிருந்து வரவழைக்க செல்பேசியில் தொடர்புகொண்டார். ஓட்டுநரின் கதவு வழியாக லாரியோட்டுநர் வேனுக்குள் நுழைந்து இடப்பக்கம் கதவைத் திறந்துவிட்டார். இடப்பக்கக் கதவு வழியாக கிளீனர்கள் வேனுக்குள் உள்ளே நுழைந்து அடிபட்ட பெண்களை கீழ்நோக்கிச் செல்லும் லாரியில் ஏற்றினர். பெண்களது தலையில், நெஞ்சில், இடுப்பில், கைகளில், கால்களில் பலத்த அடிபட்டு ரத்தம் வழிந்து கொண்டிருந்தது. இவர்களை லாரியில் ஏற்றும் பணி நடந்து கொண்டிருக்கும் போதே அந்த இளைஞர் மேல்நோக்கிச் செல்லும் வாகனங்களை சாலையின் இடப்புறம் ஒதுக்கி லாரி கீழே இறங்கிச் செல்லவும், ஆபத்துதவுஊர்தி திரும்ப வழிஏற்படுத்தும் பணியை செய்துகொண்டே கம்பத்திலிருந்து ஆம்புலன்ஸ் விரைவுபடுத்த பேசினார். வேனிலிருந்து அடிபட்டவர்களை இறக்கி முடிப்பதற்குள் ஆபத்துதவு ஊர்தி ஒலி எழுப்பிக்கொண்டே வந்துவிட்டது. ரவியின் பார்வை அந்த இளைஞர் சுறுசுறுப்பாக இயங்குவதைக் கவனித்துக் கொண்டிருந்தது. இந்தச் சமயத்தில் தான் என்ன உதவிசெய்யலாம் என்று ஏக்கத்தோடு பார்த்துக்கொண்டு இருந்தார்.

ரவிக்கு ஒரு யோசனை தோன்றியது. நூற்றியெட்டு ஆபத்துதவி மருத்துவ உதவியாளரிடம் சொன்னார். மிக ஆபத்தானநிலையில் உள்ளவர்களைப் பரிசோதித்து ஆபத்துதவி ஊர்தியில் எடுத்துச்

செல்லவேண்டும் என்றும் உடனடியாக உயிருக்கு ஆபத்தில்லை என்ற நிலையில் இருப்போரை முதலுதவி அளித்து லாரியில் கொண்டு செல்லலாம் என்ற இவரது யோசனையை ஏற்றார். காத்திருந்தவர், பார்த்திருந்தவர் என எல்லோரது உதவியால் பத்துநிமிடத்தில் ஆபத்துதவு ஊர்தி புறப்பட்டது. அடுத்த ஐந்தாவது நிமிடத்தில் லாரியும் புறப்பட்டது. அந்த இளைஞர் மேலே செல்லும் வாகனங்களை நிறுத்தி, கீழ்நோக்கிச் செல்லும் வாகனங்களைப் போக அனுமதித்தார். அடுத்த பத்தாவது நிமிடத்தில் அனைத்து வாகனங் களும் நகர்ந்து போக்குவரத்து சீரானது. ரவி, அந்த இளைஞரிடம் யாரவர், என்ன செய்கிறார் என விசாரித்தார். அந்த இளைஞர் பெயர் சுருளிமுத்து. அவரை முத்து என்றே எல்லோரும் அழைப்பார்களாம். அவர் மதுரையிலிருந்து வெளிவரும் ஒரு முற்போக்குப் பத்திரிகையின் தேனி மாவட்டச் செய்தியாளர். போடிநாயக்கனூரிலிருந்து இயங்குகிறார். வாரத்திற்கு இருமுறை குமுளிக்கு பைக்கில் வந்து கேரள கிழக்கு மாவட்டங்களின் செய்தி சேகரிப்பாராம்.

இவர் சொன்னார், “பாதிக்கப்பட்டவர்களுக்கு உதவும் எண்ணம் கொண்ட உங்களைப் போன்ற இளைஞர்கள்தாம் இன்று நம் நாட்டுக்குத் தேவை! வாழ்த்துகள்! உங்களுக்கு நல்ல எதிர்காலம் அமையட்டும்! என்போன்றவர்கள் உதவியாக இருப்போம்.”

அப்படியே இவர் தன்னை அறிமுகம் செய்துகொண்டார்.” நான் ரவிச்சந்திரன். துணைஆட்சியராக மதுரையில் பணியாற்றி ஓய்வுபெற்றேன். ஏலத் தோட்டங்கள் பற்றி ஆர்வம் மிகுதியால் அறிந்து கொள்ள வந்தேன். வ்ாங்க முத்து. கம்பம்மெட்டில் டிபன் சாப்பிட்டு கொஞ்சம்நேரம் பேசிக்கிட்டிருந்துட்டு போவோம்” என்றார். இதற்குள் இவரது கார் வந்தது. ஏறியவுடன், கம்பம்மெட்டில் காத்திருக்கிறேன் என்றதும் கிளம்பியது. அடுத்த பத்தாவது நிமிடத்தில் இவரது காரின் பின்னால் வந்த முத்து; “இன்னும் பத்துகிலோமீட்டர் தூரத்தில் பாறைத்தோடு வரும். அங்கே டிபன்ஓரளவு நல்லாஇருக்கும் அங்கே போவோம்” என்று சொல்ல, இரண்டுவண்டிகளும் புறப்பட்டு பாறைத்தோட்டில் நின்றன. ஒரு உணவகத்தில் மூவரும் அவரவர் விருப்பத்திற்குத் தேவையானஅளவு சாப்பிட்டனர். பாறைத்தோட்டில் முத்துக்கு தெரிந்தவரின் சிறு எஸ்டேட் தங்கும் அறைக்கு அழைத்துச் சென்றார். சிறிய அறைதான். தேவையான வசதிகளோடு இருந்தது. இருவரும் கழிவறைக்குப் போய்வந்து அமர்ந்தனர்

முத்து, லாரிடிரைவரிடம் செல்பேசியில் பேசி மருத்துவமனைக்கு கொண்டு செல்லப்பட்டவர்களின் நிலவரம் கேட்டார். வேன்

டிரைவருக்கு இடது முழங்காலுக்கு கீழே எலும்புமுறிவாம்.. இருபது பெண்களில் மூவர் போகும் வழியிலேயே இறந்துவிட்டனராம். மருத்துவமனையில் ஒருவர் இறந்து விட்டாராம். இன்னுமிருவர் கவலைக்கிடமான நிலையில் உள்ளனராம். அவர்கள் பிழைப்பது கடினமாம். மீதமுள்ளவர்கள் அவசர சிகிச்சைப் பிரிவில் மருத்துவக் கண்காணிப்பில் உள்ளனராம். இதைக் கேட்ட ரவிக்கு தண்டுவடத்தில் சில்லென்று குளிர்ந்தது. ரவி கேட்டார்; ''இவர்கள் யார், என்ன காரியத்துக்காக இப்படி நெருக்கிக் கொண்டு பயணித்தனர்?''

முத்து சொன்னார்; " இவர்கள் ஏலத்தோட்டங்களில் தினக்கூலித் தொழிலாளர்கள். இவர்கள் ஞாயிற்றுக்கிழமை தவிர அனுதினமும் கம்பத்துப் பக்கத்திலுள்ள கிராமங்களில் இருந்து காலை ஆறுமணிக்கு வேனில் புறப்பட்டு பாறைத்தோடு, வண்டிப் பெரியார்,உடும்பன் சோலை வரை உள்ள ஏலத்தோட்டங்களில் எட்டுமணி முதல் சாயந்திரம் நாலுமணிவரை வேலை பார்த்துட்டு சாயந்திரம் ஆறு மணிக்கெல்லாம் ஊரு திரும்பியிருவாங்க! ஊருல விவசாய வேலைகள் குறைந்து போனதால் இப்படி வந்து வேலை பார்க்கிறாங்க. போக்குவரத்து, சாப்பாட்டுச் செலவு போக தலைக்கு இருநூறுரூபாய் கூலி மிஞ்சும். வாரத்துக்கு ஆறுநாளும் வேலை கிடைச்சா ஆயிரத்து இருநூறுரூபாய் கிடைக்கும்! இதுக்குத்தான் உயிரைப் பணயம் வைத்து பயணம் பண்றாங்க!"

ரவிச்சந்திரனுக்கு அதிர்ச்சியாக இருந்தது; "அடக் கஷ்டகாலமே...! இவர்களுக்குத் தொழிற்சங்கம் இல்லையா? "

"ஒரே இடத்தில் தங்கி, ஒரே எஸ்டேட்டில் வேலை பார்த்தால்தானே சங்கம் வரும்! இவர்களை அத்தக்கூலியாக அலைய விட்டால் சங்கத்திற்கு ஏது வேலை!."

"அப்போ அந்த எஸ்டேட்டில் சங்கமே இல்லையா?"

"சங்கம் இருக்கும்! அந்த எஸ்டேட்டில் அஞ்சுபேரோ, பத்து பேரோ சங்கத்தில் பதிந்த நிரந்தரத் தொழிலாளர்கள் இருப்பார்கள். அவர்களுக்கு அரசுவிதிப்படி எல்லாச் சலுகைகளும் கிடைக்கும். இப்படி சீசனுக்கு வர்ற அத்தக்கூலித் தொழிலாளர்களுக்கு தினக்கூலி சம்பளம்தான்! மதியவேளையில் இரண்டு வடை ஒருடீ தருவார்கள். அதுக்கான காசையும் தினக்கூலியிலிருந்து பிடித்துக் கொள்வார்கள். அந்த தினக்கூலியிலும் ஏஜெண்ட் கமிஷன், ரெண்டு மாநில போலீஸ் செக்போஸ்ட் கமிஷன் இதெல்லாம் போக இருநூறு ரூபாய் மிஞ்சுவதே பெரிய விஷயம்!"

முத்து சொல்லச் சொல்ல ரவியின் கண்களிலிருந்து நீர் பாதரசத் துளிகளாக உருண்டன! அவருக்கு ரத்தம் வழிவது போல் உணர்வு. துடைத்துக் கொண்டார். இதைக் கண்ட முத்துவுக்கு அதிர்ச்சியாக இருந்தது! "என்ன சார்.! பேச்சுவாக்கில் என்னை மறந்து தப்பா எதுவும் சொல்லிட்டேனா" என்று பதறி அவரது கையை பற்றிக் கொண்டார்! இவர் குரல் தழுதழுக்க சொன்னார்; "இல்ல முத்து. எப்படி போராடி கிடைச்ச தொழிற்சங்க உரிமைகளும் சலுகைகளும் ஒன்னுமில்லாமப் போச்சே" என்று தன்னை மறந்து முத்துவின் கைகளைப் பற்றினார். சில நொடிகளில் சமாளித்துக் கொண்டு உட்கார்ந்து தனது பால்ய காலத்து வரலாற்றைச் சொன்னார்.

□

2

செய்தியாளர் முத்து; "நாற்பது வருஷத்துக்கு முந்தைய உங்க போராட்டம் பலனில்லாமல் போகவில்லை. இன்றைக்கும் ஒவ்வொரு பெரிய ஏலக்காய் எஸ்டேட்டிலும் பத்துபதினைந்து நிரந்தரத் தொழிலாளர்கள் இருப்பார்கள். அவர்களுக்கு யூனியன் செட்டில்மெண்ட்படி எல்லாச் சலுகைகளும் கிடைக்கிறது. அந்தக் காலத்துக்கும் இப்போதுக்கும் உள்ள வித்தியாசம் என்னவென்றால் நூறுஏக்கர் ஏலத்தோட்டம் வச்சிருக்கிறவங்க நாலைந்து பேருதான். நீங்க சொன்ன எஸ்டேட் முதலாளிகள் எல்லாம் கடன் பட்டு காடுகளை வித்துட்டுப் போயிட்டாங்க. சில எஸ்டேட் முதலாளிகள் பாதி நிலங்களை வித்து கடன்களை அடைச்சிட்டு மீதி நிலங்களை மகன்களுக்கும் மருமகன்களுக்கும் கொடுத்திட்டு மண்டையைப் போட்டுட்டாங்க! இப்படி சொத்தில பங்கு வாங்கினவங்களும் நிர்வாகம் பண்ணத்தெரியாம வித்துட்டுப் போனவங்களும் உண்டு!"

ரவி; "ஆமாம். இதை நானும்கூட கேள்விப்பட்டேன். நான் காலேஜ்ல மூன்றாம் வருஷம் பரிட்சை முடிச்சிட்டு முடிவுக்காக காத்திருக்கும் சமயம் ஒருதடவை இந்தப்பக்கம் எப்படி இருக்குன்னு தெரிஞ்சுக்க வந்தேன். சதுரப்பாறை எஸ்டேட் முதலாளி சினிமா நடிகைகள்கிட்ட காசுகளை இழந்துட்டாராம். நிலத்தை வித்து கடன்களை அடைக்க முடிவு பண்ணினாராம். அவருக்கு இரண்டு மூனு பொண்டாட்டிகள். அவுங்க அவருகிட்ட நிலத்தை எல்லாம் பிடிங்கிட்டு விரட்டிட்டாங்க. அந்தப் பொண்டாட்டிமாருகளும் நிர்வாகம் பண்ணமுடியாம பங்குகளைப் பிரிச்சு சின்னச் சின்ன எஸ்டேட்டுகளாக்கி பிள்ளைகளுக்குக் கொடுத்தும் எஸ்டேட்டை நடத்த முடியாம மேனேஜர்களிடம் விட்டுட்டுப் போயிட்டாங்கன்னு கேள்விப்பட்டேன்.

வட்டப்பாறை எஸ்டேட் முதலாளி நண்பர்களோடு குதிரைரேசுக்குப் போய் நிறைய கடன்பட்டுட்டாராம். இவரும் அந்த எஸ்டேட் நிலத்தில் முன்னூறு ஏக்கர் நிலத்தை அன்றைக்கு பிரபலமாயிருந்த நடிகை நடத்தின ஃபைனான்ஸ் கம்பெனியில கடன் வாங்கினதுக்கு எழுதிக் கொடுத்தாராம். மீதி இருந்த முன்னூறு ஏக்கர் நிலத்தை லட்சுமிப்பாறைன்னு வச்சு நடத்திப்பார்த்தார். முன்னாலமாதிரி விளைச்சலும் இல்லை.

உரச்செலவும் பூச்சிமருந்துக்கு ஆகும் செலவும் கூடிக்கிட்டே போனது. உலக வர்த்தக போட்டியில் ஏற்றுமதியும் குறைஞ்சிருச்சு! அதனால் உள்நாட்டில் விலையும் சரிஞ்சு போச்சு. முந்திமாதிரி ஏலக்காய் சாகுபடியில் பெருமளவில் லாபம் இல்லை! குறைஞ்ச லாபத்திற்கு எஸ்டேட் நடத்தமுடியலை. நிலத்தின் விலையிலும் பெரிய உயர்வு இல்லை. மைய்யமாக இருநூறு ஏக்கர் நிலத்தைமட்டும் வச்சிக்கிட்டு ஓரம்சாரமா இருக்கிற எழுபது ஏக்கர் நிலத்தை வித்துட்டாராம். முப்பதுஏக்கர் நிலத்தை அங்கே வேலை பார்த்த நிரந்தரத் தொழிலாளர்களுக்குக் கொடுக்க வேண்டிய பணப்பலன்களுக்காகப் பிரிச்சுக் கொடுத்திட்டாரு. சங்கிலி இறந்துட்டாரு. சங்கிலிமகன் பரமனுக்கு ஐந்து ஏக்கரும், மகள்கள்வழிப் பேரன்கள், பேத்தி குடும்பங்களுக்கும் பதினைந்து ஏக்கரும் கிடைச்சதாம்.

சின்னாத்தேவன் குடும்பம், பேட்டுக்கார துரைக்கண்ணு குடும்பம், குரங்குவிரட்டி ரெங்கசாமி குடும்பம்னு மீதி நிலங்கள் வாங்கினவங்க ஏல விவசாயம் பண்ண முயற்சி பண்ணி இருக்காங்க. விவசாயம் பண்ண தேவாரம், கம்பத்தைச் சேர்ந்த நாய்க்கமாரு, கவுண்டமாரு கிட்ட வட்டிக்குக் கடனை வாங்கி ஏலவிவசாயம் பண்ணி இருக்காங்க. விலைக்கட்டுப்படியாகலை. இவுங்க ஏலவிவசாயம் பண்ணுற காலத்தில் அதிக விலைகொடுத்து உரம்வாங்கிப் போட முடியாமல் மகசூல் குறைஞ்சிருச்சு! கட்டுப்படியான விலை கிடைக்கல. பெரும் வியாபாரிகள் நம்ம நாட்டுத் தரமான ஏலக்காய்களை வெளிநாட்டில் வித்துட்டு, உள்நாட்டில் தரம் குறைஞ்ச குவாதிமாலா நாட்டு சரக்கை விற்க ஆரம்பிச்சிட்டாங்க! இதனால் உள்நாட்டில் ஏலக்காய்விலை தரைவிலைக்கு விழுந்திருச்சு! இந்தச் சமயத்தில் அஞ்சு ஏக்கருக்கு குறைவான வச்சிருந்த அப்புராணி சப்புராணி விவசாயிகள் வட்டிக்கு வாங்கினவங்ககிட்டேயே நிலத்தைக் கொடுத்திட்டு அவங்ககிட்டேயே சம்பளத்துக்கு வேலை பார்க்கிற கொடுமை நடந்திச்சு; என்று ஒருசமயம் மதுரைக்கு மகள்வீட்டுக்கு வந்திருந்த வெள்ளைச்சாமியைப் பார்த்தப்போ சொன்னார்! அவரே மனதளவில் சோர்ந்து போயிருந்தார்!

முத்து; நீங்க சொல்றது மாதிரி தான் பெரிய எஸ்டேட்கள் எல்லாம் சிதைஞ்சு குட்டி குட்டி ஏலவிவசாயிகள் நிறைய உருவாகி விட்டார்கள். போடி, தேவாரம், கம்பம் பகுதிகளில் வட்டித் தொழில் பண்ணிய பெரு விவசாயிகள், ஓய்வுபெற்ற அரசு அதிகாரிகள், ஆசிரியர்கள் தங்கள் சக்திக்கேற்ப ஐந்திலிருந்து ஐம்பது

ஏக்கர் ஏலத் தோட்டங்கள் வாங்கி ஏலவிவசாயம் பண்ணத் தொடங்கிட்டாங்க. அவரவர் வீட்டாள்களைக் கொண்டும் கூடுதல் தேவைக்கு சொந்தக் கிராமத்து ஆள்களைக் கொண்டும் விவசாயம் பண்ணுகிறார்கள். பத்துபேர் வேலைபார்க்கும் தோட்டத்தில் குறைந்தது ஐந்து பேராவது தோட்டத் தொழிலாளர்கள் சங்கத்தில் பதிவுசெய்த தொழிலாளர்கள் இருக்க வேண்டும் என்ற சட்டம் கொண்டு வரப்பட்டுள்ளது.

இப்படி குறைந்த எண்ணிக்கையில் பதிவு பெற்ற சங்கத் தொழிலாளர்களை வைத்துக் கொண்டு சங்கத்துக்கு தெரியாமல் கூடுதலாக ஊரிலிருந்து குறைந்தகூலிக்கு தொழிலாளர்களை வைத்து வேலை வாங்குகிறார்கள். சிறு ஏலவிவசாயிகள் பதிவுபெற்ற தொழிலாளர்களுக்கு குடியிருப்புவசதி செய்து தருவதில்லை ! பதிவுபெற்ற தொழிலாளர்கள் பக்கத்திலிருக்கும் சிறு ஊர்களிலிருந்து வந்து வேலைசெய்வர். பதிவு பெற்றவருக்கு சங்கவிதிகளின்படி அனைத்து சலுகைகளையும் வழங்கவேண்டும் என்பதால் ஏல விவசாயிகள் குடும்ப உறுப்பினர்களே வேலை செய்கிறோம் என்று லேபர் ஆபிஸர்களையும் தொழிற்சங்கத்தையும் ஏமாற்றுவதும் நடக்கிறது. நம்மூர்களில் கடைகளில் வேலையாட்கள் இல்லை என்று போர்டு வைத்திருக்கிறார்களே அது கணக்காத்தான் இங்கேயும் நடக்குது.” முத்துவின் பேச்சைக் கேட்டு ரவி பெருமூச்சு விடத்தான் முடிந்தது.

ரவிச்சந்திரனும் முத்துவும் பேச்சு மும்முரத்தில் பசி மறந்தனர். ஓட்டுநர் அறைக்குள் எட்டிப்பார்க்கவும் தான் வயிறு உறுத்தியது நினைவுக்கு வந்தது. பக்கத்தில் இருந்த சிறிய உணவகத்திற்குப் போனார்கள். மதிய உணவு மலையாள ருசியும் இல்லாமல் தமிழக ருசியுமில்லாமல் ரெண்டுங் கெட்டானாக இருந்தது. பசி ருசியறியாது என்று சாப்பிட்டார்கள். பரிமாறுபவர்களின் பவ்வியம் ருசியின்மையை மறக்கடித்தது. ரவி முத்துவிடம், தன் காரிலியே சென்று, வந்த வேலையை முடித்துவிட்டு வந்தால் தன்னிடம் உள்ள மடிக்கணினியிலே பத்திரிகை அலுவலகத்திற்கு செய்தி அனுப்பிவிடலாம். அப்புறம் நம்ம விஷயங்களைப் பேசலாம் என்று சொன்னார். ‘நல்லயோசனை’ என்றபடி முத்து காரில் சென்றார்.

□

3

முத்துவை அனுப்பிவிட்டு கொஞ்சநேரம் உடலைக் கிடத்தலாம். கண் அசரலாம் என்று நினைத்தார். முடியவில்லை. உடல் ஓய்வு கேட்கிறது. கண்ணும் மனசும் ஒத்துழைக்க மறுக்கின்றன. விழித்திரையை கட்டாயப்படுத்தி மூடினாலும் மனதின் நினைவுத் திரை விரிந்து காலையில் கண்ட கோரவிபத்து மனக்கண் முன் தோன்றி தர்ணா செய்தது. ரத்தம் சொட்ட சொட்ட தூக்கிய அவர்களது உடல்கள்; அய்யோ காப்பாத்துங்க என்ற அவர்களது கதறல்கள்; முனகல்கள் தச்சு வேலை செய்பவர்கள் கூரிய ஊசி பொருத்திய தமறுக்கட்டை கொண்டு முன்னும் பின்னும் இழுத்து கெட்டியான மரக்கட்டையில் துளை இடுவார்களே அதுமாதிரி அந்தப் பெண்களின் ஓலமும் அவலமும் ரவியின் மனதைக் கடைந்து துளைத்தது.

அந்தநாளின் பெண் தொழிலாளர்கள் சங்கம் அமைத்து வயிற்றுப் பாடுக்காக உயிரிழந்தவர்கள்; கோஷம் போட்டு உடும்பஞ்சோலை வீதிகளில் ஊர்வலம் போனபோது கல்லெறிபட்டு மண்டை உடைந்தவர்கள்; கணவனை இழந்தவர்கள் எத்தனைபேர்? அந்தத் தியாகமெல்லாம் பழங்கதையாக போயிருச்சே. ஊர்வலத்தில் காயம்பட்ட அம்மாவும் சிவனம்மாவும் இவரது நினைவில் வந்து விம்மினர். வேனில் வந்து வேலைபார்க்கும் பெண்கள் வாழ்க்கை பற்றி அறிந்து கொள்ளவேண்டும் என்று நினைத்தபடியே புரண்டு புரண்டு கொண்டிருந்தவர் தன்னை அறியாமல் அயர்ந்தார். முத்துவும் ஓட்டுநரும் வந்து கதவு தட்டும் போது தான் எழுந்தார். கதவைத் திறந்து மணியைப் பார்த்தார். மணி ஐந்தரை ஆகி இருந்தது. இவரது மடிக்கணினியை எடுத்துத் திறந்து கொடுத்துவிட்டு காலாற நடந்து வரலாம் என்று ரோட்டுப் பக்கம் நடந்தார்.

மேற்கே செவ்வானம் ஒரு பெரிய பதாகை போல் நீண்டு கிடந்தது. சூரியன் மேற்குமலை வாயை நெருங்கிக் கொண்டிருந்தது. இவருக்குச் சிரிப்பு வந்தது. இவர் முதல்நிலை அரசு ஊழியராக தாசில்தாராகப் பணியாற்றிக் கொண்டிருந்தபோது துறைவாரிக் கோரிக்கைகளுக்காக ஒருநாள் அடையாளவேலை நிறுத்தம் செய்தார். அப்போது வருவாய்த்துறையின் சார்பாக நடத்திய பத்திரிகையில் ஒரு கவிதை எழுதி இருந்தார். நினைவுக்கு வந்தது.’

அந்தியில் செவ்வானம் சூரியனின் வேலைநிறுத்த அறிவிப்போ! தருக்கள் மீது பறவைகள் சத்தம் மாலைநேர தர்ணாவோ...' என்று தொடங்கும் இவரது கவிதை மாநிலம் முழுக்க நல்ல வரவேற்பைப் பெற்றுத் தந்தது! உறுப்பினர்களின் உற்சாக பங்கேற்பு கோரிக்கையை பெற்றுத் தந்தது! இவர் புன்னகையோடு அந்திச் சூரியனைப் பார்த்துக் கொண்டு இருந்தார். கோபத்தில் சிவந்த கண்ணைப் போலிருந்த செஞ்சூரியனை நெருங்கி வரும் சிவப்பு பொட்டுப்பூச்சியை நீட்டியிருந்த நாவால் இழுத்து விழுங்கும் பல்லியைப் போல மேற்குமலைத்தொடர் விழுங்கிவிட்டது. இவர் நினைத்தார். பகலின் உழைப்பு இரவின் பசிக்கு உணவாகிறது.

அந்த நேரத்தில் வேகமாக ஒரு மகேந்திரா வேன் வரும் சத்தம் கேட்டு சாலையைப் பார்த்து திரும்பினார். தொழிலாளர்வேன் மாதிரித் தெரிந்தது. கையை சாலைக்கு குறுக்காக நீட்டினார். இவரது தோற்றத்தைப் பார்த்ததும் யாரோ அதிகாரி நிறுத்தச் சொல்கிறார் என்று கருதி ஓட்டுநர் வேனை நிறுத்தினார். இவர் கெத்துவிடாமல் ஆர்.சி.புக். எடுத்துகிட்டு வா என்றார். ஓட்டுநர் பயத்துடன் தன்னிடம் இருக்கும் ஆவணங்களுடன் பணிவோடு வந்தார். தொழிலாளர்களையும் இறங்கச் சொன்னார். அவர்கள் பயந்து முனங்கியபடி இறங்கினர்.

வண்டியை நிறுத்திய அதிகாரத்தோரணையை குரலில் நீட்டித்துக் கொண்டே "எந்த அடிப்படையில் இத்தனை பேரை ஸ்டேட் விட்டு ஸ்டேட் கூட்டி வந்தாய்? டூரிஸ்ட் பெர்மிட் எங்கே? செக்போஸ்ட் அப்ரூவ்டு பேஸன்ஜர் லிஸ்ட் எங்கே? இந்த வண்டிக்கு மேக்ஸிமம் பதினைந்துபேர் தான் அலவ்டு. இருபதுபேரை எப்படி ஏத்தினாய்? லாஸ்டா எஃப்சி எடுத்த ரிக்கார்டு எங்கே?" இவர் இப்படி அடுக்கடுக்காய் கேள்விகள் எழுப்ப, நிலைகுலைந்துபோன வேன்ஓட்டுநர் தன்னைச் சமாளிக்கும் விதமாக எந்தப் பதிலும் சொல்லாது பின்னந்தலையைச் சொறிந்தபடி வேட்டியை கால் வரைக்கும் இறக்கிவிட்டுட்டு மௌனமாக நின்றார்.

"என்ன மிஸ்டர், நான் கேட்டுகிட்டே இருக்கேன். பதில் பேசாம நிற்கிறே! வண்டியை சீஸ் பண்ணினாத் தான் நீங்கஎல்லாம் சரிபட்டு வருவீங்க! வண்டியை அந்த டீக்கடை ஓரமா ஓரங்கட்டி நிறுத்து! போ அங்கே வர்றேன்!" என்றார்.

ஓட்டுநர் அமைதியாய் குனிந்து ஓரக்கண்ணால் பார்த்தார். இவர் ஒரு முறை முறைத்தார். ஓட்டுநர் வேகமாக வண்டியில் ஏறி அரை கிலோமீட்டர் தூரமுள்ள டீக்கடை முன்னே வண்டியை நிறுத்திவிட்டு பாக்கெட்டிலிருந்த பணத்தை எல்லாம் வண்டியில்

வைத்து ஐநூறுரூபாய் நோட்டை மட்டும் பாக்கட்டில் வைத்துக் கொண்டு வண்டியை விட்டு இறங்கி பம்மி பம்மி டீக்கடை பக்கம் போனார். டீக்கடையில் கடைக்காரரைத் தவிர வேறு அதிகாரிகள் யாருமில்லாதது குழப்பமாக இருந்தது. திரும்பி மேற்குநோக்கிப் பார்த்தார். இவர் அந்த பெண்களிடம் ஏதோ விசாரிப்பது போலிருக்கவும் ஓட்டுநருக்கு குழப்பமாக இருந்தது. 'இந்த அதிகாரிகளுக்கு அனுதினம் படி கட்டிறமாதிரி எவ்வளவு கொடுத்தாலும் பத்தலை! அங்கங்கே திருடன் மாதிரி ஓரஞ்சாரமா ஒளிஞ்சு நின்னு வசூல்வேட்டை நடத்துறானுக; நாசமாப் போறவனுக!' என்று முனங்கிக் கொண்டே டீக்கடைக்கார் டீ வேணுமானுதுக்கு ஓட்டுநர் பதில் சொல்லாமல் மேற்குபக்கம் பார்த்தும் பாராதமாதிரி பாவ்லா செய்தபடி இருந்தார்.

ரவி அந்தப் பெண்களைப் பார்த்தார். வாடிய செடிகளைப்போல் சோர்ந்து சொணங்கி இருந்தனர். அவர்களிடம் அதிகார தோரணையை இவரால் காட்டமுடியவில்லை. இருபத்திரண்டு பெண்கள் இருந்தனர். பதினைந்து வயதில் இருந்து நாற்பதுவயது வரை மதிக்கத்தக்க அவர்களில் வெடிப்பான பெண்ணாகப் பார்த்து அழைத்தார். முப்பத்தைந்துவயது மதிக்கத்தக்க அந்தப் பெண்ணின் பெயர் கேட்டார். சுருளியம்மாள் என்றது அந்தப்பெண்;. இவர் தனக்குள் சொல்லிக் கொண்டார், அம்மாவின் மற்றொருபெயர். தனது எண்ணங்களைக் கட்டுப்படுத்திக் கொண்டு பேசினார்.

"ஏம்மா, பதினைந்துபேரு உக்கார்ற வண்டியில் இருபத்திரண்டுபேரு வரலாமா? ஆக்சிடண்டானா எப்படி சமாளிப்பீர்கள்? காலையில் ஆக்சிடென்ட் ஆனது தெரியுமா? அஞ்சுபேருக்குமேல் செத்துட்டாங்க! பத்துபேருக்கு மேல சீரியஸா இருக்காங்க. தெரியுமா ?" அந்தப்பெண் தெரியாதுன்னு தலையசைத்தாள். குனிந்தவள் வலது பாதத்தில் மேல்புறமும், சுண்டுவிரலுக்கிடையிலும் ரத்தக்கசிவின் தடத்தைப் பார்த்ததும் இடுப்புச் சேலையைத் தளர்த்தி ரத்தக்கறை வெளியே தெரியாமல் மறைக்க முயன்றாள். இதைக் கவனித்த மற்ற பெண்களும் அட்டை கை கால்களில் ஒட்டி இருக்கிறதா என்று பார்த்துக் கொண்டனர்.

இவர் கேட்டார் ''என்னம்மா ரத்தக்கறை? எங்கே போயிட்டு வர்றீங்க?''

"ஏலத்தோட்டத்தில வேலைபார்த்துட்டு எங்கூரு புதுப்பட்டிக்கு போயிட்டு இருக்கோம் சாரு!"

"எவ்வளவும்மா சம்பளம்?"

“சம்பளமுன்னா....வேனு வாடகை, இரண்டுபோலீஸ் செக்போஸ்ட்க்கும் புரோக்கருகாசுன்னு எல்லாம் போக கையில் வாங்குறது நூத்தி தொண்ணூறோ, இருநூறோ கிடைக்கும்.”

“ஏம்மா இன்சூரன்ஸ் பண்ணி இருக்கீகளா?”

“ஆமாங்க சார். குரூப்இன்சூரன்ஸ்னு பவ்வத்துபேரா பண்ணி வச்சிருக்கோம். எங்க புரோக்கருக்கிட்ட பத்திரமா குடுத்து வச்சிருக்கோம். ஆளாளுக்கு ஒரு நகல் எடுத்து வூட்ல வச்சிருக்கோம் சாரு!”

“பேசிக்கிட்டே வாங்க ! டீ கடைக்குப் போவோம்! அதென்னம்மா காலில் ரத்தம்?

“ஆமாம் சார் !அட்டைக்கடிக்கு பாதி ஆசாமிக்கு பாதின்னு. குடிக்கிற கஞ்சியெல்லாம் போகுது! ஏதோ வகுத்துப்பாட்டை தள்றோம்!”

“ஏம்மா, ஊர்ல விவசாயமில்லையா?”

“எங்கே சாரு; ரோட்டோரம் உள்ள விளைநிலம் எல்லாம் வீட்டடி மனைகளாக்கி கொள்ளக்காசுக்கு விக்கிறாய்ங்க! ஊருக்கு கிழக்கெ ரோட்டுக்கு இங்கிட்டும் அங்கிட்டும் வீட்டடிமனைகள் ஆக்கீட்டாங்க! ஊருக்கு மேக்கே அடிவாரத்தில் கொஞ்சம் விவசாயம் நடக்குது. அதுல கிடைக்கிற தானியம் தவசைதான் கஞ்சிக்கு வச்சிருக்கோம். மத்த செலவழிவுகளுக்கும் பிள்ளைக படிப்புக்காகவும்தான் இப்படி ஏலமலை ஏறி லோள்படறோம்” சுருளியம்மாள் பேசப்பேச மற்றப் பெண்களெல்லாம் வாயைக் கையால் பொத்தி கழிவிரக்கத்தோடு சிரித்தனர். பேசிக்கொண்டே டீக்கடையை நெருங்கிவிட்டனர்.

ரவிச்சந்திரன் அதிகார தோரணையை வரவழைத்துக் கொண்டு “சரிம்மா, இந்த வண்டியில் பதினைந்துபேருக்கு மேல் வரக்கூடாது! அப்படி வந்து ஆக்ஸிடென்ட் கீக்ஸிடென்ட் ஆச்சுன்னா உங்களுக்கு இன்சூரன்ஸ் தொகை கிடைக்காது! இந்த தடவை உங்களுக்காக மன்னிச்சு விடறேன்! வாங்க. எல்லாரும் டீ சாப்பிட்டுட்டு போங்க! வாங்கம்மா.”

“உங்களுக்கு ரொம்பபுண்ணியம் சார்! நீங்க சொன்னதே எங்களுக்கு தெம்பு வந்தது கணக்கா இருக்கு ” என்று கையெடுத்துக் கும்பிட்டனர்! இவர் அவர்களை மீண்டும் அழைத்தார். “சும்மா வாங்கம்மா! நாங்காசு தர்றேன்!” என்றபடி டீக்கடைகாரரிடம் எல்லாத்துக்கும் டீ போடச் சொன்னார். டிரைவர் குழம்பிப் போய் நின்றார். ரவி, வண்டியின் ஆர்.சி.புக்கையும் லைசென்ஸையும் விரித்துப் பார்த்தார். பெயர் சிவனாண்டி; தந்தைபெயர்

சக்கரைத்தேவன் என்றிருந்தது. இவர் போட்டோவை உற்றுப் பார்த்துவிட்டு, ஓட்டுநர் முகத்தை ஊடுருவிப் பார்த்தார். இவர் மனதில் ஓர் எண்ணம் எழுந்தது. மனதை ஓர்மைப்படுத்திக் கொண்டு, ஓட்டுநரிடம் கேட்டார். "உங்க அத்தை சிவனம்மா இருக்கா?" ஓட்டுநர் இவரை ஆச்சரியத்தோடும் பிரமிப்போடும் நிமிர்ந்து பார்த்தான்! தொண்டை உடைந்து பேசினான்." செத்துப்போச்சு சார்" சொல்லும் போதே அவனது கண்ணில் நீர் துளிர்த்தது. இவர் மனதை இறுக்கிக் கொண்டு "இந்தா உன் ரிக்கார்டெல்லாம் சரியா இருக்கான்னு பார்த்துக்க! இனிமே இப்படி பேசன்ஞர் லிஸ்ட் இல்லாம, ஓவர் டிக்கட்டும் போட்டுகிட்டு வண்டியை பார்த்தேன்...வண்டியை ஸ்பாட்லையே ச்சீஸ் பண்ணிடுவேன்! உசாரா பிழைச்சுக்கோ! நீயும் டீயைக் குடிச்சிட்டுப் போ!" என்று குரலை இறுக்கமாக வைத்துக் கொண்டு சற்று நகர்ந்துபோய் செல்பேசியில் பேசுவது போல் பாவனையில் மெல்ல நடந்து நூறடி தள்ளிப்போய் நின்று கண்களைக் துடைத்துக் கொண்டார். சிவனாண்டி டீயைக் குடித்துவிட்டு "நன்றிங்க சார் என்றவன், நீங்க யாருங்க சார்" என்று கேட்கமுடியாத தயக்கத்தோடு நகர்ந்தான். அந்தப் பெண்கள் "போயிட்டு வர்றோம் சார்" என்று கும்பிட்டுவிட்டு வேனில் ஏறினர். வேன் நகர்ந்ததும் இவரது கண்ணில் திரண்ட கண்ணீரை மீண்டும் துடைத்துவிட்டு இவருக்கு ஒரு கடும் டீ போடச் சொல்லி நினைவின் கசப்பை விழுங்கி இருபத்து நான்கு டீக்கும் காசு கொடுத்தார். டீக்கடைக்காரர் இவரை ஓவியமாய் பார்த்தார்! இவர் ஒன்றும் நடவாதது போல தங்குமிடம் போனார்.

கணநேரத்தில் இருட்டு கவிந்து போர்த்திக் கொண்டது. இவரால் வேகமாக நடக்க முடியவில்லை. பக்கத்தில் சோலையில் பிற பறவைகள் ஒலி அடங்கி இருந்தது.. குக்குறுவான் பறவையின் ஒற்றை ஒலியும், ஆந்தையின் குழறலும் இருட்டின் அமைதியைத் துளைத்தன. இவர் செல்பேசியை இயக்கி ஒளியை பீச்சியபடி மெல்ல நடந்தார். எதிரில் இதேபோல் ஒளியைப் பீச்சியபடி யாரோ வருவது தெரிந்தது. இவர்மீது ஒளிக்கற்றை தழுவி ஊர்ந்தது. இவருக்குக் குப்பென்று வேர்வை பூத்தது. தைரியத்தை வரவழைத்துக் கொண்டு இவரும் எதிரில் வருபவர்கள் மீது ஒளியைப் பீச்சினார். ஒரு உருவம் வெள்ளைஉடையில் இருந்தது. நடையை வைத்து அது ஓட்டுநர் பாலுவாகத் தான் இருக்கும் என்று நம்பி இடது ஓரமாக ஒதுங்கினார். சில நொடிகளில் தெளிந்தார். பாலுவும், முத்துவும்தான் தன்னைத்தேடி வருகிறார்கள்.

முத்து சொன்னார்; "என்ன சார் இவ்வளவு லேட்டு? வழி தெரியாமல் வேறெங்கும் மாறிப்போய் சிரமப்படுகிறீர்களோ என்று பயந்து தேடி வந்தோம். இங்க ஏழுமணிக்கெல்லாம் கடையை மூடிவிடுவாங்க. அதனால இப்பவே சாப்பிட்டுவிட்டு ரூமுக்குப் போவோம்" என்று சாப்பிடும் கடைக்கு அழைத்துப் போனார். சாப்பிட்டுவிட்டு அறைக்கு திரும்பினர்.

ரவி வேனில் வந்த பெண்களிடம் பேசியதை பற்றி சொன்னார். "இந்த ஊர்ப்புறத் தொழிலாளர்களுக்கு உண்மையில் எவ்வளவு சம்பளம்? இவர்கள் கைக்குப்போய்ச் சேருவது எவ்வளவு?" ரவி கேட்டார்.

முத்து;"சார். இந்த ஏரியாவில் இந்தத் தொழிலாளர்களிடம் அன்னாடும் பழகும் நாங்களே வைக்காதபேரை நீங்க பொருத்தமா வச்சிருக்கீங்க! இங்கே கேரளாவில் தொழிலாளருக்கு தினக்கூலி முன்னூத்தைம்பது! வேலைக்கு ஆள்கிடைக்காத சமயங்களில் நானூறுரூபாய் வரை கொடுப்பாங்க! ஆனால் இந்த ஊர்ப்புற தினக்கூலி தொழிலாளர்களுக்கு முன்னூறுரூபாய் பேசி அவர்களுக்கு கொடுக்கப்படும் டீ,வடைக்கு பத்துரூபாயும், லேபர் ப்ரோக்கர் கமிஷன் பத்து ரூபாயும் கழிச்சு இருநூற்று எண்பதை டிரைவரிடம் கொடுப்பார்கள். டிரைவர் வேனுக்கு ஐம்பதுரூபாய், தொழிலாளர் சார்பாக லேபர்ப்ரோக்கர் கமிஷன் பத்துரூபாய், இரண்டு மாநில செக்போஸ்ட் கமிஷன் தலா பத்து ரூபாய் மேனைக்கு இருபதுரூபாய் ஆக மொத்தம் எண்பதுரூபாய் போக தொழிலாளருக்கு இருநூறுரூபாய் கிடைக்கும். சமயங்களில் புதுசா போலீஸ் யாராவது வழிமறிச்சா அதுவும் குறைஞ்சு அவங்களுக்கு நூத்திஎண்பதோ,நூத்தி தொண்ணூறோ தான் கிடைக்கும்!. இதில் பெரும்பாலும் டிரைவர்களே இரண்டுபக்க ப்ரோக்கர் கமிஷனையும் எடுத்துக்குவாங்க!"

"அடப்பாவிகளா, அட்டைக்கடி, பாம்புக்கடி பட்டு உழைக்கிற தொழிலாளர் தினக்கூலியை உழைக்காத இடைத்தரகர்கள் சாப்பிடறானுங்களே? இடையில் ஆக்ஸிடென்ட் ஆனாலும் இழப்பீடு கிடைக்கிறதும் கஷ்டமாச்சே?" என்று ரவி அங்கலாய்த்து ஆதங்கப் பட்டார்.

முத்து; "ஆமாம்சார்! நீங்க சொல்றது சரிதான்! இப்போ காலையில் நடந்த விபத்தில் பனிரெண்டுபேர் செத்துட்டாங்களாம். இன்னும் மூனுபேர் சீரியஸ். இதில் கால்இழந்த டிரைவருக்கு ஓவர்லோடுன்னு இன்சூரன்ஸ் கிடைக்க வாய்ப்பில்லை! இந்த பாதிக்கப்பட்ட வேனுக்கான இன்சூரன்ஸ் மட்டும்தான் கிடைக்கும்!

தொழிலாளர்களுக்கு கிடைக்கும் குரூப்இன்சூரன்ஸ் அடிபட்ட காயத்துக்கு மருந்து வாங்கக்கூட பத்தாது! இப்படித்தான் நொம்பலப்பட்ட வாழ்க்கை வளையத்தில் சிக்கிச் சின்னா பின்னப்படுறாங்க!'' பேசியபடியே படுத்தார்கள். இவர் தூக்கம் இழந்து துக்கத்தில் உழன்றார்! எந்நேரம் உறங்கினாரோ தெரியவில்லை. கோழி கூவல் கேட்டுதான் எழுந்தார்.

முத்து எழுந்தவுடன் அன்றைக்கு அவசரவேலைகள் எதுவும் உண்டா என்று ரவி கேட்டார். அவசரவேலை ஏதுமில்லை. தீபாவளிமலருக்கு விளம்பரம் தந்தவர்களிடம் விளம்பரத்துக்காக காசோலைகள் வாங்கவேண்டும். அதை செல்லில் பேசி நினைவுபடுத்திக் கொள்ளலாம். மாவட்டத்தில் முக்கிய நிகழ்வுகள் எதும் நிகழ்ந்தால். சக பத்திரிகையாளர்களிடம் வாங்கி செய்தியாக்கி அனுப்பிவிடலாம். ஆகவே உங்களுடன் நான் வரவேண்டியது இருந்தால் சொல்லுங்கள். நான் வரத் தயாராக இருக்கிறேன். பைக்கை இங்கேயே நிறுத்திட்டு செல்லலாம். திரும்பும்போது பைக்கை எடுத்துக் கொள்ளலாம்'' என்றார் முத்து. காலைஉணவு முடித்து சாந்தாம்பாறை சென்று அந்தப்பகுதி தொழிலாளர்கள் பற்றி தெரிந்து கொள்வது என்று ரவி முடிவு செய்தார்.

□

4

சாந்தாம்பாறை நிறைய மாறுதலை உடுத்தி இருந்தது. தமிழ்நாட்டில் இருந்து பலசரக்குக்கடைகள் வெவ்வேறு நிர்வாகங்களில் குட்டி ஷாப்பிங் மால்களாக மாறி இருந்தன. ரோட்டில் காய்கனிகள் மரவள்ளிக்கிழங்கு விற்கும் கிறிஸிஷேச்சிமார், ஷேட்டன்மார்கள் கண்ணில் படவில்லை. காய்கனிகளும், மரவல்லிகளும் கடைகளில் பாதுகாப்பான கண்ணாடி அடுக்குகளுக்குள் கால்நீட்டிப் படுத்திருந்தன. சிறுசிறு உணவகங்கள் கண்ணாடிமேனிக்குள் ஜொலித்தன. பேருந்து நிற்குமிடத்தில் போடப்பட்ட நிழல்மறைப்பில் தமிழ்ப்பெண்கள் ஐம்பது அறுபதுபேரும், சில ஆண்கள் தமிழும் மலையாளமும் கலந்த தோற்றத்தில் பீடிகளைப் புகைத்தவாறு அங்குமிங்கும் பார்வைகளை மேயவிட்டபடி நின்றிருந்தனர்.

இவர்கள் பேருந்து நிற்குமிடத்திற்கு எதிர்ப்புறமுள்ள உணவகத்தில் இட்லி சுண்டல் சாப்பிட்டபடி பார்த்தனர். முத்து சொன்னார்: "இந்தப் பெண்கள் இங்குள்ள சிறுசிறு ஏலத்தோட்டங்களில் தரப்படும் வேலைக்காக காத்திருப்பவர்கள். பக்கத்தில் நிற்பவர்கள் லேபர் ஏஜென்டுகள். அஞ்சு ஏக்கருக்குள்ள ஏலவிவசாயம் பண்ணும் குறுநில ஏலம், காபி விவசாயிகள் இங்கேவந்து அவர்களுக்குத் தேவையான தொழிலாளர்களை அழைத்துச் செல்வார்கள். சங்கப்பதிவுபெற்ற இத்தொழிலாளர்களுக்கு தினக்கூலி முன்னூற்று ஐம்பது ரூபாயும், காலை மாலை காபியும் பருப்பு வடையும்! ஏஜெண்ட்கமிஷன் தலைக்கு இருபதுரூபாய்!"

ரவி திகைப்போடு கேட்டார்; "அப்போ அட்டைக்கடி லோஷன், குளிர் காலப்படி, மழைக்கொங்காணி, பிஎஃப், கிராஜுட்டி இதெல்லாம் ஸ்வாகாவா?"

"ஆமாம்சார்! பெரிய எஸ்டேட்கள் எல்லாம் முதலாளிகளின் தவறான செயல்களால் நிர்வாகச் சீர்கேடுகளால் சிதறி துண்டு துக்காணிகளாயிற்று. சங்கங்களால் அணிதிரட்டப்பட்ட தொழிலாளர்களும் சிதறி உதிரிகளாக இப்படி ரோட்டில் நிற்கிறாங்க! மலையாளிகள் நேரடியாய் இறங்கி ஏலவிவசாயம் பண்ணாட்டாலும் அவங்கவங்க சாதிகள் செல்வாக்கு செலுத்திற மாதிரி சாதிசார்ந்த சங்கம்வச்சு நடத்தி புரோக்கரேஜ் பண்ணுறாங்க. இதுக்கு நம்ம பகுதிகளில் இருந்து வந்து ஏலவிவசாயம் பண்ணும் சிறுமுதலாளிகளும்

காரணம்.! நம்மாளுக அங்கேயிருந்து சாதிச்சங்கத்தையும் கொண்டு வந்துட்டாங்க!'' முத்து சொன்னதைக் கேட்டதும் ரவியின் முகம் தீயில் விழுந்த கத்தரிக்காய் மாதிரி சுருங்கிப் போனது. இவரது முகத்தைப் பார்த்த முத்துவுக்கே பரிதாபமாக இருந்தது. ஏதோ வெள்ளைக்காரன் நிர்வாகத்திலிருந்த டீ எஸ்டேட்கள் மட்டும் ஏலவிவசாயம் மாதிரி சீர்கெடாம இருக்கு. அங்கேயும் சாதி தலையீடுகள் இருந்தாலும் இப்படி உதிரிகளாகப் போகலை!

இங்கேயும் ஐம்பதுஏக்கர் வரை வச்சிருக்கிற ஏலவிவசாயிகள் கிட்ட ஊர்ப்புற ஆளுக வேனில் வந்து வேலை செஞ்சுட்டுப் போறாங்க! அவங்களுக்கு சம்பளம் இருநூத்தம்பது, முன்னூறுன்னு சீசனுக்கு தக்க பழவிளைச்சல், வேலையாளுக பற்றாக்குறைக் கேற்ப மாறும்!''

ரவி சோர்ந்திருந்தார். கொஞ்சம் தூரம் பயணித்தால் மாறுதலாக இருக்கும் என்று காரை நகர்த்தினர். ஊருக்கு வெளியே ரோட்டை விட்டு சற்று தள்ளி சின்னச் சின்னவீடுகள் முளைத்திருந்தன. அவற்றின் மேலே ஒற்றைக்கொம்பு முளைத்தது போல் கம்புகளில் கட்சிக்கொடிகள் பறந்தன. இவை பெரிய எஸ்டேட்கள் சிதைந்ததால் வேலை இழந்த தொழிலாளர்கள் குடியிருக்கும் வீடுகள். இங்குள்ள மலைக்காட்டுச் சூழலே பழகிப்போய் அவர்களது ஊர்மக்களை விட சமூகச்சூழலில் நிம்மதியாக இருக்கிறோம். இடுக்கோ முடக்கோ இங்கேயே இருப்போம் என்று அடித்தட்டு மக்கள் இந்தக்கொடிகளின் மறைவில் கிடைக்கும் கூலிவேலைகளில் வயிற்றைக் கழுவி வாழ்கிறார்கள். இவர்கள்தாம் பேருந்துநிலையத்தின் அருகில் வேலைக்காகக் காத்திருந்தவர்கள்.

இன்னும் கொஞ்ச தூரம் தள்ளி ரோட்டைஒட்டி நான்கு சிறுகீற்றுக் குடிசைகள் இருந்தன. இவற்றின்மீது இம்மாநிலத்தில் மிக அரிதாக இருக்கும் ஒரு கட்சிக்கொடி இருந்தது. ''என்ன? இந்தக்கட்சி இந்த ஊரில் இருக்கிறதா ரவி கேட்டார்.'' ஆமாம். மத்தியபிரதேசத்திலிருந்து நாலு இந்திக்காரகுடும்பம் இங்க தங்கி கிடைக்கிற வேலை பார்த்து பிழைப்பு நடத்திறாங்க. இவிங்க வந்ததுக்குப் பின்னால நம்மாளுங்க சம்பளம் கட்டலைங்கிற வார்த்தையை சொல்லமுடியலை. நம்மாளுகளுக்கு முன்னூறுரூபாய் தினக்கூலின்னா இவங்களுக்கு நூத்தம்பதிலிருந்து இருநூறுரூபாய் தான். செய்யற வேலையோ கணக்கில்லை. இவிங்களைக் கூட்டியாந்தவன்க இந்தாளுகளை வச்சு நல்லா பிழைக்கிறாங்க. அவிங்க சொல்லிதான் அந்தக்கொடி பறக்குது'' என்றார் முத்து.

''தொழிலாளிகளுக்குள்ள மொழி சாதிப்பிரிவினையோட தெற்கு வடக்குன்னு வேற வந்துருச்சா'' ரவி அங்கலாய்த்து சிரித்தார்.

“ஆமாம் சார். இவிங்க பொழைப்பு கருமாயப்பட்ட பொழப்புங்க சார்! எச்சில்தட்டு கழுவுறதிலிருந்து நீங்க எந்த வேலையைக் குடுத்தாலும் முகஞ்சுளிக்காம, கழிக்காமச் செய்வாங்க! அந்தஅளவுக்கு அவுங்க மாநிலத்தில் வேலை கிடைக்காம பஞ்சத்தில சோத்துக்கு வழியில்லாம வந்திருக்காங்க. ஆனா இவிங்களை கூட்டியாந்த இவிங்க ஆளே இவிங்களை வச்சு நல்லா சம்பாதிக்கிறான். இவிங்க அவனை கடவுள்கணக்கா நினைக்கிறாய்ங்க!. சாய்ந்திரம் பூம்பாறை பக்கம் வந்துபாருங்க. அங்கிட்டு கடைகளுக்குச்சேவ குடும்பம் குடும்பமாத் திரிவாய்ங்க!“ என்று முத்து சொன்னதும் இவர் மனதுக்குள் சோகச்சிரிப்பு தோன்றியது. ’என்னடா கொடுமை, கொடுமைன்னு நினைச்சா அதுக்கு மேல பெருங்கொடுமையா இங்கே இருக்கு! ஒரு கறுப்புக்கோடு விழுந்திருச்சுன்னு நினைச்சா அதுக்கு பக்கத்தில் பெரிய கருப்புக்கோடு பூதாகரமா நிற்குதே...' பெருமூச்சு விட்டார். ரவி வண்டியை திருப்பி உடும்பஞ்சோலை சாலையில் மெல்லவிடச் சொன்னார்.

வண்டியை வட்டப்பாறை எஸ்டேட்பிரிவு சாலையில் நிறுத்தச் சொன்னார். அந்தச்சாலையின் இடப்புறம் திரும்பும் இடத்தில் ஒரு டீக்கடை இருந்தது. அந்தக் கடையில் போட்டோவில் ஏசுநாதர் ஆட்டுக்குட்டியை நெஞ்சில் அணைத்தபடி இருந்தார்.. இன்னொரு போட்டோவில் ஒரு ஆணும்பெண்ணும் கருப்பு வெள்ளையில் சிரிப்பும் பயமும் நிரவிய முகத்தோடு இருந்தனர். அதைப் பார்த்ததும் தயக்கம் உதறி முண்டு கட்டியிருந்த இருபத்தைந்து வயது பெண்ணிடம் ரவி கேட்டார்; “துரைக்கண்ணு வீடுதானே இது. ஆமாம். அவரில்லை’’ என்று மாரில் துண்டை மூடிக்கொண்டு வீட்டுக்குள் போய் கணவனை அழைத்து வந்தாள். துரைக்கண்ணு மனைவி பாப்பாவின் சாயலில் முப்பது வயதுள்ளவன் வந்தான்.

ரவி “துரைக்கண்ணுவை நாற்பது வருஷத்துக்கு முன்னாடி வட்டப்பாறை எஸ்டேட்டில் தெரியும்” என்று சொல்லவும் ரவியின் முகத்தை ஊடுருவிப் பார்த்தான்.. வாங்க. உக்காருங்க. சாய் சாப்பிடுங்க என்று தமிழும் மலையாளமும் கலந்து சொன்னான். இவர் ‘‘இப்பத்தான் குடித்தோம்’’ என்றார். அவன் “அப்பாவும் அம்மாவும் மரிச்சு பத்து வருஷம் ஆச்சு! வட்டப்பாறை எஸ்டேட்டை முதலாளி விக்கும்போது எங்களுக்கு நாலுபேருக்கு குடுக்க வேண்டிய கிராஜிட்டி, பி.எஃப்.தொகைக்காக இந்த ரோட்டோரம் அஞ்சு ஏக்கர் நிலம் கொடுத்தாரு. ஒரு ஏக்கர் நிலத்தை வித்து அக்காவுக்கும் தங்கச்சிக்கும் ஆளுக்கொரு ஏக்கர் நிலத்தை எழுதிக்கொடுத்து கல்யாணம் கட்டிக்கொடுத்தாச்சு. ரெண்டுஏக்கர் நிலத்தில் அண்ணனும் நானும் ஏலம், காபி, மிளகு விவசாயம் பண்றோம். அன்னாடம்

செலவழிவுகளுக்கு இந்தக் கடை மூலம் சமாளிக்கிறோம். அண்ணன் பக்கத்தில் குடியிருக்காக.'' ரவி அவனது மனைவியை ஏறெடுத்துப் பார்க்கவும்; சொன்னான்'' எங்க சர்ச்சு மூலம் மலையாளக் குடும்பத்தில் அண்ணன் இவளது அக்காவையும், நான் இவளையும் கல்யாணம் பண்ணிகிட்டோம்.! அம்மா அப்பா இருக்கிற காலத்திலேயே கல்யாணம் முடிச்சது. ஆளுக்கு ரெண்டுபிள்ளைகள் இருக்காக. டவுன்பஞ்சாயத்து ஸ்கூல்ல படிக்கிறாங்க என்றான். ரவியின் மனம் குளிர்ந்திருந்தது. "சின்னவயசில் இருந்த இடம். பழைய ஞாபகம் வந்தது. பார்த்துட்டுப் போலாமுன்னு வந்தோம்''. ரவி சொல்லவும், அவன் மகிழ்ச்சி பொங்கச் சொன்னான் "இதோ இந்த ரோட்டோரம் வீடு கட்டிக்குடியிருக்கிறது எல்லாம் நம்ம எஸ்டேட்டில வேலை பார்த்த சங்கிலி தாத்தா குடும்பத்தாளுகள் தாம். எல்லாம் ஓரளவு நல்லா இருக்காங்க!.'' ரவி அவர்களை பார்த்து ''வர்றோம்'' என்று சொல்லி புறப்பட்டனர்.

வட்டப்பாறைக்குச் செல்லும் தெற்கு வடக்கு சாலையை ஒட்டிய கீழ் விளிம்பில் கிழக்குமேற்காக வீடுகள் சிறிதும் பெரிதுமாக முளைத்திருந்தன! அந்தச் சரிவில் இவர் மாடுகளை மேயவிட்டுட்டு ஈச்சம் பழங்களைப் பறித்து பெருக்கல் வாய்ப்பாடு படித்தது நினைவுக்கு வந்தது. மெய்சிலிர்த்தது. வீட்டின்முன் கார் நிற்பது கண்டு ஒரு பெரியவர் எட்டிப் பார்த்தார். நரைபூத்து சுருண்ட தலைமுடி, முக்கோண முகத்தில் அடர்ந்த நரைத்தாடியும் சிவந்தநெற்றியில் ஓரங்குல சந்தனத்தீட்டலில் மிளிரும் குங்குமப்பொட்டில் சாமியார் போன்று தோன்றியது. இவர் சங்கிலியின் மகன் பரமன்தான் என்று அடையாளம்கண்டு தயக்கம் இல்லாமல் உள்ளே போனார். முத்து பின்தொடர்ந்தார்.

அவர் மலையாளம் கலந்த மொழியில் ''யாரானு'' என்று எழுந்து வந்தார். இவர் நேரடியாக பேச்சைத் தொடங்கினார்; ''நீங்க சங்கிலிகங்காணி மகன் பரமன்தானே'' என்கவும் இவரை உற்று ஊடுருவிப் பார்த்தார். ரவியை அவருக்கு அடையாளம்காண முடியவில்லை. இவரே தன்னை இன்னாரென்று அறிமுகப்படுத்தினார். அவர் எழுந்து கண்கள் பொங்க அணைக்க அகலமாய் கைகளை விரித்தவர், கைகள் தயங்கி நடுங்கின. இவர் அவரை நெஞ்சோடு அணைத்தார். அவர் தொண்டை தழுதழுக்க அழுதார். ''ஆத்தாடி, நம்மஅம்மா பொன்னுத்தாயம்மாவும், சிவனம்மாதாயும் இல்லைன்னா சங்கப் போராட்டத்தில இவ்வளவு தீவிரமாக இறங்கி இருப்போமா? நாங்க ஆம்பளைங்க பயந்து குழம்பி முடிவெடுக்கிறதுக்கு முன்னாலே இவங்க ரெண்டுபேரும் எல்லாத்துக்கான முடிவெடுத்து எங்களையும் ஒத்துக்க வச்சுருவாங்க! இவக ரெண்டுபேரும் வாயைத்

திறந்தாலே மேனேஜரும், முதலாளியும் நெளிவாங்கவே! அப்படியாக்கொந்த ஆத்தா ஆசையை நிறைவேத்திற மாதிரி உதவி கலெக்ட்டரா இருந்து ரிட்டயராகி இருக்கீங்க! அந்த ஆத்தா இருந்து பார்க்க, கேக்க, குடுத்து வைக்கலை! எனக்குக் கேக்க குடுத்துவச்சிருக்கு!'' என்று சொல்லி மேலே கையைக் கூப்பி கும்பிட்டுவிட்டு கண்ணீர்பொங்க இவரது தோள்களைத் தொட்டார். அப்போதும் அவரது நடுக்கம் தீரவில்லை!

இவரே சொன்னார்; “இந்த தைலமேட்டுச் சரிவில் தானே நான் மாடு மேச்சேன்!” பரமன் சொன்னாரு; “ஆத்தாடி அம்புட்டையும் மறக்காம எங்களைப் பார்க்க வந்திருக்கீகளே.!” என்றபடி உள்ளே திரும்பி ‘‘அம்மணி’’ என்றார். அறுபதுவயது மதிக்கத்தக்க மலையாளப் பெண்மணி வந்தார். “இவதான் பாரியா! நம்ம சாந்தாம்பாறை போகும் ஒத்தையடிப் பாதையில பணிக்கர் கிறிசிவீடு இருந்துச்சே! அந்த வீட்டு அம்மணி! சி.ஐ.டி.யு. சங்கத்துக்காரங்க ஆதரவில ரெண்டுபேரும் ரெண்டாம்தாரம் பண்ணிக்கிட்டோம். எங்களுக்கு ரெண்டுபெண்ணுக. ஒரு பையன். அவுரு பாரஸ்ட் ரேஞ்ஜரா இருக்கார். பொண்ணுக ரெண்டுபேரும் படிச்சு டீச்சரா வேலை பார்க்கிறாக! ரெண்டுபேத்தையும் தங்கச்சி பெரியஜக்கி சீனிகங்காணி மகன்களுக்கே கட்டிக் குடுத்திருக்கோம். பெரியமருமகன் மணிகண்டன் டிராவல்ஸ் வச்சு நடத்துது. சின்னவன் எங்களுக்கு கிடைச்ச பத்து ஏக்கர் நிலத்தில் ஏலக்காய் விவசாயம் பார்க்கிறாங்க! எங்காளுக எல்லாம் விவசாயத்தை கூட்டாகப் பார்க்கிறாங்க. எங்கய்யா சங்கிலி கங்காணி ஆசிர்வாதத்தில் எல்லாரும் நல்லா இருக்கோம். பேரப்பிள்ளைகள் சாந்தாம்பாறை கான்வென்ட் ஸ்கூல்ல படிக்கிறாக.! நான் ஊடும்பாடுமா முடிஞ்சபோது ஏலத்தோட்டத்துக்குப் போய் எனக்குத் தெரிஞ்ச யோசனையை சொல்வேன். நான் சொல்றதை தட்டாம கேட்டு நடந்துக்குறாக! உங்கம்மா புண்ணியத்தில் நாங்க நல்லா இருக்கோம்!” கண்ணீர் வழியப் பேசினார்.

ரவி கேட்டார்; “சி.ஐ.டி.யு. தலைவர்கள் கிருஷ்ணன்குட்டி, மாதவன் நாயர் எப்படி இருக்காங்க!”

“ரெண்டு பேருமே மாநிலத்தலைவர்களாகி உடல்நலம் இல்லாமல் மரிச்சி போயிட்டாங்க. அப்போ சகாவு அச்சுதானந்தன் முக்கிய மந்திரியாய் வந்து மரியாதை செய்தது. நானும் அந்த அஞ்சலி நிகழ்ச்சிக்குப் போயிருந்தேன். அவுங்க தலைமையில் இடுக்கி கலெக்டர்கிட்ட போராட்டத்தில வாதாடினோம். அந்தப் போராட்டத்தில் கலந்த நீங்க உதவிக் கலெக்டர் ஆனது எங்களுக்குப் பெருமை! நீங்க எங்கள் வீட்டில் சாப்பிடலாமில்ல?” என்றுகேட்டார். இவர் ‘‘தாராளமா சாப்பிடலாம்!’’ என்றார். லலிதா அம்மா

தாழம்பாய் தடுக்கு விரித்து உட்காரவைத்தார். பரமன் டிரைவரையும் சாப்பிடச் சொன்னார். இவர்கள் மூவரும் அமர, அவர்கள் இருவரும் பரிமாறினர். தலை. வாழை இலையில் குழாய்புட்டும் நேந்திரம் பழமும் காரசாரமான தேங்காய் மணக்கும் சுண்டல்குழம்பும் வைத்தனர். முதல் வைப்பிலேயே வயிறும் மனசும் நிரம்பியது! கொஞ்சம் நேரம் பேசிக்கொண்டு இருந்துவிட்டு ''வட்டப்பாறை எஸ்டேட்டைப் பார்த்து வருகிறோம்'' என்று புறப்பட்டார்.

“போய்ப் பார்க்கலாம். ஆனால் பழைய வட்டப்பாறையை மனசில நினைச்சுப் போனீங்கனா. சில்லு சில்லா சிதறுண எஸ்டேட்டைத் தான் பார்க்கமுடியும்! லட்சுமி அம்மா கோயிலு. அருளு மங்கி நிக்குது! அப்படி இருந்தது இப்படி ஆயிருச்சேன்னு வருத்தப்பட்டு திரும்பற மாதிதான் இருக்கும்! புண்ணியவான் வெள்ளைச்சாமி இருந்த வரைக்கும் அவரை பாக்கப் போய்வருவேன். அந்தப் புண்ணியவான் இருந்ததனால்தான் சங்கத்து மூலமா எங்களுக்கு எஸ்டேட்ல் இருந்து வரவேண்டிய தொகைக்கு ஈடா நிலம் கெடைச்சது! இல்லாட்டி நம்ம அம்மாமாருகளை ஏமாத்தி ஊருக்கு அனுப்புன கணக்கா எங்களுக்கும் மொங்காம் போட்டிருப்பாங்க!'' என்று கைகளை உயர்த்திக் கும்பிட்டார். இவர்கள் விடைபெற்று சாந்தாம்பாறை திரும்பினார்கள். அங்கே விடுதியில் ஒரு அறைபிடித்து சற்று ஓய்வெடுத்தனர்.

முத்து சொன்னார்; “பரமன் பார்வைக்கு ஐதீகமான மலையாளத்துக் காரராட்டம் தெரியறார். உங்களை இன்னாருன்னு தெரிஞ்சவுடனே அய்யா, சாமின்னு எந்திருச்சு நின்னு கும்பிடறாரே!''

“ஆமாம் நூற்றுக்கணக்கான வருஷம் மண்டையில் திணிக்கப்பட்ட அடிமை எண்ணம் கொஞ்சம் கொஞ்சமாய்த்தானே விலகும்! நான் அவரைக் கட்டித் தோளோடு அணைக்கும்போது தயங்கியவர், பின்னால் தோளைத் தொட்டு சகஜமாய் பேசினாரல்லவா! இவ்வளவு பேசும் நான் பரமனைத் தழுவும் போது என் மனசில் 'வெளியில் போய் பள்ளுப் பறை, சக்கிலியரோடு தொட்டு விளையாண்டு ஒழப்பிட்டு வரக்கூடாது ' என்று அம்மா சொன்னதும்; அப்படிப்பட்ட அம்மா எஸ்டேட்டில் பிரச்சினை வந்த போதெல்லாம் அவர்களோடு சேர்ந்துதான் கூட்டாஞ்சோறு ஆக்கியதும்: அவர்களோடு பக்கத்தில் அமர்ந்து அம்மாவும் சிவனம்மா உள்ளிட்ட குடியானவப் பெண்கள் சாப்பிட்டதும் நினைவுக்கு வந்தது! ஆக, ஏற்றத்தாழ்வு போய் வாழ்க்கைச் சூழல் மாற மாற கொஞ்சம் கொஞ்சமாக சாதி பேதம் விலகும்!'' என்றார். இருவரும் பேசிக்கொண்டே கொஞ்சநேரம் கண்ணயர்ந்தனர்.

☐

5

மாலை நான்குமணி வாக்கில் ரவிக்கு உறக்கம் கலைந்தது. முத்து வெளியே நின்று செல்பேசியில் தேனிமாவட்ட சக பத்திரிகையாளர் நண்பர்களிடம் மாவட்டத்தில் முக்கியசெய்திகள் உண்டா என்று விசாரித்துக் கொண்டு இருந்தார் இவர் குளியலறைக்குள் போய். முகம்கழுவி பொலிவுடன் வந்தார். முத்து விசாரித்தறிந்த செய்திகளை தன் கோணத்தில் மடிக்கணினியில் செய்தி அனுப்பினார். ரவி, முக்கியசெய்திகள் ஏதுமுண்டா என்று கேட்டார். "முக்கியசெய்தி ஏதுமில்லை. மருத்துவமனையில் இருக்கும் முதல்வர் ஜெயலலிதா நலம் பெற பொறுப்பு முதல்வர் ஓ..பன்னீர் செல்வம் சார்பில் வீரபாண்டிகோவிலில் சிறப்பு பிரார்த்தனையாம்" சொல்லி முத்து சிரித்தார். "ஏன் சிரிக்கிறீர்கள்?" என்று ரவி கேட்டார்.

"ஜெயலலிதா பெங்களூர் சிறையில் இருந்தப்ப முளைப்பாரி எடுப்பு, அக்கினிச்சட்டி எடுப்பு, அலகு குத்தி, காவடிதூக்கி பிரார்த்தனை ஊர்வலம் நடத்தினர். ஒவ்வொன்னுக்கும் பணமும், பொருளும், போக்குவரத்து, சாப்பாட்டுச் செலவுகளுக்கும் மொத்தமாகப் பணமும் குடுத்தாங்க. அப்ப ஏலத்தோட்டத்துக்கு வர்றவங்கெல்லாம் அங்கேபோய் கூலிவாங்கிட்டு திரிஞ்சாங்க. இங்கே இந்திக்காரங்களை வச்சுதான் சமாளிச்சாங்க. இப்போ அந்தம்மா உடம்புக்கு முடியாமக் கிடக்கு. வெறும் அர்ச்சனை, அபிசேகம் மட்டுமே நடக்குது!"

ரவி வியப்போடு வினவினார்; "ஆமாம்! ஏன் இந்த வித்தியாசம்?" முத்து சிரித்துக்கொண்டே சொன்னார்;" மேலஇருந்து என்ன உத்தரவு வருதோ அப்படித்தான் நடக்கணும். மீறினா வாங்குப் பட்டாகணுமே! காசும் போயி வார்த்தைப்பாடும் வேறையாண்ணு யோசிக்கிறாங்க!"

"ம்ஹூம், தமிழ்நாடுஅரசியல் விநோதமாத்தான் போகுது! அந்தம்மா இப்போ எப்படி இருக்காங்கலாம்?"

முத்து; "இருக்காங்க! காலையில் ரெண்டுஇட்லி சாப்பிட்டாங்களாம். கொஞ்சம் ஜூஸ் குடிச்சாங்களாம். ஜெயா டீவியில் பழைய பாட்டெல்லாம் ஆர்வமா பார்த்தாங்களாம்! இதுதான் அப்போலோ ஆஸ்பத்திரி ரிப்போர்ட்" என்று எள்ளல் தொனிக்கச் சொன்னார். டிரைவர் எட்டிப்பார்த்து "டீ கொண்டுவரச்

சொல்லவாங்கய்யா'' என்றார். முத்து நேரத்தை பார்த்துக்கொண்டே, "சார் பூப்பாறை போயிருவோம். அங்க இப்போ வடநாட்டு தொழிலாளர்கள் நடமாடுறநேரம் அவிங்களை பார்த்துக்கிட்டே டீ குடிக்கலாம்'' என்று சொல்லவும் ரவி சம்மதிக்க வண்டி கிளம்பியது. "பத்தாவது நிமிடத்தில் பூப்பாறை வந்தார்கள். அந்திஒளியில் இறங்கும் பனிக்கும் வெளியேறும் சூரியவெப்பத்துக்கும் இடையே தேயிலைத் தளிர்கள் சிலிர்த்து புதுநிறத்தைக் காட்டி நின்றன.

கிழக்கே போடிமெட்டுசாலை, தெற்கே சாந்தம்பாறை, வடக்கே மூணாறு தேவிகுளம்சாலை சந்திப்பு விலக்கில் பூம்பாறை அமைந்திருப்பதால் மக்கள் நடமாட்டமும் வாகனப் போக்குவரத்தும் அதிகம். மூன்றுசாலை நகர்வுகளையும் கவனிக்கும் விதமாக மேற்கு பகுதியில் ஒரு மையமான கடையில் வெளியே இருக்கைகளைப் போட்டு அமர்ந்து சூடுபறக்கும் பருப்புவடையும் டீயும் சாப்பிட்டபடி கண்களை மேயவிட்டனர்.

மேற்கே ராஜாகுமாரி என்ற சிற்றூரைச் சுற்றிலும் உள்ள சிறு சிறு ஏலத்தோட்டங்களில் வேலைசெய்த பெண்தொழிலாளர்கள், வேனில் போடிநாயக்கனூர் சுற்றிலும் உள்ள தங்கள் ஊருகளுக்கு திரும்பிக் கொண்டிருந்தனர். இடுப்பு கடுக்க, குனிந்து நிமிர்ந்து ஏலப்பழம் எடுத்த தொழிலாளர்கள் பள்ளம் மேடுகளில் குலுங்கிச் செல்லும் வேனுக்குள் அடைந்து ஒருவர்மேல் ஒருவர் மோதி உறும் வாதை நினைக்கவே கஷ்டமாக இருந்தது. ஒரு வேன் டீக்கடைக்கு எதிரே சற்று விலகி நின்றது. அதிலிருந்து இறங்கிவரும் பெண்கள் நடுவயதினராக இருந்தனர். தொடை சதை இறுகி,சதைபிடிப்பு இருக்கும் போலிருக்கிறது. விண்வெளியில் எட்டு வைப்பது போல் காலை சிரமத்தோடு தூக்கிவைத்து நடப்பதைப் பார்க்க மனது வலித்தது. சிரமப்பட்டு கையை காலை உதறியபின் நின்றபடியே வடையை மென்று டீயை கொதிக்க கொதிக்க குடித்து உடல்சூடேற்றி கிளம்பினர். இப்படி வரும் வேன்களில் எல்லா பெண்களும் வயது வேறுபாடின்றி புளிமூட்டை மாதிரி நெருக்கி உட்கார்ந்திருந்தனர்.

முத்து சொன்னார்; "இடுக்கியைச் சுற்றிய பகுதியில் ஏலத்தோட்டங்களுக்குப் போய் வேலை பார்ப்பவர்களைவிட இங்கு வந்து வேலை செய்பவர்களுக்கு ஐம்பது ரூபாய் அதிகம். அதாவது இருநூத்தைம்பது கிடைக்கும். இந்தப் பக்கம் ஏலத்தோட்டம் குறைச்சல். குறிப்பிட்ட சாதியாளுகதான் ஏலவிவசாயம் பண்ணுகிறார்கள். என்றாலும் யூனியனில் பதிந்தவங்கதான் இருக்காங்க. இங்கேயே தங்கி வேலை செய்யிறவங்களுக்கு உள்ள சலுகை,அலைந்து வேலைசெய்யும் ஊர்புறத் தொழிலாளர்களுக்கு

இல்லை! இவுங்களுக்கு சீசன்ல பழமெடுப்பு நிறைய இருக்கும் போதுதான் வேலை. மத்த நாளில இந்திக்காரன்களுக்குத்தான் வேலை. அவுங்களுக்கு தினக்கூலி நூத்தைம்பது, இருநூறுன்னு வேலைக்கு தக்க ஆளுக்குத் தக்க கூலி! ஆனாலும் இந்த வடக்கத்திக்காரன்க நம்மாளுகளைவிட கடுமையாக உழைக்கிறாங்க.!.'' என்றார்

சூரியன் மலைவீட்டுக்குள் நுழைந்தவுடன் குளிர்ந்த வெண்பனி சிறகுகளால் பூமி சூட்டை அடைகாக்க விரிக்கத் தொடங்கியது. புழுதிபூத்த ஜீன்ஸ்பேண்ட், மண் அப்பிய பலவண்ணச் சட்டைகளுமாய் முப்பதுவயதுக்குக் கீழே பழுப்பு நிறமும், வெள்ளை நிறமுமான இளைஞர்கள் பான்மசாலா ஒதுக்கிய வாயில் ஏதோ பேசியபடி வந்தனர். அவர்களுக்கருகில் இருபது வயதுகளில் ஒட்டியக்கன்னமும் வற்றியமாரும், இடுப்பில் ஒட்டியும் ஒட்டாமல் தொங்கிய குழந்தைகளுடன் பெண்களும் புருஷன்மார் சொல்லுவதைக் கேட்டபடி நடந்து வந்தனர். அந்தப் பகுதியில் தமிழ்நாட்டுக்காரர்கள் நடத்தும் புரோட்டாகடையில் பெண்களை இரவுணவு வாங்கச் சொல்லிவிட்டு ஆண்கள் போடிமெட்டு சாலையில் உள்ள சாராயக்கடையில் தேவையான சரக்குகளை வாங்கி வந்து மனைவிமாரை அழைத்து தங்குமிடம் நோக்கி பேசியவாறு சென்றனர்.

ரவிகேட்டார்; '' வெளிமாநிலத்திலிருந்து இங்கே வந்து குறைந்த கூலிக்கு வேலை பார்க்கிறவங்க, இப்படி குடும்பத்தோடு சாராயம் வாங்கிட்டுப் போகிறாங்களே செலவு கட்டுமா?'' முத்து; ''உங்க கேள்வி சரிதான். அவுங்க தங்கிற வசதியில்லாத குடிசைகள்ள குளிரைத் தாங்கி, வேலை செஞ்ச உடல்வலியை மறந்து தூங்க சாராயம் தூக்கமறந்து.! ஆணும் பெண்ணும் நிரந்து குடிச்சுத் தின்னு, படுத்து எந்திரிச்சு மறுநாள் வகுத்துப்பாட்டை பார்ப்பாங்க! அவிங்க வாழ்க்கைப்பாடு நினைச்சா நெஞ்செரிச்சல் தான்'' ரவி; ''நாளைக்கு இவுங்க வேலைபார்க்கிற பகுதியில் ரெண்டுநாள் தங்கி பார்க்கணும்! நாளைக்கு என்னோட இருக்க முடியுமா?''

"சார், அந்த ஏரியாவில் நமக்குக் தெரிஞ்ச ஆளுக இருக்காங்க. அங்க உங்களை அறிமுகம் செஞ்சு தங்க ஏற்பாடு பண்றேன். நான் போடிக்கு போய் சில முக்கியவேலைகளைப் பார்க்கணும்'' என்றார் முத்து. இவர்கள் ஏழரைமணி வரை போவோர் வருவோரை பார்த்தபடியே பேசினர். மக்கள் நடமாட்டம் குறைந்தது. அந்தப்பகுதியில் ஊரடங்கு அறிவித்தது போலிருந்தது. வெண்பனிப் போர்வையை அழுத்தமாகப் போர்த்தத் தொடங்கியிருந்தது.

உணவகங்கள் அடைக்கும் எத்தனங்களை தொடங்கினர். இவர்களும் குளிருக்கு இதமாக புரோட்டாவும் கறியும் சாப்பிட்டு சாந்தம்பாறை கிளம்பினர். ''புரோட்டாவுக்குப் பயன்படுத்தும் மைதாவில் நம் உடலுக்கு ஒவ்வாத ரசாயனம் கலக்கப்படுதென்று நிறைய பிரச்சாரம் நடக்குது. ஆனால் இதை எல்லாம் கண்டு கொள்ளாமல்தான் நாம் சாப்பிடுகிறோம்! நாக்குக்கு அடிமையாகி வகுத்துக்கும் உடல் நலத்துக்கும் கேடு செய்கிறோம். இப்படித்தான் ஒன்றுக்கு ஒன்று முரண்பட்டு வாழ்கிறோம்'' என்றார் ரவி. நவம்பர்மாதக் குளிரும் பயணக் களைப்பும் இமைகளை இழுத்தன. உறங்கினர்.

மறுநாள் சந்தனப்பொடியை வெளியெங்கும் தூவுவது போல இளமஞ்சள் நிறத்தில் குளிருக்கு இதமாக கதிரவன் ஒளிர்ந்தான். ரவி அறைசாளரத்தில் இருந்து பார்த்தார். பேருந்து நிலையத்திற்கு எதிரே தினக்கூலித் தொழிலாளர்கள் வெயில்காய்ந்தபடி வேலை யழைப்புக்காகக் காத்திருந்தனர். இவர்கள் குளித்து, தின்று இராஜாக்காடுக்குப் புறப்பட்டார்கள். ஒருபக்கம் சூரியன் பொன்நிறஒளியை விரித்துக்கொண்டு இருந்தான். மறுபக்கம் பள்ளத்தாக்குகளிலும் மலைமுகடுகளிலும் பனிவிரிப்பு கலைந்து பள்ளங்களில் பதுங்கியபடி இருந்தது. ஒளிந்து பிடிக்கும் விளையாட்டு தொடர்வது போலிருந்தது. போகும் வழியில் தொழிலாளர்கள் வட்ட வட்ட தேயிலைப் புதர்களில் துளிர்த்து பனிக்காற்றில் நடுங்கும் தேயிலைக் கொழுந்துகளைக் கிள்ளி தம் பைகளை நிரப்பி நகர்ந்தனர். நடுங்கிச் சுருங்கிய கொழுந்துகள் தொழிலாளர் உடல்சூட்டில் விரித்தன. இவர்கள் இயற்கையின் அழகிலும் உழைப்பின் மிடுக்கிலும் லயித்தபடி சென்றனர்.

வடக்கத்தியத் தொழிலாளர்கள் குழுக்குழுவாய் அவரவருக்கான வேலைக் காடுகளுக்குச் சென்று கொண்டிருந்தனர். எழிலான தேவாலயம்; அதை ஒட்டிய பள்ளிக்கு மஞ்சள்நிற வாகனங்கள் பிள்ளைகளை செருக்கோடு சுமந்து சென்றன. இராஜகுமாரி என்ற பெயருக்கேற்ப ஊர் வனப்பாக வளப்பமாக இருந்தது! கடைவீதியும், வீடுகளுமாய் பளிச்சிட்டன. இதைக் கடந்து ஐந்தாறு கிமீ தூரத்தில் ராஜாக்காடு என்ற சிறுகிராமத்தில் நின்றனர். சின்ன ஊராகத் தெரிந்தாலும் நான்கைந்து டீக்கடைகள், அஞ்சலகம், தமிழ், மலையாள பத்திரிகைகள் தொங்கும் பெட்டி பலசரக்குக்கடை இருந்தது. அருகே விவசாய சங்க அலுவலகம் இருந்தது. முத்து, ''சந்திரன் இருக்கிறாரா'' என்று அங்கிருந்தவரிடம் விசாரித்தார். தோட்டத்துக்கு போயிருக்கிறார். கொஞ்சநேரத்தில் வந்துவிடுவார் என்று முந்தியநாள் பத்திரிகையின் பத்திகளை வாசித்தபடி

சொல்லியவர், இவர்களை இருக்கைகளில் உட்காரச் செய்தார். ரவி பத்திரிகையின் மற்றொரு தாளை வாங்கி அதில் வந்த தலையங்கம் பகுதியை வாசித்துக் கொண்டிருந்தார். சந்திரன் வந்து விட்டார். அந்தப்பகுதி விவசாயசங்கச் செயலாளரான சந்திரனிடம் முத்து ரவியை அறிமுகம் செய்தார். அவரும் மகிழ்ச்சியோடு, ‘‘நீங்கள் இங்கே எத்தனை நாள் வேண்டுமானாலும் தங்குங்கள். இங்கே முடிஞ்ச வசதியை செஞ்சு தர்றேன்’’ என்றார். முத்து விவசாய சங்கத்தின் செய்திகளை தாங்கிவரும் ‘தீக்கதிர்’ பத்திரிகையின் செய்தியாளர் என்பதால் சந்திரன் முத்துவின் சொல்லுக்கு நல்ல மதிப்பு கொடுத்தார். ரவி, ஓட்டுநரிடம் முத்துவை பைக் நிறுத்தியிருக்கும் பாரத்தோடில் இறக்கிவிட்டு வருமாறு அனுப்பினார். முத்து ‘அவசர வேலைகளை முடித்து வருவேன்’ என்று கிளம்பினார்.

‘‘விவசாய சங்கத்தின் மாடியில் உள்ள அறையில் தங்கி ஓய்வெடுங்கள். மதியம் சாப்பிட்டபின் தோட்டத்திற்கு அழைத்துச் செல்கிறேன்’’ என்றார் சந்திரன். ரவி அறைக்கு மேல் இருந்த மொட்டைமாடியில் நின்று நாலாதிசையிலும் பார்வையைச் சுழல விட்டார் ; ‘அருகில் தெரியும் சோலைகளையும் தூரத்தில் வடக்கே நீலம்பாரித்த மலைகளையும் பார்த்தபடி இருந்தார். வெயில்பட்ட இடமெல்லாம் கரும்பச்சையாகத் தெரிகிறது. வெயிலுக்கப்பால் மேகநிழலில் தெரியும் மலைகளெல்லாம் வெளிர்நீலமாக படுத்துக் கிடக்கிறது. வெயில் என்னென்ன வண்ண ஜாலங்களை நிகழ்த்தி தோற்ற மாயங்களைக் காட்டுகிறது! ஒற்றை ஒளியில் வெவ்வேறு நிறங்கள் தோன்றி ஜாலங்களை நிகழ்த்திவிட்டு மீண்டும் ஒன்றாக மிளிர்கிறது சூரியஒளி. நம்மில் தோன்றும் நிறபேதங்கள் தற்காலிகம், கற்பிதமானவை! இயற்கையில் சமத்துவமானவை! பேதத்தைக் கைவிடுவோம் என்ற ஞானம் வந்தால் மோதலில்லை! சாதலுமில்லை! இதை நாம் எப்போது புரிவோம்.! எப்போது தெளிவோம்!’ என்று ஏக்கத்தோடு பெருமூச்சு விட்டார்.

ஒருமணி வாக்கில் சந்திரன் மதியஉணவுக்கு அழைத்தார். ‘‘மொட்டைமாடியிலிருந்து சுற்றியிலுள்ள இயற்கைக் காட்சிகளை ரசிப்பது மனதுக்கு உற்சாகத்தையும், பலநுட்பமான சிந்தனை களையும் தூண்டுகிறது’’ என்றார் ரவி. “ஆமாம்,பார்க்க நல்லாத்தான் இரிக்கும்.. பட்சே நாங்க விவசாயிமார் குனிஞ்சா மண்ணைப் பார்க்கும், விளைச்சல் எப்படி இருக்குன்னு நோக்கும். நிமிர்ந்தால் சக விவசாயிமார் முகத்தை நோக்கும். பின்னே எந்து நோக்கானு சமயம் கிட்டில்லை!’’ என்று சந்திரன் தமிழும் மலையாளமும்

கலந்து பேசி வெகுளியாகச் சிரித்தார். இவர்களது எதார்த்தம் ரவியின் மனதைச் சுட்டது! தனக்குள்ளே புளிச்ச ஏப்பக்காரனும் பசி ஏப்பக்காரனும் என்ற பழமொழி நினைவுவர நாக்கைத் கடித்தபடி ஓசையில்லாமல் சிரித்தார்.

சந்திரன், ரவியை ஊர் நடுவில் ஒரு உணவகத்திற்கு அழைத்துப் போனார். முன்னால் நாலுமேஜை நாற்காலிகள் போட்டு, ஒரு திரைக்குப் பின்னால் வீடு இருந்தது. பெண்களும் குழந்தைகளும் பேசும் சத்தம் கேட்டது. சந்திரன் அந்த உணவகப் பெண்ணிடம், ‘‘இவர் நமக்கு வேண்டப்பட்ட முக்கிய விருந்தாளி. அவருக்கு ஸ்பெஷலாயிட்டு என்ன உண்டோ கொடு! பைசா மேடிக்க வேண்டாம்’’ என்று சொல்லிய சந்திரன், ரவியிடம் வந்து ‘‘சார் நிங்கள் கோபம் செய்யக்கூடாது. ஒரு விவசாயிக்கு பாம்பு கடிச்சிருச்சு. தகவல் வந்து. நான் அவிட போயாகணும். நீங்கள் கூச்சமில்லாமல் வேண்டியதைச் சாப்பிட்டுட்டு ரூமில் தாம்சிக்கணும். நான் சீக்கிரம் வரும்!’’ என்று தனது சூழலை முகத்தில் தர்ம சங்கடத்தைக் காட்டி விடை பெற்றார். ரவிக்கு இந்த மாதிரி சூழலில் சாப்பிட மனசில்லை. ஆனால் சந்திரன் வருத்தப்படுவாரே. வயித்துக்கும் மனசுக்குமான பிரச்சினை. ரவி சிந்தனையில் உழன்று கொண்டிருந்த போதே கடைக்காரப்பெண் இலையில் சோறை பரிமாறிவிட்டு ‘‘என்ன சார் யோசனை?. கடை சின்னதாயிருந்தாலும் ருசி வீட்டுச்சாப்பாடு ருசி இருக்கும்’’ என்றார். இதுக்கு மேலும் சாப்பிடாமல் தாமதித்தால் இந்த அம்மாவுக்கு பதில் சொல்லித் தப்பிக்க முடியாது என்று ஊற்றப்பட்ட சாம்பாரைப் பிசைந்து வாயில் வைத்தார். மனதில் ஆயிரம் சிந்தனை முற்றுகை இட்டாலும் நாக்கு மதுரைமண்ணின் சாம்பார் ருசியை உணர்த்தியது. அந்தப் பெண்மணியிடம் பேசிக் கொண்டே சாப்பிட்டார்.

அந்தப் பெண் சொன்னாள்; ‘‘எங்களுக்கு இங்கே ரெண்டு ஏக்கர் ஏலத்தோட்டம் இருக்கு. இந்த ஏலவிவசாயத்தை முழுசா நம்பி இருக்க முடியலை. அதான் வீட்டையே கடையாக்கிட்டு, விவசாய வேலை இருக்கிறப்போ விவசாயம் பார்ப்போம். மற்ற நேரம் நானும் தங்கச்சியும் கடையைப் பார்த்துக்குவோம். எங்க வூட்டுக்காரரும் கொழுந்தனும் வேறெங்கையும் கிடைக்கிற வேலையை பாப்பாங்க. முந்தி எல்லாம் இங்கே சாப்பிட வர்றவங்க ரொம்பக் குறைச்சுத்தான். இப்போ வடக்கத்திக்காரங்க பத்துக் குடும்பத்தாளுக இங்க உள்ள தோட்டங்கள்ல வேலைபாக்கிறங்க. அவுங்களுக்கு நாயித்துக்கிழமை தவித்து நித்தம் மதியம் இருபது இருபத்தஞ்சு சாப்பாடு போகும். உங்களை மாதிரி வர்றவங்க

போறவங்க, போஸ்ட்டாபிஸில் வேலை பாக்கிறவங்கன்னு ஒரு ஆறு சாப்பாடு போகும். அப்புறம் சமைக்கிறதில் மிச்சம் மீதி எங்க குடும்பத்துக்கும் போக கையைப் பிடிக்காம, கடனுகிடனுல சிக்கிக்காம பிழைப்பு ஓடுது!" என்று அந்தப்பெண் தனது வாழ்க்கைப்பாட்டைப் பேசிக்கொண்டே முட்டைஅடை என்று ஆம்லெட் பரிமாறினாள். தனது வாழ்க்கைத் தேவைகளை அடுத்தவர் தேவைகளை நிவர்த்தி செய்வதோடு சேர்ந்து நிரவிக் கொள்வதும் ஒரு தனிக்கலை தான்.! இதில் பெரிய அளவுக்கு பொருள்வரவோ சரிவோ இல்லாவிட்டாலும் கிடைக்கும் ஒருவகை நிம்மதி அலாதியானது!. இதை இந்தப் பெண்ணின் பேச்சில் உணர முடிந்தது.

ரவி விவசாயசங்க அலுவலகத்தில் மாடிஅறையில் கொஞ்ச நேரம் படுத்தார். உறக்கம் வரவில்லை. சிறு படுக்கை அறையும் கழிவறை இணைந்த குளியலறையும் இருந்தது. முன்அறை முப்பது நாற்பது பேர் உட்காரும் கூட்ட அரங்கமாக இருந்தது. விவசாயிகளின் கூட்டம் நடத்தப்படும் இடமாக இருந்தது. பரவாயில்லை; இவ்வளவு சின்ன ஊரில் இப்படி விவசாயிகளுக்கு ஒரு ஏற்பாடிருக்கே! கூட்டஅரங்கின் சுவரில் ஹரிகிருஷ்ணன்சிங்சுர்ஜித், இஎம்எஸ், ஏ.கே.கோபாலன் மற்றும் பல கேரள விவசாய சங்கத்தலைவர்களின் படங்கள் இருந்தன. உழைப்பாளிகளுக்கு உழைத்தவர்கள் கௌரவிக்கப் பட்டிருந்தனர். இதைப் பார்த்துக் கொண்டு இருக்கையில் ஆளரவம் கேட்டது.

ஓசைகுறைத்த மெல்லிய காலெட்டுகள். சந்திரன் வந்தார். இவர் விழித்திருப்பதைப் பார்த்து " உங்களுக்கு உறக்கம் வரலையா சாரே" என்றார். இவர் தலையசைத்து சந்திரனிடம் "என்ன சகாவு, பாம்பு யாரைத் தீண்டியது? இப்போ எப்படி இருக்காங்க? "என்று கேட்டார். சகாவு என்று அவரை அழைத்து விவரம் கேட்டதும், அவரது களைத்த முகத்தில் ஒரு புன்னகை ஒளிர்ந்தது. " ஒரு பிகாரி தொழிலாளர், புதர்ச்செடிகளை சுத்தம் செய்து கொண்டிருந்தார். பாம்பு தீண்டி விட்டது. சொல்லத் தெரியாமல் கதறியிருக்கிறார். பக்கத்திலிருந்தவர் பாம்பு ஊர்ந்துபோவதைப் பார்த்து கூறவே தெரிந்தது. எனக்கு செல்லில் தகவல் வந்தபோது டாக்டருக்கு சொல்லி ஸ்தலத்துக்கே வரச்செய்தது. நான் அதன்னே நிங்களோடு மதிய ஊணுகழிய வரலை! அவருக்குப் பாம்பு தீண்டிய இடத்தில் கட்டுப்போட்டு மூலிகைவேரைக் கடிவாயில் கட்டியிருந்தது. டாக்டர் வந்து ஊசிபோட்ட பின்னே அவர் தேவலம்! அவிட ஸ்தலத்திலேயெ ரெஸ்ட் எடுத்தாரு. இப்போ நல்லா இருக்காரு."

என்றார். ரவி அவர் முகத்தையே கவனித்தார். "சகாவு, நீங்க சாப்பிடலை போலிருக்கே!" இதெல்லாம் சகஜம் என்பது போல சிரித்தார்.

பின்னர் ரவியின் பேச்சின் கவனத்தை மாற்றுவதுபோல், "வடஇந்தியத் தொழிலாளர்களைப் பார்க்கணும்னு சொன்னீங்களே கூப்பிட வந்தேன்; இப்போ போகலாமா" என்றார். "சரி, வாங்க; போறதுக்கு முன்னால எதாவது சாப்பிட்டுட்டுப் போவோம் என்றார் ரவி. மணி மூன்றாகியிருந்தது. சாப்பிட வடையும்,டீயும் மட்டுமே கிடைத்தன. அவருக்கு ரெண்டுவடையும்,அவரைத் தின்ன வைப்பதற்காக இவர் ஒரு வடையும் எடுத்துக் கொண்டார். வடை, டீ சாப்பிட்டுவிட்டு சந்திரனது பைக்கில் வடஇந்தியத் தொழிலாளர்கள் வேலை செய்யும் தோட்டத்திற்கு போனார்கள். ஒரு மேடானபகுதியில் ஒற்றை ஜீப் செல்லும் கரடுமுரடான பாதையில் ஏறிச்சென்று ஒருபாறை அருகே பைக்கை நிறுத்தினார். அங்கே வடக்கத்திய தொழிலாளர்கள் வேலை செய்து கொண்டு இருந்தனர். சந்திரன் சொன்னார்; "இது ஏலக்காய் விவசாயத்திற்கு ஒவ்வாத கரடுமுரடான பாறைப் பகுதி; இப்பகுதியில் வேர் ஆழம்போகாத ஆரஞ்சு, எலுமிச்சை, மூங்கில் மரங்களை வைத்திருந்தனர். இப்போது இதை நம்ம பாண்டிமார் வாங்கி அந்த மரங்களை இந்திக்காரங்களைக் கொண்டு வெட்டி சுத்தம்பண்ணி இருக்கு. செறிய பாறைகளை அவர்களைக் கொண்டு வெடிவைத்து தகர்த்து அவ்விடத்தில் வெட்டுமண்ணை நிரப்பி விளை நிலமாக்குறாங்க! இந்தமாதிரி முரட்டு வேலைகளை நம்ம பாண்டிக்காரக செய்யாது. இந்திக்காரங்களை வச்சு பண்ணுது. பாவம், இய்யாளுகளுக்கு உழைப்பைவிடக் கூலி கொறைச்சு !"

ரவி கேட்டார்; "சகாவு, நீங்க விவசாயசங்கத் தலைவராக இருக்கீங்க; எப்படி இந்த ஏற்றத்தாழ்வுகளை ஒத்துக்கிறீங்க?" சந்திரன் தர்மசங்கடமாக தலையைச் சொறிந்து. சிரித்தார். பின் அழுத்தி முகத்தை துடைத்து சிரிப்பு மாறாமல் இவரைப் பார்த்தார். சில வினாடிகள் யோசித்து ஏக்கத்தோடு பெருமூச்சு விட்டார். பின்னர் தெளிந்த முகத்தோடு சந்திரன் பேசத் தொடங்கினார்.

"சார், நீங்க தோட்டத் தொழிலாளியாய் இருந்து டெபுடி கலெக்டராயி ரிட்டயர்டு ஆனவர்னு சகாவு முத்து சொன்னது. உங்களுக்கு எல்லாம் புரியும். அந்தக் காலத்தில் முதலாளிமார் நூற்றுக்கணக்கான ஏக்கரில் ஏலக்காய் விவசாயம் பண்ணியது. அவரு நிறைய சம்பாதிச்சது. தொழிலாளிகளை குறைஞ்ச கூலிக்கு அடிமையாய் வேலை வாங்கியது. சங்கம் வந்து போராடி

தொழிலாளிகளுக்கு கண்ணியமா வாழத் தேவையான சட்டப்பூர்வ உரிமைகளை வாங்கித் தந்தது. அதுக்குப் பின்னால முதலாளிகள் தவறான நிர்வாகத்தாலும் பல காரணங்களால ஏல விவசாயத்தை சரியாக கவனிக்காமல் விட்டுடாங்க. நம்ம நாடு உலகநாடுகளோடு செஞ்ச ஒப்பந்தங்களினால் நம்ம தரமான ஏலக்காய்களை குறைஞ்ச விலைக்கு விற்கவும் குவாதிமாலா மாதிரியான நாடுகளிலிருந்து தரம் குறைஞ்ச ஏலக்காய்களை வாங்க நிர்பந்திக்கப் பட்டோம். அதனால் நம்ம சரக்குகளின் விற்பனை குறைஞ்சு விலையும் வீழ்ச்சி அடைந்தது. இது ஏலக்காய் விவசாயம் செய்த பெரிய விவசாயிகள் வீழ்ந்ததுக்கு இன்னொரு காரணம். பெரிய எஸ்டேட்டுகள் எல்லாம் சில்லுசில்லாய் உடைஞ்சு போச்சுக. இன்னக்கி ஐம்பது ஏக்கருக்கு மேல யாருகிட்டையும் நிலம் இல்லை என்கிற நிலைமை தான்! இன்னிக்கு பத்து ஏக்கருக்கு மேல் வச்சிருக்கிறவங்க ஓரளவு நிரந்தரத் தொழிலாளர்களை வச்சு சட்டபூர்வமான கூலியையும் சலுகைகளையும் தர்றாங்க. பத்து ஏக்கருக்கு கீழே வச்சுருக்கிறவங்க இன்னிக்கு விவசாய இடுபொருள் செலவுக்கேத்த கட்டுபடியாகாத விலைவாசி நிலைமையில் சிரமப்படுகிறார்கள். இன்னக்கி விவசாயத்தையும் விவசாயிகளையும், தொழிலாளர்களையும் காப்பாற்ற வேண்டியது சங்கங்களின் கடமை ஆயிருச்சு.!

அதனால் இங்குவந்து வேலைபார்த்துப் போகிற தினக்கூலித் தொழிலாளர்களுக்கு அரசு சட்டப்படி தினக்கூலி கிடைக்கவும், விவசாயம் சுணங்காமல் நடக்கவும் உத்தவாதப்படுத்தி இருக்கிறோம். இந்திக்காரத் தொழிலாளர்கள் நிலையில்லாமல் அங்குமிங்கும் அலைகிறவர்களாக இருக்கிறார்கள்.அதனால் அவர்களை ஒற்றுமைப்படுத்தி சங்கத்திற்குள் கொண்டு வரமுடியவில்லை. இன்னொரு காரணம், அவர்களிடையே ஒற்றுமை இல்லை. இங்கே வேலைபார்க்கும் மத்திய பிரதேசத்தான் பீகாரிகளையும், வங்காளிகளையும் தாழ்ந்தவர்களாக நடத்துகிறார்கள். இவர்கள் மூவரை ஒரேதோட்டத்தில் ஒரேமாதிரியான வேலைகளைச் செய்ய வைப்பதே சிரமமாக இருக்கிறது. இன்று மரப்புதரை சுத்தம் செய்து கொண்டிருந்த பீகாரியை பாம்பு தீண்டி விட்டது. என்னவென்று தெரியாமல் அவன் கதறி வலியால் துடிக்கிறான். பக்கத்தில் மத்தியபிரதேசத்தான் ஒன்னும் தெரியாதவன் போல் நிற்கிறான். தோட்டத்துக்காரர் நம்ம பாண்டிக்காரர் தான் செடி கொடிகளை விலக்கிப் பார்த்து பாம்பு போவதறிந்து முதலுதவி செஞ்சிட்டு சங்கத்துக்குத் தகவல் சொல்ல, நான் டாக்டரோடுபோயி அவரைக் காப்பாத்துச்சு.

இப்படி வடக்கத்திக்காரங்க கிட்ட உள்ள குண வேறுபாட்டுப் போட்டியில், வறுமையில் எவ்வளவு குறைச்சு சம்பளம் கொடுத்தாலும் வேலை பார்க்கத் தயாரா இருக்கான். ஆனாலும் தினக்கூலி இருநூற்றைம்பதுக்கு குறையாமல் இவுகளுக்கு கிடைக்க ஏற்பாடு செஞ்சிருக்கோம்! இவர்களை பிரிச்சுப் பிரிச்சுதான் நம்மாளுகளும் வேலைவாங்குது! நம்மாளுங்க வேலை பார்க்கத் தயங்குற ஏலக்காய் பதப்படுத்தும் ஸ்டோர் வேலைகளை பிகாரிகள், வங்காளிகள்தாம் பார்க்குது. அவுங்க அவ்விடத்தில் தாமசிச்சி வேலை பார்க்குது. இவர்களுக்கு எதாவது சின்னச்சின்ன பாதிப்புவந்தால் விவசாயிகள் மூலமாகத்தான் தீர்த்து வைக்கிறோம்! இப்போ பாம்பு கடிபட்ட பிகாரி குணமாகிறவரை அந்த விவசாயி சம்பளம் கொடுக்க ஏற்பாடு செய்திருக்கிறோம். அந்தத் தொழிலாளியை முடிந்தவரை ஏலச்செடிகளை கவாத்து செய்யறது, மிளகு பறிக்கிறது, காபி பழம் பறிக்கிறதுன்னு வேலை வாங்கிருவாங்க."

"நம்ம விவசாயிகளும் பழைய முதலாளிகள் மாதிரி இல்ல. ஏலத் தோட்டத்தில் ஊடுவிவசாயமா காபி, மிளகு, லவங்கம், பூண்டு, இஞ்சியையும் பயிர் செய்றாங்க! அவுங்களும் தொழிலாளர்களோடு சேர்ந்து வேலைபார்த்துக்கிட்டே கருத்தா வேலை வாங்குறாங்க.! அதனால் அவர்களது விவசாயத்தையும், அவர்களையும் சங்கம் பாதுகாக்கிறது! ஆனால் வியாபாரிகளைக் கட்டுப்படுத்த முடியலை. கட்டுப்படியான விலையையும் ஈட்டித்தர முடியல்லை! மத்திய சர்க்கார் வியாபார முதலாளிகளுக்கு ஆதரிக்கும் அளவுக்கு விவசாயிகளுக்கு ஆதரவு தருவதில்லை." என்றார் சந்திரன்.

"ஆமாம். இந்த மாதிரியான விவசாயிகளின் நிலை, மூன்றாம் உலக நாடுகள் எங்கும் இருக்கிறது. இது உலகமயத்தின் அவலத்தில் ஒரு பகுதி! சரி. இவ்வளவு நல்லா தமிழ் பேசுறீங்க! திடீருன்னு மலையாளி மாதிரி பேசுறீங்களே!" என்றார் ரவி.

"பழக்கதோசம். நானும் போடிநாயக்கனூர் பக்கமிருந்து பிழைக்க வந்தவன் தான்.! சிறிய ஏலவிவசாயி ஆனேன். சங்கத்துக்காரனாக மலையாளிகளோடு மலையாளியாக பழகித்திரிய வேண்டிய வாழ்க்கைச் சூழல்! எனக்கு மலையாளம் வாசிக்கவும் எழுதவும் தெரியும்" என்றார் பேசியபடியே நடந்து; சிறிய ஏல விவசாயி மாரிமுத்துவிடம் ரவியை அறிமுகம் செய்தார் சந்திரன்.

மாரிமுத்து; "போடிக்குப் பக்கத்தில் திருமலாபுரத்தில் ரெண்டுஏக்கர் நிலத்தில் விவசாயம் பண்ணிக்கிட்டு இருந்தேன்.

சரியான மழையில்லை. கிணத்தில் கம்மாயில் தண்ணியில்லாமல் விவசாயம் பண்ண முடியலை. வகுத்துப்பாட்டுக்காக ஏலமலை ஏறினோம். இங்கேயும் விவசாயம் மத்துவமாத்தான் இருந்துச்சு. சோற்றுப்பாடாவது தீருதுன்னு பல்லைக் கடிச்சிக்கிட்டு வேலை பார்த்துகிட்டு இருந்தோம். இங்க அஞ்சேக்கர் ஏலத்தோட்டம் விலைக்கு வந்துச்சு. அந்த நேரம் பார்த்து ஊரில் வீட்டடிமனை கட்டுறவங்க நிலத்தை விலைக்குக் கேட்டாங்க. பக்கத்திலுள்ள இடமெல்லாம் வீட்டடி மனை ஆகிடுச்சு. நான் மட்டும் விவசாயம் பண்ணுறேன்னு வீம்புக்கு நிலத்தை காத்துக்கிட்டு இருக்க முடியாமல் நல்லவிலைக்கு வந்ததும். ரெண்டேக்கர் நிலத்தை வித்தேன். நிலத்தை வித்த காசை நிலத்திலே போடுவோம்னு இதோ பக்கத்தில் இருக்கிற அஞ்சேக்கர் நிலத்தை வாங்கினேன். மத்தவங்க மாதிரி இல்லாம கொஞ்சம் கருத்தா ஏல விவசாயம் பண்ணுவோம்னு ஏலச்செடிக்கு நிழல்தர்ற காட்டுமரத்தில் மிளகுக் கொடி படரவிட்டேன். காட்டுக்கு ஓரஞ்சாரமா வேலிமாதிரி பத்தடி இடைவெளியில் காபிச்செடி நட்டோம். கொஞ்சம் கருத்தா குடும்பத்தோடு அஞ்சுவருஷம் கஷ்டப்பட்டு வேலைபார்த்தோம். ஏலத்தோடு காபியும், மிளகும் ஒழைச்ச ஒழைப்புக்கு பலன் கொடுத்தது. கொஞ்சம் நிமிர்ந்த நேரம், பக்கத்திலே சும்மா கிடந்த இந்தக் கரட்டுக்காடு ரெண்டேக்கர் விலைக்கு கிடைச்சது. இதுக்கு தோதா இந்திக்காரனுங்க வேலைக்கு வந்தானுக. ஆரஞ்சும் எலுமிச்சையும் மர நிழலுமா இருந்த ஒன்றரை ஏக்கரில் குட்டை எலுமிச்சை, நார்த்தை மரங்களை மட்டும் வெட்டி ஒழுங்குபடுத்தி நல்ல ஏல நாத்துகளை வாங்கி நட்டுப் பராமரிச்சுகிட்டு இருக்கேன். இப்போ இந்திக் காரர்களை வச்சு அரை ஏக்கர் கல்லுக்கரடை எல்லாம் வெடிவச்சுத் தகர்த்து நல்லமண்ணு பாவி விளை நிலமாக்கிட்டு இருக்கேன். இங்க மரநிழலு இல்ல. அதனால் இங்க இஞ்சி, பூண்டு, கப்பைக்கிழங்கு சாகுபடிக்கு ஏற்பாடு பண்ணிட்டிருக்கேன். காசுபணம் பத்தாக்குறைக்கு இங்க விவசாயபேங்கில் கடனைவாங்கி விளைச்சல் வரவர கடனை அடைச்சுகிட்டிருக்கேன்.”

“சந்தோசம். கடுமையாத்தான் உழைச்சு நிமிர்ந்திருக்கீங்க! இவுங்க எப்படி வேலை பார்க்கிறாங்க?” ரவி கேட்டார்.

“சொல்ற வேலையை சொல்லிக் கொடுத்த மாதிரி மாங்கு மாங்குன்னு வேலை செய்றாங்க. இவுங்க மத்தியப்பிரதேசி, பிகாரி, வங்காளினு மூனுபிரிவா இருக்கானுக. இவிங்களை ஒன்னாவச்சு வேலை வாங்க முடியாது. தனித்தனி இடத்தில் வச்சுதான்

வேலைவாங்கணும். இருநூத்தம்பது ரூபா சம்பளம் கணக்குப்பண்ணி, மதிய சாப்பாட்டுக்கும் தங்கிற வீட்டுக்கு வாடகைக்கும் சேர்த்து எழுபதுரூபாய் கழிச்சுட்டு நூத்தெம்பதுரூபாய் கணக்குப்பண்ணி வாரம் வாரம் சனிக்கிழமை சாயந்திரம் கையில் கொடுத்துருவோம். நல்லா சாப்பிடறானுக. ஞாயித்துக்கிழமைகள்ல தண்ணி, கோழின்னு ஒரே மிதப்பில் காச்சு பூச்சுன்னு கத்திக்கிட்டு கிடப்பானுங்க. ஆம்பிள்ளைக சிறுசு பெரிசுன்னு வித்தியாசம் இல்லாம எந்தநேரமும் பான்மசாலா ஒதுக்கிக்கிட்டே வேலை செய்றானுக.. கல்யாணம் பண்ணுனவங்க ராத்திரியில் ஆணும் பெண்ணும் சேர்ந்து தண்ணி அடிக்கிறாங்க. ஏன்னு கேட்டா, உடம்புவலிக்கும் குளிருக்கும் குடிக்கிறோமுறாங்க. பொம்பளைகளைப் பார்த்தா, பாவமா இருக்குது. அவுங்க வத்தலுடம்பில கையில் ஒரு பிள்ளை, வயித்தில் ஒரு பிள்ளைன்னு தான் திரியுதுக. பொம்பளைகளுக்கு ஈவுசோவான வேலைகள் தாம் குடுக்கிறோம்! எங்க வீட்டில மிஞ்சுன பண்டங்கள், துணிமணிகள் குடுக்குறோம். சாயந்திரமா உங்களோட பேசச் சொல்றேன்'' என்றார் மாரிமுத்து. அவர் பேச்சில் கபடம் எதுவும் தெரியவில்லை!

''மாலையில் சந்திப்போம்'' என்று சொல்லி விடைபெற்றனர்.

□

6

முத்துவை இறக்கி விட்டுட்டு ஓட்டுநர் பாலு வந்திருந்தார். அந்தியில் ரவியும், சந்திரனும் மாரிமுத்துவின் வீட்டுக்குப் போயினர். ஐந்துசென்டில் வீடு. அதில் ரெண்டுசென்டில் மரத்தாலான அடுக்கடுக்காக சிறு அறைகள் அமைந்த ஸ்டோர்ரூம் இருந்தது. அதன்கீழ் மரக்கட்டைகளை எரித்த வெப்ப அலையை குழாய்மூலம் பரவவிட்டு அறைகளைக் கதகதப்பாக்கி ஏலக்காய் பதப்படுத்த ஏதுவான வசதி செய்யப் பட்டிருந்தது. இந்தப் பதனறையை இரு பகுதிகளாக்கி ஒருசிறு பகுதியில் தனக்குரிய ஏலக்காய்களை உலர்த்தி பதப் படுத்தவும், எஞ்சிய அகன்ற பகுதியில் பிற சிறு விவசாயிகள் கொண்டுவரும் ஏலக்காய்களை கட்டணத்திற்கு உலர்த்தி பதப்படுத்தித் தருவார். அதற்கான கட்டணத்தை ரொக்கமாகவோ ஏலக்காயாகவோ பெற்றுக் கொள்ளவும் ஏற்பாடு செய்திருந்தார்.

ஓரேக்கர், ரெண்டேக்கர் வைத்திருக்கும் ஏலவிவசாயிகளுக்கு தனியே பதப்படுத்தும் அறை வைத்திருக்க இயலாது. பத்து ஏக்கருக்கு மேல் ஏல விவாசாயம் செய்பவருக்கு மட்டுமே செலவுகள் கட்டும்! இந்தப் பதப்படுத்தும் வேலைகளைச் செய்ய ஒரு பிகாரி குடும்பத்தைப் பழக்கி இருந்தார். நாலு பேருள்ள குடும்பத்தில் மூவர் பதப்படுத்தும் அறையிலிருந்தே ஏலக்காய் பதப்படுத்தும் வேலைகளை செய்வர். இன்னொருவர் மற்ற தோட்ட வேலைகளைச் செய்வார். இந்த மூவரையும் மாரிமுத்துவின் மனைவி கண்காணித்து வேலை வாங்குவார். இந்த நால்வரில் ஒருவருக்குத்தான் பாம்பு தீண்டியது. இவர்கள் ஏலக்காய் பதப்படுத்தும் வேலை இல்லாத நாளில் பிற வேலைகளைச் செய்வர். இவர்களுக்குத் தனியே ஒற்றை அறையும் சிறிய தாழ்வாரமும் உள்ள ஓட்டுவீடு ஒதுக்கப்பட்டிருந்தது. அதுக்கு அடுத்து நாலடிசந்து விட்டு கொஞ்சம் தள்ளி பத்துக்கு முப்பதடியில் ஒரு ஓட்டுக்கொட்டகை. மூன்றடி அகல சின்ன தாழ்வாரம். அதில் மூன்று குடும்பங்களைச் சேர்ந்த பத்துபேர் மத்தியபிரதேசிகள் தங்கி மாரிமுத்து தோட்டத்தில் வேலை செய்தனர். மாரிமுத்து தோட்டத்தில் வேலை இல்லாத நாட்களில் பிற சிறுவிவசாயிகள் தோட்டத்தில் வேலைபார்த்து விட்டு இங்கே வந்து தங்கிக்கொள்வர்.

சூரியன் மலைவாயை நெருங்கும்நேரம் அவர்கள் வேலைமுடித்து வந்தார்கள். வரும்போதே காய்ந்த சுள்ளிகளைப் பொறுக்கி வந்ததனர். கொதிக்கவைத்த வெந்நீரை தேவைக்கேற்ப அளாவி குளித்து தம் உடலலுப்பைக் கழுவினர். வேறுடை உடுத்திவந்த ஆண்களில் இருபதுவயது இளைஞன். பேரு மகேந்திரசிங். அவனிடம் ரவி பேச்சுக் கொடுத்தார். போபாலுக்குப் பக்கத்தில் நாற்பது கிலோமீட்டர் தூரத்தில் ஒரு குக்கிராமத்திலிருந்து வந்தவனாம். மற்றவர்கள் இவனது பக்கத்து வீட்டுக்காரர்களாம். இவனது கிராமத்தில் யூனியன்கார்பைட் ஆலை விபத்திலிருந்து விவசாயம் செய்வதில்லையாம். எந்தப் பயிர் போட்டாலும் முளைவிட்டு மூணாம் நாளே மஞ்சள்பூத்து உதிர்ந்துவிடுமாம். இவனது ஊரில் பெரும்பாலான மக்கள் ஊரைவிட்டுப் போய்விட்டார்களாம். இவனது குடும்பத்தாரும் இன்னும் சிலரும் பூர்வீக நிலத்தைவிட்டுப் போகக்கூடாது என்று அங்கே தங்கி பக்கத்தில் போபாலில் கட்டட வேலைகள் செய்து பிழைத்து வருகிறார்களாம். மகேந்தர்சிங்குக்கு இரண்டு தங்கைகள். மூத்தவளை பதினைந்து வயசிலே உறவினருக்கு கல்யாணம் செய்துவைத்து விட்டார்களாம். இளையவள் தற்போது கம்ப்யூட்டர் டிகிரி படித்துக் கொண்டு இருக்கிறாள். அவளுக்கு மாதம் இரண்டாயிரத்து ஐநூறு ரூபாய் கல்விக் கட்டணமாம். அவள் படித்தால் குடும்பத்துக்கு உதவியாக இருக்கும் என்று இவன் இவர்களோடு கேரளாவுக்கு வேலைதேடி வந்தானாம். இவனுக்கு மாதம் முழுதும் உழைத்தால் மூன்றாயிரத்து எண்ணூறு தேறும். வீட்டுக்கு மூவாயிரம் அனுப்பிட்டு மிஞ்சியதில் சிக்கனமாகப் பொழுதை ஓட்டுகிறானாம். சோகம் கப்பிய முகத்தோடு அவன் சொல்லச் சொல்ல ரவிக்கு மனதை பிசைந்தது.

மாரிமுத்து சொன்னார்; “மகேந்திரசிங் கதையைக் கேட்க எனக்கே கஷ்டமாயிருந்து. அதனால அவனை மட்டும் வெளியே அனுப்பாது வேலை கொடுத்து எங்களால முடிஞ்ச உதவியை செய்றோம். இவன் சேர்த்து வைக்கும் காசை அவங்க ஆளுக்குள்ளே ஒருத்தன் ஆட்டையைப் போட்டுட்டான். இவன் சொல்லி அழுதான். அப்புறம் அவங்கிட்ட அந்தக் காசை மிரட்டி வாங்கினோம். அதிலிருந்து எங்கிட்டே கொடுத்து வச்சான். எனக்கு சில்லறை சில்லறையா காசை சேத்து கணக்கு வைக்கிறது முடியல. பெறகு ராசகுமாரி பேங்கில் ஒரு கணக்கை ஆரம்பிச்சுக் குடுத்தேன். இப்ப அவன் பேங்கில காசுசேர்த்து வச்சு பேங்கு மூலமாகவே ஊருள உள்ள அவன் தங்கச்சி கணக்குவச்சிருக்கிற பேங்குக்கே

பணம் அனுப்பிடுறான். அவனுக்கு போஸ்டாபிஸ் மணியாடர் கமிஷனும், அலைச்சலும் மிச்சம்! மகேந்திரசிங்கிற்கு வங்கியில் கணக்கு தொடங்கிக் கொடுத்தது போல் மத்தவங்க தங்களுக்கும் கணக்கு தொடங்கிக் கொடுக்கச் சொல்லி வற்புறுத்தினாங்க. அப்புறம் அவங்களுக்கும் கணக்குத் தொடங்கிக் கொடுத்தோம்.. மத்த ஆளுகளும் நல்லா சாப்பிட்டது போகத்தான் மிச்சம் வைக்கிறாக. இவுங்கள்ள மூணுகுடும்பம் புருஷனும் பொண்டாட்டியா இருக்காங்க. காலையில ஒருநேரம் மட்டும் மாவைப் பிசைஞ்சு ரொட்டியை சுட்டு சாப்பிட்டுக்கிறாங்க. உப்பைத் தொட்டு பச்சை மிளகாய் வெங்காயத்தைக் கடிச்சிக்கிட்டு திங்கிறாங்க. அதில என்ன ருசியோ, என்ன சத்தோ தெரியலை! கருமாயப்பட்ட பொழைப்பு! ஆனா நாங்க மதியச்சாப்பாடு ஓட்டல்லிருந்து கொண்டு வரச்சொல்லி காய்கறியோட வகுறுமுட்ட சாப்பிட வுட்டுருவோம். தின்ன சோத்துக்கு வஞ்சகமில்லாம வேலை செஞ்சிருவானுங்க!

வாரத்துக்கு ஒருநாள் முட்டைக்குழம்போ, ஆம்லட்டோ போடச் சொல்லுவோம்! எதோ நம்மனால முடிஞ்ச உபகாரம்! இவனோட சேர்ந்து நாலு விடலைப்பசங்க இருக்கானுங்க. அவனுங்களும் காலையில் ரொட்டிசுட்டு தான் சாப்பிடறானுக. ராத்திரிக்கு மட்டும் தோசை புரோட்டான்னு அவனுங்க வெளியில் போய் சாப்பிட்டுட்டு வந்து முடங்கிக்கினுவானுங்க. ரெண்டு மூணு கைக்குழந்தைங்க இருக்குதுங்க. அதுகளோட அவுனுங்க படற பாடுதான் பெரும்பாடு! என் சம்சாரம் அந்தப் பிள்ளைகளுக்கு அப்பப்போ பாலோ சோறோ கொடுப்பா.”

ரவி அவர்களது வீட்டை எட்டிப்பார்த்தார். ஐந்து ஓலைப்பாய்கள் விரித்துக் கிடந்தன. ஏழு சூட்கேஸ்கள் சுவரோரம் இருந்தன. கட்டப்பட்ட கயிற்றுக் கொடியில் அழுக்குத்துணிகள் தொங்கின. இரண்டு குண்டுபல்புகள் தொங்கின. ஸ்விட்ச் பாக்ஸோடு நாலு இணைப்புகள் கொடுக்கக்கூடிய மின்இணைப்புத் துளைகள் இருந்தன. நான்கிலும் செல்பேசி சார்ஜர்கள் தொங்கின. பெயருக்கு இரண்டு கல்லடுப்புகள் இருந்தன. மூன்று பிளாஸ்டிக் தண்ணீர் குடங்கள், நான்கைந்து அலுமினியப் பாத்திரங்கள் இருந்தன. நடுவில் தடுப்போ மறைப்போ இல்லை. பத்துபேர் இருக்கும் இந்த வீட்டில்தான் மூன்று தம்பதிகள் குடும்பம் நடத்துகிறார்கள். சிறு விவசாயி தன் பணியாளர்களுக்கு குடியிருப்பு கட்டித் தரும் திராணியிலா இருக்கிறார்.? உழைத்த அலுப்பை உடலைக் கிடத்தி தீர்க்கவும் ; மழை, குளிர் மறைப்பாகவே அந்த ஓட்டுக்கொட்டகை இருந்தது. இவர்களில் பிகாரி குடும்பத்தினர் கொடுத்து வைத்தவர்கள்.

சின்ன குடும்பம். அடக்கமான வீடாக இருந்தது. "இவ்வளவு இடர்பாட்டோடு வாழ்ந்தாலும் இதற்குள் வாழ்க்கைப் பாடுக்கான ஒரு நிறைவை கண்டுகொள்ளும் மனநிலை இவர்களுக்கு வாய்த்திருந்தது. தம் கஷ்டங்களுக்கான காரணங்கள் குறித்து யோசிப்பவர்களாகத் தெரியவில்லை. இதுவே ஒட்டுமொத்த இந்தியத் தொழிலாளி வர்க்கத்தின் கூறாகவும் இருக்கிறது!" என்றார் சந்திரன்.

மாரிமுத்துவின் மனைவி ரவியுடன் வந்திருந்தவர்களுக்கு பால்காபி போட்டுக் கொடுத்தாள். வளர்ப்புமாட்டின் பால் தைலப்புல் மணத்தது. சிக்கரி கலக்காத சொந்தமரத்துக் காபிக்கொட்டையில் அரைத்த காபித்தூள். கசப்பை விட துவர்ப்பே கூடியிருந்தது. குடித்தவுடன் நாவில் இனிப்பும் வயிற்றில் மதர்ப்பும் இருந்தது. நன்றி சொல்லி புறப்பட்டார்கள்.

ராஜகுமாரி ஊருக்குள் காரை விட்டார்கள். சின்ன ஊராக இருந்தாலும் மலையும் சோலைகளும் சூழ்ந்த நிலையில் மின்விளக்கொளியில் குட்டி தேவலோகமாக ஒளிர்ந்தது. வடஇந்தியத் தொழிலாளர்கள் பிள்ளைக் குட்டிகளோடு அலுப்பு வழியும் முகங்களோடு குழுக் குழுவாய் திரிந்தார்கள். வனப்புமிகுந்த மலையாள மண்ணில் இவர்களது திரிதல்கள் மாறுபட்ட அகதிகள் தோற்றத்தைத் தந்தது. அவர்கள் அங்கிருந்த சிறுசிறு உணவகங்கள் முன்னும் பலசரக்குக் கடைகள் முன்னும் தமக்குத் தேவையானதை கெஞ்சும்குரலில் வாங்கிக் கொண்டிருந்தனர். காரை பூப்பாறை வரைவிடச் சொன்னார். சாலைநெடுக இருட்டில் வடஇந்தியத் தொழிலாளர்கள் நடந்துவந்து கொண்டிருந்தனர். ரவி, சந்திரனைக் கட்டாயப்படுத்தி தம்முடன் சாப்பிடச் செய்தார்.. பின்னர் ராஜாக்காடு திரும்பினர். சந்திரன் இவர்களை விவசாய சங்க அலுவலகத்தில் தங்கச்சொல்லி தனது வீட்டுக்குப் போனார். ஓட்டுநர் கீழே உள்ள கூடத்திலும் ரவி மேலேயும் படுக்கச் சென்றனர்.

ரவி மொட்டைமாடிக்குச் சென்று இரவு வானத்தைப் பார்க்க ஆசைப்பட்டார். நவம்பர் மாதபனி பூமியைப் பனிப்போர்வையால் போர்த்தி இருந்தது. மலைகளும் பள்ளத்தாக்கும் சோலைகளும் வெண்பனிப் போர்வைக்குள்ளே முடங்கிக் கிடந்தன. வானத்தில் அங்குமிங்கும் நட்சத்திரங்கள் வெண்முத்துப் பரல்களாக சிதறிக் கிடந்தன. சேரநாட்டு இளவரசி பாண்டியநாடு பயணிப்பதுபோல் நிலவு கிழக்குநோக்கிய நகர்வில் இருந்ததது. ரவி சிரித்துக் கொண்டார். நமக்குதான் நாடு, நகரமெல்லாம். இயற்கைக்கு ஏது?

நாம் தான் நமக்கு ஏதுவாக இயற்கையின் இயங்கியல் போக்குகளைக் கற்பிதம் செய்து கொள்கிறோம்! ஆனால் இயற்கைக்கு நேர்மாறாக வாழ்கிறோம். கண்ணுணரா பனித்துகள் உடலெங்கும் கவியத் தொடங்கி சில்லிட்டு ரோமக்கால்கள் விறைத்து நின்றன. அறைக்குத் திரும்பினார். பயணக் களைப்பு, படுத்ததும் உறக்கம் உள்ளிழுத்துக் கொண்டது. □

7

காலையில் ஆறுமணிக்கு ஓட்டுநர் பாலு எழுப்பினார். ‘‘டீ வாங்கி வரவாங்கய்யா’’ என்று கேட்டார். ‘‘வேண்டாம். ஐந்துநிமிடத்தில் வருகிறேன். கொஞ்ச தூரம் நடந்துபோய் டீ சாப்பிட்டு வரலாம்’’ என்றார் ரவி. இருவரும் வெளியே நடந்தனர். ஊர் விழித்தெழுந்து சோம்பலை முறித்துக் கொண்டிருந்தது. டீக் கடைகளில் பாய்லர் பற்றவைத்துக் கொண்டிருந்தனர். அடுப்படிப்புகை வெளியேறி பனிமூட்டத்தோடும் பொன்னிற வெயிலோடும் கலந்தது. இவர்கள் அனல்பறக்கும் டீயைக் குடித்து. அறைக்குத் திரும்பினர். டீக்கடை வானொலியில் மலையாளத்தில் செய்தி ஒலிபரப்பாகிக் கொண்டிருந்தது. கேரளத்துக்கு வந்திருந்த பிரதமர் மோடி பேசியதன் சாரத்தை பிலாக்கணம் செய்து கொண்டிருந்தது. இவர் அறைக்குப்போய் குளித்துத் தயாராகி கீழே வந்தார். அறையில் செய்தித்தாளை வாசித்தபடி சந்திரன் சிரித்தார்

“என்ன சகாவு சிரிக்கிறீர்கள். என்ன முக்கியசேதி ஏதுமுண்டா? ரவி கேட்டார். ‘‘ஒன்றுமில்லை! திடீர் பிரமுகர்களைப் பார்த்ததும் சிரிப்பு வந்தது’’ என்று அந்த மலையாளப் பத்திரிகையில் வந்த படத்தைக் காட்டி

“இந்தப் படத்தில் பிரதமர் மோடியோடு இருப்பவர் சாந்தம்பாறையில் குடியிருக்கும் சுரேந்திரசிங். சாந்தம்பாறைப் பகுதிக்கு மத்தியப் பிரதேசத்திலிருந்து நூறு தொழிலாளர்களைக் கூட்டிவந்து தினக்கூலியாக வேலைசெய்ய வைத்துள்ளார். அவர்களைக் காட்டி சிறுஏலத்தோட்ட விவசாயிகளிடம் லேபர் கமிஷன் வாங்கிப் பிழைக்கிறார். இவர் சாந்தாம்பாறை நுழைவில் ரோட்டோரம் நாலு குடிசைக போட்டு மேலே பி.ஜே.பி. கொடியை பறக்கவிட்டுள்ளார். இவர் வடஇந்திய தொழிலாளர் களுக்கு வேலைவாய்ப்பு தந்து அவர்களுக்கு வங்கியில் ஜன்தன் திட்டத்தில் வங்கிக்கணக்கு தொடங்கிக் கொடுத்துள்ளேன். அவர்களது வீடுகளில் பிஜேபி கொடிகளைப் பறக்க விட்டுள்ளேன் என்று இங்குள்ள அக்கட்சியின் மாநில நிர்வாகிகள் மூலமாக பிரதமரிடம் பாராட்டுப் பெறுவது பத்திரிகையில் படமாக வந்துள்ளது. இவரு ஒரு ஃபிராடு! இவரை பிரதமர் பாராட்டுவது பத்திரிகையில் படமாக வந்துள்ளது. இதைப் பார்த்து கோபம் வருகிறது. ஆனால் சிரிச்சுதான் ஆத்த வேண்டியதிருக்கு!’’ என்று சிரித்தபடி நெற்றியைத் தடவிக் கொண்டார்.

ரவி சொன்னார்; "நான்கூட அந்த குடிசையைப் பார்த்தேன். என்ன இந்தக்கொடி இங்கே பறக்குதேன்னு முத்துவிடம் கேட்டேன். முத்துவும் நீங்க சொன்னதில் பாதிவிவரத்தை சொன்னார். ஏமாற்றுக்காரங்களுக்கான உலகமாயிருச்சு! நாமதான் கவனமா இருந்து, அவங்களிடம் மக்கள் ஏமாந்துறாமல் எச்சரிக்கைப் படுத்தணும்!"

"இங்க நம்மூரு ஆளுக வந்து வேலை செய்யிறாங்களா"

"ஆமாம் சார்.. இந்தப் பக்கம் பத்து ஏக்கருக்கு மேல் ஏலத்தோட்டம் நாலு இடத்தில் இருக்கு. அவுங்க ஏலப்பழம் எடுக்க ஊருஆளுக தான் வேனில் வந்து பழமெடுத்துக் கொடுத்துட்டுப் போறாங்க. இந்தத் தோட்டம் வச்சிருக்கிற ஆளுக போடிநாயக்கனூர் சுற்றியுள்ள கிராமங்களைச் சேர்ந்தவங்க. அதனால அவுங்க அந்தந்த ஊருக்காரங்களை வச்சு பழமெடுத்துக்கிறாங்க. அவுங்கெல்லாம் கிராமத்தில் அவுங்க நிலத்தில் விவசாயவேலை செய்யறவங்க! அங்கே வேலைஇல்லாத நேரத்தில் இங்க பழமெடுப்பு வேலைகளுக்கு பயன்படுத்திக்குவாங்க!"

"ஏன் இந்த வடக்கத்திய ஆளுகளை அவுங்க தோட்டவேலைகளுக்குப் பயன்படுத்துவதில்லையா?"

"பொதுவா நம்மாளுங்க, வடக்கத்திய ஆளுகளை களைஎடுக்கிறது, உரம் போடறது, செடி கவாத்து பண்றது, ஏலக்காய் பதப்படுத்துவது இதுமாதிரி கொஞ்சம் முரட்டு வேலைகளுக்குத் தான் பயன் படுத்திக்கிறாங்க! நம்மாளுங்க பழமெடுக்கிறது மாதிரி அவுக நறுவுசா பாக்க மாட்டாங்க! ஏல வள்ளிச்சரத்தை பக்குவமாகத் தொட்டு பூ, பிஞ்சு, ஒதக்காய் உதிர்ந்திறாம பழமா பார்த்து எடுப்பாங்க! வடக்கத்திக்காரங்களுக்கு அம்புட்டு நாசுக்கு நறுவுசு பத்தாது! வடக்கத்திக்காரங்க முரட்டு வேலைக்குத்தான் லாயக்கு."

"சகாவு, எனக்கு பல வருஷங்களாக ஒரு சந்தேகம்! இந்தப் பகுதியில் டீ எஸ்டேட் வெள்ளைக்காரங்க வச்சிருந்தாங்க! அதுக்கடுத்து வெள்ளைக்காரர்கள் கிட்ட வேலைபார்த்த ஆங்கிலோ இந்திய கிருத்துவ அதிகாரிகள், டாட்டா மாதிரி வடக்கத்திக்கார பெரு முதலாளிகள் டீ எஸ்டேட் நடத்துறாங்க! ஒரு மலையாளிகூட டீ எஸ்டேட் நடத்துறதைப் பார்த்ததுமில்லை! கேள்விப்படவுமில்லை! இதேபோல ஏலக்காய் தோட்டத்தை தமிழங்கதான் நடத்துறாங்க. ஒரு மலையாளிகூட ஏலத்தோட்டம் நடத்தப் பார்க்கலை! ஆனா மலையாளி ஏலக்காய், டீ ஏவாரம் பண்ணப் பார்த்திருக்கிறேன். மலையாளிகள் கடுமையாக உழைப்பதில் சுணக்கம் காட்டுபவர்களா?"

சந்திரன் குலுங்கி குலுங்கிச் சிரித்தார். ரவி அவரது சிரிப்பின் அர்த்தம் விளங்காமல் விழித்தார்

“சாரே, இந்தப்பகுதி தமிழ்நாட்டின் ஒரு பகுதியாக 1956வரைக்கும் இருந்தது. உங்களுக்கும் இது தெரிஞ்சிருக்கும். இங்கு முன்னூறு வருஷத்துக்கு முந்தி வெள்ளைக்காரர்கள் வந்து மலையை வெட்டி தேயிலை நட்டு விவசாயம் பண்ணி தேயிலையை அவுங்க நாட்டுக்கு கொண்டு போனாங்க. அவுங்களுக்குப் பின்னால கார்பரேட்டுகள், பெரும்பணக்காரர்கள் நிர்வாகம் பண்ணிகிட்டு இருக்காங்க! இந்தப் பகுதியில் இது விரிந்த அளவில் நடப்பதால் சிறு விவசாயிகளுக்கு இடமில்லை. ஆனால் தமிழ்நாட்டில் வால்ப்பாறை பகுதியில் சிறு விவசாயிகள் அஞ்சு,பத்து ஏக்கருக்குள் பண்ணிக்கிட்டிருக்காங்க.

ஆனால் ஏலம்விளையும் பகுதி வெள்ளைக்காரன் காலத்துக்கு முன்னமிருந்தே நம் தமிழர்பகுதி என்பதால் தமிழர்களே ஏலக்காய் விவசாயம் பண்ணுகிறார்கள். இதில் நம்மாளுங்க தேர்ந்தவங்களாக இருக்கிறதால் பெரிய எஸ்டேட் முதலாளிகள் விழுந்த பின்னும் தமிழர்களே தொடர்ந்து ஏலவிவசாயத்தை வெற்றிகரமாக செய்கிறார்கள். இது மலையாளப் பகுதியாக வெகுகாலமாக இல்லாமல் இருந்தது. அதனால இங்கு மலையாளிகள் யாரும் ஏலவிவசாயத்திலோ தேயிலை விவசாயத்திலோ ஈடுபடாம இருந்திருக்கலாம்! ஆனால் இப்போ அங்கங்கே சில மலையாளிகள் சிறிய அளவில் ஏலம், தேயிலை விவசாயம் பண்றாங்க! அவுங்க வயநாடு மாதிரி உள்நாட்டுப் பகுதியில் நல்லா விவசாயம் செய்யுறாங்க. அவுங்க நல்ல உழைப்பாளிகளாக இருக்கிறதனால தான் உலகம் முழுவதும் பரவி இருக்காங்க!”

“சரி,சகாவு. இன்னொரு சந்தேகம். இந்த மூணாறு, தேவிகுளம் பீர்மேடு உள்ளடக்கிய இடுக்கி மாவட்டத்தில் இன்றும் தமிழர்களே ஏராளமாக வாழ்கிறார்கள். ஏலவிவசாயமும் செய்கிறார்கள். இப்பகுதி தொடர்ந்து தமிழ்நாட்டோடு இருக்கச் செய்திருக்கலாம். கன்னியாகுமரியைக்கூட விட்டுக்கொடுத்திருக்கலாமே!. இந்தப் பகுதியை விட்டுக் கொடுக்க தமிழக கம்யூனிஸ்ட்டுகளும் உடந்தையாக இருந்தார்களாமே? இந்தப்பகுதியை விட கன்னியாகுமரி வளம் கொழிக்கும் பகுதியா என்ன? “

சந்திரன் மென்மையாக சிரித்தபடியே சொன்னார்; ‘‘எனக்குக் கூட இந்தச் சந்தேகம் வந்தது. மூத்த தலைவர்களிடம் கேட்டேன். கம்யூனிஸ்ட்கள் பொதுவாக சர்வதேசியவாதிகள். அன்றைய கம்யூனிஸ்ட் தலைவர்கள் இந்த மொழிவாரிப் பிரிவினையையும்,மாநில

எல்லைப் பிரச்சினைகளையும் மக்களின் விருப்பத்திற்கு மதிப்பளித்தே ஆதரித்தார்கள். கன்னியாகுமரிப் பகுதியில் வாழும் மக்கள் தமிழகத்தோடு சேர்ந்திருக்க விரும்பிப் போராடினார்கள். ஆனால் இந்த நேரத்தில் இந்த இடுக்கிப் பகுதியில் வாழ்ந்தவர்கள் கேரளாவோடு சேர்வதற்கு பெரியஅளவில் எதிர்ப்பும் தெரிவிக்கவில்லை. தமிழகத்தோடு இணைய குரலும் கொடுக்கவில்லை. அந்த நாளில் தமிழகத்தில் இருந்த பெரும்பாலான கம்யூனிஸ்ட் தலைவர்கள் கேரளத்துக்காரர்கள் என்றாலும் அவர்களுக்குள்ளே தமிழகம், கேரளம் என்று பிரித்துப் பார்க்கத் தோன்றாத கூட்டுணர்வே இருந்தது! கம்யூனிஸ்ட் அல்லாத திராவிட, காங்கிரஸ் தலைவர்கள் மலைப்பகுதியை விட்டுக் கொடுத்து சமவெளியைப் பெறவே விரும்பினார்கள். இதேபோல வடக்கே மலை சூழ்ந்த திருப்பதியை விட்டுக் கொடுத்து துறைமுக நகரான சென்னையைப் பெறவே விரும்பினார்கள். பெரும்பான்மையான மக்களின் உணர்வுக்கே கம்யூனிஸ்ட்கள் மதிப்பளித்தே மாநில எல்லைப் பிரச்சினைப் போராட்டத்தில் கலந்து கொண்டார்கள். இதைப் புரிந்துகொள்ளாமல் குற்றம் சொல்வது சரியில்லை. சமவெளிப் பகுதியைப் பெற்ற தமிழகஅரசு கன்னியாகுமரி மாவட்டத்தை வளம் கொழிக்கச் செய்தார்களா என்ன? அங்கு கிடைக்கும் ரப்பர் உலகத்தரம் வாய்ந்தது! என்றாலும் ரப்பர்தொழிலை முன்னேற்றி உலக சந்தையில் போட்டிபோட கவனம் செலுத்தினார்களா என்ன?" சந்திரன் குரல் வழக்கத்துக்குமாறாக இறுக்கமாக இருந்தது.

ரவி பதிலாக "ஆமாம். இங்கே நம்மை ஆட்சிசெய்தவர்கள் நம்மைச் சோம்பேறிகளாக்கிவிட்டார்கள். வடக்கே ஆள்பவர்கள் எல்லாருக்கும் கல்வியறிவையும் வேலை வாய்ப்பையும் தரவில்லை. பெரும் முதலாளிகளுக்கும், மேல்தட்டு மனிதர்களுக்கும் சார்பான திட்டங்களை நடைமுறைப் படுத்தி தமது ஆட்சியை தக்க வைப்பதிலே குறியாக இருந்து வருகிறார்கள். ஆனால் நாடு வளர்கிறது என்று பொய்யைப் பரப்புகிறார்கள். அங்கே இருந்தவர்கள் இங்கே வந்து அத்தக்கூலிகளாக உழைக்கிறார்கள். இங்கே உள்ள ஓரளவு கற்றவர்கள் வெளிநாடுகளுக்கு வேலைதேடி ஓடுகிறார்கள். இதுதான் காலத்தின் கோலம்!"

"ஆமாம் சாரே,நாம எந்தப் பேச்சை ஆரம்பித்தாலும் அது நம்ம நாட்டின் நிலையிலே முடிகிறது.! இன்று இடுக்கியில் விவசாயசங்கப் பேரவைக் கூட்டம் நடக்கிறது. நான் போயிட்டு சாயந்திரம் வருகிறேன். இப்போ கிளம்பினால்தான் பதினொரு மணிக்கு அங்கிருக்க முடியும்!"

“காரில் கொண்டு விடச் சொல்லவா”

“வேண்டாம் சாரே. பூப்பாறை, சாந்தம்பாறை சகாவுமாரோடு சேர்ந்து ஜீப்பில் போகிறோம் !” சந்திரன் புறப்பட்டார். இவர்கள் காலை உணவுண்ணப் போனார்கள். தமிழ்நாட்டில் கிடைப்பது போலவே இங்கும் இட்லி பொங்கல், தோசை கிடைத்தது. “காலையில் இங்க சாப்பிடவர்றவங்க குறைச்சு. அதனால எங்க வீட்டாளுகளுக்கு செய்யறதோட நாலுபேர் கூடுதலா சாப்பிடற மாதிரி செய்வோம்'' என்றார் அந்தப் பெண் ராமுத்தாய்.

ரவி கேட்டார் ‘‘ஏம்மா, வடக்கத்திக்காரங்க இங்க வந்து காலையில் ராத்திரியில் சாப்பிட வர்றதில்லையா? ”

“காலையில அவங்க ரொட்டிகிட்டி செஞ்சு சாப்பிட்டுக்குவாங்க. மத்தியானத்திற்கு அந்தந்தத் தோட்டத்துக்காரங்களே இங்கிருந்து சாப்பாடு வாங்கிக் குடுத்து சம்பளத்திலிருந்து கழிச்சுக்குவாங்க. ராத்திரிக்கு சாராயம் புரோட்டா, சப்பாத்தி சாப்பிட ராசகுமாரிக்கோ, பூப்பாறைக்கோ போயிடுவாங்க! ஆணும் பெண்ணும் நல்லா வேலை செய்யிறாங்க. சாயந்திரத்தில் குடிக்கிற பொண்ணுங்களும் இருக்காங்க.”

“உங்க தோட்டத்தில், வடக்கத்திக்காரங்க வேல செய்றாங்களா?”

“இல்லிங்கய்யா. எங்களுக்கு அஞ்சேக்கருதான் இருக்கு. நாங்களே பார்த்துக்குவோம். வருஷாந்திரம், களையெடுப்பு, கவாத்தெடுப்பு,புதரு கிதரு வெட்டி ஒழுங்கு செய்யறப்போ நாலு பீகாரிகளையோ வங்காளிகளையோ கூப்பிட்டுக்குவோம். மத்த சமயங்களில் நாங்களே பார்த்துக்குவோம்”

இருவரும் மாரிமுத்து தோட்டம் போனார்கள். புதர்களை வெட்டி விளைநிலம் அமைக்கும் வேலை நடந்து கொண்டிருந்தது. ரவி தோட்டத்தைச் சுற்றி வந்தார். ஒரு மேட்டுப்பகுதியில ஏறிநின்று பார்த்தார். பனியில் நீலம்பாரித்த சோலைகளும் மலைகளும் ஏறுவெயிலில் பச்சையாக மாறிக்கொண்டே இருந்தன. மொழி இன வேறுபாடுகளை மறந்து உப்புக்கரிக்கும் உடலில் வேர்வை பொங்க தொழிலாளர்கள் வேலையில் மூழ்கி இருந்தனர். பாறைகளைக் களைந்து மண்பாவிய நிலத்தில் இஞ்சியும், பூண்டும் பதியம் செய்து கொண்டிருந்தனர். மாரிமுத்துசொன்னார்; ‘‘ஏலம் சீசனில்லாத பருவங்களில் இந்தப் பயிர் கைகொடுக்கும். நிலமும் மனுசனும் சும்மா இருக்ககூடாது.” ரவி வேலை செய்பவர்களைத் தொந்தரவு செய்யக்கூடாது என்று கிளம்பினர். ஊருக்குப் போன்செய்து நலம் விசாரித்தார். விசாரிக்கவில்லை என்றால் குடும்பப் பொறுப்பில்லாமல் ஊர் சுற்றுவதாகவும் தானொருத்தியே குடும்ப பாரத்தை

சுமப்பதாகவும் இவர்மீது குற்றப்பத்திரிகை வாசிப்பாள் மனைவி. இன்னும் இரண்டொரு நாளில் ஊர் திரும்புவதாகச் சொன்னார். வீட்டாரிடம் அவ்வப்போது இருப்பைக்காட்டி உறவுகளை உயிர்ப்பித்துக் கொள்ள வேண்டியதிருக்கிறது! மதியஉணவு உண்டு கொஞ்சம்நேரம் ஓய்வெடுக்கலாம் என்றபடி கைவானொலியை இயக்கினார். கருப்புப் பணத்தை மீட்கவும் இனி உருவாகாமல் தடுக்கவும் தக்க நடவடிக்கைகளை தனது அரசு மேற்கொண்டு வருகிறது என்று பிரதமர் உரக்க முழங்கிக் கொண்டிருந்தார். வெற்றுமுழக்கம் கொட்டாவிகளைத் தருவித்தது. சாப்பிட்டவுடன் படுக்கலாகாது. கொஞ்சநேரம் மொட்டைமாடியில் உலாத்தினார். வெயில் சுள்ளென்று சுட்டது. இந்தப் பகுதி இரவில் எவ்வளவு குளிர்ச்சியாக இருக்கிறதோ அந்தளவுக்கு பகலில் கொதிப்பாக உள்ளது. உழைப்பில் ஈடுபட்டுள்ளவர்களுக்கு உடல் குளிருக்கும் வெயிலுக்கும் தக்கவாறு தகவமைத்துக் கொள்கிறது. சும்மா இருப்பவர்களுக்குத் தான் தாக்கமும் தவிப்பும் ஏக்கமும்! என்று யோசித்தபடி வந்து படுக்கையில் சாய்ந்தார்.

மணி நான்கிருக்கும். எழுந்து முகம்கழுவி கீழே வந்தார். ஓட்டுநர் பாலு ‘‘டீ வாங்கி வரவாங்கய்யா’’ என்றார். ‘‘வண்டியை எடுங்க, ராஜகுமாரியில் சாப்பிட்டுக் கொள்ளலாம்’’ என்றார். பேக்கரியோடு இணைந்த ஒரு டீக்கடைமுன் வண்டி நின்றது. பொதுவாக கேரளக் கிராமப்புறங்களில் பால்டீ தைலப்புல் வாசமடிக்கிறது. கட்டஞ்சாயா குடித்தார்கள். காரை பூப்பாறை வரை மெல்ல விடச் சொன்னார். மேற்குவானின் செம்மஞ்சள்நிறம் பின்கண்ணாடி வழி இவர்களது பிடறியில் படிந்தது. சட்டைக் காலரெல்லாம் பொன்னார் மேனியன் என்றது. ஆனாலும் இவரது கவனமெல்லாம் பணி முடித்து அழுக்குப் படிந்து அலுத்த முகங்களோடு நகரும் தொழிலாளர்கள் மீதே இருந்தது. பான் மசாலாவை மெல்லும் ஆண்களும், இடுப்பில் இடுக்கிய குழந்தையும் நடக்க இயலாமல் இழுபடும் பசித்த சிறுமியை கையில் இழுத்த பெண்களும் நடைப்போரில் இழுபட்டார்கள். வாட்டிய பகலவன் விழுந்து விட்டான் என்று ஊரடங்கு உத்தரவு அறிவிப்பது போல் வாடைக்காற்றின் ஊதல் தொடங்கிற்று. வெற்றுடம்புச் சிறுமிகள் நடுங்கி இரு கைகளால் நெஞ்சைப் பொத்தினர். வடக்கத்திய ஆண்கள் பெண்களுக்கும் சிறுமிகளுக்கும் பூப்பாறை கடைகளில் சூடான வடைகளையும், டீயையும் வாங்கிக் கொடுத்தனர். ஆண்கள் வாயில் ஒதுக்கிய பான்மசாலாவைத் துப்பிவிட்டு சாராயக் கடையில் சாராயத்தை வாங்கி கொஞ்சம்

விழுங்கி மீதியை பத்திரப்படுத்திக் கொண்டு தம் குடும்பத்தாரிடம் கால்கள் பின்ன சென்றனர்.

பெண் தொழிலாளர்களை ஏற்றிய வேன்கள் ‘குளிருதே, குளிருதே’ என்று அனர்த்தி விரைந்தன. கடைகளில் கசியும் மின்விளக்குகள் இருட்டை ஊடுருவ இயலவில்லை. இவையாவும் விரியும் இருள்திரையில் சோகச்சித்திரங்களாக நகர்ந்தன. இந்த இரவை அசாதாரணமான இரவாக ரவியின் மனம் உருவகித்து. கசிந்த கண்களைக் கொண்டு எதையும் பார்க்க மனமில்லை. இவர்களும் இரவுணவை முடித்துக்கொண்டு புறப்பட்டனர். வானமும் நட்சத்திரங்களைத் தொலைத்து விம்மி விசும்பிக் கிடந்தது. நடந்து போவோருக்கு முன்னும் பின்னும் ஒளிர எல்லா விளக்குகளுடன் வண்டியை மெல்லவே ஓட்டச் சொன்னார்.

பூப்பாறையைத் தாண்டி வண்டி இடப்புறமாகத் திரும்பியது. நூறடி தள்ளி ஒரு தள்ளாடிய ஆண், உடன்வந்த மனைவியை அடித்தார். இடுப்பில் ஒரு குழந்தையையும் வலதுகையில் ஒரு சிறுவனையும் பிடித்திருந்த அந்தப் பெண்ணால் அடியைத் தடுக்க முடியாமல் குனிந்து நின்றாள். அடியின் வலியை வார்த்தைகளால் திட்டித் தீர்த்தாள். அந்த வசவுகள் அவனைக் காயப்படுத்தியிருக்கும் போலிருக்கிறது. அவன் மீண்டும் அவளை அடிக்க கையை ஓங்கும் போது காரின் முகப்புவிளக்கொளி அவனது முகத்தில் விழவும் ஓங்கிய கையால் கண் கூசாமலிருக்க மூடினான். வண்டி அருகில் போனதும் நிறுத்தி; ரவி, ‘‘நீங்க யார்? எங்கே போகிறீர்கள்’’ என்று விசாரித்தார். அவன் பதில் சொல்லவில்லை. அந்தப் பெண்ணும், சிறுவனும் அழுதனர். கைக்குழந்தை விளக்கொளியைப் பார்த்ததும் கைகளை அலைந்து சிரித்தது. அவர்களை அதட்டி பின்னிருக்கையில் உட்காரச் சொன்னார். அவன் மறுத்தான். சிறுவன் வண்டியில் ஆவலாக ஏறினான். அந்தப் பெண் தயங்கியவள் அடிவிழாமல் தப்பிக்கலாம் என்று நினைத்து ஏறினாள். ‘‘நீ நடந்து வர்றியா’’ என்று ரவி கேட்கவும் இவங்க போலீஸ் இல்லை என்று ஆறுதல் கொண்டு அவனும் ஏறினான். வண்டி மெல்ல நகர்ந்தது. ரவி பின்பக்கம் திரும்பி ‘‘எங்கே போகிறீர்கள்?’’ என்று கேட்டார். சாராயவீச்சம் வராமல் அவன் வாயை மூடியிருந்தான். அவள் ராஜகுமாரி என்றாள். இருட்டும் வறுமையும் ஆக்கிரமித்திருந்த அவள் மேனி முப்பதுவயதின் வாளிப்பை மறைக்க முடியவில்லை. புழுதி நிறத்திலிருந்த அவனது கன்னத்தினை வறுமையும், பான்மசாலாவும் மென்றிருந்தது. அவர்கள் பீகாரிலிருந்து வந்தவர்கள் என்றாள். அவர்களைச் சேர்ந்தவர்கள் முன்னால் நடந்து போகிறார்கள்

என்றாள். அவனதுபேர் ரகுவீர்சிங், அவள் பெயர் பூர்ணி என்றாள். வண்டி ராஜகுமாரியை நெருங்கியது. ஊர்நுழைவில் இடப்புறம் உள்ள தெருவில் ஒரு தோட்டத்துக்காரர் கொட்டத்தில் குடியிருப்பதாகச் சொன்னாள். ரவி கண்டிப்பான குரலில், தான் ஒரு போலீஸ்அதிகாரி, டூட்டி முடிந்து வீட்டுக்கு செல்லுகிறேன். இப்படி பொதுஇடத்தில் மனைவியாக இருந்தாலும் பெண்களை அடிப்பது குற்றமாகும். உங்கள் வீட்டுக்கு போலீஸை அனுப்பி விசாரித்து நடவடிக்கை எடுக்கச் செய்வேன். ஜாக்கிரதை. இனி அடிக்கக் கூடாது என்று எச்சரித்து இறக்கி விட்டார். அந்தப் பெண் கையெடுத்துக் கும்பிட்டாள். அவனும் போதையில் குனிந்த தலைநிமிர முடியாமல் கும்பிட்டான். கார் பயணத்தைத் தொடர்ந்தது.

ஒன்பது மணியிருக்கும். ரவியின் மனைவி பேசினார்.. "ஏங்க, நீங்க பாட்டில பிள்ளை கல்யாணம் பற்றி கவலை இல்லாமல் ஊர்சுத்திகிட்டு இருக்கீங்க. இன்னைக்கு மோடி ஐநூறு, ஆயிரம்ரூபாய் நோட்டுகள் செல்லாது என்று அறிவிச்சிட்டார். எல்லா நியூஸ்லயும் பரபரப்பாய் பேசுறாங்க! அன்னைக்கே நகையை வாங்காம விலை குறையும்னு பத்துலட்சத்தை வீட்டில் வச்சிட்டு ஊர் சுத்துறீங்களே..... இப்ப நம்ம பொண்ணு கல்யாணத்தை எப்படி பண்ணப் போறோம்.....?" விம்மினார்.

"சரி,கவலைப்படாதே! நான் காலையில் வீட்டில இருப்பேன்" என்று ஆறுதல் சொன்னார். தனது பர்ஸைப் பார்த்துக் கொண்டே ஓட்டுநர் பாலுவை அழைத்தார். "மதுரை போறதுக்கு டீசல் இருக்கா, போடணுமா" என்றார். "பத்தாது அய்யா, இன்னும் ஐநூறுரூபாய்க்கு டீசல் போட்டா போதும்!" என்றார். இவரது பர்ஸில் மூன்று ஆயிரம், நான்கு ஐநூறுரூபாய் நோட்டுகள் இருந்தன. ரவி முகத்தில் பதற்றத்தைக் காட்டாமல் இரண்டு ஆயிரம்ரூபாய் நோட்டுகளை பாலுவிடம் கொடுத்து ராஜகுமாரி பல்கில் டீசல் போட்டு வரச்சொன்னார்.. பின்னர், ரவி சகாவு சந்திரனுக்கு போன்செய்தார். சாந்தன்பாறையைத் தாண்டி வந்து கொண்டிருப்பதாகச் சொன்னார். சந்திரனிடம் மத்தியஅரசு ரூபாய்நோட்டு செல்லாதென்று அறிவித்த விவரத்தைச் சொல்லி மதுரைக்குப் போய் சில முக்கிய வேலைகளை முடித்து பத்து நாளில் வருவதாகச் சொன்னார். சந்திரன் "இந்த மாதிரி தகவல் இங்கே பரவக் காணோம். இருந்தாலும் வானொலி கேட்டுட்டு பேசுவேன்" என்றவர், ஐந்து நிமிடத்தில் மலையாளச் செய்தியையும், ஆங்கிலச் செய்தியையும் கேட்டு உறுதிப்படுத்தினார். ரவியும்

ஆங்கில செய்தி கேட்டார். டிசம்பர் முப்பதாம் தேதிக்குப்பின் ஐநூறு, ஆயிரம்ரூபாய் நோட்டுகள் வைத்திருப்பவர் மீது சட்டப்படி நடவடிக்கை எடுக்கப்படும் என்றும், வங்கியில் செலுத்தி செலவுக்கு தனிநபர் இரண்டாயிரம் ரூபாய் வரை பெற்றுக் கொள்ளலாம் என்று அறிவிக்கப்பட்டு உள்ளது என்று சந்திரன் சொன்னார்.

பாலு டீசல் போட்டு வந்தார். பெட்ரோல் பங்கில் ஏதும் பிரச்சனையா என்று ரவி கேட்டார். பாலு; ''பங்க் எந்த பரபரப்புமில்லாமல் தான் இருந்தது. வழக்கமாக இங்க பெட்ரோல்பங்குகள் இரவு ஒன்பதுமணிக்கு மூடி காலையில் ஆறுமணிக்கு திறக்கும் வழக்கம். அதனால் ஒன்பது மணிக்கு பங்கை மூடுவதற்காக கணக்கு பார்த்துக் கொண்டு இருந்தனர்'' என்றார் ஓட்டுநர். ஐநூறு, ஆயிரம் ரூபாய் நோட்டுகள் செல்லாதென அறிவிக்கப்பட்ட விவரத்தை ரவி சொன்னதும், பாலு அப்பாடா தப்பித்தோம், அய்யா'' என்று பெருமூச்சுவிட்டார். சந்திரனும் ஜீப்புக்கு டீசல் போட்டுக் கொண்டுதான் வந்தார். சந்திரனிடம் நன்றி சொல்லி கைகுலுக்கி ரவி புறப்பட்டார்.

கூலிப்பணத்தை ஐநூறு,ஆயிரம்ரூபாய் நோட்டுகளாக சேர்த்து ஊருக்கு அனுப்பவிருந்த தொழிலாளர்கள் நாளை என்ன பாடுபடப் போகிறார்களோ. என்ற எண்ணம் வந்தது. அரசு முன்னறிவிப்பு இல்லாமல் இப்படிச் செய்து விட்டதே. வழிப்பறிக் கொள்ளையன் கத்தி முனையில் கொள்ளையடிக்கும் காட்சி நினைவுக்கு வந்தது! ஒன்பதரை மணிக்குப் புறப்பட்டவர்கள் பனிரெண்டு மணிக்கெல்லாம் மதுரை வந்துவிட்டனர்.

□

8

நள்ளிரவிலும் ரவியின் மனைவி புலம்பலையும் பிலாக்கணத்தையும் நிறுத்தவில்லை. இவர் சாந்தப்படுத்தியும் ஓயவில்லை. மௌனத்தை சரணடைந்து படுக்கையில் உடலைக் கிடத்தினார். 'திருந்தாத ஜென்மம்' என்ற ஒற்றைச் சொல்லை அழுத்தமாய் எறிந்துவிட்டு மனைவி படுத்தார். ரவி படுக்கையிலே மறுநாள் செய்ய வேண்டியதைத் திட்டமிட்டார்.

காலையில் ஐந்துமணிக்கே எழுந்து குளித்து டீ போட்டுக் குடித்து மனைவிக்கு சூடுதங்கு குடுவையில் ஊற்றிவைத்து விட்டு பீரோவைத் திறந்தார். சத்தம்கேட்டு மனைவி எழுந்து, நடந்ததை எல்லாம் உணர்ந்து மெல்லிய புன்னகையுடன் குளியலறைக்குள் சென்றார். ரவி, மகளது கல்யாணத்திற்கு வைத்திருந்த பணத்தை எல்லாம் எடுத்து ஐநூறு, ஆயிரம்ரூபாய் நோட்டுகளை ரகப்படுத்தி எழுதினார். இதற்குள் மனைவி விஜயா குளித்து உடைமாற்றி, டீயை சுவைத்தார். மனைவி வாய் திறப்பதற்குள் இவரே முந்திக் கொண்டு ''நீ மூலைமுடக்குல வச்சிருக்கிற ரூபாயெல்லாம் எடு''. "நான் ராத்திரியே எல்லாம் எடுத்து வச்சிட்டேன். மகள் கிருதியிடம் கேட்டு அவ பீரோவில் இருந்தையும் எடுத்து ரகம்பிரிச்சு எழுதி வச்சிருக்கிறேன்'' என்று ஒரு மஞ்சள்பையைக் கொடுத்தார். இவர் எல்லா பணத்தாளையும் சேர்த்து ரகம்வாரியாக வெள்ளைத்தாளில் குறித்தார். மணி ஏழைத் தாண்டி இருந்தது.

தொலைக்காட்சியை இயக்கினார். அனைத்து ஊடகங்களிலும் பணமதிப்பு நீக்க தாக்குதல் குறித்தே லாவணிக் கச்சேரி நடத்தின. எந்தப் போரும் அறிவிக்காமல் நிராயுதபாணிகள் மீது போர் தொடுக்கப் படுவதில்லை. ஆனால் தனது மக்கள் மீதே துல்லியத் தாக்குதலை நடத்தி அவர்களின் பொருளாதார இறையாண்மையைக் கேள்விக்கு உள்ளாக்கியது போலிருந்தது. சுமைகளைத் தாங்கித் தாங்கி கழுத்துப் புண்பட்ட மாட்டின்மீது காக்கைகள் அமர்ந்து கொத்திக் கொத்தி விளையாடுவது போல பணமதிப்பிழப்பு நடவடிக்கைகளை ஆதரித்துப் பேசுவோரை என்னவென்று சொல்வது? மத்திய அரசின் இந்த கொடூரதாக்குதல் ஊடகங்களுக்கு பரபரப்பான மற்றொரு தீனியாகவே இருந்தது. இதனை முன்வைத்த ஜனநாயகக் கடமையின் செயல்பாடுகளாகத் தொனிக்கவில்லை..

இறுக்கமான சிந்தனையொடு அனிச்சையாகத் தொலைக்காட்சியை அணைத்தார். ஓட்டுநர் பாலுவுக்கு செல்பேசி பத்துமணிக்கு வரச் சொன்னார்.

மனைவி விஜயா காலைஉணவுக்குப் பரிமாறிய இட்லியை அனிச்சையாக பிட்டு விழுங்கினார். அவர் கைகழுவுவதற்கு காத்திருந்தது போல் மனைவி "நான் படிச்சுப் படிச்சுச் சொல்லி. தலையில அடிச்சுகிட்டேன். ஆம்பளை ஒரு சொல்லாவது கேட்டீங்களா... தங்கம் விலைகுறையும்! குறைஞ்சவுடனே நகை வாங்குவோம்னீங்களே, இப்போ கையிலிருக்கிற காசும் உதவாமப் போச்சே" என்று பிலாக்கனத்தை தொடங்கினார்.

ரவி; "விஜி, இப்போ நீ முதல்ல சாப்பிடு. அப்புறம் என்னென்ன நகை, என்னென்ன டிசைன்ல, எத்தனை பவுன்ல வாங்கலாமுன்னு யோசனையோடு வா; தேவைப்பட்டா திருச்சியில இருக்கிற மகள் பேங்குக்குப் புறப்படறதுக்குள்ளே, அவளுக்கு என்ன மாதிரி நகை வேணுமுன்னு கேட்டுக்கோ. பத்துமணிக்கு கடைதிறந்த உடனே ரொக்கத்தைக் கொடுத்து வேணுங்கிறதை வாங்கிக்குவோம்! அப்படியே அதை பேங்க் லாக்கரில் வச்சிட்டு வேணுங்கிற ஜவுளியை வாங்கிருவோம்! அப்புறம் மகள் சனி ஞாயிறு லீவில வரும்போது அவளுக்குப் பிடிச்சதை வாங்கிக்கட்டும்."

"ஆமாங்க, என்னமோ பழமொழி சொன்ன மாதிரி, மாப்பிள்ளை பாக்கிறதுக்கு முந்தியே கல்யாணத்துக்கு முகூர்த்தப் பட்டுப்புடவை எடுப்போம்னு துள்ளிக்கிட்டு நிக்கறீக!"

ரவி தொடர்ந்தார்; "விஜி, எனக்குத் தெரியாம இல்லை! கையிலிருக்கிற ஐஸும், தேக்கிவச்ச தண்ணீரும் காத்தோட போயிறக் கூடாதில்ல! அரசாங்கம் அடுத்து ஒரு சட்டம் போட்டுத் தாக்குறதுக்குள்ள, முதல்ல பாதுகாப்பா மடை மாத்திக்குவோம்! அப்புறம் தேவைக்கேத்த மாதிரி பயன்படுத்திக்கலாம்!" "ஆமாம் இப்போ இப்படி கருத்தா பேசுறவரு, மக வேலைக்குப் போனதும் காலாகாலத்தில நல்ல மாப்பிள்ளையா பார்த்திருந்தா, இப்போ இம்புட்டுச் சிரமமில்லையே!"

"பிடிச்ச மாதிரி நல்ல மாப்பிள்ளை உடனே கிடைக்கணும்னா மாப்பிள்ளை ரெடிமேட் ஷாப்பிலியா இருக்கார்? நமக்குப் பிடிக்குதோ பிடிக்கலையோ வாழப்போகிற நம்ம கிருதயுகா மனசுக்குப் பிடிச்ச மாதிரி பார்க்கணுமில்லை! சரி. நீ என்னை வளைச்ச மாதிரி, ஒம்பொண்ணு மனசில யாரும் இருக்கானா..? நைஸா பேசி கறந்து பாரு.! பிள்ளை மனசு தாய்க்குத்தான் தெரியும்!"

“சும்மா இருங்க. வழிஞ்சா ஒரேடியா வழியிறிங்க. நம்ம மக மனசில் ஒன்னும் அப்படி ஆசை எதுவும் இருக்கறது கணக்காத் தெரியலை! இந்த வாரம் வரும்போது பேசிப் பார்ப்போம்!”

ஓட்டுநர் பாலு வந்து மெல்ல எட்டிப் பார்த்தார். ‘‘காரைத் தயார் பண்ணுங்க. கடைவீதிக்குப் போகணும்’’ என்றார் ரவி. இதுக்கிடையில் மனைவி விஜயா மகளுடன் பேசி என்ன டிஸைன்நகை வேணும் என்ற கேட்கவும், ‘‘எனக்கு ஐடியா ஏதுமில்ல. உனக்குப் பிடிச்சது லேட்டஸ்டா வாங்கிட்டு வாம்மா’’ என்றாள்.

சின்ன சூட்கேசில் பணத்தை எடுத்துக் கொண்டு புறப்பட்டார்கள். கார் நகரவும் மனைவி, ‘‘பேங்க்லாக்கர் சாவி எல்லாம் எடுத்துகிட்டிங்களா’’ என்று கேட்டார். “புறப்படுமுன் கேட்கவேண்டியதை இப்போ கேட்டா எப்படி?” “காரை நிறுத்தச் சொல்லுங்க. லாக்கர்சாவி எடுத்துக்கிட்டு வரலாம்”. ‘‘உன்னோட முன்யோசனைதான் தெரியுமே. எல்லாம் எடுத்து வச்சிட்டேன். என்ன நகை வாங்கப் போறோம்னு யோசனையோட வா.அங்கே நாள் முழுவதும் காக்க வச்சிறக்கூடாது’’ நகைக்கடை முன் கார் நின்றது.

நகைக்கடையில் கூட்டம் நிரம்பி இருந்தது. இவர்களைப் போல் பலரும் பெரிய தாள்களைத் தள்ளிவிட வந்திருக்கிறார்கள். மனைவி விஜயா தனக்கு, மகளுக்கு, வருங்கால மருமகனுக்கு, வந்திருக்கிற மருமகளுக்கு, என அவரவர் மனப்போக்கைக் கணித்து நகைகளைத் தேர்வு செய்யவும் இருபத்திரண்டு லட்சத்திற்கான தாள்களை பரிமாற்றம் செய்தார்கள். இவர்கள் கடையில் நுழைந்த அரைமணி நேரத்தில் தங்கம் விலை கிராமுக்கு இருநூறு ஏறிவிட்டது. மனைவி ரவி மீது கோபித்துக் கொண்டார். நேற்று எட்டுமணிச் செய்தி கேட்டவுடன் வந்திருந்தால் இன்னும் இரண்டு பவுன்நகை கூடுதலாக எடுத்திருக்கலாம் என்றார். மனைவியின் மனப்போக்கு இவருக்கு சிரிப்பை வரவழைத்தது. உத்தேச இழப்பு இருக்கட்டும். நிஜ இழப்பைச் சந்தித்தவர் மனநிலை எப்படியோ? இதல்லாமல் அத்தக்கூலிகள், அன்றாடங் காய்ச்சிகள் நிலை என்னவோ? பெருமூச்சு விட்டார். வங்கி லாக்ககரில் வைக்கத் தோதாக நகைக்கடையிலே ஒழுங்குபடுத்திக் கொண்டு காரில் ஏறினார்கள். வங்கிமுன் கார் நின்றது. மேலாளரிடம் தெரிவித்து ரகசிய உள்ளறையைத் திறக்கச்செய்து உள்ளே நுழைந்தார்கள். மேலாளரும் இவரும் அவரவர் சாவி கொண்டு திறந்ததும் மேலாளர் நகர்ந்தார். விஜயா கவனமாக நகைகளை எடுத்துப் பதனமாக வைத்துவிட்டு

இன்னொரு முறை சூட்கேஸை சரிபார்த்துச் சொன்னபின் ரவி லாக்கரைப் பூட்டினார். விஜயா லாக்கர் சரியாக பூட்டப்பட்டுள்ளதா என்று இழுத்துப் பார்த்தார். இவருக்குச் சிரிப்பு வந்தது. பேரேட்டில் கையெழுத்திட்டு, மேலாளருக்கு நன்றி சொல்லிக் கிளம்பினர்.

மணி ரெண்டாகியது. மூவரும் பக்கத்தில் உள்ள நல்ல உணவகத்தில் சாப்பிட்டுவிட்டு ஜவுளிக்கடைக்குள் நுழைந்தார்கள். இவர்கள் இருவருக்கும் மகன், மருமகள், மகள், வருங்கால மருமகன் ஆகியோருக்கு பட்டுவேட்டி பட்டுச்சேலைகள்; ஓட்டுநர் குடும்பம், இவர் வீட்டு வேலைக்காரம்மாள் குடும்பம் மற்றும் மிக நெருங்கிய உறவினர்களுக்கும் என்று ஒரு பட்டியலிட்டு சேலை துணிகள் வாங்கியதில் ஒன்றரை லட்சத்துக்கான தாள்களைத் தள்ளினர். கார்டிக்கி நிறைய துணிப் பைகளுடன் வெளியேறினர்.

புன்னகை அரும்பியிருந்த மனைவி முகத்தில் சோகமேகம் நகர்ந்து பெருமூச்சாக வெளியேறியது. ''இன்னும் என்ன கவலை?'' என்றார். ''பொன்னு கிடைச்சாலும் புதன் கிடைக்காது என்பார்கள. பொன்னும் புதனும் கிடைச்சிருச்சு. இதே ஜோரில் மாப்பிள்ளையும் அமைஞ்சதுன்னா இந்த கார்த்திகையிலே கல்யாணத்தையும் முடிச்சிடலாம் என்றார் விஜயா. இவர் புன்னகையோடு, ''உங்க சொந்த பந்தத்தில் மாப்பிள்ளை பார்க்க ஜாதக நகல்களைக் கொடுத்தியே என்னாச்சு?'' என்றார் ரவி. மனைவி பெருமூச்சுவிட்டபடி ''நம்ம மகளுக்கு கேட்டை நட்சத்திரம். அது மச்சான் கொழுந்தனுக்கு ஆகாது என்று எல்லாம் ஒதுங்கிறாங்க. ஆனால் ஆண்பிள்ளை கேட்டை நட்சத்திர மென்றால் கோட்டை ஆளுவான் என்கிறார்கள்.'' பெண்பிள்ளை கேட்டை கேடு வரும் என்கிறார்கள் என்றார். ஆமாம். உனக்கு செவ்வாய் தோஷம் என்றார்கள். உன்னைக் கட்டினதில் என்ன சந்தோஷக் குறைச்சல்? மகன் கலெக்டர்; மகள் பேங்க் ஆபிசர். வேறென்ன சந்தோசம் வேணும்? மகன் பிடிச்ச பெண்ணைக் கட்டிகிட்ட மாதிரி, மகளுக்கும் பிடிச்ச மாப்பிளையா பாத்துக்கச் சொல்லேன்! உண்மையான நேசமும் காதலுக்கும் எந்த தோஷமும் இல்லைன்னு அம்மாதான் மகள்கிட்ட தோழி மாதிரி பேசமுடியும்! பள்ளி ஆசிரியராக வேலை பார்த்த உனக்குச் சொல்லித் தரணுமா என்ன?'' கார் வீட்டுமுன் நின்றது.

ஜவுளிகளை வண்டியிலிருந்து இறக்கும்போது மனைவி சொன்னாள். ''எப்படியும் மகளுக்கு பீரோவும் கட்டிலும் புதுசா வாங்கிக் கொடுக்கத் தான் போறோம். இப்பவே அதையும் வாங்கிட்டா என்றார். ஒரு வேலையும் மிச்சம். இந்தத் தாளுகளையும் கழிச்சிறலாம்.''

"சரி கொஞ்சநேரம் ஓய்வெடு. நாலுமணிக்கு பீரோ, கட்டில் வாங்கப் போலாம்'' என்றார். கண்ணாடிவைத்த மரப்பீரோ ஒன்றும், ஸ்டீல்பீரோ ஒன்றும், இரட்டைப் படுக்கைக்கட்டில் ஒன்றும் வாங்கி ஒரு லட்சத்தைக் கழித்தார்கள். கரும்பலகையில் எழுதியதை அழிப்பதை போல் அரசு எவ்வளவு எளிதாக பணத்தைக் காகிதமாக்கி விட்டது! அதன்மீது வைத்த மதிப்பை, நம்பிக்கையை வெகு சீக்கிரத்தில் அழித்து விட்டதே.... கருப்புப் பணத்தை ஒழிக்கும் நடவடிக்கை என்று அரசு சொல்கிறது. ஆனால் கருப்புபணத்தில் புரளும் நடிகர்களும், கார்ப்பரேட் முதலாளிகளும் இதை ஆதரித்தும் பிரதமரைப் பாராட்டியும் அறிக்கை விடுகிறார்கள். நாம் நியாயமாய் சம்பாதித்து வரிகட்டிய பின் சேமிப்பில் உள்ள பணத்தை மாற்றவே என்ன பாடுபடுகிறோம்! அந்தக் கருப்புத் திமிங்கிலங்கள் ஏன், எதுக்கு ஆதரிக்கிறார்கள்? அவர்களின் உள்நோக்கம் புரியவில்லை! மாலை நடையின் போது இப்படியான சிந்தனைகள் அலைக்கழித்த போதும் இவரது அடிமனதில் ஏலத்தோட்டத் தொழிலாளர்களுக்கு என்னென்ன பாதிப்புகளோ என்ற கேள்விகள் குமிழியிட்டுக் கொண்டிருந்தன.

முன்னிரவு ஏழுமணி வாக்கில் முன்னாள் அலுவலக நண்பர்கள் இருவர் வந்திருந்தனர். அவர்கள் இருவரும் கொந்தளித்த மனநிலையில் இருந்ததை முகங்கள் வெளிப்படுத்தின. அவர்களுக்கு டீ கொடுத்து அன்பாய் பேச்சுக் கொடுத்தார். அதில் ஒருவர் ஓய்வுபெற்ற துணை தாசில்தார்; மற்றொருவர் ஓய்வுபெற்ற அலுவலக உதவியாளர். அலுவலக உதவியாளர் மகளுக்கு டிசம்பர் ஒன்பதாம் தேதி கல்யாணம் முடிவாகிய நிலையில் கல்யாணச் செலவுக்காக வங்கிச் சேமிப்பிலிருந்து பணமெடுக்க முடியவில்லை. இருபதாயிரம் ரூபாய்க்குமேல் தரமுடியாது என்று மேனேஜர் சொல்கிறார். இன்னும் ஒரு மாசத்தில் மண்டபம், சமையல், பத்திரிகை அடித்து விநியோகித்தல், நகை, துணிமணிகள் வாங்குதல் என்று ஒருவேலையும் செய்யமுடியாமல் வீடே சோகத்தில் மூங்கிக்கிடக்குது. இது இப்படியே தொடர்ந்தால் வீட்டில் என்ன நடக்குமென்று தெரியவில்லை என்று கண்ணீர் பொங்கினார். "நீங்கதான் கலெக்டரிடம் சொல்லி பேங்கில் கூடுதலாக பணம் பெற உதவணும். அவர் குடும்பத்தைக் காப்பாத்தணும்'' என்றார் உடன்வந்த துணைதாசில்தார்.

ரவிச்சந்திரன் அரசுப்பணியில் சேர்ந்த நாள்தொட்டு ஒரு சங்கவாதியாக இயங்கியவர். நாடிவரும் ஊழியர். பிரச்சினைகளின் மூலத்தைப் புரிந்துகொண்டு நிர்வாகத்தில் பேசித் தீர்த்துவைப்பார்.

இவரது மகன் ஆந்திராவில் ஐ.ஏ.எஸ். அதிகாரியாகவும் இருக்கிறார். அதனால் இவர் உதவி ஆட்சியராக ஓய்வுபெற்று விட்டாலும் ஊழியர்கள் மத்தியிலும் அரசு அதிகாரிகள மத்தியிலும் நல்ல பேருண்டு. இவரை அணுகினால் தம் துயர் தீர உதவுவார் என்று பலரும் வருவதுண்டு. இவரும் தன்னால் இயன்றவகையில் உதவுவார். தற்பெருமை பேசமாட்டார்.

நல்லா விளைஞ்ச கரும்புக்காட்டில திடீர்னு யானைகள் புகுந்தது போல எந்த முன்யோசனையும், முன்னறிவிப்புமின்றி பிரதமர் எடுத்தமுடிவில் இப்படி எத்தனை குடும்பங்கள் அல்லல் படுகின்றனவோ.... என்று ரவி பெருமூச்சுவிட்டார். சற்று யோசித்தார். வீட்டுக்குள் போய் மனைவியிடம் பேசினார். ஒரு உறையில் வைத்து இரண்டுலட்சம் ரூபாய் கொடுத்தார். “இந்த நோட்டுகள் இன்னும் ஒரு மாசத்துக்குச் செல்லும். இதைவச்சு முதல்கட்டவேலைகளை உடனே ஆரம்பிங்க. பிரச்சினைகள் தீர்ந்ததும் எனக்கு திருப்பித் தாங்க! காலையில் ஒம்பதுமணிக்கு கலெக்டர் முகாம் அலுவலகத்திற்கு வந்திருங்க. நானும் வந்திர்றேன். மூணுபேரும் கலெக்டர்கிட்ட பேசி, இந்தச் சூழ்நிலையில் அதிகபட்சம் உங்களுக்கு என்னசெய்ய முடியுமோ, செய்ய வைப்போம். தைரியமாய் போயிட்டு வாங்க” வழியனுப்பினார்.

மறுநாள் காலை ஒன்பதுமணியளவில் மூவரும் மாவட்டஆட்சியரின் முகாம் அலுவலகம் சென்றனர். முகாம் உதவியாளர் மூலம் கலெக்டருக்குத் தகவல் சொல்லப்பட்டது. அவர்களுக்கு வழங்கப்பட்ட தேநீரை அருந்திய பிறகு அங்கிருந்த செய்தித்தாள்களைப் புரட்டினர். பக்கங்கள் தோறும் பல்வேறு மாநிலங்களில் பணமதிப்புநீக்கம் குறித்த செய்திகள்; அரசின் புதுப்புது உத்தரவுகளும் நிதித்துறை நிபுணர்கள் என்போரின் வலிந்த ஆதரவு விளக்கங்களும் வியாக்கியானங்களும் நாடு உலகப் பொருளாதாரத்தின் வளர்ச்சி நோக்கிச் செல்கிறது என்ற புளுகுரைகளும் பெரும் நடிகர்களின் பாராட்டுகளும் நிறைந்திருந்தன. படித்தவன் பொய்யும் சூதும் செய்தால் அய்யோவென்று போவான் என்று பாரதி மனதுக் குள்ளிருந்து ரௌத்திரமாக உமிழ்ந்தான். தாள்களை மடித்தனர்.

ஒன்பதரை மணிக்கு ஆட்சியர் அழைத்தார். பிரச்சினைகளைக் கவனமாகக் கேட்டார். குறிப்பேட்டில் விவரங்களைக் குறித்துக் கொண்டார். “பதினொருமணிக்கு வங்கி கிளைமேலாளரை விசாரிக்கிறேன். அவரால் இயலாதநிலையில் இங்குள்ள வங்கியின் மண்டல மேலாளரையும் தொடர்புகொண்டு அதிகபட்சம் என்ன

செய்ய முடியுமோ செய்ய வைக்கிறேன். நீங்கள் பனிரெண்டுமணி வாக்கில் முகாம் உதவியாளரைத் தொடர்பு கொள்ளுங்கள். ஓய்வு. பெற்றதும் வீட்டிலே முடங்கிவிடாமல் வாரம் ஒருமுறையாவது வாங்க, நிர்வாக நடப்புகளைப் பேசுவோம்'' என்றார். நன்றி கூறி விடைபெற்றனர்.

பனிரெண்டரை மணிக்கு ரவி, ஆட்சியரின் தனி உதவியாளரைத் தொடர்பு கொண்டார். ''மாவட்ட ஆட்சியர், வங்கியின் மண்டல மேலாளரிடமும், கிளைமேலாளரிடமும் பேசிவிட்டார். நீங்கள் கிளைமேலாளரைப் போய்ப் பாருங்கள்'' என்றார் தனி உதவியாளர். இவர்கள் மூவரும் வங்கி கிளை மேலாளரை சந்தித்தனர். அவர் இவர்களைப் பார்த்ததும் வரவேற்று எதோ மலையைத் தூக்கி நிறுத்தப்போவது போல் ஆயாசப் பெருமூச்சு விட்டார். வங்கிமேலாளரிடம் ரவி தன்னை அறிமுகப்படுத்திக் கொண்டு, மற்ற இருவர்களையும் அறிமுகப்படுத்தி விட்டு ஓய்வுபெற்ற அலுவலக உதவியாளரின் பிரச்சினைகளை எடுத்துக்கூறினார். அவரது மகளுக்கு கல்யாணம் நடத்த அவரது ஓய்வூதியநிதியை அதிகபட்சம் பயன்படுத்த உதவவேண்டும் என்றார்.

வங்கிமேலாளர், இம்மூவருக்கும் குளிர்பானம் அருந்தச்செய்து விட்டு இயலாமைச்சிரிப்பை உதிர்த்துப் பேசினார். ''சார் இந்த மூணு நாள்ல மத்திய நிதித்துறையிலிருந்து ஐந்து சுற்றறிக்கைகள் வந்துள்ளன. இதில் ஒன்றும் தெளிவில்லை. ஒன்றுக்கு ஒன்று குழப்பமாக முரண்பட்டு தெரிகிறது. கோபித்துக் கொள்ளாதிங்க. என்னால முடிந்ததில் அதிகபட்சமாக உதவுகின்றேன். ஆனாலும் என் மனசிலுள்ள சுமையை இறக்கி வச்சிர்றேன். உங்களைவிட புரிஞ்சிக்கிற வாடிக்கையாளர்கள் யாருமில்லை. வேறு எவரிடமும் எல்லாவற்றையும் பேசிவிடமுடியாது!''

நத்தை நகரும்முன் தன்னுடலிலிருந்து வழுவழுப்பான திரவத்தைப் பீச்சி அதன்மீது நகருவதுபோல் இயலாச் சிரிப்பின் வழி மேலாளர் தன் ஆதங்கத்தை நகர்த்துவதுபோல் பேச்சைத் தொடர்ந்தார்!

''கறுப்புபணம் ஒழிப்புக்காக பணமதிப்பு நீக்கமென்றால் அரசு புதியதாக ஐநூறு, இரண்டாயிரம்ரூபாய் நோட்டு அடிக்கத் தேவையில்லை. அரசு வங்கிகளை சீர்குலைத்து தனியார் வங்கிகளை ஊக்குவிக்கவும், டிஜிட்டல் ஸ்வைப்பிங் என்னும் மின்எண்ணியல் பரிமாற்றத்தை அதிகப்படுத்தவும் இதன் பின்னணியில் சில கார்ப்பரேட்டுகளை ஊக்குவிப்பதும் தான் நோக்கம்.! இதன்மூலம் பொதுத்துறை வங்கி ஊழியர்களின் கூட்டுப்பேர சக்தியை

ஒடுக்குவதும்; எதிர்கட்சிகளின் பணபலத்தையும், மாற்றுமதத்தாரின் பணபலத்தையும் சீர்குலைப்பது; இப்படி பல பலன்களை மத்தியஅரசு இந்நடவடிக்கை மூலம் பெற்றுள்ளது".

மேலாளரின் ஆதங்கமும் வாதமும் நியாயம்தான்! என்றாலும் இவர்கள்வந்த காரியம் முடியவேண்டுமே அதனால் அவரின் போக்கிலே ரவி பேசலானார்..

"இவர்களது அரசியல் லாபங்களுக்காக கோடிக்கணக்கான அப்பாவி மக்களைப் பலி இடுவதும், இந்தியப் பொருளாதாரத்தையே சீர்குலைப்பதும் அவர்கள் கொள்ளிக்கட்டை கொண்டு தங்கள் தலையை சொறிந்து கொள்ளுவது போன்ற பலனை அனுபவிப்பர். இந்திய மக்கள் பொருத்தமான நேரத்தில் சரியான முடிவெடுப்பார்கள்! இவ்வளவு சமூக அக்கறை உள்ள நீங்கள் இவருக்கு உதவி செய்யவேண்டும்" என்றார் ரவி.

"நீங்கள் உங்களது மகள் கல்யாணப் பத்திரிகையோடு ஒரு விண்ணப்பம் தாருங்கள்! இரண்டரை லட்சம் உங்கள் சேமிப்பிலிருந்து தருகிறேன். இதுவும் பத்தாது என்றால் நீங்கள் எந்தப் பெரிய ஜவுளிக்கடை, நகைக்கடைக்குப் போனாலும் நீங்கள் வாங்கிய தொகைக்கு பணவழங்கு அட்டை கொண்டு மின்னணுப் பரிமாற்றம் எனும் ஸ்வைப்பிங் செய்து கொள்ளுங்கள்! இதுதான் இன்றைய சூழ்நிலையில் என்னால் செய்ய முடிந்தது. இதிலும் மாற்றம் வருவதற்குள் விரைவாக வேலையைப் பாருங்க."என்றார் மேலாளர்.

பூக்கடையிலும், பலசரக்குக் கடையிலும், காய்கனிக்கடையிலும், பத்திரிகை அடிக்கும் அச்சகத்திலும்,நாதஸ்வரக்குழுவினரிடமும் ரொக்கமில்லாப் பரிவர்த்தனை என்னும் ஸ்வைப்பில் பண்ண முடியுமா? மேலாளர் சொல்லுறதைப் பார்த்தால் இவை எல்லாம் இந்த ரெண்டரை லட்சத்துக்குள் முடித்துக் கொள்ள வேண்டியதுதான். மேலாளர் கருத்துப்படி இதற்குமேல் தேறாது. இதுக்கும் ஆபத்து வரலாம். கொஞ்சம் யோசனையோடு விரைவாகச் செய்தால் கல்யாணத்தை முடித்துவிடலாம். சூழ்நிலை மாறும்போது மற்றதெல்லாம் பார்த்துக்கிலாம் என்று நினைத்து மேலாளருக்கு நன்றிகூறி விடைபெற்றனர். மேலாளர்,தனது விசாரிப்பை கலக்டரிடம் தெரிவியுங்கள் என்றார். "ஓய்வூதியராக இருப்பதால் இவர் சமாளித்துக் கொள்ள ஏற்பாடு செய்துட்டோம். இந்த பணமதிப்புநீக்கத் தாக்குதலை ஏழை பாழைகள் அப்பாவி சப்பாவிகள் எப்படிச் சமாளிப்பார்கள்? மனது வலிக்கிறது!"

வீட்டில் மனைவி விஜயா வாங்கிவந்த துணிகளில் தம் வீட்டாருக்கு உரியதை புதியமரப் பீரோவிலும், மற்றவர்களுக்கு

கொடுக்க வேண்டியதை புதிய இரும்புப் ‘‘பீரோவிலும் அடுக்கி முடித்திருந்தார். ரவி உள்ளே நுழையவும் நீங்க பொறுப்பில்லாமல் ஊரு சுத்திட்டு, வர்றீங்க. நான் எவ்வளவு சாமான்களை ஒதுங்க வச்சிருக்கேன்’’ என்று புலம்பினாள். இவர் வழக்கம்போல் சிரிப்போடு நகர்ந்துவிடாமல் வங்கியில் நடந்த விவரங்களை எல்லாம் சொன்னார். ‘‘அப்படியா’’ என்று வாய்பிளந்து உச் கொட்டி தனது அனுதாபத்தை தெரிவித்தவர், ‘‘மிச்சமிருக்கிற நோட்டுகளை மாத்திரணுமுங்க. இல்லாட்டி உண்ணாமல் தின்னாமா அண்ணாமலைக்கு தண்டங்கட்டின கதையாகிரும்’’ என்றார். மதிய உணவுக்குப் பிறகு எஞ்சியிருக்கிற தாள்களைக் கணக்கிட்டார்கள். ஒரு லட்சத்து அறுபத்தைந்தாயிரம் இருந்தது. நாளைக்கு வங்கிக்குப் போவதென்று முடிவு செய்தார்கள்

விஜயா;. “நேத்துராத்திரி நீங்க உங்க நண்பர்களிடம் பேசிக்கிட்டு இருந்தப்ப, கிருதிகிட்ட புதுநகைகளையும், சேலை துணிமணிகளையும் வீடியோவில் காட்டினேன். நகைகள் பிடிச்சிருக்கு. பட்டுப் படவை டிசைன் பிடிச்சிருக்கு. கலர்மட்டும் மாத்தணுமுன்னா. ரெண்டாவது சனிக்கிழமை லீவுல வர்றேன். மாத்திக்கலாமுன்னா. ‘அவுங்க பேங்குல வரவுசெலவு குறைஞ்சு போச்சு. ஆனா வர்ற வாடிக்கையாளர்க கேட்கிற கேள்விகளுக்கு பதில் சொல்ல முடியல. ஏ.டி.எம்.முள பணமில்லை. எங்க கணக்குள இருக்கிற பணத்தைக் குடுங்கன்னு கேட்கிறாக. ஒரு நாளைக்கு இரண்டாயிரம் மட்டுமே கவுண்டர்ல தரமுடியும். ஒரு வாரத்துக்கு அதிகபட்சம் நாலாயிரம் மட்டுமே கொடுக்க உத்தரவு. எங்க பேங்குக்கு ரிசர்வ் பேங்கிலிருந்து வழக்கமா வர்ற பணம் குறைஞ்சு போச்சு. ஆனா பிரைவேட் பேங் ஏ.டி.எம்.கள்ள எந்தநேரம் வேணாலும் பணம் ரெண்டாயிரம் எடுக்கலாம். நிறையபேரு பிரைவேட் பேங்குக்கே போறாங்கன்னு ‘மக சொல்றா. நாமகூட மிச்சமிருக்கிற ரூபாயை பிரைவேட் பேங்கில ஒரு கணக்கை ஆரம்பிச்சு போட்டு வைப்போம். அமய சமயத்துக்கு ஆகும்!’’

ரவிக்கு சுள்ளென்று கோபம் உச்சந்தலைக்கு ஏறியது. “நம்ம பிள்ளை கவர்மெண்ட் பேங்கில வேலை பாக்கிறப்ப தனியார் வங்கில கணக்கு வைக்கிறது சரியா. கொஞ்சமாவது கூரோடு பேசு!’’

“ஏங்க, ஊரே பத்தி எரிஞ்சமாதிரி இருக்கு. சனங்க கவருமெண்ட் ஏ.டி.எம்.ல ரேஷன்கடைவரிசையில நிக்கிறது கணக்கா நிக்கிறாக.! பிரைவேட் ஏ.டி.எம்.ல கூட்டமே இல்லையாம். வேலைக்காரிகூட சொன்னா. உங்கபேரில வேணாம்ங்க. எம்பேரில பிரைவேட் பேங்கில் ஒரு கணக்கை ஆரம்பிச்சுக் குடுங்க! நாளைக்கு

வெள்ளிக்கிழமை நல்ல நாள்தான். நீங்க வராட்டியும் இருங்க. நானும் வேலைக்காரியும் போய் ஆதார் அட்டையைக் காட்டி கணக்கை ஆரம்பிச்சுக்கிறேன்'' என்ற மனைவியின் வார்த்தைக்கு ரவியால் பதில் சொல்ல இயலவில்லை!

ரவிக்கு மனசு ஒருநிலைப் படவில்லை. ஏலத்தோட்டத் தொழிலாளர்கள் பற்றியே மனசு அலை பாய்ந்தது. வீட்டுக்குள்ளும் இருக்க முடியவில்லை. வெளியேயும் போக முடியவில்லை. முந்தைய மத்தியஅரசு ஒவ்வொரு தெருமுனைக்கும் பணமெடுப்பு அறைகள் ஆரம்பிச்சிருந்தது. இப்போது அவை பெரும்பாலான நேரங்களில் பணமில்லாமல் மூடியே கிடக்கின்றன. திறந்திருக்கும் வேளையில் அந்த பணமெடுப்பு அறைகளில் தமது சம்பளத்திலிருந்தோ ஓய்வூதியத்திலிருந்தோ அன்றாடச் செலவுகளுக்கு எடுக்க இரண்டாயிரம் ரூபாய்க்காக வரிசையில் தவமாய் நிக்கிறாங்க. அவுங்கள்ல கால்வாசிப்பேர் எந்திரத்துக்கிட்ட பணம்எடுக்கிற தருணத்தில பணம் தீர்ந்துச்சுன்னு அடுத்த பணமெடுப்பு அறைகளை நோக்கிப் புலம்பிக்கிட்டே ஓடுறாங்க. காலை அஞ்சுமணிக்கே போய் காத்துக்கிட்டு இருக்கிறவங்களும் உண்டாம். ஒரு பணமெடுப்பு அறையில் எப்போ பணம் வைக்கிறாங்கனு பார்த்துகிட்டே வயசாளிகளும், சிறுவர்களும் காத்திருந்து பணமெடுத்துட்டு வர்றாங்க. இது மாதிரிதான் ஆயிரத்து தொள்ளாயிரத்து அறுபத்தஞ்சுகள்ல அரிசி பஞ்ச காலத்தில் கண்ட்ரோல்அரிசி கூப்பன்கடைகளுக்கு முன்னால ஓடி ஓடி நின்னு, அங்கியே உறங்கி அரிசி, கோதுமை, மைதா எதுகிடைக்குதோ கிடைச்சதை வாங்கின நினைவுக்கயறு இவரை பம்பரமாகச் சுழற்றியது! சாட்டையால் அடிபட்டதுபோல் நெளிந்தார். மக்களது சுயமரியாதையையும் சுதந்திரத்தையும் பற்றி அரசு அக்கறைப் படுவதே இல்லை!

இரண்டுநாள் பொறுத்து மகளோடு பேசிக் கலந்த பின்னால் திங்கட்கிழமை ஏலத்தோட்டங்கள் பக்கம் போய்வந்தால் மனசு ஓர்மைப்படலாம். நம்மைச் சுற்றி நடக்கிறதை பொம்மைகள் மாதிரி நிச்சலனமாய் வேடிக்கை பார்த்திருக்க முடியவில்லை! ஆனால் மத்தியரசே இப்படி ஒரு மக்கள் விரோத நடவடிக்கைகளை மேற்கொள்ளும்போது பாதிக்கப்பட்டவருக்கு நாம் தனிமனிதராய் இருந்து என்னமாதிரி நிவாரணமோ உதவியோ செய்துவிடமுடியும்? என்ற சிந்தனை எழுந்தபோதும் இவருக்குள் இருந்த மண்டைப்புழு மட்டுமல்ல; குண்டிப்புழுவும் ஓரிடத்தில் இருக்க விடவில்லை! மனசு சமாதானப் படவுமில்லை.

வெள்ளிக்கிழமை இரவு மகள் கிருதயுகா வந்து விட்டாள். வீடே மகிழ்ச்சிக்குள் ததும்பியது. மகளுக்கு விதவிதமான உணவுவகைகள்; இனிப்புப் பதார்த்தங்கள், காரக்கொறிப்பான்கள் என்று உணவுத் திருவிழாவை மனைவி விஜயா நடத்திக் கொண்டிருந்தார். மகள் சாக்கில் இவரது சுவைஅரும்புகள் புத்துயிர்ப்பு பெற்றன. மகளும் அம்மாவும் சமையல்கட்டில், குளியலறை வாசலில், படுக்கையில் என்று பார்த்த இடமெல்லாம் பேசிக்கொண்டே இருந்தார்கள். அம்மாவும் மகளும் தோழிகளாகப் பேசி அளவளாவிக் கொள்வதைப் பார்க்க மகிழ்ச்சியாக இருக்கிறது! இவர் தனது மகனுடன் இப்படிப் பேச வாய்த்ததில்லை. இவருக்கு ஆசையும் ஆற்றாமையும் இருமுனைகளில் நின்று பந்தை உதைத்தன. உண்ணும்போது மட்டும் மகளிடம் பேச வாய்ப்புக் கிட்டியது "எனக்கு எடுத்த துணிகள் எல்லாம் பிடித்திருக்கின்றன. பட்டுச்சேலை டிசைனும் பிடித்திருக்கிறது. வேறநிறம் பார்த்து மாற்றிக் கொள்ளணும் என்றவள், துணிமணி எடுத்தமாதிரி மாப்பிள்ளையும் உடனே கிடைப்பாராப்பா ? அம்மா நத்திக்கொண்டே இருக்குது. சொல்லி வைங்கப்பா; நான் இன்னும் கல்யாணத்தைப் பத்தி யோசிக்கவே இல்லை. அப்படி எதாவதென்றால் நான் உங்ககிட்ட மறைப்பேனாப்பா ? அம்மாகிட்ட சொல்லி இப்படி அனத்துவதை நிறுத்தச் சொல்லுங்கப்பா " என்று பந்தை அப்பாவை நோக்கி எறிந்தாள்! ரவி இருபக்கமும் சமாதானமான பதிலாக "இந்த அம்மாக்கள் எல்லாம் இப்படித்தான்ம்மா! உடனே கல்யாணம். உடனே பேரப்பிள்ளை பார்க்க ஆசைப்படுவார்கள். உங்களை வளர்த்தது போல் பேரப்பிள்ளைகளையும் வளர்க்க ஆசைப்படுவார்கள். நீ யோசிச்சு சீக்கிரம் எங்களுக்கு நல்லபதிலாக சொல்லும்மா" என்று சிரித்து "சீக்கிரம் கிளம்புங்க... ஜவுளிக்கடைக்குப் போவோம்" பேச்சில் சமன் பண்ணிணார்.

இரவு உணவின்போது ரவி, கிருதயுகாவிடம் வங்கிவேலை பற்றி கேட்டார். எப்போதும் உற்சாகமாகப் பேசுகிறவள் முகத்தில் அலுப்பு தெரிய "வேலை எல்லாம் குறைஞ்சு போச்சு. வர்ற வாடிக்கையாளர் கணக்கிலிருந்து அவுங்க கேட்கிற தொகை கொடுக்க முடியலை. கேட்கிற கேள்விகளுக்குப் பதில்சொல்ல முடியலை. வங்கிக்கு ரிசர்வ் வங்கியிலிருந்தும் வாடிக்கையாளரிடமிருந்தும் பணவரத்து குறைஞ்சு போச்சு. ஏ.டி. எம்.களுக்குத் தேவையான தொகை குறைஞ்சிருச்சு! ஆற்றில் தண்ணி இருக்கிற மாதிரித் தோணும். ஆனா தண்ணி இருக்காது. ஒரு கானல்நீர் தோற்றமாக இருக்குது. அலையடித்து கரையைத் தொடாத

கடல்மாதிரி ஓவியக்கடலாக கிடக்கிற தோற்றம் மாதிரி இருக்குப்பா! பேங்கில் பணமில்லைன்னு சொல்றது! ஆனால் தனியார் வங்கிகளுக்குத் தேவையான பணத்தை ரிசர்வ்வங்கி அனுப்புது. அவுங்க ஏட்டிஎம்களுக்கு பணம் வைப்பதில் சிக்கல் இல்லை! ஒரு நாளைக்குஇரண்டாயிரம் ரூபாய்க்கு மேல் எடுக்கமுடியாது என்றாலும் ஏ.டி.எம்.மில் பணமில்லை என்றநிலை இல்லை. எங்கள் வங்கிக்கிளையில் நூற்றுக்கு மேற்பட்ட வாடிக்கையாளர்கள் தனியார் வங்கிகளில் கணக்கைத் தொடங்கி, இங்கிருந்த பணத்தைக் காசோலை மூலம் அந்த வங்கிக்கணக்குக்கு மாற்றிக் கொள்கிறார்கள் 'ரொக்கமில்லாப் பரிவர்த்தனை' என்றபெயரில் காகிதம் மூலம் எண்களைப் பரிமாறிக் கொள்கிறோம். அரசுபேருந்து ஓட்டுநர் நாற்பது கிலோமீட்டர் வேகத்தில் ட்ர்ருட்ர்ருண்ணு ஓட்டிக்கொண்டு இருப்பார். அப்போது அரைமணி பிந்திப் புறப்பட்ட தனியார் பேருந்து ஒலிஎழுப்பி அறுபது கிலோமீட்டர் வேகத்தில் முந்திச்செல்லும். அப்போது அரசுப் பேருந்திலிருக்கும் பயணிகள் ஓட்டுநரை என்ன கேலி பேசினாலும் கிண்டலடித்தாலும் ஒரு வகையான அவமானத்தை தாங்கிக் கொண்டு சாலையைப் பார்த்தபடி வண்டியை அவர் ஓட்டிக்கொண்டே இருப்பார். இப்படி சுயமரியாதை இழந்து வேலை செய்யும் நிலைதான் எங்களுக்கப்பா" என்று கிருதயுகா சொல்லும் போது மகளின் கூர்ந்த அறிவைக் கண்டு மகிழ்த் தோன்றியது. ஆனால் மத்தியநிதி மேலாண்மையின் போக்கு குறித்து வருத்தமே உறுத்துகிறது!

கிருதயுகா கேட்டாள்; "ஏலத்தோட்டத் தொழிலாளர் பிரச்சினைன்னு அலைஞ்சுகிட்டு இருந்திங்களே, எப்படிப்பா இருக்கு" ரவி சோர்வாகச் சொன்னார். இடியாப்பச் சிக்கலாக இருக்கும்மா. ஆனானப்பட்ட பொதுத்துறை வங்கிகளே அலைக்கழிக்கப்படும் போது, அணிதிரட்டப்படாத உதிரித்தொழிலாளர்கள் இந்தப் பொருளாதாரச் சுனாமியை எப்படித் தாக்குப் பிடிக்க முடியுமம்மா!"

" சரிப்பா, எங்கே போனாலும் கவனமா போயிட்டு வாங்கப்பா! உடம்பைப் பாத்துக்குங்கப்பா'' என்றாள் கிருதயுகா.

திங்கள்கிழமை காலையில் வைகை விரைவு ரயிலில் மகளை திருச்சிக்கு அனுப்பி வைத்தார். காலை உணவுக்குப் பின் ரவி கேரளாவுக்குப் புறப்பட்டார். மனைவி விஜயா புலம்பினார்; ''மக வடக்கே கிளம்பவும் நீங்க மேக்கே புறப்பட்டிட்டிங்க. நான் மட்டும் வீடே கதின்னு வீட்டையே காத்துகிட்டு கிடக்கணுமாக்கும்" இப்பவே என்கூட புறப்படு மூணாறு, தேக்கடின்னு போயிட்டு

வரலாம்'' என்றார் ரவி. "வேணாம் சாமி. என்னை அங்கே இறக்கிவிட்டுட்டு மரம் மட்டை,செடி செத்தைக கூட பேசிக்கிட்டுத் திரிவீக! நா மட்டும் ரூம்ல தனியா இருக்கனும். நீங்க பாட்டில அந்தத் தோட்டம் இந்தத் தோட்டத் தொழிலாளர்கள்னு திரிவீங்க! உங்களோட இழுபட முடியாது! நான் இங்கனையெ இருந்துக்குறேன். காலாகாலத்தில போயிட்டு பத்திரமா வீடு திரும்புங்க!" என்றார் விஜயா.

□

9

கொள்ளுமளவுக்கு டீசல் நிரப்பிக்கொண்டு காரைக் கிளப்பினர். ரவிக்கு நேராக ராஜாக்காடு போய் சந்திரனைச் சந்திக்க ஆசை. ஆனால் முன்னால போனதுபோல கம்பம்மெட்டு வழியாக போய் வேனில் வந்து செல்லும் ஊர்புறத் தொழிலாளர்கள் நிலை தெரிந்து கொண்டால் நல்லது. ஆகவே முத்துவுக்குப் பேசினார். முத்துவுக்கு "மைத்துநர் மகள் கல்யாண வேலைகள் இருப்பதால் தற்போது வர இயலாது. பிறகு வந்து சேர்ந்துக்கிறேன்'' என்றார். வண்டி கம்பம்மெட்டை நோக்கி விரைந்தது. முன்சீட்டில் உட்கார்ந்தபடி சாலையின் இருபுறங்களிலும் பார்த்துக் கொண்டே வந்தார். மதுரை புறநகரிலும் வழிநெடுக உசிலம்பட்டி, ஆண்டிபட்டி, தேனி, சின்னமனூர், உத்தமபாளையம், கம்பம் போன்ற நகர்ப்புறங்களிலும் வங்கி பணமெடுப்பறைகள் மூடியே கிடந்தன. வங்கிகள் முன்னும் ஆள்நடமாட்டமும் நிற்கும் வாகனங்களும் குறைவான எண்ணிக்கை யிலே கண்ணில் பட்டன!

ஆண்டிபட்டியில் திங்கள்கிழமை வாரச்சந்தை நாளாகும். மக்கள் நடமாட்டம் குறைவாகத்தான் தெரிந்தது. நண்பகல் ஒருமணிவாக்கில் கம்பத்தில் நகரின் மையப்பகுதியில் அமைந்துள்ள முக்கிய உணவகத்தில் மதிய உணவு உண்டனர். ரவி உணவகத்தில் விசாரித்தார்; "இங்க ஒருவாரமா ஏவாரம் மத்துவமாகத்தான் இருக்கு. வழக்கமா இந்தமாதிரி கார்த்திகைமாசம் முகூர்த்த நாளுகள்ள நகைக்கடை, ஜவுளிக்கடைகளுக்கு கல்யாணச் சாமான்கள் வாங்க வர்றவங்க எல்லாம் நம்மகடைக்குத்தான் குடும்பம் குடும்பமா சாப்பிட வருவாங்க. ஆனால் இப்ப நகைக்கடைகள் ஜவுளிக்கடைகளே காத்து வாங்கிக் கிடக்கு! நமக்கு மட்டும் எப்படி ஏவாரம் நடக்கும்? சரக்கைக் குறைச்சுப் போட்டு நாளை ஓட்டிக்கிட்டிருக்கோம். ஆரம்பமுன்னு ஒன்னுஇருந்தா முடிவுன்னு ஒன்னு இருக்கும்னு நம்பிக்கையில் இருக்கோம்!'' உணவகத்தார் புழுங்கினார்.. அருகில் தேசிய வங்கிமுன் சிவனாண்டியின் வேன் நிற்பதை ரவி கவனித்தார். ரவி வண்டியில் இருந்துகொண்டு பாலுவை அனுப்பி சிவனாண்டியை அழைத்துவரச் சொன்னார்.

சிவனாண்டியின் முகத்தில் செழிப்பில்லை. ரவியைப் பார்த்ததும் பரபரப்பும் பயமும் கலந்து பவ்வியமாக வணங்கினான். "என்ன சிவன்ராசு இன்னிக்கு மலைக்குப் போகலையா?"

“அய்யா என்னஙகய்யா எங்கய்த்தை கூப்பிடுறதுகணக்கா கூப்பிடுறீக..!” என்று தழுதழுத்த குரலில்கேட்டு நெக்குருகி நின்றான்.

ரவி; “என்னமோ உன்னைப் பார்த்ததும் வாயில் வந்ததைக் கூப்பிட்டேன் “ என்று அவனது தோளில்தட்டி, “அத்தை நினைப்பு இன்னும் மறையாம இருக்கா?'' என்றார். அவன் “ஆமா சார். எங்கய்த்தை இல்லைன்னா எங்கப்பனும் அதுக்குப் பிறகு நானும் குடும்பமும் வயிறாற கஞ்சிகுடிக்க முடியுமா'' என்று குழைந்து நின்றான். “சரி, ராசு மலைச்சவாரி போகலையா ?” ரவி கேட்டார்.

“அந்த நொம்பலத்தை ஏன் கேட்குறீக. போன விசாலக்கிழமையிலிருந்து சரியா வேலை இல்லை. பேங்கில கணக்கிருக்கிற பொம்பளைக, ஆம்பளைக மட்டும் வேனில வருவாங்க. அவுக ஒம்பதுமணியில் இருந்து மூணுமணிவரைக்கும் ஏலத்தோட்டத்தில பழமெடுப்பாங்க. அவுகளுக்குகூலி முன்னூறுரூவா மேனிக்கு ஆறு நாளுக்கு ஆயிரத்தெண்ணூறு ரூபாயோட கூடுதலா இருபதாயிரமோ முப்பதாயிரம் ரூவாய்க்கோ ஐநூறு, ஆயிரம் ரூபா நோட்டுகளை கடனாக் கொடுத்து கடன்பிராமிசரி பத்திரம் எழுதி வாங்கிகிறாங்க. இப்படி வாங்கின பணத்தை பேங்கில் அவுங்கவங்க கணக்கிலபோட்டு ரெண்டு மாசத்துக்குள்ள செல்லும் நோட்டா மாத்தித் தரணும். பணத்தைத் திருப்பிக் கொடுக்கும்போது பத்தாயிரத்துக்கு ஐநூறுன்னு கமிஷன் கழிச்சிட்டுக் குடுக்கணும்னு பேச்சு. பழம்விளைஞ்சு மண்டிக் கிடக்கு. கூலி கொடுக்க மாட்டாம சொந்த பந்தங்கள வச்சு பழமெடுக்கிறாக! அதனால் மலைக்கு ஓட்டமில்லை.

எனக்கு வண்டிக்கு பேங் தவணை கட்டமுடியலையேன்னு முழிச்சுக் கிட்டிருந்தேன். இப்படித்தான் நமக்குத் தெரிஞ்ச ஒரு முதலாளி ஒன்றரைலட்சம் மொத்தமா குடுத்து கடனை அடைக்கச் சொல்லி வண்டி ஓட ஓட வட்டியில்லாமல் திரும்பக் கட்டுற மாதிரி கடன்பத்திரம் எழுதி வாங்கிட்டாரு! கடன் ஒழிஞ்சதுன்னு பார்த்தா வண்டி ஓட்டமில்லை! இந்த கார்த்திகை மாசத்தில் வீரபாண்டிக்கு கல்யாணச் சவ்வாரி இருக்கும். அதுகூட இப்ப இல்லை! எனக்குத் தெரிய நாலு இடத்தில கல்யாணத்தேதி தைக்கும் மாசிக்கும் மாத்தி வச்சிருக்காங்க. பணப்புழக்கமே சுத்தரவா இல்ல! கல்யாணத்தை எப்படி நடத்துவாக? தை பிறந்தால் தான் வழி பொறக்கும் ! அதுக்கு இடையில பேங்கில, ஆபிஸில வேலை பாக்குறவுக சபரிமலை சவாரிக்கு கூப்பிட்டாத்தான் உண்டு! அதுக்கும் என்னையாட்டம் பத்து பன்னெண்டு பேரு போட்டியில்

காத்திருக்கோம். அந்த பதினெட்டுபடியான் யாருக்குப் படியளக்கப் போறானோ அவனுக்கே வெளிச்சம்!.'' என்று பெரும் புலம்பலாக பாடினான்.

அவனுக்கு என்ன ஆறுதலைச் சொல்லுவது என்று ரவிக்குத் தெரியவில்லை! தோளைத் தட்டி தனது பாக்கெட்டிலிருந்து ஐந்து நூறுரூபாய்களைக் கொடுத்து ''வீட்டுக்கு அரிசி பருப்பு வாங்கிக்குடு'' என்று சொல்லி மணியைப் பார்த்தார். மூன்றாகி இருந்தது.

சிவனாண்டியிடம் ''இங்கே நல்ல டீக்கடையாச் சொல்லு. டீயைக் குடிச்சிட்டு கிளம்புறோம்; கேரளாவில் நல்ல பாலுடீ கிடைக்காது. தைலப்புல் வாசம் தான் வீசும்!'' என்றார். சிவனாண்டி ஒரு தெரு முனைக்கு அழைத்துப்போய் சொந்தமாட்டுப் பாலில் டீ போட்டு விற்கும் கடையில் தூள்மாற்றி டீ வாங்கிக் கொடுத்தான். பால்டீ நாக்கில் ஒட்டி தொண்டையில் வழுக்கியது. டீ க்கு காசு ரவி கொடுத்ததுக்கு சிவனாண்டி வாங்க மறுத்தான். ''வைங்க சார்! என் அய்த்தைக்கு தெரிஞ்சவர் உங்களை என்வூட்டுக்கு கூட்டிட்டுப் போய் நல்லவெடைக்கோழி அடிச்சு கொழம்புவச்சு சோறு போட்டு மரியாதை செய்யணும். ஆனா....'' என்று சொல்லும்போதே விசும்பி விம்மினான். ரவி அவனது தோளைத்தொட்டுத் தடவி ''சிவன்ராசு, பரவாயில்லை. நீ வாங்கிக்குடுத்த டீயே தொண்டையும் மனசும் நிறைஞ்சிருச்சு! இன்னொரு தடவை வரும்போது உன்னைப் பார்க்கிறேன்'' என்று வண்டியைக் கிளப்பச் சொன்னார்.

ரவிக்கு, சிரிப்பதா அழுவதா தெரியவில்லை. நகைக்கடை, ஜவுளிக்கடை, உணவக முதலாளியிலிருந்து அன்றாடக்கூலிக்கு வேன்ஓட்டுநர் வரை சகல தரப்பினரும் கஷ்டப்படுகிறார்கள். அவர்கள் ஏன், எதற்கு, யாரால் இப்படி கஷ்டப்படுகிறோம் என்று உணர்ந்தும், வெளிப்படுத்தத் தெரியாமல் இருக்கிறார்களே....?

கார் கம்பம் மெட்டைக் கடந்து பாறைத்தோடை எட்டியது. அங்கே நிறுத்தி கட்டஞ்சாயா போடச்சொன்னார்.. மணி ஐந்தாகி இருந்தது. இந்நேரம் சாலைகளில் விர்விர்ரென்று வீசும் பனிக்காற்றையும் கவியும் இருள் மூட்டத்தையும் கிழித்து வேன்கள் தொழிலாளர்களை அடைத்துக்கொண்டு கீழ்நோக்கி விரையும். ஆனால் சாலையில் வாகன ஓட்டத்தையே காணவில்லை. டீக்கடைக்காரரை விசாரித்தார்.

''விளைச்சல் இருக்கு. வேலையும், வேலையாளும் இருக்கு. கூலிகொடுக்கப் பணமில்லை! தானியம் தவசு போல ஏலக்காயை கூலியா கொடுக்க முடியுமா? அதை ஆக்கிச் சாப்பிட முடியுமா? கூலிக்காரருக்கு கடன் சொன்னா அவுங்க சோத்துக்கு என்ன

செய்வாங்க? அதான் வேலை நடக்கலை. சில இடங்கள்ல தோட்டத்துக்காரகளே சொந்த பந்தங்களை வச்சு பழமெடுக்கிறாக. ஆளரவமில்லாம ரோடே விரிச்சோடிக் கிடக்கு! என் கடைக்கு சாப்பிட வர்றவங்களும் குறைஞ்சுட்டாங்க! உங்களாட்டாம் தப்பித் தவறி வர்றவங்களுக்குன்னு பொழுதுபோகாம பேருக்கு கடை நடத்திக்கிட்டிருக்கோம்! இதெல்லாம் எப்ப சரியாகுமோ தெரியலை! டீவியிலும் ரேடியோவிலும் பெரியாளுக வரிஞ்சு வரிஞ்சு பேசுறாக. ஒரெழவும் புரியலை!" என்றபடி பாய்லரில் அணைந்துபோன கங்கினை கைப்பிடி பிடித்து குலுக்கி சாம்பலை ஊதி கனல்மூட்டி டீ போட்டுக் கொடுத்தார். இருவரும் குடித்ததும் புறப்பட்டார்கள்.

கார்த்திகைமாதப் பொழுது ஐந்தரை மணிக்கே இருட்டைப் போர்த்திக் கொண்டது. ஆங்காங்கே சாலையில் விளக்குகள் மங்கிய ஒளியை சுரந்து கொண்டிருந்தன. சிறு பூச்சிகளும் விட்டில்களும் ஒளிப்பாலை மொய்த்துக் கிடந்தன. பொய்த்துப்போன நம்பிக்கையில் வாழ்க்கை கசந்துபோன காரணமறியாது மக்களும் மயங்கியே கிடக்கின்றனர்.!

சாந்தாம் பாறையில் அறை எடுத்து தனது பொதியை வைத்துவிட்டுப் பூப்பாறைக்கு போனார்கள். விடுதியில் முன்பணம் கொடுப்பதற்கு கவனமாக பணமெடுப்பு அட்டை கொண்டு ஆயிரம்ரூபாய்க்கு மின்னணுப் பரிமாற்றம் செய்து கொண்டார். மணிஆறரை. பூப்பாறையில் இந்நேரம் விரையும் வேன்களோ, ஜீப்புகளோ கண்ணில் படவில்லை! அமாவாசை மாலையில் தேன்கூட்டை அப்பியிருக்கும் தேனீக்கள்போல் தொழிலாளர்கள் மொய்த்துக் கிடக்கும் டீ, புரோட்டாக்கடைகள் கூட பௌர்ணமி காலத் தேன்கூட்டைப் போல் வெளிறி வெறிச்சோடிக் கிடந்தன! கடைகளில் குத்துப்பாட்டுச் சத்தமே கேட்டது. ஆளரவம் இல்லை! ரவி டீக்கடையில் விசாரித்தார். "பணப்பழக்கம் இல்லை. இந்திகாரத் தொழிலாளர்களும் வருவதில்லை. யாராவது ஒருத்தன் வந்து பத்து, இருபது பான்மசாலா பாக்கெட்கள் வாங்கிட்டுப் போவான். அதை அவனுங்க வாங்கி நிரந்து வாயில் ஒதுக்கி மயங்கிக் கிடப்பான்க. சாராயக்கடை கூட காத்து வாங்கிக் கிடக்கு!" என்றார்.

ரவி, விவசாயசங்க சந்திரனிடம் செல்லில் பேசி, தான் சாந்தாம்பாறையில் தங்கி இருப்பதாகவும் நாளை வந்தால் பேச அவகாசம் இருக்குமானு கேட்டார். "நாளைமாலை மூணு மணிக்கு சாந்தாம்பாறை தபாலாபீஸ் முன்னால விவசாய சங்கம் சார்பாக ஒரு ஆர்ப்பாட்டம் நடத்தப் போகிறோம். நாளை முழுவதும்

சாந்தாம்பாறையிலதான் இருப்போம். சந்திப்போம்" என்றார் சந்திரன்.

சாந்தாம்பாறை திரும்பினர். தங்கியிருக்கும் விடுதியோடு இணைந்த உணவகத்தில் உண்டு விடுதிக் கணக்கில் பற்றுவைத்துக் கொண்டனர். கல்லாவில் இருப்பவரிடம் ரவி விசாரித்தார்; "முந்திமாதிரி ஏவாரம் இல்லை. விடுதியில் தங்கவருபவருக்கும் பஸ்ஸ்டாண்டை ஒட்டி வர்ற போறவர்களுக்காகவும் கௌரவத்தை விட்டுறக் கூடாதுன்னும் நடத்திக்கிட்டு இருக்கோம்! சொந்தப் பலசரக்குக்கடை இருக்கிறதால சமாளிக்க முடியுது! பலசரக்குக் கடையும்கூட தெரிஞ்ச ஏலக்காய் விவசாயிகளுக்கும் இங்குள்ள சர்க்கார் வேலைக்காரங்களுக்கும் கடன் கொடுத்துதான் வியாபாரம் நடக்குது.". ரவி கேட்டார் " அரசுஊழியர்கள் சம்பளம் வாங்கிக் கொடுத்துருவாங்க; சரி, ஏலவிவசாயிகள் எப்படிக் கடனை அடைப்பாங்க.? ஏலத்தோட்டத் தொழிலாளர்களுக்கும் கடன் கொடுப்பீங்களா?"

"எங்கள் முதலாளிக்கு ஏலக்காய் வியாபாரமும் உண்டு! சிறுவிவசாயிகள் அவர்களிடம் வேலைபார்க்கும் தொழிலாளர்களுக்கும் பலசரக்கும் தேவையான சாமான்களைக் கடனாகக் கொடுக்குறோம். சிறுவிவசாயிகள் எங்களிடம் சரக்கு விற்கும் தொகையில் விவசாயிகள் கடனையும், அவர்களது தொழிலாளிகள் கடனையும் வரவுவைத்துக் கொண்டு மீதமுள்ள தொகைக்கு செக் கொடுத்துருவோம்! அவர்களது தேவைக்கு வங்கியில் வாரத்துக்கு நாலாயிரம் வீதம் எடுத்துக்குவாங்க! அவுங்களும் தொழிலாளிகளுக்கு செக் கொடுத்து முடிஞ்ச தொகையை எடுத்து தங்கள் கூலிக்கணக்கை சரிசெய்து கொள்ளுவாங்க!" எளிமையான வாழ்க்கைச் செயல்பாட்டை இடியாப்பச் சிக்கலாக்கிய அரசைப் பற்றி நிந்திக்காமல் இந்தச் சிக்கலை உடனே சமாளிப்பது குறித்து சாத்தியமான வழிகளிலெல்லாம் சிந்தித்துச் செயல்படும் சமூகத்தின் இயங்கியல் ஆச்சரியம் தருகிறது என்று தனக்குள்ளே சிரித்துக் கொண்டார்.

மறுநாள் தபால் நிலையத்திற்கு எதிரே உள்ள டீக்கடையில் ரவி அமர்ந்தபடி நடப்பதை எல்லாம் கவனித்துக் கொண்டிருந்தார். தபாலாபீசுக்கு முன்னால் இருந்த சிறுபொட்டலில் செங்கொடி நடப்பட்டிருந்தது. ஒரு ப்ளக்ஸ் பேனரில் 'ஏலத்தோட்ட விவசாயிகள் மற்றும் தொழிலாளர்கள் கூட்டமைப்பு.. பணமதிப்பு நீக்க எதிர்ப்பு தர்ணா' என்று எழுதியிருந்தது. பக்கத்தில் ஒரு மைக் நிறுத்தப் பட்டிருந்தது. ஒரு பெட்டி ஒலிபெருக்கியில் போராட்டப் பாடல்கள் மலையாளத்திலும் தமிழிலும் ஒலிபரப்புசெய்து கொண்டிருந்தார்கள்.

சிறுவிவசாயிகளும், ஏலத்தோட்டத் தொழிலாளர்களும் நூறு நூத்திருபதுபேர் கூடியிருந்தனர். இவர்களுள் யார் சிறுவிவசாயிகள், யார் தொழிலாளர்கள் என உடுத்தியிருக்கும் ஆடைகளை வைத்து தான் வேறுபடுத்த முடியும். இருதரப்பு முகங்களும் கவலை படர்ந்து சோர்ந்த முகங்களாகவே இருந்தன. நான்கரை மணிக்கு மேல் அங்கன்வாடி ஊழியர்கள், அரசுஊழியர்கள் தபால், தொலைபேசி ஊழியர்கள், எல்.ஐ.சி. மற்றும் கூட்டுறவுவங்கி ஊழியர்கள் அவரவர் சங்கம்சார்ந்த பதாகைகளுடன் வந்து அணியணியாக நின்றார்கள். இவர்களுக்கும் ஏலத்தோட்ட விவசாயிகளுக்கும் என்ன சம்பந்தம் என கேரளாவில் கேட்டுவிட முடியாது. எல்லாரும் தொழிலாளர் வர்க்கமே! சாந்தாம்பாறை பகுதி விவசாயசங்கம் சார்பாக ஒருவர் முன்மொழிய, சந்திரன் தலைமை ஏற்றார். அவர் மத்தியஅரசின் பணமதிப்புநீக்க நடவடிக்கை, கார்பரேட் ஆதரவு பொருளாதார கள்ளக்கூட்டு நடவடிக்கைகள், மக்கள் ஒற்றுமையைக் குலைக்கும் பிற்போக்கு நடவடிக்கைகளைக் கண்டித்து முழக்கங்களை முன்மொழிய முன்மொழிய வந்திருந்தவர்கள் வழிமொழிந்து முழக்கங்களை எழுப்பினர். அந்த முழக்கங்களின் லாவகமான மொழியும் உச்சரிப்பு ஒலியும் உடல்மொழியும் பார்ப்பவரையும் கேட்பவரையும் ஈர்ப்பதாகவும் உணர்வெழுச்சி கொள்ளச் செய்வதாகவும் அமைந்திருந்தது!

இந்த முழக்கத்திற்குப்பின் பங்கேற்ற ஒவ்வொரு அமைப்பினரும் அவரவர் பணிசார்ந்த சமூகப்பொருளாதாரச் செயல்பாடுகளில் பணமதிப்புநீக்க நடவடிக்கை எவ்வாறு பாதித்துள்ளது என்பதை உருக்கமாகப் பேசினர். நிறைவாகப் பேசிய தாலுகா செயலாளர் ‘‘இத்தகைய முழக்கப் போராட்டம் இந்தியாவெங்கும் நடந்து வருகிறது. இந்தியாவெங்கும் வங்கிகள் முன்பாகவும் பணமெடுப்பு அறைகள் முன்பாகவும் சகலதரப்பு மக்களும் வரிசை வரிசையாக நிற்கின்றனர். மக்களது அன்றாடவாழ்க்கை சீர்குலைந்து கிடக்கிறது! ஆனால் செய்தி ஊடகங்கள் இவற்றை வெளிப்படுத்தாமல், பெரும்பணக்காரர்களும் சினிமாநடிகர்களும் பணமதிப்புநீக்க நடவடிக்கைகளை ஆதரித்துப் பேசுவதையே வெளிப்படுத்து கிறார்கள். மக்களின் சிரமங்களை கோபத்தை திசை திருப்புகின்றனர். இந்த தேசிய ஜனநாயக கூட்டணி அரசு அனைத்துதரப்பு ஊடகங்களையும் மிரட்டி தனது கட்டுப்பாட்டில் வைத்துள்ளது. இது ஜனநாயகத்திற்கும் இறையாண்மைக்கும் மட்டுமல்ல இந்த அரசுக்கும் பெரும்கேடாக அமையும்! சகல வகையான தொழில்களையும் பாதிக்கும். இந்த பணமதிப்புநீக்க நடவடிக்கையின்

கடுமையைத் தளர்த்தி மக்களுக்கு இதமான வாழ்க்கை நிலையை வழங்காவிடில் வெகு சீக்கிரத்தில் இந்த நாடு பெரும் பொருளாதாரப் பின்னடைவைச் சந்திக்கும் என்று எச்சரிக்கும் தொனியில் பேசினார்.

ஏறக்குறைய ஐந்துமணிக்கு ஆரம்பித்த ஆர்ப்பாட்டம் முடிய ஏழு மணி ஆயிற்று. விரைந்து அடையும் கார்த்திகைமாதப் பொழுது மூன்றடி தூரத்தில் ஒருவரது முகம் மற்றவரைப் பார்க்க முடியாத வெண்கரு திரையைப் போட்டுக்கொண்டு இறங்கியது. வெள்ளைக் கோடுகள்போல் நீளும் தெருவிளக்குகள் வெண்பனிப் போர்வையை முழுதும் ஊடுருவ முடியாமல் விழித்தது! அந்தந்தப் பகுதி ஜீப்புகளில் வந்து ஆர்ப்பாட்டத்தில் கலந்து கொண்டவர்கள் அந்திப் பறவைகளாக விரைந்தனர். எல்லாரையும் வழியனுப்பிவிட்டு ரவியின் நினைவு வந்தவராக சந்திரன் பார்வையை சுழலவிட்டுத் தேடினார். இதை உணர்ந்த ரவி போய் அவரது தோளைத் தொட்டார். திரும்பிப் பார்த்த சந்திரனது கைகளைப் பற்றி குலுக்கினார். பெரிய போர்க்களத்திலிருந்தவர் போல் முகம் களைத்திருந்தது. கண்கள் வெற்றியை ஒளிர்ந்தது! ‘‘டீ சாப்பிடுவோம் வாங்க’’ என்றார் ரவி. ‘‘இன்னிக்கு சாப்பிடக்கூட நேரமில்லாமல் வெறும் டீகளை குடித்துக் கொண்டே ஆளுகளை திரட்டும்பணியில் இருந்தோம்’’ என ஒரு சிரிப்பினை உதிர்த்தார். என்ன மனுஷன் இவர்! இப்படியான போராளிகளால் தான் இந்தச் சமூகம் இன்னும் நிலைகுலைந்து விடாமலிருக்கோ என்ற சிந்தனை தோன்றியது!.

இந்தத் தருணம், யாரோ ஒருவர் ரவியின் தோளைத் தொடுவது போலிருந்தது. வியப்போடு திரும்பிப் பார்த்தார். பரமன் நின்றிருந்தார். “என்ன ரவிசாமி, இங்க, இந்த நேரத்தில்! நீங்க இன்னும் ஊருக்குப் போகலையா? இந்தக் கூட்டத்தில் உங்களைப் பார்க்கவும் இன்னும் பழசை மறக்காம இருக்கீங்களேன்னு சந்தோசமா இருக்குது!” பரமன் ஆச்சரியத்தை அடுக்கிக்கிட்டே போனார். ரவி பரமனின் கைகளைப் பற்றி முகம்விரிய ஒரே சிரிப்பில் பதிலைக் கடத்தினார்! ரவிகேட்டார்” பரமன் இந்த வயசிலும் நீங்க வந்திருக்கீங்களே! வேறு யாரும் வரலையா?”

“ஏலவிவசாயிகள் போராட்டத்தில் நான் எப்படி கலந்து கொள்ளாமல் இருக்கமுடியும்? சில்லு சில்லாய் நொறுங்கிப்போன எங்க நாலு தலைமுறை ஏலமலை வாழ்க்கை சிதறிப் போகாம இந்த விவசாயசங்கம் காப்பாத்துச்சு! இந்தச் சங்கத்தின் மூலமா இந்த மக்களைக் காப்பாத்த நான் வராம எப்படி இருக்கமுடியும்? நான் மட்டுமல்ல; செத்துப்போன சின்னாத்தேவர் குடும்பத்திலிருந்து அவுக மக, மருமவன், நம்ம குரங்குவிரட்டி ரெங்கசாமி மக,

பேத்தியா, அவுக புருஷங்காரரு, நம்ம பேட்டுக்காரரு மகனுக இப்படி பழைய வட்டப்பாறை எஸ்டேட்டில இருந்து சிறு ஏலவிவசாயி ஆனவுக அத்தனைபேரும் வந்திருக்கிறோம். இந்த மண்ணுல எங்க உழைப்பில் விளைஞ்சதை காசாக்க முடியாம டில்லிசர்க்காரு செஞ்சிருச்சே? கைக்கெட்டின விளைச்சலை வாய்க்கு எட்டாமப் பண்ணிருச்சே ? இதை எப்படி கேட்காம இருக்கமுடியும்?'' என்று பரமன் ஆதங்கத்தை கொட்டினார். சந்திரன், பரமனது உணர்ச்சிப் பிரவாகத்தையும், பரமனுக்கும் ரவிக்கும் உள்ள பரிச்சயத்தையும் உணர்ந்து வியப்போடு பார்த்துக் கொண்டிருந்தார்.

“வாங்க நாம சாப்பிடுவோம். சகாவு சந்திரன் காலையிலிருந்து சாப்பிடாமல் இருக்கிறார்'' என்று ரவி சாப்பிட அழைத்தார். ‘‘இன்னும் பத்துநிமிஷத்தில் வீட்டுக்குப் போயிருவேன். எதற்கு வீண்செலவு'' என்றார் சந்திரன். ரவிசொன்னார்; ‘‘உங்க முகம் இருக்கிற களைப்பில நீங்க வீட்டுக்குப் போறதுக்குள்ளே மயங்கி விழுந்துருவீங்க போலிருக்கு. வாங்க'' என்று இருவரது கைகளையும் பற்றி அழைத்தார். அன்புக்குக் கட்டுப்பட்டு அவர்கள் வந்தார்கள். ரவி அவரவர் விருப்பப்படி சாப்பிடச் சொன்னார். ஓட்டுநர் பாலு உட்பட நால்வரும் சாப்பிட்டதை தனது விடுதியறைக் கணக்கில் சேர்க்கச்சொல்லி வெளியேவந்த ரவி, ஓட்டுநரிடம் சந்திரனை ராஜாக்காட்டில் வீட்டில் இறக்கிவிட்டு வரச்சொன்னார். ‘‘சகாவு ஓய்வெடுங்கள். காலையில். சந்திக்கலாம்'' என்று ரவி வழி அனுப்பினார்.

“பரமன் சாமி கொஞ்சநேரம் பேசிகிட்டிருக்கலாமா, அவசரவேலை எதும் இருக்கா”

“உங்ககிட்ட பேசறதைவிட வேற என்ன வேலை இந்த கிழவனுக்கு?”

“சும்மா சேமநல விசாரிப்பு தான். இந்த பணமதிப்புநீக்கம் உங்க அன்றாட நடைமுறை வாழ்க்கையை எப்படிப் பாதிச்சிருக்கு? செலவழிவுகளை எப்படிச் சமாளிக்கிறீங்க?”

“எஸ்டேட் தொழிலாளியா இருந்தப்ப கிடைச்ச நிம்மதி ஏல விவசாயம் பண்ணும் போதில்ல!. விளைஞ்ச பழத்தை உலர்த்த ஸ்டோர்ல கொடுத்ததை ரொக்கமாக கொடுத்து வாங்கப் பணமில்ல. சரக்கு ஸ்டோர்ல தேங்கிக் கிடக்கு. ஏற்கனவே சரக்கு வித்த பணத்தை பேங்கில் இருந்து மொத்தப் பணமா எடுக்க முடியலை. வித்தபணத்தை ஏலவியாபாரிக செக்காதான் தர்றாங்க. ரொக்கப் பணப்புழக்கம் இல்லாததனால எல்லா வேலையும் முடங்கிப் போச்சு. நல்லவேளை, எங்க குடும்பத்தாளுகளா வேலை

பார்க்கிறதனால கூலிப்பணம் கொடுக்கிற சிரமம் இல்ல.! ஆனா ஸ்டோருக்கு பழம் பதப்படுத்த ரொக்கமாக கேட்கிறாங்க. அவுங்க ரொக்கமாக வாங்கி ஸ்டோரில வேலை செய்யிறவங்களுக்கு, விறகு தர்றவங்களுக்குன்னு தினக்கூலியாவோ, வாரக்கூலியாவோ தரணும். ரொம்ப நாளைக்கு பணம்தராம ஸ்டோரில வைக்க இடமுமில்லை. அதையும் கெஞ்சிக் கதறி சமாளிச்சு நாள் கடத்துனா ஏலக்காயின் பச்சைநிறம் மங்கிப் போகும். நிறம் குறைஞ்சா விலை குறைஞ்சு போகும். தேக்கம் இல்லாம ஆத்தில தண்ணி ஓடற கணக்கா போய்கிட்டிருந்த ஏலவிவசாயி பொழைப்பை கத்திமேல நடக்கிறதாட்டம் ஆக்கிட்டாரு பிரதமரு புண்ணியவான்! எங்களைப் போல சொந்த ஆள் பலமில்லாத சிறுவிவசாயிகள் படறபாடு கண்ணுமுழி பிதுங்கிப் புலம்பி கிறுக்கா திரியறாங்க! சிலபேரு மதிபேதலிச்சு மரத்தில் தொங்கிக்கிறாங்க. போனவாரம் ஒத்தப்பாறையில இப்படித்தான் ஒருத்தரு மரத்தில் கயறுமாட்டிக்கிட்டாரு. நல்லவேளையாக அங்கன வந்த அவுகவீட்டாளுக சங்கு அறுபடறதுக்கு முன்ன பாத்துட்டாக! உடனே சாந்தாம்பாறை கவருமண்ட் ஆஸ்பத்திரிக்கு தூக்கிட்டுபோய் கழுத்துக் காயத்துக்கு வைத்தியம் பார்த்து கூட்டியாந்தாங்க! சங்கத்துக்காரங்க ஒத்தாசை பண்ணி ஆறுதல் சொல்லிட்டு வந்தாங்க. இந்தச் சிக்கல்களில் இருந்து மீள விவசாய சங்கம் பேங்குக்காரங்களை நெருக்கிக்கிட்டே இருக்காக. பேங்குக்காரங்களும் சங்கத்துக்காரங்கங்கிறதால முடிஞ்சளவுக்கு காக்க வைக்காம பணம் குடுக்கிறாக. சட்டியில இருந்தால்தானே அகப்பையில் வருங்கிற மாதிரி பேங்குக்கு பணவரத்தே குறைஞ்சிருச்சாம்! இருந்தாலும் வரவர கொடுத்து உதவுறோமுங்கிறாக!" என்று பரமன் மனப்பாரத்தை எல்லாம் இறக்கி வைத்தார்.

மணி ஒன்பது மணியாகி இருந்தது. சாலையில் ஆள்நடமாட்டமே இல்லை! அங்கங்கே மரத்தில் கூகைகளின் குழறல் சத்தம்மட்டுமே கேட்டது. ஓட்டுநரிடம் பரமனை வீட்டில் விட்டு வரச்சொன்னார். பரமனும் இவரது கைகளைப் பற்றி நன்றி தெரிவித்துப் புறப்பட்டார். தனிமையும் அடர்ந்த நிசப்தமும் குளிரிலும் மனப்புழுக்கத்தை ஏற்படுத்தியது. ஆர்பாட்டத்தில் கலந்துகொண்ட ரெங்கசாமி மகள் பங்கஜத்தின் குடும்பத்தாரையும், சின்னாத்தேவர் குடும்பத்தாரையும் பார்க்காமல் விட்டுட்டோமே என்ற உறுத்தல் நெஞ்சை வருடியது.

கைவானொலியை இயக்கினார். எரிந்தகட்சி எரியாதகட்சி லாவணியாக பணமதிப்புநீக்க விவாதம் நடந்தது! எல்லா ஊடகங்களிலும் இது குறித்துதான் விவாதம் நடந்து கொண்டிருக்கிறது. ஆனால் தெளிவான நோக்கமும் உண்மையான காரணமும்,

தாக்கங்களும் மக்கள்படும் சிரமங்களும் முழுமையாக வெளியே தெரிவிக்கப்படவில்லை. ஆனால் சொல்லுக்கும் சொல்லுக்குமான, செயலுக்கும் செயலுக்குமான இடைவெளிகளில் ஒளிந்திருப்பதைப் பூடகமாக உணருமளவுக்குத்தான் ஊடகங்கள் இயங்குகின்றன என்ற சிந்தனையில் இருந்த ரவி, ஓட்டுநர் பாலு வந்ததை அறிந்து அவரை உறங்க அனுப்பிவிட்டு இவர் கண்ணயர முயன்றார்.

□

10

நவம்பரின் நாள்கள் உதிர உதிர பனியின் தாக்கம் கூடவே செய்தது. சாந்தாம்பாறை விடுதி உணவகத்தில் ரவி,ஓட்டுநருடன் காலை உணவை உண்டார். அங்கே ஒருவடஇந்தியர் டாம்பீகமாக வலம் வந்து கொண்டிருந்தார். உணவகத்தின் காசாளர் தவிர பரிமாறுநராக, சுத்தம் செய்பவராகப் பணியாற்றும் வட இந்தியர்களும். உண்ண வந்திருந்தவர் சிலரும் அவரை ஜீ, ஜீ என்று அழைத்து மரியாதை காட்டினர். அவர் கிரீடம் தலையில் வைக்காத குறையாக தலைநிமிர்த்தி பந்தா சிரிப்போடு திரிந்தார். ரவிக்கு அவரை எங்கோ சமீபத்தில் பார்த்த ஞாபகம். நினைவுப் பொறியைத் தட்டிப் பார்த்தார். ஞாபகத் திரையில் மிளிரவில்லை. அவரது ஆடைஅணியும் பாணி மோடியை நினைவுக்கு கொணர்ந்தது. அந்தச் சூழலுக்குப் பொருந்தா உடையில் இருப்பவர் பிறரது கவனத்தை ஈர்ப்பது இயல்புதானே. அவரைப் பற்றி காசாளர் ராஜுவிடம் கேட்டுத் தெரிந்து கொள்ளலாம் என்று டீயை அருந்தினார்.

ரவி வழக்கம்போல் தானும் ஓட்டுநரும் சாப்பிட்டதை விடுதியறைக் கணக்கில் சேர்க்கச் சொல்லிவிட்டு காசாளரின் வலக்கைப்பக்கம் இருக்கையைப் போட்டு அமர்ந்தார். மணி ஒன்பதரை ஆகியிருந்தது. உண்ண வருவோர் கூட்டமில்லை. காசாளர் ராஜுவிடம் அந்த வடஇந்தியர் பற்றி விசாரித்தார். "அவர் பேரு சுரேந்திரசிங். மத்தியபிரதேச போபால்காரர். அவர் அங்கிருந்து கூலித் தொழிலாளர்களை இங்கே ஏலத்தோட்ட வேலைக்கும் பிற வேலைகளுக்கும் கூலிஆள்களை அனுப்பும் கமிஷன் ஏஜென்ட். இவர் ஆள்களை வேலைக்கு வைத்துக்கொண்டால் தினம் ஒரு ஆளுக்கு பத்துரூபாய் வீதம் கமிஷன் தரவேண்டும். இந்தப் பகுதியில் அவர் கூட்டிவந்த ஆள்கள் நூற்றுக்கு மேல் இருக்கிறார்கள். இந்த ஆளுகளுக்கு ஹைவேஸ் ரோட்டோரம் குடிசை போட்டுத் தங்கவைத்து மத்திய ஆளுங்கட்சி கொடி நட்டு பூச்சாண்டி காமிச்சிக்கிட்டிருக்கிறார். போன வாரம் திருவனந்தபுரம் வந்த பிரதமரிடம் தன்கிட்ட ஆயிரம் தொழிலாளர் ஓட்டுகள் இருக்குன்னு சொல்லி அவரோட நின்னு போட்டோ எடுத்து பத்திரிகையில் வரவச்சு படம் காட்டிக் கிட்டு திரியறாரு."

"இப்போ சமீபத்தில் செல்லாநோட்டு விஷயத்தில இவருக்கு ஏகப்பட்ட லாபம்! பெரிய பணக்காரங்களை திருவனந்தபுரம் கூட்டிட்டுப்போய் கட்சிக்காரங்க மூலமா லட்சக்கணக்கில் ஐநூறு, ஆயிரரூபா நோட்டுகளை மாத்தி இருபது சதவீதம் முப்பது

சதவீதமுனு கமிஷன் இவருவாங்கி கட்சிக்காரங்களோடு பங்கிட்டுக் கொண்டதாக ரகசியப்பேச்சு உலாவுது! இவுரு ஆளுகளுக்கு இங்கெ பக்கத்தில் இருக்கிற தேசிய வங்கிகள்ல கணக்கு ஆரம்பிச்சுக் கொடுத்து சிறு, நடுத்தர பணக்காரங்கள் நோட்டுகளை இவுங்க ஆளுக கணக்கில்ப் போட்டு சிறுகச் சிறுக நோட்டுகளை மாத்தித் தருவார். இந்த சுரேந்திரன் பணக்காரங்க கிட்டேயும், மாத்தித் தர்ற இவுரு ஆளுக கிட்டேயும் உள்கமிஷன் பாத்துக்கிறார். வடக்கத்தி ஆளுகளுக்கு கணக்குவழக்கு தெரியாததால இவுரு குடுக்கிற காசை அவுங்க வாங்கிக்கிறாக. இப்போ எந்தத் தொழிலும் நடக்கலை. அதனால் வேலைஇல்லாத ஆளுகளுக்கு எதோ காசு ரொக்கமாக கிடைக்குதேன்னு ஏத்துக்கிறாக. இவுங்க ஆளுக வெவ்வேற இடங்களில் தங்கி வேலை செய்றவங்களுக்கு ரொக்கப் பணத்திற்கு பதிலாக செக்கு தான் தர்றாங்க. அதை பேங்கில் போட்டு ரெண்டு நாள் மூணுநாள் கழிச்சு ஒருநாள் வேலையைக் கெடுத்து பணம் வாங்கணும். ஆனா நோட்டு மாத்தித் தர்றவங்களுக்கு வேலை பாக்காம ஒருவேளை ரெண்டு வேளை திங்கவாவது கிடைக்குதேன்னு இவரை நம்பி ஒரு கூட்டம் அலையுது. இப்படி நிலைமை இருக்கும்போது இவரு யாரு மாதிரியும் ட்ரெஸ் போட்டு பந்தா பண்ணுவாரில்லை! இது எத்தனை நாளைக்கோ தெரியலை!" என்று ராஜு வறட்டுச் சிரிப்பை உதிர்த்தார். ரவிக்கு "இந்த மேடையில் அந்த நாடகம் எத்தனை நாளம்மா" என்ற பாட்டுவரி நினைவுக்குவர, திடீர் காற்றில் மரம் உதிர்க்கும் இலைகளைப் போல் சிரித்தார்.

ராஜாக்காட்டுக்கு சந்திரனைப் பார்க்கப் புறப்பட்டார். மணி பத்தரை ஆனபோதிலும் ஊதக்காற்றும் கூதலும் நீங்காது நடுக்கின. குளிரின் நகங்கள் ரத்தம் உறைவிப்பது போல் கிள்ளின. அவற்றை விடுவிக்க வெயிலின் பொன்விரல்கள் போராடின. பிடுங்குபவன் வல்லவனா தடுப்பவன் வல்லவனா என்று போட்டி நடப்பது போலிருந்தது. டிசம்பர் மாதத்திற்குரிய குளிரின் உக்கிரத்திற்கு வருஷம் பூராவும் தாக்கும் வெயிலின் கொடுமை தேவலாம் போலிருக்கு என்று நினைப்பு வந்தது! வட்ட வட்டப் பச்சைப் பூங்கொத்துகள் போல பரவியிருந்த தேயிலைப் புதர்களிடையே ஊடுருவிய பூப்பாறை சாலையில் வண்டி ஊர்ந்தது. இருபுறமும் தொழிலாளர்கள் கொழுந்தைக் கிள்ளிக் கொண்டிருந்தனர். குளிரில் விறைத்த விரல்களுக்கு புறத்தே இருந்து சூரியச்சூடு ஒத்தடம் கொடுத்தது. அவர்களது விரல்கள் நிமிர்ந்தும் குனிந்தும் தேயிலைக் கொழுந்துகளைக் கிள்ளி சேகரிப்புக் கூடைக்குள் போடுவது வண்ணத்துப்பூச்சிகளின் நர்த்தனம் போலிருந்தது!.

ரவி கீழே இறங்கித் தழுவிச் செல்லும் பனிப்புகையினூடே ஒரு பாறைமேல் நின்று வெயில்காய்ந்தார். உடலில் ஒருபுறம் குளிரும் மறுபுறம் வெயிலும் தாக்குவதை உணர்ந்து; ‘குளிர்பாதி வெயில் பாதி நின்றான்’ என்று பாடினார். ரவியின் மன இறுக்கமெல்லாம் இயற்கையோடு ஊடாடலில் கரைந்தது. சிறுபிள்ளை போல் எல்லாவற்றையும் மறந்து இயற்கையிடம் தன்னை ஒப்படைப்பது பேரின்பமாக உள்ளது. வெயில் சுள்ளென்று உறைத்தது. சின்னப் பிள்ளைகள் சூட்டுக்காயைத் தரையில் தேய்த்து தொடையில், கையில் சூடு வைத்து விளையாடுவது ஞாபகம் மூட்டியது. குளிருக்கு கடிகாரமும் சில்லிட்டு பொய்க்கடி கடிக்கும். அதனால் கடிகாரத்தை அறையிலே வைத்துவிட்டார். செல்பேசியை இயக்கி நேரம் பார்த்தார். மணி பனிரெண்டு. சூரிய நகர்வைக் கொண்டு நேரத்தை கணிக்கத் தெரிந்த அனுபவஅறிவு விட்டுப் போனதே என்று கழிவிரக்கச் சிரிப்போடு காரில் ஏறினார். வண்டி பத்தாவது நிமிடத்தில் ராஜாக்காட்டை நெருங்கினர். இடையில் கண்ணில்பட்ட பூப்பாறையிலும் இராஜகுமாரியிலும் கடைவீதிகள் உயிர்ப்பில்லாமல் கிடந்தன. வங்கிகள் முன்னே மட்டும் சுரத்தில்லாத முகங்கள் தென்பட்டன.

ராஜாக்காடு விவசாயசங்கத்தின் கீழிருந்த கடை மூடியிருந்தது. சங்கவாசல் கலகலப்பில்லாமல் இருந்தது. சந்திரனும் இன்னும் இருவரும் செய்தித்தாள்களை வாசித்துக் கொண்டிருந்தனர். ரவியைப் பார்த்ததும் சந்திரன் எழுந்து வரவேற்றார். அவரின் கைகளை ரவி குலுக்கிப் பாராட்டினார். “நேற்று ஆர்ப்பாட்டம் உணர்வெழுச்சியுடன் அமைந்திருந்தது! முன்னூறுக்குமேல் தொழிலாளர்களும் மத்திய மாநில அரசு ஊழியர்களும் கலந்து கொண்டதைப் பார்த்ததும் மகிழ்ச்சியாக இருந்தது. அமைப்பு ரீதியாக நன்றாகத் திரட்டி இருக்கிறீர்கள். வாழ்த்துகள். இந்த வேகமும் எழுச்சியும் பொதுமக்கள் மத்தியிலும் எழுந்தாலே முழுமையான வெற்றி!” என்றார். சந்திரன், ரவியின் கைகளைப் பற்றி “பாராட்டுவது போல் பாராட்டி, விமர்சனத்தையும் சொல்லிவிட்டீர்கள். நன்றி. நாம ஊதவேண்டிய சங்கை ஊதுவோம். விடியும்போது விடியட்டும்னு சும்மாவும் இருந்துவிட முடியாது. மக்கள் பிரச்சினையின் வெப்பத்தை உணர்ந்து இருக்கிறார்கள். இந்த வெப்பம் கொதிநிலையைத் தாண்டும்போது தான் மாற்றம் ஏற்படும்! அதை நோக்கி நகர்த்துகின்றோம்! நம்பிக்கையோடு முன்னேறுவோம்! நல்ல மாற்றத்தை எட்டுவோம்!” என்றார் சந்திரன்.

ரவி பேச்சின் திசையை எதார்த்தத்தை நோக்கி திருப்பினார். "என்ன... கடை மூடிக்கிடக்கே? கடைக்காரர் வீட்டில் எதுவும் விசேஷமா?"

"விசேஷமில்லை. விசனம்தான்! அவரு கதை சொல்வதற்கு முன்னால உங்களுக்கு சாப்பாடு சொல்லி விடுவோம்! அப்புறம் சாப்பாடு கிடைக்காது. அவுங்க அளவா செய்யிறதுனால முன்கூட்டியே சொல்லவேண்டும்" என்றபடி பக்கத்தில் இருந்தவரை ராமுத்தாய் கடையில் ரெண்டு சாப்பாடு சொல்லிட்டு வரச் சொன்னார். ரவி, சந்திரனின் உடல்நலம் பற்றி விசாரித்தார். சந்திரன் தொடர்ந்தார் "நான் நலமாத்தான் இருக்கிறேன். அன்னிக்கு சாப்பிடாமலே ஓய்வில்லாமல் அலைஞ்சதால கொஞ்சம் சோர்வாக இருந்தது! சாப்பிட்டுட்டுத் தூங்கி எழுந்ததும், கூட்டத்தின் வெற்றியும் சேர்ந்து எல்லாம் சரியாகிவிட்டது.

கடைக்காரர் ராமசாமி பற்றி சொல்றேன். அவுரு மகளுக்கு போடியில் டிசம்பர் ஒன்பதாம் தேதி கல்யாணம் நிச்சயமாகி இருந்தது. கல்யாணச் செலவுக்கான பணத்தை பேங்கிலிருந்து எடுக்க முடியலை! மாப்பிள்ளை வீட்டிலும் பணமுடை. அவுங்க கல்யாணத்தை தை மாசியில பாக்கலாம்னு சொல்லிட்டாங்க. இவருக்கு உசிரே நின்னு போனதுபோல கண்ணு முழி நட்டுக்கிட்டு புலம்ப ஆரம்பிச்சுட்டாரு! இவுரு இங்க இரண்டு ஏக்கர்ல ஏலவிவசாயம் பண்ணிக்கிட்டு சின்னக்கடையை நடத்துகிறார். விவசாய நேரத்தில் குடும்பமே ஏலத்தோட்டத்தில இருக்கும். அங்கே வேலை இல்லாத நேரத்தில் கடையை திறந்து வச்சிருப்பாரு. இப்போ தோட்டத்திலும் பழமெடுப்பு இல்லை. மகளுக்கு கல்யாணம் நிச்சயமானதால் தோட்டத்தில் ஏலச்செடி பராமரிப்புவேலையில் காசு செலவழிக்க முடியாது. கையிலிருந்த ரொக்கத்தையும் பேங்கில போட்டுட்டு கல்யாணச் செலவுக்கும் எடுக்கமுடியாத திண்டாட்டம்.

இதில மாப்பிள்ளை வீட்டுக்காரக தை, மாசியில பாக்கலாமுன்னு ஈரெட்டா சொன்னதும் இவருக்கு மக கல்யாணம் நடக்குமான்னு சந்தேகம் வந்திருச்சு! மாப்பிள்ளைக்கு ரெண்டு ஏக்கர் ஏலத்தோட்டத்தை எழுதிக் கொடுத்தாவது கல்யாணத்தை நடத்தியிறலாமுனு ஏற்பாடு பண்ணினார். "ஏலத்தோட்டத்தை விக்கிறதாக இருந்தா எனக்கு கல்யாணமே வேணாம். அதையும் மீறி ஏற்பாடு பண்ணினா நான் அரளிவிதையை அரைச்சுக் குடிச்சிருவேன்"னு மகள் மிரட்டினாள். "நீ கல்யாணத்துக்கு ஒத்துக்காட்டி நான் எலிப்பாசானத்தை தின்றுவேன்னு இராமசாமி

மிரட்டினார். அப்பா, மகளை சமாதானம் பண்ணி," "பொருளாதார நெருக்கடி தீர்ந்ததும் முடிச்சுக்குவோம். இந்த மாப்பிள்ளையை விட்டா வேற மாப்பிள்ளையே இல்லையா"ன்னு சமாதானம் பண்ணி வச்சிருக்கு. இதுக்கிடையில கல்யாண விருந்துக்கு தர்மத்துப்பட்டில ரெண்டு கிடா சொல்லி வச்சது. அந்தாளு, காசைக் குடுத்துட்டு கிடாவை ஓட்டிட்டுப் போங்க. அடுத்த இடத்தில் விக்கிறதையும் கெடுத்திட்டீங்களேனு நாலு வசவு வார்த்தைகளையும் சொல்லி போன்ல வஞ்சிருக்காரு. இப்போ கிடாக்காரரை சமாதானம் செஞ்சுட்டு வரலாமுன்னு ரெண்டு பேரோட போயிருக்காரு! இப்போ அப்பாவையும் மகளையும் தனியாவிட்டா உசிரை மாச்சுக்குவாகன்னு பயந்து எந்த நேரமும் ஆளுகளை வச்சு கங்காணிச்சுக் கிட்டுருக்காக! அந்தாளு நோட்டு செல்லாதுன்னு ராவோட ராவா அறிவிச்சிட்டாரு. இங்க ஒவ்வொருத்தரும் நொந்துநூலாயி நைஞ்சு கிடக்கிறாங்க. அடித்தட்டு மக்கள் வாழ்க்கை விளிம்பில் வாழ்வா சாவான்னு முழிபிதுங்கிக் கிடக்கிறாக! சரி வாங்க, சாப்பிட்டுட்டு வருவோம். அங்கேயும் பிரச்சினை இருக்கு."

சாப்பிடப் போனார்கள். ராமுத்தாய் வரவேற்றாள். "உங்களுக்காகத்தான் சார் காத்திருக்கோம்" என்ற சொல்லில் இருந்த இனிமை முகத்திலில்லை; வாட்டமிருந்தது. "நீங்க சாப்பிட்டுட்டு சங்கத்தில் இருங்க. வீட்டுக்குப் போயிட்டு வந்திர்றேன்" என்று புறப்பட்ட சந்திரனை ராமுத்தாய் மறித்து "நீங்களும் சாப்பிடுங்க தோழரய்யா. நீங்க மூணுபேரும் வர்றதைப் பார்த்ததும் மூணு பேருக்கும் ஆம்லட் போட்ருக்கேன்". ரவி, "தோழர் வாங்க. வீட்டுச்சாப்பாடு இருக்கட்டும்! ராமுத்தாய் நல்ல ஏவாரி. நான் சொல்றதுக்கு முன்னால அவுங்க முந்திட்டாங்க" என்றார். முகத்தில் கூச்சம்வழிய "வீட்டுச்சாப்பாடு மிஞ்சிரும். ராத்திரி குளிரில் பழசை சாப்பிட முடியாதில்லை." என்றபடி சாப்பிட உட்கார்ந்தார். மூவருக்கும் சூடுஆறாமல் வைத்திருந்த சோற்றைப் பரிமாறினாள். ரவிக்கு வீட்டுச் சாப்பாடு சாப்பிட்டு மூணு நாளானதால் வேகமாகத் தொடங்கினார். தனது செய்கையை உணர்ந்து வெட்கத்துடன் மெல்ல மென்றவாறே, ராமுத்தாயிடம் "என்ன தாயி, முகம் வாட்டமா இருக்கு; எதுவும் பிரச்சினையா தாயி" என்ற ரவியின் பேச்சில் தொனிக்கும் வாஞ்சை ராமுத்தாயின் மௌனத்தை திறந்தது.

ராமுத்தாய் பெருமூச்சு விட்டபடி தொடங்கினார். "பிரச்சினை என்ன, உலகத்துக்கே வந்த பிரச்சினைதான். மகன் மூத்தவன்

மதுரையில அம்பதாயிரம் கட்டி என்சினியருக்கு படிச்சுக்கிட்டிருந்தான். அவனுக்கு ஏலக்காய் தோட்டத்தில் வர்ற வருமானத்தை வச்சு சமாளிக்க முடியலன்னு படிப்பு லோனுக்கு பேங்குல மனு போட்டுருந்தோம். லோனு சேங்சனாயிருச்சு. இன்னும் ஒருவாரத்தில செக் வந்துரும்னு மேனஜரு சொன்னாக. புண்ணியவாளரு பிரதமரு போட்ட சட்டத்தில எல்லாம் தொங்கல்ல நிக்குது. பணநெருக்கடி; எல்லா லோனும் நிறுத்திட்டாங்க அம்மா என்கிறாரு மேனேசரு. இப்போ மகனை அங்கே மேற்கொண்டு படிக்க வைக்க ஐவேசு இல்ல! கிராமத்தில் சேர்ந்த சுயஉதவிக்குழு மூலமாவாவது கொஞ்சம் கூடுதலா பணம் வாங்கலாமுனு, வாயைத் கட்டி வகுத்தைக்கட்டி முந்துன கடனை அடைச்சிருந்தோம். பேங்கில கடன் குடுக்கிறது இல்லைன்னு அங்கேயும் முடக்கி வச்சிட்டாக! இப்படி போற ரெக்கெல்லாம் சுவத்திலடிச்ச பந்தாட்டம் திரும்பி வந்தா என்ன செய்றது. பிள்ளைமனசு பாதிச்சிருமுனு இந்த போடி ஏலக்காய் விவசாயிகள் சங்க காலேசில சேர்த்து விடலாமுன்னா. இங்கே அட்மிஸனு முடிஞ்சு போச்சு. கையில இருந்த அம்பதாயிரத்தை மகன் என்சினியர் காலேசுக்காகளுக்கு தண்டம் அழுதுட்டு வீட்டில் வந்து ஒக்கார்ந்து கிடக்கான். இங்கேயும் பழமெடுப்பு ஓஞ்சுபோச்சு. வெறும் மராமத்து வேலதான்.. தங்கச்சியையும் கொழுந்தனையும் ஊருக்கனுப்பி மூத்தவனை பாத்துக்கச் சொல்லி இருக்கோம்.

“இங்க மலையில எல்லா தோட்டத்திலையும் வேலை ஓஞ்சுபோச்சு. நேத்துவரைக்கும் இந்திக்காரனுகளுக்கு மூணுவேளையும் சமைச்சுக் கொடுத்தோம். அதைவச்சு எங்க வகுத்துப்பாடு போக ரெண்டுகாசு பார்த்தோம். இன்னிக்கிருந்து அதுக்கும் வழிஇல்ல. இங்க ஒதுங்க வச்சிட்டு ஊர்ப்பக்கம் போனாக்கா கூழோ களியோனு வயித்துப்பாடு தீரும். இங்க மலைக்காட்டில அப்படிப் பொழுதைக் கழிக்க முடியுமா? மனுஷன் காலையில் ராசகுமாரி பேங்குக்கு போனவரு இன்னும் வரக்காணோம். ஒரு நாளைக்கு ரெண்டாயிரம்தான் தர்றாங்களாம். வாரத்துக்கு நாலாயிரம்தான் எடுக்க முடியுமாம். பத்தாயிரம்ரூபாயை எடுக்க மூணுவாரமா அலையறாரு. நூறுரூவா நோட்டைப் பார்த்தே ஒரு மாசமாயிருச்சு.! இப்போ நீங்க கொடுக்கிற நூத்தம்பது ரூவாதான் எங்ககிட்ட இருக்கிற சில்லரை நோட்டு. மூணு ரெண்டாயிரம் நோட்டுகள்தான் இருக்கு. அதையும் உங்கக் கூட்டாளிகனால பாதகம் வராதுன்னு துணிஞ்சு சொன்னேன். சரி நீங்க படிச்சவங்க, பெரியவங்ககிறதால கேட்கிறேன். சொல்லுங்க. ஐநூறு, ஆயிரம்ரூபா

நோட்டுகளை செல்லாதுனுட்டு அதவிட பெரிய ரெண்டாயிரம் ரூவா நோட்டா புழங்கவிட்டா நெருக்கடி தீருமா? அதவச்சு ஒரு உப்பு புளி மிளகாய் வாங்க முடியலை. சில்லரை இல்ல பத்துபேரு சேர்ந்து ரெண்டாயிரத்துக்கு வாங்குங்ககிறாங்க. அது நமக்குச் சரிப்பட்டு வருமா சொல்லுங்க!'' ராமுத்தாய் பேச்சை வாஞ்சையோடு கேட்கமுடியுதே தவிர, பதில் சொல்ல முடியவில்லை. ரவி எதாவது ஆறுதல் சொல்ல வேண்டுமே 'எல்லாக் காலத்திலும் காத்து ஒரே திசையில அடிக்காது. திசைமாறியும் அடிக்கும். இது இயற்கை. செயற்கையான சிரமத்தையும் நம்ம புத்திசாலித்தனத்தால மாத்தியாகணும்' என்று சொல்லி புறப்பட்டனர். ராமுத்தாயின் விசன சிரிப்பு மனசில் உறைந்து நின்றது.

வடஇந்தியர்கள் வேலைசெய்யும் மாரிமுத்து தோட்டத்திற்கு போனார்கள். சிறுபாறைகளை பெயர்த்த பள்ளங்களில் நல்ல மண்ணிட்டு நிரப்பிக் கொண்டு இருந்தனர். அவர்கள் வேலை செய்து கொண்டிருந்தாலும் அவர்களது கைகளில் ஒட்டிய மண்ணைவிட முகத்தில் அப்பிய சோகம் கனமாகத் தெரிந்தது. இதைக் கவனித்த ரவி, மெல்லச் சென்று மகேந்திரசிங்கிடம் பேச்சுக் கொடுத்தார்.

அவன் தமிழ், மலையாளம், இந்தி கலந்து பாதி சைகைகளில் "இன்றைக்கோடு எங்களுக்கு வேலை முடிந்துவிட்டது. இங்கு கடந்த மூன்றுநாட்களாக பல இடங்களில் விசாரித்ததில் பணமுடக்கம் காரணமாக எங்கும் வேலைகொடுக்க முடியாத சூழல் இருக்கு. வேலை எதாவது இருந்துகொண்டே தான் இருக்கிறது. ஆனால் எங்களுக்கு சம்பளம் கொடுக்க பணமில்லை. பேங்கில இருக்கிற பணத்தையும் தேவையான அளவு ரொக்கமாக எடுக்க முடியவில்லை. ஏலப்பழம் எடுப்பு முடிந்துவிட்டது. இனி அடுத்த காய்ப்பு ஜனவரி கடைசியில் பிப்ரவரி முதல்வாரத்தில் தானாம். அதுவரைக்கும் நாற்பதுநாள் சும்மா இருக்க முடியுமா? எங்களுக்குத் தின்னவும் வேண்டும்; ஊரில் இருக்கும் எங்கள் குடும்பத்தவர் பட்டினி இல்லாமல் தின்ன எதாவது பணம் அனுப்பவும் வேண்டுமே. இதில் தங்கை கம்ப்யூட்டர் படிக்க மாதந்தோறும் இரண்டாயிரத்தைநூறு அனுப்பியாகணும். இங்கே டவுன் பக்கம் போய் கட்டடவேலை செய்தாவது பிழைக்கலாம் என்றால் திருவனந்தபுரம் கொச்சி, பெங்களூர், மதராஸ் பக்கமெல்லாம் இருக்கும் எங்கபகுதி ஆளுகளை போன்ல விசாரித்தோம். அங்கும் பணமுடக்கம் காரணமாக கட்டிட வேலைகள், மிஷின் சம்பந்தப்பட்ட வேலைகள் எல்லாம் நிறுத்தி வைக்கப்பட்டுள்ளதாக

தகவல்கள் வருகின்றன. அவர்களெல்லாம் ரயில்டிக்கட் எடுக்க வழியில்லாமல் பொதுப்பெட்டியில் டிக்கட் இல்லாமதான் ஊர்திரும்பப் போறாங்களாம்! நாங்க நாளைக்கு கோட்டயம்வரை பஸ்ஸில் போய் அங்கிருந்து டிக்கட் இல்லாமதான் போபால் போகத் திட்டமிட்டிருக்கிறோம்." என்று தேம்பலுடன் சொன்னான். மகேந்திரசிங் சொல்வதை ஆமோதிப்பது போல் மற்றவர்களும் தலையாட்டினர். ரவிக்கு மனது பிசைந்தது.

சந்திரனோடு பேசிக்கொண்டிருந்த மாரிமுத்துவிடம் ரவி பேசினார். "இன்றோடு வேலைமுடிந்து ஊருக்குப்போவதாக எல்லாரும் வருத்தத்தோடு இருக்கிறார்களே, இவர்களுக்கு வேறேதுவும் உதவி செய்யமுடியுமா?"

மாரிமுத்து; "சார், இங்க உள்ள பிரச்சினைகள் உங்களுக்குத் தெரியாததில்லை. எல்லாம் கண்ணெதிர்க்கவே பார்த்துகிட்டுத்தான் இருக்கீங்க. பணமுடக்கம் வந்த சமயம் இங்கே பழமெடுப்பு சீசன் முடிஞ்சுப் போச்சு. இருந்தாலும் நம்மள நம்பி வேலைக்கு வந்திருக்கவங்களுக்கு எதாவது. உதவணும்னு இந்த காடு விரிவாக்கம் செய்யலாமுன்னு பார்த்தேன். பத்துப்பேருக்கு ஒரு நாளைக்கு ரொக்கச் செலவே இரண்டாயிரம் கூலியாக கொடுத்தாகணும். இதையும்கூட இவுங்களுக்கு மூணுவேளை சாப்பாட்டுக்கு தலைக்கு நூத்தம்பது ரூபாய் வீதம் ராமுத்தாய்கடையில் சாப்பிட வைத்தேன். ராமுத்தாய்க்கு நாளொன்றுக்கு ஆயிரத்தைநூறுக்கு செக்கு கொடுத்தும் இந்தாளுகளுக்கு தலைக்கு ஐம்பதுரூபாய் மேனிக்கு கணக்குப்பண்ணி வாரத்துக்கு மூவாயிரம்னு பத்து பேருக்கும் சேர்த்து ஒரே செக்கு கொடுத்து சமாளிச்சுப் பார்த்தேன். ஆனா அவுங்க தலைக்கு அம்பதுரூபா பிரிச்சுக்கப் போட்ட சண்டை இந்த அளவுன்னில்ல! காசை பிரிச்சு பாதிப்பேரு பான்மசாலா வாங்க ஓடுறாங்க. பாதிப்பேரு சாராயம் வாங்கிவந்து குடும்பத்தோடு குடிச்சு அவுனுங்க பண்ணிய ரகளையும் ரவுசும் தாங்க முடியலை! என்கிட்ட பேங்கில் பணமும் தீர்ந்து போச்சு. வேற வழியில்லாம தான் அவுங்களை அனுப்புறேன். ஜனவரி கடைசியில வரச் சொல்லிருக்கேன். இதுக்குள்ள நிலைமை சீராயிரும். பார்ப்போம்!"

ரவி, மாரிமுத்துவின் கைகளைப் பற்றி பாராட்டைப் பகிர்ந்து கொண்டார்; "பரவாயில்லை! நீங்களும் உங்கள் சக்திக்கு மீறித்தான் செஞ்சுருக்கிறீங்க.! ஒரு சின்ன உதவி. இந்த மகேந்திரசிங்குக்கு மட்டும் எதாவது வேலை கொடுத்து மாசம் சாப்பாடுபோக மூவாயிரம்ரூபாய் கிடைக்க உதவி செஞ்சா அவனையும் காப்பாத்தி, அவன் தங்கச்சி படிப்பையும் காப்பாத்தின புண்ணியம்

கிடைக்கும்!'' என்று ரவி மீண்டும் அவரது கைகளைப் பற்றினார். மாரிமுத்து ஐந்துநிமிடம் யோசித்தபடி கால்பெருவிரலால் மண்ணைக் கீறினார். பின் நிமிர்ந்து "நல்லா வேலை செய்யறவன் தான். சரி. வீட்டாள்களோடு ஆளா அவன் இருக்கட்டும். அவனுக்கு மாசம் மூவாயிரத்துக்கு குறையாமல் கிடைக்க வழிசெய்றேன்!'' என்றார்.

சந்திரன் மகேந்திரசிங்கிடம் கேட்டார். ''இவ்வளவு பண நெருக்கடிக்குக் காரணம் யாருன்னு தெரியுமா '' மகேந்திரசிங் சுற்றும் முற்றும் பார்த்துவிட்டு ''நம்ம பிரதான்மந்திரி தான் காரணம்னு எல்லாரும் சொல்றாங்க. இதுக்கு நாங்க என்ன செய்யமுடியும்? எங்க முக்யமந்திரி சிவராஜ்சிங்கும் நல்லவர்தான். அவரது தோஸ்த் மோடிஜிகிட்ட அவுரு சொல்லுவாருன்னு நம்புறேன். எங்களை மாதிரி இந்தியா முழுவதும் அலையற எங்காளுக நிலைமை அவருக்கும் தெரிஞ்சிருக்கும்! ஆனா அவுங்களும் இந்த இருபது நாளா என்ன செய்யிறாங்கன்னு தெரியலை!'' மகேந்திரசிங் போன்றோரின் வாழ்க்கை எதார்த்தத்தை தலைவர்கள் உணர்வார்களா? என்று சந்திரன் ரவியிடம் வருத்தம் தொனிக்க கேட்டார். இந்த நாட்டு மக்களின் கவலைகளை எல்லாம் தனது கவலைகளாகக் கருதும் சந்திரனது மனநிலை அவரது கட்சிக்காரர்களுக்கும் உணர்வோடும் உடல்திசுக்களோடும் கடத்தப்பட்டுள்ளது என்ற சிந்தனை ரவிக்கு எழுந்தது.

மகேந்திரசிங்குக்கு நம்பிக்கையையும் தைரியமும் சொல்லி மாரிமுத்துக்கு நன்றி தெரிவித்து சந்திரனோடு ரவி புறப்பட்டார். சந்திரன் ராஜாக்காட்டில் அவரது வீட்டுமுன் இறங்கினார். இவர்கள் சாந்தாம் பாறைக்கு போனார்கள். வழியில் ராஜகுமாரி கடைகளில் கூட்டமில்லை. ஒருவரோ இருவரோ தென்பட்டனர். அந்திப் பனியில் விளக்குகள் அழுது வழிவது நடமாட வகையில்லாமல் ஒடுங்கிய மக்களை நினைத்தா..... என்ற எண்ணம் தோன்றுகிறது. பூப்பாறையும் குளிரில் முடங்கிக் கிடக்கும் நாய்போல உயிர்ப்பை மறந்து சுருண்டு கிடந்தது. கடைகளின் மூடுபடுதாக்கள் தொங்கின. பச்சைத்திட்டுகளாகத் திகழ்ந்த தேயிலைப் புதர்கள் வெண்பனி முக்காடிட்டுக் குந்தியிருந்தன. சாந்தாம்பாறையில் ஏழு மணிக்கே கடைகளை அடைக்கத் தொடங்கினர். வாங்குவோரில்லை, விற்போருக்கு ஏது வேலை. இவர்கள் உணவகத்தில் தமக்கு வேண்டிய உணவைத் தயாரிக்கச் சொல்லிவிட்டு அறையில் ரவி இளஞ்சுடுநீரில் குளித்து வந்தார். இரவுணவு உண்டார். , ராத்தலாக

இருந்த காசாளர் ராஜுவிடம் ‘‘இன்று முக்கிய நிகழ்வுகள் ஏதுமுண்டா’’ என்று ரவி கேட்டார்.

‘‘புதுநிகழ்வுகள் எதுவம் ஊரிலில்லை. ஊர் எதோ அரைக் கோமா நிலையில் உயிர்த்தும் விறைத்தும் கிடக்கிறது. ஆனால் பிரதமர் புதுசா ஒன்னு சொல்லி இருக்கார். ‘‘இனி இந்தியா முழுவதும் ரொக்கப் பரிவர்த்தனை இல்லை. அனைத்தும் டிஜிட்டல் பரிவர்த்தனை என்பதை நோக்கி நகருவதற்கான முன்னோட்டம் தான் இந்த பணமதிப்பு நீக்கநடவடிக்கை! இதன் மூலம் தீவிரவாதிகள் இந்தியாவுக்கு வெளியேயும் இந்தியாவுக்கு உள்ளேயும் இயங்க முடியாமல் கட்டுப்படுத்தப் படுவார்கள்.’’என்று பிரதமர் சொல்கிறார் என்று நக்கலாகச் சிரித்தார். ‘‘ஏன் ராஜு, எதுக்கு சிரிக்கிறீர்கள்?’’ ரவி கேட்டார்.

‘‘ஒன்றுமில்லை. ஒரு சின்னக் கற்பனை. நம்ம பிரதமர் சாய்வாலாவாக சாய்போட்டு விற்றுக் கொண்டிருக்கிறார். இவரிடம் சமோஷா வாங்கித் தின்னு சாயா குடிப்பவர் டிஜிட்டல் பரிவர்த்தனை பண்ணமுடியுமா? இவர் சமோஷாவுக்காக வெங்காயம், பட்டாணி, பச்சை மிளகாய், கொத்துமல்லி, கறிவேப்பிலை, உருளைக்கிழங்கு வாங்க மார்கெட் காய்கனி வியாபாரிகளிடம் டிஜிட்டல் பரிவர்த்தனை பண்ணமுடியுமா? நம்ம பிரதமர், ஓட்டுப்போட்ட அடித்தட்டு ஜனங்களை பத்தி நினைக்காமலே மேத்தட்டு மக்களை நினைத்தே பேசுகிறார் ’’ மன அலுப்பில் ரவிக்கும் வறண்ட சிரிப்பு வந்தது. சரியாகச் சொன்னீர்கள் என்று அவரது தோளைத் தட்டி உறங்கச் சென்றார்.

□

11

காலை ஐந்துமணிக்கே எழுந்து குளித்துவிட்டு தான் கொண்டுவந்த புத்தகத்தைப் புரட்டினார். ஆறரைமணி வாக்கில் ஓட்டுநர் பாலு "டீ வாங்கி வரட்டுங்களாய்யா" என்று கேட்டார். "போங்க, நானே கீழே வர்றேன்" என்று படித்துக்கொண்டிருந்த பக்கத்தில் அடையாளங்காட்டியை வைத்துவிட்டு உடைமாற்றி, பூட்டிவிட்டுக் கிளம்பினார். டீயை குடித்துவிட்டு கைவானொலியில் காலைச் செய்தி கேட்கையில். செய்தி முடிந்து அந்த மாதத்தின் முக்கிய செய்திகளை தொகுத்துச் சொல்லும் நிகழ்ச்சியின் கடைசி பகுதி ஒலிபரப்பாகியது; "திருப்பரங்குன்றம் இடைத் தேர்தலில் வெற்றி பெற்றவர் பதவி ஏற்பதைப் பார்த்து அப்போலோ மருத்துவ மனையில் சிகிச்சை பெறும் ஜெயலலிதா மகிழ்ந்தார். மதியம் கொஞ்சம் கரைத்த சாதமும் அவர் விரும்பிய பாயசமும் சாப்பிட்டார். சற்று ஓய்வுக்குப்பின் தலைமைச் செயலருடன் காவேரி பிரச்சினை பற்றி ஆலோசனை நடத்தினார். இரவு இரண்டு இட்லி சாப்பிட்டார் என்று மருத்துவமனை அறிக்கை கூறுகிறது" என்று செய்தி நிறைவுற்றது. ஏனோ புரியவில்லை "உளமென்று உரைப்பின் உளமே; இலமென்று உரைப்பின் இலமே" என்ற கம்பன் பாடல்வரி நினைவுக்கு வந்தது. மனம் விசித்திரமானது. அது அதன் போக்கில் படிமங்களை எழுப்பிக் கொண்டே இருக்கிறது. யோசனையோடு ரவி வெளியே பார்த்தார்.

இருபது இருபத்தைந்து வடஇந்தியர் கூட்டமாக பேருந்து நிலையம் நோக்கிச் சென்று கொண்டிருந்தனர். ஆண்கள் சூட்கேஸ்களையும் சிறுபிள்ளைகளையும் கைகளில் பற்றி இழுத்துச் சென்றனர். பெண்களில் பலர் தலையில் தட்டுமுட்டுச்சாமான் மூட்டையும் இடுப்பில் குழந்தையையும் இடுக்கி நத்தையாக ஊர்ந்தனர். பெரியவர்கள் முகங்களில் எதிர்காலம் குறித்த கவலைகள் கருமேகமாக அப்பி இருந்தன. மேடேறும்போதும் இறங்கும் போதும் ஏற்ற இறக்கங்களினால் ஏற்படும் புவிஈர்ப்பு விசையின் அழுத்தமாறுபாடுகளின் தாக்கத்திற்கேற்ப உடலை வளைத்து நடக்கும் போது கண்ணீர் திரண்டு பார்வையை மங்கச்செய்கிறது. மிகுந்த கவனமாக நடக்க வேண்டியதிருந்தது. ஆனால் பிள்ளைகளுக்கோ புது இடங்களையும், புதுப்புது வாகனங்களையும் பார்க்கும் ஈர்ப்பில் கண்கள் விரிந்து ஒளிர்ந்தன. நடை பிந்தியது.

சாலையில் பெற்றோரால் இழுபட்ட வலியுணராமல் புதியவற்றைப் பார்த்த உற்சாகத்தில் ஊர்ந்தனர்.

ரவி அவர்களிடம் நெருங்கிப் போனார். அவர்களில் இருவர் மாரிமுத்துவிடம் வேலை பார்த்தவர்கள். ரவியைப் பார்த்ததும் அவர்கள் சிரிப்பது போலும், இழந்தவேலையை நினைத்து அழுவது போலும் தோன்றியது. ரவிக்கு இதயத்தைப் பிசைந்தது. அவர்களது பயணத்திட்டம் என்னவென்று விசாரித்தார். அவர்கள் இங்கிருந்து உடும்பன்சோலை வழியாக கோட்டயம் போய், பின் கோட்டயத்தில் இரவு ரயிலேறி போபால் போகப் போவதாகச் சொன்னார். பேருந்து நிலையத்தில் விசாரித்தார். பஸ் வர இன்னும் அரைமணி இருக்கிறது என்றறிந்ததும் அவர்களுக்கு உணவகத்தில் பெரியவர்களுக்கு தலா ஐந்து இட்லியும் சிறியவர்களுக்கு தலா மூன்று இட்லியும் கட்டிக் கொடுக்கச் சொன்னார். இட்லிப் பொட்டலங்களை வாங்கிய அவர்கள் கண்ணீர் துளிர்க்க கைகூப்பினர். இப்படியான பிழைப்புத் தேடிகளுக்கு ரயில் ஒரு பெருங்கொடையாகும். இவர்களை இந்தியாவெங்கும் கொண்டு சேர்க்கிறது! ஆனால் சொந்த நாட்டிலே இப்படி பிழைப்புத் தேடி அகதிகளாக அலைதலுக்கான மெய்யான காரணங்களை உணராமல் தமது தலைவிதி என்கிறார்களே! இதெல்லாம் மாறும்போதுதான் பொய்கள் சொல்லி மக்களை மயக்குவோரின் உண்மைமுகங்கள் அம்பலாமாகும்! தத்துவங்களின் நாடு அதன் போலித்துவச் சுமைகளால் முன்னகர முடியாமல் தடுமாறுகிறது. பெருமூச்சு விடுவது தவிர ஒன்றும் செய்ய இயலவில்லை.

அவர்களது பேருந்து நகர்ந்ததும் இவரும் பாலுவும் காலையுணவை உண்டனர். பேருந்துநிலையத்தின் முன் வழக்கமாக நிற்கும் தினக்கூலித் தொழிலாளர்கள் இல்லை. அங்குள்ள டீக்கடையில் விசாரித்தார். பணமுடக்கத்தால் வேலைக்குக் கூலி கொடுக்க முடியலை. இப்போ ஏலத்தோட்டத்தில் மராமத்து வேலைகள் தான் இருக்கும். காசு புழக்கமில்லங்கிறதால அந்த வேலைகள் நடக்கல. அதனால தினக்கூலித் தொழிலாளர்கள் தம் சொந்த ஊர்களுக்குப் போய்விட்டனர் என்று பதில் வந்தது!

உச்சிவெயில் உறைக்கவில்லை. இதமாக இருந்தது. நாட்டு நடப்புகள் தான் சுள்ளென்று உறைக்கிறது. சாலை ஓரமாக நடந்து போய் வந்தால் மனதுக்கு இதமாக இருக்கும். பதிமூணுவயதில் இந்தச் சாலையில் எத்தனையோ நாள்கள் நடந்திருக்கிறார். பால்யத்தின் காலடிகள் பட்ட இடம் தற்போது நடக்கையில் மனதுக்குப் புத்துணர்வு ஊட்டுகிறது. போலீஸ் நிலையத்தின் முன் கூட்டமாக இருந்தது.

காவல்நிலையத்தை ஒட்டி மெல்ல நடந்தார். எட்டிப் பார்த்தார்.. வராண்டாவில் ஒருவர் சட்டை கிழிந்து முகத்தில் ரத்தக் காயங்களோடு இருந்தார். அவரருகே ஒரு காவலர் நின்றார். சில நபர்கள் சப்இன்ஸ்பெக்டரிடம் சினந்த முகத்தோடு பேசிக்கொண்டு இருந்தனர். சப்இன்ஸ்பெக்டர் அடிபட்டவர் பக்கம் கைகாட்டி பதில் சொல்லிக் கொண்டிருந்தார். ரவி பார்வையைக் கூராக்கினார். செய்தித்தாளில் பிரதமர் அருகே இருந்த சுரேந்தர்சிங் மாதிரி தெரிந்தது. என்ன பிரச்சினையோ என்று ரவி விடுதிக்குத் திரும்பினார்.

கம்பம் சிவனாண்டிக்குத் தொடர்பு கொண்டு "ஏலத்தொழிலாளர்களை வேலைக்கு அழைத்து வருவது தொடங்கியாச்சா" என்று கேட்டார். "பணப்புழக்கம் சீராகிற வரைக்கும் மலையில் வேல இல்லங்கயா. இப்போ ஜெயலலிதா சீரியஸ்ன்னு சொன்னாதால இங்குள்ள கட்சிக்காரரு ஏற்பாட்டில் ஏலத்தோட்ட வேலைக்கு வர்ற பொம்பளைகளையும் அவுகவீட்டு ஆம்பிள்ளைகளையும் ஏத்திகிட்டு சென்னை போயிட்டுருக்கேன். டிபனு சாப்பிடறதுக்காக உளுந்தூர்பேட்டை கிட்ட வண்டி நிக்குது." என்றான்.

"இவுங்கெல்லாம் கட்சிக்காரங்களா"

"கட்சிக்காரங்க இல்லங்கய்யா. இவுக எல்லாம் நம்மகிட்ட ஏலமலைக்கு வேலைக்கு வர்றவகளும் அவுக குடும்பத்து ஆம்பிளைகளுந்தான்! அவுகளுக்கு தலைக்கு ஐநூறும் சாப்பாடும் குடுத்துருவாக! ஆம்பிளைகளுக்கு எக்ஸ்ட்ரா ஒரு குவாட்டரு வாங்கிக் குடுத்துருவாக. எங்களுக்கு சாப்பாடு, டீசல் செலவு போக வண்டிக்கு ஐயாயிரம் குடுத்துருவாக! இதவச்சு பத்துநாள் பொழப்பை ஓட்டிருவோம்!"

"சரி நல்லபடியா சூதானமா போய்ட்டு வாங்க" என்று ரவி போனைத் துண்டித்தார்.

ஆனால் மனம் துண்டிக்கப்பட்ட பல்லிவால் கணக்கா துடித்தது. இப்படியும் அடித்தட்டு மக்கள் வாழ்வை தகவமைச்சுக்கிறாங்க! ஆமாம். நல்ல மேய்ப்பன் அமைந்தால் ஆடுகள் நல்ல புல்மேட்டில் மேயும்! மேய்ப்பன் சரியில்லை என்றால் சாக்கடைப் பள்ளத்தோர புல்வெளியில் தான் மேயும். நம் மக்களை வழிநடத்தும் நல்ல தலைவர்கள் அமையவில்லை; நல்ல தலைவர்கள் சிலர் தென்பட்டாலும் அவர்கள் மக்களை ஈர்க்கும் விதமாகப் பேசி, ஊடாடி, தேவையான அளவு மக்களின் நம்பிக்கையை பெறாததும் நாட்டின் இன்றைய நிலைக்கு காரணம்! என்ற சிந்தனையின் ஊடே;

ஆமாம். ஆடுகள் அறுக்கிறவனை நம்புவதே அதன் பிறவிக் குணமாயிருச்சு! என்ற சிந்தனை தோன்றியது. சுவர்க்கடிகாரத்தில் மணி ஒன்றடிக்கும் ஒலிகேட்டு நிமிர்ந்தார். பசிப்பது போலிருந்தது. சாப்பிட்டு வரலாம் என்று உணவகத்திற்கு வந்தார். பாலு பின்தொடர்ந்தார்.

கல்லாவில் ராஜு இல்லை. ரவியும், ஓட்டுநர் பாலுவுடன் சாப்பிட்டு கல்லாவுக்கு கணக்குச் சொல்ல வந்தார். வங்கிக்குப் போயிருந்த ராஜுவும் வந்திருந்தார். ரவி கல்லா அருகிலிருந்த இருக்கையில் அமர்ந்தார். சற்று நேரம் கழித்து ராஜுவிடம் "எதுவும் விசேஷம் உண்டா"

"விசேஷம் உண்டு. நீங்கள் அடிக்கடி கேட்பீங்களே சுரேந்திரசிங். அவரு இன்னிக்கு வசமா மாட்டிகிட்டாரு. தர்மஅடி வாங்கி சட்டை கிழிஞ்சு போலீஸ்கேஸ் ஆயிருச்சு" என்றார் "என்ன ராஜு, விவரமா சொல்லுங்க. நான் வாக்கிங் போனப்ப போலிஸ் ஸ்டேஷன் பக்கத்தில் சுரேந்திரசிங் மாதிரி ஒருத்தரைப் பார்த்தேன்."

"சுரேந்திரசிங், அவரோட ஆளுகளோட பேங்க் கணக்கில் இங்குள்ள சிறு வியாபாரிகளும், நடுத்தர விவசாயிகளும் அவுங்ககிட்ட இருந்த ஐநூறு, ஆயிரம்ரூபாய் நோட்டுகளைப் போட்டு வைத்திருந்தனர். இப்போ தொழில் செய்ய ஐம்பதாயிரம் ரூபாய் வரை எடுக்கலாம். முக்கியமான வீட்டு விசேஷங்களுக்கு உரிய ஆவணங்களைக் காட்டி இரண்டரை லட்சம் வரை எடுக்கலாம் என்று வங்கிகளுக்கு சில உத்தரவுகள் வந்திருக்கு. இதை எப்படியோ தெரிந்து கொண்ட சுரேந்திரசிங், தன் ஆளுக பேரில் போலியா இந்தியில் கல்யாண பத்திரிகைகளைக் காட்டி இரண்டுபேருக்கு இரண்டரை லட்ச ரூபாய்களை அவர்கள் ஊரிலுள்ள வங்கிக்கணக்கிற்கு மாற்றிக் கொடுத்து தலைமறைவாகிவிட செய்து விட்டாராம்.

பணம் கொடுத்தவர்கள் சுரேந்திரசிங்கைத் தேடியதில் கிடைக்க வில்லை. சுரேந்திரசிங் கோட்டயத்துக்குப் பஸ் ஏறும்போது பிடித்து விசாரித்ததில் சரியான பதில் சொல்லவில்லை. சுரேந்தர்சிங்கை அழைத்துக் கொண்டு போய் பேங்கில் மேனேஜரிடம் விசாரித்ததில் கல்யாணப் பத்திரிகைகளைக் காட்டி சுரேந்திரசிங் சொன்ன இருவரது போபால் வங்கிக் கிளைக் கணக்குகளுக்கு இரண்டரை லட்சங்களை மாற்றியுள்ளது தெரிய வந்துள்ளது. கல்யாணப் பத்திரிகைகளும் அதனுடன் இந்தியில் தெளிவாக எழுதிய விண்ணப்பங்களும் இணைக்கப்பட்டிருந்தது. இது சுரேந்திரசிங் உதவியில்லாமல் அரைகுறையாகப் படித்தவர்களால் செய்திருக்க முடியாது என்று சுரேந்தர்சிங் மீது சந்தேகப்பட்டு தர்மஅடி

கொடுத்து போலீஸில் ஒப்படைத்திருக்கிறார்கள். நம்மாளுகளுக்கு இது ஒரு பாடம்தான்! உள்ளூரில் உள்ள சொந்த பந்தங்களை, அக்கம் பக்கத்தாரை நம்பாமல் வெளி மாநிலத்திலிருந்து வந்தவர்களை நம்பலாமா? அவர்களது போன் நம்பர்களை சுரேந்திரசிங்கிடம் வாங்கி சப் இன்ஸ்பெக்டர் பேசியதில் ஸ்விட்ச்ஆப் ன்னு வருதாம்! இப்போ சுரேந்திரசிங் முகம் கிழிபட்டு வீங்கி, குர்தாவும் ஸ்வட்டரும் கிழிந்து ஸ்டேஷனில் கிடக்காரு. அவர்மீது நம்பிக்கைமோசடி, சீட்டிங் கேஸ்கள் போட்டிருக்காங்களாம்!" என்று சொல்லிச் சிரித்தார்.

ராஜு சொன்னதெல்லாம் கேட்ட ரவி "ஏன் ராஜு சிரிக்கிறீர்கள்?" ராஜு அந்த சிரித்தமுகம் மாறாமல் "கிழிபட்டது சுரேந்திரசிங்கின் குர்தாவும் ஸ்வட்டர் மட்டுமல்ல. சுரேந்தர்சிங் பாக்கெட்டில் வைத்து எல்லோரிடமும் காட்டிப் பூரித்த போட்டோ படங்களும்தாம்!"

"ஆமாம், இதெல்லாம் இயற்கை தானே?" என்றார் ரவி.

இந்தச் சமயத்தில் சந்திரன் வந்தார். "என்ன சிரித்துக்கொண்டு இருக்கிறீர்கள்" என்று கேட்ட சந்திரனை "முதலில் சாப்பிடுங்கள் அப்புறம் பேசுவோம்" என்றார் ரவி ". நான் சாப்பிட்டுட்டுதான் வந்தேன்". "சரி. பரவாயில்லை. சாயாவாவது குடிங்க" என்று டீ கொண்டுவரச் சொன்னார்.

"சந்திரன் சகாவு, சிறு விவசாயிகளைப் பற்றியே என்னிடம் பேசுகிறீர்கள். நடுத்தர, பெரிய ஏல விவசாயிகள் பத்தி எதுவும் பேசுவதில்லையே? ஏன்? நடுத்தர பெரிய முதலாளிகளை உங்களுக்குப் பிடிக்காதா?"

"சார். நல்ல கேள்வி கேட்டீர்கள்.! இன்றைய உலகமயச் சூழ்நிலையில் எங்கள் கவனமும் கவலையும் உள்நாட்டுத் தொழிலையும்,தொழில் செய்வோரையும் உலகமய ராட்சச ஆக்டோபஸ் கைகளிடமிருந்து காக்க வேண்டும் என்பதுதான்! இப்போ இந்த பணமதிப்பு நீக்க நடவடிக்கையில் சிறு விவசாயிகள், தொழிலாளர்கள் போல பல மடங்கு நடுத்தர, பெரிய ஏல விவசாயிகளும் பாதிக்கப்பட்டுள்ளனர். சிறு விவசாயிகளுக்கு மூலதனமும் பாதுகாப்பும் குறைவு. ஆனால் பெரிய, நடுத்தர விவசாயிகளுக்கு மூலதனத்தின் அடிப்படையில் உடனடியாக சமாளிக்கும் திறனுண்டு. ஆனால் சிறு விவசாயிகள் சிறு சறுக்கல் ஏற்பட்டால்கூட மண்ணைக் கவ்வி வாழ்வாதாரம் சிதைந்து விடும். இப்போதைய நிலையில் பெரிய விவசாயிகளும் பணப்புழக்கமின்றி முடங்கிக் கிடக்கிறார்கள். இந்த சீசனின் பழமெடுப்பு முடிந்துபோன

நிலையில் பணப்புழக்கமில்லாமல் களைஎடுப்பு, கவாத்துசெய்தல், புதுநாற்றுவிட்டு வளர்த்தல் முதலான பராமரிப்பு வேலைகள் செய்ய முடியாமல் தொழிலாளர்களை 'பொங்கல் கொண்டாடிவிட்டு வாங்க' என்று குடும்பத்துக்கு ஆயிரம் ரூபாய்க்கான செக்கொடுத்து அனுப்பி இருக்கிறார்கள். இந்தப் பராமரிப்பு வேலை நடைபெறாததால் அடுத்த சீசனுக்கு காய்ப்பு குறையும்! தொழிலாளர்களுக்கு வேலையும் குறையும்! பணமுடக்கத்தின் பாதிப்பு தொடரும். இவர்கள் மீதும் அக்கறைப் படுகிறோம். ஆனால் இந்த பாதிப்பை எடுத்துரைத்து அரசுக்கு எதிராகக் குரல்கொடுக்க அழைத்தால் அவர்கள் வருவதில்லை! இந்தப் பாதிப்புக்கு எதிராக குரல்கொடுக்க சிறு விவசாயிகள் மட்டுமே திரளுகிறார்கள்.! அன்றைக்கு நடந்த ஆர்ப்பாட்டத்திற்கு யார் யாரெல்லாம் வந்து கலந்து கொண்டார்கள் என்பது நீங்களே கண்கூடாகப் பார்த்தீர்களே!" என்று சந்திரன் தனது ஆதங்கத்தைக் கொட்டினார்.

ரவிக்கு செல்பேசி அழைப்பு வந்தது. மனைவி விஜயா பேசினார். "ஜெயலிதா இறந்துவிட்டதாக செய்திகள் வருகிறது. மதுரை முழுவதும் கடைகளை அடைத்து பதட்டமா இருக்குதுன்னு பேசிக்கிறாங்களாம். பஸ்ஸெல்லாம் ஓடலையாம். டீவியில இன்னும் சொல்லலை. எதுக்கும் செய்திகேட்டுத் தெரிஞ்சுகிட்டு நிதானமா வாங்க. அவசரப்பட்டு வந்து நடுவழியில் மாட்டிக்க வேணாம்'' என்றார்.

ரவியின் முகக்குறிப்பையும் எதிர்வினையும் புரிந்துகொண்டு சந்திரன் சொன்னார். "நான் உங்களைத் தேடி வந்ததே ஜெயலலிதா மரணமுனு தகவல் வருது. அவசரப்பட்டு ஊருக்குக் கிளம்பிற வேண்டாமுனு சொல்லத்தான். ஆனா நீங்ககேட்ட உணர்ச்சிபூர்வமான கேள்வியால் வந்த நோக்கத்தை மறந்துவிட்டேன்" என்று சந்திரன் மன்னிப்புக் கோரும் தொனியில் பேசினார்.

ரவி, ''பரவாயில்லை சகாவு. நான் சகஜநிலை தெரிந்தே செல்வேன். ஜெயலலிதா மரணம் என்பது கடந்த இரண்டு மாதங்களாக எதிர்பார்த்த மரணம்தான்! பெரியஅளவு வன்முறையோ பஸ்உடைப்போ நடந்துவிடாது. காரணம். எம்ஜிஆர் இறந்தபோதுகூட கடையடைப்பும் இரங்கல் கூட்டங்களுமே நடந்ததே தவிர வன்முறை நிகழவில்லை. இப்போதும் இது எதிர்பார்த்த மரணம் என்பதால் காவல்துறை அங்கங்கே நின்று அசம்பாவிதங்களைத் தவிர்த்து விடுவார்கள். அதனால் பயப்பட வேண்டியதில்லை!"

காசாளர் ராஜூ; "இந்தாங்க, இது நூற்றி ஒன்றாம் எண் அறைச்சாவி! காலியாகத்தான் இருக்கிறது. இதை திறந்து டீவியைப் போட்டு செய்தியைப் பாருங்க"

டிரைவர் பாலு, சாவியை வாங்கி முன்னே சென்று கதவைத் திறந்து லைட்டையும் ஃபேனையும் டீவியையும் இயக்கினார். "முதல்வர் ஜெயலலிதா கவலைக்கிடமான நிலையில் உள்ளார். எனினும் அவரைக் காப்பாற்ற அப்போலோ மருத்துவர் குழுவினர் கடுமையாகப் போராடிக் கொண்டிருக்கிறார்கள். மக்கள் பதற்றமடைய வேண்டாம் என பொறுப்பு முதல்வர் ஓ.பி.எஸ். வேண்டுகோள் " என்று செய்தியின் பின்னணியில் அப்போலோ மருத்துவமனை காட்டப் பட்டது. அடுத்து ஒரு செய்தி காட்டப்பட்டது. "விழுப்புரம் அருகே வேனுடன் மணல்லாரி மோதியதில் பத்துக்கு மேற்பட்டவர்கள் நிகழ்விடத்திலே பலி! ஓட்டுநர் உட்பட ஐந்துபேர் கடுமையான காயங்களுடன் விழுப்புரம் அரசு மருத்துவமனையில் சேர்க்கப் பட்டுள்ளனர். இவர்கள் அனைவரும் தேனி மாவட்டம் கம்பம் பகுதியைச் சேர்ந்த ஏலத் தோட்டத் தொழிலாளர்கள் என விசாரணையில் தெரிய வருகிறது......" என்று செய்தி தொடர்ந்தது.

ரவிக்கு செய்திகளைக் கேட்க முடியவில்லை. கண்ணீர் பொங்க அறைக்கு வெளியே வந்தார். ரவியின் முகக்குறிப்பை உணர்ந்த சந்திரன், அவரது தோளை பரிவுடன் தொட்டு ஆறுதலாக கனிவான குரலில் கேட்டார். "சகாவு, உங்களுக்குத் தெரிந்தவர்களா?"

தலையசைத்து, சில வினாடிகள் குனிந்து தன்னை நிதானப்படுத்திக் கொண்டு "ஆமாம். சகாவு. பதினோருமணி வாக்கில்தான் அந்த டிரைவர் சிவனாண்டி கிட்ட பேசினேன். அவர் ஏற்றிச்சென்ற தொழிலாளர்கள் கம்பத்திலிருந்து வண்டன்மேடு பகுதிக்கு அன்றாடம் வந்து வேலைசெய்து திரும்புவர்கள். பணமதிப்பு நீக்கத்தால் வேலை இழந்தவர்கள். சாப்பாட்டுச் செலவு போக ரெண்டுநாளைக்கு ஐநூறு ரூபாய் கிடைக்கும்னு ஒரு அரசியல்வாதி ஏற்பாட்டில் சென்னை சென்றவர்கள்" என்று சொல்லும் போது ரவியின் தொண்டை தழுதழுத்தது!

சந்திரன் ரவியின் இடதுதோளை ஆறுதலோடு தொட்டு கம்மிய குரலோடு "இப்படித்தான், விவசாயத்தொழிலை ஆதரிப்பதை விடுத்து பொதுவெளியில் விவசாயிகளும், விவசாயத் தொழிலாளர்களும் அரசியல் ஆதாயச் செயல்களில் பயன்படுத்தப் படுகின்றனர். இதில் அவர்கள் பகடைக்காய்களாகவும் இன்னும் பலிகடாக்களாகவும் ஆக்கப்படுகிறார்கள். காலங்கள்தோறும் இப்படி பாதிப்புகளும் ஏற்படுவதுண்டு; அவற்றிற்கு காரணிகளும்

காரணமானவர்களும் மாற்றப்படுவதும் உண்டு. பழைய இலைகள் உதிர்வதும், புதிய இலைகள் தளிர்ப்பதும் தொடர் செயல்பாடு. இதற்கிடையில் மரம் வளர்ந்து கொண்டேதான் இருக்கும். இழப்புகளை உள்வாங்கிக்கொண்டே அடுத்தகட்ட வளர்ச்சியை நோக்கிய நகர்வுகள் இருக்கும். விவசாயமும் இனி செழிக்கும்! இது இயற்கையின் இயங்கியல் மட்டுமல்ல! சமூகப் பொருளாதார இயங்கியலும் கூட! உலகவரலாற்றைக் கூர்ந்து வாசிப்பவர்கள் இந்த முன்னோக்கிய நகர்வை உணரலாம்! இதுவும் கடந்து போகும் என்று பௌத்த ஞானிகள் சொல்வதையும் வாசித்திருக்கலாம்! ஆனால் இந்த மாற்றங்கள் தானாக நிகழ்ந்து விடாது. உங்களைப் போன்றோர், என்னைப் போன்ற மாற்றம் விரும்பிகளின் இடைவிடா செயல்பாடுகளும் முக்கியம்! இதை உணர்ந்து அவரவர் இயன்ற வகையில் செயல்படுவோம்'' என்று சந்திரன் ரவியின் தோள்களைத் தொட்டார்! ரவி வெளியே மேற்கு வானத்தில் சூரியன் மலைவாயில் மறைவதைப் பார்த்தவாறே, ''நம்புவோம். படரும் இருள் தொடர்ந்திருக்கச் சாத்தியமில்லை. இருள் கிழித்து வெளிச்சம் வந்தே தீரும்!'' என்றார்.

மாற்றத்தை நோக்கி நகருவோம்..!!

□□

www.ingramcontent.com/pod-product-compliance
Lightning Source LLC
LaVergne TN
LVHW060322051026
849517LV00004B/1197
* 9 7 8 9 3 9 5 7 7 6 8 8 2 *